பழைய

வார்ப்புகளை

உடைத்-

தெறிவோம்!

AF657769

பழைய வார்ப்புகளை உடைத்-தெறிவோம்!

இந்தியாவின் பொருளாதார எதிர்காலத்தை மறுசீரமைத்தல்

ரகுராம் ஜி. ராஜன்
ரோகித் லாம்பா

தமிழில்: PSV குமாரசாமி

மஞ்சுள் பப்ளிஷிங் ஹவுஸ்

First published in India by

Manjul Publishing House
Corporate and Editorial Office
•2nd Floor, Usha Preet Complex, 42 Malviya Nagar, Bhopal 462 003 – India
Sales and Marketing Office
•C-16, Sector 3, Noida, Uttar Pradesh 201301 – India
Website: www.manjulindia.com
Distribution Centres
Ahmedabad, Bengaluru, Bhopal, Kolkata, Chennai,
Hyderabad, Mumbai, New Delhi, Pune

Tamil translation of Breaking the Mould : Reimagining India's Economic Future
by Raghuram Rajan and Rohit Lamba

English edition first published by Penguin Random House India 2023

Copyright © Raghuram Rajan and Rohit Lamba 2023

Tamil translation copyright © Manjul Publishing House Pvt. Ltd.

Tamil edition first published in 2024

ISBN 978-93-5543-767-9

Translated by: PSV Kumarasamy
Editing by: Nagalakshmi Shanmugam
Layout by: Manoranjan Kumar

Raghuram Rajan's photograph by Anne Ryan
Rohit Lamba's photograph by Swasti Pachauri

Printed and bound in India by Manipal Technologies Limited

All rights reserved. No part of this publication may be reproduced, stored in or introduced into a retrieval system, or transmitted, in any form, or by any means (electronic, mechanical, photocopying, recording or otherwise) without the prior written permission of the publisher. Any person who does any unauthorized act in relation to this publication may be liable to criminal prosecution and civil claims for damages.

எங்கள்
மனைவியருக்காக

உள்ளடக்கம்

பகுதி மூன்று: நிறைவு செய்தல்

முன்னுரை

இந்தியா எங்கே போய்க் கொண்டிருக்கிறது? தற்போது ஐக்கிய இராச்சியத்தைப் பின்னுக்குத் தள்ளிவிட்டு உலகின் ஐந்தாவது மிகப் பெரிய பொருளாதாரமாக உருவெடுத்துள்ள நிலையில், அது உண்மையிலேயே வளர்ச்சிப் பாதையில் நடைபோட்டுக் கொண்டிருக்கிறதா? அல்லது, வேலைவாய்ப்புச் சந்தைக்குள் நுழைந்து கொண்டிருக்கின்ற இலட்சக்கணக்கான இளைய தலைமுறையினருக்குப் போதுமான வேலைகளை வழங்க முடியாத நிலையிலான ஒரு வளர்ச்சி விகிதத்தில் தேக்கமடைந்து அது திணறிக் கொண்டிருக்கிறதா? உலகெங்குமுள்ள உற்பத்தியாளர்கள் தங்களுடைய பொருட்களை இந்தியாவில் தயாரிப்பதற்காக முண்டியடித்துக் கொண்டிருக்கிறார்களா? அல்லது, கடந்த பல பத்தாண்டுகளாக, உற்பத்தித் துறையில் வேலைவாய்ப்பின் பங்கு அடைந்துள்ள தேக்கநிலை, நாம் உற்பத்திப் பெருக்கத்திற்கான வாய்ப்புகளைக் கோட்டைவிட்டுள்ளதைக் காட்டுகிறதா? வருங்காலத்திற்காக இந்தியா தன்னைத் தயார்படுத்திக் கொண்டிருக்கிறதா? அல்லது, தன்னுடைய கடந்தகாலத்துடன் மல்லுக்கு நிற்பதில் அது தன் கவனத்தை வீணாக்கிக் கொண்டிருக்கிறதா? அனைத்து இந்தியர்களும் ஒரே மாதிரியாக மேம்பட்டுக் கொண்டிருக்கிறார்களா? அல்லது, மேல்தட்டு வர்க்கம் ஏறுமுகமாகவும், நடுத்தர வர்க்கம் இறங்குமுகமாகவும் சென்று கொண்டிருப்பதன் மூலம் அதிகமான சமத்துவமின்மை நிலவுகின்ற ஒரு நாடாக இந்தியா மாறிக் கொண்டிருக்கிறதா?

இக்கேள்விகள் இந்தியப் பொருளாதாரத்தின் நிலை குறித்த விவாதத்தின் இரண்டு பக்கங்களைப் பிரதிபலிக்கின்றன. ஒரு புறம், உலகின் பணக்கார மற்றும் அதிகாரமிக்க நாடுகளின் பட்டியலில் இந்தியா இடம்பெற்றே தீரும், அது குறித்து எவ்விதத்திலும் சந்தேகிக்கத் தேவையில்லை என்ற இறுமாப்பு மனநிலை இருக்கிறது. மறுபுறம், நடைபெற்றுக் கொண்டிருக்கின்ற காரியங்களில் மருந்துக்குக்கூட நல்ல விஷயங்கள் எதுவும் இல்லை என்ற கறாரான விமர்சன மனநிலை நிலவுகிறது. கேம்பிரிட்ஜ் பொருளாதாரவியலாளர் ஜோன் ராபின்சன் கூறியுள்ளதுபோல, "இந்தியாவைப் பற்றி நீங்கள் எதைச் சரியாகச் சொன்னாலும், அதற்கு நேரெதிரான ஒன்றும் சரியாகவே இருக்கும்," என்ற நிலைமை நிலவுகிறதா? அல்லது, ஒரு பக்கம்

மற்றொரு பக்கத்தைவிட அதிக உண்மைகளைக் கொண்டுள்ளதா?

இக்கேள்விகளுக்கான பதில் முக்கியமானது. ஏனெனில், அரசு ஒரு சர்வாதிகார அமைப்பாக மாறுகின்ற ஆபத்து உள்ளடங்கி இருந்தால்கூட, தேவைப்படும்போதெல்லாம் அது தன்னுடைய விருப்பத்தை மக்கள்மீது வலிந்து திணிப்பதில் தவறில்லை என்று அதன் தீவிர ஆதரவாளர்கள் கருதுகின்றனர். அதற்கு அவர்கள் முன்வைக்கும் வாதம் இதுதான்: "1960களில் பொருளாதாரரீதியாக இந்தியா இருந்த அதே நிலையில் இருந்த சீனா, இன்று இந்தியப் பொருளாதாரத்தைப்போல ஐந்து மடங்கிற்கும் மேலாக வளர்ந்து, உலகின் மிகப் பெரிய இரண்டு வல்லரசுகளில் ஒன்றாக ஆனது இப்படித்தானே?" இதை விமர்சிப்பவர்கள், தற்போதைய அரசாங்கம் மக்களின் உண்மையான நலனில் அக்கறை செலுத்துவதைவிட, வளர்ச்சி குறித்த ஒரு மாயத் தோற்றத்தை உருவாக்குவதிலும், கசப்பான உண்மைத் தகவல்களை மறைப்பதிலும் கைதேர்ந்ததாக இருக்கிறது என்று வலியுறுத்துகின்றனர். ஆனால், இந்தத் தரப்பினரால் ஆணித்தரமான மாற்று ஏற்பாடுகளை முன்வைக்க முடியவில்லை என்பதை மறுக்க முடியாது.

இன்று இந்தியாவில் கண்டிப்பாக ஒருவிதமான சஞ்சலம் நிலவுகிறது. குறிப்பாக, தங்களைச் சரிக்கட்டுவதற்காக மேற்கொள்ளப்படுகின்ற பழைய பஞ்சாங்கத்தனமான சமாதானப்படுத்தல்களை இனியும் ஏற்றுக் கொள்ளத் தயாராக இல்லாத இளைஞர்களிடம் அது வெளிப்படையாகத் தெரிகிறது. அவர்கள் புதிய தீர்வுகளுக்காக ஏங்கிக் கொண்டிருக்கின்றனர். அவர்களுடைய வாழ்க்கையை மேம்படுத்தக்கூடிய, அவர்களுக்கு உருப்படியான வேலைகளை வழங்கக்கூடிய தீர்வுகள்தாம் அவர்களுக்குத் தேவையே அன்றி, 'உங்களுடைய நிலைமையை சகித்துக் கொள்ளுங்கள்' என்ற உபதேசத்தோடு அவர்களை நோக்கி வீசியெறியப்படுகின்ற ரொட்டித் துண்டுகள் அல்ல. ஆனால், உலக அரங்கில் கொடிகட்டிப் பறப்பதற்கான வேளை இந்தியாவுக்கு இப்போது கைகூடி வந்திருக்கிறது என்ற நன்னம்பிக்கை அவர்களைத் தற்காலிகமாக அடக்கி வைத்திருக்கிறது.

இந்த விவாதத்தில் நீங்கள் எந்தப் பக்கம் இருந்தாலும் சரி, தான் எங்கே சென்றடைய வேண்டும் என்பது குறித்த ஒரு தெளிவான முன்னோக்கு இந்தியாவுக்குத் தேவை என்பதில் நம்மால் கண்டிப்பாக ஒத்துப் போக முடியும். ஏனெனில், அந்த முன்னோக்குத்தான், இன்று அது மேற்கொண்டாக வேண்டிய தேர்ந்தெடுப்புகளைத் தீர்மானிக்கும். அந்த முன்னோக்கு என்னவாக இருக்கும் என்று பார்ப்பதற்கு, முதலில், தற்போது இந்தியா பயணித்துக் கொண்டிருக்கின்ற பாதை குறித்து அதன் தீவிர ஆதரவாளர்களுக்கும் விமர்சகர்களுக்கும் இடையே நடைபெற்றுக் கொண்டிருக்கின்ற விவாதத்தை நாம் புரிந்து கொள்ள வேண்டும்.

விமர்சகர்கள் முன்வைக்கின்ற தகவல்கள் பெருமளவு சரியாக இருப்பதாக நாங்கள் ஏன் நினைக்கிறோம் என்பதை இப்புத்தகத்தில் நாங்கள் விளக்கவிருக்கிறோம். இந்தியப் பொருளாதாரத்தில்

உதயமாகிக் கொண்டிருக்கின்ற தீவிரக் கருத்து முரண்பாடுகளை மூடி மறைப்பதில் தீவிர ஆதரவாளர்கள் மும்முரமாக ஈடுபட்டுள்ளனர். இன்று நம் இளைஞர்களில் பெரும்பாலானோருக்கு வேலை இல்லை, எதிர்காலத்தில் தங்களுக்கு வேலை கிடைக்கும் என்ற நம்பிக்கையும் அவர்களுக்கு இல்லை. அதனால், வேலை தேடுவதற்கான முயற்சியையே அவர்கள் ஒட்டுமொத்தமாகக் கைவிட்டுவிடுகின்றனர். வேலை பார்க்கும் வயதில் உள்ள பெண்களில் ஐந்தில் ஒருவர்தான் பணியில் இருக்கிறார். இந்த விஷயத்தைப் பொறுத்தவரை, நம் நாடு, ஜி20 நாடுகளிலேயே மிகவும் அடிமட்டத்தில் இருக்கிறது. வேலை பார்க்கும் வயதில் உள்ள ஆண்களில் சொற்ப விழுக்காட்டினர் மட்டுமே வேலையில் இருக்கின்றனர். இதுவும் நாம் பெருமைப்பட்டுக் கொள்ளக்கூடிய ஒரு விஷயமல்ல. இந்தியா தன் மனித மூலதனத்தை அநியாயத்திற்கு வீணாக்கிக் கொண்டிருக்கிறது. வேலை பார்க்கும் வயதினர் என்ற பிரிவுக்குள் வந்து சேர்கின்ற நபர்களின் எண்ணிக்கை கணிசமாக அதிகரித்துக் கொண்டிருக்கிறது. இந்தச் சாதகமான அம்சத்தை இந்தியா விரயமாக்கிக் கொண்டிருக்கிறது. ஏனெனில், அது போதுமான வேலைகளை உருவாக்கிக் கொண்டிருக்கவில்லை.

தொடுவானில் புதிய புயல் மேகங்கள் முளைத்துக் கொண்டிருக்கின்றன: புவியரசியல் பதற்றங்களும், பெருந்தொற்று நோய், ஃபுகுஷிமா நிலநடுக்கம் போன்ற பேரிடர்கள் தோற்றுவித்தச் சீர்குலைவுகளும், உலகளாவிய பொருள் விநியோகச் சங்கிலி குறித்து மறுசிந்தனை செய்ய வேண்டும் என்ற எண்ணத்தைப் பன்னாட்டு நிறுவனங்களிடம் தோற்றுவித்துக் கொண்டிருக்கின்றன. பெரும்பாலான பன்னாட்டு நிறுவனங்கள், பல நாடுகளில் சிதறிக் கிடக்கின்ற தம்முடைய உற்பத்தித் தொழிற்சாலைகளைத் தம்முடைய சொந்த நாடுகளிலேயே அமைத்துக் கொள்வது குறித்தும், தம்முடைய நாடுகளின் அருகிலுள்ள இடங்களுக்கு அவற்றைக் கொண்டு வந்துவிடுவது குறித்தும் தீவிரமாக யோசித்துக் கொண்டிருக்கின்றன. அதோடு, உற்பத்தித் துறையிலும் சேவைத் துறையிலும் உள்ள வேலைகள் ரோபாட்டுகள் மூலமாகவோ அல்லது செயற்கை நுண்ணறிவின் மூலமாகவோ இயந்திரமயமாக்கப்படக்கூடிய ஆபத்தும் இப்போது அதிகரித்துள்ளது.

இப்போது இந்தியாவுக்குத் தீர்வுகள் தேவை. இந்த அரசாங்கம் சிலவற்றைச் சரியாகச் செய்து வருகிறது என்று அதன் தீவிர ஆதரவாளர்கள் நினைப்பது சரிதான். இந்தியச் சந்தையை ஒருங்கிணைக்கின்ற 'சரக்கு மற்றும் சேவை வரிக்கு' *(ஜிஎஸ்டி)* மாறியது போன்ற சீர்திருத்தங்கள் நெடுங்காலத்திற்கு முன்பே முன்மொழியப்பட்டிருந்தபோதிலும், தற்போதைய ஆட்சியின் கீழ் அவை நடைமுறைப்படுத்தப்பட்டுள்ளன. இந்தியா முன்னெப்போதையும்விட இப்போது படுவேகமாக நெடுஞ்சாலைகளையும் சுரங்கப்பாதைகளையும் கிராமப்புறச் சாலைகளையும் அமைத்துக் கொண்டிருக்கிறது. இலட்சக்கணக்கான பொதுமக்களுக்கு வங்கிக் கணக்குகள் தொடங்கப்பட்டு, 'இந்தியா ஸ்டேக்' என்ற தொழில்நுட்பக் கட்டமைப்பைப்

பயன்படுத்தி மானியங்கள் நேரடியாக அந்தக் கணக்குகளில் வரவு வைக்கப்படுகின்றன. இது, அரசின் மானியங்கள் குறைவான கசிவுகளுடன் மக்களைச் சென்றடைய வழி வகுத்துள்ளது. செப்டம்பர் 2023 இல், சுழற்சி முறையில் வருகின்ற ஜி20 நாடுகளின் தலைமைத்துவத்தை இந்தியா ஏற்றுக் கொண்டு புது தில்லியில் அந்த மாநாட்டைச் சிறப்பாக நடத்தியதோடு, அதன் உறுப்பு நாடுகளுக்கு இடையே சில பிரச்சனைகள் தொடர்பாக நீண்டகாலமாக நிலவி வந்திருந்த முரண்பாடுகளைக் களைகின்ற விதத்தில் ஒருமித்தக் கருத்தை உருவாக்குவதில் அது வெற்றியும் பெற்றிருந்தது.

இது எல்லாமே முன்னேற்றம்தான். திட்டங்களைச் செயல்படுத்துவது இந்த அரசாங்கத்தின் வலிமையாக இருக்கிறது. குறிப்பாக, சாலைகள் மற்றும் சுரங்கப்பாதைகளை அமைப்பது, கழிவறைகளைக் கட்டிக் கொடுப்பது போன்றவை சிக்கலேதும் இல்லாத நேரடித் திட்டங்களாகும். மறுபுறம், ‘இந்தியா ஸ்டேக்’ போன்ற கட்டமைப்புகள் ஏற்கனவே முந்தைய அரசாங்கங்களால் வடிவமைக்கப்பட்டிருந்ததால், அவை எளிதாகச் செயல்படுத்தப்பட்டுவிட்டன. தீட்டப்படுகின்ற திட்டங்களைச் செயல்படுத்துவதில் பெரும் சுணக்கம் காட்டுவதற்குப் பெயர்போன ஒரு நாட்டில், இது வரவேற்கத்தக்க ஒரு மாற்றம்தான்.

ஆனால், இந்த அரசாங்கம் முன்னெடுத்துள்ள பல திட்டங்கள், குறிப்பாக, அதனுடைய சொந்த யோசனையில் உருவாக்கப்பட்டத் திட்டங்கள் வெற்றி பெறவில்லை என்பது இங்குச் சுட்டிக்காட்டப்பட்டாக வேண்டும். பொதுமக்களுக்கு முன்னுரிமையளிக்கின்ற, சுற்றுச்சூழலுக்குப் பாதகம் விளைவிக்காத ‘ஸ்மார்ட் நகரங்களை’ உருவாக்குவதற்கான திட்டம்; பொருட்கள் இந்தியாவில் உற்பத்தி செய்யப்படுவதை ஊக்குவிக்கின்ற ‘உற்பத்திசார் ஊக்கத்தொகை’ திட்டம்; வேளாண் சந்தைகளில் மேற்கொள்ளப்பட்டச் சீர்திருத்தங்கள்; 2016 ஆம் ஆண்டு நவம்பரில், 500 மற்றும் 1,000 ரூபாய் நோட்டுகள் செல்லாது என்ற அறிவிப்புடன் மேற்கொள்ளப்பட்டப் பணமதிப்பிழப்பு நடவடிக்கை போன்ற முன்னெடுப்புகள் பயனற்றவையாக இருந்ததோடு மட்டுமல்லாமல், பெரும் பாதிப்புகளையும் ஏற்படுத்தின. இந்த முன்னெடுப்புகள் அனைத்தும், வருங்காலத்தின்மீது இந்த அரசுக்கு நம்பிக்கை இல்லை என்பதைப் பிரதிபலித்ததால், கடந்த பத்தாண்டுகளாக, தனியார் துறை இந்தியாவில் முதலீடு செய்வதற்கு அவ்வளவாக ஆர்வம் காட்டவில்லை.

நாம் எவ்வாறு வேலைவாய்ப்புகளை உருவாக்கப் போகிறோம் என்ற பொருளாதாரரீதியான சிந்தனை கடந்தகாலத்தில் சிக்கிக் கிடப்பதுதான் இருப்பதிலேயே மிகவும் கவலையளிக்கின்ற விஷயமாகும். இந்த அரசாங்கமும், இதற்கு முன்பு இருந்திருந்த அரசாங்கங்களும், வரவிருக்கின்ற மலையளவு சவால்களை வெற்றிகரமாக எதிர்கொள்வதற்கு இந்தியாவின் மிகப் பெரிய சொத்தான மக்களின் செயல் வல்லமையைப் பயன்படுத்திக் கொள்ளத் தவறிவிட்டுள்ளன. இது ஏன் அவ்வளவு முக்கியம்

என்பதைப் புரிந்து கொள்வதற்கு, வளர்ச்சிப் பொருளாதாரம் எவ்வாறு மாறியுள்ளது என்பதை நாம் புரிந்து கொள்ள வேண்டும்.

உலகளாவிய விநியோகச் சங்கிலி மாறியிருக்கின்ற விதம்

1960களிலும் 1970களிலும் சரக்குகளை ஓரிடத்திலிருந்து மற்றோர் இடத்திற்கு எடுத்துச் செல்வதற்கான செலவுகள் கிடுகிடுவெனச் சரிந்தன. இதன் காரணமாக, வளர்ந்த நாடுகளில் நுகரப்பட்டப் பொருட்களை மலிவாகத் தயாரிப்பதற்கான இடங்களைப் பன்னாட்டு நிறுவனங்கள் தேடத் தொடங்கின. 1980களின் தொடக்கத்தில் சீனாவில் தாராளமயமாக்கம் நிகழத் தொடங்கியிருந்த நேரத்தில், பன்னாட்டு நிறுவனங்கள் தம்முடைய பொருட்களை எங்குத் தயாரிக்க வேண்டும் என்ற தீர்மானத்தை எடுக்க வேண்டியிருந்தபோது, அமெரிக்க மற்றும் ஐரோப்பியத் தொழிலாளர்களுக்குக் கொடுக்கப்பட்டு வந்த மிக உயர்வான ஊதியத்தை, மேற்கத்தியத் தொழிலாளர்கள் அளவுக்குத் திறன் வாய்ந்தவர்களாக இல்லாத சீனத் தொழிலாளர்களுக்குக் கொடுக்கப்பட்டு வந்த மிகக் குறைவான ஊதியத்தோடு அவை ஒப்பிட்டன. இந்தப் பின்னணியில், அதிகத் திறன் தேவைப்படாத உற்பத்தி வேலைகளை, எடுத்துக்காட்டாக, உதிரிப் பாகங்களை ஒருங்கிணைத்து வானொலிகள், தொலைக்காட்சிகள் போன்றவற்றைத் தயாரிக்கின்ற வேலைகளை, சீனாவுக்கு மடை மாற்றுவது புத்திசாலித்தனமாகவே இருந்தது. சீனாவுக்கு உதிரிப் பாகங்களை ஏற்றுமதி செய்தால், அவை அங்கு ஒருங்கிணைக்கப்பட்டு ஒரு முழுமையான பொருள் திருப்பி அனுப்பி வைக்கப்படும். இந்த மலிவான தொழிலாளர்களைப் பயன்படுத்திக் கொண்டதன் மூலம் உற்பத்திச் செலவு கணிசமாகக் குறைந்ததால், தொடக்கக் காலங்களில், சீனாவில் உற்பத்தி தொடர்பாக நிலவிய கட்டமைப்பு வசதிக் குறைபாடுகள் உட்பட ஏகப்பட்டப் பிரச்சனைகளை அந்தப் பன்னாட்டு நிறுவனங்கள் பெரிதுபடுத்தாமல் தம்முடைய தொழிற்சாலைகளை அங்கு நிறுவின. சீன அரசாங்கம் இதைப் பெரிதும் ஊக்குவித்ததால், அங்கு இந்த ஏற்றுமதிசார் உற்பத்தி பன்மடங்குப் பெருகத் தொடங்கியது. வளர்ந்த நாடுகளில் அதிகரித்துக் கொண்டிருந்த தேவைகளுக்குத் தீனிபோடும் வகையில் தொழிற்சாலைகளின் அளவைப் பெருக்கிக் கொள்வது சீனாவில் எளிதாக இருந்தது.

சீனாவின் செல்வம் பெருகப் பெருக, அது தன்னுடைய கட்டுமான வசதிகளைப் பெருக்கிக் கொள்ளத் தொடங்கியது. அதனுடைய தொழிலாளர்களின் கல்வியறிவும் திறமைகளும் அதிகரிக்கத் தொடங்கின. அதன் காரணமாக, உதிரிப் பாகங்களின் தயாரிப்பும் அங்குக் கொண்டு செல்லப்பட்டது. எடுத்துக்காட்டாக, முன்பு சீனாவுக்குள் இறக்குமதி செய்யப்பட்டுக் கொண்டிருந்த, வானொலி மற்றும் தொலைக்காட்சியின் உதிரிப் பாகங்களும் அங்கேயே தயாரிக்கப்படலாயின. அதனால், பன்னாட்டு

நிறுவனங்கள் தம்முடைய மொத்த உற்பத்தியையும் சீனாவுக்கு மாற்றின. இதன் காரணமாக, ஓர் ஏழை நாடாக இருந்த சீனா, வெறும் நாற்பது ஆண்டுகளில் ஒரு நடுத்தர வருவாய் நாடாக மாறியது. குறைவான திறமை கொண்ட தொழிலாளர்களுடன் தொடங்கிய இந்த ஏற்றுமதிசார் உற்பத்திப் பாதை, ஜப்பான், கொரியா, தாய்வான் போன்ற பிற கிழக்காசிய நாடுகளுக்கும் சிறப்பாகப் பலனளித்துள்ள காரணத்தால், தற்போதைய இந்திய அரசாங்கம் இதே பாதையில் பயணிக்க விரும்புவது இயல்பானதே.

ஆனால், இந்த எளிய விளக்கம், இந்த முறையில் சீனா ஏன் அவ்வளவு வெற்றிகரமாக விளங்கியது என்பது தொடர்பான சில முக்கியமான விபரங்களைக் கணக்கில் எடுத்துக் கொள்ளவில்லை. அவற்றைப் பற்றி நாம் பின்னர் விரிவாகப் பார்க்கவிருக்கிறோம். இப்போதைக்கு இதை மட்டும் நாங்கள் இங்குச் சுட்டிக்காட்ட விரும்புகிறோம். குறைவான திறன் கொண்ட தொழிலாளர்களைக் கொண்டு, மிகக் குறைவான ஊதியத்திற்கு உதிரிப் பாகங்களை ஒருங்கிணைத்துக் கொடுக்கும் உற்பத்தி வேலையிலிருந்துதான் சீனாவின் (மற்றும் பிற கிழக்காசிய நாடுகளின்) வளர்ச்சிப் பாதை தொடங்கியது. இந்த மலிவான தொழிலாளர்களையும், அவர்கள் ஈட்டிக் கொடுத்தப் பெரும் இலாபத்தையும் அடித்தளமாகக் கொண்டே மற்ற அனைத்தும் கட்டியெழுப்பப்பட்டன.

துரதிர்ஷ்டவசமாக, சீனாவின் இந்த வளர்ச்சிப் பாதைக்குள் தாமதமாக நுழைய ஆசைப்படுகின்ற இந்தியா, இந்தோனேசியா போன்ற நாடுகளால், சீனாவின் ‘மலிவான தொழிலாளர்கள்’ என்ற அம்சத்தை இனியும் பயன்படுத்த முடியாது. அதற்குப் பல காரணங்கள் இருக்கின்றன. முதலாவது, சீனாவின் மக்கட்தொகை காரணமாக, அதன் வசம் இருக்கின்ற மலிவான தொழிலாளர்களின் எண்ணிக்கை இன்னும் பிரம்மாண்டமானதாகவே இருக்கிறது. அதனால், தாமதமாகக் களத்திற்குள் இறங்குகின்ற நாடுகள், ஊதியம் அதிகமுள்ள மேற்கத்திய நாடுகளோடு போட்டியிடப் போவதில்லை. மாறாக, அவை சீனாவுடனும் தமக்கு இடையேயும் போட்டியிட வேண்டிய நிலையில் இருக்கின்றன. உதிரிப் பாகங்களின் ஒருங்கிணைப்பில் தொடங்கி, படிப்படியாக உதிரிப் பாகங்களின் உற்பத்திக்குச் செல்வதற்கும் இங்கு உத்தரவாதமில்லை. ஏனெனில், சீனாவும், அதைத் தொடர்ந்து இந்தப் பாதையில் உடனடியாகக் குதித்திருந்த மலேசியா, தாய்லாந்து போன்ற நாடுகளும், தம்முடைய கட்டமைப்பு வசதிகளைப் பெருக்கிக் கொண்டுள்ளதோடு, சரக்குகளைக் கையாள்தல் மற்றும் அவற்றை ஓரிடத்திலிருந்து மற்றோர் இடத்திற்கு நகர்த்துதல் தொடர்பான ‘பொருட்கள் இடப்பெயர்வு நிர்வாகத்திலும்’ தம்மை அபாரமாக வளர்த்துக் கொண்டுள்ளன. இதன் காரணமாக, இந்த நாடுகள் ஏற்றுமதிக்காகத் தயாரிக்கின்ற நுட்பமான அதிநவீனப் பொருட்களை எளிதாகவும் மலிவாகவும் உலகின் எந்த மூலைக்கு வேண்டுமானாலும் அவற்றால் அனுப்பி வைத்துவிட முடிகிறது. இதை வேறு வார்த்தைகளில் கூற வேண்டுமென்றால், உலகளாவிய விநியோகச் சங்கிலியின் ஓவ்வோர்

உற்பத்திக் கண்ணியும் கடும் போட்டிக்கு உள்ளாகியிருக்கிறது.

பொதுவாக, ஒரு பொருளின் உலகளாவிய விநியோகச் சங்கிலியின் பல்வேறு கண்ணிகளில், அப்பொருளின் மதிப்பைக் கூட்டுகின்ற செயல்முறைகள் மேற்கொள்ளப்படும். ஆராய்ச்சி மற்றும் உருவாக்கம், வடிவமைப்பு, வணிகச் சின்னத்தைப் பிரபலப்படுத்துதல், உற்பத்தி, சந்தைப்படுத்துதல், விளம்பரம், விநியோகம், விற்பனை போன்ற கண்ணிகள் அவற்றில் முக்கியமானவை. அதன் தொடக்கக் கண்ணிகளான ஆராய்ச்சி மற்றும் உருவாக்கம், வடிவமைப்பு ஆகியவற்றில், மதிப்புக் கூட்டுகின்ற செயல்முறைகள் அதிகமாக இருக்கும். அதேபோல, இறுதிக் கண்ணிகளான சந்தைப்படுத்துதல், விளம்பரம், விநியோகம், விற்பனை போன்றவற்றிலும் மதிப்புக் கூட்டுகின்ற செயல்முறைகள் அதிகமாக இருக்கும். நடுவில் இருக்கின்ற உற்பத்தியில், மதிப்புக் கூட்டுகின்ற செயல்முறைகள் பெரிதாக இருக்காது. மதிப்புக் கூட்டுதல் தொடர்பான ஒரு வரைகோட்டுச் சித்திரம், தொடக்கக் கண்ணியிலிருந்து தொடங்கி, கீழ்முகமாகப் பயணித்து உற்பத்தியைத் தொட்டு, மீண்டும் மேல்முகமாக ஏறி விற்பனையில் உச்சத்தைத் தொடும். அது பார்ப்பதற்கு ஒரு புன்னகையைப்போல இருக்கும். அதனால், அதற்கு 'மதிப்புக் கூட்டுதல்சார் புன்னகை வளைகோடு' என்று பெயரிடப்பட்டுள்ளது.

எடுத்துக்காட்டாக, ஆப்பிள் நிறுவனம் தன்னுடைய ஐபோன்கள் எதையும் தயாரிப்பதில்லை. ஃபாக்ஸ்கான் என்ற தாய்வான் நாட்டு நிறுவனம்தான் அவற்றைத் தயாரிக்கிறது. அந்நிறுவனம், அவற்றில் பெரும்பாலானவற்றைச் சீனாவில் தயாரிக்கிறது. ஆப்பிள் நிறுவனத்தின் சந்தை மதிப்பு 3 டிரில்லியன் டாலர்கள். ஃபாக்ஸ்கானின் சந்தை மதிப்பு 5,000 கோடி டாலர்கள் மட்டுமே. எதையும் தயாரிக்காமல் இருக்கும் ஆப்பிள் நிறுவனம், ஃபாக்ஸ்கானைவிட ஐம்பது மடங்கு அதிக மதிப்பு வாய்ந்ததாக விளங்குகிறது! அதற்குக் காரணம், ஆப்பிள் நிறுவனம், ஐபோனின் உலகளாவிய விநியோகச் சங்கிலியின் தொடக்கக் கண்ணிகளான வடிவமைப்பு, ஆராய்ச்சி மற்றும் உருவாக்கம் ஆகியவற்றையும், இறுதிக் கண்ணிகளான சந்தைப்படுத்துதல், விநியோகம், விற்பனை (எடுத்துக்காட்டு: ஐடியூன் மற்றும் ஆப்பிள் ஸ்டோர்) ஆகியவற்றையும் வழங்குகிறது. இந்த அம்சங்களில் ஆப்பிள் நிறுவனத்திற்குப் பெரிய போட்டிகள் எதுவும் இல்லை. அதனால், இவற்றிலிருந்து கிடைக்கின்ற இலாபம் மிக அதிகமாக இருக்கிறது. ஒரு கடையில் ஒரு ஐபோன் வாங்கப்படுகின்றபோது, அதன் மதிப்புக் கூட்டலில் அதன் தயாரிப்பின் பங்கு வெறும் மூன்றில் ஒரு பங்கு மட்டுமே. ஆனால், ஆப்பிளுக்காக இதைத் தயாரித்துக் கொடுக்க எண்ணற்ற நிறுவனங்கள் தயாராக இருக்கும் என்பதால், அதற்குக் கடும் போட்டி இருக்கும். அதனால், அதில் இலாபமும் குறைவாக இருக்கும். ஆப்பிள் நிறுவனத்தின் சந்தை மதிப்புக்கும் ஃபாக்ஸ்கானின் சந்தை மதிப்புக்கும் இடையேயுள்ள வேறுபாட்டுக்கு இதுதான் காரணம். எல்லா உலகளாவிய விநியோகச் சங்கிலியிலும் இந்த முறை

இருக்காது; அது சிலவற்றில் மட்டுமே இருக்கும் என்பதையும் நாங்கள் இங்குச் சுட்டிக்காட்ட விரும்புகிறோம்.

பல்வேறுபட்டக் காரணங்களால், சீனா ஏறியிருந்த அந்த 'உற்பத்திப் பேருந்தில்' ஏற இந்தியா தவறிவிட்டது. அந்தத் தவறைத் திருத்தும் விதமாக, இந்தியாவில் உற்பத்தியைத் தொடங்குவதற்குப் பன்னாட்டு நிறுவனங்களைக் கவர்ந்திழுப்பதற்காகப் பெரும் மானியங்களை வழங்க இந்தியா முன்வந்துள்ளது. அது சரியான முன்னெடுப்பா? அதற்கான பதிலில் பாதியை நாம் ஏற்கனவே அறிவோம். சீனா பின்பற்றியிருந்த அதே பாதையை நம்மால் ஏன் பின்பற்ற முடியாது என்பதை நாம் ஏற்கனவே பார்த்துவிட்டோம். அதற்காக நாம் இந்தியாவின் செயல் வல்லமையைக் குறைத்து மதிப்பிடுகிறோம் என்று அர்த்தமாகாது. மாறாக, உலகம் மாறியுள்ள விதம் குறித்த எதார்த்தத்தைக் கணக்கில் எடுத்துக் கொள்வதைப் பற்றியது இது.

உலகளாவிய விநியோகச் சங்கிலியில் ஏற்பட்டுள்ள மாற்றத்தைக் கணக்கில் எடுத்துக் கொண்டு, பழைய மாதிரியை முற்றிலுமாகப் புறந்தள்ளிவிட்டு, பொருளாதார வளர்ச்சிக்கான புதிய, தனித்துவமான இந்திய வழியை நம்மால் தேர்ந்தெடுக்க முடியும். அது இந்தியாவின் வலிமைகளோடு ஐக்கியப்பட்ட ஒன்றாக இருக்கும். அதாவது, இந்தியா, கடந்தகாலத்திற்காகப் போட்டியிடுவதற்குப் பதிலாக வருங்காலத்திற்காகப் போட்டியிட வேண்டும்.

திறன் குறைவான தொழிலாளர்களைச் சார்ந்திருக்கின்ற, ஏற்றுமதிசார் உற்பத்திக்கான வாய்ப்புகள் கடுமையாகக் குறைந்திருப்பது குறித்து நாம் கலக்கமடையத் தேவையில்லை. ஏனெனில், வெளிநாடுகளிலுள்ள நுகர்வோருக்கு நேரடியாகப் பொருட்களை விற்பதற்கான வாய்ப்புகளைத் தொழில்நுட்பங்கள் திறந்துவிட்டுள்ளன. அத்துடன், நுண்சில்லுகளின் வடிவமைப்பு போன்ற, உயர்ந்த திறன் தேவைப்படுகின்ற, ஏற்றுமதி சார்ந்த உற்பத்தி வேலைகளுக்கான வாய்ப்பும் இப்போது பெருகியுள்ளது. இவற்றில் இந்தியாவால் கொழிக்க முடியும்.

ஏற்றுமதியோடு கூடவே, அதிகரித்து வருகின்ற உள்நாட்டுத் தேவைகளையும் இந்திய முதலாளிகளால் நிறைவேற்ற முடியும். இங்கு நாங்கள் முன்மொழிகின்ற வழி, பல புதிய வேலைகளை உருவாக்கும் - குறிப்பாக, கல்வி மற்றும் சுகாதாரத் துறைகளில். பெரும்பாலான பொருளாதார நடவடிக்கைகளில் இந்தியா வெற்றி பெற வேண்டுமென்றால், தன்னுடைய மக்களின் செயல் வல்லமையை அதிகரிப்பதற்கு அது பெரும் முதலீடு செய்ய வேண்டும். கல்வி, திறன் மேம்பாடு, சுகாதாரம் ஆகிய துறைகளில் கவனம் செலுத்துவதன் மூலம், ஏற்கனவே இருக்கின்ற வேலைகளுக்கு மக்களை எளிதில் தயார்படுத்திவிடலாம். மேலும், இதுபோன்ற அதிகத் திறன் கொண்ட தொழிலாளர்களைத் தேடிக் கொண்டிருக்கின்ற நிறுவனங்களை இது இந்தியாவை நோக்கிக் கவர்ந்திழுக்கும்.

பழைய வார்ப்புக் கண்ணோட்டத்தை உடைத்து

நொறுக்குவதற்கு, இந்தியா, ஒரே நேரத்தில் புதிய யோசனைகளையும் தொழில்முனைவையும் ஊக்குவித்து வளர்த்தெடுக்கின்ற ஒரு சூழலை உருவாக்க வேண்டும். அப்படிச் செய்யும்போது, அதிக அளவில் மதிப்புக் கூட்டுகின்ற விநியோகச் சங்கிலிக் கண்ணிகளை உருவாக்குகின்ற நோக்கத்துடன்கூடிய, முற்றிலும் புதிய, வித்தியாசமான, பயனுள்ள பொருட்களை உற்பத்தி செய்கின்ற நிறுவனங்கள் இந்தியாவில் தோன்றும். வேறு வார்த்தைகளில் கூற வேண்டுமென்றால், இந்தியா, உடலுழைப்பு தேவைப்படுகின்ற தொழில்களிலிருந்து விலகி, மூளையுழைப்பு தேவைப்படுகின்ற தொழில்களுக்கு மாற வேண்டும். அதற்கு, நாடு தழுவிய விதத்தில் முயற்சிகள் தேவைப்படும்.

நாங்கள் எத்தகைய இந்தியாவை எங்கள் மனங்களில் வரித்திருக்கிறோம் என்பதை ஒரு சில எடுத்துக்காட்டுகளுடன் விளக்குவது பொருத்தமாக இருக்கும் என்று நாங்கள் நம்புகிறோம். அவற்றில் ஒன்று கற்பனையானது. இதில், இந்தியாவிலுள்ள ஒரு வணிகக் கல்லூரி, உயர் மதிப்பு வாய்ந்த சேவைகளை உலகம் முழுவதும் வழங்குகிறது. மற்றொன்று நிஜமானது. இது, உற்பத்தியையும் சேவையையும் ஒரு வித்தியாசமான முறையில் கலந்து, முற்றிலும் புதிய பொருட்களை உருவாக்க முடிவதைப் பற்றியது.

உயர் மதிப்பு வாய்ந்த சேவைகளை உலகம் முழுவதும் வழங்குகின்ற வணிகக் கல்லூரி

இந்தக் கற்பனைக் கல்லூரி, இன்றிலிருந்து சில ஆண்டுகளில் கட்டப்பட்டுள்ளதாக வைத்துக் கொள்வோம். அந்த வணிகக் கல்லூரியின் பெயர் 'வெல்-நோன் இன்ஸ்டிடியூட் ஆஃப் மேனேஜ்மென்ட் இன் வெஸ்டர்ன் இந்தியா' என்பதாகும். ஒரு நாள், அதன் வாசலில், பேராசிரியர் வினோத் எராலி தன்னுடைய ஓலா டாக்சியிலிருந்து இறங்கி, அதன் பெண் ஓட்டுநரிடம் விடைபெற்றுக் கொண்டார். நேர்த்தியாகக் கட்டப்பட்டிருந்த அக்கல்லூரி வளாகத்திற்குள் அவர் நுழைவதற்கு முன், அதற்கு நேரெதிரே இருந்த அக்கல்லூரியின் தொழில்முனைவோர் மையத்தை நோக்கி அவருடைய பார்வை சென்றது. அந்த வணிகக் கல்லூரியின் முன்னாள் மாணவர்கள் பலர் அந்த மையத்தில் தொடங்கியிருந்த தொழில்கள் இன்று உலகெங்கும் பிரபலமடைந்துள்ள பெருநிறுவனங்களாக மாறியிருந்தன. வினோத் நிமிர்ந்து பார்த்தபோது, தொலைதூரத்திலிருந்த 'இந்தியத் தகவல் தொழில்நுட்பக் கழகத்தின்' நெடிதுயர்ந்த கட்டடம் அவருடைய கண்களில் பட்டது. அந்தக் கல்வி நிறுவனத்தின் மாணவர்கள், 'வெல்-நோன்' வணிகக் கல்லூரியின் மாணவர்களின் துளிர் நிறுவனங்களில் கூட்டாளிகளாகச் சேர்ந்திருந்தனர். சமீபத்திய ஆண்டுகளில், இந்தியா பெருமளவுக்கு மாறிப் போயிருந்தது . . .

இன்னும் சொல்லப் போனால், ‘வெல்-நோன்’ வணிகக் கல்லூரியிலேயே ஏகப்பட்ட மாற்றங்கள் நிகழ்ந்திருந்தன. 2020களின் தொடக்கத்தில் தான் அந்தக் கல்லூரியில் சேர்ந்ததை வினோத் நினைத்துப் பார்த்தார். அப்போது அங்கு வகுப்பறை என்பது ஒரு வெள்ளை நிற போர்டும், மாணவர்கள் உட்கார்வதற்கான மேசைகள் மற்றும் நாற்காலிகளும் கொண்ட ஒரு பெரிய அறையாக இருந்தது. நீங்கள் ஒரு பிரபலமான பேராசிரியராக இருந்திருந்தால், அரட்டையடித்துக் கொண்டிருக்கின்ற மாணவர்களால் அந்த வகுப்பு நிறைந்திருந்திருக்கும். இதே மாதிரியான கற்பித்தல் வடிவம் பல நூற்றாண்டுகளாக எந்தவிதமான மாற்றங்களையும் சந்தித்திருக்கவில்லை. பேராசிரியர் வினோத் இப்போதும் மதிய நேரங்களில் அப்படிப்பட்ட வகுப்புகளை நடத்திக் கொண்டிருந்தார். ஆனால், இன்று அவருடைய ‘வகுப்பறை’ ஒரு சிற்றறையாகச் சுருங்கிப் போயிருந்தது. கேமராக்கள், மைக்குகள் மற்றும் பிற மின்னணுச் சாதனங்களால் அது நிறைந்திருந்தது. அந்த அறையின் நடுவே ஒரு வட்ட வடிவில், ஒளி ஊடுருவக்கூடிய நெகிழித் திரையால் சூழப்பட்டிருந்த ஓரிடம் இருந்தது. அதை அவர் வேடிக்கையாகத் தன்னுடைய ‘மைதானம்’ என்று அழைத்தார். அங்கேதான் மாயாஜாலம் நிகழ்ந்தது. அவருடைய தொழில்நுட்ப உதவியாளரான சாமியா, அங்கிருந்த சாதனங்கள் அனைத்தையும் பரிசோதித்துவிட்டு, எல்லாம் சரியாக இருந்ததை அவருக்கு உணர்த்தும் விதமாகத் தன்னுடைய பெருவிரலை உயர்த்திக் காட்டினார்.

பேராசிரியர் வினோத், ‘மெய்நிகர் எதார்த்தச் சாதனம்’ ஒன்றை அணிந்து கொண்டார். உடனே அவருடைய கண்களுக்கு முன்னால், பெரிய மெய்நிகர் வகுப்பு ஒன்று தோன்றியது. அது பழைய வணிக மேலாண்மை வகுப்பறையை மாதிரியாகக் கொண்டு அமைக்கப்பட்டிருந்தது. பின் அந்த வகுப்பில், மாணவர்களின் மெய்நிகர் அவதாரங்கள் ஒவ்வொன்றாக வந்து அமர்ந்தன. அந்த வகுப்பில் மொத்தம் எண்பது பேர் இருந்தனர். உலகின் பல பகுதிகளைச் சேர்ந்த அவர்கள், முழுநேர வேலை பார்த்துக் கொண்டே இந்த வணிக மேலாண்மை முதுகலைப் பட்டப்படிப்பில் சேர்ந்திருந்தனர். அந்த வகுப்பிலிருந்த அனைத்து மாணவர்களும் ஆளுக்கொரு மெய்நிகர் எதார்த்தச் சாதனத்தை அணிந்திருந்தனர். கண்டுபிடிக்கப்பட்டப் புதிதில் ஒரு தலைக்கவசம்போல, கிட்டத்தட்ட முகம் முழுவதையும் மறைக்கும் விதத்தில் வடிவமைக்கப்பட்டிருந்த இச்சாதனங்கள், இப்போது ஒளி புகக்கூடிய பொருட்களால் வடிவமைக்கப்பட்டிருந்ததோடு, அளவிலும் சிறியதாகியிருந்தன. அதன் காரணமாக, அவரால் அந்த மாணவர்கள் ஒவ்வொருவரின் முகத்தையும் பார்க்க முடிந்தது. அந்த மாணவர்கள் அனைவரும், தங்களுடைய அலுவலகங்களில் அல்லது வீடுகளில், தனித்துவமாக வடிவமைக்கப்பட்டிருந்த கணினிகளின் முன்னால் அமர்ந்திருந்தனர் என்பதையும், அதன் மூலம் அவர்கள் தங்களுடைய மெய்நிகர் அவதாரங்களை அந்த

மெய்நிகர் வகுப்பிற்குள் அனுப்பிக் கொண்டிருந்தனர் என்பதையும் அவர் அறிந்திருந்தார். அவருடைய சாதனம் அந்த மாணவர்களின் சாதனங்களைவிட அதிக நவீனமானதாக இருந்தது. அவர் தன் மாணவர்களுடன் தீவிரமாக விவாதித்துக் கொண்டிருந்தபோது, ஈதரிலிருந்து வரைபடங்களையும் வீடியோக்களையும் தருவித்துக் கொள்வதற்காக அவர் தன் கைகளையும் உடலையும் ஆட்டவும் அசைக்கவும் வேண்டியிருந்ததால், எப்படி அசைந்தாலும் அவருடைய பிம்பம் தெளிவாகத் தெரியும் விதத்தில் அது செயல்பட்டது.

பேராசிரியர் வினோத், 'டான்டு நிறுவனமும் கரிம வரியும்' என்ற, தனக்குப் பிடித்தமான ஆய்வைப் பற்றி அன்று விவாதிக்கத் தொடங்கினார். இராஜஸ்தானிலுள்ள பிவாடி என்ற நகரில் ஒரு தொழிற்சாலையைத் தொடங்க விரும்பிய ஒரு துளிர் நிறுவனத்தைப் பற்றிய ஒரு கற்பனை ஆய்வு அது. அந்த நிறுவனம் அந்த ஆலையைத் தொடங்கும் பட்சத்தில் செலுத்த வேண்டிய கரிம வரியைப் பற்றி உள்ளூர் நிர்வாகத்துடன் அது கலந்துரையாட வேண்டியிருந்தது. சுற்றுச்சூழல் மாசுபாட்டைக் குறைப்பதற்காக, ஒரு தொழிற்சாலையிலிருந்து வெளியேறும் கரிம வாயுவின் அளவைப் பொறுத்து அதற்கு விதிக்கப்படுகின்ற வரிதான் கரிம வரியாகும். பேராசிரியர் வினோத்தின் மாணவர்கள் சிறு குழுக்களாகப் பிரிந்து, அது குறித்தக் கணக்கீடுகளை ஏற்கனவே மேற்கொண்டிருந்தனர். அதில் அவர்களுக்கு உதவுவதற்கு 'உரையாடும் இயலி' ஒன்றும், மனித உதவியாளர் ஒருவரும் ஏற்பாடு செய்யப்பட்டிருந்தனர். வகுப்பறையில் இப்போது அவர்கள் பரஸ்பரம் ஒருவரிடமிருந்து ஒருவர் கற்றுக் கொள்வர். ஒரே நேரத்தில் இந்த உலகளாவிய வகுப்பறையில் பங்கு கொள்ள முடிகின்ற இந்த அனுபவத்தை அவர்கள் ஆவலுடன் எதிர்பார்த்துக் கொண்டிருந்தனர்.

பேராசிரியர் வினோத் தன் மாணவர்களிடம், "டான்டு நிறுவனத்தின் முதன்மை நிர்வாக அதிகாரி என்ற முறையில் உள்ளூர் நிர்வாகத்திற்கு எவ்வளவு கரிம வரி கொடுக்க நீங்கள் தயாராக இருக்கிறீர்கள் என்பதைக் கூறுங்கள்," என்ற கேள்வியுடன் அந்த விவாதத்தைத் தொடங்கி வைத்தார். அவருடைய மெய்நிகர் சாதனத்தின் வலது பக்கமிருந்த ஜூரியின் அவதாரம் ஒளிர்ந்தது: "நான் கரிம வரி எதுவும் செலுத்த மாட்டேன் என்று உள்ளூர் நிர்வாகத்திடம் நான் கூறுவேன். முதலில் என்னுடைய தொழிற்சாலைக்கு இட்டுச் செல்கின்ற சாலையிலுள்ள குழிகளைச் சரி செய்ய அவர்களை நான் வற்புறுத்துவேன்."

யாங் அந்த விவாதத்திற்குள் குதித்தார். "நான் எவ்வளவு கரிம வரி செலுத்த வேண்டும் என்பதை அரசு அதிகாரிகளும் கணக்கிட்டிருப்பார்கள் என்று நான் ஊகித்துக் கொள்ளலாமா?"

அதற்கு ஜூரி, "இது சாத்தியமே இல்லை. ஓர் இந்தியன் என்ற முறையில், இதை என்னால் சொல்ல முடியும். எங்களுடைய நகரங்களிலுள்ள எந்தவோர் அதிகாரிக்கும் இது போன்ற விஷயங்களுக்கு நேரமும் இல்லை, அதைக் கணக்கிடுகின்ற திறமையும் இல்லை. உங்கள் முதுகிலிருந்து அவர்கள் இறங்கிக் கொள்ள நீங்கள்

அவர்களுக்கு எவ்வளவு பணம் கொடுக்கத் தயாராக இருக்கிறீர்கள் என்பதைத் தெரிந்து கொள்ளவே அவர்கள் விரும்புகிறார்கள்," என்று கூறினார்.

யாங் அதை ஏற்றுக் கொள்ளவில்லை. "பிவாடி நகரத்தில் விஷயங்கள் அப்படி இல்லை. இங்குள்ள அதிகாரிகளிடம் ஒரு சந்திப்புக்கூட்டத்தை ஏற்பாடு செய்வதற்கு முன்பாக, உங்கள் நிறுவனம் குறித்தப் புள்ளிவிபரங்களையும், உங்களுடைய கரிம வரிக் கணிப்பை நீங்கள் எப்படி மேற்கொண்டீர்கள் என்பது குறித்த விபரங்களையும் நீங்கள் தரவேற்றம் செய்ய வேண்டும். அது குறித்து அந்த அதிகாரிகள் துருவித் துருவி விசாரிப்பார்கள்."

அதற்கு ஜூரி, "நீங்கள் தெரிவித்துள்ள தகவலுக்கு நன்றி. அடுத்த வாரம், எங்களுடைய வனப் பாதுகாப்பு முயற்சிக்கு நிதியுதவி அளிக்குமாறு உங்கள் அரசாங்கத்தைக் கேட்டுக் கொள்வதற்காக நான் உங்கள் ஊருக்கு நேரில் செல்லவிருக்கிறேன்," என்றார்.

இப்படியாக, சவால்கள், எதிர்சவால்கள், வாதங்கள், எதிர்வாதங்கள் என்று அந்த விவாதம் காரசாரமாக நடந்து கொண்டிருந்தது. இறுதியில், பேராசிரியர் வினோத் உட்பட எல்லோருமே முன்பைவிட அதிக விஷயஞானம் பெற்றவர்களாக அந்த 'வகுப்பிலிருந்து' வெளியேறினர்.

பேராசிரியர் வினோத் தன் வீட்டிற்குத் திரும்பிச் சென்று கொண்டிருந்தபோது, 'வெல்-நோன்' வணிகக் கல்லூரி பெருவெற்றி அடைந்திருந்ததற்கான காரணத்தை அவர் அசைபோட்டுக் கொண்டிருந்தார். ஒரு சில ஆண்டுகளுக்கு முன்பு அவர் 'வெல்-நோன்' வணிகக் கல்லூரியில் சேர்ந்தபோது இதைச் செய்வதற்கான தொழில்நுட்பம் உருவாகியிருந்தது. இப்படிப்பட்ட ஒரு கல்லூரிக்கான தேவை இருந்தது. ஏனெனில், தங்களுடைய முழுநேர வேலையைத் தொடர்ந்து கொண்டே, தங்கும் விடுதிச் செலவு, போக்குவரத்துச் செலவு போன்ற எதுவும் இல்லாமலேயே, உலகத் தரம் வாய்ந்த ஒரு கல்லூரியில் படிப்பதற்கான அருமையான வாய்ப்பு உலகின் பல பகுதிகளிலிருந்த மாணவர்களுக்குக் கிடைத்திருந்தது. ஆனால், பிற துளிர் நிறுவனங்களைப்போலவே, 'வெல்-நோன்' வணிகக் கல்லூரியும், தன்னால் வெற்றிகரமாக இயங்க முடியும் என்ற நம்பிக்கையைக் கொண்டிருக்க வேண்டியிருந்தது. தன்னுடைய சகாக்களை இதற்கு ஒப்புக் கொள்ள வைப்பதில் தான் வெற்றி பெற்றிருந்ததைப் பேராசிரியர் வினோத் பெருமையுடன் நினைவுகூர்ந்தார்.

தேர்ந்தெடுப்பதற்கு மாணவர்களுக்கு ஏகப்பட்டக் கல்லூரிகள் இருந்தும், அவர்கள் ஏன் 'வெல்-நோன்' வணிகக் கல்லூரியைத் தேர்ந்தெடுத்தனர்? இந்தியாவின் அதிகரித்துக் கொண்டிருந்த பொருளாதார முக்கியத்துவம் அதற்கு ஒரு முக்கியக் காரணம். ஏனெனில், சர்வதேச வர்த்தக நிறுவனங்கள் இந்தியாவோடு சேர்ந்து செயல்பட வேண்டியிருந்தது. அதனால், வினோத் போன்ற பேராசிரியர்களின் பின்னால் மாணவர்கள் படையெடுத்துக் கொண்டிருந்தனர். பேராசிரியர் வினோத் இந்தியா பற்றி முழுமையாக அறிந்திருந்ததோடு மட்டுமல்லாமல், உலகெங்கிலும் பல

ஆய்வுகளையும் மேற்கொண்டிருந்தார், ஆலோசனைகள் வழங்கிக் கொண்டிருந்தார். பலதரப்பட்டப் பின்புலங்களைக் கொண்ட மாணவர்கள் அந்த வகுப்பில் பங்கேற்றுக் கொண்டிருந்தது அதை மேலும் வசீகரமாக்கியது. பாடங்கள் ஆங்கிலத்தில் நடத்தப்பட்டதும் உதவிகரமாக இருந்தது. அதே நேரத்தில், தொழில்நுட்ப உதவியுடன் உடனுக்குடன் பிற மொழிகளில் வழங்கப்பட்டுக் கொண்டிருந்த மொழிபெயர்ப்புகளும் நாளுக்கு நாள் மேம்பட்டுக் கொண்டிருந்தன.

மற்ற அனைத்தையும்விட 'வெல்-நோன்' வணிகக் கல்லூரியை நோக்கி மாணவர்களைக் கவர்ந்திழுத்த விஷயம், அது அனைத்து விதமான அபிப்பிராயங்களையும் திறந்த மனத்துடன் ஏற்றுக் கொண்டிருந்ததும், எல்லா இனங்களையும் நாடுகளையும் சேர்ந்தவர்களை அது ஒரே மாதிரியாக நடத்தியதும்தான். அதாவது, கணியன் பூங்குன்றனாரின் 'யாதும் ஊரே யாவரும் கேளிர்' என்ற முதுமொழிக்கு ஒரு சிறந்த எடுத்துக்காட்டாக அது திகழ்ந்தது. அனைத்துக் கருத்துகளுக்கும் மதிப்பளித்தல், வேற்றுமையில் ஒற்றுமை காணல் போன்ற, இந்தியாவின் பாரம்பரியமும், அனைவரையும் அரவணைத்துச் செல்வதற்குத் தொடர்ந்து மேற்கொள்ளப்பட்டு வந்த முயற்சிகளும் கூடுதல் பலமாக விளங்கின. அந்த வகுப்பில் நடைபெற்ற விவாதத்தின்போது, இந்தியாவைச் சேர்ந்த ஜூரி, தன் நாட்டைச் சேர்ந்த அரசு அதிகாரிகளின் நடத்தை குறித்துத் தொடர்ந்து வசைபாடிக் கொண்டிருந்தார். ஆனால், யாங் அதற்கு நேரெதிராகப் பேசிக் கொண்டிருந்தார். ஆனால், தங்களுடைய சொந்தக் கருத்துகளை வெளிப்படையாக மற்றவர்களுடன் பகிர்ந்து கொள்வதில் அவர்கள் இருவருக்குமே எந்தத் தயக்கமும் இருக்கவில்லை. ஏனெனில், தாங்கள் ஒரு பாதுகாப்பான கல்வி நிறுவனத்தில், ஒரு பாதுகாப்பான சூழலில் இருந்து கொண்டிருந்தோம் என்ற உணர்வு அவர்களிடம் மேலோங்கி இருந்தது.

தன்னுடைய கல்வி நிறுவனத்தில் பயன்படுத்தப்பட்டுக் கொண்டிருந்த தொழில்நுட்பத்தை எவரொருவராலும் பயன்படுத்த முடியும் என்பதைப் பேராசிரியர் வினோத் உணர்ந்திருந்தார். ஆனால், வாதங்கள் மற்றும் விவாதங்கள் மூலமாக உருவாக்கப்பட்டு, கடின உழைப்பு மற்றும் படைப்பாற்றல் அம்சங்கள் அதில் சேர்க்கப்பட்டு உருவாக்கப்படுகின்ற கருத்துகளும் யோசனைகளும் அரிதானவை. 'வெல்-நோன்' வணிகக் கல்லூரி, உலகையே மாற்றக்கூடிய யோசனைகள் உருவாக்கப்பட்டுக் கொண்டிருந்த ஓர் இடம் என்ற பிம்பத்தை உலக அரங்கில் ஏற்படுத்துவதில் வெற்றி பெற்றிருந்தது. அதே கல்வி நிறுவனத்தில், பேராசிரியர் வினோத், மதிய நேரங்களில் நடத்திய வழமையான வகுப்புகளில்கூட, தெற்காசியா, ஆப்பிரிக்கா, மத்தியக் கிழக்கு போன்ற, இந்தியாவுக்கு வெளியேயுள்ள நாடுகளைச் சேர்ந்த மாணவர்கள் அதிகமாகப் பங்கு கொண்டதற்கும் இதுதான் காரணம். அது அந்தக் கல்வி நிறுவனத்திற்குக் கூடுதல் மதிப்பைக் கொண்டு வந்தது.

'வெல்-நோன்' வணிகக் கல்லூரி இந்தியப் பொருளாதாரத்திற்குப் பெரும் அந்நியச் செலாவணியை ஈட்டிக் கொடுத்திருந்ததோடு

கூடவே, இன்னும் ஏராளமானவற்றைச் செய்தது. அது நேரடியாகவும் மறைமுகமாகவும் ஏராளமான வேலைவாய்ப்புகளை உருவாக்கியிருந்தது. பேராசிரியர் வினோத்திற்குத் தொழில்நுட்பரீதியாக உதவிக் கொண்டிருந்த சாமியாவில் தொடங்கி, விரிவுரையாளர்கள், தொழில்நுட்பங்களை வடிவமைத்துக் கொடுத்தத் தொழில்நுட்பவியலாளர்கள், அந்த வளாகத்திலிருந்த தோட்டங்களைப் பராமரித்தத் தோட்டக்காரர்கள், பேராசிரியர் வினோத்தை அங்கு அழைத்து வந்திருந்த டாக்சி ஓட்டுநர், மற்றும் அவருடைய வீட்டில் வேலை செய்த பணியாட்கள்வரை பலரும் அதில் அடங்குவர்.

நேரடிச் சேவைகளின் ஏற்றுமதி: புதிய தொடுவானம்

கடந்தகாலங்களில், உற்பத்தி செய்யப்படுகின்ற பொருட்களைவிடச் சேவைகளை ஏற்றுமதி செய்வது அதிகக் கடினமான காரியமாக இருந்து வந்திருந்தது. பிரபல அமெரிக்கப் பாடகரும், மக்கள் உரிமை இயக்கங்களில் தன்னை இணைத்துக் கொண்டவருமான பாப் டிலான் பாடியுள்ளதுபோல, ‘காலம் மாறிக் கொண்டிருக்கிறது.’ பேராசிரியர் வினோத்தும் அவருடைய வகுப்பறையும் கற்பனையாக இருந்தாலும், அவை எதார்த்தத்திலிருந்து வெகுதூரம் விலகி இருக்கவில்லை. 2021 இல், சென்னையிலுள்ள இந்தியத் தொழில்நுட்பக் கழகம், இணையத்தின் மூலம் போதிக்கப்படுகின்ற மூன்றாண்டு ‘தரவு அறிவியல் பட்டப்படிப்பு’ ஒன்றை அறிமுகப்படுத்தியது. இப்போது, கல்வியைப்போலவே வேறு பல சேவைகளும் ஏற்றுமதிக்கு உகந்ததாக ஆகியுள்ளன. இன்று காணொளி உரையாடல்கள் எளிதாகியுள்ளன. கொரோனா பெருந்தொற்று சாதாரண மக்களுக்கும் அதை ஏற்புடையதாக ஆக்கியிருந்தது. லண்டனிலுள்ள ஒரு பெரிய ஆலோசனை நிறுவனத்தில் ஒரு மூத்தத் தொழிற்கூட்டாளியாக இருக்கின்ற, ரகுராம் ராஜனின் நண்பர் ஒருவர், தங்கள் நிறுவனம் இந்தியாவில் அதன் செயல்பாடுகளை விரிவுபடுத்தவிருந்தது பற்றி அவரிடம் கூறினார்.

“ஓ! இந்தியாவில் தேவை அந்த அளவுக்கு வளர்ந்துள்ளதா?” என்று ரகுராம் ராஜன் கேட்டார்.

“இல்லை. நாங்கள் மொத்த ஐரோப்பாவுக்கும் இந்தியாவிலிருந்து சேவை வழங்கப் போகிறோம்.”

“ஓ! ஒரு பின்னணி அலுவலகமாகவா?”

“இல்லை. அது கிட்டத்தட்டப் பாதியளவுள்ள ஒரு கிளை அலுவலகம்போலச் செயல்படும். அங்கு நாங்கள் பணியில் அமர்த்தவிருக்கின்ற இந்திய ஆலோசகர்கள், நேரடியாக எங்களுடைய ஐரோப்பிய வாடிக்கையாளர்களுக்குச் சேவைகளை வழங்குவர். முன்பு, எங்களுடைய வாடிக்கையாளர்களிடம் சமர்ப்பிக்கப்பட வேண்டியிருந்த விளக்கப்படங்களைத் தயாரித்து எங்களுடைய லண்டன் அலுவலகத்திற்கு அனுப்பி வைப்பது அவர்களுடைய வேலையாக இருந்தது. லண்டனில் இருந்த ஆலோசகர்கள் அவற்றை

வைத்துக் கொண்டு எங்களுடைய வாடிக்கையாளர்களிடம் பேசுவர். இனி அந்த வேலையை எங்களுடைய இந்திய ஆலோசகர்களே நேரடியாகச் செய்வர். அவர்களுக்கு எங்களுடைய லண்டன் ஆலோசகர்கள் உதவுவர் என்பதைத் தனியாகக் கூறத் தேவையில்லை."

"எதனால் இப்படி ஒரு முடிவுக்கு நீங்கள் வந்தீர்கள்?"

"கொரோனா பெருந்தொற்றுக் காலகட்டத்தில், லண்டனிலிருந்த எங்களுடைய ஆலோசகர்கள், 'ஜூம்' போன்ற காணொளிச் செயலிகளின் மூலமாக மட்டுமே எங்களுடைய வாடிக்கையாளர்களுடன் உரையாடினர். அதன் விளைவாக, நாங்கள் ஒவ்வொரு முறையும் வாடிக்கையாளர்களை நேரில் சந்திக்க வேண்டிய அவசியமில்லை, மாறாக, தொலைதூரத்திலிருந்தே அவர்களுக்கு ஆலோசனை வழங்க முடியும் என்ற முடிவுக்கு நாங்கள் வந்தோம். உள்ளூர் அறிவு முக்கியம் என்பதை நாங்கள் அறிந்திருப்பதால், நாங்கள் இந்திய ஆலோசகர்களை எங்களுடைய குழுவில் இணைத்துக் கொண்டு, அவர்களுக்குப் பயிற்சியளிப்பதன் மூலம் அந்த அறிவை நாங்கள் அவர்களுக்குக் கடத்துகிறோம். இந்தியாவில் எங்களால் வேலைக்கு எடுக்க முடிகின்ற நபர்கள் தங்களுடைய வேலைகளைச் சிறப்பாகச் செய்கின்றனர், நன்றாக ஆங்கிலம் பேசுகின்றனர். அதோடு, நாங்கள் எங்களுடைய லண்டன் ஆலோசகர்களுக்குக் கொடுத்துக் கொண்டிருக்கின்ற சம்பளத்தில் ஒரு சிறு சதவீதத்தை மட்டுமே நாங்கள் இவர்களுக்குக் கொடுக்கிறோம்."

பேராசிரியர் வினோத்தும் ரகுராம் ராஜனின் நண்பரும் இந்தியாவிலிருந்து சேவைகளை நேரடியாக ஏற்றுமதி செய்து கொண்டிருக்கின்றனர். பொதுவாக, இந்தியா, தகவல் தொழில்நுட்பச் சேவைகளின் ஏற்றுமதிக்குப் பெயர் போனதாக விளங்கி வந்தது. ஆனால், கடந்த நான்கு ஆண்டுகளில், தொழில்முறைரீதியான மற்றும் நிர்வாகரீதியான ஆலோசனைச் சேவைகளின் ஏற்றுமதி *31* சதவீதக் கூட்டு விகிதத்தில் படுவேகமாக வளர்ந்துள்ளது. இதுபோன்ற நேரடிச் சேவைகளைத் தவிர, உற்பத்தியோடு இணைந்த சேவைகளின் ஏற்றுமதிகளும் அதிகரித்துக் கொண்டிருக்கின்றன. உலகின் தலைசிறந்த பொருள் உற்பத்தியாளர்கள், இந்தியாவில் ஒரு பெரிய அளவில் தங்களுடைய ஆராய்ச்சி மற்றும் உருவாக்கத் துறையையும் வடிவமைப்புத் துறையையும் நிறுவியுள்ளனர். உலகின் மொத்த நுண்சில்லுகளின் வடிவமைப்பில் *20* சதவீதம் இந்தியாவில் நடைபெற்றுக் கொண்டிருப்பதாகக் கணிக்கப்பட்டுள்ளது. கொரோனா பெருந்தொற்றுக்குப் பிறகு, 'உலகளாவிய செயல் வல்லமை மையங்கள்' மூலம் மேற்கொள்ளப்பட்டு வந்துள்ள இந்த வேலைகள், இந்திய ஏற்றுமதிக்கு அதிகமான பங்களிப்பை வழங்கியுள்ளன. இந்தியாவில் இப்போது இப்படிப்பட்ட *1,600*க்கும் அதிகமான மையங்கள் இருக்கின்றன. இது உலகிலுள்ள மொத்த மையங்களில் கிட்டத்தட்ட *40* சதவீதமாகும். இவற்றின் விரைவான விரிவாக்கம், இவை உருவாக்கியுள்ள வேலைகளின் எண்ணிக்கையில் தெளிவாக வெளிப்படுகிறது. *2022* இல் மட்டும் இந்த மையங்கள் *2,80,000* நபர்களை வேலைக்கு எடுத்துள்ளன. அதற்கு முந்தைய

ஐந்து ஆண்டுகளில் மொத்தமாகச் சேர்த்து வேலைக்கு எடுத்துக் கொள்ளப்பட்டிருந்தவர்களின் எண்ணிக்கை வெறும் 3,80,000 மட்டுமே. எதிர்காலத்தில், இந்தியாவில் இப்படிப்பட்ட மையங்களின் எண்ணிக்கை பெருமளவு அதிகரிக்கும் என்று எதிர்பார்க்கப்படுகிறது.

சேவைகளை உள்ளடக்கிய உற்பத்திகளும் உற்பத்தியை உள்ளடக்கிய சேவைகளும்

உற்பத்தி, சேவை ஆகிய இரண்டையும் பல்வேறு விதங்களில் பிணைத்துப் பொருட்களை உருவாக்க முடியும். 'டில்ஃபி' என்ற ஆடை நிறுவனத்தைப் பற்றி இந்நூலில் பின்னர் நாம் பார்க்கவிருக்கிறோம். அந்நிறுவனத்திற்கு வாரணாசியில் ஒரே ஒரு விற்பனைக் கடை மட்டுமே இருக்கின்றபோதிலும், தன்னுடைய வலைத்தளத்தின் மூலம், அது பனாரஸ் பட்டுப் புடவைகளை உலகெங்கும் விற்பனை செய்து கொண்டிருக்கிறது. இந்தியப் பாரம்பரியக் கைவினைஞர்களுக்கு அது ஏராளமான புதிய வேலைவாய்ப்புகளை உருவாக்கிக் கொண்டிருக்கிறது. டில்ஃபி போன்ற நிறுவனங்கள், பாரம்பரிய வேலைகளில் வசீகரமான புதிய வடிவமைப்புகளை உட்புகுத்துகின்றன. நாட்டுக்குப் புதிய வேலைகள், கைவினைஞர்களுக்குக் கூடுதல் வருவாய், நுகர்வோருக்கு உத்தரவாதமான தரம் ஆகியவற்றை உள்ளடக்கிய ஒரு நவீன வணிக மாதிரியை அவை உருவாக்குகின்றன.

அதே நேரத்தில், தங்களுடைய புதுமையான அணுகுமுறைகளின் மூலம் பாரம்பரியச் சந்தைகளில் பெரும் சலசலப்பை ஏற்படுத்தியுள்ள நிறுவனங்களையும் நாம் இந்நூலில் பார்க்கவிருக்கிறோம். 'லென்ஸ்கார்ட்' நிறுவனம் அவற்றில் ஒன்று. அதன் கிளைகள் இந்தியாவிலுள்ள எண்ணற்ற நகரங்களில் இருக்கின்றன. அவை உள்ளூர் மக்களின் பார்வையிலிருந்து தப்ப முடியாத விதத்தில் எல்லா இடங்களிலும் நீக்கமற நிறைந்துள்ளன. அந்நிறுவனம் குறித்த விளம்பரங்கள் தொலைக்காட்சியிலும் இணையத்திலும் அடிக்கடி இடம்பெறுகின்றன. வாடிக்கையாளர்கள் ஒவ்வொருவருக்கும் பொருட்களைப் பிரத்யேகமாகத் தயாரித்துக் கொடுத்தல், விற்பனைப் பொருட்களை நுகர்வோரின் வீட்டுக்கே நேரடியாக அனுப்பி வைத்தல் ஆகிய இரண்டையும் புத்திசாலித்தனமாக இணைத்து ஒரு புதிய விற்பனை மாதிரியை லென்ஸ்கார்ட் உருவாக்கியுள்ளது. நீங்கள் இந்நிறுவனத்தின் வலைத்தளத்திற்குச் சென்று, அதில் காட்சிப்படுத்தப்பட்டுள்ள எண்ணற்றக் கண்ணாடி ஃபிரேம்களை அலசிப் பார்த்து, உங்களுக்குத் தேவையான ஒன்றைத் தேர்ந்தெடுத்துக் கொள்ளலாம். பின்னர், நீங்கள் அவர்களின் உள்ளூர் கடைக்குச் சென்று உங்களுடைய கண்களைப் பரிசோதித்துவிட்டு, உங்களுக்குத் தேவையான கண்ணாடிக்கு ஆர்டர் கொடுக்கலாம். ஃபிரேம்கள் மற்றும் லென்ஸுகளின் தயாரிப்பு, லென்ஸ் பொருத்துதல் உட்பட அனைத்து வேலைகளும் தில்லிக்கு அருகேயுள்ள குருகிராம் நகரில்

இருக்கின்ற அவர்களுடைய தொழிற்சாலையில் நடைபெறுகின்றன. சில நாட்களில் உங்களுடைய கண்ணாடி உங்கள் வீட்டுக்கு வந்து சேர்ந்துவிடும்.

வழமையான துறையில் இதுபோன்ற சலசலப்பை ஏற்படுத்தியுள்ள மற்றொரு நிறுவனம் மோக்லிக்ஸ். இது பி2பி என்று அழைக்கப்படுகின்ற, வர்த்தக நிறுவனங்களுக்கு இடையேயான ஒரு பாலமாகச் செயல்படுகின்ற ஒரு நிறுவனம். எடுத்துக்காட்டாக, உங்களுடைய தொழிற்சாலைக்கு ஒரு குறிப்பிட்ட இயந்திரம் அல்லது ஒரு நட்டு தேவை என்று வைத்துக் கொள்வோம். நீங்கள் மோக்லிக்ஸ் நிறுவனத்தின் வலைத்தளத்தில் தேடினால், அந்தப் பொருளை எங்கிருந்தெல்லாம் பெறலாம் என்ற விபரத் தொகுப்பு அதில் இடம்பெற்றிருப்பதை நீங்கள் காண்பீர்கள். அவற்றிலிருந்து ஒன்றைத் தேர்ந்தெடுத்து நீங்கள் மோக்லிக்ஸ் வலைத்தளத்தில் ஆர்டர் செய்தால், அது உங்களுடைய தொழிற்சாலைக்கு அனுப்பி வைக்கப்பட்டுவிடும். லென்ஸ்கார்ட், மோக்லிக்ஸ் ஆகிய இரண்டுமே இந்தியாவில் முளைத்துள்ள புத்தாக்க நிறுவனங்கள். இவற்றில் ஒன்று, சேவையையும் உற்பத்தியையும் பிணைத்தது. மற்றொன்று, உற்பத்தியாளர்களுக்குச் சேவையை வழங்கியது. இவை இரண்டுமே புதிய தொழில்நுட்பத்தைப் புத்திசாலித்தனமாகப் பயன்படுத்தி, பொருட்களின் மதிப்பைக் குறிப்பிடத்தக்க அளவு கூட்டுவதோடு, புதிய வேலைகளையும் வழங்குகின்றன.

‘ஐடி ஃபிரெஷ் ஃபுட்’ நிறுவனமும் கல்வியின் சக்தியும்

பாரம்பரியமான தோசை மாவு உற்பத்தித் தொழிலில்கூடச் சேவையைப் பிணைக்க முடியும் என்பதை ஐடி ஃபிரெஷ் ஃபுட் நிறுவனம் நிரூபித்துள்ளது. இதன் இணை நிறுவனரான பி.சி. முஸ்தபா ஓர் அசாதாரணமான வாழ்க்கையை வாழ்ந்துள்ளார். நாம் இன்னும் அதிகமாகப் பார்க்க விரும்புகின்ற புதிய இந்தியாவிற்கான ஒரு கச்சிதமான எடுத்துக்காட்டாக அவர் விளங்குகிறார். அவருடைய அப்பா, கேரளத்திலுள்ள வயநாடு என்ற இடத்தில் ஓர் இஞ்சித் தோட்டத்தில் ஒரு தொழிலாளியாக வேலை பார்த்து வந்தார். அங்கு இஞ்சியை மண்ணுக்குள்ளிருந்து தோண்டியெடுத்துக் கழுவி, அதை வண்டிகளில் ஏற்ற வேண்டிய வேலை அவருடையது. முஸ்தபா ஒரு சிறுவனாக இருந்தபோது, மூன்று வேளை உணவு என்பதுகூட அவருக்கு ஓர் எட்டா கனவாகத்தான் இருந்தது. அவர்களுடைய கிராமத்திற்கு அருகே ஒரே ஒரு பள்ளிக்கூடம் இருந்தது. அதில் படித்து வந்த முஸ்தபா, ஆறாவது வகுப்பில் தேறாமல் போனதால் தன் பள்ளிப்படிப்பை நிறுத்திவிட்டு, தன் அப்பாவுடன் தோட்ட வேலைக்குச் செல்லத் தொடங்கினார்.

சில நாட்கள் கழித்து, முஸ்தபாவின் கணித ஆசிரியரான மேத்யூ, தோட்டத்திற்கு வந்து அவரைத் தனியாக அழைத்துப் பேசினார். “நீ உன் வாழ்க்கை முழுவதும் இப்படி ஒரு தொழிலாளியாகவே இருந்துவிட விரும்புகிறாயா? அல்லது, படித்து வாழ்க்கையில்

முன்னேறப்போகிறாயா? வாழ்க்கையில் முன்னேறவேண்டுமென்றால், மீண்டும் பள்ளிக்கு வந்து சேர்கின்ற வழியைப் பார்," என்று அவர் அக்கறையுடன் முஸ்தபாவை அதட்டிவிட்டுச் சென்றார். அதனால், முஸ்தபா மீண்டும் பள்ளிக்குச் சென்று ஆறாவது வகுப்பில் சேர்ந்தார். அவர் தன்னைவிட இளையவர்களுடன் சேர்ந்து படிக்க வேண்டியிருந்ததால், அவர்களுடைய கிண்டலுக்கும் கேலிக்கும் அவர் ஆளானார். அப்போது, ஆசிரியர் மேத்யூ, முஸ்தபாவுக்கு ஒரு முக்கியமான அறிவுரையை வழங்கினார்: "உனக்குத் தன்னம்பிக்கை குறைவாக இருக்கும்போது, சிறிய வெற்றிகளில் கவனம் செலுத்து!" அதைத் தீவிரமாக எடுத்துக் கொண்ட முஸ்தபா, முதலில் கணிதத்தில் மட்டும் தன் கவனத்தைக் குவித்து, அதில் வகுப்பிலேயே முதலாவதாக வந்தார். அதைத் தொடர்ந்து, மாணவர்கள் அவரைத் தொந்தரவு செய்வதை நிறுத்தினர். அது அவருடைய தன்னம்பிக்கையை உயர்த்தியது. அடுத்து அவர் தன் வகுப்பிலேயே முதல் மாணவராக வந்தார். சிறந்த மதிப்பெண்களுடன் பள்ளிப் படிப்பை முடித்த அவர், இறுதியில், பெரிதும் மதிக்கப்பட்டக் கல்வி நிறுவனமான, கோழிக்கோடு நகரத்திலுள்ள தேசியத் தொழில்நுட்பக் கழகத்தில் சேர்ந்து பயின்று, கணினி அறிவியலில் இளங்கலைப் பட்டம் பெற்றார்.

அவர் தன் படிப்பை முடித்தவுடன் மாதம் 14,000 ரூபாய் சம்பளத்தில் அவருக்கு ஒரு வேலை கிடைத்தது. அவர் தன்னுடைய முதல் மாதச் சம்பளத்தைத் தன் அப்பாவிடம் கொடுத்தபோது, அதைப் பார்த்து அவர் மலைத்துவிட்டார். அவர் தன் மகனிடம், "இது என்னுடைய ஓராண்டு ஊதியமடா!" என்று வியந்து கூறினார்.

பின்னர் மத்தியக் கிழக்கு நாடுகளுக்கும் ஐக்கிய இராச்சியத்திற்கும் சென்ற முஸ்தபா, இறுதியில் இந்தியாவிற்குத் திரும்பி வந்து, சொந்தமாகத் தொழில் தொடங்க வேண்டும் என்ற இலக்குடன் பெங்களூரிலுள்ள இந்திய மேலாண்மைக் கழகத்தில் வணிக மேலாண்மை முதுகலைப் பட்டப்படிப்பில் சேர்ந்தார். அச்சமயத்தில், சிறிய பலசரக்குக் கடை ஒன்றை நடத்திக் கொண்டிருந்த அவருடைய நெருங்கிய சொந்தக்காரர்கள், அந்தக் கடையில் தோசை மாவை விற்பனை செய்து வந்தனர். தோசை மாவு தயாரிப்பாளர் ஒருவர் அவர்களுக்கு அதைத் தயாரித்துக் கொடுத்துக் கொண்டிருந்தார். அவர் அந்தத் தோசை மாவை ஒரு நெகிழிப் பாக்கெட்டில் போட்டு அதன் முனையை ஒரு ரப்பர்பேன்டால் கட்டியிருந்தார். அதன் தரம் குறித்தும், அது புளித்துப் போய்விடுகிறது என்றும் கடைக்குத் தினந்தோறும் புகார்கள் வந்தன. ஆனால், அந்தத் தயாரிப்பாளர் அது குறித்து எதுவும் செய்ய முன்வரவில்லை. முஸ்தபா தனக்கு முன்பிருந்த எண்ணற்றத் தொழில்முனைவோரைப்போலவே, தன்னால் அதைவிடச் சிறப்பாகச் செய்ய முடியும் என்று நம்பினார்.

அவர் தன்னுடைய சேமிப்பிலிருந்து 50,000 ரூபாயை மூலதனமாகப் போட்டு, அதே உறவினர்களின் உதவியுடன், தோசை மாவு தயாரிக்கும் தொழிலில் இறங்கினார். அதை அவர் ஒரு கொட்டகையில், ஒரே ஒரு மாவரைக்கும் இயந்திரம், எடை

பார்ப்பதற்கான ஒரு கருவி, நெகிழிப் பாக்கெட்டை மூடுகின்ற ஓர் இயந்திரம் ஆகியவற்றுடன் மட்டும் தொடங்கினார். கிட்டத்தட்ட ஓராண்டு காலம், அரிசி, உளுந்து, வெந்தயம் ஆகியவற்றின் அளவுகளைக் கூட்டிக் குறைத்து, பலவிதமான பரிசோதனைகளைச் செய்து, சரியான பதத்தில் தோசை மாவைத் தயாரிக்க அவர் கற்றுக் கொண்டார். ஒருவழியாக, 2006 இல் அவர்கள் 'ஐடி ஃபிரெஷ் ஃபுட்' என்ற வணிக முத்திரையின்கீழ் தோசை மாவு விற்பனையைத் தொடங்கினர். (இதிலுள்ள 'ஐ', 'டி' ஆகிய எழுத்துகள், இட்லி, தோசை என்பதன் ஆங்கிலச் சொற்களின் முதல் எழுத்துகள்.) முதலில் தினமும் 100 ஒரு-கிலோ பாக்கெட்டுகளை அவர்கள் தயாரித்தனர். அவற்றில் 90 பாக்கெட்டுகள் விற்பனையாகவில்லை. ஆனாலும், அவர்கள் மனம் தளராமல் தங்களுடைய உற்பத்தியைத் தொடர்ந்தனர். இரண்டு ஆண்டுகளில், தினமும் 300 கடைகளுக்கு 2,000 பாக்கெட்டுகளை விற்பனை செய்கின்ற அளவுக்கு அவர்கள் உயர்ந்தனர். அப்போதும் 500 பாக்கெட்டுகள் விற்பனையாகாமல் இருந்தன.

அப்போது, முஸ்தபா, விற்பனை குறித்தத் தரவுகளை இன்னும் நவீன முறையில் அலச வேண்டும் என்ற முடிவுக்கு வந்தார். ஒவ்வொரு கடையாலும் எத்தனைப் பாக்கெட்டுகளை விற்க முடியும் என்பதைத் துல்லியமாகக் கணக்கிட அவர் முயன்றார். அவருடைய வணிக மேலாண்மைக் கல்வி அவருடைய உதவிக்கு வந்தது. விரைவில், தரவுகளைச் சேகரிப்பதிலும் அவற்றை அலசுவதிலும் அவர் வெற்றி கண்டார். ஒரு கடையால் எத்தனைப் பாக்கெட்டுகளை விற்க முடியும் என்பதை அவரால் இப்போது ஓரளவு துல்லியமாகக் கணிக்க முடிந்ததால், மாவு வீணாதல் கணிசமாகக் குறைந்தது. இன்று, அவருடைய நிறுவனத்தின் வீணாகும் விகிதம் பெங்களூரில் 1 சதவீதமாகவும், ஒட்டுமொத்தத்தில் 4 சதவீதமாகவும் உள்ளது. மீதமுள்ளவை உணவகங்களுக்கு விற்கப்படுகின்றன. அதற்குப் பிறகும் மீதமிருப்பவை தொண்டு நிறுவனங்களுக்கு இலவசமாகக் கொடுக்கப்படுகின்றன. உற்பத்தியின்போது வீணாகும் பொருட்கள் கால்நடைகளுக்கு உணவாக வழங்கப்படுகின்றன. உடனடித் தேவைகளைக் கணிப்பது எளிதாக இருப்பதால், குறைவான பொருட்களை இருப்பு வைத்துக் கொண்டு அவர்களால் தொழிலை நடத்த முடிகிறது.

முஸ்தபா இத்தொழிலைத் தொடங்கிய புதிதில், பல கடுமையான பிரச்சனைகளை எதிர்கொண்டார். சில சமயங்களில், ஊழியர்களுக்குச் சம்பளம் கொடுக்கக்கூட அவரிடம் பணம் இருக்காது. ஆனால், அவர் ஓர் ஏழ்மையான பின்புலத்திலிருந்து வந்திருந்ததால், அவர் அதிகமாகக் கடன் வாங்காமல், தொழிலில் கிடைத்த இலாபத்தை வெளியே எடுக்காமல் அதை மீண்டும் தன் தொழிலிலேயே முதலீடு செய்து செயல்பட்டு வந்தார். இன்று அந்த நிறுவனத்திற்குச் சொந்தமாக 5 தொழிற்சாலைகள் இருக்கின்றன. அவற்றில் 2,500 தொழிலாளர்கள் வேலை செய்கின்றனர். அந்நிறுவனத்திற்குச் சொந்தமாக 650 வாகனங்கள் இருக்கின்றன.

அங்குள்ள தொழிலாளர்களில் பலர் சிற்றூர்களைச் சேர்ந்தவர்கள். தானே ஒரு சிற்றூரிலிருந்து வந்தவர் என்ற முறையில், முஸ்தபா அவர்களிடம் அனுதாபத்துடன் நடந்து கொள்கிறார். தோசை மாவைப் பொறுத்தவரை தன்னுடைய சந்தையை நிலைப்படுத்திக் கொண்ட பிறகு, அந்நிறுவனம் இப்போது சப்பாத்தி, பரோட்டா, பன்னீர், தயிர், காபி, ரொட்டி போன்ற புதிய பொருட்களின் உற்பத்தியில் இறங்கி, தன் தொழிலை விரிவுபடுத்தியுள்ளது.

தங்களுடைய பொருட்கள் எப்போதும் புத்தம்புதியதாக இருப்பதற்கு அவர்கள் முக்கியத்துவம் கொடுக்கின்றனர். தாங்கள் பயன்படுத்துகின்ற கச்சாப் பொருட்கள் இயற்கையான பொருட்களாக இருப்பதை அவர்கள் உறுதி செய்து கொள்கின்றனர். மொத்த உற்பத்தியும் சுத்தமாகவும் சுகாதாரமாகவும் இருப்பதில் அவர்கள் குறியாக இருக்கின்றனர். இன்னும் சொல்லப் போனால், அவர்கள் தங்களுடைய தொழிற்சாலைகளில் கேமராக்களை நிறுவி, அவற்றைத் தங்களுடைய வலைத்தளத்துடன் இணைத்துள்ளனர். அதன் மூலம், எந்தவொரு வாடிக்கையாளராலும் உற்பத்திச் செயல்முறையை நேரடியாகப் பார்க்க முடியும். இப்போது அவர்கள் வெளிநாட்டிற்கும் தங்களுடைய வணிகத்தை விரிவுபடுத்தியுள்ளனர். ஐக்கிய அரபு அமீரகத்திலுள்ள அஜ்மான் அமீரகத்தின் தலைநகரமான அஜ்மான் நகரத்தில் அவர்கள் ஒரு தொழிற்சாலையை நிறுவியுள்ளனர். இப்போது, அவர்களுடைய மொத்த விற்பனையில் மூன்றில் ஒரு பங்கு மத்தியக் கிழக்கிலிருந்து அவர்களுக்குக் கிடைத்து வருகிறது.

முஸ்தபா இதுவரையிலான தன் வாழ்க்கையைத் திரும்பிப் பார்க்கின்றபோது, தன் வாழ்க்கையில் கல்வியின் முக்கியத்துவத்தையும், ஒரே ஒரு குழந்தைக்கு மேத்யூ போன்ற ஆசிரியர்கள் அளிக்கின்ற ஊக்குவிப்பு இந்தச் சமூகத்தில் எவ்வளவு பெரிய தாக்கம் ஏற்படுத்துகிறது என்பதையும் நினைவுகூர்கிறார். தான் பள்ளிக்குச் செல்ல வேண்டும் என்பதற்காக, தினமும் ஒரு வேளை பட்டினி கிடந்த தன் அப்பாவின் தியாகங்களையும் அவர் நினைவுகூர்கிறார். தீர்க்கப்படக்கூடிய சிறிய பிரச்சனைகளை, வேறு யாரேனும் அவற்றுக்குத் தீர்வு காண்பர் என்ற எண்ணத்துடன், நாம் கண்டுகொள்ளாமல் கடந்து போய்விடக்கூடாது என்று புதிய தொழில்முனைவோருக்கு அவர் அறிவுறுத்துகிறார். எவரும் நம்முடைய பிரச்சனைகளைத் தீர்க்கப் போவதில்லை என்றும், அவற்றை உதாசீனப்படுத்துவதன் மூலம் நல்ல வாய்ப்புகளை நாம் இழக்கக்கூடும் என்றும் முஸ்தபா அவர்களை எச்சரிக்கிறார். அதேபோல, பத்தோடு பதினொன்றாக இருக்கின்ற பொருட்களைத் தயாரிக்க முனையாமல், புதுமையான தீர்வுகளை உள்ளடக்கிய தொழில்களைத் தொடங்கினால் வெற்றி வாய்ப்பும் அதிகரிக்கும், அதிக மனநிறைவும் கிடைக்கும் என்றும் அவர் தெரிவிக்கிறார்.

வேலைகள், வேலைகள், வேலைகள்

முஸ்தபாவின் உத்வேகமூட்டுகின்ற கதை, கல்வியின் சக்தியை

எடுத்துரைக்கிறது. அதோடு, இன்றைய பொருட்கள் பெரும்பாலும் உற்பத்தி மற்றும் சேவையின் கலவையாக இருப்பதையும் அவருடைய கதை வெளிப்படுத்துகிறது. சுவையாகவும், ஒரு சில நாட்களுக்குக் கெடாமலும் இருக்கின்ற மாவைத் தயாரிக்கும் முறையை வடிவமைப்பதற்காக, அதன் நிறுவனர்கள், ஓராண்டு காலம் இரவுபகலாக முயற்சி செய்தது; தங்களுடைய பொருட்கள் சுகாதாரமான முறையில் சுத்தமாகத் தயாரிக்கப்பட்டுக் கொண்டிருப்பதை வாடிக்கையாளர்களே நேரில் சோதித்துத் தெரிந்து கொள்வதற்காகத் தங்களுடைய தொழிற்சாலைகளில் கேமராக்களைப் பொருத்தியது; தங்களுடைய விற்பனைப் பொருட்களைச் சரியான நேரத்தில் விநியோகிப்பதற்காக ஏகப்பட்ட வாகனங்களைச் சொந்தமாக வைத்திருந்தது போன்ற அனைத்தும், முஸ்தபா மேற்கொண்டிருந்த கூடுதல் முயற்சிகளாகும்.

இதிலிருந்து நாம் புரிந்து கொள்ள வேண்டிய முக்கியமான விஷயம், குறைவான திறன் தேவைப்படுகின்ற உற்பத்தி வேலைகள் இந்தியாவுக்கு வருவது வரவேற்கத்தக்கது என்றாலும், அனைத்து முயற்சிகளையும் வளங்களையும் நம்பிக்கையையும் இப்படிப்பட்ட வேலைகளில் குவிப்பது என்பது கற்பனைவளக் குறைவையும் உயர்ந்த இலட்சியம் இல்லாதிருப்பதையுமே காட்டுகிறது என்பதுதான். குறைவான திறன் தேவைப்படுகின்ற வேலைகளை இந்தியாவுக்குக் கவர்ந்திழுப்பதில் வெற்றி பெறுவது, மதிப்புக் கூடுதலான நவீன உற்பத்தியை இந்தியாவுக்குக் கொண்டுவருவதற்கு உத்தரவாதம் அளிக்காது. அதற்குப் பதிலாக, சேவைகளை நேரடியாக ஏற்றுமதி செய்வதற்கும், அல்லது சேவைகளும் உற்பத்தியும் பிணைந்துள்ள பொருட்களை ஏற்றுமதி செய்வதற்குமான நம்முடைய திறனை நம்மால் பெருக்கிக் கொள்ள முடிந்தால், நம்மால் நல்ல வேலைவாய்ப்புகளை உருவாக்க முடியும். இப்படி இந்தியத் தொழிலாளர்கள் கைவசப்படுத்துகின்ற திறன்கள், இந்திய நிறுவனங்கள் பின்னர் உயர்திறன் தேவைப்படுகின்ற உற்பத்திக்குள் அடியெடுத்து வைக்க வெகுவாக உதவும். சென்னையிலிருந்து இயங்குகின்ற ‘அக்னிகுல்’ என்ற நிறுவனத்தைப் பற்றி நாம் பின்னர் விரிவாகப் பார்க்க இருக்கிறோம். அந்நிறுவனம் முப்பரிமாண அச்சடித்தல் முறையைப் பயன்படுத்தி இருபதடி நீளமுள்ள ராக்கெட்டுகளை வடிவமைத்துத் தயாரித்துக் கொண்டிருக்கிறது. திரவ எரிபொருட்களைக் கொண்டு இயங்குகின்ற அந்த ராக்கெட்டுகளால், 100 கிலோவரையிலான எடையைச் சுமந்து கொண்டு பூமியிலிருந்து 400 கிலோமீட்டர் உயரம்வரை பறக்க முடியும். அந்நிறுவனத்தைப் பொறுத்தவரை, உற்பத்தி என்பது பெருமளவுக்கு அதிநவீன முப்பரிமாண அச்சடித்தலாகும். பெரும்பாலான இந்தியர்கள் எவ்வாறு வழமையான தொலைபேசியைச் சொந்தமாக்கிக் கொள்ளாமலேயே நேரடியாக அலைபேசியைச் சொந்தமாக்கிக் கொண்டிருந்தார்களோ, அதேபோல, இந்தியாவாலும் நேரடியாக உயர் திறன் தேவைப்படுகின்ற உற்பத்தி வேலைகளுக்குத் தாவிவிட முடியும்.

உலகளாவிய விற்பனைச் சங்கிலியைப் பற்றி நாம் விவாதித்துக் கொண்டிருந்தபோது, செல்வச் செழிப்பான ஒரு நாடாக வளர்வது என்பது வெறும் உற்பத்தியையும் சேவைகளையும் மட்டுமே உள்ளடக்கிய ஒன்றல்ல, மாறாக, ஒரு வணிகத்தோடு சேர்ந்து கட்டியெழுப்பப்படுகின்ற மதிப்புமிக்கப் பல அம்சங்களையும் நாம் கைவசப்படுத்துவதைப் பற்றியது என்று நாம் பார்த்தோம். அறிவுசார் சொத்துக்குச் சொந்தம் கொண்டாடுதல், ஆராய்ச்சி மற்றும் உருவாக்கம், வடிவமைப்பு, உற்பத்தி தொடர்பான மென்பொருள் தயாரிப்பு போன்றவை இன்றைய தொழிற்போட்டி யுகத்தில் நமக்குக் கூடுதல் வலு சேர்க்கும். ஏனெனில், இவற்றை அடிப்படையாகக் கொண்டே அனைத்தும் கட்டுப்படுத்தப்படுகின்றன. இவைதாம், ஐபோனை ஆப்பிள் நிறுவனம் சொந்தம் கொண்டாடக் காரணமாக அமைந்தது. வளர்ந்து வரும் நாடுகளுக்கு 5ஜி அலைக்கற்றைத் தகவல் தொடர்புப் பிணையத்தை விற்பனை செய்ய முடியும் என்று இந்திய நிறுவனமான தேஜாஸ் நெட்வொர்க்ஸ் நம்பிக் கொண்டிருப்பதற்கும் இதுதான் காரணம். இதைப் பற்றி நாம் பின்னர் விரிவாகப் பார்க்கவிருக்கிறோம். இதுவரை வல்லரசு நாடுகளுக்கு வெளியே எந்தவொரு நாடும் இப்படிப்பட்ட ஒரு முயற்சியில் ஈடுபட்டதில்லை.

இந்தியாவில் இன்று ஏகப்பட்ட அறிவுசார் சொத்துகள் உருவாக்கப்பட்டுக் கொண்டிருக்கின்றன. நாம் ஏற்கனவே பார்த்திருந்ததுபோல, நுண்சில்லுகளின் வடிவமைப்பு அதற்கான ஓர் எடுத்துக்காட்டு. ஆனால், இவற்றை நாம் சர்வதேச நிறுவனங்களுக்காகச் செய்து கொண்டிருக்கிறோம். தங்களுடைய சொந்த நாட்டில் நுண்சில்லுகளை வடிவமைத்து, தாய்வானிலுள்ள டிஎஸ்எம்சி போன்ற நிறுவனத்தின் உதவியுடன் அவற்றை உற்பத்தி செய்து, உலகெங்கும் அவற்றை விற்பனை செய்கின்ற குவால்காம், என்விடியா போன்ற நிறுவனங்கள் இதுவரை இந்தியாவில் உருவாகியிருக்கவில்லை. இந்தியா அறிவுசார் சொத்துகளை அதிகரித்து, அவற்றின் காப்புரிமைகளை இங்கேயே பதிவு செய்து வைக்க வேண்டும்.

இந்தியா தன்னுடைய மக்களின் செயல் வல்லமையை அதிகரிப்பதோடு, இரண்டு சக்கர வாகனத் தயாரிப்பு, பொதுவான மருந்துப் பொருட்களின் தயாரிப்பு உட்பட, உற்பத்தித் துறையில் தன்னுடைய வெற்றிக்கு அடிகோலியுள்ள, சிறிய அளவிலான படிப்படியான முன்னேற்றப் பாதையிலிருந்து விலகி, ஆய்வின் அடிப்படையில் அமைந்த பொருட்களின் தயாரிப்பு நோக்கியும் நகர வேண்டும். அந்தக் கண்ணோட்டத்தில் பார்க்கின்றபோது, 'நவீன இந்தியாவின் கோவில்கள்' என்று அழைக்கப்படுகின்ற உயர்தரப் பல்கலைக்கழகங்களை இங்கு நாம் உருவாக்குவது மிகவும் இன்றியமையாதது. அத்தகைய பல்கலைக்கழகங்கள், புதுமையான, குணமாக்குகின்ற மருந்துகளின் தயாரிப்புக்கு இட்டுச் செல்கின்ற அடிப்படை ஆராய்ச்சிகளில் ஈடுபட வேண்டும்; தம்முடைய கண்டுபிடிப்புகளை வர்த்தகப்படுத்துவதற்கு அவை தொழில் நிறுவனங்களோடு கைகோர்க்க வேண்டும்; இந்திய

மருந்துப் பொருட்களைத் தயாரிக்கின்ற நிறுவனங்கள், பொது மருந்துகளோடு சேர்த்து, காப்புரிமை பெற்ற மருந்துகளையும் தயாரித்து, இப்போதுள்ளதைப்போலப் பல மடங்கு அதிகமாக உலகெங்கும் விற்பனை செய்ய வேண்டும். இந்தியாவின் பரிசோதனைக்கூடங்களில் ஆய்வுகளில் ஈடுபட்டு எண்ணற்றப் புதிய கண்டுபிடிப்புகளை உருவாக்குகின்ற விதத்திலும், நாடு முழுவதும் இருக்கின்ற பல்கலைக்கழகங்களிலும் கல்லூரிகளிலும் மாணவச் சமுதாயத்தின்மீது ஒரு நேர்மறையான தாக்கம் ஏற்படுத்துகின்ற பேராசிரியர்களாக ஜொலிக்கின்ற விதத்திலும், முனைவர் பட்டப்படிப்பு மாணவர்களை உருவாக்குவதில் பல்கலைக்கழகங்கள் முனைப்பாக ஈடுபட வேண்டும். தொழில்முனைவோராக உருவெடுப்பதன் மூலம், ஒரே தலைமுறையில் ஏழ்மையிலிருந்து விடுபட்டு, பொருளாதாரரீதியாக ஓர் உயர்ந்த நிலைக்கு வரக்கூடிய எண்ணற்ற முஸ்தபாக்களைக் கல்லூரிகள் தொடர்ந்து உருவாக்கிக் கொண்டிருக்க வேண்டும்.

நம் மக்களின் துடிப்பான ஆற்றலாலும் செயல் வல்லமையாலும் இந்தியாவில் கணக்கிலடங்காத நல்ல காரியங்கள் நடைபெற்றுக் கொண்டிருக்கின்றன என்பதை இப்புத்தகம் நெடுகிலும் இடம்பெற்றுள்ள எண்ணற்ற எடுத்துக்காட்டுகள் விளக்கும். நாங்கள் இப்புத்தகத்தை எழுதிக் கொண்டிருக்கின்ற இந்த வேளையில், தலைசிறந்த இந்தியப் பொதுத்துறை அமைப்பான இந்திய விண்வெளி ஆய்வு நிறுவனம் (இஸ்ரோ), சந்திரனின் தென்துருவத்தில் பிரக்கியான் என்ற தரையூர்தியை இறக்கி, உலகிலேயே அப்படிச் செய்துள்ள முதல் நாடாகவும், சந்திரனில் இறங்கியுள்ள நான்காவது நாடாகவும் சாதனை படைத்துள்ளது.

அப்படியானால், நாம் ஏற்கனவே தேவையானவற்றைச் செய்து கொண்டிருக்கிறோம் என்று அர்த்தமா? இப்படிப்பட்டச் சாதனைகள் இந்தியாவின் செயல் வல்லமையையும் அதனிடம் மறைந்திருக்கும் ஆற்றல் வளத்தையும் வெளிச்சம் போட்டுக் காட்டுகின்றன. இந்தியாவால் இதைவிடப் பல மடங்கு அதிகமாகச் சாதிக்க முடியும். இப்போது நாம் பயணித்துக் கொண்டிருக்கும் வளர்ச்சிப் பாதையிலிருந்து விலகி நாம் பெரும் பாய்ச்சலில் ஈடுபட வேண்டும் என்றால், நாம் அதைச் செய்தாக வேண்டும். மனிதகுலத்தில் ஆறில் ஒரு பங்கு மக்கட்தொகையைக் கொண்டிருக்கின்ற நம் நாடு, மொத்த நோபல் விருதாளர்களில் ஆறில் ஒரு பங்கு விருதாளர்கள் இந்தியர்களாக இருப்பதற்கும், உலகில் பெறப்படுகின்ற மொத்தக் காப்புரிமைகளில் ஆறில் ஒரு பங்கு இந்தியாவுக்குக் கிடைப்பதற்கும், மொத்தமுள்ள பன்னாட்டு நிறுவன முதன்மை நிர்வாக அதிகாரிகளில் ஆறில் ஒருவர் இந்தியராகத் திகழ்வதற்கும், ஒலிம்பிக்கில் தங்கப் பதக்கம் பெறுபவர்களில் ஆறில் ஒருவர் இந்தியராக இருப்பதற்கும் நாம் ஆசைப்பட வேண்டும்.

ஆனால், எந்தவோர் இந்திய வளர்ச்சிப் பாதையும் வெறுமனே உயர்மட்டத்தில் உள்ளவர்களை மேம்படுத்துவதில் மட்டும் கவனம் செலுத்திக் கொண்டிருக்கக்கூடாது. வேலைக்காகத் தவம்

கிடக்கின்ற, தங்களுக்கு ஒரு வேலை கிடைக்கும் என்ற நம்பிக்கையை இழந்துள்ள இலட்சக்கணக்கான மக்களுக்கு வேலை வழங்குவதிலும் நாம் நம் கவனத்தைக் குவிக்க வேண்டும். வறுமையின் விளிம்பு நிலையில் தவித்துக் கொண்டிருக்கும் மக்களுக்கு நல்ல வேலைகளை நாம் உருவாக்கியாக வேண்டும். கொரோனா பெருந்தொற்றுக்கு முந்தைய ஆண்டில், உற்பத்தி மற்றும் சேவைத் துறையில் புதிதாக வேலைக்குச் சேர்ந்திருந்தவர்களின் எண்ணிக்கை 93 இலட்சம். ஆனால், அதே காலகட்டத்தில் வேளாண் துறையில் ஈடுபட்டிருந்த தொழிலாளர்களின் எண்ணிக்கையின் அதிகரிப்பு 3.4 கோடியாக இருந்தது. அதாவது, ஒப்பீட்டு நோக்கில், வேளாண் துறையில் நுழைந்திருந்த தொழிலாளர்களின் சதவீதம் அதிகமாக இருந்தது. வளரும் நாடுகள் எதிலும் இப்படி நிகழ்வதில்லை. இந்த அளவுகோலின்படி பார்த்தால், இந்தியா பின்னோக்கிச் சென்று கொண்டிருக்கிறது என்று அர்த்தம்! செய்யப்பட வேண்டிய காரியங்கள் நிறையவே இருக்கின்றன. அவற்றைச் சரியான முறையில் முன்னுரிமைப்படுத்துவதிலிருந்து நாம் தொடங்க வேண்டும். தற்சமயம் விஷயங்கள் அப்படி நடைபெற்றுக் கொண்டிருக்கவில்லை என்றே நாங்கள் நம்புகிறோம்.

2023 ஜூன் மாதம் குஜராத்தில் தொடங்கப்படுவதற்கு ஒப்புக் கொள்ளப்பட்டிருந்த மைக்ரான் குறைகடத்தித் தயாரிப்புத் தொழிற்சாலை இதற்கான நல்லதோர் எடுத்துக்காட்டு. அதற்கான மொத்த முதலீடு 275 கோடி டாலர்கள். அதில் 70 சதவீதத்தை ஒன்றிய அரசும் குஜராத் அரசும் மானியமாக வழங்க ஒப்புக் கொண்டுள்ளன. அது 5,000 பேருக்கு வேலைவாய்ப்பை வழங்கும் என்று எதிர்பார்க்கப்படுகிறது. இதன்படி, 5,000 பேருக்கு வேலை வழங்குவதற்கு நாம் 200 கோடி டாலர்களைச் செலவழிக்க இருக்கிறோம். அதாவது, ஒரு நபருக்கு வேலை வழங்குவதற்கு நாம் 4,00,000 டாலர்களைச் செலவழிக்கப் போகிறோம். இந்திய ரூபாயின் கணக்கில், ஒரு வேலைக்கு 3.2 கோடி ரூபாய்! வெறும் உதிரிப் பாகங்களின் தொகுப்பு மற்றும் சோதனைகளை மட்டுமே உள்ளடக்கியுள்ள ஒரு திட்டம் இது. இதில் ஆராய்ச்சி மற்றும் உருவாக்கம் கிடையாது. இதன் விளைவாக, நுண்சில்லுகளின் தயாரிப்பு வேலைகள் இந்தியாவுக்குக் கிடைத்தாலும், அதற்கும் பெரிய அளவில் மானியம் வழங்கப்பட வேண்டியிருக்கும். உங்களுடைய அலைபேசியில் பயன்படுத்தப்படுகின்ற அதிநவீன நுண்சில்லுகளின் தயாரிப்புக்கு இது இட்டுச் செல்லப் போவதில்லை. அவற்றை நாம் தொடர்ந்து இறக்குமதி செய்து கொண்டுதான் இருக்க வேண்டும். நுண்சில்லுகளின் தயாரிப்பு இயந்திரங்களுக்கும் நாம் இறக்குமதியைத்தான் நம்பியிருக்க வேண்டும்.

இங்கு உண்மையிலேயே என்ன நடக்கிறது தெரியுமா? நம்மிடம் வீசியெறியப்படுகின்ற சிறு எலும்புத் துண்டுகளுக்காக, சுமார் 200 கோடி டாலர்கள் அல்லது 16,500 கோடி ரூபாயை ஓர் அந்நிய நிறுவனத்திற்கு நாம் தாரை வார்த்துக் கொடுக்கப் போகிறோம், அவ்வளவுதான். ஒன்றிய அரசு தன்னுடைய வரவு-செலவுத்

திட்டத்தில் கல்விக்காக ஓராண்டுக்கு ஒதுக்குகின்ற தொகையான 44,000 கோடியில் இது மூன்றில் ஒரு பங்கு! இந்தப் பணத்தை வைத்துக் கொண்டு உலகத் தரம் வாய்ந்த எத்தனைப் பல்கலைக்கழகங்களை நிறுவலாம், எத்தனை ஆயிரம் ஆய்வுகளை மேற்கொள்ளலாம், எத்தனை ஆயிரம் பொறியாளர்களையும் அறிவியலறிஞர்களையும் உருவாக்கலாம்? இப்போதும் வரம்புக்கு உட்பட்ட வளங்களை வைத்துக் கொண்டிருக்கின்ற ஒரு நாடாக விளங்குகின்ற இந்தியா, சிறந்த கல்லூரிகளை உருவாக்குவதற்குப் பதிலாக, அமெரிக்க மைக்ரான் நிறுவனத்திற்கு மானியம் அளிப்பதைத் தேர்ந்தெடுப்பது என்பது, அதன் முன்னுரிமைகள் தடம்புரண்டுள்ளதைத்தான் காட்டுகிறது. இப்படிப்பட்டத் தேர்ந்தெடுப்புகள் மோசமான விளைவுகளையே கொண்டுவரும்.

நாம் விரும்புகின்ற இடத்திற்கு நாம் எப்படிப் போய்ச் சேர்வது?

தரமான பல்கலைக்கழகங்களால் உருவாக்கப்பட்டு, துணிச்சலான தொழில்முனைவோரால் உற்பத்திப் பொருட்களில் உட்புகுத்தப்படுகின்ற சிறந்த யோசனைகள் இந்தியாவுக்கு ஓர் உயர்ந்த இடத்தையும் நல்ல வேலைவாய்ப்புகளையும் பெற்றுத் தரும் என்பது உண்மைதான் என்றாலும், நம்முடைய இளைஞர்களில் ஏராளமானோர் திறமைப் பற்றாக்குறையாலும் பயிற்சிக் குறைவாலும் அவதியுற்றுக் கொண்டிருக்கிறார்கள் என்பதை நாம் மறந்துவிடக்கூடாது. இப்போது இருக்கின்ற தொழிலாளர்களுக்குப் போதுமான வேலைகளை நாம் உருவாக்க வேண்டும். அதே நேரத்தில், தாங்கள் விரும்புகின்ற வேலைகளைச் செய்ய ஆசைப்படுகின்ற தொழிலாளர்களுக்குத் தேவையான பயிற்சிகளை வழங்கி அவர்களை அவற்றுக்குத் தயார்படுத்த வேண்டியதும் அவசியம்.

தற்போது நாம் இருக்கின்ற நிலை குறித்த எதார்த்தமான கணிப்பிலிருந்து நாம் அதைத் தொடங்க வேண்டும். 'வருடாந்திரக் கல்வி நிலை அறிக்கை' என்ற, சிறப்பாகத் தயாரிக்கப்பட்ட அறிக்கை ஒன்று ஆண்டுதோறும் வெளியிடப்படுகிறது. அதில், நம்முடைய கல்வி அமைப்பிலுள்ள கோளாறுகள் சுட்டிக்காட்டப்படுகின்றன. எடுத்துக்காட்டாக, 2018 இல் வெளியான ஆண்டறிக்கை, மூன்றாம் வகுப்பு மாணவர்களில் 30 சதவீதத்திற்கும் குறைவானவர்களே இரண்டாம் வகுப்பு மாணவர்களுக்கு இருக்க வேண்டிய வாசிப்பு மற்றும் எழுத்துத் திறனை அடைந்திருந்தனர் என்று தெரிவிக்கிறது. அதேபோல, ஐந்தாம் வகுப்பு மாணவர்களில் 30 சதவீதத்திற்கும் குறைவானவர்களால் மட்டுமே, இரண்டாம் வகுப்புக் கணிதப் பாடத்திலுள்ள கணக்குகளுக்கு விடையளிக்க முடிந்திருந்ததையும் அது குறிப்பிடுகிறது. கொரோனா பெருந்தொற்று அதை இன்னும் பின்னுக்குத் தள்ளியுள்ளது. அது மட்டுமல்லாமல், இந்தியாவில் குழந்தைகளின் சத்துணவுக் குறைபாடு தொடர்ந்து அதிகமாகவே இருந்து வருகிறது. அதன் காரணமாக, அந்தக் குழந்தைகளால் பள்ளிப்படிப்பில் கவனம் செலுத்த முடிவதில்லை. அதனால், பலர்

சீக்கிரமே பள்ளிகளிலிருந்து நின்றுவிடுகின்றனர். குறைவான திறன் தேவைப்படுகின்ற வேலை என்று சொல்லப்படுகின்ற தொழிற்சாலை உற்பத்தி வேலைகளுக்குக்கூட வலுவான திறன் தேவைப்படுகிறது. தரமான தொழிலாளர்களைப் பெறுவதற்குத் தாங்கள் சிரமப்பட்டுக் கொண்டிருப்பதாகத் தொழிற்சாலைகள் அங்கலாய்த்துக் கொள்வதற்கு இதுதான் காரணம்.

பள்ளிப்படிப்பை முடிப்பவர்களில் பலர் கல்லூரிகளுக்குச் செல்கின்றனர். இந்தியாவிலுள்ள தலைசிறந்த பல்கலைக்கழகங்களில் சிறப்பாகத் தேர்ச்சி பெற்று வெளியேறுகின்ற மேல்தட்டு மாணவர்களைக் கொத்திக் கொண்டு போவதற்காகப் பன்னாட்டு நிறுவனங்கள் நாக்கைத் தொங்கப் போட்டுக் கொண்டு காத்திருக்கின்றன. ஆனாலும், நாம் குறி வைத்துள்ள, யோசனைகளால் செழித்துக் கொழிக்கின்ற பொருளாதாரத்திற்குத் தேவையான எண்ணிக்கையில் இவர்களை நாம் உருவாக்கிக் கொண்டிருக்கவில்லை. எண்ணற்ற மாணவர்கள், பயனுள்ள திறமைகள் எதையும் கற்றுக் கொள்ளாமலேயே தங்களுடைய கல்லூரிப் படிப்பை முடித்துவிடுகின்றனர். இந்தியாவில் பட்டப்படிப்பு முடித்தவர்களில் 50 சதவீதம் பேர் வேலைக்கு எடுத்துக் கொள்ளப்படத் தகுதியற்றவர்கள் என்று '2023 ஆம் ஆண்டுக்கான இந்தியத் திறன் அறிக்கை' கூறுகிறது.

தொழிலாளர்கள் வேலை நிறுத்தம் போன்ற பாரம்பரியமான பொருளாதார முரண்பாடுகள் இப்போது கணிசமாகக் குறைந்துள்ளபோதிலும், வேலையில் சேர்த்துக் கொள்ளப்படுவதற்கான தகுதியின்மையும், அதன் காரணமாக வேலைவாய்ப்புகள் குறைவதும், இதனால் பெருமளவு மக்கள் வேலையில்லாமல் இருப்பதும் இப்போது புதிய வடிவிலான சமூக முரண்பாடுகளாக முளைத்துக் கொண்டிருக்கின்றன. 2023 ஆம் ஆண்டின் கோடைக்காலத்தில், மணிப்பூர் மாநிலத்தில் மெய்தெய் இன மக்களுக்கும் குகி இன மக்களுக்கும் இடையே வெடித்த மோதலுக்கான அடிப்படைக் காரணம், அந்த இனங்களின் இளைஞர்களுக்கு, பொருளாதாரரீதியாக முன்னேறுவதற்கான வாய்ப்புகள் இல்லாததே. பின்னர் அந்த மோதல், நியாயமற்ற இட ஒதுக்கீடு மற்றும் நிலங்களை வாங்குவதற்குக் கொண்டுவரப்பட்டக் கட்டுப்பாடுகள் குறித்தச் சீற்றமாக வெடித்தது. செய்வதற்கு நமக்கு ஏகப்பட்ட வேலைகள் இருக்கின்றன.

யோசனைகள், கண்டுபிடிப்புகள், மனித மூலதனம் ஆகியவை ஒரு நாட்டின் பொருளாதார வளர்ச்சியில் - அது உற்பத்தி, சேவை, வேளாண் துறைசார் தொழில்கள் போன்ற எதுவாக இருந்தாலும் சரி - எந்த அளவுக்கு முக்கியமானவையாகத் திகழ்கின்றன என்பதை இப்புத்தகத்தின் முதல் பகுதியில் நாங்கள் விளக்கவிருக்கிறோம். பேராசிரியர் வினோத் மேற்கொண்டிருந்ததைப் போன்ற நேரடிச் சேவை ஏற்றுமதி, டில்ஃபி, தேஜாஸ் நெட்வொர்க்ஸ் போன்ற நிறுவனங்கள் மேற்கொண்டிருந்ததைப் போன்ற உற்பத்தியில் பொதிந்திருந்த சேவை போன்றவை மேலும் அதிகரிப்பதற்கும், அவை

உயர்தர வேலைகளைப் பெரும் எண்ணிக்கையில் உருவாக்குவதற்கும் சாத்தியக்கூறுகள் இருக்கின்றன என்று அப்பகுதியில் நாங்கள் விவாதிக்கவிருக்கிறோம். ஏற்கனவே இந்தியாவின் ஏற்றுமதியில் கணிசமாக அதிகரித்துக் கொண்டிருக்கின்ற அவற்றின் பங்களிப்பு இன்னும் கூடுவதற்கு வாய்ப்பிருக்கிறது. இந்தியாவில் கல்வி, சுகாதாரம், நிதி உள்ளிட்டத் துறைகளில் சேவைகளை அதிகரிப்பது, பல துறைகளில் பெரும் எண்ணிக்கையில் வேலைவாய்ப்புகளை உருவாக்கும் என்றும் நாங்கள் வாதிட உள்ளோம்.

உயர் திறன் தேவைப்படுகின்ற சேவைகளிலுள்ள அபரிமிதமான வாய்ப்புகளை நாங்கள் சுட்டிக்காட்டுவதை வைத்துக் கொண்டு, இந்தியா பிற துறை நடவடிக்கைகளைக் கண்டுகொள்ளத் தேவையில்லை என்று நாங்கள் கூறுவதாக நீங்கள் நினைத்துவிடக்கூடாது. புதுமையான நவீனப் பொருட்களை மையமாகக் கொண்ட உற்பத்தி, பொறியியல் துறையில் நமக்குள்ள பலம் போன்றவற்றாலும் கொழிக்க முடியும். வளர்ந்து கொண்டிருக்கின்ற இந்தியாவில், கட்டுமானம், போக்குவரத்து, சுற்றுலா, சில்லறை விற்பனை போன்ற துறைகளும் விரிவடைந்து, மிதமான திறன் கொண்டவர்களுக்கும் ஏராளமான வேலைவாய்ப்புகளை உருவாக்கும் என்பதில் சந்தேகமில்லை.

இப்படிப்பட்ட வேலைகள் பெருமளவு உருவாக வேண்டுமென்றால், மக்களின் செயல் வல்லமை அதிகரிக்கப்பட்டாக வேண்டும், அவர்கள் கொழிப்பதற்கான வாய்ப்புகள் பெருக்கப்பட வேண்டும். அவற்றை நம்மால் எப்படிச் சாதிக்க முடியும் என்பதை இந்நூலின் இரண்டாம் பகுதியில் நாங்கள் விளக்கவிருக்கிறோம். அரசு நிர்வாகத்தில் மேற்கொள்ளப்பட வேண்டிய சீர்திருத்தங்கள், மனித மூலதனத்தை உருவாக்கத் தேவையான சீர்திருத்தங்கள், புதிய கண்டுபிடிப்புகளுக்கு வாய்ப்பளிக்கின்ற சூழல்களைப் பெருக்குவதற்கான சீர்திருத்தங்கள் ஆகிய மூன்று சீர்திருத்தங்களுக்கான தேவைகளைப் பற்றி அப்பகுதியில் நாங்கள் எடுத்துரைக்கிறோம்.

அதை நாங்கள் அரசு நிர்வாகச் சீர்திருத்தங்களிலிருந்து தொடங்கியிருக்கிறோம். ஏனெனில், நம்முடைய மக்களின் கல்வி மற்றும் சுகாதாரத்தில் மிகக் குறைவான முதலீடுகள் செய்யப்பட்டிருப்பதற்கான பழியை எந்தவொரு குறிப்பிட்ட அரசாங்கத்தின்மீதும் போட்டுவிட முடியாது என்று நாங்கள் நம்புகிறோம். இந்திய அரசு கட்டமைக்கப்பட்டுள்ள விதம்தான் அதற்குக் காரணம். இந்தியா சுதந்திரம் அடைந்தபோது செயல்பட்டிருந்த அந்தக் கட்டமைப்பு இப்போது பல்லைக் காட்டிக் கொண்டிருக்கிறது. சிறப்பான பொதுச் சேவைகள் குறித்துப் பொதுமக்கள் கொண்டிருக்கின்ற எதிர்பார்ப்புகளை நிறைவேற்ற உதவக்கூடிய ஜனநாயக அமைப்புகளை வலுப்படுத்துதல், அதிகாரப் பரவலாக்கத்தை விரிவுபடுத்துதல் ஆகியவை உள்ளிட்ட அரசு நிர்வாகச் சீர்திருத்தங்கள் இல்லாவிட்டால், மற்றச் சீர்திருத்தங்களால் பெரிதாக எந்தத் தாக்கமும் ஏற்படுத்த முடியாது.

அரசு நிர்வாகச் சீர்திருத்தங்களும் சேர்ந்து கொள்கின்றபோது, கல்வி மற்றும் சுகாதாரத்தில் நாங்கள் முன்வைக்கின்ற சீர்திருத்தங்கள் குறிப்பிடத்தக்க வித்தியாசங்களை ஏற்படுத்தும். இந்நூலின் இரண்டாம் பகுதி முழுவதும், வெற்றிக் கதைகள் பரவலாகத் தூவப்பட்டுள்ளன. நம் மக்களிடம் செய்யப்படுகின்ற முதலீடுகளைக் குறிப்பிடத்தக்க அளவு அதிகரிப்பதற்கு நாம் என்ன செய்ய வேண்டும் என்பதை அந்தக் கதைகளிலிருந்து நம்மால் கற்றுக் கொள்ள முடியும்.

மக்கள் தொடர்ந்து வேலை தேடுபவர்களாக இருந்து கொண்டிருப்பதற்குப் பதிலாக, வேலைகளை உருவாக்குகின்ற நபர்களாக ஆகின்ற விதத்தில் புதுமையான புதிய பொருட்களை உருவாக்குவதற்கும், நிறுவனங்களைத் தொடங்குவதற்கும், அவர்கள் செழித்துக் கொழிப்பதற்கும் ஏற்ற ஒரு சூழலை எப்படி நம்மால் உருவாக்க முடியும் என்பதைப் பற்றியும் அப்பகுதியில் நாம் பார்க்கவிருக்கிறோம். அத்தகைய ஒரு சூழலை உருவாக்குவதற்கு, இந்தியாவிற்கு வெளியே வலுவான தொடர்புகளை உருவாக்கிக் கொள்ள வேண்டியது இன்றியமையாதது. எடுத்துக்காட்டாக, தொலை மருத்துவம், தொலை சட்ட ஆலோசனை போன்ற, தொழில்நுட்பங்களைப் பயன்படுத்திச் செய்யப்படக்கூடிய புதிய சேவைகளை இந்தியாவிலிருந்து பெறுவதற்கு உலக நாடுகளை ஒப்புக் கொள்ள வைப்பது எப்படி? நம்முடைய நாட்டில் வழங்கப்படுகின்ற தொழில்முறைப் பட்டங்களை இன்னும் அதிகமான நாடுகள் அங்கீகரிக்கும்படி செய்வது எப்படி? மாணவர்கள் பெற்றுள்ள தொழில்முறைப் பட்டங்கள் பிற நாட்டுப் பட்டங்களுக்கு இணையானவை என்பதை நிரூபிக்கின்ற தேர்வுகளை மாணவர்களுக்கு அறிமுகப்படுத்துவது எப்படி? அடிப்படை ஆய்வுகளைக் கல்வி நிறுவனங்களில் மேற்கொள்வதோடு கூடவே, அரசு மற்றும் தனியார் பரிசோதனைச்சாலைகளுக்கும் அவற்றை விரிவுபடுத்துவது எப்படி?

இந்நூலின் மூன்றாம் பகுதியில் நாங்கள் எங்களுடைய வாதங்களை நிறைவு செய்கிறோம். நாங்கள் முன்வைக்கின்ற புதுமையான, உயர்தர மதிப்புகளை உள்ளடக்கிய வளர்ச்சியை அடைவதற்கு, சீனா, வியட்நாம் போன்ற எதேச்சதிகார நாடுகளுடன் ஒப்பிடும்போது நமக்கு மிகப் பெரிய அளவில் சாதகமாக இருக்கின்ற அம்சம், அனைத்து மக்களையும் உள்ளடக்கிய நம்முடைய ஜனநாயகம்தான். பன்முகத்தன்மை, பேச்சு சுதந்திரம், குறுக்கீடுகள் இல்லாமல் சுதந்திரமாக இயங்குகின்ற அரசு அமைப்புகள், துடிப்பான மக்கள் சமூகம், அரசு தன்னிச்சையாகச் செயல்படாமல் தடுப்பதற்கு நடைமுறையில் இருக்கின்ற கட்டுப்பாடுகள் போன்றவை தில்லியில் இருக்கின்ற செல்வாக்குமிக்க மேட்டுக்குடி மக்களின் கவலை மட்டுமல்ல; நாங்கள் முன்வைக்கின்ற படைப்பாற்றல்ரீதியான வளர்ச்சிக்கும் அவை இன்றியமையாதவையாகும்.

கிராமத்திலுள்ள அரசுப் பள்ளிக்கு வராமல் மட்டம் போடுகின்ற ஓர் ஆசிரியருக்கு எதிராகக் கண்டனம் தெரிவிக்க விரும்புகின்ற ஒரு கிராமவாசிக்கு, காவல் அதிகாரியாக இருக்கின்ற அந்த ஆசிரியரின்

மைத்துனரால் தான் கம்பி எண்ண வைக்கப்படுவோம் என்ற பயம் இருக்கக்கூடாது; அரசின் செயல்பாடுகள் குறித்து விமர்சனரீதியான கண்ணோட்டத்தை முன்வைக்கின்ற தொழிலதிபர்களுக்கு, அரசின் அதிகாரமிக்க விசாரணை அமைப்புகள் மறுநாள் அதிகாலையிலேயே தங்கள் வீட்டின் முன்னால் வந்து நிற்கும் என்ற பயம் இருக்கக்கூடாது; அரசின் செயல்பாடுகள் பாதகமானவையாக இருப்பதாகத் தெரிவிக்கின்ற தரவுகள், சமுதாயத்தை இருட்டில் தவிக்கவிடுகின்ற விதத்தில் அடக்கி வைக்கப்படக்கூடாது; இணையத்தளச் சேவைத் தொழிலில் ஈடுபட்டிருக்கின்ற தேஜாஸ் நெட்வொர்க்ஸ் போன்ற இந்திய நிறுவனங்களின் சேவைகளைப் பயன்படுத்துகின்ற அந்நிய நிறுவனங்களுக்கு, இந்தியத் தனிநபர் அந்தரங்க உரிமைச் சட்டத்தில் சமீபத்தில் கொண்டுவரப்பட்டுள்ள மாற்றங்களைப் பயன்படுத்தி அந்த இந்திய நிறுவனங்களின் இணையச் சேவைகளில் ஏற்படுத்தப்பட்டுள்ள கொல்லைப்புறக் கதவு வழியாக இந்திய அரசு தங்களை வேவு பார்க்கக்கூடும் என்ற பயம் வந்துவிடக்கூடாது; நெறி பிறழ்ந்த முதலாளிகள் அரசின் மிக உயரிய மட்டத்தில் கோலோச்சுவதற்கு எதிராகக் குரல் கொடுக்க விரும்புகின்ற எதிர்க்கட்சித் தலைவர் ஒருவர், பாராளுமன்றத்திலிருந்து நிரந்தரமாக வெளியேற்றப்பட வேண்டும் என்ற நோக்கத்தில் ஒரு கீழ்நிலை நீதிமன்றத்தில் அவர்மீது தொடுக்கப்படும் அற்ப வழக்குகளை எதிர்கொள்கின்ற நிலைக்குத் தள்ளப்படக்கூடாது.

அதிகார துஷ்பிரயோகத்திற்கான சாத்தியக்கூறுகள் நம்முடைய அரசுக் கட்டமைப்பில் பொதிந்துள்ளன; 1975 இல் நாட்டில் நெருக்கடி நிலை பிரகடனப்படுத்தப்பட்டபோது அதிகார துஷ்பிரயோகத்தை நாம் அனுபவித்துள்ளோம்; இன்று, மக்கள் மதரீதியாகத் தங்களுக்குள் அடித்துக் கொள்ளும்படி செய்கின்ற, அவர்களைப் பிளவுபடுத்துகின்ற பெரும்பான்மைவாதம் என்ற கூடுதல் அச்சுறுத்தலை நாம் எதிர்கொண்டுள்ளோம். நாங்கள் முன்வைக்கின்ற படைப்பாற்றல்ரீதியான வளர்ச்சிக்கு இவை எதுவுமே நல்லதல்ல.

எதேச்சதிகாரம் புதுமைச் சிந்தனைகளை அடக்கி ஒடுக்குகிறது என்பதை ஆய்வுகள் மீண்டும் மீண்டும் நிரூபித்து வருகின்றன. அரசியல் களத்தில், ஏற்கனவே நிலை கொண்டுள்ள அரசியல் கட்டமைப்பை அது கேள்விக்கு உள்ளாக்கும். ஆய்வுக்கூடங்களில், ஏற்கனவே கோலோச்சிக் கொண்டிருக்கின்ற அறிவியல் கருத்தாக்கங்களை அது அடக்கப் பார்க்கும். இந்தியா படைப்புத்திறனையும் புத்தாக்கத்தையும் தேர்ந்தெடுக்கும்பட்சத்தில், வாதங்களையும் விவாதங்களையும் அது ஊக்குவிக்க வேண்டும். புரட்சிகரமான இளைஞர்கள், வன்முறையற்ற ஒரு முறையில் வழமையான சிந்தனைப் போக்கிற்குச் சவால்விடுவதற்கு ஊக்குவிக்கப்பட வேண்டும்; அதை அவர்கள் தெருவில் இறங்கிச் செய்வதற்குப் பதிலாக, பல்கலைக்கழகங்களுக்கு உள்ளேயே விவாதிப்பதற்கு அவர்கள் உற்சாகப்படுத்தப்பட வேண்டும். பேசத் துணிந்தமைக்காக அவர்கள் தண்டிக்கப்படவோ அல்லது சிறையில் அடைக்கப்படவோ கூடாது.

அதேபோல, அனைத்து விதமான மக்களையும் உள்ளடக்கிய ஓர் அமைதியான சூழலில்தான் தொழில்முனைவு தழைக்கும். ஏதோ ஒரு குறிப்பிட்டச் சமுகம் வெறுப்பாளர்களால் குறி வைக்கப்படுகின்ற ஒரு சூழலில் தொழில்முனைவு அவ்வளவாகச் சாத்தியமில்லை. எப்போதும் நம்முடைய கடந்தகாலங்களைப் பற்றியே வாட்ஸ்அப் குழுக்களுக்குள் விவாதித்துக் கொண்டிருப்பதற்குப் பதிலாக, எதிர்காலத்தைக் கைவசப்படுத்துவதற்கு நம்மை நாம் தயார்படுத்திக் கொள்ள வேண்டும். வரலாற்றின் கைதிகளாக இருப்பது இனியும் நமக்குக் கட்டுப்படியாகாது.

இந்தியா தற்போது எதிர்கொண்டுள்ள பெரும் சவால்களைச் சமாளிப்பதற்கு, நாடு தழுவிய அளவிலான முயற்சிகளை உள்ளடக்கிய ஒரு புதிய பாதையில் அது அடியெடுத்து வைக்க வேண்டும். இதுவரை, எந்தவொரு வளரும் நாடும் தன்னுடைய மனித மூலதனத்தை மேம்படுத்துவதில் கவனத்தைக் குவித்ததன் மூலம் ஒரு பணக்கார நாடாக ஆனதில்லை – நிச்சயமாக, ஒரே ஒரு தலைமுறைக்குள் எந்தவொரு நாடும் அதைச் சாதித்ததில்லை. எந்தவொரு அரசாலும் தானாகவே அதைச் சரியாகச் செய்துவிட முடியாது. ஏனெனில், அத்தகைய வளர்ச்சிப் பாதைக்கான திட்ட வரைபடம் எதுவும் இல்லை. அதற்கு நமக்குத் தரவுகள் வேண்டும். அந்தத் தரவுகள் அலசி ஆராயப்பட வேண்டும், விவாதிக்கப்பட வேண்டும், விமர்சிக்கப்படவும் வேண்டும். வல்லுநர்கள்மீது நம்பிக்கை வைக்காத, அசௌகரியமான தரவுகளை மறைத்துவிடுகின்ற, விமர்சகர்களைத் தனிமைப்படுத்தி அவர்களைக் கடுந்தொல்லைகளுக்கு ஆளாக்குகின்ற ஓர் எதேச்சதிகார அரசால் இந்தப் பாதையில் வெற்றிகரமாகப் பயணிக்க முடியாது. இப்புத்தகத்தின் இந்தப் பகுதியை நிறைவு செய்வதற்கு முன், இந்தியா இப்போது பயணித்துக் கொண்டிருக்கின்ற பாதையின்மீது அசாத்தியமான நம்பிக்கை வைத்துள்ள, மாற்றத்திற்கான தேவை எதுவும் இல்லை என்று நினைக்கின்ற ஒரு கற்பனைக் கதாபாத்திரத்துடன் நாங்கள் விவாதிக்கவிருக்கிறோம்.

எதற்காக இந்தப் புத்தகம்?

இப்புத்தகத்தின் நூலாசிரியர்களான நாங்கள் இருவருமே பேராசிரியர்கள். நாங்கள் இருவருமே இந்தியாவில் அரசாங்கப் பதவிகளில் வேலை செய்துள்ளோம், எங்களுடைய தாய்நாட்டின்மீது பெரும் நேசமும் அக்கறையும் கொண்டுள்ளோம். தன்னுடைய சொந்த வளர்ச்சியிலும், உலகிற்கு அது தெரிவிக்கும் செய்திகளிலும் மேலும் சிறப்பாகச் செயல்படுவதற்கான செயல் வல்லமை இந்தியாவுக்கு இருப்பதாக நாங்கள் நம்புகிறோம்.

நீங்கள் எப்படி? நீங்கள் ஒரு மேட்டுக்குடி இந்தியராக இருந்தால், இந்தியாவின் பொருளாதார நிலையும் உலகில் அதன் அந்தஸ்தும் உயர்ந்து கொண்டிருக்கின்ற காரணத்தால், கடந்த பத்தாண்டுகள் உங்களுக்குச் சிறப்பானவையாக இருந்திருக்கும். இந்தியச் செய்தி

ஊடகங்கள் அரசின் திட்டங்களைக் கண்மூடித்தனமாக ஆதரித்து வருவதால், எல்லாமே சிறப்பாக நடைபெற்றுக் கொண்டிருப்பதாக நாம் உணரத் தலைப்படுகிறோம். ஆனால், நம்முடைய மக்களுக்குத் தேவையான எண்ணிக்கையில் வேலைகளை உருவாக்கித் தருகின்ற அளவு நம் நாட்டின் வளர்ச்சி இல்லை என்பதே கசப்பான உண்மை.

ஆனால், நீங்கள் சமுதாயத்தின் கீழ்த்தட்டைச் சேர்ந்தவராக இருந்தால், ஓரளவு சுமாரான பள்ளிகளுக்கும் அரசுப் பல்கலைக்கழகங்களுக்கும் குழந்தைகளை அனுப்புவது மிகவும் போட்டிமிக்கதாக உருவெடுத்துள்ள, படித்தப் பிறகும் ஒரு நல்ல வேலை கிடைப்பது குதிரைக் கொம்பாக ஆகியுள்ள, நிச்சயமற்ற ஒரு பொருளாதாரச் சூழலைத்தான் நீங்கள் எதிர்கொண்டிருப்பீர்கள். சமூக ஆதரவு, குறிப்பாகப் பெருநகரங்களில், உங்களுக்கு மிகக் குறைவாகவே இருக்கும். அப்படிப்பட்ட ஒரு சூழலில், உங்களுக்கு ஏற்படக்கூடிய ஒரே ஒரு மருத்துவ நெருக்கடி உங்களை ஏழ்மைப் படுகுழிக்குள் தள்ளிவிடக்கூடும். பெரும்பாலான இந்தியர்கள் உங்களைப்போலவே நிகழ்காலத்தை எப்படியோ பல்லைக் கடித்துக் கொண்டு பொறுத்துக் கொண்டு, நல்லதொரு விடிவுகாலத்திற்காக ஏங்கிக் கொண்டு வாழ்க்கையை வாழ்ந்து கொண்டிருக்கிறார்கள்.

நம்முடைய நாட்டின் தலைவர்களில் பலர், நாட்டின் பொருளாதார நிலை குறித்துப் பொதுமக்களுக்கு இருக்கின்ற கவலையைத் தணிப்பதற்கான வழி தெரியாமல் திணறிக் கொண்டிருப்பதால், இன்றைய கொடூரமான எதார்த்தத்தை மக்கள் மறந்து போகும்படி செய்வதற்காக, அவர்களுடைய கவனத்தைத் திசை திருப்புகின்ற வித்தைகளில் அத்தலைவர்கள் ஈடுபடுகின்றனர். எடுத்துக்காட்டாக, வேலைவாய்ப்பு வளர்ச்சி மந்தமாக இருப்பதைச் சுட்டிக்காட்டுகின்ற தரவுகளை, எண்ணற்ற அறிவிப்புகளுக்கும் தொடக்க விழாக்களுக்கும் அடியில் போட்டு அவர்கள் புதைத்துவிடுகின்றனர். அதன் மூலம், வேலைவாய்ப்புகள் தொடர்ந்து அதிகரித்துக் கொண்டிருப்பது போன்ற ஒரு மாயையை அவர்கள் உருவாக்குகின்றனர். அதன் காரணமாக, வேலை தேடிக் கொண்டிருக்கின்ற ஒரு பெண், தன் நிலைக்கு அரசைக் குற்றம் சாட்டுவதற்குப் பதிலாக, வேலைக்குப் பஞ்சமில்லை, ஆனால் தன்னால்தான் ஒரு வேலையைப் பெற முடியவில்லை என்று தன்னைத் தானே நொந்து கொள்கிறாள். இப்போதுகூட நிலைமையைச் சரி செய்துவிடலாம். ஆனால், அதற்கு, இப்போது நாம் சென்று கொண்டிருக்கின்ற பாதை சிறப்பாகவே இருக்கிறது என்ற கூட்டுக் கனவிலிருந்து நாம் விடுபட வேண்டும்.

இந்தியா பழைய வார்ப்புகளை உடைத்தெறிந்து ஒரு தனித்துவமான இந்திய வழியில் அடியெடுத்து வைத்தால், இருபது ஆண்டுகளுக்குள் ஓர் அமர்க்களமான எதிர்காலத்தை அதனால் தன்வசப்படுத்திவிட முடியும். அதை விடுத்து, மற்ற நாடுகளிலிருந்து இந்தியா எவ்வாறு வேறுபட்டுள்ளது என்பதையும், உலகம் எந்த அளவு மாறிப் போயுள்ளது என்பதையும் கணக்கில் எடுத்துக் கொள்ளாமல், பிற நாடுகளின் கடந்தகால அனுபவங்களின்

அடிப்படையில் நம்முடைய சிந்தனை அமைய நாம் அனுமதித்தால், வல்லமை வாய்ந்த ஓர் இந்தியாவை உருவாக்க நமக்குக் கிடைத்துள்ள வாய்ப்பை நாம் தவறவிட்டுள்ளது குறித்துப் பின்னாளில் நம்முடைய குழந்தைகள் நம்மீது பழிசுமத்துவர்.

சீனாவின் ஒரு போலிப் பிரதியாக இந்தியா உருவாவதை நாங்கள் விரும்பவில்லை. நம்மைச் சுற்றி ஏற்கனவே அப்படிப்பட்டப் பல நாடுகள் இருக்கின்றன. அதற்குப் பதிலாக, கூழைக்கும்பிடு போடாத, பன்முகத்தன்மையுள்ள, வாதிடுவதற்குச் சளைக்காத, உலகத்தை மாற்றக்கூடிய அபாரமான யோசனைகள் முளைத்தெழுகின்ற ஒரு சமுதாயம்தான் நமக்குத் தேவை. இதுவரை நாம் பயணித்து வந்துள்ள பாதையை ஒரு பிறழ்ச்சியாகவும், நம்முடைய ஜனநாயகத்தை ஒரு பலவீனமாகவும் பார்ப்பதற்குப் பதிலாக, அவற்றில் நாம் நம்முடைய பலங்களைக் கண்டுபிடிக்க வேண்டும்; அனைத்து இந்தியர்களின் திறன்களையும் பயன்படுத்திக் கொள்கின்ற, இந்தியாவின் பாரம்பரியக் கலாச்சாரமான சகிப்புத்தன்மையையும் எல்லோரையும் மதிக்கின்ற நாகரிகத்தையும் அடிப்படையாகக் கொண்ட ஒரு பாதையை நாம் உருவாக்க வேண்டும். அப்படிப்பட்ட ஒரு பாதை எளிதானதாக இருக்காது. ஆனால், அது கண்டிப்பாக மாற்றத்திற்கான அடித்தளமாக இருக்கும். இந்தியா சுதந்திரம் பெற்று ஏறத்தாழ முக்கால்வாசி நூற்றாண்டைக் கடந்துவிட்டுள்ள இந்த வேளையில், ஓர் ஒளிமயமான எதிர்காலம் இந்தியாவுக்குக் காத்துக் கொண்டிருப்பதாக நாங்கள் நம்புகிறோம். நாம் செய்வதற்கு நிறைய வேலைகள் இருக்கின்றன. நாம் இப்போது களத்தில் இறங்கலாம்!

பகுதி ஒன்று

வளர்ச்சி:
ஓர் இந்திய வழி

நுழையுமுன்

"1960களுக்கும் 1970களுக்கும் இடையே, இந்தோனேசியாவின் ஜிடிபி 3.9 சதவீதத்திலிருந்து 7.5 சதவீதமாக உயர்ந்தது... இந்தக் குறியீட்டு எண்களை, சாத்தியக்கூறுகளைப் பிரதிநுதப்படுத்துபவையாகப் பார்க்காமல் எவ்வாறு ஒருவரால் அவற்றைக் கருத்தில் கொள்ள முடியும் என்பது எனக்குப் புரியவில்லை. இந்தியப் பொருளாதாரம் இந்தோனேசியாவின் பொருளாதாரத்தைப்போல வளர்வதற்கு இந்திய அரசு மேற்கொள்ளக்கூடிய நடவடிக்கை ஏதேனும் இருக்கிறதா...? அப்படி இருக்கும் பட்சத்தில், துல்லியமாக அது என்ன நடவடிக்கை? அப்படி இல்லாதிருக்கும் பட்சத்தில், 'இந்திய இயல்பின்' எந்த அம்சம் அதற்குக் காரணமாக இருக்கிறது? இதுபோன்ற கேள்விகள் மனித நலன்மீது ஏற்படுத்துகின்ற விளைவுகள் மலைக்க வைப்பவையாக இருக்கின்றன: அவற்றைப் பற்றி ஒருவர் சிந்திக்கத் தொடங்கிவிட்டால், பிறகு வேறு எதைப் பற்றியும் சிந்திப்பது கடினமாகிவிடும்."

– ராபர்ட் லூகாஸ், பொருளாதாரத்திற்காக நோபல் பரிசு பெற்றவர்; 1988 ஆம் ஆண்டு வெளியான 'பொருளாதார வளர்ச்சி இயங்குகின்ற விதம் குறித்து' என்ற ஆய்வுக் கட்டுரையிலிருந்து.

இந்தியா தன்னுடைய மக்களுக்குத் தேவையான வேலைவாய்ப்புகளை வழங்குவதற்கு எத்தகைய வேகத்தில் வளர வேண்டும்? ஒரு நாடு எப்படி வளர்ந்து செழிப்படைகிறது என்பதை இந்த முதல் பகுதியின் முதல் அத்தியாயத்தில் நாங்கள் விளக்கவிருக்கிறோம். சீனா, கொரியா போன்ற நாடுகள், ஏற்றுமதிசார் உற்பத்தி எனும் உத்தியைப் பின்பற்றி, கடந்த சில பத்தாண்டுகளின் ஊடாக எவ்வாறு விரைவாக வளர்ந்தன என்பதன்மீது நாங்கள் கவனம் செலுத்தவிருக்கிறோம். இரண்டாவது அத்தியாயத்தில், இந்தியா 1990களின் தொடக்கத்திலேயே பொருளாதாரச் சீர்திருத்தங்களை மேற்கொண்டிருந்தபோதிலும், அது ஏன் சீனாவின் உத்தியைப் பின்பற்றவில்லை என்பதை நாங்கள் ஆய்வு செய்யவிருக்கிறோம். குறைவான திறன் தேவைப்படுகின்ற உற்பத்தித் துறையில் இந்தியா சிறந்து விளங்குவதைக் கடினமாக்கியுள்ள அதன் பலவீனங்கள் சிலவற்றைப் பற்றி அந்த அத்தியாயம் அடிக்கோடிட்டுக் காட்டும். சேவைகளை ஏற்றுமதி செய்வது எப்போதுமே கடினமாக இருந்து வந்துள்ளதற்கான காரணங்களை மூன்றாவது அத்தியாயத்தில்

நாங்கள் சுட்டிக்காட்ட உள்ளோம். 'ஏற்றுமதிசார் உற்பத்தி மூலமான வளர்ச்சி' உத்தி உலகெங்கும் கடினமாகிக் கொண்டிருக்கின்ற இந்நேரத்தில், – குறிப்பாக, கொரோனா பெருந்தொற்றுக் காலத்திற்குப் பிறகு – நேரடிச் சேவைகள் மற்றும் உற்பத்தியில் உட்பொதிந்துள்ள சேவைகளின் ஏற்றுமதி எளிதாகிக் கொண்டிருப்பதைப் பற்றி நாங்கள் அதில் விளக்கவிருக்கிறோம். இப்படிப்பட்ட ஏற்றுமதிகளில் இந்தியாவுக்கு வலுவான அனுகூலங்கள் இருக்கின்றன. உலகளாவிய ஏற்றுமதியில் நம்முடைய பங்கு குறிப்பிடத்தக்க அளவில் இருப்பதைப் புள்ளிவிபரங்கள் நிரூபிக்கின்றன. இந்தியாவின் வளர்ச்சிக்கு மற்ற அனைத்தையும்விட உற்பத்திதான் மிகவும் முக்கியம் என்று அதைத் தூக்கிப் பிடிப்பது தவறு என்று நான்காம் அத்தியாயத்தில் நாங்கள் வாதிடவுள்ளோம். சேவைகளின் ஏற்றுமதிகளை அதிகரிப்பதன் மூலமும், உள்நாட்டில் சேவைகளைப் பரவலாக்குவதன் மூலமும் இந்தியாவால் வளர முடியும். முக்கியமாக, எந்தவொரு துறையிலும் நம்முடைய மக்களின் மனித வளத்தை வலுப்படுத்துவதன் மூலம் வளர்ச்சிக்கான அடித்தளத்தை அரசாங்கம் கட்டமைக்க வேண்டும். மக்கள் ஆக்கபூர்வமாகச் செயல்படுவதற்கும் தொழில்முனைவோராக உருவெடுப்பதற்கும் தேவையான ஒரு சூழலை அரசாங்கம் உருவாக்க வேண்டும். அச்சூழலில், புதிய நிறுவனங்களால் செழித்து வளரவும், நாட்டிற்கு அவசியம் தேவைப்படுகின்ற வேலைகளை உருவாக்கவும் முடியும். இவை அனைத்திற்கும், நாம் செல்லும் பாதை குறித்த ஒரு தெளிவான, புதிய கண்ணோட்டம் நமக்குத் தேவை. அப்பாதை எப்படி இருக்க வேண்டும் என்பதை இந்நூலின் இரண்டாம் பகுதியில் நாங்கள் முன்மொழிகிறோம். அப்பாதை, இந்தியாவின் வலிமைகளைச் சிறப்பாகப் பயன்படுத்திக் கொள்வதாகவும், அதன் பலவீனமான திறன்களைக் குறைவாகச் சார்ந்திருப்பதாகவும் இருக்கும்.

1

நாடுகள் எவ்வாறு செழிப்புறுகின்றன?

ஒரு நாடு செழிப்பாக இருக்கிறது என்பதற்கான அடையாளம் என்ன? பொதுப்படையாகச் சொல்ல வேண்டுமென்றால், செழிப்பான நாடுகளின் தனிநபர் பொருளாதாரப் பங்களிப்பு மிக அதிகமாக இருக்கும்; அங்கே தானியங்கள், பால் போன்ற உணவுப் பொருட்கள் அதிகமாக இருக்கும்; கார்கள், பெட்ரோல், எரிவாயு, ஆடைகள், மின்னணுப் பொருட்கள் போன்ற உற்பத்திப் பொருட்கள் அதிகமாக இருக்கும்; உணவகங்கள், மருத்துவ வசதிகள், திரைப்படங்கள், மென்பொருட்கள் போன்ற சேவைகள் அதிகமாக இருக்கும். ஒரு நாட்டிலுள்ள ஒவ்வொருவரும் அதிகமாக உற்பத்தி செய்கின்றபோது, வருவாயும் அதிகமாக இருக்கும். ஆகவே, அதிகமான வருவாய் வேண்டுமென்றால், தனிநபர் உற்பத்தி அதிகமாக இருக்க வேண்டும். அது உற்பத்தித்திறன் என்று அழைக்கப்படுகிறது.

உற்பத்தி செய்தால் மட்டும் போதாது. பொருட்களை யாராவது வாங்க வேண்டும், சேவைகளை யாராவது பயன்படுத்திக் கொள்ள வேண்டும். அதாவது, விநியோகிக்கப்படுகின்ற பொருட்களுக்கும் வழங்கப்படுகின்ற சேவைகளுக்குமான தேவை இருக்க வேண்டும். எடுத்துக்காட்டாக, ஒரு விவசாயி தன் தோட்டத்தில் விளைந்த காய்கறிகளை விற்றுவிட்டு, அதில் கிடைக்கும் வருவாயைக் கொண்டு, தன் துணியைச் சலவை செய்பவருக்குப் பணம் கொடுக்கிறார் என்று வைத்துக் கொள்வோம். அந்தச் சலவைக்காரர், தனக்குக் கிடைக்கும் அந்தப் பணத்தைக் கொண்டு காய்கறிகள் வாங்குகிறார். இந்த விவகாரம் எதார்த்தத்தில் இவ்வளவு எளிமையாக இருப்பதில்லை. அது கொஞ்சம் சிக்கலானது என்பதை மறுப்பதற்கில்லை. சுருக்கமாகச் சொல்ல வேண்டுமென்றால், உற்பத்திதான் எல்லாவற்றையும்விட முக்கியம்.

அதிகமான வருவாய் எங்கிருந்து வருகிறது?

ஒரு தொழிலாளி அதிகமாக உற்பத்தி செய்வதற்கு எது முக்கியமானதாக இருக்கிறது? முதலில் வருபவை, கருவிகள் அல்லது இயந்திரங்கள். ஒரு கட்டடத்திற்கு அஸ்திவாரம் அமைப்பதற்காக ஒரு மண்வெட்டியால் நிலத்தைத் தோண்டுகின்ற ஒரு தொழிலாளியால், மண்வாரி இயந்திரம் ஒன்றைக் கொண்டு தோண்டுகின்ற ஒரு நபரைவிட மெதுவாகவே அந்த வேலையைச் செய்ய முடியும் என்பது வெளிப்படை. இயந்திரத்தின் உதவியுடன் அந்த வேலையைச் செய்பவரால் அந்த வேலையை எளிதாகச் செய்ய முடிவதோடு, அவருடைய உற்பத்தித்திறனும் அதிகமாக இருக்கும். ஏனெனில், ஆற்றல்மிக்க இயந்திரம் அவருக்குக் கைகொடுக்கிறது. பொருளாதார உலகில், அந்தத் தொழிலாளியின் உழைப்பு, இந்த இயந்திரத்தின் வடிவிலான மூலதனத்தால் பல மடங்கு பெருக்கப்பட்டுள்ளது என்று வர்ணிக்கப்படும். அத்தொழிலாளி மண்வெட்டியைச் சரியாகக் கையாளத் தெரியாதவராக இருந்தாலோ அல்லது மண்வாரி இயந்திரத்தை இயக்கத் தெரியாதவராக இருந்தாலோ, அவர் உற்பத்திக்குச் சேதம் விளைவிப்பார். ஆகவே, தொழிலாளர்களின் திறமை, அதாவது மனித மூலதனம், அவர்கள் எந்த அளவு உற்பத்தி செய்கிறார்கள் அல்லது அவர்களுடைய வெளியீடு எந்த அளவு மதிப்பு வாய்ந்ததாக இருக்கிறது என்பதன்மீது தாக்கம் ஏற்படுத்துகிறது.

உற்பத்தித்திறனை அதிகரிப்பதில் வேறு என்னென்ன அம்சங்கள் தாக்கம் விளைவிக்கின்றன? உற்பத்தியின் அமைப்புமுறை இதில் ஒரு முக்கியப் பங்கு வகிக்கிறது. ஒரு தொழிலாளி, மண்ணைத் தோண்டி அதை ஒரு தள்ளுவண்டியில் போட்டு, அதை அவரே உருட்டிச் சென்று, பள்ளத்தில் அந்த மண்ணைக் கொட்டி, கனமான ஓர் உருளையால் அதைக் கெட்டிப்படுத்தி, அதற்குப் பிறகு அந்தக் கட்டடத்திற்கான அஸ்திவாரத்தை அமைக்கிறார் என்று வைத்துக் கொள்வோம். இதில் இடம்பெற்றுள்ள உற்பத்திச் செயல்முறையின் ஒவ்வோர் அம்சத்திற்கும் தனிப்பட்ட நிபுணத்துவம் தேவை. ஆனால், இங்கு ஒரே நபர் அதைச் செய்கிறார். அதற்குப் பதிலாக, காரியங்கள் பின்வருமாறு நிகழ்வதாக வைத்துக் கொள்வோம்: இங்கு ஒருவர் மண்வாரி இயந்திரத்தைப் பயன்படுத்தி மண்ணை வெட்டி எடுத்து ஒரு லாரியில் கொட்டுகிறார். இன்னொருவர் அந்த லாரியை ஓட்டிச் சென்று ஒரு பள்ளத்தில் அந்த மண்ணைக் கொட்டுகிறார். மூன்றாமவர், ஓர் இயந்திரத்தைப் பயன்படுத்தி அந்த மண்ணைக் கெட்டிப்படுத்துகிறார். இறுதியில், செங்கல்களை அடுக்கும் நபர் அந்த அஸ்திவார வேலையில் ஈடுபடுகிறார். இதில் உற்பத்தித்திறன் அதிகமாக இருக்கும் என்பதைத் தனியாகக் குறிப்பிடத் தேவையில்லை. அதற்கு, இங்கு இயந்திரங்கள் பயன்படுத்தப்படுவது மட்டுமே காரணமல்ல. ஒரு குறிப்பிட்ட வேலையில் சிறப்பறிவைப் பெற்றிருக்கும் ஒரு நபர் அந்த வேலையில் ஈடுபடுகிறார் என்பதும்

ஒரு காரணம். பொதுவாக, சிறப்பறிவு கொண்டவர்களால் பொதுவான அறிவைக் கொண்டவர்களைவிட ஒரு குறிப்பிட்ட வேலையை அதிகச் சிறப்பாகச் செய்ய முடியும். ஸ்காட்லாந்தைச் சேர்ந்த, உலகப் புகழ் பெற்றப் பொருளாதார மேதையான ஆடம் சுமித், உற்பத்திப் பெருக்கத்தில் வேலைப் பகிர்வுக்கு ஒரு முக்கியப் பங்கு இருப்பதைச் சுட்டிக்காட்டியுள்ளார். ஒரு வேலை பெரிதாக இருந்தால் மட்டுமே வேலைப் பகிர்வு சாத்தியப்படும். ஒரு வீட்டுத் தோட்டத்தில் மேற்கொள்ளப்படுகின்ற வேலைக்குப் பல வல்லுநர்கள் தேவைப்பட மாட்டார்கள்.

மூலதனத்திற்கும் உற்பத்தி அமைப்புமுறைக்கும் தொழில்நுட்பத்தால் ஓர் உந்துசக்தியாகச் செயல்பட முடியும். அதிக ஆற்றலுடைய அல்லது குறைவான எரிபொருளில் இயங்குகின்ற ஒரு மண்வாரி இயந்திரத்தால், அதை இயக்குகின்ற தொழிலாளியின் வேலைக்கு மதிப்புக் கூட்ட முடியும்.

இறுதியாக, தொழிலாளர்கள் கூடுதல் வருவாய் ஈட்டுவதற்கு எவ்வாறு ஊக்குவிக்கப்படுகிறார்கள், பொருளாதாரத்தின்மீது அவர்களுடைய வேலை எந்த அளவு தாக்கம் ஏற்படுத்துகிறது ஆகிய இரண்டு விஷயங்களும் கவனத்தில் எடுத்துக் கொள்ளப்பட வேண்டும். இவற்றில், தொழிலாளர்களுக்கான ஊக்கத்தொகை ஒப்பந்தங்கள், தொழில் மூலதனத்தின் இயல்பு, பொருட்கள் இடப்பெயர்வு நிர்வாகம், சந்தையின் நிலை, ஒப்பந்தங்கள் அமலாக்கப்படுகின்ற விதம், சட்டங்கள் மற்றும் விதிமுறைகள், நீதிமன்றங்கள் நடுநிலையாகச் செயல்படுவதற்கான சூழல் ஆகியவை அடங்கும். நாம் முன்பு பார்த்த எடுத்துக்காட்டில், ஒரு பணக்கார நாட்டில் இருக்கின்ற ஒரு தொழிலாளர் அந்த மண்வாரி இயந்திரத்தைச் சொந்தமாக வைத்திருக்கக்கூடும். தன்னால் எவ்வளவு விரைவாக முடியுமோ அவ்வளவு விரைவாகவும், தன்னால் முடிந்த அளவு அதிகமாகவும் மண்ணைத் தோண்டுவதற்கு அது அவருக்கு ஊக்கமளிக்கும். பூமியிலிருந்து இப்படித் தோண்டப்படுகின்ற மண்ணைக் கடற்கரையில் கொட்டி, கடலிலிருந்து நிலத்தை மீட்டு, அதில் கட்டடங்களைக் கட்டுகின்ற ஒரு தொழிலதிபருக்கு அந்த மண்ணைக் கொண்டு செல்வதற்கு ஒப்பந்தம் பெற்றுள்ள ஒரு நபர், சில லாரிகளைச் சொந்தமாக வைத்திருக்கக்கூடும். அவரால் எவ்வளவு விரைவாக முடியுமோ அவ்வளவு விரைவாகவும், அவரால் முடிந்த அளவு அதிகமாகவும் மண்ணை அங்குக் கொண்டு செல்வதற்கு அது அவருக்கு ஊக்கமளிக்கும். மொத்தத்தில், சட்டரீதியாக நடைமுறைப்படுத்தத்தக்க ஒப்பந்தங்கள் மூலமாகப் பிணைக்கப்பட்டுள்ள ஒரு விநியோகச் சங்கிலி இங்கு உருவாகியிருக்கும். அது, உற்பத்திப் பொருட்கள் செம்மையாகப் பயன்படுத்தப்படுவதை உறுதி செய்யும்.

ஆனால், ஏழை நாடுகளில், தோண்டியெடுக்கப்படுகின்ற மண்ணை வேறு விஷயங்களுக்காகப் பயன்படுத்துகின்ற வாய்ப்புகள் மிகக் குறைவு. அதனால், தோண்டப்படுகின்ற மண், அந்தப் பள்ளத்திற்கு அருகேயே போட்டு வைக்கப்பட்டுவிடும்.

காலப்போக்கில் அது காற்றில் பறந்து பல இடங்களை மாசுபடுத்தும். சில நேரங்களில், தோண்டப்பட்டுள்ள பள்ளத்திலேயே அது சரிந்து விழவும் கூடும். மண் தோண்டுதல் போன்ற அற்பமான ஒரு காரியம்கூட, ஓர் ஏழை நாட்டோடு ஒப்பிடுகையில் ஒரு பணக்கார நாட்டில் உற்பத்தித்திறன்மிக்கதாக ஆக முடியும்.

அப்படியானால், பெரும்பாலான மக்கள் விவசாயிகளாகவும், கால்நடைகளை மேய்ப்பவர்களாகவும், மீனவர்களாகவும் இருக்கின்ற ஏழை நாடுகளால் எப்படி வளர முடியும்? மேற்கூறப்பட்ட எடுத்துக்காட்டிலிருந்து இதற்கான பதிலைப் பெறுவது எளிது. மனித மூலதனத்தை மேம்படுத்துகின்ற விதத்தில் தொழிலாளர்களுக்குக் கல்வியறிவு புகட்டப்பட வேண்டும் அல்லது பயிற்சிகள் அளிக்கப்பட வேண்டும்; கூடுதல் மூலதனம் அல்லது இயந்திரங்களின் மூலம் அவர்களுக்கு உதவிக்கரம் நீட்டப்பட வேண்டும்; அந்த இயந்திரங்கள், தொழில்நுட்ப வளர்ச்சிக்கு ஏற்றவாறு நவீனப்படுத்தப்பட்டுக் கொண்டே இருக்க வேண்டும்; தனிநபர் உற்பத்தித்திறனை அதிகரிப்பதற்கு உதவும் நோக்கத்துடன்கூடிய நிறுவனங்கள் உருவாக்கப்பட வேண்டும், ஏற்கனவே இருக்கின்ற நிறுவனங்கள் வலுப்படுத்தப்பட வேண்டும்.

துரதிர்ஷ்டவசமாக, வேளாண்மை போன்ற துறைகளில் ஒரு குறிப்பிட்ட அளவுக்கு மேல் உற்பத்தித்திறனை அதிகரிக்க முடியாது. உரங்களின் பயன்பாடு, நீர்ப்பாசனம், உழவு இயந்திரங்கள் போன்றவற்றால் உற்பத்தியைப் பெருக்க முடியும் என்றாலும், அவற்றால் நிலத்தின் அளவைக் கூட்ட முடியாது. இந்தியாவைப் பொறுத்தவரை, 2020 இல், வேளாண் தொழிலாளர்கள் ஒவ்வொருவருக்கும், உழப்படக்கூடிய நிலம் சராசரியாக 0.67 ஹெக்டேர் மட்டுமே இருந்தது. அமெரிக்காவில் அதன் அளவு 46.6 ஹெக்டேர்கள். அதனால், இந்திய வேளாண் தொழிலாளர்கள் தங்களுடைய சிறிய நிலங்களில் மிகச் சிறந்த வேளாண் உத்திகளைப் பயன்படுத்தினால்கூட, அவர்களால் உற்பத்தியைப் பெரிதாகப் பெருக்க முடியாது. தங்களுடைய விளைபொருட்களை அப்படியே விற்காமல், அவற்றின் மதிப்பைக் கூட்டுவதன் மூலம் அவர்களால் கூடுதல் பலனடைய முடியும். எடுத்துக்காட்டாக, காய்கறிகளைக் கொண்டு அவர்களால் ஊறுகாய் தயாரிக்க முடியும், ஒரு சிறிய அளவில் ஆடுகள் அல்லது கோழிகளை அவர்களால் வளர்க்க முடியும். பலர் அவற்றைச் செய்கின்றனர், ஆனால் அமெரிக்கர்களின் செல்வத்தின் அளவை அவர்களால் ஒருபோதும் நெருங்க முடியாது.

வரலாற்றுரீதியாகப் பார்க்கும்போது, தொழிலாளர்கள் தங்களுடைய உற்பத்தித்திறனைக் குறிப்பிடத்தக்க அளவு அதிகரிப்பதற்கு வேளாண் தொழிலிலிருந்து விலகி, பொருள் உற்பத்திக்குள் நுழைய வேண்டியிருந்தது. இன்று, வளர்ந்த நாடுகளாக மாறியுள்ள நாடுகள் இதை மெதுவாகத்தான் சாதித்திருந்தன. ஒரு புள்ளிவிபரத்தின்படி, இங்கிலாந்தில் வேளாண் துறையில் ஈடுபட்டிருந்த தொழிலாளர்களின் எண்ணிக்கை 1550களில் 63 சதவீதமாக இருந்தது. 1750களில் அது 35 சதவீதமாகச் சரிந்திருந்தது.

தொழிற்புரட்சி இந்த மாற்றத்தின் வேகத்தை முடுக்கிவிட்டிருந்தது. தொழிற்சாலை அமைப்புமுறையின் வரவு, நீராவியால் இயங்கிய இயந்திரங்களின் பயன்பாட்டின் அதிகரிப்பு, உற்பத்தி அமைப்பின் நிர்வாகத்தில் ஏற்பட்டிருந்த மேம்பாடுகள் போன்றவை உற்பத்தித்திறனை வெகுவாக அதிகரித்திருந்தன.

ஒரு நல்லவிதமான சுழற்சி உருவானதால் வளர்ச்சி வெகுவாக மேம்பட்டது. கிராமப்புற மக்கள் விவசாயத்தை விட்டுவிட்டு நகர்ப்புறங்களுக்குப் படையெடுத்ததால், கிராமங்களிலேயே தங்கிவிட்டவர்கள் அந்த நிலங்களை ஒன்றிணைத்துப் பெரிய பண்ணை நிலங்களை உருவாக்கினர். உழுதலில் இயந்திரமயமாக்கம், உயர்தர விதைகள், மேம்பட்ட நீர்ப்பாசன வசதிகள், மாற்றுப் பயிர்முறை தொடர்பான புதிய உத்திகள் போன்றவற்றின் காரணமாக, தனிநபர் உற்பத்தித்திறன் பெருமளவு அதிகரித்தது. இப்போது, தங்களுக்கு அதிகமான தொழிலாளர்கள் தேவையில்லை என்பதையும் அந்தப் பண்ணை முதலாளிகள் உணர்ந்து கொண்டனர்.

இதன் காரணமாகப் பணக்காரர்களாக ஆன விவசாயிகளின் கைகளில் ஏகப்பட்டப் பணம் புரண்டது. நல்ல ஆடைகள், நவநாகரிகமான தொப்பிகள் மற்றும் காலணிகள், மேம்பட்ட அறைகலன்கள், பெரிய வீடுகள் போன்றவற்றில் அவர்கள் அப்பணத்தைச் செலவழித்தனர். அதாவது, நகர்ப்புறத் தொழிற்சாலைகள் உற்பத்தி செய்து தள்ளிய பொருட்களை அவர்கள் வாங்கிக் குவித்தனர். காலப்போக்கில், இது தொழிற்சாலை முதலாளிகளைப் பணக்காரர்களாக ஆக்கியது. அவர்கள் தங்களுடைய இலாபங்களை மேம்பட்ட இயந்திரங்களில் முதலீடு செய்தனர். அதன் காரணமாக, அத்தொழிற்சாலைகளில் வேலை பார்த்து வந்த தொழிலாளர்களின் உற்பத்தித்திறன் கூடியது. அதனால், அவர்களுக்கு அதிகமான ஊதியம் வழங்கப்பட்டது. தொழிலாளர்களும் உற்பத்திப் பொருட்களை அதிக அளவில் வாங்கத் தொடங்கினர்.

இதன் காரணமாகப் புதிய தேவைகள் முளைத்தன. நாள் முழுவதும் தொழிற்சாலையில் கடுமையாக உழைத்துக் களைத்துப் போன தொழிலாளர்கள், மாலையில் உள்ளூர் மதுக்கடைகளில் தங்களை ஆசுவாசப்படுத்திக் கொள்ள முனைந்தனர். எனவே, ஒரு புதிய தொழிற்துறை உருவாயிற்று. பீர் தொழிற்சாலைதான் அது. தானியங்களைப் பயன்படுத்தி உருவாக்கப்பட்ட பீர், நகர்ப்புறமெங்கும் அனுப்பி வைக்கப்பட்டது. மதுவிடுதிகள் பலருக்கு வேலைவாய்ப்புகளை உருவாக்கின.

தொடக்கத்தில், கிராமப்புறத்திலிருந்து நகர்ப்புறத்திற்கு இடம்பெயர்ந்த தொழிலாளர்களுக்குக் கல்வியறிவு இருக்கவில்லை. அவர்களுடைய தேவைகளும் குறைவாகவே இருந்தன. ஆனால், இயந்திரங்கள் மேன்மேலும் நவீனமாகத் தொடங்கியதும், தொழிலாளர்களுக்கு அதிகமான பயிற்சிகள் தேவைப்பட்டன. அந்த இயந்திரங்களை இயக்குவதற்கும், சிறிய பழுதுகளை நீக்குவதற்கும், கணிதம், இயற்பியல் மற்றும் வேதியியல் அறிவு அவர்களுக்குத்

தேவைப்பட்டது. புத்திசாலித் தொழிலாளர்கள், ஆலைகளில் நிறுவப்பட்டிருந்த இயந்திரங்களில் சிறிய மாற்றங்களைச் செய்து அவற்றின் செயல்திறனை அதிகரித்தனர்.

தொழிற்சாலைகள் மேலும் பெரிதானபோது, மேலாளர்கள், பொறியாளர்கள், கணக்காளர்கள் போன்ற புதிய வேலைகளுக்கான வாய்ப்புகளும் பெருகின. ஆடைகள் மொத்தமாகத் தயாரிக்கப்படத் தொடங்கியவுடன், மக்கள் விதவிதமான பாணியிலான உடைகளை எதிர்பார்த்தனர். அதனால், ஆடை தயாரிப்பாளர்கள், ஆடை வடிவமைப்பாளர்களைத் தேடத் தொடங்கினர். ஏற்கனவே இருந்த வேலைகளுக்கும் புதிய வேலைகளுக்கும் அதிகத் திறமைகளும் கல்வியும் தேவைப்பட்டன. கல்வியறிவு பெற்றத் தொழிலாளர்கள் குறைவாக இருந்ததால், இந்தப் பதவிகளுக்கான ஊதியங்கள் உயர்ந்தன.

கல்வி ஊதிய உயர்வுக்கும் உற்பத்தி உயர்வுக்கும் இட்டுச் சென்றதால், நகர்ப்புறவாசிகள் தொழிற்சாலை முதலாளிகளின் ஆதரவுடன், தங்களுடைய குழந்தைகளுக்கு மேம்பட்டப் பள்ளிக்கூடங்கள் வேண்டும் என்ற கோரிக்கையை முன்வைத்தனர். வெறுமனே நாகரிகத்தையும் மத நெறிகளையும் குழந்தைகளுக்குக் கற்றுக் கொடுக்கின்ற இடங்களாக இருந்த பள்ளிக்கூடங்கள், இப்போது, வருங்காலத் தொழிலாளர்களை உருவாக்குகின்ற இடங்களாக, பொருளாதாரத்தின் முக்கியமானதோர் அம்சமாக ஆயின. அதாவது, நிதி மூலதனத்தின் விரிவாக்கத்தோடு சேர்ந்து மனித மூலதனமும் பெருகியிருந்தது. இதன் காரணமாக உற்பத்தித்திறன் மேலும் அதிகரித்தது.

நீண்டகால வளர்ச்சிக்குக் கல்வி மூலம் கிடைத்த ஒரு முக்கியமான பலன் தொழில்நுட்ப வளர்ச்சியாகும். கல்வியால் உருவான அறிவியலறிஞர்கள், பொறியாளர்கள் மற்றும் தொழிலாளர்கள், ஏற்கனவே இருந்த உற்பத்திப் பொருட்களை மேம்படுத்தினர் அல்லது புதிய பொருட்களைக் கண்டுபிடித்தனர் (எடுத்துக்காட்டு: ஜேம்ஸ் வாட், தாமஸ் எடிசன்). அதே நேரத்தில், மேலாளர்கள், உற்பத்திச் செயல்முறை செம்மையாக இயங்குவதற்குத் தேவையான நடவடிக்கைகளை மேற்கொண்டனர் (எடுத்துக்காட்டு: ஹென்றி ஃபோர்டு).

இப்படியாக நாடுகள் கொழிக்கத் தொடங்கின. 1820க்கும் 1870க்கும் இடைப்பட்டக் காலத்தில், அமெரிக்காவிலும் மேற்கு ஐரோப்பாவிலும் தனிநபர் வருமானம் ஆண்டுக்கு 1 முதல் 1.3 சதவீதம் அதிகரித்தது. சமீபத்திய ஆண்டுகளில், சீனாவிலும் இந்தியாவிலும் தனிநபர் வருமானம் அதிகரித்துள்ள விகிதத்தோடு ஒப்பிட்டால், இது மிக மெதுவானதுதான். ஆனால், அதற்கு முந்தைய 5,000 ஆண்டுகால மனித வரலாற்றோடு ஒப்பிடுகையில், அது மிக வேகமான வளர்ச்சியே.

சமீபத்திய ஆண்டுகளில், வளரும் நாடுகளின் வளர்ச்சி படுவேகமாக இருப்பதற்கு என்ன காரணம்?

முதலில் தொழில்மயமான நாடுகளால் ஏன் வேகமாக வளர முடியவில்லை? கடந்தகாலத்தில், ஒரு பிரம்மாண்டமான விதத்தில் மேற்கொள்ளப்பட்ட உற்பத்தி அதிகச் செயல்திறன்மிக்கதாக இருந்தபோதிலும், ஒரு தொழிற்சாலை உரிமையாளரால் திடுதிடுப்பென்று ஒரு பிரம்மாண்டமான தொழிற்சாலையைக் கட்டியெழுப்பி ஒரு மிகப் பெரிய அளவில் உற்பத்தி செய்ய முடியவில்லை. அதற்கான முதல் காரணம், மூலதனப் பிரச்சனை. அத்தகைய ஒரு முயற்சிக்குத் தேவையான பணமோ அல்லது நிதியுதவியோ அவருக்கு இல்லாதிருந்திருக்கலாம். அதோடு, தற்போதைய தேவைக்கு அதிகமாக உற்பத்தி செய்து வைத்துக் கொண்டு, மக்கள் அதை வாங்குவார்கள் என்று அவரால் நம்பிக் கொண்டிருக்க முடியாது. அதற்குப் பதிலாக, நிதி மூலதனம் மற்றும் மனித மூலதனத்தின் பெருக்கத்தின் காரணமாக நாட்டு மக்களின் வருவாயும் செலவும் பெருகியிருப்பதால், அதன் விளைவாகப் படிப்படியாக அதிகரிக்கின்ற தேவைகளுக்கு ஏற்பவே அவர் தன் உற்பத்தி விரிவாக்கத்தைத் திட்டமிட வேண்டும். இந்தியா போன்ற காலனிகளைக் கொண்டிருந்த ஐக்கிய இராச்சியம் போன்ற நாடுகள், தாம் உற்பத்தி செய்த பொருட்களைத் தம்முடைய காலனிகளில் விற்பனை செய்வதற்கான சாத்தியக்கூறுகளைக் கொண்டிருந்தன. ஆனால், அதில் இரண்டு சிக்கல்கள் இருந்தன. முதலாவது, காலனி நாட்டு ஏழை மக்களிடம் இந்தப் பொருட்களை வாங்குவதற்கான சக்தி குறைவாக இருந்தது. இரண்டாவது, அந்நாட்டு மக்களின் வாழ்வாதாரமாக விளங்கி வந்த உள்ளூர் கைவினைப் பொருட்களை, காலனி ஆதிக்க நாடுகள் தம்முடைய தொழிற்சாலைகளில் மிகப் பெரிய அளவில் தயாரித்து, அவற்றைக் காலனி நாடுகளில் கொண்டு இறக்கியதன் மூலம், அவர்களை மேலும் வறியவர்களாக ஆக்கிக் கொண்டிருந்தன. நீண்டகால நோக்கில் பார்க்கின்றபோது, ஏகாதிபத்தியம், பொருட்களின் தேவையை என்றென்றைக்குமாக அதிகரித்துக் கொண்டிருப்பதற்கு ஏற்ற ஓர் அமைப்புமுறையாக விளங்கவில்லை.

தொழில்நுட்ப முன்னேற்றத்தால் உற்பத்தியையும் வருவாயையும் ஒரு குறிப்பிடத்தக்க விதத்தில் அதிகரிக்க முடியும். ஆடை தயாரிப்புத் தொழிற்சாலைகளில் பணிபுரிகின்ற தொழிலாளர்கள், மேம்பட்டத் தையல் இயந்திரங்களைப் பயன்படுத்தி, தங்களுடைய வேலை நேரத்தை அதிகரித்துக் கொள்ளாமலேயே அதிகமான ஆடைகளை உற்பத்தி செய்து கொடுப்பது சாத்தியமாகும். அதன் மூலம் அவர்களுடைய வருவாய் அதிகரிக்கும், உணவு மற்றும் பொழுதுபோக்கிற்கு அவர்கள் கூடுதலாகச் செலவு செய்வர். இந்த நாடுகள் ஏற்கனவே மிகச் சிறந்த தொழில்நுட்பங்களைப் பயன்படுத்திக் கொண்டிருந்ததால், அவற்றைவிடச் சிறந்த புதிய

தொழில்நுட்பங்கள் கண்டுபிடிக்கப்பட்டாக வேண்டிய நிலை உருவானது. ஆனால், அறிவுத் துறையில் புதிய கண்டுபிடிப்புகள் அவ்வளவு விரைவில் நடைபெறுவதில்லை.

ஆனாலும், சமீப காலங்களில், சில நாடுகள் அபாரமாக வளர்ந்துள்ளதை நாம் கண்டுள்ளோம். ஜப்பான், கொரியா, மலேசியா, சிங்கப்பூர், தாய்வான் ஆகிய ஆசிய நாடுகள் அவற்றில் குறிப்பிடத்தக்கவை. சமீபத்தில் இதில் சீனாவும் சேர்ந்துள்ளது. இந்தியாவைப் பற்றி இன்னும் சிறிது நேரத்தில் பார்க்கலாம்.

ஆசிய நாடுகள் எவ்வாறு பாரம்பரிய வழியை விடுத்து ஒரு வித்தியாசமான வழியில் வேளாண்மையிலிருந்து பொருள் உற்பத்திக்கு மாறின என்பதைப் பற்றியும், அதில் அந்த அரசாங்கங்கள் கொண்டிருந்த துடிப்பான ஈடுபாட்டைப் பற்றியும், பத்திரிகையாளரும் நூலாசிரியருமான ஜோ ஸ்டட்வெல், 'ஹௌ ஏசியா வொர்க்ஸ்' என்ற தன்னுடைய நூலில் எடுத்துரைக்கிறார்.

நிலச் சீர்திருத்தம்தான் அதன் தொடக்கப் புள்ளி. அங்கு, உழுதவனுக்கே நிலம் சொந்தமாக்கப்பட்டது. சீனாவில் இது 'நிலத்தில் உற்பத்தி செய்வதற்கான உரிமை' என்று அழைக்கப்பட்டது. இதன் காரணமாக, சிறு விவசாயிகள் கொழித்தனர். அவர்களிடம் உபரியாக இருந்த பணம் தொழிற்சாலைகளில் முதலீடு செய்யப்பட்டது. ஆனால், பொருட்களுக்கான உள்ளூர் தேவை அதிகரிப்பதற்காகத் தொழிற்சாலைகள் காத்திருக்க வேண்டியிருந்தால் தொழிற்சாலைகளைப் பெரிய அளவுக்குப் பெருக்க முடியாது என்பதையும், நீண்டகாலத்திற்கு உற்பத்தித்திறனும் குறைவாகவே இருக்கும் என்பதையும் அந்நாட்டு அரசு உணர்ந்து கொண்டது.

எடுத்துக்காட்டாக, ஓர் ஏழை நாடு, மேட்டுக்குடியினருக்கான தொப்பிகளை உருவாக்குவதில் சிறந்து விளங்குவதாக வைத்துக் கொள்வோம். அந்நாடு, உள்நாட்டுத் தேவையின் அதிகரிப்பையொட்டித் தன் உற்பத்தியைப் பெருக்க முனைந்தால், அந்நாட்டு மக்களின் வருவாய் பெருமளவு பெருகினால்தான் அது சாத்தியப்படும். மக்களின் வருவாய் அதிகரிக்கின்றபோது, தொப்பிகளை அணிந்து செல்வதைக் கட்டாயமாக்குகின்ற மேட்டுக்குடியினரின் நிகழ்ச்சிகளின் எண்ணிக்கை அதிகரிக்கும். ஆனால், அதற்கு நீண்டகாலம் பிடிக்கும். அதற்குப் பதிலாக, பணக்கார நாடுகளில் தொப்பிகளுக்கு உள்ள தேவையை அது குறி வைத்தால், அதனால் விரைவாகத் தன் உற்பத்தியைப் பெருக்கிக் கொள்ள முடியும்.

ஆகவே, உலகச் சந்தையைக் குறி வைப்பதன் மூலம் மட்டுமே, வளரும் நாடுகளால் உற்பத்திப் பெருக்கத்தைச் சாதிக்க முடியும். அதற்கு, அங்கு நிலவும் மலிவான தொழிலாளர் ஊதியம் சாதகமாக இருக்கும். அதனால், அந்த அரசாங்கங்கள், ஏற்றுமதித் துறையில், குறிப்பாக, பெரிதாகத் திறமை எதுவும் தேவைப்படாத, ஆனால் பெரும் எண்ணிக்கையில் ஆட்கள் தேவைப்பட்ட ஏற்றுமதிகளில் ஈடுபடும்படி தம் நாட்டின் உற்பத்தியாளர்களைத் தந்திரமாக ஊக்குவித்தன. ஆடை தயாரிப்பு, தோல் பொருட்கள், உதிரிப்

பாகங்களிலிருந்து மின்னணுப் பொருட்களைத் தொகுத்தல் போன்றவை இவற்றுக்கான எடுத்துக்காட்டுகளில் சில. இத்துறைகளில் ஈடுபட்டிருக்கும் நிறுவனங்கள், வரம்புக்கு உட்பட்ட உள்ளூர் தேவைகளால் மட்டுப்படுத்தப்படாமல், பணக்கார நாடுகளின் தேவைகளை நிறைவேற்றுவதன் மூலம் தம்முடைய உற்பத்தியை விரிவுபடுத்திக் கொள்ள முடியும்.

அதோடு, தொழில்நுட்பத்தால் இழுத்துப் பிடித்து வைக்கப்படாமலும் இவற்றால் செயல்பட முடியும். வளர்ந்து வருகின்ற இந்த ஆசிய நாடுகள் தொழில்நுட்பத்தில் பெரிதாக ஈடுபட்டிருக்காததால், ஏற்கனவே இருக்கின்ற தொழில்நுட்பங்களை அவற்றால் விலைக்கு வாங்கிக் கொள்ள முடியும், வாடகைக்கு எடுத்துக் கொள்ள முடியும், பிரதியெடுத்துக் கொள்ள முடியும், ஏன் திருடிக் கொள்ளக்கூட முடியும். அதாவது, அவற்றைப் புதிதாகக் கண்டுபிடிக்க வேண்டிய தேவை அந்நாடுகளுக்கு இருக்காது. எடுத்துக்காட்டாக, அவை ஏற்றுமதிக்கான ஆடைகளைத் தயாரிக்கும் தொழிலில் ஈடுபட்டிருந்தபோது, தொடக்கத்தில் சாதாரணமான தையல் இயந்திரங்களை அவை வாங்கின. பின்னர், அவை படிப்படியாக நவீனத் தையல் இயந்திரங்களுக்கு மாறின. தொழில் வளர்ச்சி அடைந்திருந்த நாடுகள் இத்தொழில்நுட்பங்களை நவீனப்படுத்துவதற்குத் தேவையானவற்றை ஏற்கனவே கண்டுபிடித்து வைத்திருந்ததால், வளரும் நாடுகள் அவற்றை எளிதாக சுவீகரித்துக் கொண்டன. புதிய கண்டுபிடிப்புகளின் மூலம் தொழில்நுட்பங்களைத் தொடர்ந்து நவீனப்படுத்திக் கொண்டே வளர்வதைவிட, அவற்றை சுவீகரித்துக் கொண்டு வளர்கின்றபோது அந்த வளர்ச்சி படுவேகமானதாக இருக்கும்.

பொருள் உற்பத்தித்திறன் தொடர்ந்து தேக்க நிலையில் இருந்து கொண்டிருப்பதில்லை. ஒரு செயலை மீண்டும் மீண்டும் செய்வதன் மூலம் தொழிலாளர்கள் அதில் கைதேர்ந்தவர்களாக ஆகின்றனர், அவர்களுடைய உற்பத்தித்திறன் அதிகரிக்கிறது, தவறுகளின் விகிதமும் வீணாதலும் குறைகிறது. உற்பத்தியின் அளவு ஒரு பிரம்மாண்டமான விதத்தில் அதிகரிக்கின்றபோது, தானியங்கி முறை செயல்பாடும் அதிகரிக்கிறது. எடுத்துக்காட்டாக, இப்போதெல்லாம், உடைகளில் இடம்பெறுகின்ற பித்தான்கள் கைகளால் தைக்கப்படுவதில்லை, அவை இயந்திரங்களால் தைக்கப்படுகின்றன. அது உற்பத்தித்திறனை அதிகரிக்கின்ற அதே வேளையில், உற்பத்திச் செலவைக் குறைக்கவும் செய்கிறது. மேலாளர்களும் செயல்களில் ஈடுபடுவதன் மூலம் கற்றுக் கொள்கின்றனர்; தொழிலாளர்களை ஊக்குவிப்பதற்குப் புதிய, மேம்பட்ட வழிகளைக் கண்டுபிடிக்கின்றனர்; செயல்பாடுகளை வரிசைப்படுத்துவதில் புதுமைகளைப் புகுத்துகின்றனர்; கச்சாப் பொருட்களைச் சரியான நேரத்தில் சரியான இடங்களிலிருந்து பெறுவதையும், உற்பத்திப் பொருட்களைச் சரியான நேரத்தில் சரியான இடங்களுக்கு அனுப்பி வைப்பதையும் உள்ளடக்கிய ‘பொருட்கள் இடப்பெயர்வு நிர்வாகத்தில்’ மேம்படுகின்றனர். வெளிநாட்டு உற்பத்தியாளர்கள் உள்ளூரில் தொழிற்சாலைகளை

நிறுவுகின்றபோது, அவர்கள் அந்த நாட்டுக்குத் தங்களுடைய உற்பத்தி நடைமுறைகளை அறிமுகப்படுத்துகின்றனர். உள்ளூர் உற்பத்தியாளர்கள் இதைப் பிரதியெடுத்துப் பயன்படுத்திக் கொள்கின்றனர்.

அதிக எண்ணிக்கையிலான தொழிலாளர்கள் திறமைகளையும் கல்வியறிவையும் கைவசப்படுத்தத் தொடங்கியவுடன், கேமராக்கள், மோட்டார் சைக்கிள்கள், கார்கள் போன்ற நவீனப் பொருட்களின் உற்பத்தியை நோக்கி உற்பத்தியாளர்கள் நகர்ந்தனர். அப்போது, அதிகமான திறன் தேவைப்படாத உற்பத்தி, வளரும் நாடுகளின் பட்டியலில் புதிதாகச் சேர்ந்த நாடுகளுக்குச் சென்றன. தொழில்நுட்பரீதியாகமேல்மட்ட நிலைகளைநெருங்கிக்கொண்டிருந்த நாடுகள், புதிய தொழில்நுட்பங்களைக் கண்டுபிடிப்பதற்கான சொந்த ஆராய்ச்சி மற்றும் உருவாக்கத்தில் இறங்கின. இதன் விளைவாக, வளர்ந்த நாடுகளுக்கும் வளரும் நாடுகளுக்கும் இடையே இருந்த தொழில்நுட்ப இடைவெளி சுருங்கியது. ஜப்பானியக் கேமராக்கள், கொரியத் தொலைக்காட்சிகள், சீன மின்வாகனங்கள் ஆகியவை உலகச் சந்தையில் கோலோச்சத் தொடங்கின.

கடுமையான போட்டி நிறைந்த ஏற்றுமதிசார் உற்பத்தித் துறையில் கடைபிடிக்கப்படுகின்ற சிறப்பான நடைமுறைகள், முதலில் பிற உற்பத்தித் துறைகளுக்கும், பின்னர் பொருளாதாரத்தின் பிற துறைகளுக்கும் பரவின. கச்சாப் பொருட்கள் சரியான நேரத்திற்கு நம்பகமான முறையில் வந்து சேர்வது இன்றியமையாததாக இருந்த ஏற்றுமதி நிறுவனங்கள், தம்முடைய சரக்குப் போக்குவரத்தை நிர்வகித்துக் கொண்டிருந்தவர்களிடமிருந்து மேம்பட்டச் சேவைகளை எதிர்பார்த்தன. அதனால், சரக்குப் போக்குவரத்தை நிர்வகித்து வந்தவர்கள், தாமதங்களைக் களைவதற்கும், வண்டிகள் பழுதாகி நின்று போவதைத் தடுப்பதற்கும் ஏற்ற வகையில் தங்களுடைய வாகனங்களைச் செம்மையாகப் பராமரிக்கத் தொடங்கினர். பொருட்கள் இடப்பெயர்வு நிர்வாகமும் சரக்குப் போக்குவரத்தும் மேம்பட்டப் பிறகு, கட்டடங்களைக் கட்டிக் கொடுத்தவர்களால் சரியான நேரத்திற்குக் கட்டடப் பொருட்களைத் தருவித்து, கட்டடங்களை விரைவாகக் கட்டி முடிக்க முடிந்தது. அதாவது, உற்பத்தித்திறன் வெறும் ஏற்றுமதி உற்பத்தித் துறையோடு நின்றுவிடவில்லை. கட்டடத் தொழில் போன்ற, பொருளாதாரத்தின் பிற துறைகளுக்கும் அது பரவியது. உண்மையில், உற்பத்திதான் ஒரு நாட்டின் செல்வச் செழிப்புக்கான ஏணியாக விளங்கியது.

ஆசியாவில் நிகழ்ந்த ஏற்றுமதிசார் வளர்ச்சி, துறைகளுக்கு இடையேயான தொழிலாளர் இடப்பெயர்ச்சியை விரைவுபடுத்தியது என்றாலும், இந்த மாற்றம், வளர்ந்த நாடுகளில் ஏற்கனவே நிகழ்ந்திருந்த மாற்றங்களை ஒத்தே இருந்தன. முதலில் உற்பத்தித் துறை வளர்ச்சியடையும். அதில் பங்கு கொள்வதற்காக, வேளாண் துறையில் ஈடுபட்டிருக்கின்ற தொழிலாளர்கள் இடம்பெயர்வர். அதைத் தொடர்ந்து, நாட்டின் மொத்தப் பொருளாதாரத்தில் உற்பத்தியின் பங்கு பெரிதாக அதிகரிக்கும். உற்பத்தித் துறையில்

உற்பத்தித்திறன் அதிகரிக்கின்றபோது, அதில் ஈடுபட்டுள்ள தொழிலாளர்களின் வருவாய் உயரும். மக்களின் வருவாய் உயர்கின்றபோது, அவர்கள் மேலும் பல சேவைகளை வேண்டுவர். ஒரு நாடு ஏழை நாடாக இருக்கின்றபோது, பெரும்பாலான சேவைகள், குடும்ப உறுப்பினர்களாலேயே மேற்கொள்ளப்படுகின்றன. குடும்ப உறுப்பினர்களே சமைப்பர், ஒருவருக்கு ஒருவர் முடிவெட்டிவிடுவர். மக்களிடம் பணம் அதிகரிக்கின்றபோது, அவர்கள் சமையலுக்கு ஆட்களை அமர்த்துவர், முடிவெட்டுகின்ற ஒரு கடைக்குச் சென்று முடிவெட்டிக் கொள்வர். நாடு மேலும் செல்வச்செழிப்பு அடைகின்றபோது, வீட்டு வேலைச் சேவைகளின் கட்டணம் உயரும். மக்கள் சமைக்க விரும்பாதபோது உணவகங்களுக்குச் செல்வர். உற்பத்தித் துறையில் ஏற்படுகின்ற உற்பத்தித்திறன் வளர்ச்சி, சேவைகளின் தேவையை அதிகரிக்கும். இறுதியில், உற்பத்தித் துறையில் தொழிலாளர்களுக்கான தேவை குறையும்.

அதைத் தொடர்ந்து, சேவைகளின் வளர்ச்சி பெருகும். அது உற்பத்தி மற்றும் வேளாண் துறைகளில் ஈடுபட்டிருக்கின்ற தொழிலாளர்களைக் கவர்ந்திழுக்கும். அதன் விளைவாக, அவ்விரு துறைகளிலுள்ள தொழிலாளர்களின் எண்ணிக்கை குறையும். இறுதியில், சேவைத் துறை, பொருளாதாரத்தில் ஆதிக்கம் செலுத்தும் துறையாக உருவெடுக்கும். தொழிலாளர்கள் முதலில் வேளாண் துறையிலிருந்து உற்பத்தித் துறைக்கு மாறுகின்றபோது, உற்பத்தித் துறையிலுள்ள தொழிலாளர்களின் எண்ணிக்கை அதிகரிக்கும். பின்னர், அங்கிருந்து தொழிலாளர்கள் சேவைத் துறைக்கு இடம்பெயர்கின்றபோது, உற்பத்தித் துறையிலுள்ள தொழிலாளர்களின் எண்ணிக்கை சரியும். பொதுவாக, ஒரு நாடு செல்வச்செழிப்பு அடைகின்றபோதுதான், அதன் உற்பத்தித் துறையிலுள்ள தொழிலாளர்களின் எண்ணிக்கை சரியத் தொடங்கும். ஆனாலும், இச்சரிவு மெதுவானதாகவே இருக்கும்.

இந்தியாவின் நிலை எப்படி?

ஒரு நாட்டிலுள்ள பொருட்கள் மற்றும் சேவைகளுக்காக வழங்கப்படுகின்ற மொத்த வருவாயைக் கூட்டினால் கிடைப்பது ஜிடிபி ('மொத்த உள்நாட்டு உற்பத்தி' என்பதன் சுருக்கம்). ஒரு நாட்டின் ஜிடிபியை அந்த நாட்டின் மக்கட்தொகையால் வகுத்தால் வருவது தனிநபர் வருவாய் (தனிநபர் ஜிடிபி) ஆகும்.

1961 இல் இந்தியாவின் தனிநபர் ஜிடிபி 86 டாலர்களாகவும், கொரியாவின் ஜிடிபி 94 டாலர்களாகவும், சீனாவின் ஜிடிபி 76 டாலர்களாகவும் இருந்தன. அப்போது இந்த மூன்று நாடுகளும் ஏழை நாடுகளாக இருந்தன. அதில் இந்தியா நடுவில் இருந்தது. இன்று இந்தியாவின் தனிநபர் ஜிடிபி 2,300 டாலர்களாகவும், கொரியாவின் ஜிடிபி 35,000 டாலர்களாகவும், சீனாவின் ஜிடிபி 12,500 டாலர்களாகவும் இருக்கின்றன. இப்போது இந்தியா நடுவில் இல்லை. இந்த இரண்டு நாடுகளோடு ஒப்பிடுகையில் அது

அதலபாதாளத்தில் இருக்கிறது. இந்தப் புள்ளிவிபரத்தைப் பார்த்ததும் இந்தியர்கள் மூன்று வழிகளில் எதிர்வினையாற்றக்கூடும். முதலாவது, இந்த ஒப்பீடு நியாயமானதல்ல என்ற கருத்து முன்வைக்கப்படும். மனிதகுல வரலாற்றிலேயே மிகவும் வெற்றிகரமாக வளர்ச்சி பெற்றுள்ள இரண்டு நாடுகளோடு இந்தியாவை ஒப்பிடுவது சரியல்ல என்று கூறப்படும். இரண்டாவது எதிர்வினை, விரக்தியால் வருவது. நாம் எப்படி இந்த நிலைக்குச் சரிந்துவிட்டோம் என்ற புலம்பல் இது. மூன்றாவது, தற்காத்துக் கொள்கின்ற வாதம். இந்தியா வேண்டுமென்றே முற்றிலும் வித்தியாசமானதொரு பாதையைத் தேர்ந்தெடுத்திருந்தது; என்ன விலை கொடுத்தாலும், பொருளாதார வளர்ச்சி அடைவதற்குப் பதிலாக, ஜனநாயகத்திற்கும் ஸ்திரத்தன்மைக்கும் இந்தியா முன்னுரிமை கொடுத்திருந்தது என்ற வாதம் அது. இந்த மூன்றிலுமே ஓரளவு உண்மை இருக்கிறது.

இந்தியாவின் வளர்ச்சியை ஒப்பிடுவதற்கு, மிக வேகமாக வளர்ச்சியடைந்து கொண்டிருக்கின்ற இரண்டு நாடுகளை நாங்கள் தேர்ந்தெடுத்திருப்பது உண்மைதான். இதர உலக நாடுகளோடு ஒப்பிடுகையில் இந்தியாவின் வளர்ச்சியை மோசமானது என்று வர்ணிக்க முடியாது. 1980க்கும் 2018க்கும் இடையே, இந்தியாவில் தனிநபர் ஜிடிபி சராசரியாக ஆண்டுக்கு 4.6 சதவீதம் அதிகரித்தது. தொடர்ச்சியான பத்தாண்டுகால வளர்ச்சி ஒருபோதும் 3 சதவீதத்திற்குக் கீழே செல்லவில்லை. கடந்த முப்பத்தெட்டு ஆண்டுகளில், சராசரி வருடாந்திர வளர்ச்சி 4.5 சதவீதத்திற்குக் குறையாமலும், தொடர்ச்சியான பத்தாண்டுகால சராசரி வளர்ச்சி 2.9 சதவீதத்திற்குக் கீழே செல்லாமலும் இருந்த நாடுகளின் பட்டியலில் 9 நாடுகள் மட்டுமே இடம்பெற்றிருந்தன. இதில், இந்தியாவைத் தவிர்த்து இடம்பெற்றிருந்த ஒரே ஜனநாயக நாடு போட்ஸ்வானா மட்டும்தான்.

வளர்ச்சி குறித்துக் கவனிக்கப்பட வேண்டிய மற்றொரு முக்கியமான அம்சமும் இருக்கிறது. ஒரு நாட்டின் வளர்ச்சிப் பாதையில், உற்பத்தித் துறையில் ஈடுபட்டுள்ள தொழிலாளர்களின் எண்ணிக்கை படிப்படியாக உயர்ந்து ஓர் உச்சத்தை அடைந்த பிறகு அது சரியும் என்று நாங்கள் கூறியிருந்தது உங்களுக்கு நினைவிருக்கலாம். ஹார்வர்டு பல்கலைக்கழகத்தைச் சேர்ந்த பொருளாதார வல்லுநர் டானி ரோட்ரிக், உலக நாடுகளில் உற்பத்தித் துறையில் தொழிலாளர்களின் பங்களிப்பு மற்றும் அவர்களின் எண்ணிக்கை குறித்தத் தரவுகளைச் சேகரித்து ஆவணப்படுத்தி வந்திருந்தார். பொதுவாக, ஒரு நாட்டில் தனிநபர் ஜிடிபி வளர்ச்சி ஒரு குறிப்பிட்ட உயரத்தைத் தொட்டவுடன்தான் மொத்தப் பொருளாதாரத்தில் உற்பத்தியின் பங்கு குறையத் தொடங்கும்; ஆனால், ஆப்பிரிக்கா மற்றும் இலத்தீன் அமெரிக்காவிலுள்ள பல நாடுகளில், தனிநபர் ஜிடிபி வளர்ச்சி ஒரு குறிப்பிட்ட உயரத்தைத் தொடுவதற்கு முன்பாகவே, 1990களிலிருந்தே இது குறையத் தொடங்கிவிட்டதாக டானி தெரிவிக்கிறார். இந்தியாவில் உற்பத்தித் துறையில் ஈடுபட்டிருந்த தொழிலாளர்களின் எண்ணிக்கை

2002லிருந்தே குறையத் தொடங்கிவிட்டதாக அவர் மேலும் கூறுகிறார். இந்தியாவில் தொழில்மயமழிதல் நிகழ்ந்து கொண்டிருக்கிறதா என்பது குறித்துக் கருத்து முரண்பாடுகள் நிலவுகின்றன என்றாலும், வேளாண் தொழிலிலிருந்து வெளியேறுபவர்களில் கணிசமான நபர்கள் சேவைத் துறைகளில் நுழைகின்றனர் என்பது உண்மைதான். இது, வளர்கின்ற நாடுகளில் வழமையாக நடைபெறுகின்ற ஒன்றுதான். ஆனால், உற்பத்தித் துறையில் ஈடுபட்டுள்ள தொழிலாளர்களின் எண்ணிக்கை கூடாமலும் குறையாமலும் அப்படியே இருக்கிறது. இது ஒரு செயல்பாட்டுக் கோளாறா, அல்லது இந்தியா போன்ற, தாமதமாகத் தொழில்மயமான நாடுகளில் காணப்படுகின்ற ஓர் அம்சமா என்பதைப் பற்றி அடுத்தச் சில அத்தியாயங்களில் நாம் பார்க்கலாம்.

தரவுகளை நீங்கள் எப்படி வெட்டி ஒட்டிப் பார்த்தாலும், ஏற்றுமதிசார் பொருள் உற்பத்தித் துறைக்குள் இந்தியா தாமதமாகத்தான் நுழைந்திருந்தது என்ற உண்மையை நீங்கள் புரிந்து கொள்வீர்கள். 1990களில் இந்தியாவில் பொருளாதாரச் சீர்திருத்தங்கள் மேற்கொள்ளப்பட்டதிலிருந்து அது தொடங்குகிறது. 1990களின் தொடக்கத்திலிருந்தே, பொருள் மற்றும் சேவை ஏற்றுமதிகளினால் இந்தியப் பொருளாதாரத்தின் வளர்ச்சி பயன் பெற்று வந்துள்ளது. ஆனால், இந்தியா ஏன் பன்னாட்டு நிறுவனங்களின் உற்பத்தி மையமாக உருவாகியிருக்கவில்லை? அது எத்தகைய பொருள் உற்பத்தியில் சிறந்து விளங்குகிறது? அதைத்தான் நாம் அடுத்து ஆராயப் போகிறோம்.

2

இந்தியா ஏன் பன்னாட்டு நிறுவனங்களின் உற்பத்தி மையமாக உருவாகியிருக்கவில்லை?

கிழக்கு ஆசியாவில் பெரும் வளர்ச்சி பெற்றிருந்த நாடுகள் அளவுக்கு, தன் மக்களின் வாழ்க்கைத் தரத்தை மேம்படுத்துவதில் இந்தியா பெரிதாக வெற்றி பெறவில்லை என்பதை முந்தைய அத்தியாயத்தில் நாம் பார்த்தோம். இந்தியா பன்னாட்டு நிறுவனங்களின் உற்பத்தி மையமாக உருவாகாமல் இருந்தது ஒருவேளை அதற்குக் காரணமாக இருக்கலாம். சீனாவுடன் நம்மை ஒப்பிடுவது பொருத்தமாக இருக்கும். ஏனெனில், 1960களில் இந்தியாவும் சீனாவும் கிட்டத்தட்ட ஒரே அளவு மக்கட்தொகையைக் கொண்டிருந்தன, இரண்டு நாடுகளின் தனிநபர் ஜிடிபியும் கிட்டத்தட்ட ஒரே அளவில் இருந்தது.

சீனா அளவுக்கு இந்தியா ஏன் தொழில்மயமாகவில்லை?

தோராயமாகச் சொல்ல வேண்டுமென்றால், பொருளாதாரத்தை நவீனப்படுத்தும் செயலில் இந்தியா இறங்குவதற்குப் பத்தாண்டுகளுக்கு முன்பே, அதாவது, 1970களின் பிற்பாதியிலேயே சீனா அதில் இறங்கிவிட்டிருந்தது. சீனா அதைச் சீக்கிரமாகத் தொடங்கியதோடு மட்டுமல்லாமல், படுவேகமாகவும் வளர்ந்தது. மற்றவற்றைக் கூட்டுப்பெருக்க விளைவு பார்த்துக் கொண்டது. பொருளாதார வளர்ச்சியில் 2007 இல் சீனா இருந்த நிலையில் இன்று இந்தியா இருக்கிறது. அதாவது, நாம் சீனாவைவிட 16 ஆண்டுகள் பின்தங்கி இருக்கிறோம். இந்த இடைவெளியைத் தக்க வைத்துக் கொள்வதற்குக்கூட, சீனா வளர்ந்த அதே வேகத்தில் நாம் வளர்ந்தாக வேண்டும். ஆனால், அப்படிப்பட்ட உயர் வளர்ச்சி விகிதத்தை அடைவது இப்போது அவ்வளவு எளிதல்ல. ஏனெனில், சீனா இப்போது இருக்கின்ற அதே வளர்ச்சி விகிதத்தில் தொடர்ந்து இருந்து கொண்டிருக்காது, அது தன் வேகத்தை அதிகரிக்கவே முயலும்.

சீனாவுக்கும் இந்தியாவுக்கும் இடையே ஏராளமான

வேறுபாடுகள் இருக்கின்றன. அவற்றின் வரலாறு, அரசியல் அமைப்புமுறைகள், மக்களின் பன்முகத்தன்மை, மக்கட்தொகைக் கட்டமைப்பு போன்றவை அவற்றில் சில. ஒரு சில வேறுபாடுகளில் மட்டும் கவனத்தைக் குவிப்பது என்பது பார்வையற்ற ஐவர் ஒரு யானையைத் தடவிப் பார்த்து அதைப் புரிந்து கொண்ட கதைதான் என்பது எங்களுக்குப் புரிகிறது. ஆனாலும், நாங்கள் அதில் இறங்கத் துணிந்துள்ளோம்.

அடிப்படைக் கல்வி

இருபதாம் நூற்றாண்டில், கம்யூனிச அரசுகள், அடிப்படைக் கல்விக்காகப் பணத்தை வாரி இறைத்தன. அவை சமத்துவத்திற்கு முக்கியத்துவம் அளித்தது அதற்கான முக்கியக் காரணங்களில் ஒன்று. சாதாரண மக்களும் கம்யூனிசச் சித்தாந்தங்களை அறிந்து கொள்ள வேண்டும் என்ற நோக்கமும் அதற்குப் பின்னால் இருந்தது. இதற்குச் சீனாவும் விதிவிலக்கல்ல. 1950 இல் இந்திய மக்கட்தொகையின் சராசரிப் பள்ளிப்படிப்புக் காலம் 1 வருடமாக இருந்தது. அப்போது சீனாவின் மக்கட்தொகையின் சராசரிப் பள்ளிப்படிப்புக் காலம் 1.8 ஆண்டுகளாக இருந்தது (சீனா ஒரு கம்யூனிச நாடாக ஆகி அப்போதுதான் ஓராண்டு முடிந்திருந்தது). 1980 ஆம் ஆண்டுவாக்கில், சீனா பொருளாதாரச் சீர்திருத்தங்களைக் கொண்டு வந்திருந்த சமயத்தில் அது 5.7 ஆண்டுகளாக இருந்தது. இந்தியாவில் அது 2.5 ஆண்டுகளாக இருந்தது. 1990களின் தொடக்கத்தில், இந்தியா பொருளாதாரச் சீர்திருத்தங்களை மேற்கொண்ட பிறகு, அது 3.6 ஆண்டுகளாக மட்டுமே உயர்ந்திருந்தது.

இது ஏன் முக்கியம்? அமெரிக்க எம்ஐடி பேராசிரியரான யாஷெங் ஹுவாங், சீனாவின் வளர்ச்சிக் கதை அடித்தட்டிலிருந்து தொடங்கிய ஒன்று என்று தெரிவிக்கிறார். 1980களில், சீனாவில் கிராமப்புறப் பகுதிகளில் மிகப் பெரிய எண்ணிக்கையில் தொழில்கள் தொடங்கப்பட்டன. அரசு அதற்கு மலிவான வட்டி விகிதத்தில் கடன் வழங்கியது, தொழில்கள் தொடங்கப்படுவதற்கு வசதியாகப் பல கட்டுப்பாடுகளை நீக்கியது. ஒரு குறிப்பிட்டப் பொருளை உற்பத்தி செய்த தொழிற்சாலைகள் ஒரு குறிப்பிட்ட இடத்தைச் சுற்றிப் பெரும் எண்ணிக்கையில் தொடங்கப்பட்டன. எடுத்துக்காட்டாக, கதவுகளின் கைப்பிடிகளை மட்டும் உற்பத்தி செய்த தொழில்கள் ஓரிடத்தில் நிறைய இருந்தன. அதேபோல, இயந்திரங்களுக்கான ஸ்க்ரூக்களைத் தயாரித்தத் தொழில்கள் ஓரிடத்தில் குவிந்து கிடந்தன. பின்னர் இவை சீனாவின் மலிவான உற்பத்திச் சங்கிலியின் அங்கங்களாக உருவெடுத்தன. இந்தியாவில் இவை போன்ற தொழில்கள் உருவாகாமல் போனதற்குக் காரணம், குறிப்பாக கிராமப்புறங்களில் நிலவிய குறைவான கல்வியறிவு என்று ஹுவாங் தெரிவிக்கிறார். சிறு தொழில்களை நடத்துவதற்கு அடிப்படைக் கல்வியறிவு, ஓரளவு எண் அறிவு, அடிப்படைக் கணக்கறிவு ஆகியவை தேவை. சீனாவில் தாராளமயமாக்கம்

அமலாக்கப்பட்டபோது, எண்ணற்றச் சீனர்களிடம் இவை இருந்தன. ஆனால், இந்தியா, கல்வியறிவு பெற்றத் தொழிலாளர்களுக்கான தேவையை தாராளமயமாக்கம் அடிக்கோடிட்டுக் காட்டிய பிறகுதான் விழிப்புணர்வடைந்து கல்வியில் அதிகமாக முதலீடு செய்யத் தொடங்கியது.

பெரும்பான்மை மக்களுக்கு அடிப்படைக் கல்வியை வழங்குவதில் இந்தியா ஏன் இவ்வளவு மோசமான நிலையில் இருந்தது? இந்தியா சுதந்திரம் அடைந்த பிறகு, முதல் நாற்பது ஆண்டுகளில் தன்னுடைய குழந்தைகளில் பெரும்பாலானோருக்குக் கட்டாய அடிப்படைக் கல்வியை வழங்கத் தவறியிருந்ததற்குக் காரணம், அதன் சாதிய மற்றும் பொருளாதார அடுக்குமுறை அமைப்புதான் என்று அமெரிக்க எம்ஐடி பேராசிரியர் மைரான் வீனர், 'த சைல்டு அன்ட் த ஸ்டேட்' என்ற தன்னுடைய பிரபலமான நூலில் குறிப்பிட்டுள்ளார். தாழ்ந்த சாதியினருக்கும் ஏழைகளுக்கும் கல்வியறிவு வழங்குவதற்கு மேட்டுக்குடியினருக்கு எந்த ஆர்வமும் இருக்கவில்லை. ஒரு வேளாண் தொழிலாளிக்கு, கல்வியறிவு அவனுடைய வட்டத்தில் அவனுக்கு ஓரளவு அந்தஸ்தை ஈட்டிக் கொடுப்பதையும், சமூகத்தில் அவனுடைய மக்களின் அவல நிலை குறித்த விரக்தி மனப்பான்மையை அவனிடத்தில் உண்டாக்குவதையும் தவிர, பெரிதாக வேறு எந்தப் பயனைப் பெற்றுத் தந்துவிடப் போகிறது?

தொடக்க நிலைக் கல்வி மற்றும் சுகாதாரத்திற்கு அதிகப் பணம் செலவு செய்வதற்கு ஜனநாயகமும் அரசை நிர்ப்பந்திக்கவில்லை என்பது ஒரு விநோதமான விஷயம்தான். அண்ணல் அம்பேத்கர் வாதிட்டபடி, ஒருவேளை, கிராமங்களில் நிலவிய சாதிய அடுக்குமுறை அமைப்பு, ஏழை மக்களை அதிகாரமற்றவர்களாக ஆக்கி வைத்திருந்திருக்கக்கூடும்; அல்லது, தங்களுடைய உரிமைகள் குறித்த விழிப்புணர்வைப் பெறுவதற்கும், அந்த உரிமைகளுக்காகப் போராடுவதற்கும் மக்களுக்கு அடிப்படைக் கல்வியறிவு தேவைப்பட்டிருக்கக்கூடும்; அல்லது, கல்வி இடைவெளியை வெளிச்சம் போட்டுக் காட்டிய வேலைகள் தாராளமயமாக்கத்தால் உருவாக்கப்படும்வரை, அடிப்படைக் கல்வி மற்றும் சுகாதாரத்தின் முக்கியத்துவத்தை மக்கள் உணராமல் இருந்திருக்கக்கூடும். அல்லது, உண்மை, இந்த மூன்றும் சேர்ந்த ஒரு கலவையாகவும் இருக்கக்கூடும்.

1990களில், இந்தியா தாராளமயமாக்கத்தை அறிமுகப்படுத்தியவுடன், பொதுமக்களின் சராசரிப் பள்ளிப்படிப்புக் காலம் கிடுகிடுவென உயரத் தொடங்கியது. 2015 ஆம் ஆண்டுவாக்கில், இந்திய மக்கட்தொகையின் சராசரிப் பள்ளிப்படிப்புக் காலம் சீனாவைவிட 1.5 ஆண்டுகள் மட்டுமே குறைவாக இருந்தது. இது ஒரு சாதாரணமான சாதனை அல்ல. ஆனால், நம்முடைய கல்வியின் தரம் சொல்லிக் கொள்ளும்படி இல்லை என்பதை மறுப்பதற்கில்லை. பெரும்பாலான குழந்தைகள், தாங்கள் படித்துக் கொண்டிருக்கின்ற வகுப்பில் எதைத் தெரிந்து கொண்டிருக்க வேண்டுமோ, அதற்கும், அவர்களுக்கு உண்மையிலேயே தெரிந்திருப்பவற்றுக்கும்

இடையே ஒரு பெரிய இடைவெளி இருக்கிறது. பெரும்பான்மைக் குழந்தைகளைப் பள்ளிக்கூடங்களுக்கு அனுப்பி வைப்பதில் வெற்றி பெற்றுள்ள இந்தியா, இனி, அக்குழந்தைகள் கற்கும் கல்வியின் தரத்தை மேம்படுத்துவதில் கவனம் செலுத்த வேண்டும்.

அரசின் அதிகாரப் பரவலாக்கமும் ஆதரவும்

சீனாவின் தொழில்மயமாக்கத்தில் இருந்த இரண்டாவது முக்கிய அம்சம், உள்ளூர் அரசாங்கங்களுக்கு இடையே போட்டிகளை உருவாக்கிய அதன் அமைப்புமுறையாகும். பிற வளரும் நாடுகளில் உள்ளதைப்போலவே, சீனாவிலும் தொழில்களைத் தொடங்குவது அவ்வளவு எளிதான காரியமல்ல. தொழில் தொடங்குவதற்குத் தேவையான சட்டச் சம்பிரதாயங்களைச் செய்து முடிப்பதற்கு அதிக காலம் பிடிக்கும். தொழில்களை நிர்வகிப்பதில் அரசின் கட்டுப்பாடுகள் குறித்தத் தரவுகளை உலக வங்கி தொகுத்து வருகிறது. அதன்படி, 2007, 2013 ஆகிய இரண்டு ஆண்டுகளிலும் சீனா 91-வது இடத்தில் இருந்தது. இந்தியா 2007இல் 116-வது இடத்திலும், 2013-இல் 132-வது இடத்திலும் இருந்தது. மொத்தத்தில், ஒரு தொழிலைத் தொடங்கி நடத்துவது இரண்டு நாடுகளிலுமே அவ்வளவு சுலபமான காரியமாக இருக்கவில்லை.

சீனா இதைத் தனக்கே உரிய ஒரு வழியில் சமாளித்தது. சீனாவில் அனைத்து அதிகாரங்களும் சீனக் கம்யூனிஸ்டுக் கட்சியிடம் குவிந்து கிடக்கின்றன என்ற கண்ணோட்டம் பொதுவாகச் சீனாவுக்கு வெளியே நிலவுகிறது. ஆனால், வளர்ச்சி ஊக்குவிப்புக் கொள்கைகள், நகராட்சிகளுக்கும் மாநகராட்சிகளுக்கும் இடையே பகிர்ந்தளிக்கப்பட்டிருந்தன. 1970களின் பிற்பகுதியில், டெங் சியோபிங் கம்யூனிச இலட்சியங்களிலிருந்து பொருளாதாரத்தை விலக்கி வைத்தவுடன், சீனத் தலைவர்கள் பரந்துபட்டக் கொள்கைகளை வடிவமைத்தனர். ஆனால், கீழ்மட்ட நிர்வாகங்கள் பொருளாதார வளர்ச்சியின் அச்சாணியாக மாறின.

சிகாகோ பல்கலைக்கழகத்தைச் சேர்ந்த சியாங்-தாய் ஹெய்ச் கூறியுள்ளதுபோல, தங்களுக்குப் பிடித்த நிறுவனங்களுக்கு அனுகூலமாக நடந்து கொள்வதற்கு நகர மேயர்களுக்குப் பல வழிகள் இருந்தன. அவர்கள் வகுத்திருந்த விதிமுறைகளை அந்நிறுவனங்கள் மீறியபோது அவர்கள் அதைக் கண்டுகொள்ளாமல் இருந்தனர். அவர்களுடைய கட்டுப்பாட்டுக்கு வெளியே இருந்த விதிமுறைகளைத் தளர்த்துவதற்கு, அவர்கள் தங்கள் கட்சியின் மேலிடத்தில் இருந்தவர்களை அணுகினர். தொழில் நிறுவனங்களுக்கு நிலங்களைச் சந்தை விலைக்குக் குறைவாக வழங்கவும், குறைவான வட்டிக்குக் கடன் வழங்கவும் அவர்களால் முடிந்தது. சில நேரங்களில், அவற்றுக்குப் பதிலீடாக, உள்ளூர் நகரத்திற்கு அந்த நிறுவனங்களின் பங்குகளில் சிலவற்றை அவர்கள் பெற்றுக் கொண்டனர். தங்களுடைய அதிகாரத்திற்கு உட்பட்டப் பகுதிகளில், தாங்கள் ஆதரித்த நிறுவனங்களின் போட்டி நிறுவனங்கள்

தலைதூக்காதவாறும் அவர்கள் பார்த்துக் கொண்டனர். உள்ளூர் வளர்ச்சியை ஊக்குவிப்பதில் ஒரு நகராட்சி அதிகாரிக்குக் கிடைத்த வெற்றி, கட்சியின் அதிகார ஏணியில் அவர் மேலேறிச் செல்வதற்கு அவருக்கு வெகுவாக உதவியது. அதாவது, நகர மேயர்கள், உள்ளூர் வளர்ச்சியை அதிகரிப்பதற்குத் தேவையான அதிகாரங்களைப் பெற்றிருந்ததோடு, அதிலிருந்து பலன்களையும் அனுபவித்து வந்தனர்.

2013 இல் ஒரு சீன நகரத்திற்குச் சென்றிருந்த அனுபவத்தை ஹெய்ச் விவரித்துள்ளார். அந்த நகரில், புதிய நிறுவனங்களைக் கவர்ந்திழுப்பதற்கும், அங்கு ஏற்கனவே தொடங்கப்பட்டிருந்த, மேயருக்கு பிடித்தமான நிறுவனங்களின் பிரச்சனைகளைக் களைவதற்கும் ஏழு துணை மேயர்கள் நியமிக்கப்பட்டிருந்தனர். ஒவ்வோர் உதவி மேயருக்கும் சுமார் முப்பது நிறுவனங்கள் ஒதுக்கப்பட்டிருந்தன. ஷாங்காய் நகரில், உள்ளூர் அரசாங்கத்துடன் கூட்டாகச் சேர்ந்து தொழில் தொடங்க முன்வந்திருந்த ஜெனரல் மோட்டார்ஸ் நிறுவனத்திற்கு ஆதாயம் வழங்குவதற்காக, அந்நகரில் இருந்த அனைத்து வாடகைக் கார்களும் ஜெனரல் மோட்டார்ஸ் நிறுவனத்தின் கார்களாக மட்டுமே இருக்க வேண்டும் என்ற புதிய விதிமுறையை அமல் செய்யும் அளவுக்கு அவர்களுடைய உதவிக்கரம் நீண்டது.

கம்யூனிஸ்டுக் கட்சி உறுப்பினர்களின் ஆசியுடன் தொடங்கப்பட்ட நிறுவனங்களின் இலாபங்களில் ஒரு சிறு பங்கு அந்த அதிகாரிகளுக்கும் போய்ச் சேர்ந்தது. ஆனால், ஊழல் இங்கு ஒரு முக்கியமான ஊக்குவிப்புக் காரணியாக இல்லாமல், காரியங்கள் சுமூகமாக நடைபெறுவதற்கான மசகு எண்ணெய்போலச் செயல்பட்டது. உண்மையில், உள்ளூர் அரசாங்கங்களுக்கு இடையே நிலவிய போட்டி, உள்ளூர் அதிகாரிகள் பெற்றக் கையூட்டுத் தொகையின் அளவைக் குறைப்பதில் ஒரு முக்கியப் பங்காற்றியது. லண்டனிலிருந்து வெளிவருகின்ற 'ஃபைனான்சியல் டைம்ஸ்' நாளிதழின் செய்திப் பிரிவின் முன்னாள் தலைவரான ரிச்சர்டு மெக்கிரெகர் இது குறித்து இவ்வாறு கூறியுள்ளார்: "சீனாவின் பொருளாதாரம் எந்த அளவுக்கு மற்றொரு முக்கியமான அம்சத்தால் முடுக்கிவிடப்பட்டுள்ளது என்ற விஷயம் சீனாவில் பரவலாகப் பயணம் செய்யும் எவரொருவருடைய பார்வையிலிருந்தும் தப்பாது. அதை ஒரு விதமான டார்வினியப் போட்டி என்று குறிப்பிடலாம். அந்நாட்டிலுள்ள ஒவ்வொரு பிராந்தியமும், நகரமும், பேரூராட்சியும், ஊராட்சியும், நடைமுறையில் இருக்கின்ற பொருளாதார அனுகூலங்களைத் தங்கள் பக்கம் கவர்ந்திழுப்பதற்காகத் தங்களுக்குள் கடுமையாக மோதிக் கொண்டிருக்கின்றன என்பதுதான் அது."

இங்கு நாங்கள் இவற்றைக் கடந்தகாலக் கண்ணோட்டத்தில் முன்வைத்துக் கொண்டிருப்பதை நீங்கள் கவனித்திருக்கக்கூடும். ஜீ ஜின்பிங் சீன அதிபராக ஆனதைத் தொடர்ந்து அதிகாரம் மையத்தில் குவிக்கப்பட்டப் பிறகு, விதிமுறைகளை வளைக்கின்ற போக்கு குறைந்திருக்கிறது. சில நேரங்களில், சில குறிப்பிட்ட நபர்கள்மீது ஊழல் குற்றச்சாட்டுகள் பதிவு செய்யப்பட்டதும்

இதற்கு உதவியிருந்தது. விதிமுறைகளைத் தங்கள் இஷ்டத்திற்கு வளைத்துவிட்டோம் என்ற ஊழல் குற்றச்சாட்டுக்குத் தாங்கள் ஆளாகிவிடக்கூடாது என்று அதிகாரிகள் இப்போது எச்சரிக்கையுடன் செயல்படுகின்றனர். இதே காலகட்டத்தில் சீனாவின் வளர்ச்சி குறைந்ததைத் தற்செயலானதாக எடுத்துக் கொள்ள முடியாது. தொழில் தொடங்குவதற்கும் நடத்துவதற்கும் சீனாவில் நிலவிய சாதகமான சூழல் சீனாவின் வளர்ச்சிக்கு முக்கியமானதாக இருந்ததையே இது சுட்டிக்காட்டுகிறது.

இதற்கு நேரெதிராக, இந்தியா எப்போதும் மத்தியில் அதிகாரம் குவிக்கப்பட்டிருந்த ஓர் அரசியலமைப்பு முறையையே கொண்டிருந்தது. இந்திய அரசியலமைப்புச் சட்டம்கூட, அதிகாரப் பரவலாக்கத்தை மாநில அரசுவரை மட்டுமே அனுமதித்திருந்தது. அப்போதும்கூட, மக்களால் தேர்ந்தெடுக்கப்பட்ட மாநில அரசுகளைக் கலைக்கின்ற அதிகாரத்தை ஒன்றிய அரசு பெற்றிருந்தது. தொடக்கக் காலகட்டங்களில், மாநகராட்சிகள், நகராட்சிகள், ஊராட்சிகள் ஆகியவற்றுக்கு அதிகாரங்களோ, நிதியோ, அல்லது ஊழியர்களோ வழங்கப்படவில்லை. இதற்கான காரணத்தை நாம் பின்னர் பார்க்கலாம். மூன்றாவது நிலை அரசாங்க நிர்வாகத்திற்கான அரசியலமைப்புச் சட்ட மாற்றம் கொண்டுவரப்பட்டிருந்தபோதிலும், நடைமுறையில் இதுவரை அதிகாரப் பரவலாக்கம் பெரிய அளவில் நடைபெறவில்லை.

இன்று, தொழில்களைப் பெறுவதற்கு இந்திய மாநிலங்களுக்கு இடையே கடுமையான போட்டி நிலவுகின்றபோதிலும், அவை பெரும் எண்ணிக்கையிலான மக்களை ஆண்டு கொண்டிருக்கின்றன. சீனாவிலுள்ள ஒரு நகர மேயருக்கு இருந்த அதிகாரமோ அல்லது சட்ட ஆட்சி எல்லையோ, இந்திய மாநிலம் ஒன்றின் தொழிற்துறைச் செயலாளருக்குக் கிடையாது. மத்திய அரசாங்கத்தால் நேரடியாகப் பதவியில் அமர்த்தப்படுகின்ற மாவட்ட ஆட்சியருக்குத் தன்னுடைய மாவட்ட வளர்ச்சியை மேம்படுத்துவதற்கு எந்தவிதமான ஊக்குவிப்பும் வழங்கப்படுவதில்லை. அத்தி பூத்தாற்போல, எப்போதாவது ஒரு மாவட்ட ஆட்சியர் தன் சொந்த ஆர்வத்தால் மாவட்ட வளர்ச்சிக்கு எதையாவது செய்வார், அவ்வளவுதான்.

ஜனநாயக சக்திகளையும் சந்தையையும் அடக்கி ஒடுக்குதல்

சீனா தன்னுடைய தொழில் நிறுவனங்களுக்கு, குறிப்பாக ஏற்றுமதிசார் தொழில் நிறுவனங்களுக்கு அனுகூலம் வழங்க வேண்டியிருந்தது. இதை அந்நாடு பல வழிகளில் செய்தது. 1990களிலிருந்து சீனாவில் ஏற்றுமதி பிரம்மாண்டமாகப் பெருகி அந்நியச் செலாவணிக் கையிருப்பு அதிகரித்தபோதிலும், அந்நாடு, அந்நிய நாணய மாற்று விகிதத்தில் எந்தவிதமான மாற்றங்களும் ஏற்படாமல் பார்த்துக் கொண்டது. இதற்கு என்ன அர்த்தம்?

சீனப் பொருட்கள் ஏற்றுமதி செய்யப்படுகின்றபோது, அவற்றின் விலை, சீன நாணயமான 'ரென்மின்பி'யில் குறிப்பிடப்படும். அந்நியச்

செலாவணிச் சந்தை, ரென்மின்பிக்கும் அமெரிக்க டாலருக்கும் இடையேயான பரிமாற்ற விகிதத்தை நிர்ணயம் செய்யும். இந்த விகிதம் எப்போதும் குறைவாகவே இருக்கும்படி சீனா பார்த்துக் கொண்டது. இதற்கு, அது மத்திய வங்கியைப் பயன்படுத்தி, சந்தையிலிருந்த டாலர்களையெல்லாம் வாங்கி வைத்துக் கொள்ளும். அதன் விளைவாக, பொதுமக்கள் வாங்குவதற்குச் சந்தையில் குறைவான டாலர்களே இருக்கும். ஒரு டாலரைக் கொண்டு அதிகமான அளவு ரென்மின்பியை வாங்க முடியும். அதன் காரணமாக, வெளிநாடுகளால் சீனப் பொருட்களை மிகவும் மலிவான விலையில் வாங்க முடிந்தது. அதோடு, சீனாவால் பிற போட்டி நாடுகளைவிட அதிக அளவில் பொருட்களை ஏற்றுமதி செய்ய முடிந்தது. சீனாவின் இந்த அந்நிய நாணய மாற்று விகிதத்தைத் தமக்குச் சாதகமாகப் பயன்படுத்திக் கொள்வதற்காக, எண்ணற்றப் பன்னாட்டு நிறுவனங்கள் சீனாவில் தம்முடைய தொழிற்சாலைகளை நிறுவின. மேலும், இறக்குமதிப் பொருட்களின் விலை, சராசரி மக்களால் வாங்க முடியாத அளவு உச்சத்தில் இருந்தால், இறக்குமதியும் குறைந்தது, சீன மக்கள் சீனப் பொருட்களை மட்டுமே வாங்குகின்ற நிலைக்குத் தள்ளப்பட்டனர்.

இது மட்டுமல்லாமல், சீனாவில் தொழில் தொடங்கிய நிறுவனங்களுக்கு, மலிவான கடன், மலிவான ஊதியத்தில் தொழிலாளர்கள், தரமான கட்டமைப்பு போன்றவை கிடைத்தன. சீன அரசின் கட்டுப்பாட்டிலிருந்த அரசு வங்கிகளில் பொதுமக்கள் போட்டு வைத்திருந்த பணத்திற்கு மிகவும் குறைவான வட்டி கொடுக்குமாறு சீன அரசு அந்த வங்கிகளுக்கு உத்தரவிட்டது. இந்த ஏற்பாட்டின் மூலம், வங்கிகள் நஷ்டம் அடையாமல் குறைந்த வட்டியில் தொழில்களுக்குக் கடன் கொடுப்பது சாத்தியமாயிற்று. தொழிலாளர் சங்கங்களைக் கம்யூனிஸ்டுக் கட்சியே கட்டுப்படுத்தி வந்ததால், தொழிலாளர்களின் உற்பத்தித்திறன் அதிகரித்தபோதிலும், அவர்களுடைய ஊதியம் அதற்கேற்ப அதிகரிக்காதபடி அது பார்த்துக் கொண்டது. இது நிறுவனங்களுக்குக் கூடுதல் இலாபத்தைக் கொடுத்தது. மேலும், சீன அரசு, தொழிற்சாலைகளை நிறுவுவதற்கும், சரக்குகளை ஓரிடத்திலிருந்து மற்றோர் இடத்திற்குக் கொண்டு செல்வதற்குச் சாலைகளை அமைப்பதற்கும் பொதுமக்களிடமிருந்து நிலங்களை எளிதாகக் கைவசப்படுத்தியது. தொழிற்சாலைகளுக்காக அருமையான கட்டடங்கள் கட்டப்பட்டன, சிறந்த சாலைகள் அமைக்கப்பட்டன. இதன் காரணமாக, தொழில் நிறுவனங்களால் தம்முடைய தொழிலாளர்களை அவர்களுடைய வீடுகளிலிருந்து நல்ல சாலைகள் வழியாக விரைவாக வேலைக்கு அழைத்து வர முடிந்தது. கச்சாப் பொருட்களை விரைவாகப் பெறவும், உற்பத்திப் பொருட்களை விரைவாகச் சந்தைக்கு அனுப்பி வைக்கவும் அவற்றால் முடிந்தது. நிறுவனங்களுக்குத் தங்குதடையற்ற மின்சக்தியும் வழங்கப்பட்டது.

இறுதியில் இதற்கான விலையைக் கொடுத்தது சீனப் பொதுமக்கள்தாம். ஒரு புறம், அவர்களுக்கு நியாயமாகக் கிடைக்க வேண்டியிருந்த, உற்பத்தித்திறனின் அதிகரிப்புக்கு

ஏற்பக் கூடுதலான ஊதியம் அவர்களுக்குக் கிடைக்கவில்லை. மறுபுறம், அவர்கள் வங்கிகளில் போட்டு வைத்திருந்த பணத்திற்குக் குறைவான வட்டியே அவர்களுக்குக் கிடைத்தது. சீனா அளவுக்கு வருவாய் ஈட்டிக் கொண்டிருந்த நாடுகளில் நிலவிய சூழலோடு ஒப்பிடுகையில், சீனாவின் ஜிடிபியில் மக்களின் நுகர்வுச் சதவீதம் மிகவும் குறைவாக இருந்தது. எடுத்துக்காட்டாக, 2010 இல் சீனாவின் ஜிடிபியில் மக்களின் நுகர்வு 34 சதவீதமாக இருந்தது. அதே ஆண்டில் இந்தியாவின் ஜிடிபியில் மக்களின் நுகர்வு 54 சதவீதமாக இருந்தது. பணக்கார நாடான அமெரிக்காவில் அது 68 சதவீதமாக இருந்தது. சீனாவோடு கிட்டத்தட்ட ஒப்பிடத்தக்க நிலையில் இருந்த கொரியா மற்றும் தாய்லாந்தில் அது 50 சதவீதமாக இருந்தது.

ஜனநாயக இந்தியாவில் இது எதுவும் சாத்தியமும் இல்லை, விரும்பத்தக்கதும் இல்லை. பணக்கார இந்தியர்கள், இந்திய ரூபாயின் அந்நியச் செலாவணி மதிப்பு குறைவதை விரும்புவதில்லை. ஏனெனில், அவர்கள் இறக்குமதிப் பொருட்களை வாங்குவதற்கும், தங்களுடைய குழந்தைகளை வெளிநாட்டுப் பல்கலைக்கழகங்களில் படிக்க அனுப்பி வைப்பதற்கும் அது அவர்களுக்கு இடைஞ்சலாக இருக்கும், வெளிநாட்டுச் சுற்றுலாக்களை அது கூடுதல் செலவுமிக்கதாக ஆக்கும். இந்திய நடுத்தர வர்க்கத்தினர், சந்தை நிலவரத்திற்குக் குறைவான வட்டி விகிதத்தை ஏற்றுக் கொள்ள மாட்டார்கள். தொழிலாளர்களும் அவர்களுடைய சங்கங்களும், தங்களுடைய உற்பத்தித்திறனுக்குக் குறைவாக ஊதியம் அளிக்கப்படுவதை வெறுமனே வேடிக்கை பார்த்துக் கொண்டிருக்க மாட்டார்கள்.

மேலும், இந்தியாவில் மக்கள் நெருக்கம் காரணமாக, கட்டமைப்புகளுக்குத் தேவையான நிலத்தைக் கையகப்படுத்துவது கடினமானதாகவும் செலவுமிக்கதாகவும் இருக்கிறது. இந்தியாவின் சில பகுதிகளில், ஒரு குறிப்பிட்ட நிலம் யாருக்குச் சொந்தம் என்பதிலேயே பயங்கரக் குழப்பம் நிலவுகிறது. சில இடங்களில், சொத்துகளின் எல்லைகளும் திட்டவட்டமாக வரையறுக்கப்பட்டிருக்காது. அதனால், ஓர் இடத்திற்கு உண்மையிலேயே யார் சொந்தக்காரர் என்பதில் குழப்பம் நிலவும். ஓரிடம் மிரட்டி வாங்கப்பட்டதாகத் தெரிய வந்தால், அரசியல் கட்சிகளும் நீதிமன்றங்களும், பாதிக்கப்பட்டுள்ளவரின் பக்கம் நிற்க முற்படும். பிரபலமான புள்ளிகளும் அவர்களுக்கு ஆதரவாகக் குரல் கொடுக்க முன்வருவர். ஒரு நெடுஞ்சாலை, அது சமூகத்திற்குப் பெரும் நன்மை பயக்கின்ற ஒன்றாக இருந்தாலும்கூட, தங்களுடைய வேளாண் நிலத்தின் குறுக்காகவோ அல்லது தங்களுடைய அடுக்குமாடிக் குடியிருப்பின் முன்பாகவோ செல்வதை எவர்தான் விரும்புவர்? எடுத்துக்காட்டாக, மும்பையில் கடும் போக்குவரத்து நெரிசலைக் குறைப்பதற்காக இந்தியாவின் பிரபல பின்னணிப் பாடகியான லதா மங்கேஷ்கரின் வீட்டின் முன்னே கட்டப்படத் திட்டமிடப்பட்டிருந்த ஒரு மேம்பாலம், அவர் தன்னுடைய செல்வாக்கைப் பயன்படுத்தி அத்திட்டத்தைத் தடுத்ததால் பல

ஆண்டுகளாகக் கிடப்பில் போடப்பட்டு, இறுதியில் மொத்தமாகக் கைவிடப்பட்டது.

இந்தியா இன்னும் வளர்ந்து வருகின்ற ஒரு நாடாக இருக்கும்போதிலும், அதன் மக்களின் சமூக விழிப்புணர்வு, வளர்ந்த நாடுகளின் மக்களுக்கு இருக்கின்ற விழிப்புணர்வுக்கு இணையானதாக இருக்கிறது. ஆனால், அதன் பிரச்சனைகளைத் தீர்க்கக்கூடிய திறன் படைத்த, வளர்ந்த நாடுகளில் உள்ள அரசுகளுக்கு இணையான ஓர் அரசு மட்டும் இங்கு இல்லை. அதன் விளைவாக, ஐரோப்பாவில் ஒரு புதிய நெடுஞ்சாலை அமைப்பதற்கோ அல்லது ஒரு மின்நிலையத்தை நிர்மாணிப்பதற்கோ நிலத்தைக் கையகப்படுத்த அங்குள்ள அரசாங்கத்திற்கு நீண்ட காலம் ஆகும் என்றாலும், இந்தியாவில் அதற்கு அதைவிட மிக நீண்ட காலம் ஆகும்.

இந்தியா சீக்கிரமாகவே ஜனநாயகமயமாகிவிட்டதோ என்ற கேள்வி எழுவதைத் தடுக்க முடியவில்லை. அமெரிக்காவும் ஐக்கிய இராச்சியமும் பத்தொன்பதாம் நூற்றாண்டின் தொடக்கத்திலிருந்தே ஒரு நிலையான பொருளாதார வளர்ச்சியை அனுபவித்தன. அதே நேரத்தில், அவை படிப்படியாக ஜனநாயகமயமாகிக் கொண்டிருந்தன. அந்நாடுகளின் மக்களின் வருவாய், இன்றைய மதிப்பின்படி உயர் நடுத்தர வர்க்கத்தின் வருவாயை எட்டியபோதுதான், அங்கு அனைவருக்குமான வாக்குரிமை வழங்கப்பட்டது. ‘ஆசியப் புலிகள்’ என்று அழைக்கப்படுகின்ற நாடுகளின் பொருளாதாரங்கள், இரண்டாம் உலகப் போர் முடிந்து பல பத்தாண்டுகளுக்குப் பிறகுதான் வேகமாக வளரத் தொடங்கின. கொரியா மிக நீண்டகாலம் ஓர் எதேச்சதிகார நாடாகவே நீடித்தது. அது அமெரிக்காவையும் ஐக்கிய இராச்சியத்தையும்விடப் பெரும் பணக்கார நாடாக ஆன பிறகுதான், அது ஒரு முழுமையான ஜனநாயக நாடாக மாறியது.

இதற்குச் சீனாவும் இந்தியாவும் மிகவும் வேறுபட்ட வழிகளில் விதிவிலக்குகளாகத் திகழ்ந்தன. சீனா எதேச்சதிகார ஒற்றைக் கட்சி ஆட்சிமுறையைத் தக்கவைத்துக்கொண்டே, 1980களின் தொடக்கத்தில் மேற்கொள்ளப்பட்டப் பொருளாதார தாராளமயமாக்கத்தைத் தொடர்ந்து படுவேகமாக வளர்ந்தது. இந்தியாவைப் பொறுத்தவரை, அது ஏழையாக இருந்த காலத்திலிருந்தே ஒரு ஜனநாயக நாடாகத் தன் பயணத்தைத் தொடங்கியிருந்தது. இந்தியாவில் ஜனநாயகம் கொஞ்சம் முன்னதாகவே மலர்ந்துவிட்டிருந்ததாகக்கூட வாதிடலாம். ஒருவேளை, இந்தியாவின் உற்பத்திப் பெருக்கத்தின் தொடக்கக் காலத்தில், வளர்ச்சிக்குத் தடையாக இருந்தவற்றை அடித்து நொறுக்குவதற்கு ஓர் இரும்புக்கரம் தேவைப்பட்டிருந்திருக்கக்கூடும்.

ஜனநாயகத்தில் ஏராளமான உள்ளார்ந்த பயன்கள் இருப்பதை மறுப்பதற்கில்லை. எண்ணற்ற எதேச்சதிகார நாடுகள் தொடர்ந்து ஏழை நாடுகளாகவே இருந்து வந்துள்ளன, ஊழல்களாலும் நெறி பிறழ்ந்த நடத்தைகளாலும் பாதிக்கப்பட்டுள்ளன. அதனால், இந்தியாவின் தொடக்கக் காலத்தில் மலர்ந்திருந்த ஜனநாயகம் ஒரு தவறு என்ற முடிவுக்கு நம்மால் வர முடியாது. அது வழமைக்குப்

புறம்பானது என்று வேண்டுமானால் கூறலாம். இன்னும் சொல்லப் போனால், இந்தியா இனிமேல் பின்பற்றிச் செல்ல வேண்டிய வளர்ச்சிப் பாதைக்கு இன்னும் அதிகமான ஜனநாயகப்படுத்தல்தான் தேவை என்றே நாங்கள் வாதிடுவோம்.

இந்தியா பன்னாட்டு நிறுவனங்களின் ஓர் உற்பத்தி மையமாக உருவாகாமல் போனதற்கு வேறு காரணங்கள் இருக்கின்றனவா?

1990களுக்கு முன்புவரை, பிற வளரும் நாடுகளைப்போலவே, இந்தியாவும், இறக்குமதி செய்யப்பட்டப் பொருட்களுக்குப் பதிலாக உள்ளூர் பொருட்களைப் பயன்படுத்த மக்களை ஊக்குவிக்கின்ற உத்தியைக் கடைபிடித்து வந்தது. அதற்காக, அது கடுமையான சுங்க வரிகளை விதித்தது. அதன் காரணமாக, உள்நாட்டுச் சந்தை முழுக்க முழுக்க இந்திய முதலாளிகளின் கைகளில் இருந்தது. ஆனால், இதில் ஒரு பிரச்சனை இருந்தது. உற்பத்தியை ஒரு பிரம்மாண்டமான விதத்தில் விரிவாக்கக்கூடிய அளவுக்கு இந்தியச் சந்தை பெரிதாக இருக்கவில்லை. பல துறைகளில் போட்டியே இல்லாமல் இருந்தது. எடுத்துக்காட்டாக, அப்போது, கார் உற்பத்தி செய்வதற்கு நான்கு நிறுவனங்களுக்கு மட்டுமே உரிமம் வழங்கப்பட்டிருந்தது. அதனால், தங்களை மேம்படுத்திக்கொள்ளவோ அல்லது புதுமைகளைப் புகுத்தவோ அவர்களுக்கு எந்தவிதமான ஊக்குவிப்பும் இருக்கவில்லை. இந்திய வளர்ச்சி ஆமை வேகத்தில் இருந்தது. இறக்குமதியைக் கட்டுப்படுத்துவதற்கான உத்தி, அப்போது வழக்கத்திலிருந்த ‘லைசென்ஸ் ராஜ்’ என்று அழைக்கப்பட்ட நடைமுறையின் ஒரு பகுதியாகும். இது, இந்தியா தொடர்ந்து ஓர் ஏழை நாடாகவே நீடிக்க வழி வகுத்தது.

இந்தியாவில் 1990களின் தொடக்கத்தில் பொருளாதாரச் சீர்திருத்தங்கள் மேற்கொள்ளப்பட்டு, தாராளமயமாக்கம் அறிமுகப்படுத்தப்பட்டது. மிகவும் அதிகமாக இருந்த சுங்க வரிகள் குறைக்கப்பட்டன, ஏற்றுமதிக்குச் சாதகமான கொள்கைகள் வகுக்கப்பட்டன, பொருளாதாரத்தில் போட்டிக்கான வாய்ப்புகள் ஏற்படுத்தப்பட்டன. 1991இல் சராசரியாக 125 சதவீதம் இருந்த சுங்க வரிகள், 2014இல் சராசரியாக 13 சதவீதமாக ஆயின. இறக்குமதி வரிகளின் குறைப்பால் உள்நாட்டில் போட்டி அதிகரிக்கத் தொடங்கியது. ஏற்கனவே இருந்த மூன்று கார் நிறுவனங்கள் இழுத்து மூடப்பட்டன. நான்காவது கார் நிறுவனமான மாருதி, அந்நிய நாடு ஒன்றின் கூட்டுறவுடன் ஒரு புதிய அவதாரம் எடுத்தது. ஆனால், இந்தியா, தாராளமயமாக்கத்திற்குப் பிறகும் உற்பத்திப் பொருட்களுக்கான உலகளாவிய தேவையைத் தனக்குச் சாதகமாகப் பயன்படுத்திக் கொள்ளவில்லை. அதற்கு இடையூறாக இருந்த விஷயங்களை இந்தியா களைந்தெறியவில்லை. அப்படி இந்தியாவால் களைந்தெறிய முடியாமல் இருந்து வந்திருந்த சில விஷயங்களை நாம் ஏற்கனவே பார்த்துள்ளோம். வேறு சில இடையூறுகளும் இருந்தன.

அவற்றில் சில, இந்தியா தனக்குத் தானே உருவாக்கிக் கொண்டவை. தொழிலாளர் சட்டங்களும் விதிமுறைகளும் பெருநிறுவனங்களுக்குச் சாதகமாக இருக்கவில்லை. இதன் காரணமாக, உற்பத்தியில் ஈடுபட்டிருந்த எண்ணற்ற நிறுவனங்கள், அளவுரீதியாகவும் சரி, உற்பத்தித்திறன்ரீதியாகவும் சரி, தம்மைப் பெரிதாக்கிக் கொள்ளாமல் இருந்துவிட்டன. எடுத்துக்காட்டாக, ஒரு நிறுவனம் சில நபர்களைச் சில காலம் தொடர்ந்து ஊழியர்களாக வைத்துக் கொண்டால், அவர்கள் 'நிரந்தர ஊழியர்களாக' ஆகிவிடுவர். அதனால், முடிந்தவரை, நிறுவனங்கள் தம்முடைய ஊழியர்களைத் தற்காலிகமான ஊழியர்களாகவே வைத்துக் கொண்டன. ஒரு குறிப்பிட்டக் காலத்திற்குப் பிறகு அவர்களை வேலையிலிருந்து நீக்கிவிட்டு, மீண்டும் புதிய தற்காலிக ஊழியர்களை அவை வேலையில் சேர்த்துக் கொண்டன. இதன் காரணமாக, தொழிலாளர்கள் எப்போதும் தற்காலிகமான வேலைகளிலேயே இருந்து வந்தனர். தற்காலிகத் தொழிலாளர்கள் விரைவில் வேலையிலிருந்து நீக்கப்படுவர் என்பதால், அவர்களுடைய திறமைகளை வளர்த்தெடுப்பதில் முதலீடு செய்வதற்கு முதலாளிகள் தயக்கம் காட்டினர்.

இந்தியாவின் வளர்ச்சிக்கு இடையூறாக இருந்த மற்றொரு விஷயம் அதன் ஒழுங்குமுறையற்ற சர்வதேச வர்த்தக உடன்பாடுகள். அதோடு, செல்வாக்குமிக்க உள்ளூர் இடைநிலைப் பொருள் தயாரிப்பாளர்களைப் பாதுகாப்பதற்காக இறக்குமதி வரிகள் தாறுமாறாக மாற்றியமைக்கப்பட்டன. இதனால், முழுமையாகத் தயாரிக்கப்பட்ட வெளிநாட்டுப் பொருட்களோடு இந்திய உற்பத்தியாளர்களால் போட்டி போட முடியாத நிலை உருவானது. அதோடு, இடைநிலைப் பொருட்களின் விலை அதிகமாக இருந்ததால், அவற்றைக் கொண்டு இந்தியாவில் தயாரிக்கப்பட்டப் பொருட்களின் விலையும் அதிகமாகவே இருந்தது. எடுத்துக்காட்டாக, உலக ஆடைச் சந்தை பெருமளவு பாலியெஸ்டர் செயற்கை இழையை நம்பியிருந்தது. அந்த இழையைத் தயாரிப்பதில், 'சுத்திகரிக்கப்பட்ட டெரெப்தாலிக் அமிலம்' என்ற முக்கியப் பொருள் இன்றியமையாதது. இதைத் தயாரித்துக் கொண்டிருந்த இரண்டு பெரிய இந்திய நிறுவனங்களின் உற்பத்தி கடுமையாகச் சரிந்து கொண்டிருந்த நேரத்தில், இப்பொருளின் இறக்குமதிமீது கடுமையான கட்டுப்பாடுகள் விதிக்கப்பட்டன. அதன் விளைவாக, சுத்திகரிக்கப்பட்ட டெரெப்தாலிக் அமிலத்தின் விலை இந்தியாவில் கடுமையாக அதிகரித்தது. பாலியெஸ்டர் துணிகளின் அடக்கவிலை கடுமையாக அதிகரித்ததால், அவர்களால் உலகளாவிய விதத்தில் போட்டி போட முடியாமல் போனது. அதே நேரத்தில், சீனா, ஆடைகள் மற்றும் துணிகள் தயாரிப்பிலிருந்து விலகிக் கொண்டது. அந்தச் சந்தையை, வங்காள தேசம், வியட்நாம் போன்ற ஏழை நாடுகளும், நெதர்லாந்து, ஜெர்மனி போன்ற பணக்கார நாடுகளும் பிடித்துக் கொண்டன.

உற்பத்திக்கு இத்தனை இடையூறுகள் இருந்து வந்திருந்தபோதிலும்,

இந்தியா, வேறு பல பகுதிகளில் வெற்றிகரமாக விளங்கி, உலகச் சந்தைக்கு ஏற்றப் பொருட்களை மலிவான விலைகளில் உற்பத்தி செய்து வந்துள்ளது. இவற்றில், கார்களுக்கான துணைப் பொருட்கள், இரண்டு சக்கர மோட்டார் வாகனங்கள், பொது மருந்துப் பொருட்கள் போன்றவை அடங்கும். பொறியியலிலும் படிப்படியான புதுமைப் புனைவிலும் இந்தியா வலிமையாக இருந்ததால், இத்துறைகளில் இந்தியாவால் உலகச் சந்தையில் தாக்கம் ஏற்படுத்த முடிந்தது. ஆனால், நாட்டின் ஒட்டுமொத்தப் பொருளாதார வளர்ச்சிக்குத் தேவைப்பட்ட ஒரு பிரம்மாண்டமான அளவிலான பொருள் உற்பத்திக்கான சூழல் இந்தியாவில் ஒருபோதும் உருவாக்கப்படவில்லை. ஒரு காலத்தில் சிறந்து விளங்கிய பஞ்சாபின் கதை இதற்கான நல்லதோர் எடுத்துக்காட்டு.

பஞ்சாபில் என்ன நிகழ்ந்தது?

இந்தியா சீக்கிரமாகவே தொழில்மயமாக்கலை மூட்டை கட்டியதால் வந்த வினையை, பஞ்சாப் மாநிலத்தில் நடைபெற்ற நிகழ்வுகள் சிறப்பாக எடுத்துரைக்கின்றன. சுதந்திரத்திற்குப் பிறகு, பஞ்சாப், அபரிமிதமான கோதுமை உற்பத்தியின் மூலம் இந்தியாவின் கோதுமை தானியக் களஞ்சியமாக உருவெடுத்தது. 1960களில் மலர்ந்த, உயர்தர விதைகள், நீர்ப்பாசனம், உரங்கள், குறைந்த வட்டிக்கு வழங்கப்பட்டக் கடன்கள் போன்றவற்றால் பெரும் சாகுபடிக்கு வித்திட்டப் பசுமைப் புரட்சி, அதை நெல்லின் பக்கம் திருப்பியது. அதைத் தொடர்ந்து, பஞ்சாப், இந்தியாவின் நெல் தானியக் களஞ்சியமாகவும் மாறியது. பஞ்சாபின் செல்வாக்கானது, அதனுடைய இசை, நடனம், கவிதை, சினிமா போன்ற ஜனரஞ்சகக் கலாச்சாரத்தின் மூலம் வெளிப்பட்டது. அது இந்தியாவெங்கும் பரவியதோடு, வெளிநாட்டில் குடியேறியிருந்த பஞ்சாபியர்களால் உலகெங்கும் பரவியது.

பஞ்சாபின் வேளாண் வெற்றிக்குப் பல காரணிகள் உதவியிருந்தன. சுதந்திரத்திற்குப் பிறகு, 'நவீன இந்தியாவின் கோவில்களில்' ஒன்று என்று ஜவகர்லால் நேருவால் வர்ணிக்கப்பட்ட பக்ரா நங்கல் அணை போன்ற அணைகளும் கால்வாய்களும், காலங்காலமாக வளமாக இருந்து வந்திருந்த பஞ்சாப் நிலத்தில் நீர்ப்பாசன வசதியை இன்னும் விரிவுபடுத்தின. அப்போதைய பஞ்சாப் மாநில முதல்வரான பிரதாப் சிங் கய்ரோனாவால் தொடங்கப்பட்டப் பஞ்சாப் வேளாண் பல்கலைக்கழகம், விதைகளிலும் வேளாண் முறைகளிலும் அதிநவீன ஆய்வுகளை மேற்கொண்டு, மேம்பட்ட வேளாண் முறைகளையும் புதிய கண்டுபிடிப்புகளையும் விவசாயிகளிடம் கொண்டு சேர்த்தது. விவசாயிகளுக்குக் குறைந்த வட்டியில் கடன்கள் தாராளமாக வழங்கப்பட்டன. இவையெல்லாம் போதாது என்பதுபோல, விவசாயிகள் விளைவித்த நெல்லையும் கோதுமையும் ஓர் உத்தரவாதமான விலையில் அரசே வாங்கிக் கொள்ளவும் செய்தது.

இதில் அரசியலும் களமாடியது. அப்போது, வியட்நாமில் அமெரிக்காவின் தலையீட்டை இந்தியா விமர்சித்ததால், அமெரிக்க அதிபர் லின்டன் பி. ஜான்சன், இந்தியாவுக்கு வர வேண்டிய தானியக் கப்பல்களைத் தாமதம் செய்தார். இதனால் கடுப்படைந்த அப்போதைய இந்திய ஒன்றிய அரசின் வேளாண் துறை அமைச்சர் சி. சுப்பிரமணியம், இந்தியா உணவு உற்பத்தியில் தன்னிறைவு பெற வேண்டும் என்ற நோக்கத்தில் பல விஷயங்களை முடுக்கிவிட்டார். இந்தியா தன் அடுத்த வேளைச் சோற்றுக்கு வெளிநாட்டு தானியக் கப்பல்களை நம்பியிருக்கும் போக்கை மாற்ற வேண்டும் என்பதில் இந்தியத் தலைவர்கள் உறுதியாக இருந்தனர். பஞ்சாபில் அமலாக்கப்பட்டப் பசுமைப் புரட்சி அமெரிக்காவின் தொழில்நுட்ப ஆதரவுடன் அரங்கேறியதுதான் இதிலுள்ள நகைமுரணாகும். அது பஞ்சாபைச் செல்வச் செழிப்புள்ள ஒரு மாநிலமாக மாற்றியது.

பஞ்சாப் விவசாயிகள் செழிப்படைந்ததும், அங்கு உபரியாக இருந்த செல்வம் அங்கு ஒரு சிறிய தொழிற்புரட்சியை உருவாக்கியது. பஞ்சாபிலுள்ள லூதியானா நகரம் ‘கிழக்கத்திய மான்செஸ்டர்’ என்று அழைக்கப்படுகின்ற நிலையை எட்டியது. 1980களின் தொடக்கத்தில், அந்நகரம், வேளாண் கருவிகள், உள்ளாடைகள், நீராற்றலால் இயங்கிய கருவிகள், தையல் இயந்திரங்கள், துணிகள், சைக்கிள்கள் மற்றும் பலவற்றை உற்பத்தி செய்து தள்ளியது. பஞ்சாபிலுள்ள ஜலந்தர் நகரம் விளையாட்டு தொடர்பான பொருட்களின் உற்பத்தியில் கொடிகட்டிப் பறந்தது (பதின்ம வயதில் தான் தெருமுனையில் கிரிக்கெட் விளையாடியபோது, ஜலந்தரில் தயாரிக்கப்பட்ட விளையாட்டுப் பொருட்களைத் தான் பயன்படுத்தியிருந்ததை ரகுராம் ராஜன் நினைவுகூர்கிறார்). இப்பொருட்கள் வெறும் உள்நாட்டுப் பயன்பாட்டுக்காக மட்டும் உற்பத்தி செய்யப்படவில்லை. அவற்றில் கணிசமான அளவு வெளிநாடுகளுக்கும் ஏற்றுமதி செய்யப்பட்டது.

ஹீரோ சைக்கிள் நிறுவனம் பஞ்சாபின் பெரும் வெற்றிக் கதைகளில் ஒன்று. உறுதியான, நம்பகமான, பிரபலமான சைக்கிள்களின் தயாரிப்புக்கு ஹீரோ நிறுவனம் பெயர் பெற்றிருந்தது. அதைத் தொடங்கியிருந்த முஞ்சால் சகோதரர்கள், தடாலடியான காரியங்களில் ஈடுபடாமல், தங்களுடைய உற்பத்திப் பொருளைப் படிப்படியாக மேம்படுத்துவதில் கவனம் செலுத்தினர். தங்களால் முடிந்த அளவு அவர்கள் தயாரிப்புச் செலவைக் குறைத்தனர், தேவையான அளவு கையிருப்பு மட்டுமே வைத்திருந்தனர். நெடுங்காலத்திற்கு முன்பிருந்தே ஜப்பான் பின்பற்றி வந்திருந்த உற்பத்திப் பாணி இது. பின்னாளில் இது உலகெங்கும் பரவியது. தங்களுக்குக் கச்சாப் பொருட்களைக் கொடுத்தவர்களோடும், தங்களுடைய பொருட்களை விற்பனை செய்தவர்களோடும் ஒரு நெருக்கமான உறவை வளர்த்து கொள்வது முஞ்சால் சகோதரர்கள் பயன்படுத்திய உத்தியின் முக்கியமான அம்சமாக விளங்கியது. தொடக்கக் காலத்திலிருந்தே அவர்கள் அதில் கவனமாக இருந்தனர். தொடக்கத்தில் அவர்கள் தயாரித்திருந்த சைக்கிள்களில் பலவற்றில்

விரிசல் விழுந்ததை அவர்களுடைய விநியோகிப்பாளர்கள் சுட்டிக்காட்டியபோது, ஹீரோ நிறுவனம் அந்த சைக்கிள்கள் அனைத்தையும் திரும்பப் பெற்றுக் கொண்டு, அவர்களுக்குப் புதிய சைக்கிள்களைக் கொடுத்தது. தனக்குக் கச்சாப் பொருட்களைக் கொடுத்தவர்களுக்கு அது ஒவ்வொரு சனிக்கிழமையன்றும் பணத்தைப் பட்டுவாடா செய்தது. அச்சமயத்தில் இந்தியாவில் அது ஓர் அசாதாரணமான விஷயமாக இருந்தது. ஏனெனில், கச்சாப் பொருள் விநியோகிப்பாளர்கள் பொதுவாகத் தங்களுடைய பொருட்களைக் கொடுத்துவிட்டுப் பணத்தைப் பெறுவதற்கு அல்லாடிக் கொண்டிருந்த ஒரு காலம் அது.

இந்தியாவில் தாராளமயமாக்கம் அறிமுகப்படுத்தப்படுவதற்கு முன்பே ஹீரோ நிறுவனம் கொழித்துக் கொண்டிருந்தது உண்மையிலேயே ஓர் அற்புதம்தான். பஞ்சாப் முதல்வர் கய்ரோனும் அதற்கு உதவினார். ஒரு குறிப்பிட்ட அளவுக்கு மேல் உற்பத்தி செய்வதற்கு இருந்த கட்டுப்பாடுகளைத் தளர்த்துவதற்கு, சீன நகர மேயர்களைப்போல, ஒன்றிய அரசுடன் பேசி அவர் அவர்களைச் சம்மதிக்க வைத்தார். ஏழை நாடுகளில்கூட சைக்கிள்களுக்கான தேவை தொடர்ந்து பெருமளவு இருந்ததால், ஹீரோ நிறுவனத்தால் தன்னுடைய உற்பத்தியைப் பெருமளவு பெருக்கிக் கொள்ள முடிந்தது. அப்போது இந்தியாவில் பிரபலமாக இருந்த அட்லஸ், டிஐ சைக்கிள்ஸ் ஆகிய நிறுவனங்கள் தயாரித்த சைக்கிள்களோடு ஹீரோ நிறுவனம் போட்டி போட்டது. இதன் காரணமாக, சைக்கிள் தொழில் செழித்து வளர்ந்தது. (ரகுராம் ராஜனின் முதல் சைக்கிள் அட்லஸ், இரண்டாவது சைக்கிள் ஹீரோ; ரோகித் லாம்பாவின் முதல் சைக்கிள் ஹீரோ; அதற்குப் பிறகு அவர் அதன் விசுவாசமான வாடிக்கையாளராக ஆகிவிட்டார்!)

1975 ஆம் ஆண்டுவாக்கில், இந்தியாவின் மிகப் பெரிய சைக்கிள் உற்பத்தி நிறுவனமாக ஹீரோ நிறுவனம் உருவெடுத்தது. அது எண்ணற்ற நாடுகளுக்கு ஏற்றுமதி செய்யத் தொடங்கியது. அதன் வெற்றி, பஞ்சாபின் தொழிற்துறையின் வெற்றியைப் பிரதிபலித்தது. இருபதாம் நூற்றாண்டின் முடிவில், தனிநபர் ஜிடிபியில் இந்தியாவிலேயே செழிப்பான மாநிலமாக பஞ்சாப் மாறியது. துரதிர்ஷ்டவசமாக, இன்று தனிநபர் ஜிடிபியில் அது இந்தியாவின் முதல் பதினைந்து மாநிலங்களில்கூட இடம்பெறவில்லை. என்ன நடந்தது?

இது பல காரணிகளின் கூட்டு விளைவு. அவற்றில் தலையாயது போட்டி. ஒரு புறம், அது பிற மாநிலங்களோடு போட்டி போட வேண்டியிருந்தது. மறுபுறம், 1990களின் தொடக்கத்தில் அறிமுகப்படுத்தப்பட்ட தாராளமயமாக்கத்தின் விளைவாக இந்தியாவுக்குள் நுழைந்த வெளிநாட்டுப் பொருட்களோடும் அது போட்டி போட வேண்டியிருந்தது. அண்டை நாடுகளுடன் நமக்கு நல்லுறவு இல்லாததால், பொருள் உற்பத்தியைப் பொறுத்தவரை, பஞ்சாப் மாநிலம் புவியியல்ரீதியாகச் சாதகமற்ற ஓரிடத்தில் மாட்டிக் கொண்டிருந்தது. பெரிய சந்தைகளை அணுகுவதற்கு

இருக்கும் வசதி, உற்பத்தியைப் பிரம்மாண்டமாகப் பெருக்குவதற்கும், உற்பத்தித்திறனை அதிகரிப்பதற்கும், வருவாயை அதிகரிப்பதற்கும் உதவுகிறது. பஞ்சாபின் தலைநகரான அமிர்தசரஸ், பாகிஸ்தானின் லாகூரிலிருந்து வெறும் ஐம்பது கிலோமீட்டர் தொலைவில்தான் இருக்கிறது. லூதியானாவுக்கும் ஆப்கானிஸ்தானிலுள்ள காபூலுக்கும் இடையேயான தூரம், லூதியானாவுக்கும் மத்திய இந்தியாவிலுள்ள போபாலுக்கும் இடையேயான தூரத்தில் மூன்றில் இரண்டு பங்குதான். நாற்புறமும் நிலத்தால் சூழப்பட்டுள்ள மாநிலமான பஞ்சாப், எல்லை தாண்டிய வர்த்தகம் இல்லாத காரணத்தால், பிற சந்தைகளுக்கு அருகேயும் இருக்கவில்லை. அதன் காரணமாக, போட்டி சூடானபோது, பஞ்சாபிலிருந்து பொருட்களைப் பிற இடங்களுக்கு அனுப்பி வைப்பதற்கான சரக்குக் கட்டணம் அதற்குப் பெரும் தடையாக உருவெடுத்தது.

பஞ்சாபில் நெல் மற்றும் கோதுமை உற்பத்தி ஆதிக்கம் செலுத்தியதோடு, இலாபகரமாகவும் விளங்கியது மற்றொரு பிரச்சனையாக உருவெடுத்தது. அதோடு, அது அரசியலோடும் பின்னிப் பிணைந்திருந்தது. நெல் மற்றும் கோதுமைச் சாகுபடிக்கு வழங்கப்பட்டு வந்த மானியங்கள், அப்பயிர்களை வளர்ப்பதன் பொருளாதார மதிப்பைச் செயற்கையாக உயர்வாக வைத்திருந்தன. விவசாயிகளுக்கு அது இலாபகரமாக இருந்ததால், சிறு விவசாயிகளும் விளிம்பு நிலை விவசாயிகளும் வேளாண் துறையிலிருந்து தொழிற்துறைக்கு இடம்பெயராதபடி அது பார்த்துக் கொண்டது. பஞ்சாப் அரசாங்கம், மின்பம்புகளின் மூலம் நிலத்திலிருந்து நீரை எடுப்பதற்காக விவசாயிகளுக்கு இலவச மின்சாரத்தைக் கொடுத்தது நிலைமையை மேலும் சிக்கலாக்கியது. எண்ணற்ற விவசாயிகள், நிலத்திலிருந்து ஏராளமான நீரை உறிஞ்சியதால், நிலத்தடி நீர் மட்டம் வெகுவாகக் கீழே சென்றது. இறுதியில், மிகவும் கீழே சென்றுவிட்டிருந்த நீரை உறிஞ்சி எடுப்பதற்குத் தேவைப்பட்ட சக்தி வாய்ந்த பம்புகளை வாங்குவது சிறு விவசாயிகளுக்குக் கட்டுப்படியாகாமல் போயிற்று. வேளாண் துறையிலிருந்து கிடைத்துக் கொண்டிருந்த உபரி வருவாய் கணிசமாகக் குறையத் தொடங்கியது. நெல்லுக்குப் பதிலாக வேறு மாற்றுப் பயிர் முறைக்கு அவர்கள் மாறியிருந்திருக்க வேண்டும். ஆனால், நெல்லுக்குக் கிடைத்து வந்த மானியத் தொகை மற்றும் அரசின் ஆதரவின் காரணமாக, அவர்கள் அதைச் செய்ய முற்படவில்லை.

வேளாண் துறைக்கு அரசு அளித்து வந்த மானியம் தொழிற்துறையின் செலவைக் கூட்டியது. வெகு சில விவசாயிகளே வேளாண் துறையிலிருந்து வெளியேறியதால், தொழிற்துறைக்கு ஆட்கள் கிடைப்பது குதிரைக் கொம்பாக இருந்தது. அதோடு, மின் கட்டணமும் அதிகமாக இருந்தது. வேளாண் துறைக்கு அரசு இலவச மின்சாரம் அளித்து வந்ததால், அதில் ஏற்பட்ட இழப்பை அது வேறு ஓரிடத்தில் சரிக்கட்ட வேண்டியிருந்தது. அதற்கான விலையைத் தொழிற்துறை கொடுக்க வேண்டியதாயிற்று. மாநிலத்தின் நிதியில் ஒரு கணிசமான பங்கு வேளாண் துறைக்கு மடை மாற்றப்பட்டுக்

கொண்டிருந்ததால், சுற்றியிருந்த மாநிலங்களோடு ஒப்பிடுகையில், சரக்கு மற்றும் சேவை வரி உட்படப் பல வரிகள் பஞ்சாபில் மிக அதிகமாக இருந்தன. இறக்குமதிப் பொருட்களோடும் அண்டை மாநிலப் பொருட்களோடும் எதிர்கொள்ளப்பட வேண்டியிருந்த போட்டி, அதிக உற்பத்திச் செலவு ஆகியவற்றின் காரணமாக, பஞ்சாப் நிறுவனங்களின் இலாபம் வெகுவாகக் குறையத் தொடங்கியது. இதன் காரணமாக, போட்டியிலிருந்து மீள்வதற்குத் தேவையான ஆய்வுகளில் அவற்றால் ஈடுபட முடியாமல் போனது. அரசியல் அக்கறையின்மையும் அதோடு சேர்ந்து கொண்டது. எடுத்துக்காட்டாக, 1960க்கும் 2010க்கும் இடையே, பஞ்சாப் சட்டசபையில் மேற்கொள்ளப்பட்ட விவாதங்களில் 10 சதவீதத்திற்கும் குறைவானவையே தொழிற்துறை தொடர்பானவையாக இருந்தன. அந்த மாநிலம் வேளாண் துறைமீது கொண்டிருந்த அளப்பரிய காதல் குறையவே இல்லை. ஹீரோ குழுவினர் மோட்டார் சைக்கிளைத் தயாரிக்கத் திட்டமிட்டபோது, அண்டை மாநிலமான ஹரியானாவுக்கு இடம்பெயர அந்நிறுவனம் முடிவு செய்ததை எதேச்சையான ஒன்று என்று எடுத்துக் கொள்ள முடியாது. இன்று, அந்த நிறுவனம், மோட்டார் சைக்கிள் உற்பத்தியில் உலகிலேயே இரண்டாவது மிகப் பெரிய நிறுவனமாகத் திகழ்கிறது.

பஞ்சாப் சில துரதிர்ஷ்டவசமான சம்பவங்களையும் எதிர்கொள்ள நேர்ந்தது. இந்தியா-பாகிஸ்தான் பிரிவினையின்போது நிகழ்ந்த துயரமான சம்பவங்கள், 1965 மற்றும் 1971 இல் நிகழ்ந்த போர்கள், 1980களில் மாநிலம் முழுவதையும் தன் பிடியில் வைத்திருந்த அரசியல்-மதரீதியான தீவிரவாதம் போன்றவற்றை எந்த மாநிலம் சந்தித்திருந்தாலும், அது நிலைகுலைந்துதான் போயிருந்திருக்கும். பஞ்சாபில் அடுத்தடுத்து ஆட்சிக்கு வந்த அரசாங்கங்களால், மாறியிருந்த சூழ்நிலைக்கு ஏற்பத் தம்மைத் தகவமைத்துக் கொள்ள முடியாமல் போனது இந்தச் சரிவுக்கு ஒரு முக்கியக் காரணமாக அமைந்தது. அண்டை மாநிலங்களான ஹரியானா, இமாச்சலப் பிரதேசம் போன்றவை செய்ததுபோலத் தொழிற்துறைக்கு ஆதரவளிப்பதற்குப் பதிலாக, பஞ்சாபில் இருந்த அதிகாரமிக்க அரசியல்வாதிகள், தொழில் நிறுவனங்களுக்கு அழுத்தம் கொடுத்து, தங்களுடைய கட்சிகளுக்குப் பெரும் பணத்தை அவற்றிடமிருந்து வலுக்கட்டாயமாக நன்கொடையாகப் பெற்றனர்.

ஏற்கனவே அங்கிருந்த தொழில்கள் மூடப்பட்டதாலும், அவை பிற மாநிலங்களுக்கு இடம்பெயர்ந்ததாலும், பஞ்சாப் அரசின் நிதி நிலைமை மோசமடைந்துள்ளது. அதன் காரணமாக, அங்கு எஞ்சியிருக்கும் தொழில்களின்மீது கூடுதல் வரி விதிக்கும் நிலைக்கு அரசு தள்ளப்பட்டுள்ளது. இந்திய ரிசர்வ் வங்கியின் அறிக்கை ஒன்றின்படி, மாநிலத்தின் ஜிடிபியில் கடனின் பங்கு விகிதத்தில், இந்திய மாநிலங்களிலேயே பஞ்சாப்தான் முதலிடத்தில் இருக்கிறது. “கல்விக்கும் எங்கள் இளைஞர்களின் திறன் மேம்பாட்டுப் பயிற்சிக்கும் ஒதுக்குவதற்கு எங்களிடம் பணமில்லை. இங்குத் தொழிற்சாலைகளில் வேலை பார்ப்பதற்கு ஏற்றத் திறனுள்ள

தொழிலாளர்கள் இல்லாதபோது, எப்படி எங்களால் தொழில்களைக் கவர்ந்திழுக்க முடியும்?" என்று பஞ்சாப் அரசின் உயரதிகாரி ஒருவர் எங்களிடம் குறைபட்டுக் கொண்டார்.

சமீப காலங்களில், வேளாண் துறையைத் தவிர வேறு எங்கும் வேலை கிடைக்காத நிலை இருந்து வருகின்ற காரணத்தால், பஞ்சாப் இளைஞர்கள் வெளிநாடுகளுக்கு இடம்பெயரத் தொடங்கியுள்ளனர். இங்கேயே இருக்கத் தீர்மானித்துள்ளவர்களிடம் போதைப் பழக்கம் பரவலாக ஊடுருவியுள்ளது. அங்கு இந்த நச்சுச் சுழற்சிச் சீர்கேடு தொடர்ந்து கொண்டிருக்கிறது.

மீள முடியாத நிலைக்குச் செல்வதற்கு முன், பஞ்சாப் அரசு இச்சூழ்நிலையைச் சரி செய்தாக வேண்டும். பஞ்சாபில் மானிய விநியோகத்தை மாற்றியமைத்து, வேளாண்மையைக் கோதுமை மற்றும் நெல் பயிர்களிலிருந்து வேறு பயிர்களுக்கு விரிவுபடுத்த வேண்டும் என்றும், பிற துறைகளில் முதலீடுகள் மேற்கொள்ளப்பட்டு அவை ஊக்குவிக்கப்பட வேண்டும் என்றும், பஞ்சாபிலுள்ள தொலைநோக்குச் சிந்தனையுள்ள வேளாண் வல்லுநர்கள் எங்களிடம் கூறினர். காலநிலை மாற்றத்தின் காரணமாக, பனிமலைகளை நம்பியிருக்கின்ற பஞ்சாப் ஆறுகள் பாதிக்கப்படக்கூடும். நிலத்தடி நீரும் இன்னும் வெகு ஆழத்திற்குச் செல்லக்கூடும். இப்படிப்பட்ட ஒரு சூழலில், அதிகமாக நீரை உறிஞ்சுகின்ற நெல் சாகுபடி அங்குக் குறைக்கப்படாவிட்டால், இந்தியாவின் உணவுப் பாதுகாப்பே கேள்விக்கு உள்ளாகலாம். ஒரு காலத்தில் தொழிற்துறையில் கொடிகட்டிப் பறந்த பஞ்சாப் மாநிலம், மீண்டும் அத்தகைய ஆதிக்க நிலையை எட்ட முடியுமா என்பதை உறுதியாகச் செல்ல முடியாது. ஆனால், இப்போது இருப்பதைவிட அதிகச் சிறப்பாக அதனால் செயல்பட முடியும்.

பஞ்சாப் மாநிலம் தொழிற்துறையிலிருந்து விலகியதில் அங்கிருந்த சுயநலக் குழுக்கள் சிலவற்றுக்குப் பெரும் பங்குண்டு. தொடக்கத்தில், அம்மாநிலத்திலிருந்த பெருவிவசாயிகளுக்குப் பலனளிப்பதற்காகக் கொண்டுவரப்பட்டப் பொருளாதாரக் கொள்கைகள், சூழ்நிலைகள் மாறும்போதுகூட மாற்றப்பட முடியாதவையாக இருப்பதற்குக் காரணம், அக்கொள்கைகளால் பயனடைந்தவர்கள் இப்போது அரசியல்ரீதியாக அதிகாரமிக்கவர்களாக ஆகியிருப்பதுதான். பிரதாப் சிங் கய்ரோன் போன்ற தொலைநோக்குப் பார்வையாளர்கள் அரிதாகியுள்ளனர். கடந்த சில ஆண்டுகளாகப் பின்னுக்குத் தள்ளப்பட்டு வந்துள்ளவர்கள், மாற்றத்தைக் கொண்டுவருவதற்கு ஜனநாயகரீதியாக முனைப்புடன் செயல்படுவது பஞ்சாபின் கடந்தகாலப் பெருமையை மீட்டெடுப்பதற்கான முதல் படியாக இருக்கும்.

கடந்த பல பத்தாண்டுகளாகப் பஞ்சாபில் உற்பத்தித் துறையில் வேலைவாய்ப்பின் பங்கு அடைந்துள்ள தேக்க நிலை இன்று இந்தியா நெடுகிலும் பரவலாகப் பிரதிபலிக்கிறது. பொதுவாக, உற்பத்தித் துறையில் ஏற்பட்டிருந்த சரிவைவிட மிக மோசமான ஒன்றும் நிகழ்ந்து கொண்டிருந்தது. 2016-17 ஆம் ஆண்டுக்கான

இந்தியப் பொருளாதாரக் கணக்காய்வு அறிக்கையின்படி, உற்பத்தித் துறையில் முதலீடு செய்யப்பட்ட ஒவ்வொரு இலட்ச ரூபாய்க்கும், ஆடை தயாரிப்புத் துறையில் 24 பேருக்கும், தோல் மற்றும் காலணித் தயாரிப்புத் துறையில் 7 பேருக்கும், வாகனத் துறையில் 0.3 பேருக்கும், இரும்புத் துறையில் 0.1 பேருக்கும் வேலைகள் உருவாக்கப்பட்டிருந்தன. தொழில் உற்பத்திக் குறியீட்டின் கீழ் வருகின்ற 23 பிரிவுகளில் 12 பிரிவுகளின் வளர்ச்சி, 2016 ஜூனில் இருந்ததைவிட 2023 ஜூனில் குறைந்துள்ளதாக 'மனிகன்ட்ரோல்' என்ற நிதிசார் வலைத்தளம் தெரிவிக்கிறது. இப்படி வளர்ச்சி குறைந்து கொண்டிருக்கின்ற துறைகளில், துணி தயாரிப்பு, ஆடை தயாரிப்பு, தோல் பொருட்கள் தயாரிப்பு போன்ற, குறைவான திறன் போதுமானதாக இருக்கின்ற, அதிக முதலீடு தேவைப்படாத தொழில்கள் முன்னிலை வகிக்கின்றன.

சேவைத் துறை எப்படி? அது இந்தியாவின் வளர்ச்சிக்கான இராஜபாட்டையாக இருக்குமா? அடுத்து அதை நாம் பார்க்கலாம்.

3

வர்த்தகம் மற்றும் சேவைசார் வளர்ச்சியில் ஏற்பட்டுள்ள மாற்றம்

கடந்தகாலத்தில், பொருளாதார வளர்ச்சிக்கு, பொருள் உற்பத்தித் துறை அளவுக்கு சேவைத் துறை பங்களிக்கவில்லை. அதற்குச் சில முக்கியமான காரணங்கள் இருந்தன. குழந்தைகளுக்கான விளையாட்டுச் சாமான்கள் போன்ற உற்பத்திப் பொருட்களை, அவற்றுக்கான தேவை அதிகம் இருக்கின்ற பணக்கார நாடுகளுக்கு அனுப்பி வைக்கலாம். அந்த ஏற்றுமதியைத் தொடர்ந்து தக்கவைத்துக் கொள்வது எளிது என்பதால், அது பொருளாதார வளர்ச்சியை முடுக்கிவிடும். ஆனால், சேவைத் துறை அப்படியில்லை. முடி வெட்டுதல், சில்லறை விற்பனை போன்ற சேவைகள் உள்ளூர்ரீதியானவை. அவற்றை ஏற்றுமதி செய்வது கிட்டத்தட்ட இயலாத காரியம். எடுத்துக்காட்டாக, தில்லியில் இருக்கின்ற ஒரு முடி திருத்துநரால், லாஸ் ஏஞ்சலீஸ் நகரிலுள்ள ஒருவருக்கு முடி வெட்ட முடியாது. முடி வெட்டுதலை அவரால் சேமித்து வைக்க முடியாது. வாடிக்கையாளர்கள் வருகின்றபோது அவர் அவர்களுக்கு முடி வெட்ட வேண்டும். பல சேவைகள் அப்படித்தான் இருக்கின்றன. அதனால், அத்தகைய சேவைகளை வழங்குபவர்களால் உள்ளூரின் தேவைகளை மட்டுமே நிறைவேற்ற முடியும், அவற்றை ஏற்றுமதி செய்ய முடியாது. அவர்கள் உள்ளூர் பொருளாதாரத்தின் தேவைகளால் கட்டுப்படுத்தப்பட்டுள்ளனர். எனவே, நாம் ஏற்கனவே பார்த்திருந்ததைப்போல, ஏற்றுமதி இல்லாத வளரும் நாடுகளில் பொருளாதாரம் மெதுவாகத்தான் வளரும்.

சேவைத் துறையில் உற்பத்தித்திறனும் மெதுவாகத்தான் வளர்ந்து வந்துள்ளது. ஏனெனில், இதை ஒரு பிரம்மாண்டமான அளவில் விரிவுபடுத்துவதும், இதில் புதுமைகளைப் புகுத்துவதும் கடினம். அமெரிக்காவில் இருக்கும் ஒரு முடி திருத்துநரும் சரி, இந்தியாவில் இருக்கும் ஒரு முடி திருத்துநரும் சரி, சீப்பு, கத்தரிக்கோல், மின்சாரத்தால் இயங்கும் கத்தரிக்கும் கருவி போன்ற ஒரே விதமான சாதனங்களையும் உத்திகளையுமே பயன்படுத்துகின்றனர். மனிதத் தலைகள் ஒரே மாதிரியாக இல்லாததால், ஒரு முடி திருத்துநரால்,

வாடிக்கையாளர்களின் தலைகளுக்கோ அல்லது தோற்றத்திற்கோ ஊறு விளைவிக்காமல் ஒரே நேரத்தில் பலருக்கு முடி வெட்டவோ அல்லது சிகையலங்காரம் செய்யவோ முடியாது. இப்படிப்பட்ட வேலைகளில் உற்பத்தித்திறனை அதிகரிக்கக்கூடிய, நேரத்தை வெகுவாக மிச்சப்படுத்தக்கூடிய உபகரணங்கள் எதுவும் இதுவரை கண்டுபிடிக்கப்பட்டிருக்கவில்லை. ஆனால், உலகம் வேறு பல வழிகளில் வெகுவாக மாறியுள்ளது.

உலகளாவிய விநியோகச் சங்கிலிகளும் வர்த்தகத்தில் நிகழ்ந்துள்ள உருமாற்றங்களும்

இப்போது கண்டுபிடிக்கப்பட்டுள்ள பல புதிய தொழில்நுட்பங்கள், சரக்கு வர்த்தகத்தின் தன்மையை மாற்றியுள்ளன. சுவாரசியமாக, பல்வேறு சேவைகளை வர்த்தகம் செய்யப்படக்கூடியவையாக அவை மாற்றியுள்ளன. கப்பல்கள், இரயில்கள் மற்றும் லாரிகளில் ஏற்றுவதற்கும் இறக்குவதற்கும் எளிதாக இருக்கக்கூடிய விதத்தில் ஒரே அளவில் இருக்குமாறு தரப்படுத்தப்பட்டுள்ள சரக்குப் பெட்டகங்களும், பொருட்கள் இடப்பெயர்வு நிர்வாகத்திலும் பொருட்களின் நடமாட்டத்தைக் கண்காணிப்பதிலும் ஏற்பட்டுள்ள மேம்பாடுகளும், சரக்குகளின் போக்குவரத்துக் கட்டணங்களைக் கணிசமாகக் குறைத்துள்ளதோடு, சரக்குகள் ஓரிடத்திலிருந்து இன்னோர் இடத்திற்குச் சரியான நேரத்தில் கொண்டு சேர்க்கப்படுவதையும் உறுதிப்படுத்தியுள்ளன. மலிவான சரக்குக் கட்டணம், சரக்குகள் எல்லை தாண்டிப் பயணிப்பதை ஊக்குவித்தது. தகவல் தொழில்நுட்ப வளர்ச்சியின் காரணமாக, பொருட்களின் உற்பத்தி எந்தக் கட்டத்தில் இருக்கிறது என்பதைத் தொலைதூரத்திலிருந்தே கண்காணிப்பதும் எளிதாகியுள்ளது. எடுத்துக்காட்டாக, சென்னையில் இருக்கும் ஒரு நிறுவனத்தால், தாய்லாந்தில் இருக்கும் ஒரு தொழிற்சாலையில் தயாரிக்கப்பட்டுக் கொண்டிருக்கும் பொருட்களின் உற்பத்தி எந்தக் கட்டத்தில் இருக்கிறது என்பதை உடனுக்குடன் கண்டுபிடித்து, அதன் அடிப்படையில் திட்டங்களை மாற்றியமைக்க முடியும்.

ஒரு பொருளின் உற்பத்தியில் உள்ளடங்கியுள்ள பல பாகங்களின் உற்பத்தி, இனியும் ஒரே இடத்தில் இருக்க வேண்டிய அவசியம் இல்லாமல் போய்விட்டது. அவை பல பகுதிகளாகப் பிரிக்கப்பட்டு, உலகின் எந்தப் பகுதியில் அவை மலிவாக உற்பத்தி செய்யப்பட முடியுமோ, அந்த இடங்களில் உற்பத்தி செய்யப்படுவது சாத்தியமாகியுள்ளது. ஒரு பொருளின் பல பாகங்கள் தனித்தனியாக வெவ்வேறு இடங்களில் தயாரிக்கப்பட்டு, அங்குமிங்கும் அனுப்பி வைக்கப்பட்டு, இறுதியில் ஓரிடத்தில் ஒருங்கிணைக்கப்படுகிறது. பிறகு, அப்பொருள் யாரை இலக்காகக் கொண்டு தயாரிக்கப்பட்டதோ, அந்தச் சந்தையில் அது விற்பனை செய்யப்படுகிறது. புன்னகை வளைகோட்டில், ஒரு பொருளின்

உற்பத்தியின் தொடக்கத்திலும் முடிவிலும் அதற்கு மதிப்புக் கூட்டல் மேற்கொள்ளப்படுகிறது என்பதையும், அந்த மதிப்புக் கூட்டலில் உற்பத்திக்கு எந்தப் பங்கும் இல்லை என்பதையும் முன்பு நாம் பார்த்தோம். ஆனால், இன்று, உலகின் பல பகுதிகளிலுள்ள தொழிலாளர் சந்தைகள் அப்பொருளின் பாகங்களை மலிவான விலையில் தயாரித்துக் கொடுப்பதற்கு முன்வந்துள்ளதன் மூலம் உற்பத்திச் செலவுகள் குறைவதற்கு வழிவகுத்துள்ளன.

இந்நூலின் முன்னுரையில் நாங்கள் ஐஃபோனின் தயாரிப்பைப் பற்றிக் குறிப்பிட்டிருந்தோம். பொருள் தயாரிப்பு தொடர்பான மென்பொருள் நிரலாக்கம், ஆராய்ச்சி மற்றும் உருவாக்கம், வடிவமைப்பு போன்றவை இப்போது பாரம்பரியமான பொருட்களின் தயாரிப்புக்குள் புகுத்தப்பட்டுள்ளன. ஒரு கணிப்புப்படி, ஜெனரல் மோட்டார்ஸ் நிறுவனம் 2010 இல் தயாரித்த ‘செவர்லே வோல்ட்’ என்ற ஒரு காரின் தயாரிப்பில், சுமார் 1 கோடி வரிகள் அடங்கிய மென்பொருள் நிரல்கள் எழுதப்பட்டிருந்தன. இது, அந்தப் பொருளின் மதிப்பில் கிட்டத்தட்ட 40 சதவீதமாகும். 1980களில் இது வெறும் 5 சதவீதமாக மட்டுமே இருந்தது. வருங்காலத்தில், மின்சார வாகனங்கள் அலைபேசியைப்போலப் பரவலான பயன்பாட்டிற்கு வருகின்றபோது, பாரம்பரியமான ஏற்றுமதிப் பொருளான வாகனங்களின் தயாரிப்பில்கூட, இடைநிலைச் சேவைகள் அதன் ஒரு பகுதியாக அவற்றில் பொதிந்திருக்கும்.

சேவைகள் அதிகமாக வர்த்தகம் செய்யப்படக்கூடியவையாக ஆகியிருப்பதற்கு, வர்த்தகம் செய்யப்படக்கூடிய பொருட்களில் அவை உட்பொதிந்திருப்பது ஒரு காரணம். சேவைகள் இப்போது தொலைதூரத்திலிருந்தே வழங்கப்பட முடிகின்ற நிலையை எட்டியுள்ளது இரண்டாவது காரணம். இவை இரண்டும் சேர்ந்து, உயர்மதிப்பு வாய்ந்த சேவைகளின் வர்த்தகப்படுத்துதலை அதிகப்படுத்தியுள்ளன.

தொலைதூரத்திலிருந்து வழங்கப்படுகின்ற சேவைகளும், பிரம்மாண்டமான விஸ்தரிப்புச் சாத்தியக்கூறுகளும்

இந்நூலின் முன்னுரையில், பேராசிரியர் வினோத், இந்தியாவிலுள்ள ‘வெல்-நோன்’ வணிகக் கல்லூரியிலிருந்து தன்னுடைய சேவையை உலகளாவிய சந்தைக்கு விற்றுக் கொண்டிருந்ததை நாம் பார்த்தோம். அவருடைய தொழில்நுட்ப உதவியாளர் சாமியாவும் பிற உதவியாளர்களும் அந்த வகுப்பு வெற்றிகரமாக நடைபெற அவருக்கு உதவிக் கொண்டிருந்தனர். வகுப்பிற்கு வருவதற்கு முன்பாக மாணவர்கள் படித்திருக்க வேண்டிய அல்லது பார்த்திருக்க வேண்டிய முன்தயாரிப்புப் பாடங்களை உருவாக்கிக் கொடுத்த நிரலாளர்களும் அதில் பங்களித்தனர். வேறு சிலர், மாணவர்களுக்குக் கற்றுக் கொடுக்கவும் அவர்களுடைய வீட்டுப்பாடங்களைத் திருத்தவும் உரையாடல் இயலிகளுக்குப் பயிற்சியளித்தனர். இவர்கள்

அனைவரும், அந்த ஒட்டுமொத்தப் பாடத்திட்டமும் கற்பிக்கப்படத் தொடங்குவதற்கு முன்பாகவே தங்களுடைய சேவைகளை அதில் உட்பொதிந்து வைக்கின்றனர். எனவே, இவர்கள் அச்சேவைகளை நேரலையில் வழங்க வேண்டிய அவசியம் இல்லை.

மிக உயர்ந்த திறன்கள் தேவைப்படுகின்ற பல சேவைகள், காலம் மற்றும் வெளியின் இரும்புப் பிடியிலிருந்து விடுதலை அடைந்துள்ளன. எடுத்துக்காட்டாக, ஓர் ஆலோசகர் தன்னுடைய வாடிக்கையாளர் ஒருவருக்கு ஒரு விளக்கவுரை நிகழ்த்த வேண்டியிருக்கிறது என்று வைத்துக் கொள்வோம். அதை அவர் நேரலையில், நிஜ நேரத்தில் மேற்கொள்ளலாம். இப்போது அவர் அந்த வாடிக்கையாளரின் இடத்திற்குச் செல்லத் தேவையில்லை. அதை அவர் நிஜ நேரத்தில் வீடியோ அழைப்பின் மூலமாகவே நிகழ்த்திவிட முடியும். அதற்கான முன்தயாரிப்புகளை அவருடைய குழுவினர் முன்பே தயாரித்து வைத்துவிட முடியும். இதை அவர்கள் நிஜ நேரத்திலோ அல்லது வாடிக்கையாளர் இருக்கின்ற இடத்திலோ செய்ய வேண்டிய தேவையில்லை.

மிக உயர்ந்த திறன் தேவைப்படுகின்ற தொழில்ரீதியான சில சேவைகளைப் பெரிய அளவுக்கு விரிவாக்கிக் கொள்ள முடியும். அது பெருகப் பெருக, அதன் செலவு குறையும். எடுத்துக்காட்டாக, செவர்லே வோல்ட் காரில் பயன்படுத்தப்பட்டிருந்த மென்பொருள் நிரலாக்கத்தின் தயாரிப்புச் செலவு நிலையானது. ஜெனரல் மோட்டார்ஸ் நிறுவனம் எவ்வளவு அதிகமாக அந்தக் காரை விற்கிறதோ, அந்த அளவுக்கு அந்த மென்பொருள் நிரலாக்கத்தின் தயாரிப்புச் செலவு குறைந்து கொண்டே வரும், இலாபம் அதிகரித்துக் கொண்டே போகும். இதுபோன்ற நிலையான செலவுகள் ஏராளமாக இருக்கின்றன. எடுத்துக்காட்டாக, சாமியா, பேராசிரியர் வினோத்திற்கு மட்டுமே உதவிக் கொண்டிருக்காமல், அந்த வணிகக் கல்லூரியிலுள்ள வேறு சில பேராசிரியர்களும் உலகளாவிய மாணவர்களுக்குப் பாடம் எடுப்பதற்கு உதவலாம். அந்தப் பேராசிரியர்கள் ஒவ்வொருவரும், விலை அதிகமான அந்த உயர் தொழில்நுட்பச் சாதனங்களைப் பயன்படுத்துவர். அந்த வணிகக் கல்லூரியில் மேலும் அதிகமான பேராசிரியர்கள் இந்த முறையில் பாடம் நடத்துவதில் ஈடுபடுகின்றபோது, சாதனங்களின் செலவும் தயாரிப்புச் செலவும் கணிசமாகக் குறையும். அதாவது, சேவைத் துறையில்கூட ஒரு பெரிய அளவிலான விஸ்தரிப்பு சாத்தியம்தான். உலகளாவிய சந்தையை அணுக முடிகின்றபோது, செலவும் குறையும்.

கிளைகளைத் திறத்தல், கிளை உரிமம் வழங்குதல் போன்றவற்றின் மூலமாக, சிறு நிறுவனங்களால்கூடத் தம்முடைய வெற்றியை ஒரு பெரிய அளவில் விஸ்தரித்துக் கொள்ள முடியும். மெக்டொனால்ட்ஸ், ஸ்டார்பக்ஸ் போன்ற நிறுவனங்கள் பல நாடுகளில் தம்முடைய சேவையை விஸ்தரித்துள்ளதற்குக் காரணம், அவை, கிளை உரிமம் பெற்ற நிறுவனங்கள் அந்தக் கடையை நடத்துவதற்குத் தேவையான திறமையான வழிமுறைகளைப் பல ஆண்டுகால அனுபவங்களின்

ஊடாகக்கச்சிதமாகவடிவமைத்திருந்ததுதான். கச்சாப்பொருட்களை ஒரே இடத்திலிருந்து கொள்முதல் செய்வது, நிதிகளைப் பெறுவது, சந்தைப்படுத்துவது போன்றவையும் திறமையாகச் செயல்படுவதற்கு அவற்றுக்கு உதவின. எடுத்துக்காட்டாக, 'இத்தாலியன் டார்க் ரோஸ்ட் அமெரிக்கானோ' என்ற காபி, உலகெங்குமுள்ள ஸ்டார்பக்ஸ் கடைகள் அனைத்திலும் ஒரே மாதிரியான சுவையைக் கொண்டிருக்கும். அது, ஒரே மாதிரியான உபகரணங்களில், ஒரே விதமான கச்சாப் பொருட்களைக் கொண்டு, ஒரே மாதிரியான தயாரிப்பு முறையில் தயாரித்து வழங்கப்படுவதுதான் அதற்குக் காரணம். பல நாடுகளுக்குப் பயணிக்கின்ற வாடிக்கையாளர்கள், தாங்கள் ஒரு ஸ்டார்பக்ஸ் கடைக்குச் சென்றால் அங்கே தாங்கள் எதை எதிர்பார்க்க வேண்டும் என்பதை அறிந்து கொள்வதற்கு இது உதவுகிறது. அதோடு, ஸ்டார்பக்ஸ் நிறுவனத்தின் சந்தைப்படுத்துதல் பிரிவு, அனைத்துக் கிளை உரிமக் கடைகளுக்கும் ஒரே மாதிரியான விளம்பரங்களை வடிவமைப்பதற்கும் இது உதவும். ரோகித் லாம்பாவுக்கு வட இந்திய மசாலா தேநீர் மிகவும் பிடிக்கும். ரகுராம் ராஜனுக்குத் தென்னிந்திய ஃபில்டர் காபி பிடிக்கும். அவர்கள் இருவருக்குமே, ஸ்டார்பக்ஸ் போன்ற சர்வதேசக் கடைகளில் அவர்களுக்குப் பிடித்தமான எந்தவொரு பானமும் கிடைப்பதில்லை. ஸ்டார்பக்ஸில் விற்கப்படுகின்ற, இடக்குமடக்கான பெயர் கொண்ட 'சாய் டீ லாட்டே' பானத்தால், சுவை விஷயத்தில், சாலையோரக் கடைகளில் விற்கப்படுகின்ற மசாலா தேநீரை நெருங்கக்கூட முடியாது. இதை வைத்துப் பார்த்தால், இந்தியக் காபி மற்றும் தேநீர்க் கடைகள், உலகளாவிய விதத்தில் கடைகளை விரிப்பதற்கு வாய்ப்பிருப்பதுபோலத்தான் தெரிகிறது!

ஒட்டுமொத்தத்தில், சேவைகள், ஓர் உற்பத்திப் பொருளின் ஓர் அங்கமாக ஆக்கப்படுவதன் மூலமாகவோ அல்லது தொலைதூரத்திலிருந்து வழங்கப்பட முடிவதன் காரணமாகவோ, அவற்றைப் பெரிய அளவில், நாட்டு எல்லைகளைத் தாண்டி விற்பனை செய்ய முடியும். சில சேவைகள் ஒரு பிரம்மாண்டமான விதத்தில் விஸ்தரிக்கப்பட முடிவது முக்கியமானதாக இருக்கலாம். அவை சேவைத் தொழில்களை ஏற்றுமதி சார்ந்து வளர்வதற்கு ஊக்குவிக்கும், வேலைவாய்ப்புகளைப் பெருக்கவும் செய்யும். புதுமைகளைப் புகுத்திடவும் இது வழிவகுக்கும். எடுத்துக்காட்டாக, ஸ்டார்பக்ஸ் நிறுவனம், இப்போது இருப்பதைவிடக் குறைவான ஆற்றலைச் செலவழித்துக் காபி தயாரிக்கின்ற புதுமையான ஒரு வழியைக் கண்டுபிடிப்பதாக வைத்துக் கொள்வோம். அதை அவர்களால் உலகெங்குமுள்ள அனைத்துக் கடைகளிலும் அமல்படுத்த முடிந்தால், அதனால் மிகப் பெரிய அளவில் செலவைக் குறைக்க முடியும்.

சேவைத் துறையில் பிரம்மாண்டமான விஸ்தரிப்பு எப்போதுமே தேவையா?

உற்பத்தித் துறையோடு ஒப்பிடுகையில், சேவைத் துறையில், பிரம்மாண்டமான விஸ்தரிப்பு அதன் உற்பத்தித்திறனின் மையமாக இருக்க வேண்டிய அவசியமில்லை. நிலையான செலவுகளும் முதலீடும் குறைவாக இருக்கும்பட்சத்தில், சேவைத் துறையில் பிரம்மாண்டமான விஸ்தரிப்பு தேவையில்லை. இதற்கான சமீபத்திய சிறந்த எடுத்துக்காட்டு மேகக் கணினியம்.

லண்டனிலுள்ள இம்பீரியல் கல்லூரியில் ஒரு பேராசிரியராகப் பணியாற்றுகின்ற ரமணா நந்தா, 2006 இல் அமேசான் வலைத்தளச் சேவை நிறுவனம் மேகக் கணினியச் சேவையைத் துவக்கியபோது, இணையம் சார்ந்த சேவைகளை வழங்குகின்ற சிறிய துளிர் நிறுவனங்களுக்கு அது மலிவான விலையில் அச்சேவையை அளிக்க முன்வந்ததைச் சுட்டிக்காட்டுகிறார். சிறு துளிர் நிறுவனங்கள், கணினி மென்பொருள் மற்றும் வன்பொருட்களுக்கு ஏராளமான பணத்தைச் செலவழிக்க வேண்டிய தேவையை இது மட்டுப்படுத்தியது. அதற்குப் பதிலாக, அமேசான் நிறுவனத்திடமிருந்து அதை அவர்களால் குறைந்த செலவில் வாடகைக்குப் பெற்றுக் கொள்ள முடிந்தது. இதன் காரணமாக, இணையத்தை அடிப்படையாகக் கொண்டு செயல்பட்ட ஊபர், டோர்டேஷ் போன்ற நிறுவனங்கள் காளான்கள்போல முளைத்தன. அதன் காரணமாக, அமேசான் நிறுவனமும் விசுவரூப வளர்ச்சி பெற்றது. அமேசான் நிறுவனத்திற்கு அதிகமாக இலாபம் ஈட்டிக் கொடுத்துக் கொண்டிருப்பது அதனுடைய சில்லறை விற்பனைப் பிரிவு அல்ல, மாறாக, அதனுடைய வலைத்தளச் சேவைப் பிரிவுதான் என்பது பலருக்குத் தெரிந்திராத விஷயம்.

சிறு நிறுவனங்களால், இன்று, பிணையங்கள் மற்றும் இணைய இயங்குதளங்களைப் பயன்படுத்தி, தங்களைப் பிரம்மாண்டமாக விஸ்தரித்துக் கொள்ளாமலேயே ஏராளமானோருக்குச் சேவையை வழங்க முடியும். எடுத்துக்காட்டாக, இந்தியாவில் இருக்கின்ற ஒரு சிறிய வங்கியால், ரூபே அட்டை போன்ற கடனட்டையை வழங்கும் நிறுவனத்தின் பிணையத் தொடர்பைப் பயன்படுத்தி எண்ணற்றோருக்குத் தன்னுடைய சேவையை விஸ்தரித்துக் கொள்ள முடியும். இந்தியாவிலுள்ள ஒவ்வொரு நகரத்திலும் அந்த வங்கி தன்னுடைய கிளைகளை வைத்திருக்க வேண்டிய அவசியமில்லை.

அதேபோல, ஒரு சிறிய அளவில் செயல்பட்டுக் கொண்டிருக்கின்ற உற்பத்தியாளர்கள், உள்ளூர் சந்தை ஒவ்வொன்றிலும் தங்களை விளம்பரப்படுத்திக் கொள்ளாமலேயே சர்வதேச அளவில் வாடிக்கையாளர்களைக் கண்டுபிடிப்பதற்கு இணைய இயங்குதளங்கள் உதவுகின்றன. நாம் முன்பு மேலோட்டமாகப் பார்த்திருந்த டில்ஃபி நிறுவனத்தைப் பற்றி இப்போது விரிவாகப் பார்க்கலாம்.

டில்ஃபி: பனாரஸ் பட்டுப் புடவைகளை உலகெங்கும் விற்றுக் கொண்டிருக்கின்ற ஒரு நிறுவனம்

இந்தியா உயர்தரமான கலைப் பொருட்களுக்கும் கைவினைப் பொருட்களுக்கும் புகழ் பெற்றது. அக்கலைகள், நூற்றுக்கணக்கான ஆண்டுகளாக, ஒரு கைவினைஞரிலிருந்து அடுத்தக் கைவினைஞர் என்று கடத்தப்பட்டு வந்துள்ளன. அவை அழகுடனும் கலை நேர்த்தியுடனும் இருந்து வந்திருந்தபோதிலும், அவற்றை ஊக்குவிப்பதற்காக அரசு எண்ணற்ற வாரியங்களையும் கூட்டுறவுச் சங்கங்களையும் அமைத்திருந்தபோதிலும், அவற்றால் பெரிய சந்தைகளைப் பிடிக்க முடியவில்லை. இந்தக் கைவினைஞர்களின் வாழ்வாதாரங்கள் நிரந்தரமற்றவையாகவும் நிச்சயமற்றவையாகவும் இருப்பதால், இளைய தலைமுறையினருக்கு இந்த வேலைகளின்மீது ஈடுபாடும் ஈர்ப்பும் இல்லாமல் போயிற்று. வாரணாசியில் அமைந்துள்ள டில்ஃபி நிறுவனத்தின் நிறுவனர்களான உஜ்வல் கன்னா, உதித் கன்னா, அவருடைய மனைவி அதித்தி சந்த் ஆகியோர் எங்களிடம் கேட்ட இந்தக் கேள்வி எங்களை மலைக்க வைத்தது: "நேர்த்தியான துணிகள், அணிகலன்கள், அறைகலன்கள் மற்றும் பிற ஆடம்பரக் கைவினைப் பொருட்கள் போன்றவற்றில் இத்தாலியர்களும் பிரெஞ்சுக்காரர்களும் தனித்துவமான வணிகச் சின்னங்களை உருவாக்கியுள்ளதுபோல இந்தியர்கள் ஏன் செய்திருக்கவில்லை?"

டில்ஃபி நிறுவனம் 2016 இல் பனாரஸ் பட்டுப் புடவையுடன் தன் தொழிலைத் தொடங்கியது. உதித்தின் குடும்பம் ஐந்து தலைமுறைகளாகப் புடவைத் தொழிலில் ஈடுபட்டு வந்திருந்தது. தன் குடும்பத் தொழிலில் ஈடுபட்டுப் 'புடவைகளை விற்றுக் கொண்டிருக்க' உதித்திற்குப் பிடிக்கவில்லை. அவருடைய மனைவி அதித்தி ஒரு இராணுவ அதிகாரியின் மகள். அதித்தியும் உதித்தும் தில்லியில் ஒரு கல்லூரியில் படித்துக் கொண்டிருந்தபோது காதலித்துத் திருமணம் செய்து கொண்டனர். திருமணத்திற்குப் பிறகு, அதித்தி இங்கிலாந்தில் முதலீட்டு வங்கித் துறையில் பணியாற்றத் தொடங்கினார். உதித்தும் இங்கிலாந்திலேயே வெளிநாட்டவருக்கு ஆங்கிலம் கற்றுக் கொடுக்கும் ஒரு நிறுவனத்தைத் தொடங்கி நடத்தலானார்.

அவர்கள் வாரணாசிக்கு வந்தபோதெல்லாம், அங்கிருந்த கைவினைஞர்கள், தங்களுடைய கைவினைப் பொருட்களுக்கான தேவை குறைந்து கொண்டிருந்தது குறித்தும், தங்களுடைய வருமானம் சுருங்கிக் கொண்டிருந்தது குறித்தும் அவர்களிடம் புலம்பினர். தொடர்ந்து அத்தொழிலில் ஈடுபட்டிருக்கும்படி உதித் அந்தக் கைவினைஞர்களுக்கு அறிவுரை வழங்கியபோது, அவர்கள் அவரிடம், "நீங்கள் ஏன் உங்களுடைய குடும்பத் தொழிலை விட்டுவிட்டு வெளிநாட்டுக்குச் சென்றீர்கள்?" என்று கேட்டு அவரை மடக்கினர். அது அவர்களைச் சிந்திக்க வைத்தது.

உதித்தும் அதித்தியும் ஐரோப்பாவில் ஒரு வணிகக் கல்லூரியில் படித்து முடித்ததும், வாரணாசியின் நுண்கலைக்கு ஆதரவளிக்கும் விதமாக ஒரு நிறுவனத்தை நிறுவி, அதை ஓர் உலகளாவிய வணிகச் சின்னமாக உயர்த்தத் தீர்மானித்தனர்.

அந்தத் தம்பதியர் இரண்டு பிரச்சனைகளை அடையாளம் கண்டனர். முதலாவது, இத்தொழிலில் கைத்தறி நெசவாளர்களும் பிற கைவினைஞர்களும்தாம் இருப்பதிலேயே அதிகப் பாதகமான நிலையை எதிர்கொண்டனர். அவர்கள் தங்களுடைய உற்பத்திப் பொருளை மொத்த வியாபாரிகளிடம் விற்றனர். அந்த மொத்த வியாபாரிகள் அவற்றைச் சில்லறை விற்பனையாளர்களிடம் விற்றனர். ஆனால், விற்பனையாகாமல் இருந்த பொருட்கள் மீண்டும் அந்தக் கைவினைஞர்களுக்கே திருப்பி அனுப்பி வைக்கப்பட்டன. புதிய வடிவங்களை உருவாக்கவும், புதிய முயற்சிகளை மேற்கொள்ளவும் இது அவர்களை எந்தவிதத்திலும் ஊக்குவிக்கவில்லை. அதன் விளைவாக, சலிப்பூட்டுகின்ற அதே பழைய பாணி வடிவங்களே மீண்டும் மீண்டும் பயன்படுத்தப்பட்டன. அதோடு, அதே போன்ற தோற்றத்தில் இருந்த, தரம் குறைந்த மலிவான பொருட்களும் சந்தையில் குவிந்தன. அதனால், விற்பனையாகாத பொருட்களிலிருந்து நெசவாளர்களுக்குப் பாதுகாப்பு அளிப்பதுதான் அத்தம்பதியரின் முதல் நோக்கமாக இருந்தது.

அப்போது இருந்த நிலைமையில், ஒரு புடவை உண்மையிலேயே தரமானதுதானா என்பதை வாடிக்கையாளர்கள் அறிந்து கொள்வதற்கு எந்த வழியும் இருக்கவில்லை. இது இரண்டாவது பிரச்சனை. தங்கள் கண் முன்னால் இருப்பது உண்மையிலேயே ஒரு நெசவாளர் மூன்று மாதங்கள் உழைத்து நெய்து கொடுத்த பனாரஸ் பட்டுப் புடவைதானா என்பதை வாடிக்கையாளர்கள் எப்படி உறுதி செய்வது? தலைசிறந்த நெசவாளர்கள் தாங்கள் நெய்து கொடுக்கின்ற மிகத் தரமான பொருட்களுக்கு ஏற்ற விலையைத் தொடர்ந்து பெறுவது எப்படி? பிரெஞ்சு நிறுவனமான லூயி விட்டோன், தன்னுடைய சுமாரான ஒரு 'பை'க்கு ஏறத்தாழ 3,000 டாலர்கள் (இந்தியக் கணக்கில் 2.5 இலட்சம் ரூபாய்) விலை வைத்துள்ளது. அந்நிறுவனத்தைப்போல சர்வதேச அளவில் தன்னுடைய புடவை அல்லது வேறு ஒரு பொருளுக்குச் சிறந்த விலையைப் பெறக்கூடிய நிலையில் ஏன் ஒரே ஓர் இந்திய நிறுவனம்கூட இல்லை?

அப்படிப்பட்ட ஒரு நிறுவனத்தையும் வணிகச் சின்னத்தையும் தங்களால் உருவாக்க முடியுமென்று உதித்தும் அதித்தியும் நம்பினர். அப்படி உருவானதுதான் அருமையான பனாரஸ் பட்டுப் புடவைகளை விற்பதற்காகத் தொடங்கப்பட்ட டில்ஃபி. இதற்காக அவர்கள் தங்களுடைய வடிவமைப்பாளர்களையும், அந்த வடிவமைப்பாளர்களின் வடிவமைப்புகளை நெசவாளர்களுக்குப் புரிகின்ற விதத்தில் 'கார்டுகளாக' மாற்றிக் கொடுக்கின்ற கலைஞர்களையும், நெசவாளர்களையும் ஒருங்கிணைத்தனர். அவர்கள் பாரம்பரியமான வடிவங்களோடு கூடவே புதிய வடிவங்களையும் உருவாக்கினர். அவர்கள் நெசவாளர்களிடம்

கச்சாப் பொருட்களைக் கொடுத்து அவர்களைப் புடவைகளை நெய்யச் செய்தனர். அதை அவர்களிடமிருந்து அவர்கள் வாங்கிக் கொண்டனர். புடவைகள் விற்பனையாகாவிட்டால், அவை மீண்டும் நெசவாளர்களிடம் திருப்பி அனுப்பி வைக்கப்பட மாட்டாது என்ற உத்தரவாதம் நெசவாளர்களுக்குக் கொடுக்கப்பட்டது. அந்தப் பொறுப்பு டில்ஃபியுடையது. அதேபோல, அந்தப் புடவைகளில் ஏதேனும் குறைபாடுகள் இருந்தாலும் அதற்கான நஷ்டத்தை டில்ஃபி நிறுவனமே ஏற்றுக் கொள்ளும். தங்களுடைய பொருட்களின் தரத்தின்மீது வாடிக்கையாளர்களிடம் நம்பிக்கையை ஏற்படுத்துவதற்கு, அந்நிறுவனத்தினர் அதன்மீது தீவிரக் கவனம் செலுத்தினர். டில்ஃபிமீதான வாடிக்கையாளர்களின் நம்பிக்கை படிப்படியாக வளரத் தொடங்கியது. அந்தச் சமயத்தில் கொரோனா பெருந்தொற்று தொடங்கியவுடன், புடவைகள் தயாரிக்கப்படுவதற்கு முன்பாகவே அவர்களுக்கு ஆர்டர்கள் குவியத் தொடங்கின. இவை அவர்களுடைய முதலீட்டின் ஆபத்தைக் கணிசமாகக் குறைத்தன. பெருந்தொற்று நிறைவுக்கு வந்த பிறகும், முன்கூட்டியே ஆர்டர் கொடுக்கின்ற இந்தப் போக்கு தொடர்ந்தது அவர்களுக்கே பெரும் வியப்பு ஏற்படுத்தியது.

ஒரு வணிகச் சின்னத்தை உருவாக்குவது ஒரு நீண்டகாலத் திட்டம் என்பதால், உதித்தும் அதித்தியும் பொறுமையாகச் செயல்பட வேண்டியிருந்தது. அப்பயணத்தின் ஊடாக அவர்கள் நிறையவே கற்றுக் கொள்ளவும் வேண்டியிருந்தது. அவர்களுடைய பொருட்கள் அமேசான் போன்ற இணைய விற்பனைத் தளங்களில் கிடைப்பதில்லை என்பதை அதித்தி சுட்டிக்காட்டினார். விஷயங்களை அவர்கள் முழுக்க முழுக்கத் தங்களுடைய கட்டுப்பாட்டில் வைத்திருக்க விரும்பியதால், தங்களுக்கென்று சொந்தமான வலைத்தளம் மற்றும் சமூக ஊடகங்களை உருவாக்கிக் கொள்ள அவர்கள் விரும்பினர். அவர்கள் விற்பனை செய்கின்ற பொருட்களையும், அவை ஒவ்வொன்றுக்கும் பின்னாலுள்ள கதையையும் பற்றிய விழிப்புணர்வை வாடிக்கையாளர்களிடம் ஏற்படுத்துவதற்கு அவர்களுடைய வலைத்தளமும் சமூக ஊடகங்களும் அவர்களுக்கு உதவுகின்றன. ஆடம்பரப் பொருட்களுக்கான ஒரு சந்தையைக் கட்டியெழுப்புவதற்கான முக்கிய அம்சம் இது. குறிப்பாக, செல்வச்செழிப்பு அடைந்து கொண்டிருக்கின்ற, ஆனால், இந்தியப் பாரம்பரியம் குறித்து எதுவும் அறியாதிருக்கின்ற ஒரு தலைமுறைக்கு இது நன்றாகப் பொருந்தும். தங்களுடைய வலைத்தளத்தில் சிறப்புத் தள்ளுபடிகள், பண்டிகைக்கால விலைச் சலுகைகள் போன்ற எவையும் கிடையாது என்று உதித் சுட்டிக்காட்டுகிறார். வாடிக்கையாளர்கள் மிக உயர்ந்த தரமுடைய ஒரு பொருளை அதற்கான சரியான விலை கொடுத்து வாங்குகின்றனர், அவ்வளவுதான். தங்களுடைய நெசவாளர்கள், நன்கொடைக்காகக் கையேந்திக் கொண்டிருக்கின்ற பிச்சைக்காரர்கள் அல்லர்; அழகான பொருட்களை உருவாக்குகின்ற கைவினைஞர்கள் அவர்கள் என்று அவர்கள் உற்சாகமாக எங்களிடம் கூறினர்.

வலைத்தளத்தின் மூலம் விற்பனை செய்வது வாடிக்கையாளர்கள் தருகின்ற பின்னூட்டக்கருத்துகள்மீது உடனடியாக நடவடிக்கை எடுப்பதை அவர்களுக்கு எளிதாக்கியுள்ளது. வாடிக்கையாளர்கள் எவற்றை விரும்புகின்றனர் என்பதை அறிந்து கொள்வதோடு மட்டுமல்லாமல், வாடிக்கையாளர்களின் ரசனையின்மீது தாக்கம் ஏற்படுத்துவதும் சாத்தியப்பட்டுள்ளது. அவர்களுடைய வர்த்தகத்திற்கு ஒரு பெரிய இரசிகர் பட்டாளமே உருவாகியுள்ளது. 2016 இல் அவர்களிடம் 300 கைவினைஞர்கள் இருந்தனர். இன்று அவர்கள் 3,000 கைவினைஞர்களுடன் இணைந்து பணியாற்றிக் கொண்டிருக்கின்றனர். அவர்களுடைய விற்பனையில் பாதிக்கு மேற்பட்டவை வெளிநாடுகளிலிருந்து வருபவை. அவர்கள் ‘டில்ஃபி அனுபவக் கடை’ என்ற பெயரில் வாரணாசியில் ஒரு கடையைத் திறந்துள்ளனர். தில்லி மற்றும் பெங்களூரில் கடைகளைத் திறப்பதற்கான முயற்சிகளில் அவர்கள் இறங்கியுள்ளனர். இதில் சுவாரசியமான ஒரு விஷயம் என்னவென்றால், அதிக நுணுக்கமான வேலைப்பாடுகளுடனும் நவீன வடிவமைப்புகளுடனும் தயாரிக்கப்படுகின்ற புடவைகள் மற்றும் பிற ஆடைகளை, அவர்களால் தங்களுடைய கடைகளில் அதிகமாக விற்பனை செய்ய முடிகிறது. ஒரு பொருளை வாங்குவதற்கு முன்பாக, அதைத் தங்களால் பார்க்கவும் தொட்டுணரவும் முடிகின்றபோது, அதற்கு வாடிக்கையாளர்கள் அதிகவிலைகொடுக்கத்தயாராகஇருக்கின்றனர். லென்ஸ்கார்ட் நிறுவனத்தைப்போலவே, டில்ஃபியும், வலைத்தளம் மக்களிடையே விழிப்புணர்வை ஏற்படுத்துவதற்கும், வழமையான கடைகள் பொருட்களை வாங்குவதற்கு வாடிக்கையாளர்களைத் தூண்டுவதற்கும் உதவுகின்றன என்பதைப் புரிந்து கொண்டுள்ளது.

டில்ஃபி பாரம்பரியமான தொழிற்பயிற்சி முறையைப் பின்பற்றுகிறது. அதில், ஒரு மூத்தக் கைவினைஞர் புதியவர்களுக்குத் தொழிலைக் கற்றுக் கொடுக்கிறார். டில்ஃபி அந்த மூத்தக் கைவினைஞருக்குச் சவால் விடுகின்ற விதத்தில் சிக்கலான வடிவமைப்புகளை அவருக்குக் கொடுக்கும். அந்தப் புடவைகளும் ஆடைகளும்சிறப்பாகவிற்கும்என்றஉத்தரவாதம்இல்லாவிட்டாலும், அவருடைய திறமைக்குத் தீனி போட்டுக் கொண்டிருப்பதற்காக அந்நிறுவனம் அதைச் செய்கிறது. பாரம்பரியக் கலையுடன் புதுமையைப் பிணைப்பதற்காகப் புதிய வடிவமைப்பாளர்களையும் அது உள்ளே அழைத்து வருகிறது. டில்ஃபி நிறுவனம், பாரம்பரிய ஆணாதிக்க மனப்போக்கு குறைவாக இருக்கின்ற வாரணாசியின் புறநகர்ப் பகுதியில், முதன்முதலாக ஒரு பெண் நெசவாளருக்குப் பயிற்சியளித்து அவருக்கு வேலையும் வழங்கியுள்ளது.

புடவையில் தொடங்கிய டில்ஃபி நிறுவனம், முதலில் பிற ஆடைகளுக்குத் தன் தொழிலை விரிவுபடுத்தியது. இப்போது, அது அறைகலன்கள் மற்றும் சிற்பங்களின் தயாரிப்பில் இறங்கியுள்ளது. கோவில் கலைகளில் திறமையுள்ளவர்கள் எண்ணற்றோர் வாரணாசியில் இருக்கின்றனர். உலோக வேலைப்பாடுகள் அதற்கான ஓர் எடுத்துக்காட்டு. அதை ஆடம்பர அறைகலன்களை

உருவாக்குவதற்குப் பயன்படுத்திக் கொள்வது எளிது. இந்திய வேர்களுடனும் பண்புக்கூறுகளுடனும் இருக்கின்ற அதே சமயத்தில், உலகளாவிய ஈர்ப்பைக் கொண்டிருக்கின்ற, உண்மையான இந்திய ஆடம்பரப் பொருட்களை உருவாக்குகின்ற ஒரு வணிகச் சின்னமாகத் தலையெடுக்க டில்ஃபி விரும்புகிறது. இந்தியா முழுவதும் கலைப் பொருட்கள் மற்றும் நுண்கலைப் பொருட்களைத் தயாரிப்பதற்கான சாத்தியக்கூறை இந்த மாதிரி வழங்குகிறது.

விற்பனையை பிரம்மாண்டமாக விரிவுபடுத்துவது முக்கியமானதாக இல்லாதபோது

பொருள் உற்பத்தித் துறையைப்போலன்றி, சில குறிப்பிட்டச் சேவைப் பிரிவுகளில் ஒரு தொழிலை பிரம்மாண்டமாக விரிவுபடுத்துவது அதற்கு வெகுவாக உதவும் என்பது உண்மைதான் என்றாலும், வேறு சில சேவைப் பிரிவுகளில் தொழிலை பிரம்மாண்டமாக விரிவுபடுத்தாமலேயே அதன் உற்பத்தித்திறனை அதிகரிக்க முடியும். இந்தியா போன்ற நாடுகளில் பெரும்பாலான சேவை நிறுவனங்கள் மிகச் சிறியதாகவே தொடங்கப்படுவதால், இந்த உற்பத்தித்திறன் அதிகரிப்பு முக்கியத்துவம் பெறுகிறது. எடுத்துக்காட்டாக, இந்தியாவில் சிறிய சேவை நிறுவனங்கள் பொதுவாக மூன்று நபர்களுடன் தொடங்கப்படுகின்றன. சராசரியாக ஆறு ஆண்டுகளில் அவற்றில் வேலை செய்வோரின் எண்ணிக்கை இரு மடங்காக ஆகிறது. இதற்கு நேர்மாறாக, உற்பத்தித் துறையில் ஈடுபடுகின்ற தொடக்க நிறுவனங்கள் பொதுவாகப் பதினைந்து நபர்களுடன் தொடங்கப்பட்டு, அதே ஆறு ஆண்டுகளில் மூன்று மடங்கு ஊழியர்களைக் கொண்டவையாக வளர்கின்றன. சேவைத் துறையில் பிரம்மாண்டமான விரிவுபடுத்துதல் அந்த அளவுக்கு முக்கியமானதாக இல்லாததால், உற்பத்தித் துறையோடு ஒப்பிடுகையில் சேவைத் துறையிலுள்ள சிறிய நிறுவனத்திற்கும் பெரிய நிறுவனத்திற்கும் இடையே உற்பத்தித்திறனில் குறைந்த அளவு வேறுபாடே இருக்கும். இன்னும் சொல்லப் போனால், வளரும் நாடுகளில் இந்த வேறுபாடு கிட்டத்தட்ட இருக்கவே இருக்காது. எடுத்துக்காட்டாக, வடிவமைப்பு ஆலோசனை வழங்குகின்ற தொழிலில் ஈடுபட்டிருக்கின்ற ஒருவர் எந்த அளவுக்குச் சம்பாதிக்கிறாரோ, அத்தொழிலில் ஈடுபட்டிருக்கின்ற ஒரு நிறுவனத்தின் பங்காளிகளும் அதே அளவுதான் சம்பாதிப்பர். அதாவது, ஒரு நல்ல வாழ்க்கையை வாழ்வதற்கு, தனிப்பட்ட முறையில் வடிவமைப்புத் தொழிலில் ஈடுபட்டிருக்கும் ஒருவருக்குச் சந்தையில் அதற்கான தேவை அபரிமிதமாக இருக்க வேண்டிய தேவையில்லை.

சேவை நிறுவனங்கள் பொதுவாக ஒரு மெதுவான வேகத்தில் வளர்கின்றன. ஆனால் அதற்காக, சேவைத் துறை ஒட்டுமொத்தமாகக் குறைவான வேலைவாய்ப்புகளை உருவாக்குகிறது என்று அர்த்தமாகாது. எண்ணற்றக் கிளைகளைக்

கொண்டுள்ள, ரிலையன்ஸ் நிறுவனத்தின் ஸ்மார்ட் பஜார், கிளை உரிம அடிப்படையில் இயங்குகின்ற தில்லி பப்ளிக் ஸ்கூல் (ரகுராம் ராஜனும் ரோகித் லாம்பாவும் இப்பள்ளியின் முன்னாள் மாணவர்கள்) போன்றவை இதில் விதிவிலக்குகள். சமீப காலத்தில் சேவைத் துறையில் பெரும் கொந்தளிப்பான சூழல் நிலவுகிறது. அதில் புதிய நிறுவனங்களும் குதித்துள்ளன, பழைய நிறுவனங்களும் அடியெடுத்து வைத்துள்ளன. நீங்கள் இருக்கும் இடத்திற்கு அருகில், சமீபத்தில் எத்தனை உணவகங்கள் திறக்கப்பட்டுள்ளன என்று பாருங்கள். கூட்டிக் கழித்துப் பார்த்தால், சேவைத் துறையில் ஒட்டுமொத்தமாக உருவாக்கப்பட்டுள்ள வேலைவாய்ப்புகள் குறிப்பிடத்தக்க அளவு இருக்கும். அவற்றில் பெரும்பாலானவை, சிறிய மற்றும் நடுத்தர அளவிலான நிறுவனங்களிலேயே உருவாக்கப்பட்டிருக்கும். எந்தவொரு நிறுவனத்தையும் சாராமல் தனித்து இயங்கிக் கொண்டிருப்பவர்களும் இதில் குறிப்பிடத்தக்க எண்ணிக்கையில் இருப்பர்.

கடைசியாக ஒரு விஷயம்: அனைத்துச் சேவைப் பிரிவுகளிலும் உற்பத்தித்திறனை அதிகரிப்பதற்கு அவற்றை ஒரு பிரம்மாண்டமான அளவில் விரிவுபடுத்த வேண்டியதில்லை என்பதால், அப்படிப்பட்டச் சேவைப் பிரிவுகள் தம்முடைய உற்பத்தித்திறன் அதிகரிப்புக்கு ஏற்றுமதியைச் சார்ந்திருக்க வேண்டியதில்லை. அவை வெறுமனே உள்நாட்டுத் தேவைக்குத் தீனி போட்டுக் கொண்டிருந்தாலே போதும்.

சேவைகளை வகைப்படுத்துதல்

மதிப்பு கூட்டுதல் அதிகமாக உள்ள சேவை வர்த்தகத்தில் இந்தியா ஆழமாகக் காலூன்றியுள்ளது. ஒன்று, சேவைகள் நேரடியாக வழங்கப்படுகின்றன (எடுத்துக்காட்டு: இந்தியாவின் மென்பொருள் துறை, இந்தியாவிலிருந்து வெளிநாடுகளுக்குச் சேவை வழங்கிக் கொண்டிருக்கின்ற ஆலோசகர்கள், சட்ட ஆய்வாளர்கள் மற்றும் கணக்காளர்கள்). அல்லது, உற்பத்தி அல்லது சேவைப் பொருட்களில் சேவைகள் பொதியப்பட்டு சர்வதேச வாடிக்கையாளர்களுக்கு விற்கப்படுகின்றன. எடுத்துக்காட்டாக, சர்வதேச வங்கியான கோல்டுமேன் சாக்ஸ், அமெரிக்காவுக்கு வெளியேயுள்ள தன்னுடைய மிகப் பெரிய கிளையை பெங்களூரில் திறந்துள்ளது. அதில் 8,000 பேர் வேலை பார்க்கின்றனர். வர்த்தகத்தில் தொடங்கி, தொழில்ரீதியான அபாயங்களை நிர்வகிப்பதுவரை, அனைத்துக்கும் அமைப்புமுறைகளை உருவாக்குகின்ற வேலைகளில் அவர்கள் ஈடுபட்டுள்ளனர். அந்நிறுவனத்தின் முதலீட்டு வாடிக்கையாளர்களுக்காக அட்லஸ் என்ற அமைப்புமுறையையும், தரவுகளை ஆராய்வதற்கு ஜானஸ் என்ற கணினித் தளத்தையும் இந்தியப் பொறியாளர்கள் உருவாக்கிக் கொடுத்துள்ளனர். விமான எஞ்சின்களை உருவாக்குகின்ற ரோல்ஸ் ராய்ஸ், டர்பைன்களின் தயாரிப்பில் ஈடுபட்டுள்ள ஜெனரல் எலெக்ட்ரிக்

போன்ற நிறுவனங்கள், அமெரிக்கா மற்றும் ஐரோப்பாவிலுள்ள தம்முடைய ஆய்வுக்கூடங்களுக்குத் துணைபோகின்ற விதத்தில், அவை இந்தியாவில் அமைத்துள்ள உலகளாவிய செயல் வல்லமை மையங்களில் மூல ஆராய்ச்சிகளை மேற்கொள்கின்றன. இந்தியாவில் இருக்கின்ற இதுபோன்ற வேறு சில மையங்கள், நிதி, விளம்பரம், சந்தைப்படுத்துதல் போன்றவை தொடர்பான நடவடிக்கைகளில் இந்தியாவிலிருந்து உதவி புரிகின்றன. கொரோனா பெருந்தொற்றுக் காலத்திற்குப் பிறகு இந்த நடவடிக்கைகள் கணிசமாக அதிகரித்துள்ளன.

ஆனால், இந்தியாவுக்குக் கவலையளிக்கின்ற ஒரு விஷயம் இதில் இருக்கிறது. இந்த ஊழியர்களின் மதிப்புக் கூட்டுதல் நடவடிக்கைகளின் மூலம் உருவாக்கப்படுகின்ற வருவாயில் பெரும்பகுதியை, அந்த அந்நிய நிறுவனங்கள் தாம் ஈட்டிய இலாபமாகக் கணக்குக் காட்டிக் கொள்கின்றன. எடுத்துக்காட்டாக, கோல்டுமேன் சாக்ஸ் நிறுவனத்தின் உலகளாவிய செயல் வல்லமை மையங்களில் வேலை பார்க்கின்ற பொறியாளர்கள், அந்நிறுவனத்தின் வாடிக்கையாளர்களுக்கு இந்தியாவிலிருந்து நேரடியாகச் சேவை செய்தாலும், அது தன் வாடிக்கையாளர்களுக்கும் இந்தியப் பொறியாளர்களுக்கும் இடையே ஓர் இடையூடகமாகச் செயல்படுவதால், அந்தப் பொறியாளர்கள் உருவாக்குகின்ற மதிப்புக் கூட்டுதல் வருவாயில் பெரும்பகுதியை இலாபமாகத் தம்மிடமே வைத்துக் கொள்கின்றன. காலப்போக்கில், இந்தப் பொறியாளர்கள், கோல்டுமேன் சாக்ஸ் நிறுவனத்தைக் கழற்றிவிட்டுவிட்டு நேரடியாக அந்த வாடிக்கையாளர்களுக்குத் தங்களால் சேவை செய்ய முடியும் என்பதைப் புரிந்து கொள்வர். இதைத்தான் டிசிஎஸ், இன்ஃபோசிஸ் போன்ற நிறுவனங்கள் கண்டுபிடித்திருந்தன. இதைப் புரிந்து கொண்டு செயலில் இறங்கியுள்ள சில துளிர் நிறுவனங்களைப் பற்றி நாம் பின்னர் பார்க்கவிருக்கிறோம். அக்கட்டம் வருகின்றபோது, இத்திட்டங்களிலிருந்து வருகின்ற இலாபங்களும் இந்தியாவுக்கு வந்து சேரும்.

இந்தியாவுக்குக் கவலையளிக்கின்ற மற்றொரு விஷயம், மிகவும் திறமை வாய்ந்த இந்திய ஊழியர்களுக்கான தேவை ஒரு பிரம்மாண்டமான அளவில் இருந்தாலும், அந்த அளவுக்கு ஆட்கள் கிடைப்பதில்லை என்பதுதான். "புதிய பட்டதாரிகளை வேலைக்கு எடுப்பது என்பது இப்போதும் ஒரு சவாலாகத்தான் இருக்கிறது. அவர்களுக்கு மீண்டும் மீண்டும் பயிற்சியளிக்கப்பட்டப் பிறகுதான் நிறுவனங்கள் எதிர்பார்க்கின்ற வேலையை அவர்களிடமிருந்து வாங்க முடியும்," என்று 'சீமன்ஸ் ஹெல்த்தீனியர்ஸ்' என்ற நிறுவனத்தின் நிர்வாகி ஒருவர் தெரிவித்துள்ளார். அதனால், திறமைசாலிகளால் எளிதாகக் கூடுதல் சம்பளத்தைக் கேட்டுப் பெற முடியும். கல்லூரிப் பட்டதாரிகள் தரமான கல்வியைப் பெற்றிருந்தால், இன்னும் அதிகமானவர்களால் வேலை தேடிக் கொள்ள முடியும். இந்தியாவில் உயர்கல்வியிலுள்ள சவால்களைப் பற்றியும், அவற்றை எப்படி எதிர்கொள்ள வேண்டும் என்பதைப் பற்றியும் நாம் பின்னர்

விரிவாகப் பார்க்கலாம்.

ஆனால், இது சேவைத் துறையில் வேலைவாய்ப்புகளுக்கு முற்றுப்புள்ளி வைத்துவிடாது. ஓரளவு திறமை பெற்றத் தொழிலாளர்களால்கூட சேவைத் துறையில் பங்களிக்க முடியும். லாரி ஓட்டுநர்கள், இரயில்வே தொழிலாளர்கள், கப்பல் பணியாளர்கள், துறைமுகத் தொழிலாளர்கள் போன்றோர் இதற்கான எடுத்துக்காட்டுகள். உணவகச் சிப்பந்திகள், ஓட்டல் எழுத்தர்கள், சுற்றுலா வழிகாட்டிகள் போன்றோரையும் இதில் சேர்த்துக் கொள்ளலாம். இந்த இருவகைச் சேவைகளையும் வெளிநாட்டவருக்கு விற்று அதன் மூலம் பெரும் அந்நியச் செலாவணியை ஈட்ட முடியும்.

இறுதியாக, வேலைகளில் பெரும்பாலானவை உள்நாட்டுச் சேவைத் துறைகளில் உள்ளன என்பது இந்தியாவுக்குக் கவலையளிக்கின்ற இன்னொரு விஷயமாகும். இவற்றில், அதிகத் திறமை தேவைப்படுகின்ற பேராசிரியர்கள், அறுவை சிகிச்சை நிபுணர்கள் போன்றோரும் அடங்குவர், சுமாரான திறமை தேவைப்படுகின்ற வீட்டுப் பணியாளர்கள், வாகன ஓட்டுநர்கள், வீட்டு வளாகங்களிலும் அலுவலகங்களிலும் பணியாற்றுகின்ற காவலாளிகள், கடை ஊழியர்கள், சலவை நிலையங்களை நடத்துபவர்கள், கட்டடப் பணியாளர்கள், அங்கன்வாடிப் பணியாளர்கள் போன்றவர்களும் அடங்குவர்.

பெரும்பாலான வேலைகளை இந்த வகைகளுக்குள் அடக்கிவிட முடியும். எடுத்துக்காட்டாக, சர்வதேச அளவில் சக்கைப்போடு போட்ட ‘ஆர்ஆர்ஆர்’ திரைப்படத்தின் இயக்குநர் எஸ்.எஸ் ராஜமௌலியை, இந்தியாவிலும் வெளிநாடுகளிலும் படைப்பாற்றல்மிக்கத் திரைப்படங்களை விற்கின்ற திறமை கொண்ட ஒருவராகக் கருதலாம். மொத்தத்தில் சேவைத் துறை என்பது அதிகத் திறமை தேவைப்படுகின்ற வேலைகளிலிருந்து குறைவான திறமை தேவைப்படுகின்ற வேலைகள்வரை சகலத்தையும் உள்ளடக்கிய ஒன்றாகும். அவற்றில் பெரும்பாலானவற்றால் ஏற்றுமதிக்குப் பங்களிக்க முடியும் என்றாலும், அதில் அதிகமான வருவாயை அதிகத் திறமையுடைய நபர்களே ஈட்டிக் கொடுப்பர். ஆனால், உள்ளூர் சந்தைக்குப் பங்களிக்கின்ற சேவை வேலைகள் ஏராளமாக இருக்கும்.

அனைத்து விதமான சேவைத் துறை வேலைகளும் சம அளவில் வளர்ச்சிக்குப் பலனளிக்கின்றனவா?

ஒரு வேளாண் தொழிலாளரை ஒரு மென்பொருள் நிரலாளராகவோ அல்லது ஒரு பேராசிரியர் வினோத்தாகவோ மாற்றுவதைவிட, ஒரு பல்பொருள் அங்காடி ஊழியராகவோ அல்லது ஒரு கட்டடத் தொழிலாளராகவோ மாற்றுவது எளிது என்பது வெளிப்படை (வாசகர்கள் சிலருக்கு இது ‘பீப்லி லைவ்’ என்ற இந்தித் திரைப்படத்தை

நினைவூட்டக்கூடும்). மாற்றம் பெரிதாக இருக்கின்றபோது, அதன் உற்பத்தித்திறன் உயர்வும் அதிகமாக இருக்கும், வருவாய் ஈட்டுதலும் அதிகமாக இருக்கும். துரதிர்ஷ்டவசமாக, அந்த வேளாண் தொழிலாளர் தரமான கல்வியைப் பெற்றிருந்தாலோ அல்லது அசாதாரணமான அறிவு படைத்தவராக இருந்தாலோ ஒழிய, மாற்றம் மெதுவானதாகவும் படிப்படியானதாகவும் மட்டுமே இருக்கும்.

வேளாண் தொழிலிலிருந்து வெளியேறுகின்ற தொழிலாளர்களிடமிருந்து போதுமான அளவு மென்பொருள் நிரலாளர்களை நம்மால் உருவாக்க முடியவில்லை என்றாலோ, மென்பொருள் நிரலாளர்களுக்குப் போதுமான அளவு வேலைவாய்ப்புகளை உருவாக்க முடியவில்லை என்றாலோ, சேவைத் துறையில் இறங்குவதை நாம் விட்டுவிட வேண்டுமா? தேவையில்லை.

சுருங்கிக் கொண்டிருக்கின்ற வேளாண் நிலங்களை நம்பி அளவுக்கதிகமான வேளாண் தொழிலாளர்கள் இருப்பதால், வேளாண் உற்பத்தித்திறன் மிகக் குறைவாக இருக்கிறது. அதனால், தொழிலாளர்களை வேளாண்மையிலிருந்து, கட்டடத் தொழில், நகர்ப்புறக் கழிவு நிர்வாகம் போன்ற, குறைவான ஊதியம் வழங்குகின்ற சேவைத் துறைகளுக்கு நகர்த்துவதுகூட மதிப்புக் கூட்டும். இந்தியாவின் ஒவ்வொரு நகரத்தின் தெருக்களிலும் நீக்கமற நிறைந்திருக்கின்ற துப்புரவுத் தொழிலாளர்கள், வேளாண் துறையில் உபரித் தொழிலாளர்களாக இருப்பதைவிடவும் அதிக உற்பத்தித்திறனுடன் இருப்பர். மொத்த வளர்ச்சியில் மூன்றில் ஒரு பங்கு, வேளாண் துறையிலிருந்து நவீனத் துறைகளுக்குத் தொழிலாளர்களை இடம்பெயரச் செய்வதன் மூலம் வருவதாக ஓர் ஆய்வு கணித்துள்ளது.

தெருவில் துப்புரவுப் பணியில் ஈடுபட்டிருக்கும் ஒரு தொழிலாளி, தெருவைச் சுத்தம் செய்வதற்குத் தன் துடைப்பத்தைப் பயன்படுத்துவதோடு வளர்ச்சி நின்றுவிடத் தேவையில்லை. இயந்திரங்களைக் கொண்டு குப்பைகளை உறிஞ்சுவதன் மூலம் சுத்தம் செய்கின்ற லாரியைப் பயன்படுத்துவதன் மூலம், அத்தொழிலாளியால் குறைவான முயற்சியின் மூலம் பல தொழிலாளர்களின் வேலையைச் செய்ய முடியும். அதே நேரத்தில், துடைப்பத்தைப் பயன்படுத்துவதன் மூலம் அவருக்கு ஏற்படுகின்ற சுகாதாரக் கேட்டின் அளவையும் அவரால் குறைத்துக் கொள்ள முடியும். அதேபோல, பெரிய அளவுக்குத் திறமை இல்லாத ஒரு தொழிலாளியின் உற்பத்தித்திறனை, செயலிகள் மற்றும் கணினி நிரல்களால் வெகுவாக மேம்படுத்த முடியும். நாம் முன்பு பார்த்திருந்த எடுத்துக்காட்டில், பேராசிரியர் வினோத் தன் கல்லூரிக்குப் போவதற்கு ஓர் ஓலா டாக்சியைப் பயன்படுத்தியிருந்தார் என்று நாங்கள் குறிப்பிட்டிருந்தது உங்களுக்கு நினைவிருக்கலாம். ஓலா போன்ற சவாரிப் பகிர்வுத் தளங்கள், சாதாரணமான கார் ஓட்டுநர்களுக்கு எண்ணற்ற வாடிக்கையாளர்களோடு தொடர்பு

ஏற்படுத்திக் கொடுப்பதன் மூலம், அவர்களை உடனடியாகத் தொழில்முனைவோராக மாற்றுகின்றன. சில தளங்கள், அந்த ஓட்டுநர்கள் சென்றடைய வேண்டிய இடத்திற்கு அவர்களுக்கு வழிகாட்டுவதிலிருந்து, வாடிக்கையாளர்களுக்குக் கட்டண இரசீது கொடுப்பது மற்றும் ஓட்டுநர்களுடைய வங்கிக் கணக்கில் பணம் போடுவதுவரை சகல விஷயங்களையும் செய்து கொடுக்கின்றன. சில சமயங்களில், அந்தத் தளங்கள், கார் வாங்குவதற்கு ஓட்டுநர்களுக்கு நிதியுதவி அளிக்கின்றன, அந்தக் கார்களைப் பராமரிக்கின்ற செலவையும் ஏற்றுக் கொள்கின்றன. அந்த ஓட்டுநர்களுக்குத் தெரிந்திருக்க வேண்டியதெல்லாம், கார் ஓட்டுவது எப்படி என்பது மட்டும்தான்.

அதிகமான வருவாய், கூடுதல் சேவைக்கான தேவைகளை உருவாக்குகிறது. பேராசிரியர் வினோத் பணிபுரிந்த 'வெல்-நோன்' வணிகக் கல்லூரியின் வளாகத்திலிருந்த புல்வெளிகளையும் தோட்டங்களையும் பல பேர் கொண்ட ஒரு குழு பராமரித்து வந்தது. அதேபோல, அந்த வளாகத்தில் வேலைக்கு அமர்த்தப்பட்டிருந்த காவலாளிகள் அந்த வளாகத்தைப் பாதுகாத்து வந்தனர். பேராசிரியர் வினோத் தன் வீட்டில் ஒரு சமையற்காரரையும், வீட்டைச் சுத்தம் செய்வதற்கு ஓர் ஆளையும் அமர்த்தியிருந்தார். உலகச் சந்தைக்குச் சேவை செய்வதை நோக்கமாகக் கொண்ட, உயர் வருவாய் ஈட்டிக் கொடுக்கின்ற ஒவ்வொரு வேலையும், உள்ளூரில் பல சேவை வேலைகளை உருவாக்குகின்றன. ஓர் இந்திய மாவட்டத்தில், உயர் வருவாய் ஈட்டிக் கொடுக்கின்ற சேவை வேலைகள் 10 சதவீதம் உயர்ந்தால், அது அங்குப் பிற சேவைத் துறைகளில் 4.2 சதவீத வேலைவாய்ப்புகளை உருவாக்குகிறது என்று சமீபத்தில் மேற்கொள்ளப்பட்ட ஓர் ஆய்வு தெரிவிக்கிறது. பொதுவாக, அதிகத் திறன் தேவைப்படுகின்ற வேலைகளோடு ஒப்பிடுகையில், குறைவான திறன் தேவைப்படுகின்ற வேலைகளில் ஈடுபட்டிருப்பவர்களின் எண்ணிக்கை மிக அதிகமாக இருக்கும் என்பதால், இந்த 4.2 சதவீத உயர்வு என்பது ஒரு பெரும் எண்ணிக்கையில் குறைவான திறன் தேவைப்படுகின்ற வேலைகளை உருவாக்கும்.

இது தொடர்பான வேறு சில அம்சங்கள் ஊக்கமளிப்பதாக இருக்கின்றன. புதிதாக உருவாக்கப்பட்டுள்ள சேவைத் துறை வேலைகளில் குறைவான திறன் கொண்ட நபர்கள் சேரும்போது, அது அவர்களுடைய குடும்பத்தை ஏழ்மையிலிருந்து விடுவித்து அவர்களை நடுத்தர வர்க்க நிலைக்கு உயர்த்தாது என்பது உண்மைதான். ஆனால், அப்படிப்பட்ட வேலைகள் பெரும்பாலும் நகர்ப்புறங்களில் இருப்பதால், அங்குள்ள அரசுப் பள்ளிகள், கிராமப் பள்ளிகளோடு ஒப்பிடுகையில் மேம்பட்டவையாக இருக்கும். அந்தத் தொழிலாளர்களின் குழந்தைகளால் மேம்பட்டப் பள்ளிகளில் படிக்க முடிவதால், அக்குழந்தைகள், அவர்களுடைய பெற்றோரைவிட மேம்பட்ட வேலைகளைப் பெற அது வழிவகுக்கும். ரகுராம் ராஜன் இந்திய ரிசர்வ் வங்கியில் வேலை பார்த்து வந்தபோது, அவருக்கு மிகுந்த மனநிறைவை அளித்த ஒரு விஷயம்,

அந்த வங்கியில் பணிபுரிந்த ஓட்டுநர்கள், சமையல்காரர்கள், உணவு பரிமாறுபவர்கள் ஆகியோருக்காக அளிக்கப்பட்டு வந்த வருடாந்திர விருந்தாகும். அந்தக் கொண்டாட்டத்தின்போது, அந்த ஊழியர்கள், மென்பொருள் பொறியாளர், பன்னாட்டு நிறுவன அதிகாரி போன்ற உயர் பதவிகளை அடைந்திருந்த தங்களுடைய குழந்தைகளைப் பெருமையுடன் எல்லோருக்கும் அறிமுகம் செய்து வைத்தனர். அக்குடும்பங்கள் ஒரே தலைமுறைக்குள் கீழ்மட்ட நிலையிலிருந்து நடுத்தர வர்க்க நிலைக்கு உயர்ந்ததற்குக் காரணம், ரிசர்வ் வங்கி, அக்குடும்பங்களில் ஒருவருக்கு, வீட்டு வசதி, மருத்துவ வசதி போன்றவை உள்ளிட்ட அடிமட்ட, ஆனால் நிரந்தரமான ஒரு வேலையை வழங்கியிருந்ததுதான்.

நகர்ப்புற வேலைகள் அனைத்தும் ரிசர்வ் வங்கி அளிக்கின்ற அதே வேலைப் பாதுகாப்பைக் கொடுப்பதில்லை என்பது உண்மைதான். அதன் காரணமாக, இப்படிப்பட்ட வேலைகளுக்காக கிராமங்களிலிருந்து நகரங்களுக்கு இடம்பெயர்பவர்கள் பெரும்பாலும் ஆண்களாக இருப்பதால், அவர்கள் தங்களுடைய குடும்பங்களைக் கிராமங்களிலேயே விட்டுவிட்டு வருகின்றனர். தொழிலாளர்களின் நலனுக்கு ஊறு விளைவிக்காத தொழிலாளர் உடன்படிக்கைகள் உருவாவதற்கு வழிவகுக்கின்ற விதத்தில் மேற்கொள்ளப்படுகின்ற பொருளாதாரச் சீர்திருத்தங்கள், நகர்ப்புறத்திற்குக் குடிபெயர்கின்ற குடும்பங்களுக்குக் கட்டுப்படியாகின்ற வீட்டுவசதி போன்ற, நகர்ப்புறத்தில் வசிப்பதற்குத் தேவையான பாதுகாப்புகளை உருவாக்கும். அப்போது, ரிசர்வ் வங்கியின் ஊழியர்களின் குழந்தைகளுக்குக் கிடைக்கின்ற, சமூக அடுக்கில் மேலே செல்ல முடிகின்ற அதே வசதியும் வாய்ப்பும் அவர்களுக்கும் கிடைக்கும். இன்னும் அதிகமான குடும்பங்கள் நகரங்களுக்கு இடம்பெயர்வதற்கும் அது வழிவகுக்கும்.

உயர்தர வேலைகள் கிடைப்பதற்கான வாய்ப்புகள் சுயமுன்னேற்றத்திற்கான விருப்பத்தை ஒருவரிடம் தூண்டிவிடுவதை நாம் குறைத்து மதிப்பிட்டுவிடக்கூடாது. ஒரு நல்ல வேலையைப் பெறுவதற்கான விருப்பம், சமுதாயத்தின் அனைத்து வருவாய் மட்டங்களில் உள்ளவர்களிடமும் இருப்பது வெளிப்படை. தொலைபேசி அழைப்புச் சேவை மையம் போன்ற, உலகளாவிய சந்தைக்குத் தீனி போடுகின்ற தகவல் தொழில்நுட்பத்தை அடித்தளமாகக் கொண்ட ஒரு நிறுவனம் ஓரிடத்தில் அமைக்கப்படுகின்றபோது, அந்த இடத்தைச் சுற்றியுள்ள ஆங்கிலவழிக் கல்வி போதிக்கின்ற பள்ளிகளில் மாணவர்களின் சேர்க்கை 7 சதவீதம் அதிகரிப்பதாக ஓர் ஆய்வு தெரிவிக்கிறது. அதே நேரத்தில், உள்ளூர் மொழிகளில் கற்றுக் கொடுக்கின்ற பள்ளிகளின் மாணவர்கள் எண்ணிக்கை குறைவதில்லை என்பது ஒரு சுவாரசியமான தகவல். எப்படியாவது தங்களுடைய குழந்தைகளை, நல்ல வேலைகளுக்கு இட்டுச் செல்வதற்கு உதவுகின்ற பள்ளிப்படிப்பைப் படிக்க வைக்க வேண்டும் என்ற தாகம் பெற்றோர்களிடம் இருப்பதையே இது சுட்டிக்காட்டுகிறது.

கிராமங்களில் இருக்கின்ற இளம் பெண்களிடம், தொலைபேசி அழைப்புச் சேவை மையங்களில் எப்படி வேலை பெறுவது என்று, அதற்கு வேலைக்கு எடுக்கின்ற நபர்கள் தெரிவிக்கின்றபோது, அந்தப் பெண்கள் அப்படிப்பட்ட வேலைகளில்தான் சேர்கின்றனர் என்று மற்றோர் ஆய்வு தெரிவிக்கிறது. இதன் காரணமாக, சில முக்கியமான விஷயங்கள் நிகழ்கின்றன. அப்படி வேலைகளில் சேர்ந்த அந்தப் பெண்கள், அடுத்துக் கணினி வகுப்புகளிலோ அல்லது ஆங்கில மொழியைக் கற்றுக் கொடுக்கின்ற மையங்களிலோ சேர்கின்றனர்; அவர்கள் தங்களுடைய ஆரோக்கியத்தின்மீது அதிக அக்கறை செலுத்தத் தொடங்குகின்றனர்; அவர்கள் இளம் வயதிலேயே குழந்தை பெற்றுக் கொள்வதில்லை. இதைவிட முக்கியமாக, ஒரு பாதுகாப்பான சூழலில் இதுபோன்ற ‘வெள்ளைக் காலர்’ சேவைத் துறை வேலைகள் கிடைப்பதற்கான வாய்ப்புகள் அதிகரிக்கின்றபோது, இந்தியப் பெண்களின் வேலைவாய்ப்பை அது கணிசமாக உயர்த்தும். இதைப் பற்றி நாம் பின்னர் விரிவாகப் பார்க்கலாம்.

உற்பத்தியை முடுக்கிவிடுகின்ற சேவைகள்: லென்ஸ்கார்ட்

இப்போது நாம் ஒரு துளிர் நிறுவனத்தின் பக்கம் நம் பார்வையைத் திருப்பலாம். இந்தியாவின் முக்கியத் தேவைகளில் ஒன்றான கண்பார்வை தொடர்பான தொழிலில் ஈடுபட்ட நிறுவனமான லென்ஸ்கார்ட்தான் அது. அவர்கள் சேவையால் முடுக்கிவிடப்பட்ட உற்பத்தி மாதிரியைப் பின்பற்றினர். சுமார் ஐம்பது கோடி இந்தியர்கள், கண்ணாடி அணிவதன் மூலமாகச் சரி செய்யப்படக்கூடிய பார்வைக் கோளாறுப் பிரச்சனைகளால் அவதிப்பட்டு வருகின்றனர். இந்திய மக்கள் தங்களுக்குத் தேவைப்படுகின்ற கண்ணாடிகளை எளிதாகவும் மலிவாகவும் வாங்கிக் கொள்வதை உறுதி செய்கின்ற நோக்கத்துடன் லென்ஸ்கார்ட் தொடங்கப்பட்டது. அதை உலகளாவிய விதத்தில் விரிவுபடுத்துவதற்கான திட்டம் லென்ஸ்கார்ட்டிடம் இருந்தது. பின்னர் அது கான்டாக்ட் லென்ஸ் மற்றும் வெயிலில் செல்கின்றபோது அணிவதற்கான கருப்புக் கண்ணாடிகளின் விற்பனையையும் தொடங்கியது.

லென்ஸ்கார்ட் நிறுவனத்தின் நிறுவனரும் அதன் தலைமை நிர்வாக அதிகாரியுமான பெயூஷ் பன்சால், தில்லியில் பள்ளிப்படிப்பை முடித்தப் பிறகு, கனடாவிலுள்ள மெக்கில் பல்கலைக்கழகத்தில் பொறியியல் படிக்கச் சென்றார். அதைத் தொடர்ந்து அவர் மைக்ரோசாஃப்ட் நிறுவனத்தில் வேலைக்குச் சேர்ந்தார். அவருடைய கடின உழைப்பைப் பாராட்டுகின்ற விதமாக, பில் கேட்ஸ் அவரைத் தன் வீட்டுக்கு அழைத்து உபசரித்தார். அப்போது, தான் நிறுவிக் கொண்டிருந்த அறக்கட்டளை குறித்தத் தன் கனவுகளைப் பற்றி பில் கேட்ஸ் தன்னிடம் பகிர்ந்து கொண்டதைக் கேட்டப் பெயூஷுக்கு, தானும் மைக்ரோசாஃப்ட் அல்லது கேட்ஸ் ஃபவுன்டேஷனைப்போல மிகப் பெரிய அளவில்

மக்கள்மீது தாக்கம் ஏற்படுத்துகின்ற ஒன்றைத் தொடங்க வேண்டும் என்ற ஆர்வம் துளிர்விட்டது.

கணினியில் மைக்ரோசாஃப்ட் வேர்டு செயலியைப் பயன்படுத்துவோர், அதில் தட்டச்சு செய்துள்ளவற்றை ஒரு 'பிடிஎஃப்' ஆவணமாகச் சேமிப்பதற்கு ஒரு வழி இருப்பதை அறிந்திருப்பர். பெயூஷ் மைக்ரோசாஃப்ட் நிறுவனத்தில் இருந்தபோது, அதை நிறுவுவதற்காக, பிடிஎஃப் தொழில்நுட்பத்தின் காப்புரிமையைக் கொண்டிருந்த அடோபி நிறுவனத்துடன் இணைந்து அவர் வேலை செய்தார். மேலோட்டமாகப் பார்ப்பதற்கு அது ஓர் அற்பமான விஷயமாகத் தெரியலாம். ஆனால், அதற்கு முன்புவரை, மைக்ரோசாஃப்ட் வேர்டில் உள்ள ஓர் ஆவணத்தைப் பிடிஎஃப் ஆவணமாகச் சேமிப்பதற்கு, அதன் பயனாளர்கள் சுற்றி வளைத்துப் பல படிகளைக் கடந்துதான் அதைச் சாதிக்க வேண்டியிருந்தது. அதை இந்த அம்சம் மிகவும் எளிதாக்கியது. தொழில்நுட்பத்தைப் பயன்படுத்தி வாடிக்கையாளர்களுக்கு விஷயங்களை எளிதாக்க முடிகின்ற யோசனையால் உந்தப்பட்டப் பெயூஷ், தன் கனவை முயற்சித்துப் பார்க்க இந்தியாவுக்குத் திரும்பினார். அவர் இந்தியாவைத் தன்னுடைய தாய்நாடாக மட்டும் பார்க்கவில்லை. பல பரிபூரண மாற்றங்கள் நிகழ்த்தப்பட வேண்டிய தேவை இருந்த ஓரிடமாகவும் அவர் அதைப் பார்த்தார்.

அவர் முதலில் கல்லூரி மாணவர்களுக்குப் பயனளிக்கின்ற ஒரு தொழிலில் இறங்கினார். கல்லூரி வளாகங்களுக்கு அருகே இருக்கின்ற அடுக்குமாடிக் குடியிருப்புகளில் மாணவர்கள் தங்கிப் படிப்பதற்கு, மாணவர்களையும் வீட்டுச் சொந்தக்காரர்களையும் இணைக்கின்ற ஒரு தொழில் அது. அது வெற்றியும் பெற்றது. கிட்டத்தட்ட 1,500 கல்லூரிகளை அவர் அத்திட்டத்தில் சேர்த்திருந்தார். ஆனால், அதை ஒரு பிரம்மாண்டமான விதத்தில் பெரிதாக்க முடியாது என்பதை விரைவிலேயே அவர் உணர்ந்து கொண்டார். அதனால், கண் சேவையின் பக்கம் அவர் தன் கவனத்தைத் திருப்பினார். எண்ணற்ற இந்தியர்கள் கண் பார்வைக் கோளாறுகளால் அவதியுற்று வருவதால், அது தொடர்பான ஒரு தொழிலைத் தொடங்கினால் அதைப் பிரம்மாண்டமாக வளர்த்தெடுக்க முடியும் என்று அவர் நினைத்தார்.

ஒரு மூக்குக்கண்ணாடியை வாங்குவது என்பது ஒரு கைக்கடிகாரம் அல்லது ஓர் அலைபேசியை வாங்குவதைப் போன்றதல்ல. அது பல படிகளை உள்ளடக்கிய ஒரு செயல்முறை. வாடிக்கையாளர் முதலில் தன் கண்களைப் பரிசோதனை செய்து கொள்ள வேண்டும். அவர்களில் பலர், மேலும் மேலும் அருகில் சென்றால்தான் தங்களுக்குத் தொலைக்காட்சி அல்லது கணினித் திரை தெரிகிறது என்பதை உணர்ந்துள்ளபோதிலும், தங்களுக்கு பார்வைக் கோளாறு இருப்பதை உணர்ந்திருப்பதில்லை. விழிப்புணர்வு இல்லாமை முதல் பிரச்சனை. இரண்டாவது, கடைகளின் எண்ணிக்கை போதாமை. இந்தியா முழுவதிலும் மொத்தமே 50,000 மூக்குக்கண்ணாடிக் கடைகள் மட்டுமே இருக்கின்றன. பெரும்பாலான மக்களுக்கு,

அவர்கள் வசிக்கின்ற இடங்களுக்கு அருகில் மூக்குக்கண்ணாடிக் கடை எதுவும் இருப்பதில்லை. மூன்றாவது பிரச்சனை, பெரும்பாலான மூக்குக்கண்ணாடிகள் கட்டுப்படியாகக்கூடிய விலையில் விற்கப்படுவதில்லை.

இந்தப் பிரச்சனைகள் ஒவ்வொன்றையும் படிப்படியாகக் களைகின்ற முயற்சியில் லென்ஸ்கார்ட் இறங்கியது. குழந்தைகளுக்குச் சீக்கிரமாகவே கண்பார்வைப் பரிசோதனை செய்யப்பட வேண்டும் என்ற விழிப்புணர்வை லென்ஸ்கார்ட் ஏற்படுத்தியது. அதோடு, இப்போது பெரியவர்களும் அதிக நேரம் தொலைக்காட்சித் திரை, கணினித் திரை, அலைபேசித் திரை போன்றவற்றில் தங்களைத் தொலைத்துக் கொண்டிருப்பதால், அவர்களும் அடிக்கடிக் கண் பரிசோதனை செய்து கொள்ள வேண்டும் என்றும் அந்நிறுவனம் வலியுறுத்தியது. அது, வலைத்தள வணிகத்தின் மூலம் கண்ணாடி வாங்குவதை எளிதாக்க முயன்றது. அதன் வலைத்தளத்தில் விற்கப்படுகின்ற கண்ணாடி ஃபிரேம்களை அணிந்து கொண்டால் நீங்கள் எப்படிக் காட்சியளிப்பீர்கள் என்பதை, அத்தளத்திலுள்ள மெய்நிகர் செயலி மூலம் உங்களால் பார்க்க முடியும். ஆனால், வெகு சிலரே, கண் மருத்துவர்கள் பரிந்துரைக்கின்ற மூக்குக்கண்ணாடிகளை இணையத்தில் வாங்குகின்றனர். லென்ஸ்கார்ட்டைப் பொறுத்தவரை, அவர்கள் இப்போது 1,500 கடைகளையும் வைத்திருப்பதால், நீங்கள் அங்குச் சென்று, அவர்களுடைய வலைத்தளத்தில் நீங்கள் தேர்ந்தெடுத்துள்ள ஃபிரேம்களை அணிந்து பார்க்கலாம். அங்கு அவர்கள் இலவசமாகக் கண் பரிசோதனை செய்து கொடுக்கின்றனர். கடைகளுக்கு வர முடியாத நிலையில் இருப்பவர்களுக்கும் அவர்கள் ஒரு மாற்று ஏற்பாடு வைத்திருக்கின்றனர். அவர்கள் நேரடியாக அவர்களுடைய வீடுகளுக்கே சென்று கண் பரிசோதனை செய்வதோடு, மாதிரி ஃபிரேம்களையும் அவர்களிடம் காட்டுகின்றனர். ஒருவர் ஒரு மூக்குக்கண்ணாடிக்கு ஆர்டர் கொடுத்தப் பிறகு, லென்ஸ்கார்ட் நிறுவனம் அந்தக் கண்ணாடியை இரண்டு நாட்களில் அவர்களுடைய வீட்டுக்கே அனுப்பி வைத்துவிடுகிறது. அந்த உறுதிமொழியை நிறைவேற்றுவதற்கு அவர்களுக்குச் சிறப்பான பொருட்கள் இடப்பெயர்வு நிர்வாகம் தேவைப்படுகிறது.

தொடக்கத்தில், லென்ஸ்கார்ட், ஃபிரேம்களைச் சீனாவில் தயாரித்து வந்தது. அதை ஓர் இயல்பான தேர்ந்தெடுப்பு என்றுதான் கூற வேண்டும். ஏனெனில், பெயூஷின் கூற்றுப்படி, “கண்ணாடிகளை மட்டும் தயாரித்துத் தள்ளிக் கொண்டிருக்கின்ற பல நகரங்கள் சீனாவில் இருக்கின்றன.” பொருட்களின் உற்பத்தியில் சீனாவுக்கு நிகர் வேறு எதுவும் கிடையாது என்று அவர் நம்புகிறார். கொடுக்கப்படுகின்ற பணிகளைத் திறம்படச் செய்வதில் நேர்த்தியான ஒழுங்குமுறையைப் பின்பற்றுவதன் மூலம் சீனா ஒரு வலிமையான உற்பத்தியாளராக உருவாகியுள்ளது.

லென்ஸ்கார்ட்டுக்குத் தன் தயாரிப்புகளின்மீது நம்பிக்கை ஏற்பட்டவுடன், அது வழமையான ஃபிரேம்களிலிருந்து,

விஷேசமான நிகழ்வுகளுக்கு அணியப்படுகின்ற கண்ணாடிகள் பக்கம் தன் பார்வையைத் திருப்பியது. அது தில்லிக்கு அருகே ஒரு தொழிற்சாலையைத் தொடங்கி, பெரும்பான்மையான பொருட்களை அதில் உற்பத்தி செய்யத் தொடங்கியது. பெயூஷின் கண்ணோட்டத்தில், பயனாளர்களுக்கு ஏற்பப் பொருட்களை வடிவமைத்தல், தொடர்ச்சியாகத் தொழில்நுட்பரீதியாக அவற்றை மேம்படுத்துதல், புதுமைகளைப் புகுத்துதல் போன்ற தளங்களில் இந்தியாவால் உலக அரங்கில் போட்டி போட முடியும். இங்குக் கொட்டிக் கிடக்கின்ற பொறியியல் திறமை காரணமாக இந்தியாவால் இதைச் சாதிக்க முடியும். “நம்மால் விதவிதமான, சிக்கனமான, புதுமையான தீர்வுகளை வழங்க முடியும். இந்தியர்களாகிய நாம் எதில் சிறந்தவர்கள் என்பதைப் புரிந்து வைத்திருப்பது முக்கியமானது,” என்று பெயூஷ் உற்சாகமாகக் கூறுகிறார். தன்னியக்கமாக்கத்தை உட்படுத்தியுள்ள, பெரிய அளவுக்கு விரிவுபடுத்தப்படக்கூடிய அமைப்புமுறைகளைக் கட்டியெழுப்புவதில் இந்தியாவுக்கு இப்போது பல ஆண்டுகால அனுபவம் இருக்கிறது.

லென்ஸ்கார்ட் சீனாவில் தான் உற்பத்தி செய்திருந்ததன் மூலம் கற்றுக் கொண்டவற்றை இந்தியாவில் அப்படியே நடைமுறைப்படுத்துவதோடு நின்றுவிடாமல், அதில் தன்னியக்கமாக்கத்தைப் புகுத்தி அதை மேலும் விரிவுபடுத்தியது. ஒரு நாளைக்கு *50,000* ஃபிரேம்கள் என்ற விகிதத்தில் ஆர்டர்களைப் பெற்றுக் கொண்டிருக்கின்ற லென்ஸ்கார்ட் நிறுவனத்தைத் தன்னியக்கமாக்கம்தான் தூக்கி நிறுத்திக் கொண்டிருக்கிறது. இந்தியத் தொழிலாளர்கள் இயந்திரங்களுடன் இணைந்து பணியாற்றுவதற்குப் பயிற்றுவிக்கப்பட்டுள்ளதால், அது அதிகமான உற்பத்தித்திறனைத் தூண்டுகிறது. அதோடு, இந்தியத் தொழிலாளர்கள் சீனத் தொழிலாளர்களைவிடக் கட்டுப்படியாகக்கூடிய ஊதியத்தில் கிடைக்கின்றனர் என்று பெயூஷ் தெரிவிக்கிறார் (இந்த விஷயத்தில் அவர் பிற இந்திய உற்பத்தியாளர்களிடமிருந்து வேறுபடுகிறார்). அதனால், லென்ஸ்கார்ட், வழமையாக மக்கள் அணிகின்ற பொதுவான கண்ணாடிகளைத் தன்னுடைய சீனத் தொழிற்சாலைகளில் உற்பத்தி செய்து கொள்கிறது. பயனர்களின் ரசனைக்கு ஏற்ப வடிவமைக்க வேண்டியிருக்கின்ற கண்ணாடிகளை தில்லியிலுள்ள தன்னுடைய தொழிற்சாலையில் தயாரிக்கிறது. கண்ணாடிகளை விரைவாக வழங்க வேண்டியிருப்பதும் இதற்கு ஒரு காரணம். இப்போது தென்கிழக்கு ஆசியாவிலும் மத்தியக் கிழக்கிலும் தன் சிறகுகளை விரித்துள்ள லென்ஸ்கார்ட் நிறுவனம், அமெரிக்காவை நோக்கித் தவழத் தொடங்கியுள்ளது.

‘சேவையை மையமாகக் கொண்ட உற்பத்தி’ மாதிரியை லென்ஸ்கார்ட் பிரதிநுதப்படுத்துகிறது. முதலில் லென்ஸ்கார்ட்டிடம் இருக்கின்ற ஐம்பது கண்ணாடி வடிவமைப்பாளர்களின் வடிவமைப்புடன் விஷயங்கள் தொடங்குகின்றன. அவர்கள் மூலம் உருவாக்கப்பட்டுள்ள *5,000* வகையான ஃபிரேம்கள் லென்ஸ்கார்ட்டின் இருப்பில் வைக்கப்பட்டுள்ளன. அடுத்து, அதன் கடைகளில்

இருக்கின்ற 10,000 ஊழியர்கள், வாடிக்கையாளர்கள் தங்களுடைய கண்களைப் பரிசோதனை செய்து கொள்வதற்கும், தங்களுக்குப் பிடித்த ஒரு ஃபிரேமைத் தேர்ந்தெடுப்பதற்கும் உதவுகின்றனர். ஃபிரேம்களைக் கிட்டங்கிகளிலிருந்து தொழிற்சாலைக்கும், அங்கிருந்து கடைகளுக்கோ அல்லது வாடிக்கையாளர்களின் வீடுகளுக்கோ அனுப்பி வைக்கின்ற பணியில் ஒரு பெரிய குழு ஈடுபட்டுள்ளது. இன்னொரு குழு, கணினி நிரல்கள் ஒழுங்காகச் செயல்பட்டுக் கொண்டிருப்பதை உறுதி செய்கிறது. மற்றுமொரு குழு, வாடிக்கையாளர்கள் அனுபவத்தை வெகுவாக மேம்படுத்த முயன்று கொண்டிருக்கிறது. அதற்கு அவர்கள், தொலைதூரத்தில் இருக்கின்ற ஓரிடத்திலிருந்தே கண் பரிசோதனையை மேற்கொள்ள உதவுகின்ற தொழில்நுட்பம் குறித்து ஆராய்ந்து கொண்டிருக்கின்றனர். இறுதியில் அலைபேசியின் உதவியுடனேயே கண் பரிசோதனை செய்து கொள்கின்ற நிலையை அடைவது அவர்களுடைய இலக்கு. லென்ஸ்கார்ட் நிறுவனத்தில் சுமார் 2,000 பேர் உற்பத்தி தொடர்பான பணிகளில் நேரடியாக ஈடுபட்டுள்ளனர்.

லென்ஸ்கார்ட் நிறுவனத்தின் வருடாந்திர விற்பனை சுமார் 5,000 கோடி ரூபாயாக இருந்தாலும், தன் நிறுவனம் இன்னும் தொடக்கக் கட்டத்தில் இருப்பதாகவே பெயூஷ் நம்புகிறார். கூடுதல் விழிப்புணர்வு, வாடிக்கையாளர்களால் எளிதாக அணுக முடிவதை இன்னும் அதிகரித்தல் போன்றவற்றின் மூலம் லென்ஸ்கார்ட்டின் பொருட்களுக்கான தேவையை இன்னும் பல மடங்கு அதிகரித்துக் கொள்ள முடியும். அதிகமாகச் செலவு செய்கின்ற உயர் வருவாய்தாரர்கள், தங்களுடைய மூக்குக்கண்ணாடியை ஓர் அலங்கார அணிகலனாகப் பார்க்கும்படி செய்ய லென்ஸ்கார்ட் விரும்புகிறது. அவர்கள் விளையாடச் செல்வதற்கு ஒரு கண்ணாடி, அலுவலகத்திற்கு ஒரு கண்ணாடி, உல்லாசப் பயணத்திற்கு ஒரு கண்ணாடி, இரவில் வெளியே செல்வதற்கு ஒரு கண்ணாடி என்று பல கண்ணாடிகளை வாங்க வேண்டும் என்று லென்ஸ்கார்ட் விரும்புகிறது. ஆனால், அவை அனைத்தையும் கட்டுப்படியாகின்ற விலையில் கொடுக்கவும் அது விரும்புகிறது. இன்னும் செய்யப்பட வேண்டியவை ஏராளமாக இருந்தாலும், பெயூஷ் ஏற்கனவே மக்களின் வாழ்க்கையை ஒரு பிரம்மாண்டமான விதத்தில் தொட்டுள்ளார்.

செயற்கை நுண்ணறிவும் சேவைகளும்

சேவை வேலைகளின் முக்கியத்துவம் குறித்து நாங்கள் வாதிட்டுள்ளோம். ஆனால், இப்போது புதிதாக முளைவிட்டிருக்கின்ற செயற்கை நுண்ணறிவு, சேவைகளைப் புறந்தள்ளிவிடுமோ என்ற கவலை சமீபத்தில் அதிகரித்துள்ளது. இப்படிப்பட்ட 'ஆக்கமுறைச் செயற்கை நுண்ணறிவுகளில்' ஒன்றுதான் சாட்-ஜிபிடி என்ற, மொழி தொடர்பான உரையாடல் இயலி. இது அடிப்படையில் ஒரு படிமுறைத் தீர்வு. இந்த இயலி, ஒரு மொழியின் அடிப்படைக் கட்டமைப்புகளை உள்வாங்கிக் கொண்டு, அதைக் கொண்டு,

தன்னிடம் கேட்கப்படுகின்ற கேள்விகளுக்கு பதிலளிக்கிறது. எடுத்துக்காட்டாக, அந்த மொழி, ஆங்கிலம் அல்லது கணினி மொழியாக இருக்கலாம். அது எண்ணற்றத் தரவுகளை உள்வாங்கிக் கொண்டு, வார்த்தைகள் எவ்வாறு ஒன்றோடொன்று சேர்ந்து கொள்கின்றன, ஒன்றையடுத்து மற்றொன்று எப்படி வருகிறது போன்றவற்றை அலசி ஆராய்கிறது. அதனிடம் ஏதாவது கேள்வி முன்வைக்கப்படுகின்றபோது, தான் உள்வாங்கிக் கொண்டுள்ள கோடிக்கணக்கான தரவுகளின் அடிப்படையில், ஒரு வாக்கியமாகவோ அல்லது ஒரு பத்தியாகவோ அல்லது ஒரு கட்டுரையாகவோ அதனால் பதிலளிக்க முடியும். பிரம்மாண்டமான அளவு தரவுகளையும் எண்ணற்ற வரையறைக் காரணிகளையும் அதற்கு வழங்கி அதைப் பயிற்றுவித்துக் கொண்டேயிருந்தால், அது படிப்படியாக, அர்த்தமுள்ள விதத்திலும் தர்க்கரீதியாகச் சரியாக இருக்கின்ற முறையிலும் பதிலளிக்கத் தொடங்கும். உண்மையில், தான் கிரகித்து வைத்துள்ள தரவுகளின் அடிப்படையில் அது செயல்பட்டுக் கொண்டிருந்தாலும், அந்தச் செயற்கை நுண்ணறிவு உண்மையிலேயே சிந்திக்கத் தொடங்கிவிட்டதோ என்ற எண்ணம் நமக்கு ஏற்படும் அளவுக்கு அதன் செயல்பாடு இருக்கிறது.

எடுத்துக்காட்டாக, சமீபத்தில், செயற்கை நுண்ணறிவான ஜிபிடி-4, வழக்குரைஞர்களின் திறமையைச் சோதிக்கின்ற அமெரிக்க வழக்குரைஞர் கழகத்தின் தகுதித் தேர்வில் 90 சதவீத மதிப்பெண்கள் பெற்றுத் தேர்ச்சி பெற்றுள்ளது. இது பலரைக் கவலைக்கு உள்ளாக்கியுள்ளது. இதுபோன்ற ஆக்கமுறைச் செயற்கை நுண்ணறிவு வழக்குரைஞர்களின் வேலையைப் பறித்துவிடக்கூடுமோ? இது கணினி நிரல் எழுதுபவர்களின் வேலையைக் காலி செய்துவிடக்கூடுமோ? வாடிக்கையாளர் சேவை முகவர்கள், மொழிபெயர்ப்பாளர்கள், எங்களைப் போன்ற பேராசிரியர்கள் (நினைத்தாலே நடுக்கமாக இருக்கிறது!) போன்றோரின் வேலைக்கும் இது உலை வைத்துவிடுமோ?

அதிர்ஷ்டவசமாக, இது இன்னும் நிகழவில்லை – குறைந்தபட்சம் முழு வீச்சில்! எடுத்துக்காட்டாக, அமெரிக்காவில் ஒருவர் ஏவியன்கா ஏர்லைன்ஸில் பயணித்தபோது, விமானத்திற்குள் பயன்படுத்தப்பட்ட ஒரு தள்ளுவண்டி இடித்ததில் அவருடைய காலில் பெரிதாக அடிபட்டுவிட்டது. அவர் அந்த விமான நிறுவனத்தின்மீது வழக்குத் தொடர்வதற்காக ஒரு வழக்கறிஞரை அணுகினார். அந்த வழக்கறிஞர் அந்த வழக்கைத் தொடுத்தபோது சாட்-ஜிபிடியைப் பயன்படுத்த முயன்றார். வழக்கைத் தள்ளுபடி செய்யுமாறு ஏர்லைன்ஸ் நிறுவனம் நீதிமன்றத்திடம் கேட்டுக் கொண்டது. அதற்கு பதிலளிக்கும் விதமாக, அந்த வழக்கறிஞர், சாட்-ஜிபிடியின் உதவியுடன் தான் தயாரித்திருந்த பத்துப் பக்க அறிக்கையை நீதிமன்றத்தில் சமர்ப்பித்தார். அதில், இதுபோன்ற அரை டஜன் வழக்குகளில் வாடிக்கையாளர்களுக்குச் சாதகமாகத் தீர்ப்பு வழங்கப்பட்டிருந்ததாகத் தெரிவிக்கப்பட்டிருந்தது. மேலும், எந்த நபர் எந்த விமான நிறுவனத்தின்மீது வழக்குத் தொடுத்திருந்தார்

என்ற விபரமும் அதில் இடம்பெற்றிருந்தது. ஆனால், இதில் ஒரே ஒரு சிக்கல் இருந்தது. அதில் இடம்பெற்றிருந்த வழக்குகளில் ஒன்றுகூட உண்மையானதல்ல. சாட்-ஜிபிடி அவற்றைக் கற்பனையாக உருவாக்கியிருந்தது!

ஆக்கமுறைச் செயற்கை நுண்ணறிவில் வேறு சில பிரச்சனைகளும் இருக்கின்றன. இது உண்மையில் எப்படிச் செயல்படுகிறது என்பது யாருக்கும் தெரியாது. இது கணினியாளர்களின் உலகில் ‘விஷயங்களைப் பகுத்தறிவதில் செயற்கை நுண்ணறிவுக்கு இருக்கின்ற சிக்கல்’ என்று அழைக்கப்படுகிறது. இப்படிப்பட்டச் செயற்கை நுண்ணறிவு, மனிதர்களிடம் இல்லாத பாரபட்சங்களை உள்ளடக்கிய ஒன்றைத் தனக்குள் கட்டியெழுப்பிக் கொண்டிருக்கக்கூடும். அல்லது, மனிதர்களிடம் காணப்படுகின்ற பாரபட்சங்களை உறுதி செய்கின்ற முயற்சியில் அது இறங்கக்கூடும். எடுத்துக்காட்டாக, ஒரு செயற்கை நுண்ணறிவுக்கு உள்ளீடாகக் கொடுக்கப்படுகின்ற தரவு, ஒரு குறிப்பிட்டச் சமூகத்தினரைப் பற்றிய அசாதாரணமான வசவுச் சொற்களை உள்ளடக்கியிருப்பதாக வைத்துக் கொள்வோம். அந்தச் சமூகத்தைச் சேர்ந்த வாடிக்கையாளர்களை அந்தச் செயற்கை நுண்ணறிவு கையாள வேண்டி வரும்போது, அது அவர்களை நியாயமற்ற முறையில் நடத்தக்கூடும். இது ‘படிமுறைத் தீர்வுரீதியான பாரபட்சம்’ என்று அழைக்கப்படுகிறது. பொதுவாக, நியமங்கள், நெறிமுறைகள் போன்றவை செயற்கை நுண்ணறிவுக்குள் நிரலாக்கம் செய்யப்படுவதில்லை என்பதால், கண்ணியம், விதிமுறைகள், சட்டங்கள் போன்றவற்றை மீறக்கூடிய வழிமுறையை அவை தேர்ந்தெடுக்கக்கூடும்.

ஆக்கமுறைச் செயற்கை நுண்ணறிவுப் பயன்பாடு இப்போது அதன் தொடக்கக் கட்டத்தில்தான் இருக்கிறது. இதுவரையிலும், அவற்றால் மனிதர்களுக்கான முழுமையான மாற்றாக உருவாக முடியவில்லை என்பது வெளிப்படை. ஆனால், காலப்போக்கில் இத்தகைய சிக்கல்கள் களையப்பட்டுவிடும். சேவை வழங்குபவர்களுக்கு இவை ஒரு வரப்பிரசாதமாக இருக்கும் என்பது மட்டும் இப்போது தெளிவாகத் தெரிகிறது. எடுத்துக்காட்டாக, வணிகச் செயலாக்க மென்பொருளை அளித்து வந்த பெரிய பன்னாட்டு நிறுவனம் ஒன்றில் வேலை பார்த்து வந்த சேவை முகவர்களின் வேலை தொடர்பாக ஓர் ஆய்வு நடத்தப்பட்டது. பிரச்சனைகளுக்கு வெற்றிகரமாகத் தீர்வு காண்கின்ற அவர்களுடைய உற்பத்தித்திறன், அவர்கள் செயற்கை நுண்ணறிவின் உதவியோடு செயல்பட்டபோது 14 சதவீதம் உயர்ந்ததாக அதில் கண்டுபிடிக்கப்பட்டது. அது ஆலோசனைகளை வழங்கியதோடு, பிரச்சனைகளோடு தொடர்புடைய தொழில்நுட்ப ஆவணங்கள் எங்கு இடம்பெற்றிருந்தன என்ற தகவலையும் வழங்கியது. குறிப்பாக, இந்தச் செயற்கை நுண்ணறிவுக் கருவி புதிய முகவர்களுக்குப் பேருதவியாக இருந்தது. பொதுவாக, இத்துறையில் ஒரு வேலையிலிருந்து இன்னொரு வேலைக்குத் தாவுபவர்களின் எண்ணிக்கை அதிகமாக இருக்கும் என்பதால், இப்படிப்பட்டச் செயற்கை நுண்ணறிவுக் கருவிகளின் பயன்பாடு, புதியவர்களின்

வேலைத் தரத்தை வெகுவாக உயர்த்தும். ஆனால், இதில் பழம் தின்று கொட்டை போட்டுள்ளவர்களுக்கு இது பெரிய அளவில் பலனளிக்காது.

இந்தியா இதைக் கவனத்தில் எடுத்துக் கொள்ள வேண்டுமா? கண்டிப்பாக! செயற்கை நுண்ணறிவுத் தொழில்நுட்பம் சேவைத் துறையின் உற்பத்தித்திறனைக் கணிசமாக உயர்த்துவதுபோலத் தெரிவதால், செயற்கை நுண்ணறிவைப் பயன்படுத்துவதற்கான பந்தயத்தில் இந்தியா பின்தங்கிவிடக்கூடாது. உற்பத்தித்திறன் அதிகரிக்கின்றபோது விலை குறையும் என்பதால், அச்சேவைக்கான தேவை அதிகரிக்கக்கூடும். எடுத்துக்காட்டாக, செயற்கை நுண்ணறிவு மூலம் எழுதப்படுகின்ற கணினி நிரலின் விலை குறைந்தால், அதைப் பயன்படுத்தி உருவாக்கப்படுகின்ற சேவைகளின் தேவை அதிகரிக்கும். அதேபோல, செயற்கை நுண்ணறிவு பெரிய அளவில் சேவைத் துறை வேலைகளைக் கபளீகரம் செய்துவிடும் என்று நாம் அனுமானித்துவிடக்கூடாது. இன்னும் சொல்லப் போனால், செயற்கை நுண்ணறிவு, புதிதாக ஒரு துறைக்குள் நுழைபவர்கள் மேலும் சிறப்பாகச் செயல்பட உதவவே செய்யும். செயற்கை நுண்ணறிவின் உதவியுடன் தயாரிக்கப்படுகின்ற ஒரு செய்திக் கட்டுரையை ஒரு மனிதரால் மேம்படுத்தவும் மெருகேற்றவும் முடியும் என்று சில பத்திரிகையாளர்கள் வாதிடுகின்றனர். எக்ஸெல் போன்ற செயலிகள் கணக்குப் போடுவதிலுள்ள சலிப்புத்தன்மையை எவ்வாறு நீக்கினவோ, அதுபோல, எழுதுவதிலுள்ள சலிப்புத்தன்மையைச் செயற்கை நுண்ணறிவால் நீக்க முடியும். நாங்களே செயற்கை நுண்ணறிவின் உதவியைப் பயன்படுத்தி இந்தப் புத்தகத்திற்குப் பல தலைப்புகளை உருவாக்கினோம். ஆனால், இறுதித் தேர்ந்தெடுப்பு எங்களுடையதாக இருந்தது.

உண்மையில், ஏற்கனவே இருக்கின்ற சேவைகளைச் செயற்கை நுண்ணறிவால் வெகுவாக மேம்படுத்த முடியும். எடுத்துக்காட்டாக, முன்பு நாம் பார்த்த எடுத்துக்காட்டில் இடம்பெற்றிருந்த பேராசிரியர் வினோத்தின் மாணவர்களுக்கு, மனித உதவியாளரோடு கூடவே, உரையாடல் இயலி ஒன்றும் உதவிக் கொண்டிருந்தது என்று நாங்கள் குறிப்பிட்டிருந்தது உங்களுக்கு நினைவிருக்கலாம். அடிப்படையில் அவை அந்த மாணவர்களின் தனிப்பட்ட விரிவுரையாளர்கள்தாம். இது பள்ளிகளில் அறிமுகப்படுத்தப்பட்டால் பள்ளிகளின் தரம் எந்த அளவுக்கு உயரும் என்று யோசித்துப் பாருங்கள். எந்த மாணவர்கள் படிப்பில் பின்தங்கிக் கொண்டிருக்கிறார்கள் என்பதை அடையாளம் கண்டு, அவர்களுக்குத் தனிப்பட்ட முறையில் பயிற்சியளித்து அவர்களைக் கைதூக்கிவிட அத்தகைய உரையாடல் இயலிகளால் முடியும்.

ஆனால், செயற்கை நுண்ணறிவு பல வேலைகளைக் காலி செய்துவிடும் என்பதை மறுப்பதற்கில்லை. அதே நேரத்தில், தொழில்நுட்ப மாற்றங்களால் ஏற்படுகின்ற வேலை இழப்புகள் மிகைப்படுத்தப்படக்கூடும். 2013 இல், ஆக்ஸ்ஃபோர்டு பல்கலைக்கழகப் பேராசிரியர்கள் இருவர், கணினிமயப்படுத்துதலின்

காரணமாக அமெரிக்காவில் வேலை செய்பவர்களில் 47 சதவீதப் பேர் பாதிப்புக்கு உள்ளாகக்கூடும் என்று கணித்தனர். இப்புத்தகத்தை நாங்கள் எழுதிக் கொண்டிருக்கின்ற இந்த 2023 இல், அமெரிக்காவில் வேலையில் ஈடுபட்டுள்ளவர்களின் எண்ணிக்கை, கடந்த இருபது ஆண்டுகளைவிட இப்போதுதான் மிக அதிகமாக உள்ளது. வேலையில்லா திண்டாட்டம் கடந்த இருபது ஆண்டுகளில் இப்போதுதான் மிகவும் குறைவாக இருக்கிறது. அதாவது, மாற்றங்கள் அந்தப் பேராசிரியர்கள் கூறியபடி நிகழ்ந்திருக்கவில்லை. பொதுவாக மாற்றத்தின் வேகம் நாம் நினைப்பதைக் காட்டிலும் மெதுவாகத்தான் இருக்கும். செயல்படக்கூடிய ஒரு மாதிரியை உருவாக்கிய பிறகு, அதை நடைமுறையில் பயன்படுத்துவதற்கு ஏகப்பட்டக் கால இடைவெளி இருக்கும். அதற்குப் பல காரணங்கள் இருக்கும். முதலில், பயன்படுத்துவதற்கு அந்தத் தொழில்நுட்பம் இலகுவாக இருக்கிறதா என்பது உறுதி செய்யப்பட வேண்டும். அடுத்து, பொதுவாக எந்தப் புதிய அறிமுகத்திலும் தொடக்கத்தில் அதிகமாக இருக்கின்ற பிழை விகிதம் குறைவதற்காக அதில் தொடர்புடையவர்களும், அதற்கு அனுமதி வழங்க வேண்டிய அரசு அதிகாரிகளும் காத்திருப்பர். மாற்றங்கள் நிகழ்கின்றபோது, இயந்திரங்களும் மனிதர்களும் தனித்தனியாகச் செயல்படுவதைவிட இணைந்து செயல்படும்போது ஒரு மேம்பட்ட விதத்தில் செயல்பட முடியும் என்ற புரிதல் காரணமாக, தொழில்நுட்பத்திற்கு எப்படி மதிப்புக் கூட்டுவது என்பதை மனிதர்கள் கண்டுபிடிக்கின்றனர். அதாவது, நாம் கற்பனை செய்துள்ளதைக் காட்டிலும் தொழில்நுட்பம் குறைவான தொழிலாளர்களின் வேலைகளையே பறிக்கிறது. தொழில்நுட்பத்தைப் புகுத்தும்போது, அது உற்பத்தித்திறனைக் கூட்டி விலையைக் குறைப்பதால், தேவை அதிகரிக்கிறது. அதிகரிக்கின்ற தேவை வேலைவாய்ப்பைப் பெருக்குவதால், தொழில்நுட்பத்தால் இழக்கப்படும் வேலைகள் ஈடுசெய்யப்பட்டுவிடுகின்றன.

எது எப்படியிருந்தாலும், நம்முடைய தொழிலாளர்களின் திறன்களை நாம் அவசரமாக அதிகரித்துக் கொள்ள வேண்டியதைச் செயற்கை நுண்ணறிவின் வருகை வலியுறுத்துகிறது. அப்போதுதான், அதிகத் திறன் தேவைப்படுகின்ற வேலைகளில் நம்முடைய தொழிலாளர்களால் மிளிர முடியும். அந்த வேலைகளைப் பொறுத்தவரை அதிகமான தரவுகள் இல்லை என்பதாலும், அவற்றில் செயற்கை நுண்ணறிவுக்குப் பயிற்சியளிப்பதற்குக் காலம் பிடிக்கும் என்பதாலும், செயற்கை நுண்ணறிவுக்குப் பறி போகின்ற கடைசி வேலைப் பிரிவுகள் அவையாகத்தான் இருக்கும். அதிர்ஷ்டவசமாக, நாம் சற்று முன்பு பார்த்தபடி, கல்வி மற்றும் பிற சேவைத் துறைகளில் மேம்பாடுகளை ஏற்படுத்துவதற்குத் தேவையான புதிய கருவிகளைச் செயற்கை நுண்ணறிவு வழங்கும் என்பதால், அவற்றை நாம் நமக்குச் சாதகமாகப் பயன்படுத்திக் கொள்ள வேண்டும்.

இந்திய வளர்ச்சிக்கான வருங்கால மாதிரி

ஏற்றுமதிசார் உற்பத்தி வளர்ச்சி மட்டும்தான் நாம் வேகமாக வளர்வதற்கான ஒரே வழி என்ற ரீதியில் நாம் சிந்திக்கக்கூடாது. நேரடிச் சேவைகளும், உற்பத்தியின் ஓர் அங்கமாக நிலைநிறுத்தப்படுகின்ற சேவைகளும், ஏற்றுமதிக்கான ஒரு மாற்று வழியை நமக்கு வழங்கிக் கொண்டிருக்கின்றன. சேவைத் துறையைப் பொறுத்தவரை, உற்பத்தித்திறன் அதிகரிப்புக்குப் பெரிதாக விரிவாக்கம் செய்வது தேவையில்லை என்றாலும்கூட, பிரம்மாண்டமான விஸ்தரிப்பு சாத்தியம்தான். சர்வதேச அளவில் சேவைத் துறை இன்னும் பெரும் போட்டிக்கு ஆளாகியிருக்கவில்லை. அதனால், இத்தகைய நடவடிக்கைகள் மிகவும் இலாபகரமாக இருக்கும். இப்படிப்பட்டத் துறைகள் சிலவற்றில் இந்தியா ஏற்கனவே தன்னை நிலைநிறுத்திக் கொண்டிருக்கிறது. அதோடு, சேவைத் துறையைப் பொறுத்தவரை, இந்தியாவுக்கு உள்நாட்டிலும் ஒரு பெரிய சந்தை இருக்கிறது - குறிப்பாக, கல்வி மற்றும் மருத்துவத் துறைகளில்!

உற்பத்தி, சேவை ஆகிய இரண்டில் ஒன்றை இந்தியா கண்டிப்பாகத் தேர்ந்தெடுத்தாக வேண்டுமா? லென்ஸ்கார்ட்டின் எடுத்துக்காட்டு உணர்த்துவதுபோல, இன்று இரண்டுமே ஒன்றோடொன்று பின்னிப் பிணைந்து கிடக்கின்றன. உற்பத்திக்குச் சேவை தேவைப்படுகிறது. அதேபோல, சேவைக்கும் உற்பத்தி அத்தியாவசியமாக இருக்கிறது. இன்னும் சொல்லப் போனால், முன்னெப்போதைக் காட்டிலும் இன்று, இவற்றுக்கு இடையேயான வித்தியாசங்கள் பெரிய அளவுக்கு அர்த்தமுள்ளவையாக இல்லை. ஆனாலும், நாம் நம்முடைய வளங்களை மக்களுக்காக அர்ப்பணிக்கப் போகிறோமா அல்லது பொருட்களுக்காக அர்ப்பணிக்கப் போகிறோமா என்பதை நாம் தீர்மானித்தாக வேண்டும்.

4

நாம் எதன்மீது நம்பிக்கை வைக்க வேண்டும்?

இந்தியாவின் தனிநபர் ஜிடிபி சுமார் 2,400 டாலர்களை எட்டியுள்ளதன் மூலம், நடுத்தர வருவாய் ஈட்டிக் கொண்டிருக்கின்ற நாடுகளின் பட்டியலுக்குள் நுழைகின்ற நிலைக்கு அருகே இந்தியா வந்துள்ளது. ஆண்டுக்கு 4 சதவீதம் என்ற வளர்ச்சி விகிதத்தில் நடைபோட்டால்கூட, 10,000 டாலர்கள் தனிநபர் ஜிடிபியை 2060 ஆம் ஆண்டையொட்டித்தான் இந்தியாவால் அடைய முடியும். அது சீனாவின் இன்றைய தனிநபர் ஜிடிபியைவிடக் குறைவு.

நாம் இதைவிடச் சிறப்பாகச் செயல்பட்டாக வேண்டும். அடுத்தப் பத்தாண்டுகளில் மக்கட்தொகை தொடர்பாக நமக்கு ஓர் அனுகூலம் கிடைக்கவிருக்கிறது. அப்போது, இந்தியாவின் மொத்த மக்கட்தொகையில், வேலை பார்க்கும் வயதில் உள்ளவர்களின் எண்ணிக்கை கணிசமாக உயரும். அவர்கள் அனைவருக்கும் நல்ல வேலைகளை நம்மால் வழங்க முடிந்தால், வளர்ச்சி விகிதத்தை நம்மால் உயர்த்த முடியும். அதோடு, இந்தியா உயர் வருவாய் ஈட்டுகின்ற ஒரு நாடாக மாறுவது சாத்தியப்படும். இந்த இளைய தலைமுறையினருக்கு வயதாகின்றபோது, இந்தியாவில் வயதானவர்களின் எண்ணிக்கை அதிகரித்துவிடும். அது நிகழ்வதற்குள் இந்தியாவால் செழிப்பான ஒரு நாடாக ஆக முடியுமா?

அப்படி ஆக வேண்டுமென்றால், நம்மிடம் ஓர் அவசர உணர்வு இருக்க வேண்டும். வளரும் நாடுகள் அரிதாகவே நடுத்தர வருவாயிலிருந்து மேலே சென்றுள்ளன. தென் கொரியாவும் தாய்வானும் இதற்கு விதிவிலக்குகள். பிரேசில், மெக்சிகோ, தாய்லாந்து போன்ற நாடுகள் நடுத்தர வருவாயிலிருந்து மேலே செல்லவில்லை. நம்முடைய தலைமுறைக்கு உள்ளாகவே, முதலில் 10,000 டாலர்கள் தனிநபர் ஜிடிபிக்கும், அதிலிருந்து 30,000 டாலர்கள் தனிநபர் ஜிடிபிக்கும் நம்மை எது கொண்டு சென்று சேர்க்கும்? அது வேகமாக நடந்தேற வேண்டுமென்றால், நாம் எங்குச் சென்று கொண்டிருக்கிறோம் என்பதை நாம் அறிந்திருக்க வேண்டும். அதற்கு, நம்மைப் பற்றி நாம் கொண்டிருக்கின்ற மிகைப்படுத்தப்பட்ட

சுயதம்பட்டங்களை ஓர் ஓரமாக ஒதுக்கி வைத்துவிட்டு, நம்முடைய பலவீனங்களையும் பலங்களையும் ஒரு தெளிவான பார்வையுடன் அலசி ஆராய வேண்டும்.

உற்பத்தி ஏணியில் ஏறுவது இப்போது ஏன் கடினமாகியுள்ளது?

உலகளாவிய போட்டிச் சந்தையில் ஈடுபட்டுள்ள உற்பத்தியாளர்களை இந்தியாவால் எட்டிப் பிடிக்க முடியுமா? பல அந்நிய நிறுவனங்கள் இந்தியாவில் கால் பதித்துள்ளதற்குக் காரணம், அவை இங்குள்ள உள்ளூர்ச் சந்தையைக் குறி வைத்துள்ளதுதான். எடுத்துக்காட்டாக, டென்மார்க்கைச் சேர்ந்த வெஸ்டாஸ் என்ற காற்றாலை உற்பத்தி நிறுவனம், தமிழ்நாட்டிலுள்ள திருப்பெரும்புதூரில் ஒரு தொழிற்சாலையை நிறுவி, அங்கு உதிரிப் பாகங்களை இணைத்துக் காற்றாலைகளைத் தயாரித்துக் கொண்டிருக்கிறது. அந்நிறுவனம் தயாரிக்கின்ற காற்றாலைகளுக்கான இரண்டாவது மிகப் பெரிய சந்தையாக இந்தியா உருவெடுக்கும் என்ற கணிப்பின் அடிப்படையிலேயே அது இந்தியாவுக்குள் அடியெடுத்து வைத்திருக்கிறது. அதேபோல, 260 அடி நீளமுள்ள காற்றாலை விசிறிகளைத் தயாரிக்கின்ற டிபிஐ காம்போசிட்ஸ் என்ற அமெரிக்க நிறுவனம், இந்தியாவில் அதன் தயாரிப்பைத் தொடங்க ஓடோடி வந்துள்ளதற்குக் காரணம், வெளிநாடுகளிலிருந்து அவற்றை இந்தியச் சந்தைக்குக் கொண்டு வருவதற்கு ஆகும் செலவு அதிகம் என்பதுதான்.

இன்று பெரும்பாலான பொருட்கள் உலகின் பல நாடுகளில் தயாரிக்கப்பட்டு, இறுதியாக ஓரிடத்தில் தொகுக்கப்படுகின்றன. அப்பொருட்களின் பாகங்கள் ஒவ்வொன்றும் எந்த நாடுகளில் மலிவான தொழிலாளர்கள் கிடைக்கின்றனரோ, அங்குத் தயாரிக்கப்படுகிறது. தொழில் வளர்ச்சியடைந்த நாடுகளில் தொழிலாளர்களுக்கு அதிகமாக ஊதியம் கொடுக்கப்பட வேண்டியிருக்கும் என்பதால், உற்பத்திக்குள் தன்னியக்கமாக்கச் செயல்முறை புகுத்தப்பட்டாலொழிய, அங்கு அவை உற்பத்தி செய்யப்படுவதில்லை. அதனால், இந்தியத் தொழிலாளர்கள் இப்போது வியட்நாம் அல்லது சீனத் தொழிலாளர்களோடுதான் போட்டி போட வேண்டிய நிலையில் இருக்கின்றனரே அன்றி, வளர்ச்சியடைந்துள்ள நாடுகளின் தொழிலாளர்களோடு அல்ல. இந்தியத் தொழிலாளர்களின் ஊதியமும் சீனத் தொழிலாளர்களோடு ஒப்பிடுகையில் மலிவானதாக இருக்காது. அதனால், ஊதியத்தில் மேற்கொள்ளப்படுகின்ற சேமிப்பு, வேறு பிற குறைபாடுகளை ஈடு செய்யப் போதுமானதாக இருக்காது.

இந்தியாவில் இப்படிப்பட்டக் குறைபாடுகள் பல இருக்கின்றன. எடுத்துக்காட்டாக, ஒரு மின்விசிறியின் மோட்டாரிலுள்ள பாகங்களை இணைத்து ஒரு முழுமையான மோட்டாரை, சர்வதேசச் சந்தையில் போட்டி போடத்தக்க விலையில் இந்தியாவில் உருவாக்க வேண்டுமென்றால், அதற்கு இறக்குமதி வரியை

அடிமட்டத்தில் வைத்திருக்க வேண்டும். இங்கு மோட்டாரின் பாகங்களுக்கான இறக்குமதி வரியைக் குறைவான அளவில் வைத்திருந்தால் மட்டும் போதாது. அப்படித் தயாரிக்கப்படுகின்ற மோட்டார்களை அண்டை நாடுகளுக்கு மலிவு விலையில் ஏற்றுமதி செய்வதற்கு வசதியாகவும் சுங்க வரிக் குறைப்பு இருக்க வேண்டும். அது மட்டுமல்லாமல், ஏற்றுமதி சுமூகமாக நடைபெறுவதற்காக, எல்லையில் பொருட்கள் சோதனையிடப்படுதல், வெவ்வேறு விதமான பாதுகாப்புத் தரச் சோதனைகள் செய்தல் போன்ற, வரி தொடர்பில்லாத இடையூறுகளைக் களைவதற்கான நடவடிக்கைகளும் மேற்கொள்ளப்பட வேண்டும். ஆனால், அதைச் செயல்படுத்துவதற்கு, இந்தியா, பிராந்திய வர்த்தக ஒப்பந்தங்களில் கையெழுத்திட்டிருக்க வேண்டும். துரதிர்ஷ்டவசமாக, இவற்றில் கையெழுத்திட இந்தியா மறுத்து வருகிறது.

ஒரு மின்விசிறியின் பாகங்களை இறக்குமதி செய்து, அவற்றை ஒருங்கிணைத்து ஒரு முழு மின்விசிறியாக ஏற்றுமதி செய்தல் என்ற, குறைவான திறன் தேவைப்படுகின்ற வேலைக்கு ஆகும் செலவைப் பொறுத்தவரை, இந்தியாவுக்கும் சீனாவுக்கும் வியட்நாமுக்கும் இடையே பெரிய வித்தியாசம் எதுவுமில்லை என்று யூபிஎஸ் என்ற சுவிட்சர்லாந்து வங்கியின் ஆய்வறிக்கை ஒன்று தெரிவிக்கிறது. ஆனால், வியட்நாம், எண்ணற்றப் பிராந்திய வர்த்தக ஒப்பந்தங்களில் கையெழுத்திட்டிருப்பதால், வியட்நாமால் தன்னுடைய பொருட்களைக் கிட்டத்தட்டச் சுங்க வரிக் கட்டுப்பாடுகள் எதுவும் இல்லாமல் ஏற்றுமதி செய்யவும் இறக்குமதி செய்யவும் முடிகிறது. உலகளாவிய விநியோகச் சங்கிலி, இந்தியாவைக் காட்டிலும் வியட்நாம் வழியாக ஊடுருவிச் செல்வதில் வியப்பேதும் இல்லை. 2007க்கும் 2021க்கும் இடைப்பட்டக் காலத்தில், உலகளாவிய விநியோகச் சங்கிலியின் கண்ணிகளில் ஒன்றாக இருக்கின்ற உற்பத்தியில் இந்தியாவின் பங்கு 14 சதவீதத்திலிருந்து 16 சதவீதமாக மட்டுமே உயர்ந்திருந்தது. அதே காலகட்டத்தில், வியட்நாமின் பங்கு 35 சதவீதத்திலிருந்து 56 சதவீதமாக அதிகரித்தது.

பிராந்திய வர்த்தக ஒப்பந்தங்களில் கையெழுத்திடுவதற்கு இந்தியா ஏன் தயங்குகிறது என்பதை நாங்கள் பின்னர் ஆராயவிருக்கிறோம். அதே நேரத்தில், இந்தியா ஏற்கனவே கையெழுத்திட்டுள்ள சர்வதேச ஒப்பந்தங்கள் எல்லா நேரங்களிலும் இந்தியத் தொழிற்துறைக்குச் சாதகமாக இருந்திருக்கவில்லை என்பதையும் நாங்கள் இங்குச் சுட்டிக்காட்ட விரும்புகிறோம்.

சிப்லா நிறுவனமும் அறிவுசார் சொத்தும்

மிகவும் வெற்றிகரமான இந்தியப் பொதுப் பெயர் மருந்துகள் தொழிற்துறையைப் பற்றி இப்போது நாம் பார்க்கலாம். அது 2022–23 இல் ஏற்றுமதி செய்திருந்த மருந்துகளின் மதிப்பு 2,500 கோடி டாலர்கள். இத்தொழிற்துறையில் மிகவும் பிரபலமாக அறியப்படுகின்ற ஒருவர் டாக்டர் யூசுப் ஹமீது.

ஹமீதின் குடும்பத்திற்குச் சொந்தமாக சிப்லா என்ற ஒரு சிறிய மருந்து நிறுவனம் இருந்தது. இரண்டாம் உலகப் போரின்போது, பொருட்களை இறக்குமதி செய்வது கடினமாகியிருந்ததால், அவர்கள் இந்தியச் சந்தைக்காக மருந்துகளைத் தயாரிக்கத் தொடங்கினர். ஆனால், போருக்குப் பிறகு, பன்னாட்டு நிறுவனங்கள் இந்தியாவில் மீண்டும் தம்முடைய ஆதிக்கப் போக்கைத் தொடர்ந்தன. ஏனெனில், 'பிரிட்டிஷ் காப்புரிமைச் சட்டம் 1911' என்ற மிகவும் கறாரான சட்டத்தை இந்தியா பின்பற்றி வந்ததால், பன்னாட்டு மருந்து நிறுவனங்களுடைய காப்புரிமை பெறப்பட்ட மருந்துகளை, அவற்றுக்கான, அதிகச் செலவுமிக்க உரிமங்களை முறையாகப் பெறாமல் வேறு எந்தவோர் இந்திய நிறுவனத்தாலும் தயாரிக்க முடியாத நிலை நிலவி வந்தது.

1950களின் பிற்பகுதியில், ஹமீது, கேம்பரிட்ஜ் பல்கலைக்கழகத்தில் வேதியியலில் முனைவர் பட்டம் பெற்றார். அங்கு, பின்னாளில் வேதியியலில் நோபல் பரிசு பெற்ற அலெக்சான்டர் டோட் என்ற பேராசிரியரிடம் அவர் பயின்றார். பட்டம் பெற்று இந்தியாவுக்குத் திரும்பிய ஹமீது, அப்போது நடைமுறையில் இருந்த காப்புரிமைச் சட்டத்திற்கு எதிரான பிரச்சாரத்தைத் துவக்கினார். மருந்துகளைத் தயாரிப்பதற்கு இந்தியாவுக்கு இன்னும் அதிக சுதந்திரம் தேவை என்ற வாதத்தை அவர் முன்வைத்தார்.

அவருடைய பிரச்சாரம் 1972 இல் ஒரு சுவாரசியமான சூழலில் வெற்றியடைந்தது. சிப்லா, 'புராப்ரனோலால்' என்ற மருந்தின் பொதுவான வடிவத்தைத் தயாரித்துச் சந்தையில் அறிமுகப்படுத்தியது. அந்த மருந்திற்குக் காப்புரிமை பெற்றிருந்த ஐசிஐ என்ற பன்னாட்டு நிறுவனம், சிப்லாமீது காப்புரிமை மீறல் வழக்கு ஒன்றைத் தொடர்ந்தது. பொதுப் பெயர் மருந்துகளால் இலட்சக்கணக்கான மக்களின் உயிர்களைக் காப்பாற்ற முடியும் என்றும், அவை இந்தியர்களுக்கு மறுக்கப்படக்கூடாது என்றும், அப்போது இந்தியாவின் பிரதமராக இருந்த இந்திரா காந்திக்கு ஹமீது தகவல் அனுப்பினார். அதற்கு பதிலளிக்கும் விதமாக, இந்திய அரசு, காப்புரிமைச் சட்டத்தை மாற்றியது. ஒரு மருந்து அல்லது மாத்திரைக்குக் காப்புரிமை பெற முடியாது, அதன் செய்முறைக்குத்தான் காப்புரிமை பெற முடியும் என்று காப்புரிமைச் சட்டம் திருத்தி அமைக்கப்பட்டது. அதாவது, ஓர் இந்திய மருந்து நிறுவனம், ஏற்கனவே சந்தையில் இருக்கின்ற ஒரு மருந்தைத் தயாரிப்பதற்கு ஒரு புதிய வழியைக் கண்டுபிடித்தால், அந்நிறுவனத்தால் அதை இப்போது சட்டபூர்வமாக விற்க முடியும் என்ற நிலை உருவானது. இதன் மூலம், காப்புரிமை மீறல் வழக்கிலிருந்து சிப்லா தன்னை வெற்றிகரமாக விடுவித்துக் கொண்டது!

அதைத் தொடர்ந்து, சிப்லா, ரேன்பாக்ஸி போன்ற இந்திய நிறுவனங்களின் பொதுப் பெயர் மருந்துகளோடு போட்டி போட முடியாமல் பல பன்னாட்டு நிறுவனங்கள் இந்தியாவிலிருந்து வெளியேறின. இந்திய மருந்து தயாரிப்பு நிறுவனங்கள் பல்கிப் பெருகுவதற்கு இது வழி வகுத்தது. எண்ணற்ற இந்திய நிறுவனங்கள்,

மருந்துகளையும், அந்த மருந்துகளின் தயாரிப்புக்குத் தேவையான இடுபொருட்களையும் தயாரிக்கத் தொடங்கின.

புதிய காப்புரிமைச் சட்டம், இந்திய மருந்து தயாரிப்பு நிறுவனங்களின் வலிமைக்குத் தீனி போடும் விதமாக அமைந்தது. மருந்துகளைத் தயாரிப்பதற்கான புதிய செயல்முறைகளைக் கண்டுபிடிப்பது என்பது படிப்படியான புதுமைப் புனைவின் ஒரு வடிவம் என்று கூறலாம். இந்தியப் பொறியாளர்கள் எப்படி உற்பத்தியைப் படிப்படியாக மேம்படுத்தினார்களோ, அதேபோல, இந்திய அறிவியலறிஞர்கள் அதை மருந்துகளின் விஷயத்தில் சிறப்பாகச் செய்தனர். மருந்து தயாரிப்புத் துறையில் பன்னாட்டு நிறுவனங்கள்கூடப் பெரிய அளவுக்குப் புதிய கண்டுபிடிப்புகளை மேற்கொள்வதில்லை என்று ஹமீது போட்டுடைக்கிறார். அவற்றில் பெரும்பாலானவை, அமெரிக்க அரசாங்கத்தின் நிதியுதவியுடன் பல்கலைக்கழகங்களில் மேற்கொள்ளப்படுகின்ற ஆராய்ச்சிகளிலிருந்து உருவாகின்றன. அவற்றைத் தயாரிப்பதற்கான காப்புரிமைகளைப் பன்னாட்டு நிறுவனங்கள் அவர்களிடமிருந்து பெற்றுக் கொள்கின்றன. பின்னர் அவை அந்தக் கண்டுபிடிப்புகளை அடித்தளமாகக் கொண்டு, அவற்றில் சொற்பமான புதுமைகளைப் புகுத்தி, மருந்துகளை உற்பத்தி செய்து அவற்றைச் சந்தைப்படுத்துகின்றன. ஒரு விதத்தில் பார்த்தால், அமெரிக்க நிதியுதவியுடன் மேற்கொள்ளப்பட்ட ஆய்வுகளின் பலன்கள், பெரிய அளவில் நிதியுதவி அளிக்க முடியாத ஓர் அரசாங்கத்தைக் கொண்ட நம் நாட்டில் பரவலாகக் கிடைப்பதை இந்தியாவின் புதிய காப்புரிமைச் சட்டம் சாத்தியமாக்கியது என்று கூறலாம்.

இங்கு இதைவிட முக்கியமான ஒரு விஷயமும் இருக்கிறது. வளரும் நாடுகளிலுள்ள உள்ளூர் நிறுவனங்கள், அறிவுசார் சொத்துகளுக்கான சட்டப் பாதுகாப்பு குறைவாக இருக்கின்றபோது அதனால் பயனடையும். ஹார்வர்டு பல்கலைக்கழகத்தைச் சேர்ந்த பொருளாதார வல்லுநரான ஜோஷ் லெர்னர், கடந்த 150 ஆண்டுகளில், 60 நாடுகளில் நடைமுறையில் இருந்த காப்புரிமைக் கொள்கைகளைப் பற்றி ஆராய்ந்தார். ஒரு நாட்டிலுள்ள காப்புரிமைச் சட்டம் வலுப்படுத்தப்படுகின்றபோது, அந்த நாட்டில் உள்ளூர் நிறுவனங்களைக் காட்டிலும் அந்நிய நிறுவனங்கள்தாம் அதிகமான காப்புரிமைகளைப் பதிவு செய்கின்றன என்பதை அவருடைய ஆய்வுகளின் முடிவுகள் வெளிப்படுத்தின. இந்தப் போக்கு, வளரும் நாடுகளில் சிறிது தூக்கலாக இருக்கிறது.

எய்ட்ஸ் நோய்க்கான மருந்து தயாரிப்பு சிப்லாவுக்கு சர்வதேச அளவில் பெரும் புகழ் ஈட்டிக் கொடுத்தது. 2001 இன் தொடக்கத்தில், மூன்று 'ஆன்டிரெட்ரோவைரல்' மருந்துக் கலவை ஒன்று எய்ட்ஸ் நோய்க்கான ஆற்றல்மிக்க நிவாரணியாக ஏற்றுக் கொள்ளப்பட்டது. அந்த மருந்தைப் பன்னாட்டு நிறுவனங்கள் 12,000 டாலர்களுக்கு விற்றுக் கொண்டிருந்தன. ஆனால், ஆப்பிரிக்காவிலிருந்த பெரும்பாலான எய்ட்ஸ் நோயாளிகளுக்கு அந்த விலை கட்டுப்படியாகாமல் இருந்தது. 'தேசிய எல்லைகளற்ற

மருத்துவர்கள்' என்ற தொண்டு நிறுவனத்திற்கு அதே மருந்தை 350 டாலர்கள் விலைக்கு வழங்க ஹமீது முன்வந்தார். அது நியூயார்க் டைம்ஸ் பத்திரிகையின் முதல் பக்கச் செய்தியாக வெளியானது. எய்ட்ஸ் நோய்க்கு எதிரான போராட்டத்தில் சிப்லா முன்னணியில் இருந்து செயல்படத் தொடங்கியது. அதற்குப் பிறகு, எய்ட்ஸ் நோயாளிகளுக்கு அந்த நோய் இனியும் ஒரு மரண தண்டனையாக இருக்கவில்லை.

இதற்கிடையே, பொதுப் பெயர் மருந்துகளைத் தயாரித்துக் கொண்டிருந்த உள்ளூர் நிறுவனங்களால் தம்முடைய இலாபம் கணிசமாகக் குறைந்ததைப் பொறுத்துக் கொள்ள முடியாத பன்னாட்டு நிறுவனங்கள், அமெரிக்க அரசோடும் உலக வர்த்தக அமைப்போடும் சேர்ந்து கொண்டு, உலகெங்கும் காப்புரிமைச் சட்டங்களைத் தமக்குச் சாதகமாக மாற்றுகின்ற முயற்சியில் இறங்கின. 1994 இல், உலக வர்த்தக அமைப்பின் ஆசிர்வாதத்துடன் உருவாக்கப்பட்டிருந்த 'அறிவுசார் சொத்துரிமைகளின் வர்த்தகம் தொடர்பான அம்சங்கள் குறித்த ஒப்பந்தத்தில்' இந்தியா கையெழுத்திட்டதன் மூலம், பன்னாட்டு நிறுவனங்கள் நீண்டகாலக் காப்புரிமையை அனுபவிப்பதற்கு அது ஒத்துக் கொண்டது. அறிவுசார் சொத்துரிமைகள் சர்ச்சைக்குரியவையாக இருந்த விவகாரங்களிலும்கூட இது அமல்படுத்தப்பட்டதுதான் கொடுமை.

இந்தியா ஒரு மோசமான பேரத்திற்கு அடிபணிந்துவிட்டதாக ஹமீது குற்றம் சாட்டுகிறார். அந்த ஒப்பந்தத்தின் விளைவாக, பொதுப் பெயர் மருந்துகளைத் தயாரிப்பதற்கு இந்தியாவுக்கு இயற்கையாக இருந்த ஓர் அனுகூலத்தை நாம் அடகு வைத்துவிட்டோம் என்று அவர் கூறுகிறார். அது மட்டுமல்லாமல், அந்த ஒப்பந்தத்தின் மூலம், இந்தியா, இந்திய மருந்து தயாரிப்பு நிறுவனங்களின் முதுகிலும் குத்திவிட்டது. அந்த ஒப்பந்தத்தின் அமலாக்க நடைமுறை 2005 ஆம் ஆண்டிலிருந்து தொடங்கும் என்று தான் கொடுத்திருந்த வாக்குறுதியை மீறி, அது 1995லிருந்தே அமலுக்கு வருகின்ற விதத்தில் இந்தியா அதில் கையெழுத்திட்டிருந்தது. அதன் காரணமாக, இந்திய மருந்து தயாரிப்பு நிறுவனங்கள், மருந்துகளைத் தயாரிப்பதற்குப் பெரும் தொகைகளை ராயல்டியாகக் கொடுத்தாக வேண்டிய நெருக்கடிக்கு ஆளாயின. இது அந்நிறுவனங்களின் வளர்ச்சிப் பாதைகளை அதிகமாக மட்டுப்படுத்தியது.

நேரடித் திருட்டு மூலமாகவோ அல்லது காப்புரிமைச் சட்டங்களின் அமலாக்கத்தை பலவீனப்படுத்துவதன் மூலமாகவோ, அனைத்து நாடுகளும் அறிவுசார் சொத்துரிமை அபகரிப்பைத் தொடங்குகின்றன. ஆனால், ஒரு நாடு, மருந்து தயாரிப்புத் துறையில் ஆராய்ச்சி மற்றும் உருவாக்கத்திற்கான வலுவான அடித்தளத்தை அமைத்துவிட்டப் பிறகு, தன்னுடைய சொந்த நிறுவனங்கள் ஆராய்ச்சியில் ஈடுபட்டுப் புதிய காப்புரிமைகளைப் பெறுவதை ஊக்குவிப்பதற்காக, காப்புரிமைச் சட்டங்களைத் தீவிரமாக அமல்படுத்தத் தொடங்கிவிடுகிறது. பொருட்களின் காப்புரிமைகளைத் தீவிரமாக அமல்படுத்துவதற்குத் தேர்ந்தெடுக்கப்பட்டிருந்த 2005

சரியான நேரமா? அது குறித்து இப்போதே திட்டவட்டமாக எதுவும் சொல்ல முடியாது என்றாலும், 2005 ஆம் ஆண்டுக்குப் பிறகு, இந்திய மருந்து நிறுவனங்கள் முண்டியடித்துக் கொண்டு ஆராய்ச்சிகளில் இறங்கியதுபோலத் தெரியவில்லை. தனக்கு வருகின்ற இலாபத்தை வைத்துக் கொண்டு அதிநவீன ஆய்வுகளில் ஈடுபடுவது என்பது இயலாத காரியம் என்று ஹமீது வாதிடுகிறார். நீண்டகால நோக்கில் இந்திய நிறுவனங்கள் இந்தியப் பல்கலைக்கழகங்களுடன் மட்டுமல்லாமல், அமெரிக்கப் பல்கலைக்கழகங்களுடனும் இணைந்து புதிய ஆராய்ச்சிகளில் ஈடுபடவும், தாம் காப்புரிமை பெற்றுள்ள மருந்துகளை விற்கத் தொடங்கவும் கூடும். காப்புரிமைச் சட்டங்களை மீண்டும் பழைய நிலைக்கு மாற்றியமைப்பதைவிட இது சிறந்த வழியாகத் தோன்றுகிறது. இந்த இலக்கை மனத்தில் வைத்து, இந்தியப் பல்கலைக்கழகங்களில் ஆராய்ச்சிகள் வலுப்படுத்தப்பட வேண்டும். அதற்கான ஆலோசனைகளை நாங்கள் பின்னர் வழங்கவிருக்கிறோம். ஆனால், தற்போதைக்கு, பொதுப் பெயர் மருந்துகள் மூலமான வளர்ச்சிப் பாதை இந்தியாவுக்கு இத்துறையில் பெரிய அளவுக்குக் கை கொடுக்காது என்பதை நாங்கள் இங்குக் குறிப்பிட விரும்புகிறோம்.

உலகமயமாக்கம் தோற்றுவித்துள்ள எதிர்மறையான எதிர்வினைகள்

உற்பத்தித் துறையில் சீனாவின் ஆதிக்கமும், அதனால் மேற்கில் நடுத்தர வருவாய் ஈட்டுகின்ற உற்பத்தித் துறை சார்ந்த வேலைகளின் இழப்பும், மேற்கத்திய நாடுகள் உலகமயமாக்கத்திற்கு நேரெதிர்த் திசையில் செல்கின்ற போக்கை, அதாவது, உள்முகமாகத் திரும்பிக் கொண்டிருக்கின்ற போக்கை, ஓரளவு தூண்டிவிட்டுக் கொண்டிருக்கின்றன. ஆனால், 5ஜி, செயற்கை நுண்ணறிவு, பேட்டரி தொழில்நுட்பம், மின் வாகனங்கள், ஆளில்லா வானூர்திகள் போன்ற, புதிதாக உதயமாகிக் கொண்டிருக்கின்ற தொழிற்துறைகளில் சீனா ஆதிக்கம் செலுத்தக்கூடிய சாத்தியக்கூறுகள் உருவாக்கக்கூடிய புவியரசியல் கவலைகள் இதை துரிதப்படுத்திக் கொண்டிருக்கின்றன. இத்தொழிற்துறைகள் அனைத்திற்கும் இராணுவப் பயன்பாட்டுச் சாத்தியக்கூறுகளும் இருக்கின்றன, வர்த்தகப் பயன்பாட்டுச் சாத்தியக்கூறுகளும் இருக்கின்றன. மற்ற அனைத்து விஷயங்களிலும் பாம்பும் கீரியுமாக இருக்கின்ற டொனால்டு டிரம்பும் ஜோ பைடனும் சுதந்திர வர்த்தகக் கொள்கைகளுக்குச் சாவுமணி அடிக்க முயல்வதில் ஒத்தக் கருத்தைக் கொண்டுள்ளனர்.

தயாரிப்பைத் தங்களுக்கு அருகிலுள்ள இடங்களுக்கு மாற்ற முயல்கின்ற போக்கு, இந்தியா உற்பத்திப் பேருந்துக்குள் மீண்டும் ஏறுவதற்கு வாய்ப்பளிக்குமா?

புவிப் பொருளாதார ஆதிக்கத்தில் ‘யார் பெரியவன்?’ என்று

அமெரிக்காவுக்கும் சீனாவுக்கும் இடையே நடைபெற்றுக் கொண்டிருக்கும் மோதல்கள் வலுவடைந்து கொண்டிருப்பது இந்தியாவுக்கு நல்ல வாய்ப்பை உருவாக்கிக் கொண்டிருப்பதாகக் கருதப்படுகிறது. இவ்விரு வல்லரசுகளும் ஒன்றின்மீது ஒன்று விதித்துக் கொண்டிருக்கின்ற பலதரப்பட்டப் பொருளாதாரத் தடைகள் வலுவடைந்தாலோ அல்லது அவை இரண்டும் ஒன்றோடொன்று நேருக்கு நேர் மோதிக் கொள்கின்ற நிலை வந்தாலோ, சீனாவின் ஊடாக நடைபெற்றுக் கொண்டிருக்கின்ற உலகளாவிய விநியோகச் சங்கிலி சீர்குலைந்து தம்முடைய உற்பத்தி பாதிக்கப்படக்கூடும் என்று பன்னாட்டு நிறுவனங்கள் அஞ்சுகின்றன. சமீபத்திய கொரோனா பொதுமுடக்கத்தின்போது, அவை இதை ஏற்கனவே அனுபவித்திருந்தன. அதனால், அவை தம்முடைய உற்பத்தித் தலங்களைப் பரவலாக்குவதற்குத் திட்டம் தீட்டிக் கொண்டிருக்கின்றன. அதனால், பல பன்னாட்டு நிறுவனங்கள் இப்போது 'சீனா+1' என்ற உத்தியைக் கையில் எடுத்துள்ளன. இப்போது சீனாவில் இருக்கின்ற உற்பத்தி மையங்களுக்கு இணையாக, மேற்கத்திய நாடுகளுக்கு அனுசரணையாக உள்ள நாடுகளில் கூடுதல் உற்பத்தி மையங்களை உருவாக்குவதுதான் அந்த உத்தி. பல பன்னாட்டு நிறுவனங்கள் தம்முடைய கூடுதல் உற்பத்தி மையங்களை நிறுவுவதற்கு இந்தியாவின் பக்கம் தம்முடைய பார்வையைத் திருப்பியுள்ளன. இந்திய உள்நாட்டுச் சந்தை பெருகிக் கொண்டிருப்பதும் அந்நிறுவனங்கள் இந்தியாவை நோக்கி ஈர்க்கப்பட்டுள்ளதற்கான ஒரு காரணமாக இருக்கிறது.

ஆனாலும், இந்தியாவைத் தேர்ந்தெடுப்பதிலுள்ள சிக்கல்களையும் அவை பார்க்கின்றன. இந்தியாவில் உற்பத்தியைத் தொடங்குவது ஏன் கடினம் என்பதை நாங்கள் ஏற்கனவே பட்டியலிட்டிருந்தோம்.

அப்பிரச்சனைகள் களையப்பட்டுவிட்டால்கூட, தூரம் என்ற ஒரு பிரச்சனை இருக்கிறது. ஒரு நாட்டின் வர்த்தகத்தில், தொலைதூர இடங்களில் நடக்கின்ற வர்த்தகத்தைவிட, பிராந்திய அளவில் நடைபெறுகின்ற வர்த்தகம் எப்போதுமே அதிகமாக இருக்கும். தோராயமாகப் பார்த்தால், உலகில் மூன்று வர்த்தகப் பிராந்தியங்கள் இருக்கின்றன என்று கூறலாம். ஐரோப்பிய வர்த்தகத்தில் 70 சதவீதம் ஐரோப்பாவுக்குள்ளும், கிழக்காசிய வர்த்தகத்தில் 50 சதவீதம் கிழக்காசியாவுக்குள்ளும், வட அமெரிக்க வர்த்தகத்தில் 40 சதவீதம் வட அமெரிக்காவுக்குள்ளும் நடைபெறுகின்றன. இந்தியாவைப் பொறுத்தவரை, சீனாவை விலக்கிவிட்டால், இந்தியாவைச் சுற்றியிருக்கின்ற நாடுகள் அனைத்தும் ஒப்பீட்டளவில் ஏழை நாடுகளாகவே இருக்கின்றன. சீனா வேண்டாம் என்று முடிவெடுக்கின்ற ஓர் அமெரிக்க நிறுவனம், தன் பொருளை உற்பத்தி செய்ய ஓரிடத்தைத் தேர்ந்தெடுக்க விரும்பினால், அது மெக்சிகோவையே விரும்பும். அதேபோல, ஓர் ஐரோப்பிய நிறுவனம் ருமேனியாவைத் தேர்ந்தெடுக்கும். இந்த நாடுகள் அருகே இருக்கின்றன; அவற்றை நில மார்க்கமாக அடைவதற்குப் பல வழிகள் இருக்கின்றன; பொதுவாக, போர், காலநிலை மாற்றம், கொள்ளை

நோய் போன்றவற்றால் வர்த்தகத்திற்குப் பெரிய அளவில் இடையூறு ஏற்படுவதற்கான வாய்ப்புகள் குறைவு. அதோடு, அவை பிராந்திய வர்த்தக ஒப்பந்தங்கள் வாயிலாகப் பிணைக்கப்பட்டுள்ளதால், அங்கே சுங்க வரிகளும் குறைவு.

தொழில்வளர்ச்சி அடைந்துள்ள நாடுகளைப் பொறுத்தவரை, தம்முடைய பொருட்களின் விநியோகச் சங்கிலி அறுபடாமல் பார்த்துக் கொள்வதற்கும், ஒரு நாட்டின்மீது அரசியல்ரீதியான அழுத்தம் கொடுப்பதற்குமான பாதுகாப்பான வழி, மொத்த விநியோகச் சங்கிலியையும் மீண்டும் தங்களுடைய சொந்த நாட்டுக்கே கொண்டு வருவதாகும். இப்படிச் செய்தால், தொலைதூரத்தில் இருக்கின்ற மலிவான தொழிலாளர்களைத் தங்களால் பயன்படுத்திக் கொள்ள முடியாது என்பதை அந்நிறுவனங்கள் நன்றாகவே அறியும். அதனால், அவை, ஊழியர்களின் சார்பைப் பெருமளவு குறைப்பதற்காக, மொத்த உற்பத்திச் செயல்முறையையும் தன்னியக்கமாக்கும் வேலையில் தீவிரமாக இறங்கியுள்ளன. இயந்திரங்கள் வேலை நிறுத்தங்களில் ஈடுபடாது, எதிர்ப்புக் குரல் கொடுக்காது என்பது இதிலுள்ள வெளிப்படையான அனுகூலம்.

ஒட்டுமொத்தத்தில், தங்களுடைய நாட்டுக்கு உள்ளேயோ அல்லது அருகேயோ உற்பத்தியை இடம்பெயர்க்கின்ற இப்புதிய உலகளாவிய போக்கால் இந்தியா பெரிய அளவில் பயனடையப் போவதில்லை. இந்தியச் சந்தையில் தம்முடைய பொருட்களைப் பெரும் எண்ணிக்கையில் விற்க முயற்சிக்கின்ற நிறுவனங்கள் மட்டும், போக்குவரத்துச் செலவை மிச்சப்படுத்துவதற்காக இந்தியாவில் கடை விரிக்கும்.

புதுப்பிக்கப்பட்டப் பாதுகாப்புவாதத்தின் ஊடாக இந்தியாவால் வெற்றி பெற முடியுமா?

இந்தியா ஏற்றுமதி செய்கின்ற பொருட்கள் எந்த நாடுகளுக்கு ஏற்றுமதி செய்யப்படுகின்றனவோ, அந்த நாடுகள் அதற்கு அதிகமான சுங்க வரி விதிக்காமல் இருக்கின்றவரை, இந்தியாவால் மொத்தமாக உலகளாவிய வர்த்தகச் சங்கிலியை உதாசீனப்படுத்திவிட்டு அனைத்துப் பொருட்களையும் உள்ளூரிலேயே உற்பத்தி செய்து கொள்ள முடியும். ஆனால், அதற்கு விநியோகச் சங்கிலியின் ஒவ்வொரு கண்ணியிலும், உலகின் தலைசிறந்த உற்பத்தியாளர்களின் தரத்திற்கு இணையாக அது சிறந்து விளங்க வேண்டும். அதாவது, நம்முடைய ஆராய்ச்சி மற்றும் உருவாக்கம், அமெரிக்கா அளவுக்குச் சிறப்பாக இருக்க வேண்டும்; நம்முடைய வடிவமைப்பு, இத்தாலியின் வடிவமைப்பு அளவுக்குச் சிறப்பாக இருக்க வேண்டும்; நம்முடைய பொருள் உற்பத்தி, ஜெர்மனி, சீனா மற்றும் வியட்நாம் அளவுக்குச் சிறப்பாக இருக்க வேண்டும். வேறு வார்த்தைகளில் கூற வேண்டுமென்றால், உலகளாவிய விநியோகச் சங்கிலி செம்மையாக்கப்பட்டுவிட்டது. அதன் விளைவாக, கடந்த பல

ஆண்டுகளின் ஊடாக, விலைகள் தொடர்ந்து இறங்குமுகமாகவே இருந்து வந்துள்ளன. உலகளாவிய விநியோகச் சங்கிலியின் ஏதாவது ஓர் அம்சத்தில் ஆதிக்கம் செலுத்தி வருகின்ற ஒவ்வொரு நாடும் அதில் இயல்பான சாதகத்தன்மை ஒன்றைக் கொண்டிருப்பதோடு மட்டுமல்லாமல், பல ஆண்டுகளின் ஊடாக அவற்றிலிருந்து படிப்பினைகளைக் கற்றுக் கொண்டு தம்முடைய திறமைகளைத் தொடர்ந்து மெருகேற்றி வந்துள்ளன. அதனால், உள்ளூர் விநியோகச் சங்கிலியைப் பயன்படுத்தித் தயாரிக்கப்படுகின்ற பொருட்களைக் கொண்டு சர்வதேசச் சந்தையில் போட்டி போடுவது எந்தவொரு நாட்டுக்கும் அவ்வளவு எளிதல்ல.

இந்தியாவின் உள்ளூர்ச் சந்தை இப்போது பெரிதாகியிருக்கிறது. அதனால், இந்தியாவின் உள்ளூர்ச் சந்தைக்கு மட்டுமே பொருட்களைத் தயாரித்துக் கொடுக்கின்ற ஓர் இந்திய உற்பத்தியாளரால் ஓரளவுக்குப் பெரிதாக வளர முடியும்; ஏற்றுமதியில் ஈடுபடாமலேயே உற்பத்தித்திறனைப் போதிய அளவு அதிகரித்துக் கொள்ள முடியும். இந்தியத் தொழிலதிபர்களுக்கு உள்ளூர்ச் சந்தை சாதகமாக இருப்பதற்காக, அதிகமான இறக்குமதி வரிகளை விதிப்பதன் மூலம் அதை சர்வதேசப் போட்டியிலிருந்து பாதுகாக்க முடியும். உண்மையைச் சொல்ல வேண்டுமென்றால், இந்தியா இந்தப் பாதையில்தான் பயணப்பட்டுக் கொண்டிருக்கிறது. 2014 இல் 13.5 சதவீதமாக இருந்த இறக்குமதி வரிகள், 2022 ஆம் ஆண்டுவாக்கில் 18.1 சதவீதமாக உயர்ந்துள்ளன. இதில் இந்தியாவின் இரும்புத் தொழில் அதிக அளவு பயனடைந்தது. இப்போக்கு உள்ளூர்ச் சந்தையில் செயல்படுவதற்கு வசீகரமாக இருந்தாலும், சர்வதேச அளவில் இந்திய உற்பத்தியாளர்களால் போட்டி போட முடியாது. ஒரு குறிப்பிட்டத் தொழிற்துறை ஓரளவு ஆசுவாசமான நிலையை அடைந்த பிறகு அத்துறை தொடர்பான இறக்குமதி வரிகள் நீக்கப்பட்டுவிடும் என்ற முழக்கம் நடைமுறையில் ஒருபோதும் வேலை செய்வதில்லை. அதிகமான இறக்குமதி வரிகளால் பாதுகாக்கப்பட்டுள்ள உள்ளூர் தொழிலதிபர்கள், இறக்குமதி வரிக் குறைப்பு செய்யப்படாமல் இருப்பதற்குத் தொடர்ந்து பாடுபடுவர். ஒரு தொழிற்துறையால் இப்படி அரசாங்கத்தைத் தன் இஷ்டத்திற்கு வளைக்க முடியும் என்பதைக் கண்கூடாகப் பார்க்கின்ற பிற தொழிற்துறை அதிபர்கள், தங்களுடைய துறைக்கும் அதுபோன்ற பாதுகாப்பு வேண்டும் என்று குரல் கொடுப்பர்.

இந்திய உள்நாட்டுச் சந்தை மிகப் பெரியது என்ற வாதம்கூட, பெரும்பாலான மக்களால் நுகரப்படுகின்ற பொருட்களுக்கு மட்டுமே பொருந்தும். சைக்கிள் அதற்கான ஒரு நல்ல எடுத்துக்காட்டு. தொழில்வளர்ச்சி அடைந்துள்ள நாடுகளில் இருக்கின்ற நடுத்தர வர்க்கத்திற்கு நிகரான வாங்குசக்தியைக் கொண்டுள்ள இந்திய நடுத்தர வர்க்கத்தினரின் எண்ணிக்கை இப்போதும் சிறியதாகத்தான் இருக்கிறது. தனிநபர்கள் பயன்படுத்துகின்ற மின் வாகனங்கள், அதிநவீன மின்னணுப் பொருட்கள் போன்றவற்றைத் தயாரிக்கின்ற இந்திய உற்பத்தியாளர்களால் பெரிய அளவுக்குத்

தங்களுடைய வணிகத்தை விரிவுபடுத்த முடியாது; ஏற்றுமதி மட்டுமே அவர்களுக்கான ஒரே தீர்வு. அவர்களால் தங்களுடைய தொழிலை பிரம்மாண்டமாக விரிவுபடுத்த முடியாது என்பதால், அவர்களுடைய உற்பத்திச் செலவு அதிகமாக இருக்கும். அதிகரித்து வரும் பாதுகாப்புவாதம் நம்முடைய வளர்ச்சி விகிதத்தை பாதிக்கும்; உள்நாட்டு மக்கள் தரம் குன்றிய பொருட்களுக்கு அதிக விலை கொடுக்க வேண்டிய நிலைக்குத் தள்ளப்படுவர்; திறமையற்ற, ஆனால் அதிகாரத்தில் இருப்பவர்களுடன் நெருக்கமான தொடர்பு கொண்டிருக்கின்ற தொழிலதிபர்களுக்கு மட்டுமே இது சாதகமாக இருக்கும்; மொத்தத்தில், இது பெரும்பாலான மக்களை ஏழைகளாக வைத்திருக்கும்.

இதெல்லாம் வெறும் வறட்டுச் சித்தாந்தம் அல்ல. 'லைசென்ஸ் ராஜ்' என்ற, உள்ளூர் தொழிலதிபர்களைப் பாதுகாப்பதற்காகக் கடந்த முறை மேற்கொள்ளப்பட்ட நடைமுறையின்போது துல்லியமாக இதுதான் நிகழ்ந்தது. அப்போது உலகம் இந்த அளவு போட்டி நிறைந்ததாக இருக்கவில்லை என்பதால், நாம் தாராளமயமாக்கத்தை அரவணைத்துக் கொண்டபோது நம்முடைய தவறுகளைத் திருத்திக் கொள்ள நமக்கு ஒரு வாய்ப்புக் கிட்டியது. ஆனால், இம்முறை நிலைமை கடினமாக இருக்கும்.

பாதுகாப்புவாதக் கொள்கைகளை வைத்துக் கொண்டே உற்பத்தியாளர்களுக்கு மானியம் வழங்குவது நம்முடைய பலவீனங்களை ஈடுகட்ட உதவுமா?

நம்முடைய தொழிற்துறை பக்குவமடைந்துள்ளது என்ற கற்பனாவாதத்தை ஓர் ஓரமாக வைத்துவிட்டு, அது இன்னும் தவழ்கின்ற நிலையில்தான் இருக்கிறது என்ற நிலைப்பாட்டை எடுத்துக் கொண்டு, இறக்குமதி வரிகளை அதிகமாக வைத்துக் கொண்டே உள்ளூர் தொழில்களுக்கு மானியம் வழங்கினால் என்னவாகும்? இந்தியாவில் பொருட்களை உற்பத்தி செய்வதிலுள்ள சிரமங்கள் இந்திய அரசுக்கு நன்றாகவே தெரியும். எடுத்துக்காட்டாக, இந்தியாவின் மின்னணுத் துறை அதன் போட்டியாளர்களோடு ஒப்பிடுகையில், 8.5 சதவீதத்திலிருந்து 11 சதவீதம்வரை ஒரு சாதகமற்றச் சூழலில் இருப்பதாக இந்திய அரசு கூறுகிறது. அதற்கு, இந்தியாவில் போதுமான கட்டமைப்பு வசதி இல்லாமை, கடன் பெறுவதற்கு அதிக வட்டி கொடுக்க வேண்டியிருக்கின்ற நிலை, மின்சக்தி தாராளமாகக் கிடைக்காமை, வடிவமைப்புத் திறமைக் குறைவு, ஆராய்ச்சி உதாசீனப்படுத்தப்படுகின்ற நிலை, இந்தியத் தொழிலாளர்களின் திறமைக் குறைவு போன்றவை சில காரணங்களாகும்.

இந்த பலவீனங்களைக் களைவதற்கு நீண்டகாலம் ஆகும் என்பதால், இந்திய அரசாங்கம், உற்பத்தி செய்வதற்கு மானியம் அளிப்பதன் மூலம் அவற்றை ஈடுகட்ட விரும்பியது. 'உற்பத்திசார்

ஊக்கத்தொகை' திட்டம் முதன்முதலில் அலைபேசி உற்பத்தியில் அறிமுகப்படுத்தப்பட்டது. அது இவ்வாறு வேலை செய்தது:

இந்திய அரசு 2016லிருந்து அலைபேசியின் பாகங்களுக்கான இறக்குமதி வரியைப் படிப்படியாக உயர்த்திக் கொண்டே வந்தது. 2018 இல் முழு அலைபேசிகளுக்கான இறக்குமதி வரி 20 சதவீதமாக ஆனது. அது மட்டுமல்லாமல், இந்தியாவில் ஒரு நிறுவனம், அது உள்ளூர் நிறுவனமாக இருந்தாலும் சரி, அந்நிய நிறுவனமாக இருந்தாலும் சரி, அலைபேசிகளை உற்பத்தி செய்தால், முதல் நான்கு ஆண்டுகளுக்கு அதன் விற்பனை விலையில் 6 சதவீதத்தை இந்திய அரசு அதற்கு மானியமாக அளிக்கிறது. ஐந்தாவது ஆண்டில் அந்த மானியம் 4 சதவீதமாகக் குறையும். அதோடு, அந்த நிறுவனம் இந்தியாவின் எந்த மாநிலத்தில் உற்பத்தியைத் துவக்குகிறதோ, அந்த மாநில அரசு, கூடுதலான வரிச் சலுகைகள், மின் கட்டணச் சலுகைகள், நிலம் வாங்குவதற்கு மானியம் போன்றவற்றையும் வாரி வழங்குகிறது.

மேலோட்டமாகப் பார்த்தால், இத்திட்டம் வெற்றிகரமாகச் செயல்பட்டு வந்துள்ளதுபோலத்தான் தோன்றுகிறது. 2017-18 நிதியாண்டில் இந்தியாவுக்குள் இறக்குமதி செய்யப்பட்ட அலைபேசிகளின் மதிப்பு 360 கோடி டாலர்கள். அதே காலகட்டத்தில், இந்தியாவிலிருந்து ஏற்றுமதி செய்யப்பட்ட அலைபேசிகளின் மதிப்பு 33.4 கோடி டாலர்கள். அதாவது, நிகர இறக்குமதி 330 கோடி டாலர்களாக இருந்தது. 2022-23 நிதியாண்டில் இந்தியாவுக்குள் இறக்குமதி செய்யப்பட்ட அலைபேசிகளின் மதிப்பு 160 கோடி டாலர்களாகக் குறைந்தது. அதே காலகட்டத்தில், ஏற்றுமதி செய்யப்பட்ட அலைபேசிகளின் மதிப்பு 1,100 கோடி டாலர்களாக உயர்ந்தது. இப்போது நிகர ஏற்றுமதியின் அளவு 940 கோடி டாலர்களாக அதிகரித்திருந்தது.

ஆனால், கூட்டிக் கழித்துப் பார்த்தால், நிலைமை ஒன்றும் சொல்லிக் கொள்ளும்படியாக இல்லை. இந்தியாவில் பொருட்களை உற்பத்தி செய்வதற்கு மானியம் கொடுத்துவிட்டு, அந்தப் பொருட்களின் இறுதி வடிவத்தின் ஏற்றுமதி குறித்துப் பெருமைப்பட்டுக் கொள்வதில் அர்த்தமில்லை. அந்தப் பொருளுக்கு இந்தியாவில் வைத்து ஏதேனும் மதிப்புக் கூட்டல் நடந்துள்ளதா என்றுதான் பார்க்க வேண்டும். அப்படி ஒன்று நடந்ததாகத் தெரியவில்லை. அலைபேசிகளின் பாகங்களை இறக்குமதி செய்து, அவற்றை ஒருங்கிணைத்து முழு அலைபேசிகளாக ஏற்றுமதி செய்து வருகின்ற ஒரு நாடாகத்தான் இந்தியா அறியப்படுகிறது. இந்தியாவில் மேற்கொள்ளப்படுகின்ற மதிப்புக் கூட்டல், அதற்கு வழங்கப்படுகின்ற மானியத் தொகையை ஈடு செய்கின்ற அளவாவது இருக்கிறதா என்பது தெரியவில்லை.

இதைச் சுட்டிக்காட்டியபோது, இந்தியா அலைபேசிகளின் பாகங்களைத் தருவித்துத் தொகுத்துப் பிற நாடுகளுக்கு அனுப்பி வைக்கிறது என்பது உண்மைதான் என்று இந்திய ஒன்றிய அரசின் அமைச்சர்கள் ஒத்துக் கொண்டனர். ஆனால், பின்னாளில்

அலைபேசியின் பாகங்களைத் தயாரிப்பதற்கான முதற்படி இது என்று அவர்கள் அதற்குச் சப்பைக்கட்டு கட்டினர். சில நாடுகள் இந்தப் பாதையைப் பின்பற்றியிருந்தன என்பதை மறுப்பதற்கில்லை. ஆனால், அப்பாதை இன்று சாத்தியமா என்பது சந்தேகமே. எடுத்துக்காட்டாக, சயோமி நிறுவனம் தன் அலைபேசிகளின் பாகங்களை வேறோர் இடத்தில் மலிவாகத் தயாரிப்பதற்கான செலவையும், அவற்றை இந்தியாவுக்குள் கொண்டுவருவதற்கான போக்குவரத்துச் செலவையும் கூட்டிப் பார்த்து, அச்செலவு, அவற்றை இந்தியாவில் உற்பத்தி செய்வதற்கான செலவைவிடக் கூடுதலாக இருந்தால்தானே அவற்றை இந்தியாவில் தயாரிக்க முன்வரும்? அப்படியானால், நாம் உற்பத்தியுடன் பிணைக்கப்பட்ட ஊக்கத்தொகையை அலைபேசியின் ஒவ்வொரு பாகத்தின் தயாரிப்புக்கும் தனித்தனியாக வழங்கப் போகிறோமா? இதை வேறு வார்த்தைகளில் கூற வேண்டுமென்றால், ஒரு பொருளைப் பெரிய அளவில் தொகுத்து ஏற்றுமதி செய்கின்ற காரியத்தை பிரம்மாண்டமாக விஸ்தரிப்பது அதன் உற்பத்தியை பிரம்மாண்டமாக அதிகரிக்கும் என்ற ஒரு பொதுவான அனுமானம் இருக்கிறது. கடந்தகாலத்தில் இது உண்மையாக இருந்திருக்கலாம். ஏனெனில், அப்போது ஒரு பொருளின் பாகங்களை வெவ்வேறு இடங்களிலிருந்து சேகரித்து ஓரிடத்திற்கு அனுப்புவது கடினமானதாக இருந்தது. ஆனால், இப்போது நிலைமை அப்படி இல்லை.

இறக்குமதி வரிகளைக் கூட்டி, மானியங்கள் வழங்கி, உள்ளூர் நிறுவனங்களைப் பாதுகாத்து, உலகச் சந்தையில் பிரம்மாண்டமான அளவில் பங்கெடுத்துக் கொண்ட ஒரு நாட்டிற்கான ஓர் எடுத்துக்காட்டாகத் தென் கொரியா சுட்டிக்காட்டப்படுகிறது. ஆனால், அந்த நாட்டில் எது உண்மையிலேயே வேலை செய்திருந்தது என்பதை நாம் உன்னிப்பாகப் பார்க்க வேண்டும். 1960களிலும் 1970களிலும் தென் கொரியாவின் தொழிற்கொள்கை, கிட்டத்தட்ட முழுக்க முழுக்க ஏற்றுமதியை முடுக்கிவிடுவதையே நோக்கமாகக் கொண்டிருந்தது. அதற்கென்று குறிப்பாக எந்தவொரு துறையும் தேர்ந்தெடுக்கப்படவில்லை. மாறாக, யார் ஏற்றுமதி செய்தாலும் அவர்களுக்கு மானியம் வழங்கப்பட்டது. அதனால், உலகளாவிய விதத்தில் எந்தத் தொழில்களில் போட்டி போடுவது இலாபகரமாக இருக்கும் என்பதைத் தீர்மானிக்க வேண்டிய பொறுப்பு கொரிய நிறுவனங்களின் தலையில் விழுந்தது. 1970களில் ஒரு குறுகிய காலத்திற்கு, ஆறு முக்கியமான துறைகள் தேர்ந்தெடுக்கப்பட்டு, அத்துறைகளில் ஈடுபட்ட நிறுவனங்களுக்குக் குறைந்த வட்டியில் கடன்கள் வழங்கப்பட்டன.

தென் கொரிய அதிபர் பார்க் சுங் ஹீ தொழில்மயமாக்கக் கொள்கையில் பெரும் நம்பிக்கை வைத்திருந்தார். 1979 இல் அவர் படுகொலை செய்யப்பட்டதைத் தொடர்ந்து அந்நாட்டின் கொள்கைகள் மாறின. துறைசார் ஆதரவு விலக்கிக் கொள்ளப்பட்டது, தாராளமயமாக்கம் புகுத்தப்பட்டது. கொரிய நிறுவனங்களின் தலைவிதியைச் சந்தைகள் நிர்ணயிக்கத் தொடங்கின. காய்கறி

வணிகத்திலிருந்து தன் தொழிலைத் துவக்கியிருந்த சாம்சங் நிறுவனம், மின்னணுத் துறையில் மிகப் பெரிய அளவில் அடியெடுத்து வைக்க விரும்பியபோது, அதற்குக் கொரிய வங்கிகள் குறைவான வட்டியில் கடன் வழங்கியதற்கு மேலாக வேறு எதுவும் செய்ய முன்வரவில்லை. உலகளாவிய சந்தையில் சாம்சங் தன் சொந்த முயற்சியிலேயே போட்டி போட வேண்டியிருந்தது.

கொரியத் தொழிற்கொள்கை போன்ற ஒன்றை இந்தியாவில் வெற்றிகரமாக அமல்படுத்த வேண்டுமென்றால், அது ஈவு இரக்கமற்ற முறையிலும், எவருக்கும் சிறப்புச் சலுகைகள் வழங்காமல் அனைவரையும் சமமாக நடத்துகின்ற விதத்திலும் செயல்படுத்தப்பட வேண்டும். இறக்குமதி வரி ஏற்றம் போன்ற பாதுகாப்பு ஏற்பாடுகள் வழங்கப்படக்கூடாது. ஆனால், இந்தியாவில் நிகழ்ந்தது இதற்கு முற்றிலும் நேர்மாறானது. இந்தியாவில் கொண்டுவரப்பட்ட ‘உற்பத்திசார் ஊக்கத்தொகை’ திட்டம், அதிகாரத்தில் இருந்தவர்களுக்கு நெருக்கமானவர்களுக்கு முன்னுரிமை வழங்கியது. எந்தத் துறைக்கு ஆதரவு வழங்கப்பட்டது, ஏன் வழங்கப்பட்டது என்பது குறித்த வெளிப்படைத்தன்மை அதில் துளிகூட இருக்கவில்லை. மக்களின் கருத்துகள் கேட்கப்படவில்லை, விஷயங்கள் மக்கள் மன்றத்தில் அலசப்படவில்லை. ஒரு சில நிறுவனங்களுக்கு மானியங்கள் வழங்கப்பட்டன. அது பல நிறுவனங்களுக்குப் பாதகமாக அமைந்தது. நிறுவனங்கள் தொழிலைத் துவக்க அவற்றை ஊக்குவிப்பதற்கு மானியங்கள் தேவையா என்பது எங்களுக்குத் தெரியாது. அல்லது, மானியங்கள் என்பவை நாடுகள் வழங்குகின்ற ஓர் அன்பளிப்பா? வெற்றியின் அளவீடுகள் என்ன என்பதும் எங்களுக்குத் தெரியாது. எப்போது மானியங்கள் விலக்கிக் கொள்ளப்படும் என்பதும் தெரியாது. சில துறைகளில், மானியம் பெற்றுக் கொண்டிருந்தவர்களின் மறைமுக வேண்டுகோள்களுக்கு இணங்க மானியத் தொகையின் அளவு அதிகரிக்கப்பட்டது.

‘உற்பத்திசார் ஊக்கத்தொகை’ திட்டம் என்பது கொள்கைரீதியான ஒரு குறுக்குவழி என்பதுதான் இங்கு உண்மையான பிரச்சனை. இந்தியாவில் உற்பத்தியைத் தொடங்குவதற்கு இடையூறாக இருந்த விஷயங்களைச் சரி செய்வதற்கு இடைப்பட்டக் காலத்தில் மேற்கொள்ளப்பட்டிருந்த ஒரு மாற்று ஏற்பாட்டு முயற்சிதான் அது. அது உண்மையிலேயே முதலீடுகளைக் கவர்ந்திழுப்பதற்கான ஓர் உருப்படியான குறுக்குவழியா என்பதுகூட எங்களுக்குத் தெளிவாகத் தெரியாது. 2021 நிதியாண்டில் 4,400 கோடி டாலர்களாக இருந்த நிகர நேரடி அந்நிய முதலீடு, 2023 நிதியாண்டில் 2,800 கோடி டாலர்களாகக் குறைந்துவிட்டது. உற்பத்திசார் ஊக்குவிப்புத் திட்டம், உண்மையான பொருளாதாரச் சீர்திருத்தங்களுக்கான ஒரு மாற்று அல்ல. நம்முடைய பலவீனங்களை நாம் சரிசெய்யாவிட்டால், மானியங்கள் நிறுத்தப்பட்டவுடன், இந்தியாவுக்குள் வந்திருக்கின்ற நேரடி அந்நிய முதலீடு வெளியே பறந்து சென்றுவிடும்.

இப்போது நம் நாட்டில் மேற்கொள்ளப்பட்டுக்கொண்டிருக்கின்ற, மேம்பட்டச் சாலைகள், துறைமுகங்கள் போன்ற கட்டமைப்பு

வசதிகளின் உருவாக்கம், மேம்பட்ட இரயில் சரக்குப் போக்குவரத்து போன்றவற்றின் காரணமாக, பொருட்களை ஓரிடத்திலிருந்து மற்றோர் இடத்திற்குக் கொண்டு செல்வதற்கான போக்குவரத்துச் செலவு குறைவதற்கான அறிகுறிகள் தென்படுகின்றன. இவ்வளவு இருந்தும், உலகளாவிய விநியோகச் சங்கிலியில் மிகவும் போட்டிகரமாக விளங்குகின்ற கண்ணியான, குறைவான திறமையுடைய தொழிலாளர்கள் தேவைப்படுகின்ற உற்பத்தியை இங்குக் கொண்டுவருவதற்கு மானியங்கள் கொடுக்கப்பட்டே ஆக வேண்டும் என்று இந்தியா இன்னும் நம்பிக் கொண்டிருக்கிறது. உலகளாவிய விநியோகச் சங்கிலியின் அனைத்துக் கண்ணிகளும் கிட்டத்தட்டச் செம்மைப்படுத்தப்பட்டுள்ள இந்நேரத்தில், அதற்கு மானியம் கொடுக்க முன்வருவது அர்த்தமுள்ளதாகத் தெரியவில்லை. அதன் அடிப்படையில் உயர் திறன் தேவைப்படுகின்ற உற்பத்தியைக் கவர்ந்திழுக்க முடியாத ஒரு நிலை நிலவும்போது இது தேவைதானா?

நாம் ஒரு பகல் கனவின் பின்னால் ஓடிக் கொண்டிருக்கிறோமா?

இதற்கான மாற்று என்ன? பழைய வார்ப்புகளை உடைத்தெறிவது எப்படி? உற்பத்தித் துறையிலாகட்டும், சேவைத் துறையிலாகட்டும், வேலைவாய்ப்புகளை அதிகரிப்பதற்குத் தடையாக இருப்பவற்றைக் களைவதற்கான முயற்சியில் நாம் ஏன் இறங்கக்கூடாது? அப்போது, மிகப் பெரிய அளவில் மானியங்களை வழங்காமலேயே நம்மால் முதலீடுகளைப் பெற முடியுமே!

செயல் வல்லமையை மேம்படுத்திக் கொள்ளுதல்

இன்று இந்தியாவில் இளைய தலைமுறையினரின் எண்ணிக்கை மிகப் பெரிதாக இருந்தாலும், பெரும்பாலான தொழிலதிபர்களிடமிருந்து நாங்கள் தொடர்ந்து ஒரு விஷயத்தைக் கேள்விப்படுகிறோம்: நிறுவனத்தில் ஏற்கனவே இருக்கின்ற தொழிலாளர்கள் குறித்து எந்தப் பிரச்சனையும் இல்லை. ஆனால், போதிய அளவு பயிற்றுவிக்கப்பட்டுள்ள புதிய தொழிலாளர்கள் கிடைப்பது குதிரைக் கொம்பாக இருக்கிறது. சர்வதேச உற்பத்தியாளர்கள் தொழிலாளர்களிடம் எதிர்பார்க்கின்ற செயல் வல்லமையை இந்தியத் தொழிலாளர்களிடம் நாம் வளர்த்தெடுக்க வேண்டும். அப்போதுதான் அவர்களால் வேலை ஏணியில் தொடர்ந்து மேலே ஏறிச் செல்ல முடியும். இதற்கு, நாட்டின் அனைத்து மட்டங்களிலும் இருக்கின்ற மக்களுக்கு, மேம்பட்ட ஊட்டச்சத்து, கல்வி, மற்றும் சுகாதாரம் கிடைத்தாக வேண்டும்.

நேரடிச் சேவைகளும் உற்பத்தியோடு இணைந்த சேவைகளும்

சீனாவுக்கோ அல்லது வியட்நாமுக்கோ கிடைத்திராத ஓர்

அனுகூலம் வரலாற்றுரீதியாக இந்தியாவுக்கு வாய்த்திருக்கிறது. ஓர் உலக மொழியில் பேசுகின்ற திறமைதான் அது. நம்மைக் காலனிப்படுத்தியிருந்தவர்களின் மொழியான ஆங்கிலத்தை நாம் சுவீகரித்து அதை நம்முடைய மொழியாக நாம் ஆக்கிக் கொண்டோம். அது இன்று பல சுவாரசியமான வழிகளில் நமக்குச் சாதகமானதாக ஆகியிருக்கிறது. எடுத்துக்காட்டாக, உலகிலுள்ள வலைத்தளங்களில் 60 சதவீத வலைத்தளங்கள் ஆங்கிலத்தில்தான் இருக்கின்றன. செயற்கை நுண்ணறிவுக்குப் பயிற்சியளிப்பதற்குத் தேவையான தரவுகள் ஆங்கிலத்தில் அபரிமிதமாக இருக்கின்றன. அறிவியல் ஆய்வுக் கட்டுரைகள் பெருமளவு ஆங்கிலத்தில்தான் இருக்கின்றன. அவற்றின் மொழிபெயர்ப்புகள் கிடைத்தாலும், அவற்றைப் படிப்பதும் புரிந்து கொள்வதும் எளிதல்ல. செயற்கை நுண்ணறிவின் உதவியுடன் உடனுக்குடன் மொழிபெயர்ப்புகளை வழங்கும் இயலிகள் நாம் எதிர்பார்ப்பதைவிட விரைவாகவே வந்துவிடக்கூடும் என்பது உண்மைதான் என்றாலும், இன்னும் பல ஆண்டுகளுக்கு, ஓர் உலக மொழியில் உரையாடுகின்ற திறமை, குறிப்பாக, வணிகம், வேலைவாய்ப்பு போன்றவற்றில், நிச்சயமாக நமக்கு ஓர் அனுகூலமாக இருந்து கொண்டுதான் இருக்கும் என்பதில் சந்தேகமில்லை.

அதே நேரத்தில், மருத்துவர்கள், பொறியாளர்கள், ஆலோசகர்கள், வழக்கறிஞர்கள், பேராசிரியர்கள் போன்ற கற்றறிந்த தொழில்முறைஞர்களையும் நாம் உருவாக்க வேண்டும். உள்நாட்டு மக்களுக்குச் சேவை புரிவதோடு, வெளிநாடுகளுக்கும் தங்களுடைய சேவையை அவர்களால் வழங்க முடியும். அதோடு, குறைவான திறன் தேவைப்படுகின்ற வேலைகள் பலவற்றையும் அவர்களால் உருவாக்க முடியும்.

இந்தத் தொழில்முறைஞர்களால் உற்பத்தி தொடர்பான சேவைகளில் பங்களிக்க முடியும். உலகளாவிய செயல் வல்லமை மையங்களின் ஊழியர்களாகச் சிலர் அத்தகைய பணிகளில் ஏற்கனவே செயல்பட்டுக் கொண்டிருக்கின்றனர். இவர்கள் எல்லை கடந்தும் தங்களுடைய சேவைகளை வழங்கிக் கொண்டிருந்தாலும், அவற்றை அவர்கள் தங்களுடைய உள்நாட்டில் இருந்தவாறே செய்து கொண்டிருப்பதால், சுங்க வரி மற்றும் பிற தடைகளினால் அவர்கள் பாதிக்கப்படுவதில்லை. பிராந்திய வர்த்தக ஒப்பந்தங்கள் சேவைகள் குறித்துப் பெரிதாக அலட்டிக் கொள்வதில்லை என்பதால், இந்தியா இவற்றில் கையெழுத்து இடாமல் இருப்பது இந்தச் சேவைகளின் ஏற்றுமதியைப் பெரிதாக பாதிக்காது. பிரம்மாண்டமான அளவில் இருக்கின்ற இந்த வாய்ப்புகள் மேன்மேலும் அதிகரித்துக் கொண்டிருக்கின்றன. டிஜிட்டல் வடிவில் மேற்கொள்ளப்பட்டச் சேவைகளின் ஏற்றுமதி அளவு 2005க்கும் 2022க்கும் இடைப்பட்டக் காலத்தில் நான்கு மடங்காகப் பெருகியது. இவ்வளவுக்கும், மொத்த உலகளாவிய வர்த்தகத்தில் இவற்றின் பங்கு 12 சதவீதம் மட்டுமே. அதே காலகட்டத்தில், உற்பத்திப் பொருட்களின் ஏற்றுமதி 2.5 மடங்கு மட்டுமே அதிகரித்தது.

ஆனால், இதற்கு நாம் நம்முடைய இலட்சிய தாகத்தை அதிகரித்துக் கொள்ள வேண்டியது இன்றியமையாதது. அலைபேசியின் பாகங்களை இந்தியாவுக்குள் இறக்குமதி செய்து, அவற்றை ஒருங்கிணைத்து ஓர் அலைபேசியாக வெளிநாட்டுக்கு ஏற்றுமதி செய்வதைவிட, நாம் இங்கேயே அலைபேசிகளை வடிவமைக்கவும் நுண்சில்லுகளை உற்பத்தி செய்யவும் வேண்டும். அலைபேசியின் பாகங்களை இந்தியாவுக்குள் இறக்குமதி செய்து, அவற்றை ஒருங்கிணைத்து ஓர் அலைபேசியாக ஆக்குவதில் தவறில்லை – அதற்கு ஏராளமான மானியம் வழங்கப்படாமல் இருக்கும்வரை!

தொழில்முனைவு

நன்றாகப் படித்துள்ளவர்கள், சிறிய மற்றும் நடுத்தரத் தொழில்களைத் துவக்குவதற்குத் தேவையான சூழலை நாம் உருவாக்க வேண்டும். உயர் தொழில்நுட்பம் சார்ந்த புதுமைப் புனைவில் ஈடுபடுவோர் மட்டுமே தொழில்முனைவோர் என்ற கருத்து இன்று பரவலாக இருக்கிறது. ஆனால், எதார்த்தத்தில், துவக்கப்படுகின்ற புதிய தொழில்களில் பெரும்பாலானவற்றுக்குப் புதுமைப் புனைவுகள் பெரிதாகத் தேவையில்லை. அங்கு ஒரு தொழிலைத் துவக்குவதற்கான தேவை இருக்க வேண்டும், அதில் இறங்குவதற்கான துணிச்சல் இருக்க வேண்டும், அத்தொழிலைத் திறம்பட நடத்துவதற்கான நிர்வாகத் திறன் இருக்க வேண்டும், அவ்வளவுதான். நாம் ஏற்கனவே பார்த்திருந்ததுபோல, இந்தியாவெங்கும் தோசை மாவு விற்கின்ற தொழிலால்கூட ஏகப்பட்ட வேலைவாய்ப்புகளை உருவாக்க முடியும். ஒரு செழிப்பான இந்தியாவுக்கு இதுபோன்ற ஆயிரக்கணக்கான தொழில்கள் தேவைப்படும்.

இந்தியா பொருள் உற்பத்தியில் பெரிதாகச் சோபிக்கவில்லை. ஏனெனில், அங்கு அடிமாட்டு விலைதான் எல்லாவற்றையும்விட முக்கியம். உங்களுக்கு மலிவான குடைகள் வேண்டுமென்றாலோ, களிமண் பிள்ளையார் சிலைகள் வேண்டுமென்றாலோ, அதை இந்தியாவால் உங்களுக்குக் கொடுக்க முடியாது. ஏற்கனவே இருக்கின்ற பொருட்களில் புதுமையைப் புகுத்துகின்ற விஷயத்திலும் இந்தியா இதுவரை சிறப்பாகச் செயல்பட்டிருக்கவில்லை. உலகளாவிய விதத்தில் பெரிதாக விற்பனையாகின்ற ஒரு மருந்தோ, அல்லது டுவிட்டர், ஃபேஸ்புக் போன்ற சமூக ஊடகங்களோ இந்தியாவிலிருந்து உதயமாகவில்லை. ஆனால், படிப்படியான புதுமைப் புனைவு அல்லது பொறியியல்ரீதியான மேம்பாடுகள் புகுத்தப்படுகின்ற தொழில்களில் இந்தியா சிறந்து விளங்குகிறது. இதற்கு, இந்தியாவிலுள்ள சிறந்த பல்கலைக்கழகங்களில் படித்த இளங்கலைப் பொறியியல் பட்டதாரிகள் மற்றும் அறிவியல் பட்டதாரிகளின் திறமைகளை இந்தியத் தொழில் நிறுவனங்கள் பயன்படுத்திக் கொண்டன. இப்படிப் படிப்படியாகப் புதுமைகளைப் புகுத்துகின்ற முயற்சியின் விளைவாக, மென்பொருள் போன்ற

சேவை ஏற்றுமதித் துறையில் இந்தியா வலுவாகக் கால் பதித்துள்ளது. இப்போது மேன்மேலும் அதிகமான உற்பத்தியாளர்கள் தங்களுடைய உற்பத்தியில் சேவைகளைப் புகுத்தி வருவதால், நல்ல முன்தயாரிப்புடன் இருந்தால், இப்புதிய தொழிற்புரட்சியில் இந்தியாவால் வெகுவாகப் பயனடைய முடியும்.

பிரம்மாண்டமான சிந்தனை

நாம் தற்போதைய நிலையில் திருப்தியடைவதோடு நின்றுவிடக்கூடாது. உலகளாவிய விதத்தில் விநியோகிக்கப்பட முடிகின்ற, உலகத்தரம் வாய்ந்த புதிய பொருட்களையும் புதிய யோசனைகளையும் உள்ளடக்கிய, வளர்ச்சிக்கான இலட்சியப் பாதை ஒன்றை நாம் சுவீகரிக்க வேண்டும். இதற்கு முன்பு எந்தவொரு வளரும் நாடும் இப்பாதையில் பயணித்திருக்கவில்லை என்றாலும் இந்தியாவுக்கு அது சாத்தியப்படும். ஏற்கனவே வேறு எந்தப் பெரிய வளரும் நாடும் பின்பற்றியிருக்காத, வேளாண் துறையிலிருந்து நேராகச் சேவைத் துறைக்குச் செல்கின்ற பாதையில் இந்தியா வெற்றிகரமாகப் பயணித்துள்ளது. இப்போது இந்தியா மீண்டும் ஒரு முறை மற்றொரு புதிய பாதையில் துணிச்சலாக அடியெடுத்து வைக்க வேண்டும், அவ்வளவுதான்.

இந்தியா வெறுமனே பொதுப் பெயர் மருந்துகளைத் தயாரித்துக் கொண்டிருக்காமல், நம்முடைய மக்களைப் பெருந்துயருக்கு ஆளாக்குகின்ற நோய்களுக்கு நிவாரணம் அளிக்கின்ற புதிய மருந்துகளைத் தயாரிப்பதிலும், அவற்றை உலகெங்கும் விற்பதிலும் கவனம் செலுத்த வேண்டும். 5ஜி தொழில்நுட்பத்தை வளர்ந்த ஒரு நாட்டிலுள்ள ஒரு தயாரிப்பாளரிடமிருந்து வாங்குவதற்குப் பதிலாக, இந்தியாவிலேயே அத்தொழில்நுட்பத்தை மலிவான விலையில் தயாரித்து, வேவு பார்ப்பதற்கு அதைப் பயன்படுத்த மாட்டோம் என்ற உறுதிமொழியுடன், வளரும் நாடுகளுக்கு நாம் அதை விற்க முயல வேண்டும். இப்படிப்பட்டப் பொருட்களைத் தயாரிப்பதற்கான அடித்தளம் நம்மிடம் இருக்கிறது என்பதை நாம் உணர்ந்து கொள்ள வேண்டியது இன்றியமையாதது. ஆனால், நாம் இன்னும் அந்த உற்பத்தி நிலையை அடையவில்லை.

எடுத்துக்காட்டாக, இந்திய அறிவியல் கழகம், டாடா அடிப்படை ஆராய்ச்சிக் கழகம், சில இந்தியத் தொழில்நுட்பக் கழகங்கள் போன்ற தரமான உயர் கல்வி நிறுவனங்கள் மிகக் குறைவான எண்ணிக்கையில்தான் நம்மிடம் இருக்கின்றன. படிப்படியான புதுமைப் புனைவிலிருந்து விலகி, புதிய வார்ப்புகளை உருவாக்குவதை நோக்கி நகர்வதற்கு, நாம் இன்னும் ஏராளமான இந்தியக் கல்வி நிறுவனங்களை உலகத்தரம் வாய்ந்தவையாக மாற்ற வேண்டும், புத்தாக்க ஆராய்ச்சிகளுக்கு நிதியுதவி அளிக்க வேண்டும், கல்வியாளர்களையும் தொழிலதிபர்களையும் பிணைக்க வேண்டும்.

இந்தியாவில் உற்பத்தி பெருகுவதற்கான சூழல்களை நாம் உருவாக்க வேண்டும். ஏற்றுமதியை நம்பி இருக்கின்ற, குறைவான

திறன் தேவைப்படுகின்ற உற்பத்தியைப் பெருக்குவது, நடுத்தர வருவாய் ஈட்டுகின்ற ஒரு நாடாக இந்தியா ஆவதற்கான சிறந்த வழி அல்ல என்பதை நாம் உணர்ந்து கொள்ள வேண்டும். இந்தியாவுக்கு அவசியம் தேவைப்படுகின்ற அந்நியச் செலாவணியையும் வேலைவாய்ப்புகளையும் ஈட்டித் தருகின்ற அளவுக்குச் சேவைத் துறையால் விரிவடைய முடியும் என்றாலும், உற்பத்தித் துறை, சேவைத் துறை ஆகிய இரண்டிலும் புதிய தொழில்கள், புதிய யோசனைகள் மற்றும் புதிய பொருட்களை உருவாக்குவதற்கு முக்கியத்துவம் கொடுக்கப்பட வேண்டும். அப்போதுதான் இந்தியாவால் பெரும் பாய்ச்சலில் ஈடுபட முடியும்.

நம்முடைய ஜனநாயக அனுகூலம்

ஜனநாயகம் அதன் குடிமக்களுக்கு உள்ளார்ந்த அனுகூலங்கள் பலவற்றை வழங்குகிறது. வாக்குரிமையிலிருந்து வருகின்ற கண்ணியம், தங்களுடைய அபிப்பிராயங்களை வெளிப்படுத்துவதற்கான உரிமை, சிந்தனை மற்றும் கருத்துச் சுதந்திரம், நியாயமாக நடத்தப்படுதல், சட்டப் பாதுகாப்பு போன்றவை அவற்றில் சில. நாம் ஏன் நம்முடைய ஜனநாயகத்தை வலுப்படுத்த வேண்டும் என்பதற்குப் பகுத்தறிவுபூர்வமான ஒரு காரணம் இருக்கிறது.

நாம் ஏற்கனவே பார்த்துள்ளதைப்போல, துவக்கக் கட்டங்களில், நாம் தவறவிட்டுள்ள வளர்ச்சியை எட்டிப் பிடிப்பதில்தான் நம் கவனம் இருக்கும். வளர்ச்சிக்குத் தேவையான யோசனைகளும் செயல்பாட்டு அறிவும் ஏற்கனவே இருக்கின்றன. அவற்றை வேறு சில நாடுகள் ஏற்கனவே கண்டுபிடித்துள்ளன. ஒன்று, அவை நகலெடுக்கப்பட வேண்டும் அல்லது உரிமம் பெற்று நடத்தப்பட வேண்டும், அவ்வளவுதான்.

நாங்கள் பரிந்துரைக்கும் வளர்ச்சிப் பாதை, இந்தியர்களே புத்தாக்க யோசனைகளைக் கொண்டிருப்பதையும், படைப்பாற்றலுடன் செயல்படுவதையும், அறிவின் எல்லையை விரிவுபடுத்துவதையும் சார்ந்துள்ளது. அதற்கு விவாதங்களும் தர்க்க வாதங்களும் தேவை. ஆனால், இதை எதேச்சதிகாரப் போக்குடைய எந்தவோர் அரசாங்கமும் சகித்துக் கொள்ளாது. அதற்காக, எதேச்சதிகார நாடுகளில் புத்தாக்கமே முளைக்காது என்று நாங்கள் கூற வரவில்லை. அங்குச் சிறிய அளவில் புத்தாக்க முயற்சிகள் மேற்கொள்ளப்படும். எடுத்துக்காட்டாக, சோவியத் ஒன்றியத்தில் இராணுவம்சார் ஆராய்ச்சிகள் கொழித்தன. ஆனால், எதேச்சதிகார அரசுகள் ஆராய்ச்சிகளையும் புத்தாக்க முயற்சிகளையும் தம்முடைய கட்டுப்பாட்டுக்குள் கொண்டுவர விழைகின்றன. அந்த ஆராய்ச்சிகளை மேற்கொள்கின்ற பொறுப்பு, 'அப்பரட்சிக்'குகள் (இந்த இரஷ்யச் சொல்லுக்கு, சோவியத் ஒன்றியத்தின் கம்யூனிசக் கட்சி நிர்வாகி அல்லது அரசாங்க அதிகாரி என்று பொருள். தற்போது, சுயசிந்தனையற்றுக் கண்மூடித்தனமாகத் தாங்கள் சார்ந்திருக்கும் கட்சிக்கு அல்லது அமைப்புக்கு விசுவாசமாகச் செயல்படுகின்ற

நபர்களைக் குறிக்க இச்சொல் பயன்படுத்தப்படுகிறது) என்று அழைக்கப்படுகின்ற, அரசின் தலையாட்டி பொம்மைகளின் கரங்களில் இருந்தால், அதனால் எந்த நன்மையும் விளையாது.

இதற்கு நேர்மாறாக, ஜனநாயக நாட்டில் மேற்கொள்ளப்படுகின்ற ஒரு புத்தாக்க முயற்சி, அங்கிருக்கின்ற ஆட்சியதிகாரக் கட்டமைப்பையோ அல்லது அதன் நம்பிக்கைகளையோ அடிவருடத் தேவையில்லை. ரஷ்யர்களால் நுண்சில்லுத் தொழில்நுட்பத்தில் புதுமைகளைப் புகுத்த முடியாமல் இருந்ததால், அவர்கள் அதில் அமெரிக்காவைவிட வெகுவாகப் பின்தங்கி இருந்தனர். அவர்கள் நுண்சில்லுத் தொழில்நுட்பம் தொடர்பான அறிவுசார் சொத்தைத் திருடிப் பயன்படுத்தினர். அதனால், அவர்கள் அத்துறையில் எப்போதும் பின்தங்கியே இருந்தனர்.

கட்டமைப்புரீதியான வளர்ச்சிக்குச் சீனாவின் அரசியல் சூழல் ஏற்றதாக இருந்தது. ஆனால், புதிய தொழில்நுட்பக் கண்டுபிடிப்புகளில் அவர்கள் முன்னணியில் இல்லை. எடுத்துக்காட்டாக, செயற்கை நுண்ணறிவுத் தொழில்நுட்பம் சீனக் கம்யூனிசக் கட்சியின் முதன்மைத் தலைமைத்துவத்தை மதிக்க வேண்டும் என்று சீனா உத்தரவிட்டது. தாங்கள் தெரியாத்தனமாகச் சட்ட விதிமுறைகளை மீறக்கூடும் என்ற பயத்தில், அங்கிருந்த தொழிலதிபர்கள் செயற்கை நுண்ணறிவுத் தொழில்நுட்பத்தைப் பயன்படுத்தத் தயங்கினர். சீனாவின் ஆய்வாளர்களுக்குச் சுதந்திரமாகச் சிந்திக்க இடம் இருந்தாலொழிய, சீனாவால் அறிவியல் துறையில் முக்கியமான கண்டுபிடிப்புகளை நிகழ்த்த முடியாது என்று அறிஞர்கள் கருதுகின்றனர்.

ஒரு நாட்டில் நிலவுகின்ற பொருளாதார மற்றும் அரசியல் சுதந்திரத்திற்கும் அங்கு நிலவுகின்ற படைப்பாற்றலுக்கும் ஒரு நேரடித் தொடர்பு இருப்பதாகப் பொருளாதார வரலாற்றியலாளர்கள் தெரிவிக்கின்றனர். 1789 இல் நடைபெற்றப் பிரெஞ்சுப் புரட்சிக்குப் பிறகு ஜெர்மானிய நகரங்களை பிரான்ஸ் ஆக்கிரமித்தபோது நடைபெற்ற நிகழ்வுகள் குறித்து ஓர் ஆய்வு மேற்கொள்ளப்பட்டது. அந்த நகரங்களை ஆக்கிரமித்தப் பிரெஞ்சு நாட்டவர் அங்குப் பல சீர்திருத்தங்களை அமல்படுத்தினர். அப்போது ஜெர்மானிய நகரங்களில் அதிகார பீடங்களில் இருந்தவர்களுக்கு முதுகு சொறிந்துவிட்டுக் கொண்டிருந்தவர்களுக்குத் தொழில் தொடங்குவதற்கு உரிமங்கள் வழங்குகின்ற நடைமுறையைப் பிரெஞ்சு நாட்டவர் ஒழித்துக்கட்டினர். அதோடு, அவர்கள் சட்டச் சீர்திருத்தங்களும் மேற்கொண்டனர். சட்டத்திற்கு முன் அனைத்துக் குடிமக்களும் சமமாக நடத்தப்பட்டனர்; நகர நிர்வாகத்தின் கட்டுப்பாட்டில் இருந்த நீதித் துறைக்குத் தன்னதிகாரம் வழங்கப்பட்டது. கிட்டத்தட்ட நூறு ஆண்டுகள் கழித்து, 1900 ஆம் ஆண்டையொட்டி, முன்பு பிரான்ஸின் ஆக்கிரமிப்புக்கு உள்ளாகியிருந்த நகரங்களிலிருந்து பதிவு செய்யப்பட்டிருந்த காப்புரிமைகள், அதன் ஆக்கிரமிப்புக்கு உட்பட்டிராத நகரங்களிலிருந்து பதிவு செய்யப்பட்டிருந்த காப்புரிமைகளைவிட 2.5 மடங்கு அதிகமாக இருந்ததாக அந்த ஆய்வு தெரிவித்தது.

இதே போன்ற இன்னோர் ஆய்வு, பதினொன்றாம் நூற்றாண்டுக்கும் பத்தொன்பதாம் நூற்றாண்டுக்கும் இடையே ஐரோப்பாவில் எந்தெந்த நகரங்களில் அதிகப் படைப்பாற்றல்மிக்க நபர்கள் இருந்தனர் என்பதை ஆராய்ந்தது. எந்த நகரங்கள் தம்முடைய மக்களுக்கு அரசியல் சுதந்திரத்தைக் கொடுத்தனவோ, அந்த நகரங்களில் படைப்பாற்றல்மிக்க நபர்கள் அதிக எண்ணிக்கையில் இருந்தனர். இரும்புக்கரம் கொண்டு ஆள்கின்ற ஒரு தலைவர் இருந்தால் இந்தியா சிறப்பாகச் செயல்படும் என்ற கருத்து இன்று சிலரிடம் நிலவுகிறது. அது அபத்தமானது. ஏனெனில், இன்று அப்படிப்பட்ட ஒரு தலைவரால் சாலைகளையும் நினைவுச் சின்னங்களையும் வேண்டுமானால் கட்டியெழுப்ப முடியலாம்; மக்களின் உரிமைகளைக் காலடியில் போட்டு மிதிக்க முடியலாம்; ஆனால், இந்தியாவுக்குத் தேவைப்படுகின்ற புதிய கண்டுபிடிப்புகளையும் யோசனைகளையும் கொண்டுவரக்கூடிய சுதந்திரமான சிந்தனைக்கு இசைவாக இருக்கின்ற ஒரு சூழல் நிலவ அவரால் அனுமதிக்க முடியாது. ஏனெனில், அப்படிப்பட்ட ஒரு சுதந்திரச் சூழல், அனைத்து அதிகாரங்களையும் விமர்சிக்கின்ற, தட்டிக் கேட்கின்ற குரல்களுக்கு வாசலை விரியத் திறந்து வைக்கும். விவாதங்களின் சங்கை நெரிப்பதன் மூலம், ஓர் எதேச்சதிகாரத் தலைவர், நம் நாட்டு ஆராய்ச்சியாளர்கள் புதுமையான கண்டுபிடிப்புகளை மேற்கொள்வதையும், வெளிநாடுவாழ் இந்தியச் சிந்தனையாளர்கள் இந்தியாவை நோக்கிக் கவர்ந்திழுக்கப்படுவதையும், இப்போதிருக்கின்ற நிலை குறித்து அதிருப்தி கொண்டிருக்கின்ற நம் நாட்டு இளைஞர்கள் இந்தியாவைவிட்டு வெளியேறிவிடாமல் அவர்களை நம் நாட்டிலேயே தக்கவைத்துக் கொள்வதையும் கடினமானதாக ஆக்குவார். இன்று இந்தியாவுக்குத் தேவை அப்படிப்பட்ட ஓர் எதேச்சதிகாரத் தலைவர் அல்லர்.

பாதுகாப்பிற்கு உற்பத்தி தேவையா?

இந்த அத்தியாயத்தை நிறைவு செய்வதற்கு முன், நாம் ஒரு முக்கியமான கேள்வியைக் கேட்க வேண்டும்: நம்மிடம் வலுவான உற்பத்தி அடித்தளம் இல்லாவிட்டால், அது நம்முடைய தேசியப் பாதுகாப்புக்குக் குந்தகம் விளைவிக்குமா?

இதற்கு எடுத்துக்காட்டாக, அதிநவீன நுண்சில்லுகளின் உற்பத்தி தொடர்பான உலகளாவிய போட்டியை எடுத்துக் கொள்வோம். அமெரிக்காவும் ஐரோப்பாவும் இவற்றின் உற்பத்தியை மீண்டும் தம்முடைய நாடுகளுக்கு அல்லது அவற்றுக்கு அருகே கொண்டு வருவதில் தீவிரமாக இருக்கின்றன. சீனாவிற்கு நவீன நுண்சில்லுகளை ஏற்றுமதி செய்ய அமெரிக்கா தடை விதித்துள்ளதால், சீனா தன்னிடமுள்ள நுண்சில்லுகள் தயாரிப்புத் தொழிற்சாலைகளை மேம்படுத்த முயன்று வருகிறது. இச்சூழலில் இந்தியாவும் இதன் உற்பத்தியில் குதிக்க வேண்டுமா?

கொரோனா பெருந்தொற்றுக் காலகட்டத்தின்போது

நடைபெற்றதைப்போல, நுண்சில்லுகளின் இடைக்காலத் தட்டுப்பாடுதான் நம்முடைய பிரச்சனை என்றால், இதற்கான தீர்வுகள் எளிதானவை. முக்கியமான நுண்சில்லுகளை ஒரு பெரும் எண்ணிக்கையில் வாங்கி நம் இருப்பில் வைத்துக் கொள்ளலாம். அதை ஒன்றிய அரசேகூடச் செய்யலாம். பல்வேறு நாடுகளைச் சேர்ந்த நிறுவனங்களிடமிருந்து அவற்றை வாங்கிச் சேமித்து வைத்துக் கொள்ளலாம். தட்டுப்பாடு வருகின்றபோது, கிடைக்கின்ற நுண்சில்லுகளை வைத்துக் கொண்டு உற்பத்திப் பிரச்சனையைச் சமாளித்துக் கொள்ளும் விதத்தில் நம்முடைய தொழில் நிறுவனங்கள் நெகிழ்வுத்தன்மையைக் கடைபிடிக்க வேண்டும். நம் நாட்டிலேயே நுண்சில்லுகளைத் தயாரிப்பதைவிட இது மலிவானது. இப்போது சந்தையில் கிடைத்துக் கொண்டிருக்கின்ற நுண்சில்லுகளுக்குப் பல தலைமுறைகள் பிந்தைய நுண்சில்லுகளை இந்தியாவில் தயாரிக்க வேண்டுமென்றால்கூட, அரசு அதற்குப் பல கோடி டாலர்களை மானியமாகத் தர வேண்டியிருக்கும் என்பதை நாம் கணக்கில் எடுத்துக் கொள்ள வேண்டும்.

நுண்சில்லுகள் இந்தியாவுக்கு விற்கப்படுவது நமக்கு எதிரான சில நாடுகளால் தடை செய்யப்பட்டு, அது ஒரு நீண்டகாலப் பிரச்சனையாக உருவாகிவிடும் என்பது நம்முடைய கவலையாக இருந்தால், நாம் பல்வேறு நாடுகளுடன் நட்புறவை வளர்த்தெடுப்பது அதற்கான தீர்வாக இருக்கும். ஒரே நேரத்தில் அமெரிக்கா, ஐரோப்பா, ஜப்பான், தென் கொரியா, தாய்வான் போன்ற நாடுகள் நம்மீது பொருளாதாரத் தடை விதிக்கும் விதத்தில் ஒரு நடவடிக்கையில் ஜனநாயக இந்தியா இறங்கும் என்பதைக் கற்பனை செய்வது கடினம். கற்பனையையும் மீறி அப்படிப்பட்ட ஒரு தடை இந்தியாவின்மீது விதிக்கப்பட்டுவிட்டால் நம் நிலை என்னவாகும்?

அத்தகைய ஒரு சூழலில், பழைய தலைமுறை நுண்சில்லுகளைத் தயாரிக்கின்ற தொழிற்சாலைகள் இந்தியாவில் இருந்தாலும் அது போதுமானதாக இருக்காது. அதனால், இந்தியா, அலைபேசிகள் மற்றும் செயற்கை நுண்ணறிவைப் பயன்படுத்துகின்ற செயலிகள் போன்றவற்றில் பயன்படுத்தப்படுகின்ற அதிநவீன நுண்சில்லுகளின் தயாரிப்பில் இறங்க வேண்டும். அதற்கு, அவற்றைத் தயாரிப்பதற்குத் தேவையான இயந்திரங்கள் நமக்கு வேண்டும். அவற்றையும் நமக்குப் பொருளாதாரத் தடை போடுகின்ற நாடுகள்தாம் தயாரித்துக் கொண்டிருக்கின்றன என்பதால், அவை நமக்குக் கிடைக்காது. (எடுத்துக்காட்டு: ஏஎஸ்எம்எல் என்ற நுண்சில்லுகளைத் தயாரிப்பதற்குத் தேவையான இயந்திரங்களைத் தயாரிக்கின்ற நிறுவனம் நெதர்லாந்தைச் சேர்ந்தது.) அது தவிர, இத்தயாரிப்புக்குத் தேவைப்படுகின்ற பல இடுபொருட்களை இந்தியா வெளிநாடுகளிலிருந்துதான் வாங்க வேண்டும். வேறு வார்த்தைகளில் சொல்ல வேண்டுமென்றால், நுண்சில்லுகளின் உற்பத்தி தொடர்பான அனைத்து உற்பத்திச் செயல்முறைகளையும் உள்நாட்டிற்குள் கொண்டு வராதவரை, இந்தியா பிற நாடுகளால் ஏதாவது ஒரு விதத்தில் இக்கட்டுக்கு உள்ளாக்கப்படக்கூடிய ஆபத்து

இருக்கிறது. இதற்காக நாம் நூற்றுக்கணக்கான கோடி டாலர்களைச் செலவழிக்கத் தயாராக இருந்தால்கூட, நுண்சில்லுகளின் விஷயத்தில் முழுமையான தன்னிறைவு பெறுவது என்பது நமக்குச் சாத்தியமில்லை. இந்தியாவின்மீது பொருளாதாரத் தடை விதிக்கப்பட்டால், இந்தியாவுக்குத் தேவைப்படும் எண்ணற்றப் பொருட்களில் நுண்சில்லுகளும் ஒன்றாக இருக்கும், அவ்வளவுதான்.

நுண்சில்லுகளின் உற்பத்தியில் கால் பதிப்பதன் மூலம் இந்தியாவால் தேசியப் பாதுகாப்பை அடைந்துவிட முடியாது என்பதுதான் எதார்த்தம். இந்த நுண்சில்லுகளின் தயாரிப்பில் நாம் மிகவும் கவனமாகச் சிந்தித்து இறங்காவிட்டால், கடந்தகாலங்களில் நாம் உருவாக்கியிருந்த பல வெள்ளை யானைகளைப்போல (தீனி போட்டுக் கட்டுப்படியாகாத பெருந்திட்டங்கள்), நமக்கு வீண்பெருமையை மட்டும் கொண்டு வருகின்ற ஒரு செயல்திட்டமாக மட்டுமே அது இருக்கும். உலகில் அவ்வப்போது நுண்சில்லுகளின் இருப்பு கணிசமாக அதிகரித்து, சந்தை நிரம்பி வழிகின்ற சூழல் உருவாவதைக் கணக்கில் எடுத்துக்கொண்டால், நாம் நுண்சில்லுகளை இந்தியாவில் தயாரிப்பதற்கு மானியமாகப் பல கோடி டாலர்களைக் கொட்ட வேண்டுமா? அல்லது, பல்லாயிரக்கணக்கான உயர்தர உயர்நிலைப் பள்ளிகளையும், நூற்றுக்கணக்கான உயர்தரப் பல்கலைக்கழகங்களையும் உருவாக்குவதற்கு அந்தக் கோடிக்கணக்கான டாலர்களைப் பயன்படுத்த வேண்டுமா? அப்படிப்பட்டக் கல்வி நிறுவனங்கள் மூலம் உருவாக்கப்படுகின்ற பல்லாயிரக்கணக்கான பொறியாளர்கள் மற்றும் அறிவியலறிஞர்கள் மூலம் நுண்சில்லுகளின் வடிவமைப்பில் உலகளாவிய விதத்தில் ஆதிக்கம் செலுத்துவதும், என்விடியா, குவால்காம் அல்லது பிராட்காம் போன்ற நிறுவனங்களைத் துவக்குவதும் அதைவிடச் சிறப்பாக இருக்குமல்லவா? அல்லது, நாம் சீனாவின் பாதையைப் பின்பற்ற வேண்டுமா? குறிப்பாக, நுண்சில்லுகள் தயாரிக்கின்ற நாடுகளுடன் நமக்கு நல்லுறவு இருக்கின்றபோது, இது தேவையா? நாம் கண்மூடித்தனமாகச் சீனா போன்ற நாடுகளின் அடியொற்றி நடப்பதைவிட, நம்முடைய சொந்த பலத்தின்மீது நம்பிக்கை வைத்து நமக்கென்று ஒரு பாதையை உருவாக்கிக் கொள்வது எப்படி என்று பார்ப்பதுதான் சாலச் சிறந்தது.

நுண்சில்லுகளின் வடிவமைப்பிலும், உலகளாவிய விநியோகச் சங்கிலியின் சில பகுதிகளிலும் வலுவடைவதற்கு நாம் நுண்சில்லுகளின் உற்பத்தியில் குதிக்க வேண்டும் என்று சிலர் வாதிடுகின்றனர். ஆனால், உலகில் அப்படிப்பட்ட எடுத்துக்காட்டுகள் எதுவும் இல்லை. உதாரணமாக, உலகிலுள்ள பல நாடுகள் தம்முடைய சொந்த வடிவமைப்பில் இறங்காமல், அமெரிக்காவைச் சேர்ந்த என்விடியா, நெதர்லாந்தைச் சேர்ந்த ஏஎஸ்எம்எல் போன்ற நுண்சில்லுத் தயாரிப்பு நிறுவனங்கள் நுண்சில்லுகளின் உற்பத்தியைத் தம்முடைய நாடுகளில் துவக்குவதற்கு அவற்றுக்கு மானியம் கொடுப்பதற்குப் போட்டி போட்டுக் கொண்டிருக்கின்றன. இது இந்தியாவுக்கு நல்லதுதான். ஏனெனில், இதன் காரணமாக உற்பத்தி

பெருகும், சந்தையில் நுண்சில்லுகள் அதிகமாக இறக்கிவிடப்படும், தேர்ந்தெடுப்பதற்கு நமக்கு ஒன்றுக்கு மேற்பட்ட வாய்ப்புகள் கிட்டும்.

அதற்காக, நாம் ஒருபோதும் நுண்சில்லுகளின் தயாரிப்பில் இறங்கக்கூடாது என்று நாங்கள் கூற வரவில்லை. நுண்சில்லுகளின் தயாரிப்பாளர்களுக்கு மானியம் வழங்குகின்ற தற்போதைய போக்கு நெடுங்காலம் நீடிக்காது. அந்த அமளி அடங்கிய பிறகு நாம் இதில் இறங்குவது சரியானதாக இருக்கும். அச்சமயத்தில் திறமையான பொறியாளர்களும் நம்மிடம் அதிக எண்ணிக்கையில் இருப்பர். நம்மிடமிருந்து மானியம் கோராமல் இந்தியாவில் நுண்சில்லுகளைத் தயாரிக்க எந்த வெளிநாட்டு நிறுவனமாவது முன்வந்தால், அதற்கு நாம் தயங்கக்கூடாது. ஆனால், அழிவுக்கு வழி வகுக்கின்ற இந்த மானிய விளையாட்டில் தற்போது நாம் இறங்காமல் இருப்பதுதான் விவேகமானது. அதற்குப் பதிலாக, வருங்கால மனித மூலதனத்தை உருவாக்குகின்ற முயற்சியில் நாம் இறங்குவது சிறப்பாக இருக்கும்.

வளர்ந்து வரும் வர்த்தகத்தின் அரசியல் பொருளாதாரத்துடன் பொருந்திக் கொள்ளுதல்

யோசனைகளும் புத்தாக்கக் கண்டுபிடிப்புகளும்தாம் நம்முடைய வளர்ச்சிக்கான வாகனங்களாக இருக்க வேண்டும் என்றாலும்கூட, உற்பத்தியில் ஈடுபடுவதைக் காட்டிலும் நேரடிச் சேவைகளையும் உற்பத்தியில் பொதியப்படுகின்ற சேவைகளையும் விரிவுபடுத்துவது இந்தியாவுக்கு எளிதாக இருக்கும். உற்பத்தியில் ஆதிக்கம் செலுத்துவதற்குச் சீனாவை அனுமதித்து, அதன் விளைவுகளிலிருந்து மேற்கத்திய நாடுகள் பாடம் கற்றுக் கொண்டுவிட்டன. அதனால், ஏதாவது ஒரு நாடு இன்னொரு சீனாவாக உருவாகக்கூடும் என்று அவர்கள் சந்தேகப்பட்டால், அதற்கு அவர்கள் வழி ஏற்படுத்திக் கொடுக்க மாட்டார்கள். உற்பத்தித் துறையை மீண்டும் தங்களுடைய சொந்த நாட்டுக்குத் திருப்பிக் கொண்டுவந்து, அதிகமான இறக்குமதி வரி போன்றவற்றின் மூலம் அவற்றைப் பாதுகாக்கின்ற முயற்சி இப்போது உலகெங்கும் தலைவிரித்தாடிக் கொண்டிருக்கிறது. அதனால், இதில் ஏற்கனவே ஈடுபட்டுள்ள நாடுகள், மீதமிருக்கின்ற ரொட்டித் துண்டுகளுக்காக இப்போது தமக்குள் அடித்துக் கொண்டிருக்கின்றன. ஆனால், சேவைகள் இன்னும் புத்தம் புதியதோர் அம்சமாகவே இருக்கின்றன. எடுத்துக்காட்டாக, கிட்டத்தட்டச் சம திறமையுள்ள ஓர் இந்திய ஆலோசகருக்கு, ஓர் அமெரிக்க ஆலோசகருக்குக் கொடுக்கப்படுகின்ற சம்பளத்தில் ஒரு சிறு பங்கு மட்டும் கொடுத்தால் போதும் என்ற நிலைதான் தற்போது நிலவுகிறது. அதனால்தான், சேவைத் துறையில், மானியத்தை எதிர்பார்க்காமலேயே பல பன்னாட்டுச் சேவை நிறுவனங்கள் இந்தியாவிற்கு வருவதற்குத் தயாராகிக் கொண்டிருக்கின்றன.

உலக நாடுகள் மேன்மேலும் செழித்துக் கொழிக்கின்றபோது, அவை தம்முடைய சேவைத் துறையை விரிவுபடுத்தும். தற்போது

தோன்றியுள்ள காலநிலை மாற்றம் அதை இன்னும் துரிதப்படுத்திக் கொண்டிருக்கிறது. உலகம் காலநிலை மாற்ற அபாயத்தை மட்டுப்படுத்த விரும்பினால், அதற்கு அது தன்னுடைய நுகர்வைக் குறைத்துக் கொண்டாக வேண்டும். இந்தியா உற்பத்தியின் பக்கம் சாயாமல் சேவைகளின் பக்கம் சாய வேண்டும் என்பதற்கான மற்றொரு காரணம் இது. ஒட்டுமொத்தத்தில், ஹார்வர்டு பல்கலைக்கழகத்தைச் சேர்ந்த பொருளாதார வல்லுநர் டானி ரோட்ரிக்குக்குக் கவலையளிக்கின்ற, முன்கூட்டியே வந்துள்ள தொழில்மயமழிதல், ஒரு செயல்பாட்டுக் கோளாறாக இருக்க வேண்டியதில்லை; அது நம்முடைய வளர்ச்சிக்கான ஒரு சிறப்பு அம்சமாகக்கூட இருக்கலாம்.

பகுதி இரண்டு

அரசு நிர்வாகம், செயல் வல்லமை மற்றும் பல விஷயங்கள்

நுழையுமுன்

“அதிகாரத்திற்கு எதிரான மனிதனின் போராட்டம் என்பது மறதிக்கு எதிரான நினைவின் போராட்டமாகும்.”

– மிலன் குந்தேரா, ‘த புக் ஆஃப் லாஃப்டர் அன்ட் ஃபர்கெட்டிங்’ என்ற நூலிலிருந்து

ஓர் உண்மையான இந்திய வழி, அரசு நிர்வாகத்தை மேம்படுத்துவதிலிருந்து தொடங்க வேண்டும். நாம் ஒரு வித்தியாசமான பாதையை சுவீகரிக்கின்றபோது நம்மை வழிநடத்துவதற்கு அது இன்றியமையாதது. எதற்காக அரசு நிர்வாகத்திலிருந்து தொடங்க வேண்டும்? ஏனெனில், அது மற்ற எல்லாவற்றின்மீதும் தாக்கம் ஏற்படுத்துகிறது. உலகெங்குமுள்ள அரசு நிர்வாக அமைப்புமுறைகளை, கொரோனா பெருந்தொற்றுக் கால அழுத்தம் சோதித்துப் பார்த்தது. எந்த அமைப்புமுறையும் கச்சிதமானதல்ல என்றாலும், இந்தியாவின் அமைப்புமுறை மற்ற அனைத்தையும்விட அதிகக் குறைபாடு உடையதாக இருக்கிறது.

கொரோனா பெருந்தொற்றும் அதற்குப் பிந்தைய சூழலும்

2021 பிப்ரவரி மற்றும் மே மாதங்களுக்கு இடையே இந்தியாவைத் தாக்கிய கொரோனா தொற்றுநோயின் இரண்டாவது அலை, நாட்டையே புரட்டிப் போட்டது. கங்கையாற்றில் கொத்துக் கொத்தாகப் பிணங்கள் மிதந்து சென்ற காட்சியின் புகைப்படங்கள் உலகம் நெடுகிலும் செய்தித்தாள்களின் முதல் பக்கங்களில் இடம்பெற்று அனைவருடைய நெஞ்சங்களையும் உலுக்கின. இடுகாடுகளும் சுடுகாடுகளும் நிரம்பி வழிந்தன. பிணங்களை எரிப்பதற்குத் தேவையான விறகுகளுக்குக்கூடப் பற்றாக்குறை ஏற்பட்டது. அரசு நிர்வாகத்தின் அனைத்து மட்டங்களும் சுத்தமாகத் தயார் நிலையில் இல்லாதிருந்ததைத்தான் இவை வெளிப்படுத்தின.

எது தவறாகப் போனது? பெருந்தொற்று முடிந்துவிட்டது என்று நினைத்துத் தன்னைத் தானே முட்டாளாக்கிக் கொண்ட அரசு இயந்திரத்தின் மட்டுமீறிய தன்னம்பிக்கைதான் அதற்கு முழுமுதல் காரணம் என்று உறுதியாகச் சொல்லலாம். ஏனெனில், அரசின் இந்தச் சிந்தனைக்கு அடிப்படையாக இருந்த தரவுகளும்

பகுப்பாய்வும் பெரும் குறைபாடுடையவையாக இருந்தன. 2021 ஜனவரியில் தாவோஸில் நடைபெற்ற உலகப் பொருளாதார மன்றத்தின் வருடாந்திரக் கூட்டத்தில் இந்தியப் பிரதமர் நரேந்திர மோடி இவ்வாறு பிரகடனம் செய்தார்: "இந்தியா தயார் நிலையில் இருந்து கொரோனா வைரஸைத் திறமையுடன் கட்டுப்படுத்தியதன் மூலம் மனிதகுலத்தை ஒரு பேரழிவிலிருந்து காப்பாற்றியுள்ளது." அதே ஆண்டு பிப்ரவரி மாதம், ஆட்சியில் இருந்த பாரதிய ஜனதா கட்சி, கொரோனா பெருந்தொற்று நோயைத் 'தோற்கடித்ததற்காக' இந்தியப் பிரதமருக்கு நன்றி தெரிவித்து ஒரு தீர்மானம் நிறைவேற்றியது. கொரோனா பெருந்தொற்றுக் காலத்தில் அவர் 'திறமையான, உணர்வுபூர்வமான, அர்ப்பணிப்பும் தொலைநோக்கும் கொண்ட தலைமைத்துவத்தை' வெளிப்படுத்தியிருந்ததாக அது அவருக்குப் பாராட்டுப் பத்திரம் வாசித்தது. இவற்றில் ஒரு சிலவற்றை வழமையான அரசியல் முழக்கங்கள் என்று ஒதுக்கித் தள்ளிவிடலாம் என்றாலும்கூட, மேலிடத்திலிருந்து பிரகடனப்படுத்தப்பட்டு, நாடு முழுவதும் பரப்பப்பட்டு, அனைவராலும் உள்வாங்கிக் கொள்ளப்பட்ட இந்தக் கண்ணோட்டம், கொரோனாவின் படுபயங்கரமான இரண்டாவது அலையை எதிர்கொள்ள இந்தியா தயாராக இல்லாதபடி செய்துவிட்டது என்பதை மறுக்க முடியாது.

கொரோனா வைரஸ் திரிந்து மிகவும் ஆபத்தான வடிவங்களை எடுக்கக்கூடும் என்ற அறிதலின் காரணமாக உலகின் பிற நாடுகள் அனைத்தும் தொடர்ந்து எச்சரிக்கையுடன் இருந்து வந்த நேரத்தில், கொரோனாவின் முதல் அலையின்போது செய்யப்பட்டிருந்த மருத்துவ ஏற்பாடுகள் அனைத்தையும் இந்தியா விலக்கிக் கொண்டது. அது மட்டுமல்லாமல், கிரிக்கெட் போட்டிகள், தேர்தல் பிரச்சாரக் கூட்டங்கள், மற்றும் இலட்சக்கணக்கானோர் திரண்ட கும்பமேளா போன்ற நிகழ்வுகள் அனுமதிக்கப்பட்டன. பல நாடுகள், கொரோனாவுக்கு எதிரான தடுப்பூசித் தயாரிப்பாளர்களை முன்கூட்டியே தொடர்பு கொண்டு, கூடுதல் தடுப்பூசிகளைத் தயாரித்துக் கொடுக்கத் தேவையான கட்டமைப்புகளை உருவாக்கிக் கொள்வதற்கு அவர்களுக்கு முன்பணமும் கொடுத்து அவர்களை முன்பதிவு செய்து கொண்டன. ஆனால், உலகிலேயே மிகப் பெரிய தடுப்பூசி தயாரிப்பு நிறுவனமான 'சீரம் இன்ஸ்டிடியூட்' இந்தியாவில் இருந்தும்கூட, இந்திய அரசு எதுவும் செய்யாமல் தன் கைகளைக் கட்டிக் கொண்டு உட்கார்ந்திருந்தது. அதன் காரணமாக, கொரோனாவின் இரண்டாவது அலை இந்தியாவைத் தாக்கியபோது, நாட்டு மக்களில் ஒரு சிறு சதவீதத்தினருக்கே தடுப்பூசியின் இரண்டு 'டோஸ்களும்' போடப்பட்டிருந்தன.

இந்தியா ஏன் இவ்வளவு மெத்தனமாக இருந்தது? கொரோனாவின் முதல் அலையின்போது இறந்தவர்களின் உண்மையான எண்ணிக்கை குறைத்துக் காட்டப்பட்டிருந்தது இதற்கு ஒரு முக்கியக் காரணம். உண்மையான இறப்பு எண்ணிக்கை, கணக்குக் காட்டப்பட்டிருந்ததைவிட இரண்டு அல்லது மூன்று மடங்கு இருந்தது. அதோடு, ஆற்றல் வாய்ந்த ஒரு மருத்துவ அமைப்புமுறை

உட்பட, பல விஷயங்கள் இந்தியர்களுக்குச் சாதகமாக இருந்ததால், அவர்கள் கொரோனாவுக்குப் பலியாகின்ற வாய்ப்பு மிகவும் குறைவு என்ற முழக்கத்தை இந்தியத் தலைமை வலியுறுத்தி வந்ததால், அதைக் கேள்வி கேட்ட ஆய்வுகள் உதாசீனப்படுத்தப்பட்டன அல்லது குழி தோண்டிப் புதைக்கப்பட்டன. இதற்குச் சில விதிவிலக்குகள் இருக்கத்தான் செய்தன. எடுத்துக்காட்டாக, இந்தக் கதையாடலுக்குச் செவி சாய்க்காமல் இருந்ததால், மும்பை மாநகராட்சி போன்ற சில உள்ளூர் அரசு நிர்வாகங்கள், இரண்டாம் அலையை எதிர்கொள்வதற்குத் தயார் நிலையில் இருந்தன. களைப்பறியா சுகாதார ஊழியர்களும், தொண்டு நிறுவனத் தன்னார்வலர்களும், துணிச்சலான தனிநபர்களும், ஒன்றிய அரசாங்கம் செய்யத் தவறியிருந்தவற்றை இட்டு நிரப்பினர். இவர்களுடைய துணிச்சலான, நெஞ்சை நெகிழ வைக்கின்ற பல கதைகளை நாம் அனைவருமே கேள்விப்பட்டிருப்போம். இறுதியில் எப்படியோ அந்த இரண்டாவது அலையும் தணிந்தது.

அதற்குப் பிறகு, ஒன்றிய அரசாங்கத்தின் தடுப்பூசிப் பிரச்சாரம் வேகமாக முடுக்கிவிடப்பட்டது. இதில் சில குளறுபடிகள் நிகழ்ந்தது உண்மை என்றாலும், 2021 அக்டோபருக்குள், இந்தியா 100 கோடி கொரோனா தடுப்பூசிகளைப் போட்டிருந்தது. இந்தியா இவ்வளவு விரைவாக இத்தனை கோடி மக்களுக்குத் தடுப்பூசி போடுவதற்கு, இதற்கு முன்பு வேறு பல நோய்களுக்குப் பல பத்தாண்டுகளாக அரசு நிர்வாகம் தடுப்பூசிகளைப் போட்டிருந்த அனுபவம் அதற்குக் கைகொடுத்தது. குறிப்பாக, வல்லுநர்களின் அறிவுரைகளுக்கு அரசு செவி சாய்க்க முடிவு செய்தபோது இது நன்றாகப் பலனளித்தது. ஆனால், துரதிர்ஷ்டவசமாக, தடுப்பூசிகள் வெற்றிகரமாகச் செலுத்தப்பட்டது இந்தியத் தலைமையிடத்தில் மீண்டும் வெற்றி மமதையைத் தூண்டிவிட்டுவிட்டது.

இந்திய அரசின் அதிகாரபூர்வமான தகவல்களின்படி, கொரோனா காலத்தில் உயிரிழந்தவர்களின் எண்ணிக்கை 5,30,000. இது அமெரிக்க அரசின் இழப்பில் ஒரு சிறு சதவீதம் மட்டுமே. உலக சுகாதார அமைப்பு, சாதாரண காலத்தில் இந்தியாவில் ஏற்படுகின்ற இறப்புக்கும் கொரோனா காலத்தில் ஏற்பட்டிருந்த இறப்புக்கும் இடையேயுள்ள வித்தியாசம் சுமார் 50 இலட்சம் இருக்கும் என்று கணித்தது. இதன் அடிப்படையில் பார்த்தால், கொரோனா இழப்பைக் கடுமையாகக் குறைத்துக் காட்டியிருந்த நாடுகளில் உலகிலேயே இந்தியா முதலிடம் வகித்3தது. நம்பகமான வேறு சில ஆய்வறிக்கைகளும் கிட்டத்தட்ட இதே எண்ணிக்கையை முன்வைத்தன. இறப்புகளில் சில, கொரோனா காலத்தில் பிற நோயாளிகளுக்கு மருத்துவ வசதி குறைவாக இருந்ததால் ஏற்பட்டதாக இருக்கலாம் என்றாலும், இவையும் கொரோனா தொடர்பானவைதாம்.

ஆனாலும், இந்திய அரசாங்கம், இந்தப் பிழையான, அதிகாரபூர்வமான இறப்பு எண்ணிக்கையைத் திருத்திக் கொள்ளத் தயாராக இல்லை. கொரோனா பெருந்தொற்றைத் தான் சரியான

முறையில் கையாளவில்லை என்ற பழி தன்மீது விழுந்துவிடும் என்ற அதன் பயம்தான் அதற்குக் காரணம். நாம் நம்முடைய தவறுகளிலிருந்து பாடம் கற்றுக் கொள்வதற்கு இது தடையாக இருக்கிறது. தான் எவ்வாறு கொரோனாவைக் கையாண்டிருந்தோம் என்பது குறித்து ஆய்வு செய்ய இந்தியா அதிகாரபூர்வமான எந்தவொரு விசாரணையும் மேற்கொள்ளவில்லை: இந்தியா கொரோனாவை மிகச் சிறப்பாகக் கையாண்டிருந்தது என்று அதிகாரபூர்வமான தரவுகள் முழங்கிக் கொண்டிருக்கின்றபோது, விசாரணைக்கு என்ன தேவை? இந்தியாவில் கொரோனாவால் உயிரிழந்தோரின் எண்ணிக்கை (அதிகாரபூர்வமான எண்ணிக்கை) குறைவாக இருந்ததற்கு, மிக மோசமான விளைவுகளை ஏற்படுத்திய, 2020 இல் திடுதிப்பென்று அறிமுகப்படுத்தப்பட்ட முழுப் பொதுமுடக்கம்தான் காரணம் என்று 2021-22 ஆம் ஆண்டுக்கான 'இந்தியப் பொருளாதாரக் கணக்கெடுப்பு அறிக்கை' தெரிவிப்பது, மோசமான தரவுகள் எப்படி மிக மோசமான கொள்கையை நியாயப்படுத்தும் என்பதற்கான ஒரு சிறந்த எடுத்துக்காட்டாகும்.

அரசு நிர்வாகமும் மேலும் சில விஷயங்களும்

பிரச்சனைகளுக்குத் தலைமைத்துவம்தான் காரணம் என்று கைகாட்டிவிடுவது எளிது. பிற நாடுகளின் தலைவர்களும் தவறுகள் செய்தனர். ஆனால், அங்கு இருந்த அமைப்புமுறைகள், தலைவர்கள் தான்தோன்றித்தனமாக நடந்து கொள்ள அனுமதிக்கவில்லை.

21 ஆம் நூற்றாண்டுக்குப் பொருத்தமான அரசு நிர்வாகத்தை உருவாக்குவதற்கு, இந்தியா, அமைப்புமுறையில் என்னென்ன மாற்றங்களை மேற்கொள்ள வேண்டும்? இங்கு யார் அரியணையில் இருக்கிறார்கள் என்பது ஒரு பொருட்டல்ல.

இந்நூலின் ஐந்தாம் மற்றும் ஆறாம் அத்தியாயங்களில், நமக்குத் தேவையான அரசாங்கம் எப்படி இருக்க வேண்டும் என்பதைப் பற்றி நாங்கள் விவரிக்க இருக்கிறோம். அந்த அரசாங்கம் அதிகாரத்தைப் பரவலாக்கும் ஒன்றாக, பல பரிசோதனைகளைச் செய்து அதிலிருந்து பாடம் கற்றுக் கொள்ளும் ஒன்றாக, வாக்கு அரசியலில் எல்லோருக்கும் சம தளத்தை அளிக்கின்ற அளவுக்கு ஜனநாயகமயமானதாக, பொதுமக்களுக்கு அதிகாரமளித்து அனைத்து விஷயங்களையும் அறிந்தவர்களாக அவர்களை வைத்திருக்கின்ற ஒன்றாக இருக்க வேண்டும். இதற்குத் தேவைப்படுகின்ற சீர்திருத்தங்கள் ஜனநாயக நெறிமுறைகளை ஆழப்படுத்தும்.

அதைத் தொடர்ந்து, மக்களின் செயல் வல்லமைமீது நாங்கள் கவனம் செலுத்தவிருக்கிறோம். ஏழாம் அத்தியாயத்தில், குழந்தைப்பருவ ஊட்டச்சத்து மற்றும் கல்வியையும், எட்டாம் அத்தியாயத்தில், உயர் கல்வியையும், ஒன்பதாம் அத்தியாயத்தில் சுகாதாரத்தையும் நாங்கள் அலச இருக்கிறோம். பத்தாம் அத்தியாயத்தில், பொருளாதார மற்றும் சமூகச் சமத்துவமின்மையைப் பற்றியும், வளர்ச்சி நியாயமானதாகவும்

அனைவரையும் உள்ளடக்கியதாகவும் இருப்பதற்கு உதவுகின்ற விதத்தில் சமத்துவமின்மையை எப்படிக் குறைப்பது என்பதைப் பற்றியும் நாங்கள் பேசவிருக்கிறோம். அதில் நாங்கள் டிஜிட்டல்மயமாக்கம் பற்றியும் குறிப்பிடவிருக்கிறோம். குறிப்பாக, புதிய தொழில்நுட்பங்களால் கடந்தகாலத்தைவிட இப்போது எப்படி மேம்பட்டத் தீர்வுகளை வழங்க முடியும் என்பதைப் பற்றி அதில் நாங்கள் சொல்லவிருக்கிறோம். பொதுமக்களுக்கான சேவைகளை அரசு வழங்க வேண்டுமா அல்லது தனியார் துறைகள் வழங்க வேண்டுமா என்ற, கேட்டுக் கேட்டுப் புளித்துப் போன விவாதங்களைத் தாண்டி நாங்கள் செல்லவிருக்கிறோம். இவற்றில் பொதியப்பட்டுள்ள வெகுமதிகள், நாம் எதிர்பார்க்கின்ற விளைவுகளை ஏற்படுத்துகின்றனவா என்பதுதான் எல்லாவற்றையும்விட முக்கியம். “பூனை எலிகளைப் பிடிக்க வேண்டும் என்பதுதான் முக்கியம்; அது கருப்பு நிறத்தில் இருக்கிறதா அல்லது வெள்ளை நிறத்தில் இருக்கிறதா என்பது முக்கியமல்ல,” என்று சீனத் தலைவரான டெங் சியாவோபிங் கூறியிருந்ததை இங்கு நினைவுகூர்வது பொருத்தமாக இருக்கும்.

இறுதியாக, இந்திய மக்களின் செயல் வல்லமை மேம்படுகின்றபோது, அவர்கள் செழித்து வளரத் தேவையான வாய்ப்புகளை எப்படி விரிவுபடுத்துவது என்பதைப் பற்றி நாங்கள் விவாதிக்கவிருக்கிறோம். பதினொன்றாம் அத்தியாயத்தில், இந்த உலகுடன் நாம் எப்படி ஒட்டி உறவாட வேண்டும் என்பதைப் பற்றியும், பன்னிரண்டாம் அத்தியாயத்தில், இந்தியாவை ஒரு புத்தாக்க நாடாக ஆக்கத் தேவையான படைப்பாற்றல், உற்சாகம் போன்றவற்றை எப்படி உருவாக்குவது என்பதைப் பற்றியும் நாங்கள் கூறவிருக்கிறோம்.

5

இருபத்தொன்றாம் நூற்றாண்டுக்கான அரசு நிர்வாகம்: கட்டமைப்பு

செம்மையாக நிர்வாகம் செய்வதும், நீண்டகால நோக்கில் மக்களின் நலனை மனத்தில் வைத்துச் செயல்படுவதும் ஓர் அரசாங்கத்தின் குறிக்கோளாக இருக்க வேண்டும். ஆட்சியில் தொடர்ந்து நீடித்திருப்பது என்பது ஒரு நல்ல அரசு நிர்வாகத்தின் பின்விளைவாக இருக்க வேண்டுமே அன்றி, அதன் முதன்மையான நோக்கமாக இருக்கக்கூடாது. துரதிர்ஷ்டவசமாக, இது அரசு நிர்வாகத்திற்கான ஒரு இலட்சியவாதக் கண்ணோட்டம் மட்டுமே. பெரும்பாலான சமயங்களில், எந்தக் கொள்கைகள் செம்மையானவை என்பது குறித்தத் தெளிவு இல்லை. அதோடு, ஆளப்படுபவர்களிடையே, எது சிறந்த மாற்று என்பது குறித்த ஒருமித்தக் கருத்து எதுவும் இல்லை. அதனால், அரசியல்ரீதியாக எது வசதியாக இருக்கிறதோ, அதுதான் ஆதிக்கம் செலுத்துகிறது.

சரியான தீர்மானங்களை மேற்கொள்வதற்கு, ஒரு நல்ல அரசாங்கம், தனக்குத் தெரியாத விஷயங்கள் குறித்த விழிப்புணர்வைக் கொண்டிருக்க வேண்டும், கற்றுக் கொள்ளத் தயாராக இருக்க வேண்டும். நடைமுறையில் எது சாத்தியம் என்பதை வரையறுத்துக் கொள்வதற்கு, அது, அனைத்துத் தரப்பு அரசியல்வாதிகள், தொழில்நுட்ப வல்லுநர்கள், அனுபவம் வாய்ந்த அதிகாரிகள், தொழிற்துறை அனுபவசாலிகள், சமூக சேவகர்கள் போன்றோரின் ஆலோசனைகளையும் அறிவுரைகளையும் நாட வேண்டும்; தேவையான இடங்களில், தீர்மானங்கள் மேற்கொள்வதற்கான அதிகாரத்தைப் பரவலாக்க வேண்டும்; மக்கள்மீதான ஆழமான அனுதாப உணர்வுடன் கொள்கைகளை வடிவமைக்க வேண்டும்; இறுதியாக எட்டப்படுகின்ற முடிவுகளில் எல்லோருக்கும் ஒத்தக் கருத்து இருப்பதை உறுதி செய்ய வேண்டும்; பயணப் பாதையில் தடம் புரண்டால், தரவுகள், பொது விவாதங்கள் மற்றும் விமர்சனங்களின் அடிப்படையில் விஷயங்களைச் சரி செய்து மீண்டும் சரியான பாதைக்குத் திரும்பி வர வேண்டும். இதற்கு நேர்மாறாக, ஒரு தலைவர் தன்னுடைய செயல் வல்லமை குறித்து மட்டுமீறிய

தன்னம்பிக்கையுடன் இருந்தால், தீர்மானங்கள் எடுப்பதற்கான அதிகாரத்தைப் பரவலாக்காமல் மையத்தில் குவித்து வைத்துக் கொண்டால், ஒருமித்தக் கருத்துகளுக்கு மரியாதை கொடுக்காமல் இருந்தால், விமர்சனங்களையும் அசௌகரியப்படுத்துகின்ற தரவுகளையும் அடக்கி ஒடுக்கப் பார்த்தால், அவர் வலுவான, உறுதியான தீர்மானங்களை எடுப்பவராக இருந்தால்கூட, வெகு விரைவிலேயே, அழிவுக்கு வித்திடுகின்ற ஒருவராக மாறிவிடுவார். அதனால்தான், தாராளவாதச் சமுதாயங்களில் உள்ள அரசுகளுக்குச் சில சட்டபூர்வமான கிடுக்கிப்பிடிகள் போடப்பட்டுள்ளன. அந்த அரசுகள் ஒரு நியாயமான பாதையிலிருந்து விலகி வெகுதூரம் சென்றுவிடக்கூடாது என்பதற்காகத்தான் இந்த ஏற்பாடு. இதனால், அரசு நிர்வாகம் செம்மையாக நடைபெறுவதோடு, சமுதாயமும் படைப்பாற்றலுடனும் உற்சாகத்துடனும் இயங்குவதற்கான வாய்ப்பு உருவாகிறது.

ஓர் அரசாங்கம் மக்கள்மீது அக்கறையுடனும் அனுதாபத்துடனும் தீர்மானங்கள் மேற்கொள்வதற்கு, குறிப்பிட்டக் கால இடைவெளிகளில் நடத்தப்படுகின்ற தேர்தல்கள் போதுமானவை இல்லையா? உண்மையைக் கூற வேண்டுமென்றால், இல்லை என்பதுதான் அதற்கான பதில். பலதரப்பட்ட ஜனநாயகங்கள் இருக்கின்றன. ஆனால், அவை அனைத்துமே, கட்டுக்கடங்காத, மக்களை அடக்கி ஆள்கின்ற தலைமைத்துவத்திற்குக் கடிவாளம் போடுவதில்லை. ரஷ்யா, வெனிசுவேலா, துருக்கி போன்ற நாடுகள் ஜனநாயக நாடுகள்தாம். ஆனால், அவற்றின் தலைவர்கள் எப்படிச் செயல்பட்டுக் கொண்டிருக்கிறார்கள் என்பதை உலகம் அறியும். மக்களால் தேர்ந்தெடுக்கப்படுகின்ற வலுவான தலைவர்கள் தங்கள் விருப்பம்போல ஆட்டம் போட அனுமதிக்கப்பட்டால், அந்நாடுகளின் நிலை என்னவாகும் என்பதற்கான எச்சரிக்கைதாம் இந்த நாடுகள்.

பொருளாதார வல்லுநர்களான அஜய் சிப்பரும் சல்மான் அனீஸ் சோஸும், 'அன்ஷேக்லிங் இந்தியா' என்ற தங்களுடைய அருமையான புத்தகத்தில், இந்தியா உண்மையில் ஒரு ஜனநாயக நாடா அல்லது வெறும் 'தேர்தல்நாயக' நாடா என்ற கேள்வியை எழுப்புகின்றனர். இந்தியாவில் தேர்தல்கள் குறிப்பிட்டக் கால இடைவெளிகளில் ஒரு சுதந்திரமான முறையில் நடைபெறுகின்றன என்றாலும், ஒரு குறிப்பிடத்தக்கப் பெரும்பான்மையைக் கொண்ட ஒரு கட்சி ஆட்சிக்கு வந்தவுடன், அதன் தலைமைத்துவம் மட்டுமீறி நடந்து கொள்வதைக் கட்டுப்படுத்துவதற்கான சட்டதிட்டங்கள் மிகக் குறைவாகவே இருக்கின்றன. நம்முடைய ஜனநாயகம் ஏன் இந்த வழியில் பரிணாம வளர்ச்சி அடைந்துள்ளது என்பது ஒரு முக்கியமான கேள்வியாகும்.

நாம் எப்படி இந்த இடத்திற்கு வந்து சேர்ந்தோம்?

இந்தியா சுதந்திரம் அடைந்தவுடன், நாட்டை நிறுவிய தலைவர்கள்,

வயது வந்தவர்கள் அனைவருக்கும் வாக்குரிமை கொடுக்கத் தீர்மானித்தனர். அக்காலகட்டத்தில் இந்தியா அளவுக்கு வருவாய் ஈட்டிக் கொண்டிருந்த வேறு எந்தவொரு நாடும் இப்படித் தன் குடிமக்கள் அனைவருக்கும் வாக்குரிமை வழங்கிய ஒரு நிகழ்வு வரலாற்றில் அதற்கு முன்பு ஒருபோதும் நிகழ்ந்திருக்கவில்லை. கண்டிப்பாக அது அசாத்தியத் துணிச்சலான ஒரு முடிவுதான். இரத்தக்களரியில் முடிந்த பாகிஸ்தான் பிரிவினைக்குப் பிறகு, இந்தியா ஒரு நாடாகத் தப்பிப் பிழைக்குமா என்ற சந்தேகம் முளைத்தது. பிரிட்டிஷ் இந்தியாவின் பிராந்தியங்களும், இந்தியக் குறுநில மன்னர்களின் பிரதேசங்களும் ஒரே நாடாக ஒன்றிணைக்கப்படுமா, அவற்றின் மக்களிடம், மதம், சாதி, மொழி, வருமானம் போன்ற பல வேற்றுமைகளைக் கடந்து தேசிய ஒற்றுமை உணர்வு கோலோச்சுமா என்ற ஐயம் எல்லோருக்கும் இருந்தது. “இந்தியச் சுதந்திரம் என்பது பெரும்பான்மையான படிப்பறிவற்ற ஏழை மக்கள் வெள்ளை எஜமானர்களுக்குப் பதிலாகப் பழுப்பு நிற எஜமானர்களுக்குக் கும்பிடு போட்டுக் கொண்டிருக்கின்ற நிலையாக இருக்க வேண்டும் என்ற இந்திய மேட்டுக்குடியினரின் கனவு நனவாகிவிடுமோ?” என்று மகாத்மா காந்தி சரியாகத்தான் அஞ்சியிருந்தார்.

அனைத்துத் தடைகளையும் முரண்பாடுகளையும் மீறி இந்தியா ஒரு வலுவான ஜனநாயகத்தின் பாரம்பரியங்களையும் அமைப்புகளையும் உருவாக்கியது. மக்கள் வாக்காளர்களாக மாறினர். அடுத்து அந்த வாக்காளர்கள் குடிமக்களாக உருவெடுத்தனர். நம்முடைய தொடக்ககாலத் தலைவர்கள் அர்ப்பணிப்புடைய ஜனநாயகவாதிகளாக இருந்தது யார் செய்த புண்ணியமோ தெரியாது. அவர்கள் ஜனநாயகப் பாரம்பரியங்களையும் நடைமுறைகளையும் நிறுவியதோடு கூடவே, அவற்றை வலுப்படுத்தவும் செய்தனர். அதன் விளைவாக, அவர்களால் போக்கைச் சரி செய்ய முடிந்தது. அதை அவர்கள் பல முறை செய்தனர். நம்முடைய பரந்துபட்ட நாட்டின் பல்வேறு பகுதிகளிலிருந்து வந்த அழுத்தங்களைச் சமாளித்து, செம்மையாகச் செயல்படுவதற்கு ஜனநாயக உரையாடல்கள் அவர்களுக்குப் பாதுகாப்பு வால்வுகளாக உதவின. மெதுவாக மலர்ந்து கொண்டிருந்த நம்முடைய ஜனநாயகம், சர்வதேச அளவில் தாக்கம் ஏற்படுத்துவதற்கான அதிகாரத்தை நமக்கு வழங்கியது. நம்முடைய பொருளாதாரக் காலடித்தடம் மிகச் சிறியதாக இருந்தாலும்கூட, வளர்ந்து வரும் நாடுகளுக்காக இலட்சியவாத ஆதரவுக் குரல் கொடுக்கின்ற ஒரு நாடாக நாம் மதிக்கப்பட்டோம்.

காலம் உருண்டோடியபோது, நம்முடைய நாட்டின் தொடக்ககால வடிவமைப்பு குறித்தச் சில கவலைகள் தோன்றின. நம்முடைய அரசியலமைப்புச் சட்டம், அக்காலத்தில் நம்மை ஆண்ட தலைவர்களின் திறமைகளின் தாக்கத்திற்கு ஆளாகியோ என்னவோ, மக்களால் தேர்ந்தெடுக்கப்பட்ட அரசின் நல்ல நோக்கங்கள்மீது அளவுக்கதிகமாக நம்பிக்கை வைத்திருந்தது. நாட்டின் ஒற்றுமைக்கு உத்தரவாதம் இல்லாதிருந்தபோதும், அரசு தன்னுடைய அதிகாரத்தைப் பயன்படுத்தக்கூடிய பல்வேறு வழிகள்

சோதிக்கப்படாமல் இருந்தபோதும் இந்தக் கண்ணோட்டம் தேவையானதாக இருந்திருக்கலாம். அப்போது, கிளர்ச்சியும் பிரிவினைவாதமும் தொடர்ந்து ஓர் அச்சுறுத்தலாக இருந்து வந்திருந்தன. பேரறிஞர் அண்ணா அவர்கள், தனித் தமிழ்நாடு கோரிக்கையை, 1962 இல் இந்திய-சீனப் போர் வெடித்தப் பிறகுதான் கைவிட்டார். எனவே, ஒரு பலவீனமான ஒன்றிய அரசைவிட, அளவுக்கதிகமான அதிகாரங்களைக் கொண்ட ஓர் ஒன்றிய அரசே மேலானது என்று அப்போது கருதப்பட்டிருக்கக்கூடும்.

ஆனாலும், தன் குடிமக்களுக்கு எதிராக அதிகமான அதிகாரங்களைத் தனக்குத் தானே வழங்கிக் கொள்கின்ற சுதந்திரத்தைக் கொண்டிருப்பதற்கு ஒன்றிய அரசை அனுமதிப்பது பிரச்சனைக்குரியதுதான். அதிலும் குறிப்பாக, எந்த விலை கொடுத்தாவது தன் அதிகாரத்தைத் தக்கவைத்துக் கொள்ளத் துடிக்கின்ற ஆற்றல்மிக்க ஒரு தனிநபருக்கு ஒட்டுமொத்த அரசியல் இயந்திரமும் அடிபணிந்துவிடக்கூடிய அபாயம் இதில் இருக்கிறது. இந்திய அரசியலமைப்பு நிர்ணய சபையின் வரைவுக் குழுவின் தலைவர் என்ற முறையில் டாக்டர் அம்பேத்கர் இவ்வாறு கூறியிருந்தார்: "இந்தியாவின் புதிய அரசியலமைப்புச் சட்டத்தின் கீழ் விஷயங்கள் தவறாகப் போனால், அதற்குக் காரணம், நம்முடைய அரசியலமைப்புச் சட்டம் மோசமானது என்பதாக இருக்காது. மாறாக, மனிதன் அறநெறியற்றவன் என்றுதான் நாம் சொல்ல வேண்டும்." ஆனாலும், இத்தகைய சாத்தியக்கூறுக்கு எதிரான பாதுகாப்பு அம்சங்கள் இந்திய அரசியலமைப்புச் சட்டத்தில் போதிய அளவு இல்லை என்பதே உண்மை.

இந்த பயங்கள் 1975 இல் மெய்யாயின. ஏனெனில், முந்தைய தேர்தலின்போது அரசு இயந்திரங்களைத் தவறாகப் பயன்படுத்தியிருந்த குற்றத்திற்காகப் பிரதமர் இந்திரா காந்திக்கு நீதிமன்றம் தண்டனை விதித்ததைத் தொடர்ந்து, அவர் இந்திய மக்களின் ஜனநாயக உரிமைகள் அனைத்தையும் நிறுத்தி வைத்துவிட்டு, உள்நாட்டு நெருக்கடி நிலையைப் பிரகடனம் செய்தார். அது இந்திய அரசியலமைப்புச் சட்டத்தில் அனுமதிக்கப்பட்டிருந்தது. அரசின் அதிகாரத்திற்கு அரசியலமைப்புச் சட்டத்தில் வைக்கப்பட்டிருந்த கட்டுப்பாடுகள் அனைத்தும், பிரபலமான, ஏகபோக அதிகாரங்களைத் தன் கையில் எடுக்க முனைந்த ஒரு தலைவரின் முன்னால் தவிடுபொடியாயின. இந்தியக் குடியரசுத் தலைவர் அந்த நெருக்கடி நிலைக்கு ஒப்புதல் வழங்கினார். அமைச்சரவையும் நாடாளுமன்றமும் அதை ஏற்றுக் கொண்டன. உச்ச நீதிமன்றமும் ஒரு சில விதிவிலக்குகளைத் தவிர்த்து அதற்கு அடிபணிந்தது. இந்திய அரசியலமைப்புச் சட்டத்தில் கொண்டுவரப்பட்ட 42-வது திருத்தம் நாடாளுமன்றத்திற்கு வானளாவிய அதிகாரத்தைக் கொடுத்தது.

அந்தக் கட்டத்தில் இந்தியா ஒரு சர்வாதிகார நாடாக மாறியிருந்திருக்கக்கூடும். ஆனால், என்ன காரணத்தினாலோ, இந்திரா காந்தி 1977 இல் நெருக்கடி நிலையைத் திரும்பப் பெற்றுக் கொண்டு தேர்தலை அறிவித்தார். அத்தேர்தலில் அவருடைய கட்சி

படுதோல்வி அடைந்ததோடு, அவரும் தோற்றுப் போனார். இந்திரா காந்தி கொண்டு வந்த 42-வது அரசியலமைப்புச் சட்டத் திருத்தத்தில் இடம்பெற்றிருந்தவற்றை நீக்கும் விதத்தில், 43-வது மற்றும் 44-வது அரசியலமைப்புச் சட்டத் திருத்தங்கள் கொண்டுவரப்பட்டன. ஏகபோக அதிகாரங்களைத் தன் கையில் எடுக்க முனைகின்ற ஒரு தலைவர் முளைத்தால் இந்தியாவின் முக்கியமான அரசு நிர்வாக அமைப்புகளால் அவரை எதிர்த்து நிற்க முடியாது என்பதைத்தான் நெருக்கடி நிலை நிகழ்வு சுட்டிக்காட்டியது. பாரதிய ஜனதா கட்சித் தலைவர் எல்.கே. அத்வானி, நெருக்கடி நிலையின்போது பத்திரிகைகள் நடந்து கொண்ட விதம் குறித்துப் பத்திரிகையாளர்களிடம் பேசியபோது, அவர்களை அவர் இவ்வாறு கடுமையாகச் சாடினார்: "உங்களைக் குனியச் சொன்னால், நீங்கள் தரையில் நெடுஞ்சாண்கிடையாக விழுந்துவிட்டீர்களே!" துரதிர்ஷ்டவசமாக, இப்போதுகூட அவ்வளவாக எதுவும் மாறியிருக்கவில்லை.

இன்று இந்தியாவின் இருத்தலுக்கு உள்நாட்டிலிருந்து தீவிரமான அச்சுறுத்தல் எதுவும் முளைத்திருக்கவில்லை. எல்லா நேரங்களிலும் ஆங்காங்கே ஆயிரக்கணக்கான குட்டிக் குட்டிக் கலகங்கள் வெடித்துக் கொண்டுதான் இருக்கின்றன என்றாலும், அவற்றில் எதுவும் ஒட்டுமொத்த நாட்டையே துண்டாடப் போவதாக அச்சுறுத்திக் கொண்டிருக்கவில்லை. உண்மையில், மாற்றுக் கருத்துகளையோ அல்லது கண்ணோட்டங்களையோ சகித்துக் கொள்ளாத, லத்தியை எடுத்து மிரட்டிக் கொண்டு எதேச்சதிகாரப் போக்குடன் செயல்படுகின்ற ஓர் அரசாங்கம்தான் மிகப் பெரிய அச்சுறுத்தலாக இருக்கிறது. ஏனெனில், பல சமயங்களில், அதுதான் அதிகமான எதிர்ப்பைத் தூண்டுகிறது. அகில இந்தியக் குடிமுறை அரசுப் பணிகள், நீதித் துறை, இராணுவச் சேவைகள், துணை இராணுவச் சேவைகள் போன்றவற்றின் மூலமாக நாம் நிர்வாக ஒருங்கிணைப்பைச் சாத்தியமாக்கியிருக்கிறோம். அதேபோல, எல்லோருக்கும் பொதுவான சட்டங்களை உருவாக்கி நடைமுறைப்படுத்தியதன் மூலமாகச் சட்ட ஒருங்கிணைப்பையும், தேசியக் கட்சிகள், நாடாளுமன்றம், தேசியத் தேர்தல்கள் போன்றவற்றின் மூலமாக அரசியல் ஒருங்கிணைப்பையும், மாநிலங்களுக்கு இடையேயான வர்த்தகம், முதலீடு, தொழிலாளர் இடப்பெயர்ச்சி, தேசிய நிறுவனங்கள் போன்றவற்றின் மூலமாகப் பொருளாதார ஒருங்கிணைப்பையும், தேசிய மக்கள் நலத் திட்டங்கள், தேசியக் கல்வி நிறுவனங்கள், தேசிய அளவிலான தேர்வு முறைகள் மூலமாகச் சமூக ஒருங்கிணைப்பையும், தேசிய விளையாட்டுக் குழுக்கள், தேசியப் பொழுதுபோக்கு ஊடகங்கள், மாநிலம்விட்டு மாநிலம் இடம்பெயர்தல், கலப்புத் திருமணங்கள் போன்றவற்றின் மூலமாக தேசிய உணர்வு ஒருங்கிணைப்பையும் நாம் சாதித்திருக்கிறோம்.

இந்தியா என்ற நாடு பல துண்டுகளாகச் சிதறிவிடுமோ என்று இந்திய அரசியலமைப்புச் சட்டத்தை உருவாக்கியவர்கள் கொண்டிருந்த

பயம், நாம் பெரிதாகக் கவலைப்பட வேண்டிய ஒரு விஷயமாக இனியும் இல்லை. எனவே, அரசு எல்லைமீறிப் போய்விடாமல் பார்த்துக் கொள்வதற்கு வேண்டிய கட்டுப்பாடுகளை இப்போது நாம் வலுப்படுத்த வேண்டும். இக்கட்டுப்பாடுகள், மக்களுக்காக இன்னும் அதிகமாகச் செய்வதற்கு அரசாங்கத்தை உந்தித் தள்ளும். நாங்கள் முன்மொழிந்துள்ள இலட்சியவாதப் பாதையில் இந்தியா அடியெடுத்து வைப்பதற்கு இது இன்றியமையாதது. ஏற்கனவே அதிகார பீடத்தில் அமர்ந்து கொண்டு தன்னுடைய அரசியல் ஆதாயத்திற்காக அரசு இயந்திரங்களைப் பயன்படுத்துவதற்குப் பழகிப் போயுள்ள ஓர் எதேச்சதிகார அரசாங்கம் அவற்றை அவ்வளவு எளிதாக விட்டுக்கொடுக்காது. எதிர்க்கட்சிகளுக்கு இடையேயான ஒரு கூட்டணிதான் இப்போதைக்கு நமக்கு நம்பிக்கையளிக்கக்கூடிய ஒரே விஷயமாக இருக்கிறது. ஒரே ஒரு கட்சி கட்டுப்பாடற்ற அதிகாரத்தைக் கைப்பற்றினால் என்ன நடக்கும் என்பதை ஏற்கனவே அக்கூட்டணி அறிந்திருக்கும் என்பதால், தற்போதைய நிலைமையை மாற்றுவதற்கான அம்சங்களை அது தன்னுடைய தேர்தல் அறிக்கையில் சேர்த்துக் கொள்வதோடு, அவற்றை அர்ப்பணிப்போடு செயல்படுத்தவும் முனையும். நெருக்கடி நிலைக்குப் பிறகு ஆட்சிக்கு வந்த ஜனதா கட்சி அரசு, 43-வது மற்றும் 44-வது அரசியலமைப்புச் சட்டத் திருத்தங்களைக் கொண்டு வந்ததன் மூலம் துல்லியமாக இதைத்தான் சாதித்தது.

தொழிலதிபர்கள் மற்றும் ஊடக நிறுவனங்களின் வளைந்து கொடுத்துப் போகும் தன்மை

இந்தியாவில் தனியார் தொழில்கள் பொதுவாகவே அரசை எதிர்த்துக் கேள்வி கேட்பதில்லை. இந்தப் போக்கு மிக ஆழமாக ஊடுருவியுள்ளது. தொழிலதிபர்களின் பலவீனமான ஆளுமைகள் இதற்குக் காரணமாக இருக்க வாய்ப்பில்லை. மாறாக, நாம் சுதந்திரம் அடைந்ததிலிருந்து, ஆட்சியில் இருந்த அரசுகள், நியமிப்பதற்கும், வெகுமதியளிப்பதற்கும், தண்டிப்பதற்குமான அளப்பரிய திறனைப் படிப்படியாகக் கைவசப்படுத்தி வந்துள்ளன. இதனால், தன்னுடைய அதிகாரத்தைக் கேள்வி கேட்கின்ற எவரொருவரையும் அரசாங்கத்தால் தன் விருப்பத்திற்கு ஆட்டுவிக்க முடிகிறது.

எடுத்துக்காட்டாக, அரசுக்கு வளைந்து கொடுத்துப் போகின்ற பத்திரிகைகளுக்கும் ஊடகங்களுக்கும் பெரும் எண்ணிக்கையில் அரசு விளம்பரங்கள் கிடைக்கின்றன. அரசை விமர்சித்தால், இப்படிக் கிடைக்கின்ற வருவாய் நின்றுவிடும். பலதரப்பட்ட ஊடக நிறுவனங்களில் வேலை பார்த்துவிட்டு இப்போது தனியாகச் செயல்பட்டுக் கொண்டிருக்கின்ற கரண் தாப்பர் என்ற பத்திரிகையாளர், “வேறு பல விதங்களிலும் ஊடக நிறுவனங்கள்மீது அழுத்தம்

கொடுக்கப்படும்," என்று கூறுகிறார். எடுத்துக்காட்டாக, ஊடக நிறுவனங்கள் கருத்தரங்குகள் நடத்துவதன் மூலம் பெரும் பணம் சம்பாதிக்கின்றன. தனக்குச் சாதகமாக இல்லாத ஊடக நிறுவனங்கள் நடத்துகின்ற கருத்தரங்குகளுக்குத் தன்னுடைய பிரதிநிதிகளை அனுப்பாமல் இருப்பதன் மூலம் அரசாங்கத்தால் அவற்றின் இறக்கைகளைக் கத்தரிக்க முடியும்.

ஊடக நிகழ்ச்சிகளுக்கு விளம்பர ஆதரவு கொடுக்கின்ற நிறுவனங்கள் அல்லது தனிநபர்கள், சில சமயங்களில், அரசாங்கத்தால் நேரடியாகவோ அல்லது மறைமுகமாகவோ வற்புறுத்தலுக்கு உள்ளாக்கப்படுவதும் நிகழ்கிறது. எடுத்துக்காட்டாக, கரண் தாப்பரின் நிகழ்ச்சிக்கு விளம்பர ஆதரவு கொடுத்து வந்த ஒரு விளம்பரதாரர், அரசாங்க உயரதிகாரி ஒருவரைச் சந்திக்கச் சென்றபோது, அவர் கரண் தாப்பரின் நிகழ்ச்சிக்கு விளம்பர ஆதரவு தருவது குறித்து அரசாங்கம் மகிழ்ச்சியாக இல்லை என்று அந்த அதிகாரி அவரிடம் மறைமுகமாகக் குறிப்பிட்டார். சில காலம் கழித்து அந்நபர் மீண்டும் அந்த அதிகாரியைச் சந்திக்கச் சென்றபோது, அந்த விளம்பர ஆதரவின் நிலை என்ன என்று அந்த அதிகாரி அவரிடம் கேட்டார். அதன் அர்த்தத்தைப் புரிந்து கொண்ட அந்த விளம்பரதாரர், கரண் தாப்பரின் நிகழ்ச்சிக்குக் கொடுத்து வந்த விளம்பர ஆதரவை விலக்கிக் கொண்டார்.

ஊடக நிறுவனங்களைத் தன் இஷ்டத்திற்கு வளைப்பதற்கு அரசாங்கத்திடம் இதைவிடவும் அதிக வலிமையான ஆயுதங்கள் இருக்கின்றன. ஜாக் டோர்சி, டுவிட்டர் நிறுவனத்தின் முதன்மை நிர்வாக அதிகாரியாக இருந்தபோது, அந்நிய அரசாங்கங்கள் டுவிட்டர்மீது பிரயோகித்திருந்த அழுத்தங்கள் குறித்து ஒரு பேட்டியின்போது அவரிடம் கேட்கப்பட்டது. அதற்கு அவர் இவ்வாறு பதிலளித்தார்: "இந்திய விவசாயிகள் போராட்டம் நடத்திய விவகாரத்திலும், அரசாங்கத்தை விமர்சித்து வந்த சில குறிப்பிட்டப் பத்திரிகையாளர்கள் விஷயத்திலும், இந்திய அரசாங்கம் எங்களைப் பல விதங்களில் நிர்ப்பந்தித்தது. 'நாங்கள் சொல்கின்றபடி நடந்து கொள்ளாவிட்டால், இந்தியாவில் டுவிட்டரை முடக்கிவிடுவோம்,' 'உங்களுடைய அலுவலகத்தை இழுத்து மூடிவிடுவோம்,' 'உங்கள் ஊழியர்களின் வீடுகளில் அதிரடிச் சோதனைகளில் ஈடுபடுவோம்,' என்றெல்லாம் நாங்கள் மிரட்டப்பட்டோம். எங்களைப் பொறுத்தவரை, இந்தியா ஒரு மிகப் பெரிய சந்தை. இந்த மிரட்டல்கள் ஒரு ஜனநாயக நாடான இந்தியாவில் நிகழ்ந்தது என்பதுதான் இங்கு முக்கியம்." ஆனால், டோர்சி கூறியது பொய்யென்று இந்திய அரசாங்கம் அவர்மீது குற்றம் சாட்டியது.

பொதுவாக, தனக்கு இணக்கமாகச் செயல்படாத ஊடக

நிறுவனங்களை வைத்திருக்கின்ற தொழிலதிபர்கள் அல்லது தொழில் நிறுவனங்களை ஆசை வார்த்தைகள் மூலமோ அல்லது மிரட்டல்கள் மூலமோ அடிபணிய வைக்க அரசு முயற்சிக்கும். அதற்கு, அரசு ஒப்பந்தங்கள், அனுமதிகள், அதிரடிச் சோதனைகள் போன்றவற்றை அது பயன்படுத்தும். ஓர் அரசாங்கத்தின் கொள்கைகளையோ அல்லது அதன் வரவு-செலவுத் திட்டத்தையோ பற்றி அரிதாகவே விமர்சனங்கள் வரும். ஆட்சியில் இருக்கும் அரசுக்குத் தொழில் நிறுவனங்கள் எவ்வளவு தூரம் அடிபணிந்து நடந்து கொள்கின்றன என்பதையே இவை காட்டுகின்றன.

ஓர் ஊடக நிறுவனத்தின் உரிமையாளர், அரசாங்கத்தைத் தீவிரமாக விமர்சிக்கின்ற தன்னுடைய நிருபர்களுக்குக் கடிவாளம் போடத் தவறினால், அரசு தனக்கு நெருக்கமான ஊடக நிறுவனங்களைத் தூண்டிவிட்டு அந்நிறுவனத்தை விலைக்கு வாங்க வைத்துவிடும். இத்தகைய அதிகாரங்களை, சில அரசுகள் மற்றவற்றைவிட அதிகமாகத் தவறாகப் பயன்படுத்துவதால், பெரும் ஊடக நிறுவனங்களிலுள்ள, தொடர்ந்து அரசை விமர்சித்து வருகின்ற பத்திரிகையாளர்கள் அவர்களுடைய வேலைகளிலிருந்து தூக்கியெறியப்படுகின்றனர். இந்தியாவில் இன்று ஒருவர் அரசை விமர்சிக்க விரும்பினால், அவர் துணிச்சல்மிக்கவராகவும், வாழ்க்கை நடத்துவதற்கு வேறு ஏதேனும் வருவாய் மூலாதாரம் உடையவராகவும் இருக்க வேண்டும். அல்லது, தன்மீது கட்டவிழ்த்துவிடப்படக்கூடிய பொருளாதார நெருக்கடியை அனுபவிக்க அவர் தயாராக இருக்க வேண்டும். அதனால்தான், பெரும்பாலான பத்திரிகையாளர்கள் அரசுக்கு ஆதரவாகக் கோஷம் போடுபவர்களாக மாறிவிடுகின்றனர்.

முதுகெலும்புடன் செயல்பட வேண்டும் என்று ஒரு சட்டம் இயற்ற முடியாது. முழுமையான பத்திரிகைச் சுதந்திரம் இருக்கின்ற நாடுகளில், விமர்சகர்களை அரசு மிரட்டினால், சுதந்திரமான ஊடகத் துறை அந்த அரசின்மீது பாய்ந்து அதைக் கடித்துக் குதறிவிடும். வளைந்து கொடுத்துப் போவது வழமையாக ஆகிப் போயுள்ள நாடுகளில், விமர்சகர்கள் குறி வைக்கப்பட்டுக் கடுமையாகத் தாக்கப்படுகின்றனர். அதைக் கவனிக்கக்கூட யாரும் துணிவதில்லை, அந்த விஷயம் பொதுவெளியில் விவாதிக்கப்படுவதும் இல்லை.

இந்தியாவில் வணங்காமுடிகளாகச் செயல்பட்டுக் கொண்டிருக்கின்ற பத்திரிகையாளர்களைப் பாராட்டுவதற்கு மேலாகவேறு என்ன செய்யலாம்? தேவையானபோது மட்டுமே வெகுமதியோ அல்லது தண்டனையோ வழங்கக்கூடிய விதத்தில் அரசின் அதிகாரம் மட்டுப்படுத்தப்பட வேண்டும். அரசின் அந்த நடவடிக்கைகளிலும் குறிப்பிடத்தக்க அளவு வெளிப்படைத்தன்மை இருக்க வேண்டும். எடுத்துக்காட்டாக,

தேசிய அல்லது மாநில அரசியல் தலைவர்களின் சாதனைகளை உரக்க முழங்கி, அரசின் செலவில், மிக அதிக எண்ணிக்கையில் நாளிதழ்களின் முதல் பக்கங்களில் முழுப்பக்க விளம்பரங்கள் கொடுக்கப்படுகின்ற வழக்கம் சில வளரும் நாடுகளில் நிலவுகிறது. இது மக்களின் வரிப் பணத்தில் நடத்தப்படுகின்ற அரசியல் பிரச்சாரமாகும். இத்தகைய விளம்பரப் பிரச்சாரங்கள், ஆட்சியில் இருக்கின்ற கட்சிக்குப் பெரும் அனுகூலத்தைக் கொடுக்கிறது. அரசு விளம்பரங்கள் அனைத்தும் ஒரு பொதுநல நோக்கத்தைக் கொண்டிருக்க வேண்டும் என்பதைக் கட்டாயமாக்கினால் என்ன? தடுப்பூசி போட்டுக் கொள்ளும்படி மக்களை ஊக்குவிக்கின்ற விளம்பரம் இதற்கான ஒரு நல்ல எடுத்துக்காட்டு. ஆனால், அதில் எந்த அரசியல் தலைவரின் படமோ அல்லது பெயரோ இடம்பெற்றிருக்கக்கூடாது.

ஆனால், எந்தக் கட்சி ஆட்சியில் இருந்தாலும், அது இப்படிப்பட்ட மாற்றங்களைக் கொண்டுவர விரும்பாது என்பது வெளிப்படை. மாற்றம் ஏற்படுவதற்கு, ஊடகங்கள் தம்முடைய விழுமியங்களை அரசிடம் அடகு வைத்துவிடுகின்ற போக்கை வெளிச்சம் போட்டுக் காட்டுவதற்கும், தங்களை உயர்த்திக் காட்டிக் கொள்வதற்காகப் பொதுமக்களின் வரிப் பணத்தைத் தவறாகப் பயன்படுத்துகின்ற அரசியல் தலைவர்களின் முகமூடிகளைக் கிழித்து அவர்களை அம்பலப்படுத்துவதற்குமான ஒருங்கிணைக்கப்பட்ட முயற்சிகளில் சமூகம் தொடர்ந்து ஈடுபட்டு வர வேண்டும்.

விவாதிப்பதற்கும், நியமிப்பதற்கும், வெகுமதியளிப்பதற்கும், தண்டனை வழங்குவதற்குமான உரிமை

பல்வேறு இனங்கள், சாதிகள், மதங்கள், மொழிகள், மற்றும் கலாச்சாரங்களைக் கொண்ட மக்களை உள்ளடக்கிய ஒரு நாடுதான் இந்தியா. ஒரு நாட்டிலுள்ள மக்களிடையே இத்தகைய பெரும் வேறுபாடுகள் நிலவுகின்றபோது, அந்நாடு மேற்கொள்கின்ற தீர்மானங்கள், இத்தகைய பலதரப்பட்டப் பிரிவினரின் உணர்ச்சிகளை மதிக்கின்ற விதத்திலும், அவர்களுக்கு இடையே பிளவு ஏற்படாமல் பார்த்துக் கொள்கின்ற விதத்திலும் இருக்க வேண்டும். கருத்து வேறுபாடுகள் முளைக்கும்போது, தங்களுக்கு அநீதி இழைக்கப்பட்டிருப்பதாகக் கருதுகின்ற குழுவினர், வன்முறையற்ற ஒரு முறையில் தங்களுடைய கோபத்தை வெளிப்படுத்துவதற்கு ஜனநாயகம் அனுமதியளிக்கிறது. கருத்து முரண்பாடுகளால் தூண்டப்படுகின்ற கோபதாபங்கள், சிறுகச் சிறுகச் சேர்ந்து பெரிய கூட்டுக் கோபமாக வெடிப்பதைவிட, அன்றாடக் குட்டிக் கலகங்களாக வெளிக் கிளம்புவது எப்போதுமே நல்லது. இதற்கு,

செம்மையாகச் செயல்படுகின்ற ஒரு நாடாளுமன்றமும், துடிப்புடன் செயல்படுகின்ற எதிர்க்கட்சிகளும் இந்தியாவுக்குத் தேவை. அப்போது மக்களின் பிரச்சனைகளை அங்கு எடுத்துரைக்க முடியும், அவற்றின்மீது விவாதம் நடத்தி ஒரு தீர்மானத்திற்கு வர முடியும். சமீப ஆண்டுகளில், அதீதப் பெரும்பான்மையுடன் ஆட்சியமைத்த அரசுகள், முக்கியமான விவாதங்களை அடக்கி ஒடுக்கியுள்ளன. மறுபுறம், இதனால் அதிருப்தி அடைந்த எதிர்க்கட்சிகள், அமளிதுமளியில் இறங்கி, நாடாளுமன்றத்தைச் செயல்படவிடாமல் தடுத்துள்ளன.

சட்ட அறிஞர் தருணாப் கெய்த்தான் சுட்டிக்காட்டுவதுபோல, "எதிர்க்கட்சித் தலைவர், ஆட்சியிலுள்ள அரசின் ஓர் அங்கம்போலப் பார்க்கப்படக்கூடாது, மாறாக, நாட்டின் ஓர் அங்கம்போலப் பார்க்கப்பட வேண்டும்." அவர் மேலும் சில பரிந்துரைகளை வழங்குகிறார். அந்த எதிர்க்கட்சித் தலைவருக்கு அரசின் செயல்பாடுகள் எடுத்துரைக்கப்பட வேண்டும். அதோடு, இராணுவத் தலைமை அதிகாரிகள், உளவு அமைப்புகளின் தலைவர்கள் மற்றும் பிற அரசு அதிகாரிகளுடன் விவாதம் நடத்துவதற்கு அவர்களை அழைப்பதற்கான உரிமையும் அந்த எதிர்க்கட்சித் தலைவருக்கு இருக்க வேண்டும். இது, இராணுவ அதிகாரிகள் மற்றும் பிற அரசு அதிகாரிகளின் விசுவாசம் தனி ஆளுமைகளிடமோ அல்லது ஆட்சியில் இருக்கும் கட்சியிடமோ இல்லாமல், நாட்டின்மீது இருப்பதற்கு வழி செய்யும். நாடாளுமன்றம் நடைபெற்றுக் கொண்டிருக்கும்போது, வாரத்தில் ஒரு நாள், தான் விரும்புகின்ற விஷயங்கள் குறித்து அங்கு விவாதிப்பதற்கான உரிமை எதிர்க்கட்சித் தலைவருக்கு இருக்க வேண்டும். அக்கூட்டங்களுக்கு, எதிர்க்கட்சியைச் சேர்ந்த துணை சபாநாயகர் தலைமை தாங்க வேண்டும். அங்கு வாக்கெடுப்புகள் நடைபெற அனுமதிக்கப்படக்கூடாது. அரசின் தீவிர விசுவாசிகள் எவருடைய குறுக்கீடும் இல்லாமல் எதிர்க்கட்சியினர் ஆளுங்கட்சிமீது விமர்சனக் கருத்துகளை வெளிப்படுத்துவதற்கான சூழல் அங்கு நிலவ வேண்டும்.

நம்முடைய அரசு அமைப்புகளுக்கு அதிக சுதந்திரம் தேவை. இப்போது அப்படிச் செயல்பட்டுக் கொண்டிருக்கின்ற ஓர் அமைப்பு நம்முடைய நீதித் துறை. குறிப்பாக, உச்ச நீதிமன்றம். சில சமயங்களில் அது அரசின் தலையில் குட்டவும் தயங்குவதில்லை. அரசியலமைப்புச் சட்ட வல்லுநரான பேராசிரியர் கிரான்வில் ஆஸ்டின் இவ்வாறு சுட்டிக்காட்டுகிறார்: "இந்திய அரசியல் நிர்ணய சபையின் வரைவுக் குழு, தன்னிச்சையாக இயங்கக்கூடிய நீதித் துறையின் முக்கியத்துவத்தை உணர்ந்திருந்ததால்தான், மற்ற அனைத்தையும்விட இதை விவாதிப்பதற்கு அதிகமான நேரத்தை எடுத்துக் கொண்டது." ஆனாலும், நீதிபதிகளின் நியமனம் குறித்து நம்முடைய அரசியலமைப்புச் சட்டம் முன்மொழிந்திருந்த செயல்முறை, அரசின் தலையீடுகளைத் தவிர்ப்பதற்குப் போதுமானதாக இல்லை. நீதிபதிகளின் நியமனம் குறித்த அரசின் தலையீட்டுக்கான மிகச் சிறந்த எடுத்துக்காட்டு, எச்.ஆர்.கன்னா.

இந்தியாவில் நெருக்கடி நிலை அமல்படுத்தப்பட்டபோது, பொதுமக்களின் அடிப்படை உரிமைகளை நிறுத்தி வைப்பதற்கான வழக்கு உச்ச நீதிமன்றத்திற்கு வந்தபோது, கன்னாவைத் தவிர மற்ற நீதிபதிகள் அரசுக்குச் சாதகமாகத் தீர்ப்பு வழங்கினர். உச்ச நீதிமன்றத்தின் தலைமை நீதிபதியின் பதவி காலியானபோது, கன்னா அப்பதவிக்குத் தகுதியானவராக இருந்தும் அவருக்கு அப்பதவி வழங்கப்படவில்லை. மற்ற நீதிபதிகளுக்கு மறைமுகமாகத் தெரிவிக்கப்பட்டச் செய்தி அது.

பின்னர், நீதித் துறை, நீதிபதிகளை நியமிப்பதற்கான உரிமையை அரசாங்கத்திடமிருந்து தன்னிடம் மாற்றிக் கொண்டது. இன்று நீதிபதிகளின் நியமனம் உச்ச நீதிமன்றத்தின் தலைமை நீதிபதியின் தலைமையின் கீழ் இயங்குகின்ற ஒரு குழுவின் வசம் உள்ளது. உச்ச நீதிமன்றத்தின் தலைமை நீதிபதியின் பதவி காலியானால், உச்ச நீதிமன்றத்தில் இருக்கின்ற நீதிபதிகளில் வயதில் மூத்தவருக்கு அப்பதவி வழங்கப்படுகின்ற முறையும் அமலுக்கு வந்தது.

அதற்குப் பிறகு, நீதிபதிகளை நியமிப்பதற்கான அதிகாரத்தை மீண்டும் தங்கள் வசம் எடுத்துக் கொள்ள இந்திய ஆட்சியாளர்கள் பல முறை முயன்றனர். ஆனால், உச்ச நீதிமன்றம் இந்த விஷயத்தில் அசைந்து கொடுக்கவில்லை. இன்று உச்ச நீதிமன்றம் அளவுக்கதிகமான அதிகாரத்தை அனுபவித்துக் கொண்டிருக்கிறது என்று ஒருவர் வாதிடக்கூடும். யாருக்கும் பதில் சொல்ல வேண்டிய கட்டாயம் உச்ச நீதிமன்றத்திற்கு இல்லை. இதுவும் ஜனநாயகத்திற்கு நல்லதல்ல. ஆனால், ஆட்சியிலுள்ள அரசாங்கத்தின் தலையீடு இல்லாத, ஒளிவுமறைவற்ற ஒரு தேர்ந்தெடுப்புச் செயல்முறை நடைமுறைப்படுத்தப்படும்வரை, இந்த அதிகாரம் நீதிபதிகளின் கைகளில் இருப்பதே மேல்.

சுதந்திரமான நியமன முறை, விஷயங்கள் சுதந்திரமாக நடைபெறும் என்பதற்கான உத்தரவாதத்தை அளிக்காது. ஏற்கனவே குறிப்பிட்டிருந்ததுபோல, உச்ச நீதிமன்றத் தலைமை நீதிபதிகளுக்கு வானளாவிய அதிகாரம் இருக்கிறது. இந்திய உச்ச நீதிமன்றத்தில் 34 நீதிபதிகள் இருக்கின்றனர். உச்ச நீதிமன்றத்திற்கு வருகின்ற வழக்குகள், அவற்றின் அரசியலமைப்புச் சட்ட முக்கியத்துவத்தைப் பொறுத்து, இரண்டு முதல் ஒன்பது நீதிபதிகள்வரை உள்ள குழுக்களுக்கு ஒதுக்கப்படும். நீதிபதிகள் வெவ்வேறு பக்கச்சார்புகளைக் கொண்டிருப்பர். எடுத்துக்காட்டாக, ஒரு நீதிபதி மரண தண்டனையை ஆதரிப்பவராக இருப்பார், மற்றொருவர் அதை ஆயுள் தண்டனையாகக் குறைப்பார். எனவே, எந்த வழக்கை எந்த நீதிபதி விசாரித்தால் பொருத்தமாக இருக்கும் என்பதைத் தீர்மானிக்கின்ற உச்ச நீதிமன்றத் தலைமை நீதிபதி, சில சமயங்களில் அந்த வழக்கில் தானே முடிவெடுக்கக்கூடும்.

இந்திய உச்ச நீதிமன்றத் தலைமை நீதிபதிக்கு வேறு சில அதிகாரங்களும் உள்ளன. இதன் காரணமாக, ஆட்சியில் இருக்கின்ற அரசு, உச்ச நீதிமன்றத் தலைமை நீதிபதிக்கு, வெகுமதி (எடுத்துக்காட்டு: ஓய்வுக்குப் பிறகு மாநிலங்களவையில் நியமன

உறுப்பினர் பதவி அல்லது ஏதாவது ஓர் அரசு அமைப்பின் தலைமைப் பதவி வழங்கப்படும் என்று ஆசை காட்டுதல்) அல்லது தண்டனை (எடுத்துக்காட்டு: ஒரு நீதிபதியின் கடந்தகால மோசமான நடத்தையின்மீது விசாரணை நடத்தப்படும் என்று மிரட்டுதல்) ஆகிய இரண்டில் ஒன்றைக் காட்டி அவரைத் தன் இஷ்டத்திற்கு ஆட வைக்க முயற்சிக்கும். இந்த நெருக்கடியை எதிர்கொள்கின்ற துணிச்சல் அனைத்துத் தலைமை நீதிபதிகளுக்கும் இருக்காது என்பதால், உச்ச நீதிமன்றத் தலைமை நீதிபதியிடம் அதிகாரம் குவிந்து கிடப்பது கவலைக்குரிய ஒரு விஷயம்தான்.

இந்திய உச்ச நீதிமன்றத் தலைமை நீதிபதிமீது அரசு தன் செல்வாக்கைப் பயன்படுத்த முயற்சிக்கின்ற அனைத்து வழிகளையும் அடைக்க முயல்வது வெட்டி வேலை. அதற்குப் பதிலாக, உச்ச நீதிமன்றத் தலைமை நீதிபதி தன் விருப்பம்போலத் தீர்மானிப்பதற்கு இருக்கும் உரிமையை மட்டுப்படுத்துவதன்மீது கவனம் செலுத்துவதுதான் விவேகமான செயலாக இருக்கும். தற்போது இருக்கின்ற உச்ச நீதிமன்றத்தைப் பிரித்து, அரசியலமைப்புச் சட்டம் தொடர்பான வழக்குகளை மட்டும் விசாரிப்பதற்கு ஓர் அரசியலமைப்புச் சட்ட நீதிமன்றத்தையும், கீழ் நீதிமன்றங்களிலிருந்து வருகின்ற மேல்முறையீட்டு வழக்குகளை விசாரிப்பதற்கு ஐந்து நீதிமன்றங்களையும் உருவாக்கலாம் என்று இந்திய முன்னாள் நிதியமைச்சரும் உச்ச நீதிமன்ற வழக்கறிஞருமான ப. சிதம்பரம் யோசனை தெரிவித்துள்ளார். எந்த வழக்குகள் உச்ச நீதிமன்றத்திற்கு அனுப்பி வைக்கப்படலாம் என்பதற்கான வரையறையைக் குறுக்குவதன் மூலம், உச்ச நீதிமன்றத்திடம் நிலுவையில் இருக்கும் வழக்குகளின் எண்ணிக்கையைக் குறைக்க முடியும். உச்ச நீதிமன்றத்திற்கு வருகின்ற வழக்குகளைப் பிரித்து நீதிபதிகளுக்கு ஒதுக்குகின்ற பணியைத் தலைமை நீதிபதியிடமிருந்து எடுத்துவிட்டு, அதற்குப் பதிலாகக் குலுக்கல் முறையை நடைமுறைப்படுத்தலாம் என்பது மற்றொரு யோசனையாகும்.

இந்தியாவிலுள்ள தேசிய அமைப்புகளின் தலைவர்களையும் உயரதிகாரிகளையும் நியமிப்பதற்கும், அவர்களுக்கு வெகுமதியளிப்பதற்கும், அவர்களைத் தண்டிப்பதற்கும் அரசாங்கத்திற்கு இருக்கின்ற அதிகாரத்தை மட்டுப்படுத்துவதன் மூலம், தேசிய அமைப்புகள் சுதந்திரமாகச் செயல்படுவதற்கு வழிவகை செய்ய முடியும். அரசாங்கம் அத்துமீறி நடந்து கொள்வதை அது தடுக்கும். அதே நேரத்தில், அந்த அமைப்புகளிடம் அதிகாரம் அளவுக்கதிகமாகக் குவிந்துவிடாமல் பார்த்துக் கொள்ள வேண்டியதும் முக்கியம்.

அதற்காக, எல்லா அமைப்புகளையும் ஒன்றுபோல நடத்த வேண்டியதில்லை. இந்திய ரிசர்வ் வங்கி போன்ற அமைப்புகள் சுதந்திரமாகச் செயல்பட அனுமதிப்பது முக்கியமானது. எடுத்துக்காட்டாக, ரிசர்வ் வங்கி, பணவீக்கம் அதிகரிக்காமல் பார்த்துக் கொள்வதற்குத் தேவையான நடவடிக்கைகளைத் தன்னிச்சையாக மேற்கொள்ள அனுமதிக்கப்பட வேண்டும்.

அதே நேரத்தில், ஏழைகளுக்கு நிதி கிடைக்க வழி செய்தல் போன்ற பல வளர்ச்சித் திட்டங்களுக்கு, ரிசர்வ் வங்கி, அரசுடன் ஒத்துழைக்க வேண்டும். இதுபோன்ற சூழல்களில் முழுமையான சுதந்திரம் தேவையில்லை என்பதோடு, அது விரும்பத்தக்கதும் அல்ல. இது போன்ற அமைப்புகளின் தலைவர்களை நியமிப்பதில் அரசாங்கத்திற்கு ஒரு நியாயமான அளவு அதிகாரம் இருக்க வேண்டும்.

சிபிஐ, அமலாக்கத் துறை போன்ற அமைப்புகளை ஆளுங்கட்சி வேட்டை நாய்களாகப் பயன்படுத்துகின்ற போக்கு நிலவுவதால், அவற்றின் தலைவர்களையும் உயரதிகாரிகளையும் நியமிக்கின்ற அதிகாரம், அரசின் தலையீடு இல்லாமல் தனித்து இயங்குகின்ற ஒரு குழுவின் வசம் ஒப்படைக்கப்பட வேண்டும். அக்குழுவில், மேன்மைமிகு பெருமக்கள், துறைசார் வல்லுநர்கள் போன்றோர் இடம்பெறலாம். அவர்களில் பாதிப் பேர் அரசாலும், மீதிப் பேர் எதிர்க்கட்சித் தலைவராலும் நியமிக்கப்பட வேண்டும். சுதந்திரமான அமைப்புகளின் தலைமைப் பதவியின் அந்தஸ்தைக் குறைப்பதற்கு ஆளுங்கட்சி முன்வைக்கின்ற முன்மொழிவுகளை மக்கள் சமூகம் தீவிரமாகப் பரிசீலிக்க வேண்டும். ஏனெனில், அந்தஸ்தில் கீழ்நிலையில் இருப்பவர்களை அரசால் எளிதாக அடிபணிய வைத்துவிட முடியும்.

இறுதியாக, ஒரு துடிப்பான சமுதாயம், அதிகாரத்தைப் பரவலாக்க உதவுவதற்கு, அரசாங்கத்திற்கு வெளியே பல விதமான அமைப்புகளைக் கொண்டிருக்கும். அரசியல் கட்சிகளின் தலைவர்கள் எதேச்சதிகாரிகளாக உருவெடுத்துவிடாமல் இருப்பதற்கு, அந்த அரசியல் கட்சிகளே கட்டுப்பாடுகளை நிர்ணயித்துக் கொள்ள முடியும். ஒரு கட்சிக்குள் ஜனநாயகம் இல்லாவிட்டால் இது சாத்தியப்படாது. தேர்தல் ஆணையத்திடம் தம்மை ஓர் அரசியல் கட்சியாகப் பதிவு செய்து வைத்திருக்கின்ற அரசியல் கட்சிகள், தம்முடைய சின்னங்களைத் தக்க வைத்துக் கொள்வதற்கு முறையான இடைவெளிகளில் உட்கட்சித் தேர்தல் நடத்த வேண்டும் என்ற விதி கொண்டுவரப்பட வேண்டும். அதேபோல, அரசியல் கட்சிகளின் தலைவர்களிடம் ஏகப்பட்ட அதிகாரங்கள் குவிந்து கிடப்பதற்கு அனுமதிக்காமல் இருப்பதும் நல்லது.

அரசுசாரா அமைப்புகள் போன்ற சமூக அமைப்புகளும், அரசாங்கம் பலவீனமாக இருக்கும் இடங்களில் உதவிக்கு வரலாம். 2021 ஆம் ஆண்டு பிப்ரவரி மாதத்திற்கும் மே மாதத்திற்கும் இடையே கொரோனா வைரஸின் இரண்டாவது அலை வீசியபோது, பல தொண்டு நிறுவனங்கள் களத்தில் குதித்தது இதற்கான ஓர் எடுத்துக்காட்டு. தங்களுக்கு அடிபணியாத சமூக அமைப்புகள்மீது, அவற்றுக்கு வருகின்ற நிதியுதவிகளைத் தடுப்பது, அவற்றின்மீது அதிரடிச் சோதனைகள் நடத்துவது போன்ற எதேச்சதிகாரமான நடவடிக்கைகளை அரசாங்கம் எடுக்காமல் இருப்பதை உறுதி செய்கின்ற, சட்டரீதியான கூடுதல் பாதுகாப்புகள் அவற்றுக்கு அளிக்கப்பட வேண்டும். சமூக அமைப்புகள் ஜனநாயகத்திற்குச்

செழிப்பூட்டுகின்றன, அப்போதிருக்கின்ற ஆளும் அரசு எல்லை மீறாமல் பார்த்துக் கொள்கின்றன. இது நீண்டகால நோக்கில் மிகவும் நல்லது. அரசாங்கத்திற்கு எதிராகக் குரல் கொடுப்பவர்கள் ஒடுக்கப்படக்கூடாது. அவர்கள் தேச விரோதிகள் என்று முத்திரை குத்தப்படக்கூடாது. அரசாங்கத்தை எதிர்ப்பது என்பது வேறு, தேச விரோதப் போக்கு என்பது வேறு.

அதிகாரப் பரவலாக்கம்

பொதுக் கொள்கை

இந்தியா கூட்டாட்சி அமைப்புமுறையைக் கொண்டிருந்தாலும், ஒன்றிய அரசிடம்தான் அதிகாரம் குவிக்கப்பட்டுள்ளது. ஒன்றிய அரசுக்கும் மாநில அரசுகளுக்கும் இடையே நிலவுகின்ற அதிகார இழுபறி தொடர்ந்து ஒரு சர்ச்சைப் பொருளாகவே இருந்து வருகிறது. சில சமயங்களில் அது அரசியலமைப்புச் சட்டச் சிக்கலாகக்கூட உருவெடுக்கிறது. ஒன்றிய அரசால் நியமிக்கப்படுகின்ற மாநில ஆளுநர்களின் அதிகாரங்கள், தில்லி, ஜம்மு மற்றும் காஷ்மீர் ஆகிய ஒன்றியப் பிரதேசங்களின் அந்தஸ்து போன்றவை இதற்கான சில எடுத்துக்காட்டுகள். ஒரு தேசிய நெருக்கடி நிலையின்போது, மாநில அரசுகளின் பற்களைப் பிடுங்கிவிட்டு அவற்றை அடக்கியாளும் அதிகாரமும் ஒன்றிய அரசுக்கு இருக்கிறது. ஆகவே, ஓர் எதேச்சதிகார ஒன்றிய அரசு, மாநில உரிமைகளைத் தன் கையில் எடுத்துக் கொண்டுவிடாமல் தடுப்பதற்கு, சுதந்திரமாக இயங்குகின்ற ஓர் உச்ச நீதிமன்றம் கண்டிப்பாகத் தேவை.

இந்தியாவில் இப்போது வலிமையான பிராந்தியக் கட்சிகள் இருந்தாலும், ஆதிக்கமான ஒரு மத்தியத் தலைமைத்துவத்திற்கு, ஒன்றிய அரசின்மீதும், அதன் கட்சி ஆட்சி செலுத்துகின்ற மாநிலங்கள்மீதும் மட்டுமல்லாமல், எதிர்க்கட்சிகள் ஆட்சி செய்கின்ற மாநிலங்கள்மீதும் ஏகப்பட்ட அதிகாரம் உள்ளது. இந்த அதிகாரம், ஒன்றிய அரசு நியமிக்கின்ற ஆளுநர்கள் மூலமாகவும், ஒன்றிய அரசின் கட்டுப்பாட்டில் இருக்கின்ற புலனாய்வு அமைப்புகள் மூலமாகவும், மாநில அரசுகளுக்கு உத்தரவாதமாகக் கொடுக்கப்பட வேண்டிய நிதிகளைக் கொடுப்பதற்கு அல்லது நிறுத்தி வைப்பதற்கு ஒன்றிய அரசுக்கு இருக்கும் திறன் மூலமாகவும் வெளிப்படுகிறது. ஓர் எதேச்சதிகார இந்திய அரசு என்பது தீர்மானங்கள் எடுக்கின்ற அதிகாரம் முழுவதும் மத்தியில் குவித்து வைக்கப்பட்டிருப்பதைக் குறிக்கிறது. எந்த அடிப்படையில் அந்தத் தீர்மானங்கள் எட்டப்பட்டன என்பது குறித்து யாரும் அதைக் கேள்வி கேட்க முடியாததையும் அது குறிக்கிறது.

வளர்ச்சியின் தொடக்கக் காலகட்டங்களில், அரசின் கொள்கைகள் ஓரளவு தெளிவாக இருக்கும். சாலைகள் அமைத்தல், இரயில் பாதைகள் அமைத்தல், சில பொருட்களுக்கான இறக்குமதி வரிகளை நீக்குதல் போன்றவை அவற்றில் சில. நாம் ஏற்கனவே

சீனா விஷயத்தில் பார்த்ததுபோல, உள்ளூர் அதிகாரிகள் உள்ளூர் தொழில் நிறுவனங்களை ஊக்குவிக்கின்ற விதத்தில், மத்தியிலிருந்து திணிக்கப்படுகின்ற விதிமுறைகளைச் சிறிது தளர்த்த வேண்டும். ஆனால், இந்தியாவில் இருப்பதைப்போல, அதிகாரத்தைத் தன் வசம் குவித்து வைத்துள்ள அரசு அதிகாரிகள் அமைப்புமுறை, உள்ளூர் நிர்வாகம் தன்னுடைய சூழலுக்கு ஏற்பச் செயல்பட அனுமதிப்பதில்லை.

ஒரு நாட்டில் பொருளாதாரம் வளர்ச்சியடைகின்றபோது, மையமயமாக்கம் மேலும் பிரச்சனைக்குரியதாக ஆகிறது. ஏனெனில், பெரிய, சிக்கலான பொருளாதாரங்களில் உள்ள பொருளாதாரச் சவால்களுக்கு எளிமையான தீர்வுகள் இருப்பது அரிது. கட்டமைப்பு உருவாக்கம், உள்ளூர் தேவைகளைக் கருத்தில் கொண்டு கையாளப்பட வேண்டும். அளவுக்கதிகமாகப் போனால், தொடர்ந்து தக்கவைத்துக் கொள்ளப்பட முடியாத அதீத வளர்ச்சி உருவாகும். எடுத்துக்காட்டாக, இமயமலையிலுள்ள ஜோஷிமத் என்ற நகரின் பல பகுதிகள் நிலத்திற்குள் புதைந்து கொண்டிருக்கின்றன. அதற்கு, தேசிய அனல் மின் கழகம் உருவாக்கியிருந்த 'தபோவனம் விஷ்ணுகாட் நீர் மின் நிலையத் திட்டம்', ஒன்றிய அரசின் 'சார் தாம் தேசிய நெடுஞ்சாலைத் திட்டம்' ஆகியவற்றுக்காகச் சாலைகள் விரிவாக்கப்பட்டது உள்ளிட்டப் பல வளர்ச்சித் திட்டங்கள்தாம் காரணம் என்று உள்ளூர் மக்கள் குற்றம் சாட்டுகின்றனர். திட்டங்களை மேலிருந்து திணிக்காமல், உள்ளூர் பயனாளிகளோடு கலந்துரையாடித் திட்டம் தீட்டுவது, ஜனநாயக மாண்புகளைக் காப்பதோடு, மேம்பட்டத் தீர்வுகளையும் கொண்டுவரும்.

ஒன்றிய அரசிலிருந்து மாநிலங்களை நோக்கி

ஒன்றியத்தில் ஒரு கட்சியும், மாநிலங்களில் வேறு கட்சிகளும் ஆள்வதைச் சாத்தியமாக்குகின்ற இந்தியாவின் கூட்டாட்சிக் கட்டமைப்பு, அதிகாரத்தை மையத்திலிருந்து பெயர்த்து, குடிமக்களுக்கு அருகே அதைப் பகிர்ந்தளிக்க உதவுகிறது. இந்திய அரசியலமைப்புச் சட்டத்தில், காவல்துறை, சிறைத் துறை, உள்ளூர் நிர்வாகம் போன்றவை தொடர்பான பல அதிகாரங்கள் முற்றிலும் மாநிலங்களின் வசம் இருக்கின்றன. இது மாநிலப் பட்டியல் என்று அழைக்கப்படுகிறது. இராணுவம் உட்படப் பல அதிகாரங்கள் முற்றிலுமாக ஒன்றிய அரசிடம் இருக்கின்றன. இது ஒன்றிய அரசின் பட்டியல் என்று அழைக்கப்படுகிறது. கல்வி போன்ற சில விஷயங்கள் பொதுப் பட்டியலில் இருக்கின்றன. இப்பட்டியலில் இருக்கின்ற விஷயங்கள் குறித்து, ஒன்றிய அரசு, மாநில அரசு ஆகிய இரண்டினாலும் சட்டங்கள் இயற்ற முடியும், விதிமுறைகளை உருவாக்க முடியும்.

இந்தியாவில் இன்று நடைபெற்றுக் கொண்டிருக்கின்ற முக்கியமானதொரு சர்ச்சை, நிதி தொடர்பானது. ஒன்றிய அரசுக்கும் மாநிலங்களுக்கும் இடையே வரி வருவாயை ஒதுக்கீடு செய்வதற்காக

ஐந்தாண்டுகளுக்கு ஒரு முறை அமைக்கப்படுகின்ற இந்திய நிதி ஆணையம், பொதுவாக மாநிலங்களுக்கு அதிக நிதியை வழங்கி வருகிறது. பாரபட்சமாக நடந்து கொள்கின்ற ஒன்றிய அரசால், மாநிலங்களுக்குக் கொடுக்கப்பட வேண்டிய நிதியைப் பிடித்து வைத்துக் கொள்வதற்காக, வருவாயை மறுவகைப்படுத்துவது, தனக்கு நல்ல பிள்ளையாக நடந்து கொள்கின்ற மாநிலங்களுக்குச் சாதகமாக நடந்து கொள்வது போன்ற காரியங்களில் ஈடுபட முடியும் என்றாலும், நிதி ஆணையத்தின் பரிந்துரைகளை முற்றிலுமாக மறுதலிக்கின்ற விதத்தில் அதனால் நடந்து கொள்ள முடியாது. அதனால்தான், அடுத்த நிதி ஆணையம் அமைக்கப்படும்போது, அது ஒன்றிய மற்றும் மாநில அரசுகளின் ஆதிக்கத்திற்கு உட்படாமல் சுதந்திரமாக இயங்குகின்ற விதத்தில் அமைக்கப்பட வேண்டியது முக்கியமாகிறது.

பரவலாக்கம் என்பது வெறும் அதிகாரப் பரவலாக்கத்தைப் பற்றியது மட்டுமல்ல. ஒவ்வொரு மாநிலமும் தன்னுடைய சொந்தக் கொள்கைகளை முயற்சி செய்து பார்ப்பதற்கும், தான் முயற்சி செய்துள்ளவற்றில் பலனளித்துள்ளவை குறித்த அனுபவங்களைப் பகிர்ந்து கொள்வதற்கும் வாய்ப்பளிக்கின்ற ஒன்று அது. மதிய உணவுத் திட்டம் இதற்கான ஒரு சிறந்த எடுத்துக்காட்டு. அத்திட்டத்தில், அரசுப் பள்ளி மாணவர்களுக்கும் மாணவியருக்கும் மதியம் சத்துணவு வழங்கப்படுகிறது. எந்தப் பயனையும் ஈட்டித் தராத, சாதாரண மக்களை வளைத்துப் போடுவதற்காக மட்டுமே உருவாக்கப்பட்டுள்ள ஓர் இலவசத் திட்டம் அது என்று தொடக்கத்தில் அது கொச்சைப்படுத்தப்பட்டது. ஆனால், ஏழைக் குழந்தைகளின் ஆரோக்கியம் வெகுவாக மேம்படுவதற்கு அது மிகவும் உதவியிருந்தது பின்னர் கண்டுபிடிக்கப்பட்டது. அதோடு, பெற்றோர்கள் தங்கள் குழந்தைகளைப் பள்ளிக்கு அனுப்பி வைக்க அது அவர்களை ஊக்குவித்தது. இதை முதன்முதலில் முயற்சி செய்து பார்த்த மாநிலம் தமிழ்நாடு. 1960களின் மத்தியிலேயே அது அத்திட்டத்தை நடைமுறைப்படுத்தியது. இன்று அத்திட்டம் இந்தியாவிலுள்ள அனைத்து மாநிலங்களுக்கும் விரிவுபடுத்தப்பட்டுள்ளது. ஒன்றிய அரசின் ஆசிர்வாதமும் அதற்கு இப்போது கிடைத்துள்ளது. அதேபோல, மகாத்மா காந்தி தேசிய ஊரக வேலை உறுதியளிப்புத் திட்டம், முதலில் ஒரு சிறிய அளவில் மகாராஷ்டிர மாநிலத்தில் சோதித்துப் பார்க்கப்பட்டது. இன்று அது தேசிய அளவில் விரிவுபடுத்தப்பட்டுள்ளது.

முன்பு, இந்தியத் திட்டக் குழு, அனைத்து மாநிலங்களுக்கும் ஒரே மாதிரியான திட்டங்களை வடிவமைத்து அவற்றை மாநிலங்கள்மீது திணித்ததாகவும், மாநிலங்களின் பரிசோதனை முயற்சிகளை அது ஊக்குவிக்கவில்லை என்றும் விமர்சனத்திற்கு உள்ளாகியது. அதே நேரத்தில், மதிய உணவுத் திட்டம் போன்ற திட்டங்களிலிருந்து கிடைத்த அனுபவத்தை ஒரு மாநிலம் மற்ற மாநிலங்களோடும் ஒன்றிய அரசோடும் பகிர்ந்து கொள்வதற்கான ஒரு களமாகவும் அது விளங்கியது. இப்போது திட்டக் குழு இழுத்து மூடப்பட்டுவிட்டதால்,

மாநிலங்களுக்கு இடையேயும், மாநிலங்களுக்கும் ஒன்றிய அரசுக்கும் இடையேயும் விவாதங்கள் நடைபெறுவதற்கு மாற்று ஏற்பாடுகள் மேற்கொள்ளப்பட்டாக வேண்டும். பிரதமரின் தலைமையில் எப்போதேனும் கூட்டப்படுகின்ற, மாநிலங்களுக்கு இடையேயான மன்றக் கூட்டங்களில், மாநிலங்களின் முதலமைச்சர்கள் கலந்து கொள்வதால், அர்த்தமுள்ள உரையாடல்கள் அங்கு இடம்பெறுவதில்லை. ஆனால், ஒன்றிய நிதி அமைச்சரின் தலைமையின் கீழ் கூட்டப்படுகின்ற ஜிஎஸ்டி மன்றக் கூட்டங்களில் மாநிலங்களின் பிரதிநிதிகள் கலந்து கொண்டு உருப்படியான விவாதங்களை நடத்துகின்றனர், தங்களுடைய அனுபவங்களை மற்றவர்களுடன் பகிர்ந்து கொள்கின்றனர். இதுபோல, பல்வேறுபட்டப் பிரச்சனைகளை விவாதிப்பதற்கு மத்திய-மாநில மன்றங்கள் அமைக்கப்படுமெனில், அது இந்தியாவுக்கு நன்மை பயப்பதாக இருக்கும்.

மாநிலத்திலிருந்து கிராம சபைகளை நோக்கி

தொடக்கத்தில் இந்திய அரசியலமைப்புச் சட்டம், கிராமங்கள் மற்றும் நகரங்களின் நிர்வாகத்திற்கு நிதியையோ, அதிகாரத்தையோ, அல்லது நிர்வாகத்திற்குத் தேவையான ஆட்களையோ குறிப்பிடத்தக்க அளவில் வழங்கவில்லை. கிராமங்களுக்கு சுயாட்சி வழங்குவதன் முக்கியத்துவத்தை மகாத்மா காந்தி வலியுறுத்தினார். ஆனால், "கிராமங்கள் என்பவை உள்ளூர் விவகாரங்களின் தொட்டி; அறியாமை, குறுகிய மனப்பான்மை மற்றும் சாதியவாதத்தின் குகை," என்று கருதிய அம்பேத்கர், தேசிய அளவிலும் மாநில அளவிலும் அறிவார்ந்த அரசுகள் பொறுப்பேற்றுக் கொண்டால் மட்டுமே, இந்தியாவால் நவீனத்திற்குள் காலடி எடுத்து வைக்க முடியும் என்று நம்பினார். அம்பேத்கரின் இந்தக் கண்ணோட்டத்தை இந்திய அரசியல் நிர்ணய சபை ஏற்றுக் கொண்டது. 1993 இல் அரசியலமைப்புச் சட்டத்தில் 73-வது மற்றும் 74-வது திருத்தங்கள் கொண்டுவரப்படுகின்றவரை, இந்தியாவில் மூன்றாவது அடுக்கு அரசு நிர்வாகம் அரசியலமைப்புச் சட்டரீதியாக உருவாக்கப்பட்டிருக்கவில்லை. அந்தச் சட்டத் திருத்தங்கள், கிராம ஊராட்சிகள் மற்றும் நகராட்சிகள் உருவாவதற்கான சாத்தியக்கூறை உருவாக்கின.

"அனைவரும் பரவலாக்கத்தை விரும்புகின்றனர் – அது தங்களுக்குக் கீழே போகாமல் தங்களோடு நின்றுவிடுகின்றவரை!" என்று பொருளாதார வல்லுநர் ராஜா செல்லையா எழுதியுள்ளார். அது உண்மை என்பதை நாட்டில் நடைபெற்றுள்ள விஷயங்கள் நிரூபித்துள்ளன. 73-வது மற்றும் 74-வது சட்டத் திருத்தங்கள், மாநில அரசுகள் மூன்றாவது அடுக்கு அரசு நிர்வாகத்தை உருவாக்க வேண்டும் என்றும், குறிப்பிட்டக் கால இடைவெளிகளில் அதற்குத் தேர்தல்கள் நடத்தப்பட வேண்டும் என்றும் நிர்ப்பந்தித்தன. ஆனால், மாநிலங்கள் தம்முடைய பணிகளையோ அல்லது நிதியையோ கிராம

ஊராட்சிக்கும் நகராட்சிக்கும் மாற்ற வேண்டும் என்ற வற்புறுத்தல்கள் எதுவும் அந்தச் சட்டத் திருத்தங்களில் இடம்பெறவில்லை. அந்த ஊராட்சிகளும் நகராட்சிகளும் சொந்தமாக உள்ளூர் வரிகளை வசூலிக்கவும் அனுமதிக்கப்படவில்லை. கேரளம் போன்ற சில மாநிலங்கள், ஊராட்சிகளுக்கு அதிகாரம் அளித்தன. மற்ற மாநிலங்கள் பெரிதாக எதுவும் செய்யவில்லை. அதன் விளைவாக, ஊராட்சி மற்றும் நகராட்சி நிர்வாகிகள் தேர்தல்கள் மூலம் தேர்ந்தெடுக்கப்பட்டனர்; ஆனால், செய்வதற்குத்தான் அவர்களுக்கு எந்த வேலையும் இருக்கவில்லை ('பஞ்சாயத்து' என்ற இந்தித் தொலைக்காட்சித் தொடரில் வருவதுபோல). சில நேரங்களில், மாநில அரசுகள், மாவட்ட வளர்ச்சி வாரியம் அல்லது குடிநீர் மற்றும் கழிவுநீர் வாரியம் போன்ற அமைப்புகளை உருவாக்கி, இந்த வேலைகளிலும் கிராம ஊராட்சிகளும் நகராட்சிகளும் ஈடுபட முடியாதபடி செய்துவிட்டன. இந்தியாவின் சிறு நகரங்கள் இந்தியாவின் வருவாய்க்குக் கணிசமான பங்களிப்பை வழங்கி வந்தாலும், அவை சிதிலமடைந்துள்ள நிலையில் காணப்படுவதற்குக் காரணம், அந்த மாநில அரசுகள் நகர மேயர்களுக்கு அதிகாரமளித்திருக்காததுதான்.

அதிகாரங்கள் ஒன்றிய அரசிடம் குவிந்து கிடப்பது எந்த அளவுக்குக் கவலையளிப்பதாக இருக்கிறதோ, அதே அளவுக்கு, மாநில அதிகாரங்கள் மாநில அரசிடம் குவிந்து கிடப்பதும் கவலையளிக்கிறது. நிர்வாகம், நிர்வாகிகள், நிதி ஆகியவை கிராம ஊராட்சிகள் மற்றும் நகராட்சிகள்வரை பரவலாக்கப்பட வேண்டியது இன்றியமையாதது. மாநில அரசின் அனைத்து வேலைகளையும், மாநிலத் தலைநகரில் அமர்ந்து கொண்டு செய்ய முடியாத அளவுக்கு மாநிலங்கள் பெரிதாகிவிட்டன. இன்று உத்தரப் பிரதேச மாநிலத்தின் மக்கட்தொகை 24 கோடி. அது அமெரிக்காவின் மக்கட்தொகையில் முக்கால் பங்கு. ஆனால், அமெரிக்காவில் 50 மாநிலங்களும் ஆயிரக்கணக்கான கவுன்டிகளும் இருக்கின்றன. லக்னோவில் இருக்கின்ற ஓர் அரசு அதிகாரியால், அந்த மாநிலத்தின் தொலைதூரத்திலுள்ள கிராமங்களுக்கான திட்டங்களை எப்படி வகுக்க முடியும்? கிராமவாசிகளால் எப்படி அந்த அதிகாரியின் நடவடிக்கைகளுக்கு அவரைப் பொறுப்பேற்க வைக்க முடியும்?

அதிகாரப் பரவலாக்கத்தால் உள்ளூர் தேவைகளுக்கு ஏற்ப அரசு நிர்வாகத்தை வடிவமைக்க முடியும். தாங்கள் எப்படி நிர்வகிக்கப்பட வேண்டும் என்பதன்மீது உள்ளூர் மக்களாலும் தாக்கம் ஏற்படுத்த முடியும். எடுத்துக்காட்டாக, மாபெரும் அணை ஒன்று கட்டப்படுகின்றபோது, அதற்கான ஒப்பந்தப் பணி, தேசிய அளவில் இயங்கிக் கொண்டிருக்கின்ற ஒரு பெரிய நிறுவனத்திற்குச் செல்லும்; அந்தப் பெரிய நிறுவனம் தன்னிடமுள்ள ஆட்களை வைத்து அந்த வேலையைச் செய்து முடிக்கும். ஆனால், அந்த வேலையை உள்ளூர் நிர்வாகத்தின் பொறுப்பில் விட்டால், அவர்கள் காலங்காலமாகப் பயன்படுத்தி வந்துள்ள குளங்கள் மற்றும்

ஏரிகளில் நீரைச் சேகரித்து, தேக்கி வைத்து, நிலத்தின் சரிவுகளைப் பயன்படுத்தி, தேவையான இடங்களுக்கு நீரைக் கொண்டு செல்வர். அதன் மூலம், நிலத்தடி நீரும் கீழே செல்லாது; இத்திட்டம் சுற்றுச்சூழலுக்குத் தீங்கு விளைவிக்காது; அதோடு, உள்ளூர் மக்களையும் சிறிய ஒப்பந்தக்காரர்களையும் இது பயன்படுத்திக் கொள்ளும். வேலையின் தரத்தை அதன் பயனாளிகளான உள்ளூர் மக்கள் அடிக்கடிப் பரிசோதிப்பர்.

ஒவ்வோர் உள்ளூர் நிர்வாகமும் உள்ளூர் பிரச்சனைகளுக்குத் தன்னுடைய சொந்தத் தீர்வுகளை எட்ட முயற்சிக்கின்றபோது, அவர்கள் ஒவ்வொருவரின் அனுபவங்களிலிருந்தும் நம்மால் நிறையவே கற்றுக் கொள்ள முடியும். அவர்கள் முயற்சிக்கின்ற திட்டங்களில் தலைசிறந்த திட்டங்கள் அடையாளம் காணப்பட்டுப் பகிர்ந்து கொள்ளப்படும். தேவையெனில், உள்ளூர் மக்கள் தங்களுடைய சூழலுக்கு ஏற்ப அத்திட்டங்களில் சில மாற்றங்களை ஏற்படுத்தி அவற்றைப் பயன்படுத்திக் கொள்வர். அரசு நிர்வாகத்தின் செயல்திறனை அது வெகுவாக மேம்படுத்தும். ஏனெனில், கொள்கைகள் இங்கே நடைமுறைக்கு உகந்த உள்ளூர் அனுபவங்களை அடித்தளமாகக் கொண்டுள்ளன.

உள்ளாட்சி நிர்வாகம் குறித்த அரசியலமைப்புச் சட்டத் திருத்தங்களுக்கான முயற்சிகளைத் தொடங்கி வைத்த முன்னாள் பிரதமர் ராஜீவ் காந்தி, உள்ளாட்சித் தேர்தல்கள் மூலமாக இன்னும் அதிகமான நபர்களைத் தேர்தல் அமைப்புமுறைக்குள் கொண்டு வருவது நல்லது என்றும், உள்ளூர் அரசாங்கம் ஜனநாயகத்திற்கான பயிற்சிக் களமாக விளங்கும் என்றும் நம்பினார். இன்று அது உண்மையாகியுள்ளது. இதுவரை பிரதிநுதத்துவம் பெறாமல் இருந்த பெண்கள் உட்பட, சிறுபான்மையினர், இன்று தங்களுடைய குரலையும் தன்னம்பிக்கையையும் மீட்டெடுத்துக் கொண்டிருக்கின்றனர். சீனக் கம்யூனிஸ்டுக் கட்சி எப்படி உள்ளூர் நிர்வாகத்தில் சிறந்து விளங்குகின்ற நபர்களை அதற்கு மேலுள்ள அதிகாரப் பொறுப்புகளை நோக்கி நகர்த்துகிறதோ, அதைப்போல, இந்தியாவாலும் உள்ளாட்சி நிர்வாகத்தில் சிறந்து விளங்குபவர்களை மேல் நோக்கி நகர்த்த முடியும். இதன் மூலம், உள்ளாட்சி நிர்வாகம், அதற்கு மேலுள்ள அரசியல் அதிகார மையங்களுக்கான பயிற்சிப் பாசறையாக மாறத் தொடங்கும்.

அதிகாரப் பரவலாக்கத்தை எதிர்ப்பவர்கள், உள்ளாட்சி நிர்வாகம் திறமையற்றதாகவும் ஊழல் நிறைந்ததாகவும் இருக்கும் என்ற வாதத்தை முன்வைக்கின்றனர். ஆனால், இந்த வாதம் புதிதல்ல. அதோடு, இது இந்தியாவில் மட்டும் ஒலிக்கின்ற குரலும் அல்ல. உள்ளாட்சி நிர்வாகத்திற்குத் தேர்ந்தெடுக்கப்படும் நபர்கள், நாடு தழுவிய அளவில் நடத்தப்படுகின்ற போட்டித் தேர்வுகள் (அதில் ஏராளமானவர்கள் போட்டி போடுவதால், அதில் திறமைசாலிகள் வடிகட்டி எடுக்கப்படுகின்றனர்) மூலம் தேர்ந்தெடுக்கப்படுவதில்லை என்பது உண்மைதான். ஆனால், இவர்களுக்கு உள்ளூர் அனுபவமும், உள்ளூரில் எவை சிறப்பாக வேலை செய்யும் என்பது குறித்த

அறிவும் அதிகமாக இருக்கும். அதோடு, அவர்கள் மேற்கொள்கின்ற திட்டங்களின் விளைவுகள் சரியாக இல்லையென்றால், அதற்குப் பொறுப்பேற்றுக் கொள்ளும்படி அவர்களை நிர்ப்பந்திக்க முடியும். அதன் விளைவாக, அவர்களுடைய தீர்மானங்கள் உள்ளூர் மக்களின் தேவைகளுக்கு இணக்கமாகவும், உள்ளூர் நிலைமை குறித்துப் பெரிதாக அறிந்து கொள்ள வாய்ப்பில்லாத ஐஏஎஸ் அதிகாரி ஒருவர் எடுக்கின்ற தீர்மானங்களைவிட மேம்பட்டவையாகவும் இருக்கும்.

வெளியிலிருந்து வருகின்ற ஒருவரைவிட உள்ளூர் நிர்வாகி இயல்பாகவே அதிக ஊழல்மிக்கவராக இருப்பார் என்பதற்கும் எந்த வலுவான காரணமும் இல்லை. உள்ளூர் மக்களும் மாநில அரசும் அவர்களைக் கண்கொத்திப் பாம்பாகக் கவனித்துக் கொண்டிருப்பதால், அவர்கள் குறைவாக ஊழல் செய்வதற்கான வாய்ப்புகள்தாம் அதிகம். இதில் முக்கியமான விஷயம் என்னவென்றால், உள்ளூர் மக்கள் இது குறித்து அக்கறை கொள்ள வேண்டும். அந்த நிர்வாகி பெறுகின்ற நிதியின் அளவு, அது எப்படிச் செலவிடப்படுகிறது என்பது குறித்தத் தகவல் உட்பட, அனைத்தும் உள்ளூர் மக்களுக்குத் தெரியப்படுத்தப்பட வேண்டும்.

தரவுகள், வெளிப்படைத்தன்மை மற்றும் மக்களின் சக்தி

அது வேலை செய்யும்போது

"எது அளவிடப்படுகிறதோ, அது நிர்வகிக்கப்படுகிறது," என்ற கூற்றை நீங்கள் கேள்விப்பட்டிருப்பீர்கள். சீனாவில், உள்ளூர் அதிகாரிகள் தங்கள் ஊர்களில் சிறப்பான வளர்ச்சியை ஏற்படுத்தியிருந்தமைக்காக அவர்களுக்குப் பதவி உயர்வு வழங்கப்பட்டது என்பதை நாம் ஏற்கனவே பார்த்தோம். அவர்கள் தங்கள் பணியை மேலும் சிறப்பாகத் தொடர அப்பதவி உயர்வு அவர்களை ஊக்குவிக்கும். ஆனால், உள்ளூர் வளர்ச்சி துல்லியமாக அளவிடப்பட்டிருக்கவில்லை என்றாலோ, அல்லது கடுமையாகத் திரிக்கப்பட்டிருந்தாலோ, இது சாத்தியப்பட்டிருக்காது.

இலக்கை நோக்கிய பாதையில் அரசு தடம் புரண்டால், தரவுகளின் உதவியுடன் மீண்டும் சரியான பாதைக்குத் திரும்பி வந்துவிட முடியும். பொருளாதாரங்கள் வளர்கின்றபோது உருவாகின்ற சிக்கலான சூழல்களில், தரவுகள் மற்றும் பின்னூட்டக்கருத்துகளின் அடிப்படையில் கொள்கைகள் மெருகேற்றப்பட வேண்டும். பலவீனங்களைச் சுட்டிக்காட்டக்கூடிய தரவுகளும் விமர்சனங்கள்போலத் தோன்றுகின்ற பின்னூட்டக்கருத்துகளும் அரசின் செயல்பாடுகள் தவறாக இருக்கக்கூடும் என்று மறைமுகமாகக் கூறுவதால், எதேச்சதிகார மனப்போக்குடன் இருக்கின்ற அரசுகள் அவற்றை விரும்புவதில்லை. அப்படிப்பட்ட அரசுகள், தமக்குச் சாதகமாக இல்லாத தரவுகளைச் சேகரிப்பதை நிறுத்திவிடுகின்றன. இதன் விளைவாக, அவை இருட்டில் தடுமாறும் நிலைக்குத் தள்ளப்படுகின்றன. அதனால், சரியான பாதைக்குத்

திரும்புவது அவற்றுக்குக் கடினமாகிவிடுகிறது.

தரவுகளின் சேகரிப்பு மற்றும் விநியோகம் மக்களுக்கு அதிகாரம் வழங்குகின்ற நோக்கத்தோடு தொடர்புடையது. அரசின் செயலால் அல்லது செயலின்மையால் ஏற்படுகின்ற விளைவுகள் குறித்தத் தரவுகள் பகிரங்கப்படுத்தப்பட்டால், வல்லுநர்கள் உட்பட, பொதுமக்களால் அதற்கு எதிர்வினையாற்ற முடியும். அவற்றின் பின்விளைவுகளைப் பற்றி ஊடகங்களிலும் பிற இடங்களிலும் அவர்களால் விவாதிக்க முடியும். அந்த விவாதங்களின் ஊடாக, திட்டங்களை மேம்படுத்துவதற்கான யோசனைகள் பிறக்கும். அரசு அவற்றை நடைமுறைப்படுத்தலாம். மறுபுறம், அரசு அவற்றுக்குச் செவி சாய்க்காமல் இருந்து, மக்களில் ஒரு பகுதியினர் அது குறித்துத் தீவிரமாக உணர்ந்தால், அவர்களால் அரசுக்கு அழுத்தம் கொடுக்க முடியும். புது தில்லியிலுள்ள ஜந்தர் மந்தர் என்ற இடத்தில் அடிக்கடி நடைபெறுகின்ற அகிம்சைவழிப் போராட்டங்கள் ஜனநாயகத்தின் பிறழ்வுகள் அல்ல. மாறாக, அவைதாம் ஜனநாயகத்தின் சாரமே. அதை நமக்குக் கற்றுக் கொடுத்து இந்தியாவின் தேசத் தந்தைதான்.

சில ஆண்டுகளுக்கு முன், ஊழலை ஒழிக்கும் நோக்கத்துடன் மக்களுக்கு அதிகாரமளிக்கின்ற ஒரு செயல்திட்டத்தை உகாண்டா அரசு முன்னெடுத்தது. அந்த அரசு, ஆசிரியர்களின் சம்பளத்தோடு கூடவே, பள்ளிகளுக்கான நிதியையும் கிராம ஊராட்சிகளுக்கும் நகராட்சிகளுக்கும் நேரடியாக அனுப்பி வைத்துக் கொண்டிருந்தது. அவற்றில் 20 சதவீத நிதியே பள்ளிகளைச் சென்றடைந்தது. மீதிப் பணத்தை உள்ளாட்சி நிர்வாகிகளும் அரசியல்வாதிகளும் சுருட்டிக் கொண்டனர். இதை முறியடிப்பதற்கு, அங்கிருந்த மத்திய அரசு, தொடர்ச்சியாக ஒரு பத்திரிகைப் பிரச்சாரத்தை மேற்கொண்டது. தான் ஒவ்வொரு மாவட்டத்திற்கும் அனுப்பி வைத்த நிதி பற்றிய விபரங்களை அது அப்பத்திரிகைகளில் வெளியிட்டது. அதற்குப் பிறகு, பள்ளிகள் சராசரியாக 80 சதவீத நிதியைப் பெறத் தொடங்கின என்பதைப் பின்னர் நடத்தப்பட்ட ஆய்வுகள் தெரிவித்தன. பத்திரிகை அலுவலகங்களுக்கு அருகேயிருந்த பள்ளிகளும், இந்தப் பிரச்சாரம் குறித்து அனைத்துத் தகவல்களையும் அறிந்திருந்த தலைமை ஆசிரியர்களைக் கொண்டிருந்த பள்ளிகளும் மேலும் அதிக நிதியைப் பெற்றன. பள்ளிகளில் மாணவர் சேர்க்கையும் அதிகரித்தது. சரியான தகவல்கள் தலைமை ஆசிரியர்களுக்கும் பிற பயனாளிகளுக்கும் கிடைத்ததால், அவர்களால் உள்ளூர் அரசாங்கத்திற்கு அழுத்தம் கொடுத்து ஊழலைப் பெருமளவு குறைக்க முடிந்தது. மக்களின் சக்தி வேலை செய்கிறது என்பதைத்தான் இது காட்டுகிறது.

இந்தப் புத்திசாலித்தனமான அணுகுமுறையை நவீனத் தொழில்நுட்பம் அதிகச் சாத்தியமாக்கியுள்ளது. ஒன்றிய மற்றும் மாநில அரசுகள் உள்ளாட்சிகளுக்கு ஒதுக்குகின்ற நிதிகளை இணையத்தில் வெளியிடலாம். உள்ளூர் சமுதாயம் அத்திட்டங்களைக் கண்காணிக்கலாம். அவர்கள் தங்களுடைய பின்னூட்டக்கருத்துகளை உள்ளாட்சி நிர்வாகிகளுடன் பகிர்ந்து கொள்ளலாம். இவையெல்லாம் சேர்ந்து அதிகாரப்

பரவலாக்கத்தைக் கடந்தகாலத்தில் இருந்ததைவிட இப்போது இன்னும் சாத்தியமுள்ளதாக ஆக்கியுள்ளன.

பெங்களூரில், 'நான் இலஞ்சம் கொடுத்தேன்' என்று பொருள்படுகின்ற 'ஐபெய்டுஎபிரைப்.காம்' என்ற ஒரு வலைத்தளம் இருக்கிறது. அதில், மக்கள் தாங்கள் இலஞ்சம் கொடுத்தாக வேண்டியிருந்த சூழல்களைப் பற்றியும், தாங்கள் இலஞ்சம் கொடுக்க மறுத்தச் சூழல்களைப் பற்றியும், இலஞ்சம் வாங்காத நேர்மையான அதிகாரிகளைப் பற்றியும் தரவுகளைப் பதிவேற்றலாம். அது, சுவாதி ராமநாதன் என்ற சமூகப் போராளியால் துவக்கப்பட்டது. இலஞ்சத்திற்குப் பெயர்போன இடங்களைப் பற்றியும் சமூகங்களைப் பற்றியும் அது தகவல்களை வெளியிடுகிறது. அதில் இடம்பெறுகின்ற தகவல்களின்மீது வெளிச்சம் பாய்ச்சவும், அவற்றின்மீது நடவடிக்கை எடுக்கவும், ஓய்வு பெற்ற உயர் அரசு அதிகாரிகள் பலர் உதவிக் கொண்டிருக்கின்றனர்.

அது வேலை செய்யாதபோது

'தரவுகள், வெளிப்படைத்தன்மை மற்றும் மக்களின் சக்தி' என்ற சங்கிலியில் ஏதாவது ஒரு கண்ணி அறுந்தால்கூட, தங்களுடைய அதிகாரங்களைப் பயன்படுத்துவது மக்களுக்குக் கடினமாகிவிடும். செயல்திறன் குறித்தத் துல்லியமான தரவுகள் கிடைக்காவிட்டால், தங்களுடைய அரசு சிறப்பாகச் செயல்பட்டிருந்ததா அல்லது மோசமாகச் செயல்பட்டிருந்ததா என்பதை மக்களால் தெரிந்து கொள்ள முடியாது. பெரும்பாலான நேரங்களில், அவர்கள் தங்களுடைய அரசாங்கங்களை சந்தேகக் கண்களுடன் பார்ப்பதில்லை. இதனால், தகவல்கள் தனக்குச் சாதகமாக இல்லாதபோது அரசாங்கம் அவற்றை வெளியிடாமல் மறைத்துவிடுகிறது. ஆனால், இதன் மூலம் அரசு உண்மையில் தன்னைத் தானே ஏமாற்றிக் கொள்கிறது. எடுத்துக்காட்டாக, கொரோனா பெருந்தொற்றின் முதல் அலைக்குப் பிறகு, இந்தியர்கள் அனைவரும் அந்த நோய்க்கு எதிரான நோயெதிர்ப்பு சக்தி பெற்றுவிட்டார்கள் என்ற அனுமானத்தின் அடிப்படையில், இந்திய ஒன்றிய அரசு, அதற்காக அமைக்கப்பட்டிருந்த சிறப்பு மருத்துவ முகாம்கள் அனைத்தையும் இழுத்து மூடும்வரை சென்றுவிட்டது.

சில நேரங்களில், தரவுகளைச் சேகரித்துவிட்டுப் பின்னர் அதை மறைக்க எதற்காக மெனக்கெட வேண்டும் என்று கருதி, அரசு, தரவுகளைச் சேகரிக்கின்ற முயற்சிகளில் இறங்குவதுகூட இல்லை. மக்களின் நுகர்வு குறித்தத் தரவுகளை இந்தியா கடந்த ஆறு ஆண்டுகளாகச் சேகரிக்கவே இல்லை. 2017 இல் கடைசியாகத் தயாரிக்கப்பட்ட அறிக்கையும் வெளியிடப்படாமல் நிறுத்தி வைக்கப்பட்டுவிட்டது. அதில் இடம்பெற்றிருந்த தரவுகளின் அடிப்படையில், இந்தியாவில் வறுமை அதிகரித்துவிட்டது என்ற தகவல் கசிந்துவிட்டது அதற்கான காரணமாக இருக்கலாம். மக்கட்தொகைக் கணக்கெடுப்பு கடைசியாக 2011 இல்

நடத்தப்பட்டது. பத்தாண்டுகளுக்கு ஒரு முறை எடுக்கப்பட வேண்டிய அக்கணக்கெடுப்பு, அதற்குப் பிறகு எடுக்கப்படவில்லை. வேலையில் இருப்பவர்கள் குறித்தத் தரவுகள் முறையான கால இடைவெளிகளில் சேகரிக்கப்படுவதில்லை. அப்படிச் சேகரிக்கப்படுகின்ற தரவுகளும் எதார்த்த நிலையோடு பொருந்துவதில்லை. அதன் காரணமாக, அரசாங்கக் கொள்கை வகுப்பாளர்களும் சரி, தனிப்பட்ட ஆய்வாளர்களும் சரி, பொருளாதாரத்தின் ஏற்ற இறக்கங்களைப் புரிந்து கொள்வதற்கு அத்தரவுகளைப் பயன்படுத்த முடியாத நிலையில் இருக்கின்றனர். சரியான புரிதல் இருந்தால்தானே அவற்றிலிருந்து பாடங்களைக் கற்றுக் கொள்ளவோ அல்லது அவற்றின் அடிப்படையில் நடவடிக்கை எடுக்கவோ முடியும்? உண்மையில் மக்களின் நுகர்வு குறைந்து கொண்டிருந்தாலோ அல்லது புதிய வேலைகள் குறைவாக உருவாக்கப்பட்டுக் கொண்டிருந்தாலோ, தரவுகள் எடுக்கப்படாமலோ அல்லது வெளியிடப்படாமலோ இருப்பது அரசியல்ரீதியாக வேண்டுமானால் வசதியாக இருக்கலாம், ஆனால் கொள்கை வகுத்தலை இது கடினமாக்குகிறது.

அரசாங்கம் தரவுகளைச் சேகரித்து அவற்றைப் பொதுவெளியில் வெளியிட்டால் மட்டும் போதாது. சில நேரங்களில், எடுத்துக்காட்டாக, வெறுப்புப் பேச்சைக் கட்டுப்படுத்துகிறோம் என்ற போர்வையில், விமர்சிப்பதற்கான உரிமை நசுக்கப்படக்கூடும். இப்போதெல்லாம், பிரதமர் அல்லது மாநில முதல்வர் போன்ற ஓர் அரசாங்கத் தலைவரை விமர்சிப்பவர்கள்மீது காவல்துறையினர் வழக்குத் தொடர்கின்ற போக்கு மிகவும் பரவலாகியுள்ளது. அந்த நபரின் விமர்சனம் தன்னுடைய உணர்வுகளைப் புண்படுத்திவிட்டதாக யாரோ ஒருவர், (பொதுவாக அவர் அந்தத் தலைவரின் கட்சியைச் சேர்ந்தவராக இருப்பார்) புகார் கொடுப்பார். இதுபோன்ற வழக்குகளில், விமர்சனம் செய்தவர்கள் ஒருபோதும் தண்டிக்கப்படுவதில்லை என்றாலும், வழக்குச் செயல்முறையே அவர்களுக்கு ஒரு தண்டனைபோல அமைந்துவிடுகிறது. பிணையில் வெளியே வருவதற்குள் அந்த நபர் ஒரு சிறையில் கழிக்கின்ற ஒரு சில நாட்கள், வருங்காலத்தில் அந்த நபரின் வாயை அடைக்கப் போதுமானவையாக இருக்கின்றன. ஆனால், கைது நடவடிக்கைகள் போன்ற விளைவுகளைச் சந்திக்காமல் அரசியல் தலைவர்களால் ஒருவரையொருவர் சுடுசொற்களால் தாக்கிக் கொள்ள முடியும். 'உணர்வுகளைப் புண்படுத்திவிட்டார்' என்பதிலுள்ள 'புண்படுத்துதல்' என்ற வார்த்தைக்கு அதிகாரத்தில் இருப்பவர்களால் தங்கள் இஷ்டத்திற்கு அர்த்தம் கற்பிக்க முடியும் என்பது நம்முடைய நீதித் துறையில் இருக்கின்ற குறைபாடு. இது அநீதிக்கு வழிவகுக்கிறது. 'மனத்தைப் புண்படுத்தும்படி' பேசியவர் வன்முறைக்கு அறைகூவல் விடுக்காதவரை, அவரைக் கண்டுகொள்ளாமல் இருப்பதுதான் அமைப்புமுறைக்கு நல்லது.

பொதுவாக, எந்த முகாந்திரமும் இல்லாமல் சாதாரணப் பொதுமக்கள்மீது அதிகார துஷ்பிரயோகம் நடப்பதை நம் அமைப்புமுறை அனுமதித்துக் கொண்டிருக்கிறது. எடுத்துக்காட்டாக,

சட்டவிரோதச் செயல்பாடுகள் தடுப்புச் சட்டமானது, அரசு வழமையான சட்ட நடைமுறைகளைப் பின்பற்றாமல் எந்தவொரு நபரின்மீதும் தீவிரவாதி என்று முத்திரை குத்த அனுமதிக்கிறது. அந்தச் சட்டத்தின் கீழ் கைது செய்யப்படுகின்ற நபருக்கு, அதிலிருந்து தன்னைப் பாதுகாத்துக் கொள்வது மிகவும் கடினம். அதேபோல, பணமோசடித்தடுப்புச்சட்டத்தின்கீழ்ஒருவர்கைதுசெய்யப்பட்டால், விசாரணையின் எந்தக் கட்டத்திலும் அவருடைய சொத்துகளை முடக்குவதற்கு அச்சட்டம் அனுமதிக்கிறது. இது அப்பாவி மக்கள் கடுமையான துன்பங்களை அனுபவிக்க வழிவகுக்கிறது. இப்படிக் கைது செய்யப்படுபவர்களில் பலர் இறுதியில் நிரபராதிகள் என்று விடுவிக்கப்பட்டாலும், சில சமயங்களில், பல பத்தாண்டுகளை அவர்கள் சிறையில் கழிக்கின்றனர். எதிர்ப்புகளை அடக்கி ஒடுக்குகின்ற அரசின் நோக்கம் இறுதியில் நிறைவேறிவிடுகிறது.

விவாதங்களும் எதிர்ப்புக் குரல்களும் ஒடுக்கப்படுகின்றபோது, அது மறைமுகமாக உருவாக்குகின்ற பொதுக் கண்ணோட்டங்களால் மாற்றுக் கருத்துகளின் குரல்வளையை மேலும் நெரிக்க முடியும். அரசியல் அறிஞர் தைமூர் குரன், ‘கண்ணோட்டங்களைப் பொய்மைப்படுத்துதல்’ என்ற ஒரு சொற்றொடரை உருவாக்கினார். தங்கள்மீது பிரயோகிக்கப்படுகின்ற அழுத்தம் காரணமாக, மக்கள் தாங்கள் நம்புவதைக்கூட வெளிப்படையாகப் பகிர்ந்து கொள்ளாமல் இருக்கின்ற நிலை அது. எடுத்துக்காட்டாக, சோவியத் ஒன்றியத்திலிருந்த எண்ணற்ற மக்கள், அரசின்மீது பெரும் அதிருப்தி கொண்டிருந்தபோதிலும், தங்களுடைய கண்ணோட்டத்தை வெளிப்படையாகத் தெரிவிக்க அஞ்சினர். சரியான பின்னூட்டக்கருத்துகள் கிடைக்காமல் இருந்து, பல பத்தாண்டுகாலப் படுமோசமான அரசு நிர்வாகத்தின் காரணமாக சோவியத் ஒன்றியம் உடைந்து சிதறியபோதுதான், பிறரும் தங்களைப் போன்ற அதே கருத்தைக் கொண்டிருந்ததை அவர்கள் உணர்ந்தனர். இந்தக் கண்ணோட்டங்கள் ஒருபோதும் பகிர்ந்து கொள்ளப்படாமல் இருந்ததால், மக்களின் அதிருப்தி எந்த அளவுக்கு பூதாகரமாக இருந்தது என்பதை அரசு ஒருபோதும் உணராமல் இருந்துவிட்டது.

தரவுகள், வெளிப்படைத்தன்மை மற்றும் மக்களின் சக்தி என்ற சங்கிலியில், சுதந்திரமான மற்றும் துல்லியமான தரவுகள் சேகரிப்பில் தொடங்கி, எதிர்ப்புக் குரல் எழுப்புவதற்கான வாய்ப்புவரை அனைத்துக் கண்ணிகளையும் நாம் ஆய்வு செய்து அதை மேம்படுத்த வேண்டும். காவல்துறைக்கும் விசாரணை அமைப்புகளுக்கும் மேம்பட்டப் பயிற்சி வழங்கப்பட வேண்டும். அப்போது, காலனியாதிக்கக் காலத்துச் சட்டங்களைத் தங்களுடைய சொந்தக் குடிமக்கள்மீதே பயன்படுத்துவதற்கான தேவை அவர்களுக்கு இல்லாமல் போய்விடும். அச்சட்டங்களில் பல, அரசுக்கு அசுர பலத்தைக் கொடுத்துக் கொண்டிருக்கின்றன. அவை இரத்து செய்யப்பட வேண்டும். இந்தியாவில் நடைமுறையில் இருக்கின்ற சட்டங்கள் குறித்து ஆய்வு செய்வதற்கான முயற்சியைத் தற்போதைய ஒன்றிய அரசு எடுத்துள்ளது பாராட்டப்பட வேண்டிய ஒரு விஷயம்.

ஆனால், இதன் விளைவாக, இன்னும் கொடூரமான சட்டங்கள் கொண்டுவரப்படக்கூடும் என்று வல்லுநர்கள் அஞ்சுகின்றனர்.

பாரபட்சமான மற்றும் தரமற்ற வேலைகளைச் செய்து கொண்டிருக்கின்ற அரசு அதிகாரிகளையும் அரசு அமைப்புகளையும் நீதிமன்றங்கள் தண்டிக்கத் தொடங்கியுள்ளன. இது ஒரு கட்டுப்பாட்டுடன் மேற்கொள்ளப்பட்டால், இது ஒரு நல்ல போக்காக இருக்கும். பொதுவாக, அரசு நிர்வாகம் திறமையுடன் செயல்பட வேண்டுமெனில், தான் எங்கே தவறிழைத்துக் கொண்டிருக்கிறோம் என்பதை அது புரிந்து கொள்ள வேண்டும். அது காது கொடுத்துக் கேட்க மறுக்கும் நேரங்களில், அதன் தவறுகள் அதனிடம் சுட்டிக்காட்டப்பட வேண்டும். அடுத்து வரும் ஆண்டுகளில் நமக்கு அதிகத் திறன் வாய்ந்த அரசு நிர்வாகம் தேவை. அதனால், விமர்சனங்கள் அடக்கி ஒடுக்கப்படுவதை இனியும் நம்மால் அனுமதிக்க முடியாது.

அரசின் செயல் வல்லமை

கட்டமைப்பு குறித்த நம்முடைய விவாதத்தின் கடைசிப் பிரச்சனையான அரசின் செயல் வல்லமைக்கு இப்போது நாம் வந்துள்ளோம். இந்திய அரசு - குறிப்பாக உள்ளாட்சி நிர்வாகத்தைப் பொறுத்தவரை - மிகவும் சிறியது என்று அரசியல் அறிஞரான தேவேஷ் கபூர் வாதிடுகிறார். இந்தியா, மிதமிஞ்சிய அரசு அதிகாரிகள் அமைப்புமுறையால் திணறிக் கொண்டிருப்பதாக நினைத்துக் கொண்டிருப்பவர்களுக்கு இது வியப்பூட்டக்கூடும். அந்த அமைப்புமுறை வீங்கிப் போய் இருப்பது உண்மைதான் என்றாலும், ஒரு குறிப்பிட்ட வழியில் அது அப்படி இருக்கிறது.

இந்திய இரயில்வே துறை, பொதுத்துறை நிறுவனங்கள் ஆகியவை உட்பட, ஒன்றிய அரசில் பணியாற்றுகின்ற ஊழியர்களின் எண்ணிக்கை, *1995* இல் மொத்த மக்கட்தொகையில் *1,000* பேருக்கு *8.47* என்ற நிலையிலிருந்து *2014* இல் *4.5* என்று சரிந்திருந்தது. அதே காலகட்டத்தில், அமெரிக்க ஒன்றிய அரசில் அது *10.4*லிருந்து *8.07* ஆகக் குறைந்திருந்தது. இவ்வளவுக்கும் அமெரிக்காவில் அரசு மற்றும் பொதுத்துறை நிறுவனங்களில் பணியாற்றுபவர்களின் எண்ணிக்கை மிகவும் குறைவு. பணக்கார நாடுகள் பெரிய அரசாங்கங்களைக் கொண்டிருக்கும் என்பதால் அவற்றுக்குப் பெரிய அளவில் ஊழியர்கள் தேவைப்படுவர் என்பது உண்மைதான். ஆனாலும், இந்திய ஒன்றிய அரசில் பணியாற்றிக் கொண்டிருப்பவர்களின் எண்ணிக்கை அளவுக்கதிகமானது அல்ல என்பதைத்தான் இது சுட்டிக்காட்டுகிறது.

இதில் அரசு ஊழியர்கள் மிகவும் குறைவான எண்ணிக்கையில் இருப்பது கிராம ஊராட்சி மற்றும் நகராட்சிகளில்தான். அமெரிக்காவிலும் சீனாவிலும் மொத்த அரசு ஊழியர்களில் மூன்றில் இரண்டு பங்கு ஊழியர்கள் கிராம ஊராட்சி மற்றும் நகராட்சிகளில் பணிபுரிகின்றனர் என்று கபூர் சுட்டிக்காட்டுகிறார். இந்தியாவில்

இது வெறும் 12 சதவீதம் மட்டுமே. அமெரிக்காவில், கிராம ஊராட்சி மற்றும் நகராட்சிகளின் நிர்வாகச் செலவு, அரசாங்கத்தின் மொத்தச் செலவில் 27 சதவீதமாகும். சீனாவில் இது 51 சதவீதம். ஆனால், இந்தியாவில் இது வெறும் 3 சதவீதம் மட்டுமே. செலவீனங்களை வகைப்படுத்துகின்ற முறை இந்த மூன்று நாடுகளிலும் ஒரே மாதிரியாக இல்லை என்பது உண்மைதான் என்றாலும், நமக்கும் இவ்விரு நாடுகளுக்கும் இருக்கும் வேறுபாட்டு விகிதம் மிகவும் அதிகம். ஆக, இந்தியாவின் மொத்த அரசு ஊழியர்களின் எண்ணிக்கை மிகவும் குறைவு. மொத்தச் சம்பளதாரர்களின் எண்ணிக்கையில் பொதுத்துறை ஊழியர்களின் சதவீதம் 1999 இல் 26 ஆக இருந்தது. 2020 இல் அது 11 சதவீதமாகக் குறைந்தது.

இந்தியாவில் அரசு ஊழியர்களின் எண்ணிக்கை குறைவாக இருந்தாலும்கூட, இந்தியாவின் அரசுச் செலவுகள், பணக்கார நாடுகளின் அளவுக்கு இருப்பதாகப் பொருளாதார வல்லுநர்களான அஜய் சிப்பரும் சல்மான் அனீஸ் சோஸுைம் தெரிவிக்கின்றனர். அதாவது, இந்தியா தன் வருவாயைச் செம்மையாகச் செலவழிப்பதில்லை. அதோடு, அது அரசு ஊழியர்களுக்குப் பெரும் ஊதியத்தையும் பிற சலுகைகளையும் தாராளமாக வழங்குகின்ற போக்கு நிலவுகிறது. எடுத்துக்காட்டாக, 2019 இல் சீனாவில் இடைநிலைப் பள்ளி ஆசிரியர்களின் சராசரிச் சம்பளம், மொத்த ஜிடிபியில் 0.76 சதவீதமாக இருந்தது; பிற ஆசிய நாடுகளில் அது 1.1 ஆக இருந்தது. ஆனால், இந்தியாவில் அது 1.7 சதவீதமாக இருந்தது. அரசுப் பள்ளி ஆசிரியர்களின் விஷயத்தில் அது 3 சதவீதமாக இருந்தது. அதாவது, இந்தியாவின் சராசரி வருவாயோடு ஒப்பிடுகையில், அரசுப் பள்ளி ஆசிரியர்கள் சுமார் மூன்று மடங்கு அதிகச் சம்பளம் பெற்றுக் கொண்டிருந்தனர். அதேபோல, 2023 இல் இந்தியா இராணுவத்திற்கு ஒதுக்கியுள்ள தொகையில் 53 சதவீதம் சம்பளத்திற்கும் ஓய்வூதியத்திற்கும் செல்கிறது என்று 'இன்ஸ்டிடியூட் ஆஃப் ஸ்ட்ரட்டெஜிக் ஸ்டடீஸ்' அமைப்பின் அறிக்கை தெரிவிக்கிறது. அதனால், இராணுவத்திற்கு, தளவாடங்களை வாங்குவதற்கும் கட்டமைப்புகளை உருவாக்குவதற்கும் குறைவான தொகையே இருக்கிறது. பீட்டர் ஜி. பீட்டர்சன் அறக்கட்டளையின் கூற்றுப்படி, அமெரிக்காவில் 2022 இல் இதே தொகை வெறும் 24 சதவீதம் மட்டுமே இருந்தது.

இந்திய அரசு இவ்வளவு நல்ல சம்பளம் கொடுப்பதால், திறமையானவர்களை இத்துறைக்குள் இழுப்பதில் அதற்கு எந்தப் பிரச்சனையும் இல்லை. 2021-22 இல் கிட்டத்தட்ட 30 இலட்சம் பேர் மத்திய சிவில் சர்வீஸ் தேர்வு எழுதினர். அதில் 3,559 பேர் மட்டுமே தேர்ந்தெடுக்கப்பட்டனர். அதாவது, விண்ணப்பித்திருந்த ஒவ்வொரு 850 நபர்களில் ஒருவருக்குத்தான் வேலை கிடைத்தது. 1950-51 இல் விண்ணப்பித்திருந்த 24,680 பேரில் 2,780 பேருக்கு வேலை கிடைத்தது. அதாவது, அப்போது ஒன்பது பேரில் ஒருவருக்கு வேலை கிடைத்தது.

இத்தனைப் பேர் அரசு வேலைக்காகக் கதவைத் தட்டிக்

கொண்டிருக்கின்றபோதும், அரசாங்கத்தின் ஒவ்வொரு நிலையிலும், குறிப்பாக, கிராம ஊராட்சி மற்றும் நகராட்சிகளில், எண்ணற்றப் பணியிடங்கள் நிரப்பப்படாமல் காலியாக இருக்கின்றன என்பதுதான் இதில் வியப்புக்குரிய விஷயம். சமீபத்தில், 160 மாவட்டங்களில் ஒரு கணக்கெடுப்பு நடத்தப்பட்டபோது, உள்ளூர் நிர்வாகத்தில் முக்கியமான பதவியான வட்டார வளர்ச்சி அதிகாரியின் பணியிடங்களில் 40 சதவீதம் காலியாக இருந்தது தெரிய வந்தது. இதற்கு நிதிப் பற்றாக்குறை ஒரு காரணமாக இருக்கலாம். அரசுச் செலவுகள் வேறு முக்கியமான விஷயங்களுக்கு முன்னுரிமைப்படுத் தப்பட்டிருக்கலாம் (இந்திய அரசின் ஒவ்வோர் அடுக்கிலும் வரவு-செலவுப் பற்றாக்குறை நிலவுகிறது) அல்லது தகுதியான ஆட்கள் கிடைக்காமல் இருந்திருக்கலாம்.

இதன் விளைவாக, உள்ளாட்சி அதிகாரிகளின் வேலைச்சுமை எப்போதுமே அதிகமாக இருக்கிறது. அதனால், அவர்கள் எப்போதும் உடனடிக் கவனம் தேவைப்படுகின்ற வேலைகளில் மட்டுமே ஈடுபடுகின்றனர். அவற்றில் பேரிடர் மேலாண்மையும் ஒன்று. அதோடு, அது ஊடகங்களால் உற்றுக் கவனிக்கப்பட்டும் வருகிறது. அதன் விளைவாக, அரசு, பேரிடர் மேலாண்மையிலும் நிவாரணம் அளிப்பதிலும் சிறந்து விளங்குகிறது. அதேபோல, காலக்கெடுவுடன்கூடிய பிரம்மாண்டமான வேலைத் திட்டங்களும் சிறப்பாக நிறைவேற்றப்படுகின்றன. கும்பமேளா, கொரோனா தடுப்பூசிச் செயல்திட்டம், தூய்மை இந்தியா இயக்கம் போன்றவை இதற்கான சில எடுத்துக்காட்டுகள். ஆனால், தொடக்கக் கல்வி, சுகாதாரம் போன்ற, விளைவுகள் எளிதாக அளவிடப்பட முடியாத நீண்டகாலத் திட்டங்கள் சரியாக நிறைவேற்றப்படவில்லை.

கடைசியாக ஒரு விஷயம்: ஒரு பெரிய பொருளாதாரமாக உருவெடுத்திருக்கின்ற இந்தியா சில சிக்கலான விஷயங்களைக் கையாள வேண்டியிருப்பதால், அதற்கு இன்னும் அதிகமான துறைசார் வல்லுநர்கள் தேவைப்படுவர். எடுத்துக்காட்டாக, வர்த்தகப் பேச்சுவார்த்தைகளில் ஈடுபடுவதற்கு, உலக வர்த்தக அமைப்பின் விதிமுறைகளை அறிந்து வைத்திருக்கின்ற, வர்த்தகப் பொருளாதாரத்தைக் கரைத்துக் குடித்திருக்கின்ற, பல்லாண்டுகால கள அனுபவத்தைக் கொண்டிருக்கின்ற, வர்த்தக ஒப்பந்தங்களைக் கற்றறிந்திருக்கின்ற ஒருவர் தேவை. பெருநிறுவனப் பித்தலாட்டங்களை விசாரிப்பதற்கு, தடயவியல் கணக்கியலில் அனுபவம் பெற்றுள்ள ஒரு விசாரணையாளர் பொருத்தமாக இருப்பார். அந்த வழக்குகள் நீதிமன்றத்திற்கு வருகின்றபோது, அவற்றை விசாரிக்கின்ற நீதிபதிக்குப் பெருநிறுவனச் சட்டங்கள் மற்றும் நிதிச் சட்டங்கள் குறித்த ஒரு நல்ல புரிதல் இருக்க வேண்டும். ஆனால், இதில் ஒரு சிக்கல் இருக்கிறது. இப்படிப்பட்டத் தலைசிறந்த வல்லுநர்களை நேரடியாக உயர்பதவிகளில் அமர்த்துகின்றபோது, அதே துறையில் பல காலமாக இருந்து வந்துள்ள கீழ்நிலை அதிகாரிகள் அவர்களுக்குச் சிறப்பான ஒத்துழைப்பைக் கொடுக்க மாட்டார்கள் என்பதால், அவர்களுடைய பணி அவர்களுக்குக் கடினமானதாக

இருக்கும். (இந்திய நிதி அமைச்சகத்திற்கும் இந்திய ரிசர்வ் வங்கிக்கும் நேரடியாக ஓர் உயரதிகாரியாக நியமிக்கப்பட்டிருந்த அனுபவம் இருக்கின்ற ரகுராம் ராஜன் இதை நன்றாகவே அறிவார்.) ஆனாலும் அது தொடர்ந்து விடாப்பிடியாக நடைமுறைப்படுத்தப்பட்டுக் கொண்டிருக்க வேண்டும். ஏனெனில், இந்தியாவில் இப்படிப்பட்ட வல்லுநர்களுக்கான தேவை இருக்கிறது. இதற்கு மாற்று ஏற்பாடாக, ஏற்கனவே உயர் பதவிகளில் இருக்கின்ற அதிகாரிகளுக்குச் சிறப்புப் பயிற்சி வழங்கலாம். ஆனால், அது ஓர் ஆடம்பரமான தண்டச் செலவாக இருந்துவிடக்கூடாது. அவர்களுடைய அடுத்த நகர்வுக்கான முன்தயாரிப்பாக அது இருக்க வேண்டும்.

6

இருபத்தொன்றாம் நூற்றாண்டுக்கான அரசு நிர்வாகம்: செயல்முறை

இந்தியா ஒரு மேம்பட்ட விதத்தில் இருபத்தொன்றாம் நூற்றாண்டின் ஊடாகப் பயணிப்பதற்கு அரசுக் கட்டமைப்பில் மேற்கொள்ளப்பட வேண்டிய மாற்றங்கள் குறித்து இதுவரை நாம் விவாதித்துள்ளோம். ஆனால், அரசாங்கம் உண்மையில் என்ன செய்ய வேண்டும்? அது குறித்து ஒரு கலைக்களஞ்சியரீதியான விளக்கம் கொடுப்பதோ அல்லது மேற்கொள்ளப்பட வேண்டிய சீர்திருத்தங்களை ஒரு நீண்ட பட்டியலிடுவதோ எங்கள் நோக்கமல்ல. மாறாக, அரசு நிர்வாகத்திற்கான அடிப்படைக் கொள்கைகள் சிலவற்றைக் கோடிட்டுக் காட்டுவதுதான் எங்கள் நோக்கமாகும்.

மக்களுக்கு மானியங்கள் வழங்குதல், மக்களின் வங்கிக் கணக்குகளில் நேரடியாகப் பணம் போடுதல் போன்றவற்றின்மீது குவிக்கப்பட்டுள்ள கவனம், தரமான கல்வி, பொது மருத்துவ வசதி போன்ற பொதுச் சேவைகளை நோக்கித் திசைதிருப்பப்பட வேண்டியது அரசு மேற்கொள்ள வேண்டிய மாற்றங்களில் மிக முக்கியமானது. அதோடு, தொழில்கள் செழித்து வளர்வதற்கு உகந்த சூழல்கள் மேலும் மேம்படுத்தப்பட வேண்டும். இதில் விதிமுறைகள் முக்கியமானவை. ஆனால், அவை அதிகமாகவும் இல்லாமல் குறைவாகவும் இல்லாமல் ஒரு நடுநிலையில் இருப்பதை உறுதி செய்வது ஒரு சவாலான காரியமாகத்தான் இருக்கும். பொருளாதாரம் மேன்மேலும் சிக்கலடையும்போது, பொருத்தமான கொள்கைகளைத் தீர்மானிப்பதற்கு, அவை தொடர்பான சில பரிசோதனைகளை மேற்கொள்வது உதவிகரமாக இருக்கும். எப்போதும் கண்கொத்திப் பாம்பாகப் பார்த்துக் கொண்டிருக்க வேண்டிய ஓர் அம்சம் போட்டி தொடர்பானது. ஆடுகளம் புதியவர்களை ஊக்குவிக்கின்ற விதத்தில் இருக்குமாறு பார்த்துக் கொள்ள வேண்டும். இறுதியாக, இந்தியாவின் தலைக்கு மேல் எப்போதும் தொங்கிக் கொண்டிருக்கின்ற ஆபத்தான கத்தியான நெறி பிறழ்ந்த முதலாளித்துவத்தின் ஆதிக்கத்தைக் குறைப்பதற்கு,

வெளிப்படையான தேர்தல் நிதி திரட்டல் கொள்கைகள் நமக்குத் தேவை.

இலவசங்களும் பொதுச் சேவையும்

இந்தியா எப்போதுமே தெளிவான குறுகியகால விளைவுகளை நோக்கமாகக் கொண்ட, ‘இலக்குரீதியான தலையீடுகளில்’ கவனம் செலுத்தி வந்துள்ளது. பொதுமக்களின் விஷயத்தைப் பொறுத்தவரை, இது, பொது விநியோகத் திட்டத்தின் மூலமாக தானியங்களையும் பிற அத்தியாவசியப் பொருட்களையும் இலவசமாகவோ அல்லது மலிவு விலையிலோ விநியோகித்தல், மானியத் தொகையை நேரடியாக மக்களின் வங்கிக் கணக்கில் செலுத்துதல், படிப்பிற்குத் தேவையான மடிக்கணினிகளை இலவசமாக வழங்குதல், படிப்பு மற்றும் வேலையில் இட ஒதுக்கீடு வழங்குதல் போன்றவற்றைக் குறிக்கிறது. இதைப் பற்றி நாம் சற்று விளக்கமாகப் பார்க்கலாம். இவற்றுக்கும், கல்வி, பொது மருத்துவம் போன்ற பொதுச் சேவைகளை மேம்படுத்துவதற்கு மேற்கொள்ளப்படுகின்ற முயற்சிகளுக்கும் இடையே நிறைய வேறுபாடுகள் இருப்பதை நாம் புரிந்து கொள்ள வேண்டும். தொழில்களைப் பொறுத்தவரை, அரசின் வரவு-செலவுத் திட்டம் தாக்கல் செய்யப்படுவதற்கு முன், அரசு பல்வேறு தொழிற்துறையினருடன் சந்திப்புக்கூட்டங்களை நிகழ்த்தும். அப்போது, தங்களுக்கு மானியம் வழங்கப்பட வேண்டும், சிறப்புச் சலுகைகள் வழங்கப்பட வேண்டும், இறக்குமதி வரி குறைக்கப்பட வேண்டும் போன்ற கோரிக்கைகளைத் தொழிற்துறையினர் முன்வைப்பர். சிலர், தொழில்களைத் தொடங்குவதற்கும் அவற்றை நடத்துவதற்குமான சூழல் மேம்படுத்தப்பட வேண்டும் என்று வலியுறுத்துவர். அதன் விளைவாக, அரசின் வரவு-செலவுத் திட்டம், அரசின் நோக்கம் குறித்த ஒரு விரிவான அறிக்கையாக இருப்பதற்குப் பதிலாக, பலதரப்பட்டத் தொழிற்துறைகளுக்கு வழங்கப்படவுள்ள நன்மைகளை எடுத்துரைக்கின்ற ஒரு பட்டியலாக அமைந்துவிடுகிறது. வரவு-செலவுத் திட்டம் சமர்ப்பிக்கப்படுவதற்குச் சில வாரங்கள் முன்புவரை எந்தெந்தத் தொழிற்துறைகள் தம்முடைய கோரிக்கைகளைத் திறமையாக முன்வைக்கின்றனவோ, அவற்றால் நல்ல பலன்களை அறுவடை செய்ய முடியும். அரசின் நோக்கம் பொதுமக்களுக்கு உதவுவதாக இருந்தாலும் சரி அல்லது தொழிற்துறைக்கு உதவுவதாக இருந்தாலும் சரி, அது ஏன் அதைக் குறுகியகால நோக்குடன் செய்கிறது என்பதுதான் கேள்வி.

இந்தியா இப்படி நடந்து கொள்வதற்கு, அது ஏழை நாடாக இருந்தபோதே ஒரு ஜனநாயகமாக ஆனது ஒரு காரணமாக இருக்கலாம். இந்தியா போன்ற, பிஞ்சிலேயே பழுத்த ஜனநாயகங்கள், பொதுச் சேவைகளை வழங்குவதைவிட இலக்குடன்கூடிய அனுகூலங்களை வழங்குவதற்கு முன்னுரிமை கொடுப்பதாக அரசியலறிஞரான தேவேஷ் கபூர் கூறுகிறார். இந்தியா சுதந்திரம் அடைந்தபோது, நிலக்கிழார்களாக விளங்கிய, அரசியல்ரீதியாக

ஆதிக்கம் செலுத்திய உயர்சாதியினர், தங்களிடம் கூலிக்கு வேலை பார்த்து வந்த தொழிலாளர்களுக்கோ அல்லது அவர்களுடைய சந்ததியினருக்கோ கல்வி தேவையில்லை என்று கருதியிருக்கக்கூடும் என்று அரசியலறிஞர் மைரான் வெயினர் கருத்துத் தெரிவிக்கிறார். அதோடு, அப்போது வேளாண் தொழிலுக்கு வெளியே வேலை வாய்ப்புகள் எதுவும் இல்லாதிருந்ததால், வேளாண் தொழிலாளர்களும், கல்வி கற்பது தங்களுக்குப் பெரிதாகப் பலனளிக்காது என்று நம்பியிருந்திருக்கக்கூடும். தொடக்கத்தில் வரவு-செலவுத் திட்டம் சமர்ப்பிக்கப்பட்டபோது, அது நெகிழ்வுத்தன்மையுடன் இருக்கவில்லை. அதில் வழக்கமாக இடம்பெற்ற அம்சங்களால் பயன் பெற்றுக் கொண்டிருந்த குழுக்கள், அந்த அம்சங்கள் தொடர்ந்து இடம்பெறும்படி பார்த்துக் கொண்டன. தொடக்கக் காலத்தில் பொருளாதார வளர்ச்சி மந்தமாக இருந்த காரணத்தினாலும், அரசின் வரவு-செலவுத் திட்டம் ஒரு வரையறைக்கு உட்பட்டு இருந்த காரணத்தாலும், கல்வியறிவு பெற்றத் தொழிலாளர்களுக்கான தேவை இருக்கவில்லை. அதனால், கல்விக்கு, குறிப்பாக, தொடக்கக் கல்வி, தொழிற்கல்வி ஆகியவற்றுக்கு வரவு-செலவுத் திட்டத்தில் நிதி ஒதுக்கப்படவில்லை. வரலாற்றைத் தெரிந்து கொள்வது முக்கியம்!

இது ஒரு நச்சுச் சுழற்சிக்கு வழி வகுத்தது. தொடக்கத்தில் ஆரம்ப சுகாதாரத்திற்கு அரசு மிகக் குறைவான நிதியே ஒதுக்கியதாலும், அந்த சுகாதாரச் சேவையும் தரமாக இல்லாததாலும், நடுத்தர வர்க்கத்தினர் தங்களுடைய மருத்துவத் தேவைகளுக்குத் தனியார் மருத்துவமனைகளை நாடினர். உரிமைக் குரல் எழுப்புகின்ற திறன் படைத்துள்ள நடுத்தர வர்க்கம் பொதுச் சேவைகளைப் பயன்படுத்தினால், அச்சேவைகளின் தரம் மேம்படுவதற்கான ஆற்றல்மிக்க உந்துசக்தியாக அது விளங்கும். ஓர் அரசுப் பொது மருத்துவமனைக்கு ஒரு மருத்துவர் தாமதமாக வந்தால், ஒரு வணிகராலோ அல்லது ஒரு கணக்காளராலோ காட்டுக்கூச்சல் போட்டு அவரை வறுத்தெடுத்துவிட முடியும். ஆனால், அவ்வாறு செய்வதற்கான துணிச்சல் ஓர் ஏழை வேளாண் தொழிலாளிக்கு இருக்காது. நடுத்தர வர்க்கம் பொதுச் சேவைகளைப் பயன்படுத்தாமல் இருந்து வந்ததால், அவற்றின் தரம் படுமட்டமாகவே இருந்துவிட்டது. "ஏழைகளுக்கு மட்டும் என்று இருக்கின்ற பொதுச் சேவைகள் எப்போதுமே பரிதாபகரமான சேவைகளாகவே இருக்கும்," என்று பொருளாதார அறிஞர் லேரி சம்மர்ஸ் கூறியுள்ளது இங்கு நினைவுகூரத்தக்கது.

அரசாங்கத்திடமிருந்து தங்களுக்கு மிகக் குறைவான நன்மைகளே கிடைத்ததைப் பார்த்த நடுத்தர வர்க்கத்திற்கு, அரசாங்கத்திற்கு வரி செலுத்துவதற்கான ஊக்கம் குறைந்துவிட்டது. சில நாடுகளில் வரி ஏய்ப்பு என்பது அவமானத்திற்குரிய ஒரு செயலாக அந்நாட்டு மக்களால் கருதப்பட்டது. வரி ஏய்ப்பில் ஈடுபடுகின்ற நபர்கள் அதை அண்டைவீட்டாரிடமிருந்து மறைத்து வைப்பர். ஆனால், ஓர் அரசாங்கம் தான் சேகரிக்கின்ற வரிப் பணத்தை முறையாகச் செலவழிப்பதில்லை என்ற கண்ணோட்டம்

மக்களிடையே உருவாகின்றபோது, வரி ஏய்ப்பு என்பது சமூகத்தால் அங்கீகரிக்கப்படுகின்ற ஒன்றாகிவிடுகிறது. இன்னும் சொல்லப் போனால், அது பெருமையோடு வெளியே சொல்லிக் கொள்ளத்தக்கதாகக்கூட மாறிவிடுகிறது. அதன் காரணமாக, வரி வசூலிப்பு மேலும் குறைகிறது. அது அரசின் செயல்திறனை வெகுவாகக் குறைக்கிறது.

நிதிப் பற்றாக்குறை, சாதிகள் மற்றும் மதங்களின் அடிப்படையில் பிளவுபட்டுக் கிடக்கின்ற வாக்காளர் கூட்டம் போன்றவை, பொதுச் சேவைகளை வழங்குவதற்கு அரசியல்வாதிகளை ஊக்குவிப்பதில்லை. மாநில அளவில் நிதி பரவலாகப் பகிர்ந்தளிக்கப்படுவதால், ஒரு குறிப்பிட்ட வாக்காளர் கூட்டத்தின்மீது ஒரு குறிப்பிடத்தக்கத் தாக்கம் ஏற்படுத்த அது போதுமானதாக இருப்பதில்லை – குறிப்பாக, அடுத்தத் தேர்தல் வருவதற்குள்! அது மட்டுமல்லாமல், மேம்பாட்டை நோக்கி மேற்கொள்ளப்படுகின்ற எந்தவொரு முயற்சியும், அரசாங்கத்தின் பல அடுக்குகளின் ஊடாகப் பயணிக்க வேண்டியிருக்கிறது. வேலைச் சுமை அதிகமாக இருக்கின்ற அரசு அதிகாரிகளை வைத்துக் கொண்டு இதை அவர்கள் சமாளித்தாக வேண்டியுள்ளது.

மாநில அளவில், கல்வி மற்றும் சுகாதாரத்தில் ஏற்படுகின்ற தர மேம்பாடுகளை அளவிடுவது கடினம். அந்த மேம்பாடுகளைப் பற்றி மக்களிடம் எடுத்துச் சொல்வது அதைவிடக் கடினம். எடுத்துக்காட்டாக, பொது மருத்துவச் சேவையின் மூலம் நோயாளிகளின் ஆரோக்கியம் மேம்பட்டுள்ளதா இல்லையா என்பதை அறிந்து கொள்வதற்கு நீண்ட காலம் பிடிக்கும். ஆனால், அரசு மருத்துவமனைகளில் இருக்கின்ற மருந்தகங்களுக்கு வண்ணம் பூசி, அவற்றில் அத்தியாவசிய மருந்துகளின் இருப்பை அதிகப்படுத்தி, அவை திறந்திருக்கின்ற நேரங்களில் அங்கு மருந்தாளர்கள் இருப்பதை உறுதிப்படுத்தினால், அதைக் கண்கூடாகப் பார்ப்பது எளிது. ஆனால், இத்தகைய மேம்பாடுகள், அவற்றின் பயனாளிகள் மற்றும் உள்ளூர்வாசிகளின் கண்களில் மட்டுமே படும். மாநில அளவிலும் தேசிய அளவிலும் உள்ள புள்ளிவிபரப் பட்டியலில் அவற்றைத் திறம்படப் படம்பிடிக்க முடியாது.

அதனால், பொதுச் சேவைகளுக்குப் பதிலாக, இந்திய அரசியல்வாதிகள், உடனடியான மற்றும் தங்களுடைய வாக்காளர்களுடைய கண்களுக்கு எளிதாகப் புலப்படுகின்ற நன்மைகளைச் செய்ய விரும்புகின்றனர். அப்போது, அவற்றைச் செய்தது யார் என்பதை மக்களால் அறிந்து கொள்ள முடியும் என்பதால், அது அந்த அரசியல்வாதிகளுக்கு நேரடியாகப் பலன் தரும். பயனாளர்கள் சலுகைகளுக்குப் பழக்கப்பட்டுவிடுகின்றபோது, அச்சலுகைகளை அவர்கள் தங்களுடைய உரிமையாக நினைத்துக் கொள்கின்றனர். அதனால், அதிலிருந்து அவர்களை மாற்றுவது கடினமாகிவிடுகிறது. தங்களுடைய நிலங்களில் விளைகின்ற தானியங்களை, சந்தை விலையைவிடக் கூடுதல் விலை கொடுத்து அரசு வாங்கிக் கொள்வதற்குப் பழக்கப்பட்டுவிட்ட விவசாயிகள்

இதற்கான ஓர் எடுத்துக்காட்டு. சமீபத்தில், வேளாண் சட்டங்களில் திருத்தம் கொண்டுவர இந்திய அரசு முயன்றபோது, அதை எதிர்த்துப் போராட்டத்தில் ஈடுபட்ட விவசாயிகளுக்கு இருந்த முதன்மையான பயம், அரசியல்ரீதியாகச் செல்வாக்குள்ள சில விவசாயிகள் தங்களுடைய விளைச்சலைப் பெரிய நிறுவனங்களுக்கும் வணிகர்களுக்கும் விற்றுவிட்டால் அதைச் சாக்காக வைத்து அரசாங்கம் மற்ற விவசாயிகளின் விளைச்சலைச் சந்தை விலையைவிட அதிகமான விலைக்கு வாங்கிக் கொள்ள மறுத்துவிடக்கூடும் என்பதாகத்தான் இருந்தது.

அமைப்புமுறையில் மேற்கொள்ளப்படுகின்ற படிப்படியான மேம்பாடுகள், இலக்குரீதியான தலையீடுகளில் கிடைக்கின்ற நன்மைகளின் பக்கம் சாயவே வழிவகுக்கும் என்பது சுவாரசியமான விஷயம். எடுத்துக்காட்டாக, முன்பு நியாயவிலைக் கடைகளில் ஏழைகளுக்கு விநியோகிப்பதற்காக அனுப்பி வைக்கப்பட்ட தானியங்களை, அந்தக் கடைகளின் நிர்வாகிகள் சுரண்டுவது ஒரு நடைமுறையாகவே இருந்து வந்தது. இதனால் பாதிப்புக்கு உள்ளாகின்ற ஏழைகள், இதில் தலையிட்டுத் தங்களுக்கு நியாயம் கிடைக்கச் செய்யுமாறு உள்ளூர் அரசியல்வாதியிடம் மன்றாடுவர். அவரும் அந்த நியாயவிலைக் கடைக்காரரிடம் பேசி, உள்ளூர் மக்களுக்கு நியாயம் கிடைப்பதை உறுதி செய்வார். அதற்குப் பதிலீடாக, தேர்தல் நேரத்தில் அந்த மக்களின் வாக்குகள் தனக்குக் கிடைக்கும் என்று அவர் நம்பினார். ஆனால், தொழில்நுட்ப முன்னேற்றத்தின் காரணமாக, தொழில்நுட்பக் கருவிகளின் உதவியுடன் பொது விநியோகத்தைக் கண்காணிப்பது எளிதாகிவிட்டதால், உள்ளூர் மக்களுக்கு இப்போது அந்த உள்ளூர் அரசியல்வாதி தேவைப்படாதவராக ஆகிவிட்டார். இப்போது, மாநிலத் தலைவரோ அல்லது தேசியத் தலைவரோ இப்படிப்பட்டப் பொது விநியோகத்தின் தர மேம்பாட்டிற்குப் பொறுப்பேற்றுக் கொள்வர். மானியத் தொகையைப் பொதுமக்களின் வங்கிக் கணக்கில் நேரடியாக வரவு வைத்தல், கழிப்பறைகளைக் கட்டிக் கொடுத்தல், இலவசமாக அல்லது மலிவு விலையில் தானியங்களை வழங்குதல், மானிய விலையில் சமையல் எரிவாயுவைக் கொடுத்தல், கல்விக் கடன் வழங்குதல் போன்றவற்றுக்கு அவர்கள் சொந்தம் கொண்டாடுவர். அதன் மூலம், அவர்கள் வாக்காளர்களுடன் ஒரு நேரடி உறவை வளர்த்துக் கொள்வர். தொழில்நுட்பத்தின் உதவியுடன் ஓரளவு சுத்தப்படுத்தப்பட்டுள்ள பொதுச் சேவைகள் அரசியல்வாதிகளின் அந்தஸ்தை உயர்த்தியுள்ளதால், அவர்கள் இந்த இலக்குரீதியான தலையீடுகளின் பக்கம் மேலும் சாய்வர்.

இருக்கின்ற வேலைகளுக்குத் தங்களைத் தயார்படுத்திக் கொள்வதற்காக மக்கள் தங்களுடைய கல்வித் தகுதியையும் திறன்களையும் மேம்படுத்திக் கொண்டது, பொதுச் சேவைகளின் தரம் மேம்பட வேண்டும் என்ற கோரிக்கை வலுப் பெற வழிவகுத்துள்ளது. ஒரு வலிமையான உள்ளாட்சி இங்கு உதவும். ஒரு கிராம ஊராட்சித் தலைவரால், உள்ளூர் ஆரம்ப சுகாதார

மையத்தின் மேம்பாட்டுக்குத் தான்தான் காரணம் என்று சொந்தம் கொண்டாட முடியும். அவருடைய வாக்காளர்களால் அதைக் கண்கூடாகப் பார்க்க முடியும் என்பதாலும், அவர்களால் அதன் பலன்களை அறுவடை செய்ய முடியும் என்பதாலும், அடுத்தத் தேர்தலில் அவர்கள் அவருக்குரிய வெகுமதியை வழங்குவர். பொதுச் சேவைகளின் தரம் குறித்தத் தரவுகளை மக்களிடம் பகிர்ந்து கொண்டால், உள்ளூர் தலைவர்கள்மீது அழுத்தம் கொடுப்பதை அவர்களே பார்த்துக் கொள்வர். எடுத்துக்காட்டாக, ஓர் உள்ளூர் பள்ளியில் படிக்கும் மாணவர்களின் மதிப்பெண்கள் குறித்தத் தரவுகள் பொதுமக்களுக்குத் தெரியப்படுத்தப்பட்டால், அப்பள்ளியின் தரத்தை உயர்த்துவதற்கு அவர்களால் உள்ளூர் கல்வி அதிகாரிகள்மீது அழுத்தத்தைப் பிரயோகிக்க முடியும். வரம்பற்ற மின்சாரம் போன்றவற்றின் வடிவில் வழங்கப்படுகின்ற சலுகைகளை நாங்கள் சந்தேகக் கண்களுடன் பார்த்தால்கூட, மானியங்கள் நேரடியாக மக்களின் வங்கிக் கணக்கில் வரவு வைக்கப்படுதல் போன்ற திட்டங்களால் ஏழை மக்களுக்கு அதிகாரமளிக்க முடியும் என்று நாங்கள் நம்புகிறோம். ஏனெனில், அந்தப் பணத்தைக் கொண்டு, அரசின் பொதுச் சேவைக்குப் பதிலாகத் தனியார் சேவைகளை அவர்களால் தேர்ந்தெடுக்க முடியும். இதன் மூலம் பொதுத் துறைக்கும் தனியார் துறைக்கும் இடையே உருவாகின்ற போட்டி, பொதுச் சேவை நிறுவனங்களிடம் கூடுதல் கட்டுப்பாட்டை உருவாக்கும். மொத்தத்தில், இத்தகைய நடவடிக்கைகளால், தனியார் சேவையின் தரத்தை, குறிப்பாக ஏழைகளுக்கு வழங்கப்படுகின்ற சேவையின் தரத்தை, மேம்படுத்த முடியும்.

விளைவுகளைக் கட்டுப்படுத்துவதற்குப் பதிலாகக் கட்டமைப்பை உருவாக்குதல்

மிக நீண்ட காலமாகவே, இந்திய அரசு, எந்தத் துறைகளை இந்தியப் பொருளாதாரம் பின்தொடர வேண்டும், தொழில்களின் அளவு எவ்வளவு பெரிதாக இருக்க வேண்டும், எந்த மாதிரியான இயந்திரங்களைத் தொழில்கள் இயக்க வேண்டும், நிறுவனங்கள் எப்படி உரிமை கொண்டாடப்பட வேண்டும் போன்றவற்றைத் தீர்மானிக்க முயற்சித்து வந்துள்ளது. இன்று, அரசின் தலையீடுகள், சில பொருட்களின் இறக்குமதி வரியை அதிகரிப்பதன் மூலம் சில தொழில்களுக்குப் பாதுகாப்பு அளிப்பது, உற்பத்திசார் ஊக்குவிப்புகளை வழங்குவது போன்ற வழிகளில் செயல்பட்டுக் கொண்டிருக்கின்றன. ஒன்றிய அரசு, சில குறிப்பிட்டத் துறைகளிலுள்ள பெருநிறுவனங்கள் சிலவற்றுக்கு, அத்துறைகளுக்கு எதற்காக ஆதரவு வழங்கப்படுகிறது என்பது குறித்த எந்தவிதமான வெளிப்படைத்தன்மையும் காரண காரியங்களும் இல்லாமல் ஆதரவு வழங்கிக் கொண்டிருக்கிறது. ஆனால், இந்தியாவின் கடந்தகால அனுபவம், இது போன்ற தீர்மானங்களை எடுப்பதில் அரசு சிறந்து விளங்கவில்லை என்பதைத் தெளிவாகச் சுட்டிக்காட்டுகிறது.

பெருநிறுவனங்களுக்கு இலவசங்களை (அது சிறப்பாகப் பலனளிக்கிறது என்று அதனால் பயனடைந்த ஒவ்வொரு பெருநிறுவனத் தலைவரும் சத்தியம் செய்வார்!) வழங்குவதன் மூலம் விளைவுகள்மீது தாக்கம் ஏற்படுத்துவதைவிட, அரசு, தொழிற்துறைக்கு உதவுகின்ற கட்டமைப்புகளை உருவாக்க முனைய வேண்டும். எடுத்துக்காட்டாக, முறைசார் கல்வி, தொழிற்கல்வி போன்ற பொதுச் சேவைகளின் மூலம் தொழிலாளர்களின் தரத்தை மேம்படுத்துதல், மின்சாரம், குடிநீர், அகண்ட அலைவரிசை இணையத் தொடர்பு, வேகமான சரக்குப் போக்குவரத்து வசதி போன்றவற்றைத் தனியாருடன் போட்டி போடுகின்ற விதத்தில் மலிவான கட்டணத்தில் பொதுமக்களுக்கு வழங்குதல், பிற பொருத்தமான கட்டமைப்பு வசதிகளை ஏற்படுத்துதல் போன்றவற்றில் அரசு ஈடுபடலாம். தொழில்களுக்கு மிதமான, அடிக்கடி மாறிக் கொண்டிருக்காத வரிகளும் பிற கட்டணங்களும் தேவை. நில உரிமைகள் குறித்தத் தெளிவான வரையறைகள், கட்டுப்படியாகக்கூடிய விலையில் வீடுகள் போன்ற கட்டுமானங்கள் எழுப்பப்படுவதற்கு இன்றியமையாதவையாகும். அரசு, பொதுச் சேவைகளுக்காக நிலத்தைக் கையகப்படுத்துகின்றபோதும், நிலங்களின் வகைப்படுத்துதலை மாற்றுகின்றபோதும் (வேளாண்மை, தொழிற்பேட்டை என்பவைபோல, பயன்பாட்டின் அடிப்படையில் நிலங்கள் வகைப்படுத்தப்படுகின்றன), அவை வெளிப்படையாகவும் நியாயமாகவும் இருக்க வேண்டும். இவை அனைத்தையும் ஒன்றாகச் சேர்க்கின்றபோது, புதிய தொழில்கள் தொடங்குவதற்கும் தொழிலில் ஆரோக்கியமான போட்டி உருவாவதற்கும் ஏற்றச் சூழல்களை நாம் உருவாக்குகிறோம். இது உற்பத்தித்திறன் மற்றும் வளர்ச்சியை வெகுவாக உந்தித் தள்ளும்.

மேற்குறிப்பிடப்பட்டவற்றில் எவற்றுக்குமே, அரசு, உற்பத்தித் துறையையோ அல்லது சேவைத் துறையையோ தூக்கிப் பிடிக்க வேண்டியதில்லை. தன்னிடமிருக்கின்ற குறைவான வளங்களை எவற்றுக்கு ஒதுக்க வேண்டும் என்ற தீர்மானத்தை அரசு எடுக்க வேண்டியிருக்கும் என்றாலும், எவை வேலை செய்யும், எவை வேலை செய்யாது என்பதை எடைபோடாத ஒரு வழியில் அது அந்த வளங்களைச் செலவிட வேண்டும். தாங்கள் எந்தத் துறைகளில் கவனம் செலுத்த வேண்டும் என்பதைத் தொழிலதிபர்களே தீர்மானித்துக் கொள்ளட்டும் என்று அது விட்டுவிட வேண்டும். ஒரு சில துறைகளுக்குத் தேவையான குறிப்பிட்டக் கொள்கையையோ அல்லது உள்கட்டமைப்பையோ அரசால் மட்டுமே வழங்க முடியும் என்பதை மறுப்பதற்கில்லை. அதற்கு அருமையானதோர் எடுத்துக்காட்டு 'இந்தியா ஸ்டேக்.' (மின்னணு முறையில் பரிவர்த்தனைகளை மேற்கொள்ள உதவுகின்ற டிஜிட்டல் உள்கட்டமைப்புக் கூறுகளின் ஒரு தொகுதி இது.)

இந்தியா ஸ்டேக்

2009 இல், ஐக்கிய முற்போக்குக் கூட்டணி, மத்தியில் மீண்டும் ஆட்சியைப் பிடித்தது. பின்னாளில் பொருளாதாரத்தில் நோபல் பரிசு பெற்ற அபிஜித் பேனர்ஜி, உலகப் புகழ் பெற்ற நிர்வாக மேதை சி.கே.பிரகலாத், அப்போதைய பிரதமர் மன்மோகன் சிங்கிற்குப் பொருளாதார ஆலோசகராக இருந்த ரகுராம் ராஜன் ஆகியோர், இந்த அரசு ஆட்சிக்கு வந்த முதல் *100* நாட்களில் மேற்கொள்ளக்கூடிய சில நடவடிக்கைகளைக் கோடிட்டுக் காட்டி, அரசாங்கத்திற்கு ஒரு கடிதம் எழுதினர். பரவலாகப் பேசப்பட்டு வந்த, ஆனால், அரசு அதிகாரிகள் அமைப்புமுறை எனும் சுழலுக்குள் சிக்கிக் கொண்ட இந்திய மக்கள் ஒவ்வொருவருக்கும் ஒரு தனித்துவமான அடையாளம் வழங்குவதற்கான ஒரு திட்டத்தை அரசு உடனடியாகச் செயல்படுத்த வேண்டும் என்பது அக்கடிதத்தில் இடம்பெற்றிருந்த பரிந்துரைகளில் ஒன்று. அக்கடிதம் ஏதாவது தாக்கம் ஏற்படுத்தியதா என்பது எங்களுக்குத் தெரியாது. ஆனால், இந்தியாவின் மிகப் பெரிய மென்பொருள் சேவை நிறுவனமான இன்ஃபோசிஸின் நிறுவனர்களில் ஒருவரும், அந்த நிறுவனத்தின் முன்னாள் முதன்மை நிர்வாக அதிகாரியுமான நந்தன் நீலகேனியை இத்திட்டத்தைச் செயல்படுத்துவதற்கு டாக்டர் மன்மோகன் சிங் சம்மதிக்க வைத்தது உண்மையிலேயே ஒரு சிறப்பான யோசனைதான்.

உலகிலேயே மிகப் பெரிய அடையாள அட்டை வழங்குகின்ற திட்டத்தோடு நீலேகனி திருப்தி அடைந்துவிடவில்லை. அவரும் அவருடைய குழுவினரும், அத்திட்டம் இந்தியாவில் ஒரு டிஜிட்டல் புரட்சியை உருவாக்குவதற்கான அடித்தளமாக இருக்க வேண்டும் என்று விரும்பினர். அதனால், அப்புரட்சிக்கு ஆதரவாக விளங்கக்கூடிய கட்டமைப்பு ஒன்றை அவர் வடிவமைக்க விரும்பினார். இது முக்கியமானது. ஏனெனில், பொதுவாக அரசுத் திட்டங்கள் அநியாயத்திற்குக் குறுகிய பார்வை கொண்டவையாகவும், ஒற்றைப் பிரச்சனைக்குத் தீர்வு காண்பதை மட்டுமே நோக்கமாகக் கொண்டவையாகவும் இருக்கும்; பொதுமக்களின் ஈடுபாட்டைக் கவர்ந்திழுப்பதற்கு அவை எதுவும் செய்வதில்லை. இன்னும் சொல்லப் போனால், பெரும்பாலான திட்டங்களில் அவற்றின் நோக்கமே நிறைவேறியிருக்காது. ஏனெனில், அத்திட்டங்களுக்கு மக்கள் ஒரு குறிப்பிட்ட விதத்தில்தான் எதிர்வினையாற்றுவர் என்பது குறித்து ஓர் உறுதியான கண்ணோட்டம் அவர்களிடம் இருக்கும். ஆனால், பொதுமக்கள் வழக்கம்போல வித்தியாசமாக எதிர்வினையாற்றுகின்றபோது, அரசின் அத்திட்டங்கள் தோற்றுவிடும். ஏனெனில், அவை தகவமைத்துக் கொள்ளும் திறனற்றவையாக வடிவமைக்கப்பட்டுள்ளன.

ஆனால், இந்தியா ஸ்டேக் என்று அழைக்கப்படுகின்ற இத்திட்டம் முற்றிலும் வித்தியாசமானது. அதில் மூன்று அடுக்குகள் இருக்கின்றன. முதல் அடுக்கு, அடையாள அடுக்கு. அந்த அடுக்கு, ஒவ்வொரு இந்தியக் குடிமகனுக்கும் ஒரு தனித்துவமான டிஜிட்டல்

அடையாளத்தை (ஆதார் அட்டை) வழங்குகிறது. அடிப்படையில், ஒருவருடைய ஆதார் எண், அவருடைய கைரேகை, கருவிழி ஸ்கேன் போன்ற உயிரியத் தரவுகளை அந்தத் தனிநபரோடு பிணைக்கிறது. உயிரியத் தரவு தனித்துவமானது என்பதால், பெயர், முகவரி, பாஸ்போர்ட் எண் போன்ற, அதனோடு இணைந்த தரவுகளை அதன் மேலடுக்காக அதில் பிணைத்துவிடலாம். இந்த அடையாள அடுக்குக்குப் பல பயன்கள் இருக்கின்றன. அது ஒருவருடைய அடையாளத்தை உறுதிப்படுத்தும் என்பதால், அதைக் கொண்டு ஒருவரால் ஒரு வங்கிக் கணக்கை அல்லது அலைபேசிக் கணக்கைத் தொடங்க முடியும். எடுத்துக்காட்டாக, ரிலையன்ஸ் ஜியோ நிறுவனம் தொடங்கப்பட்டு ஆறு மாதங்களுக்குள், ஆதாரின் உதவியுடன் 10 கோடி வாடிக்கையாளர்களை அது சேர்த்துவிட்டது. இந்த அடையாள அடுக்கால் இன்னும் பல காரியங்களைச் செய்ய முடியும். எடுத்துக்காட்டாக, ஒருவருடைய ஆதார் எண்ணை, அவர் தன்னுடைய வருமான வரியைத் தாக்கல் செய்வதற்குப் பயன்படுத்துகின்ற நிரந்தர வங்கிக் கணக்கு எண்ணோடு பிணைப்பதன் மூலம், மோசடி செய்யும் நோக்கத்துடன் ஒருவர் ஒன்றுக்கு மேற்பட்ட நிரந்தர வங்கிக் கணக்கு எண்களை வைத்திருந்தால், வருமான வரித் துறை அதிகாரிகளால் அதைக் கண்டுபிடித்துவிட முடியும்.

இரண்டாவது அடுக்கு, கொடுத்தல் அடுக்கு. வர்த்தகப் பரிவர்த்தனைகள் பெரும்பாலும் பணம் செலுத்துவதோடு நிறைவடைகிறது. யூபிஐ என்று சுருக்கமாக அழைக்கப்படுகின்ற 'பணம் கொடுப்பதற்கான ஒருங்கிணைக்கப்பட்ட இடைமுகம்', எவரொருவரும் எவரொருவருக்கும் ஒரு செயலியின் மூலமாகப் பணம் கொடுக்க வழி செய்கிறது. பணத்தை ஒருவருக்குக் கொடுப்பதற்கு, அந்த நபரின் அலைபேசி எண், அவருடைய கியூஆர் குறியீடு, அவர் தேர்ந்தெடுத்துள்ள மாற்றுப் பெயர் (எடுத்துக்காட்டு: *rohit@econ*) போன்ற ஏதோ ஒன்று மட்டும் தெரிந்திருந்தால் போதும். அதை நீங்கள் பயன்படுத்துகின்றபோது, உங்களுடைய வங்கிக் கணக்கிலிருந்து நீங்கள் யாருக்குப் பணம் அனுப்ப விழைகிறீர்களோ, மறுகணம் அவருடைய கணக்கிற்கு அந்தப் பணம் இடம் மாறிவிடும். ரகுராம் ராஜன் 2016 இல் ரிசர்வ் வங்கியின் ஆளுநராக இருந்தபோதுதான் இத்திட்டம் தொடங்கப்பட்டது. ஆனால், பின்னர் ஒரு நாள் இந்தியாவெங்குமுள்ள தெருவோர வியாபாரிகள் தாங்கள் விற்பனை செய்கின்ற பொருட்களுக்கு யூபிஐ செயலியைப் பயன்படுத்திப் பணம் பெற்றுக் கொள்வார்கள் என்று அவர் ஒருபோதும் கற்பனை செய்திருக்கவில்லை. 2023 ஆகஸ்டில் மட்டும் யூபிஐயைப் பயன்படுத்தி நடைபெற்றுள்ள பரிவர்த்தனைகளின் மதிப்பு 1,000 கோடி ரூபாய்.

மூன்றாவது அடுக்கு, தரவு அடுக்கு. ஒருவருடைய ஆதார் அடையாளத்துடன் பிணைக்கப்பட்டுள்ள தரவுகள் அவருடைய ஒப்புதலுடன் பகிர்ந்து கொள்ளப்படுவதற்கு இது அனுமதியளிக்கிறது. நிதித் தரவுச் சேகரிப்பாளர்கள் என்று அழைக்கப்படுகின்ற இடைமுக

நிறுவனங்கள், ஒருவர் மேற்கொண்டுள்ள நிதிசார் பரிவர்த்தனைகள் அனைத்தையும் ஒரே இடத்தில் பார்க்க வழி செய்கின்றன. அதோடு, அத்தரவுகளின் சொந்தக்காரரின் ஒப்புதலோடு, அத்தரவுகளைப் பிறர் பார்ப்பதற்கும் அவர்கள் அனுமதிக்கின்றனர். இதில் அத்தரவுகளின் சொந்தக்காரருக்குப் பல நன்மைகள் கிடைக்கும். எடுத்துக்காட்டாக, தெருவோர வியாபாரி ஒருவர், தன்னுடைய வாடிக்கையாளர்களிடமிருந்து யூபிஐ மூலம் பணம் பெறுகின்ற தரவுகளை ஒரு வங்கியோடு பகிர்ந்து கொள்ள ஒப்புக் கொள்வதாக வைத்துக் கொள்வோம். இப்போது, அவர் தன் தொழில் மூலமாக எவ்வளவு பணம் ஈட்டுகிறார் என்பது அந்த வங்கிக்குத் தெரியும் என்பதால், அதன் அடிப்படையில் அந்த வங்கியால் அவருக்குக் கடன் வழங்க முடியும். கடந்தகாலத்தில் அவருடைய வியாபாரம் முழுவதும் ரொக்கத்தில் நடைபெற்று வந்ததால், அவை குறித்தத் தரவுகள் அவரிடம்கூட இருக்காது. அதனால், தன் வியாபார வருமானத்தின் அடிப்படையில் அவரால் வங்கியிலிருந்து கடன் பெற முடியாது, தன் வியாபாரத்தை விரிவுபடுத்தவும் முடியாது. அவர் நேரடியாக வங்கிக்குச் சென்றால், அந்த வங்கி அவருக்குக் கடன் கொடுப்பதற்கு அவரிடமிருந்து எதையாவது அடமானமாகக் கேட்கும். அன்றாடங்காய்ச்சிக்கு அது எப்படிச் சாத்தியப்படும்? ஆனால், இன்று அது சாத்தியமாகியுள்ளது. யூபிஐ சீக்கிரமாகவே அமல்படுத்தப்பட்டிருந்த மாவட்டங்களிலிருந்த குடும்பங்களின் வருவாய், அப்படி அமல்படுத்தப்படாமல் இருந்த மாவட்டங்களோடு ஒப்பிடுகின்றபோது, 5.8 சதவீதம் கூடுதலாக இருந்தது; அங்கிருந்த வியாபாரங்களின் வருவாய் 19 சதவீதம் அதிகரித்திருந்தது; அங்கு வியாபாரம் செய்து கொண்டிருந்தவர்களின் எண்ணிக்கை 1.45 சதவீதம் அதிகரித்திருந்தது. குறிப்பாக, சுயதொழில்களில் ஈடுபட்டிருந்தவர்கள் அதிகமாகப் பயனடைந்திருந்தனர்.

இந்தியா ஸ்டேக்கை அடித்தளமாகக் கொண்டு பல தொழில்கள் தொடங்கப்பட்டுள்ளன. எடுத்துக்காட்டாக, இந்தியாவிலுள்ள மிகப் பெரிய, தரகுத் தொகை வசூலிக்காத, இணையத்தளப் பங்குச் சந்தைத் தரகு நிறுவனங்களான ஜீரோதாவும் அப்ஸ்டாக்ஸும், வாடிக்கையாளர்களை விரைவாகச் சேர்த்துக் கொள்வதற்கு இந்தியா ஸ்டேக் நிறுவனத்தின் அடையாள அடுக்கையும் கொடுத்தல் அடுக்கையும் பயன்படுத்துகின்றன. அவற்றில், வாடிக்கையாளர்கள் தங்களுடைய அலைபேசிகளைப் பயன்படுத்திப் பங்குச் சந்தைப் பரிவர்த்தனைகளை மேற்கொள்ளலாம். இந்தியாவில் இன்னும் அதிகமான மக்கள் பங்குச் சந்தையில் முதலீடு செய்ய வேண்டும். அதனால் தொழில்களுக்கு நேரடியாக மக்களிடமிருந்து முதலீடுகள் கிடைக்கும், மக்களும் அந்நிறுவனங்களின் வெற்றியால் பலனடைவர். முதலீட்டாளர்களுக்கு முதலீட்டுச் செலவைக் குறைப்பதன் மூலமும், அவற்றை அணுகுவதை வாடிக்கையாளர்களுக்குச் சுலபமாக்குவதன் மூலமும், இன்னும் எண்ணற்றோர் இதற்குள் வருவதற்கு இந்தியா ஸ்டேக் வாய்ப்பளித்துக் கொண்டிருக்கிறது.

இந்தியா ஸ்டேக்கிற்குப் பின்னாலுள்ள தொழில்நுட்பம்

சிக்கலானது அல்ல. இது சுலபமாகப் பயன்படுத்தபடக்கூடியதாகவும், நெகிழ்வுத்தன்மை உடையதாகவும், நிகழ்கணத்தில் தரவுகள் பரிமாறிக் கொள்ளப்படுவதற்கு ஏற்றதாகவும் வடிவமைக்கப்பட்டிருப்பதுதான் இதிலுள்ள புதுமையாகும். சாதாரண அலைபேசிகளிலிருந்து திறன்பேசிகள்வரை எதைக் கொண்டும் இதை அணுக முடியும் என்பது ஒரு புறம் இருந்தாலும், அதை அணுகுவதற்கான செலவும் இதில் குறைவு. இங்கு வாடிக்கையாளர்களுக்குச் செலவு குறைவாக இருப்பதற்குக் காரணம் இதிலுள்ள போட்டியாகும். ரகுராம் ராஜன் இந்திய ரிசர்வ் வங்கியில் இருந்தபோது, யூபிஐ குறித்து அந்த வங்கி ஒரு முக்கியமான தீர்மானம் எடுக்க வேண்டியிருந்தது. யூபிஐயின் பயன்பாட்டை வங்கிகளுக்கு மட்டுமே அளிக்க வேண்டுமா, கூடாதா என்பதுதான் அது. அப்போது பணம் கொடுக்கல் வாங்கல்களில் வங்கிகள் மட்டுமே பெரும் ஆதிக்கம் செலுத்தி வந்ததால், வங்கிகளுக்கு வெளியே அதை அனுமதிக்காதிருக்க வங்கிகள் கோரிக்கை வைத்தன. இதற்கான மாற்று, வங்கிசாரா பிற நிதி நிறுவனங்களும் இதைப் பயன்படுத்திக் கொள்ள அனுமதி வழங்குவதாகும். யூபிஐயின் வெற்றிக்குப் போட்டி முக்கியம் என்று நந்தன் நீலேகனி வாதிட்டார். அவருடைய வாதத்தை ஏற்றுக் கொண்டு, ரிசர்வ் வங்கி, வங்கிசாரா நிறுவனங்களும் யூபிஐயில் கொடுக்கல் சேவைகளை வழங்க அனுமதித்தது. இன்று, யூபிஐயின் மொத்தப் பரிவர்த்தனையில் *95* சதவீதம், ஃபோன்பே, கூகுள்பே, பேடீஎம் போன்ற வங்கிசாரா நிறுவனங்கள் மூலமாகத்தான் நடைபெற்று வருகிறது. அதனால், இப்போது நிலைமை தலைகீழாக மாறியுள்ளது. வங்கிகள் இவற்றோடு போட்டி போட முடியாமல் தவிப்பதால், இவற்றுக்குக் கடிவாளம் போடலாமா என்பது பற்றிய ஆலோசனை நடைபெற்றுக் கொண்டிருக்கிறது! இங்கு முக்கியமாகக் கவனிக்கப்பட வேண்டிய ஒரு விஷயம் இருக்கிறது. விஷயங்கள் ஏதாவது ஒரு பக்கத்திற்குச் சாதகமாக இல்லாதபடி, ஒரு சமமான ஆடுகளத்தை உருவாக்கி, திறமையுள்ளவர்கள் அதில் மேலே வர அனுமதிக்கப்பட வேண்டும் என்பதுதான் அது.

இந்தியா ஸ்டேக்கிலுள்ள நெகிழ்வுத்தன்மை, அதன் எந்த அடுக்கிலும் யார் வேண்டுமானாலும் ஒரு செயலியை வடிவமைத்துப் பிணைத்துக் கொள்ள அனுமதிக்கிறது. இந்தியா ஸ்டேக் உருவாக்கப்பட்டபோது கற்பனை செய்யப்பட்டிராத செயலிகள்கூட இப்போது வடிவமைக்கப்படுவதற்கு வாய்ப்பிருக்கிறது. எடுத்துக்காட்டாக, மருத்துவத் தரவுகளை மட்டும் தனியாகச் சேமிக்கவும் பகிர்ந்து கொள்ளவும் முடியும். ஆனால், இதில் பங்கெடுத்துள்ள எந்தவோர் அமைப்பாலும், வாடிக்கையாளர்களைத் தங்களுடைய அமைப்புக்குள் மட்டும் சுருட்டி வைத்துக் கொள்ள முடியாது. இதில் ஈடுபட்டுள்ளவர்கள் அனைவரும் மற்றவர்களோடு இணைந்து பணியாற்றியாக வேண்டும். பல நாடுகளில், தனியார்களால் நடத்தப்படும் டிஜிட்டல் சூழலமைப்புகளில் பங்கேற்றிருக்கும் ஒரு வாடிக்கையாளரால், மற்றொருவர் நடத்திக் கொண்டிருக்கும் டிஜிட்டல் சூழலமைப்புக்குத்

தன்னுடைய வர்த்தகத்தையும் தரவுகளையும் மாற்றிக் கொள்ள முடியாது. இதன் காரணமாக, அவர்களால், வாடிக்கையாளர்களைத் தங்கள் அமைப்புக்குள் இழுத்துப் பிடித்து வைத்துக் கொண்டு, காலப்போக்கில் அவர்களிடமிருந்து பெரும் பணம் வசூலிக்க முடியும். இந்தியா ஸ்டேக் ஒரு டிஜிட்டல் பொதுச் சேவைக் கட்டமைப்பாக விளங்குவதால், இது போட்டியை உருவாக்கி, அதன் மூலம் வளர்ச்சியையும் உற்பத்தித்திறனையும் அதிகரிக்கிறது. இந்தியா ஸ்டேக், மக்களுக்குப் பலனளிக்கின்ற பொதுச் சேவைக் கட்டமைப்பை உருவாக்குவதற்கான மிகச் சிறந்த எடுத்துக்காட்டாகத் திகழ்கிறது.

பழைய விதிகளைக் கத்தரித்துப் புதிய கட்டமைப்புகளை உருவாக்குதல்

வாழ்க்கையின் அனைத்து அம்சங்கள் குறித்தும் இந்தியாவில் ஏராளமான சட்டங்களும் விதிமுறைகளும் இருக்கின்றன. அவற்றில் பல காலனியாதிக்கக் காலகட்டத்தைச் சேர்ந்தவை. அவற்றை ஒழுங்குமுறைப்படுத்துவதற்கான தேவையைப் பற்றியும், அரசு அதிகாரிகள் அமைப்புமுறைக்குள் மாட்டிக் கொண்டு விஷயங்கள் தாமதமாகின்ற போக்கைப் பற்றியும், அவற்றோடு தொடர்புடைய ஊழல்களைப் பற்றியும் ஏற்கனவே மலையளவுக்கு எழுதிக் குவிக்கப்பட்டிருக்கிறது. இது தொடர்பாக எழுதுவதற்குப் புதிதாக எதுவும் எங்களிடம் இல்லை. ஆனால், இவற்றின் ஊடாகப் பயணிப்பதை எளிதாக்குவதற்குச் சில வழிமுறைகள் இருக்கக்கூடும் என்பதால் அவற்றைப் பற்றி நாங்கள் இங்குக் குறிப்பிட உள்ளோம்.

இந்திய ரிசர்வ் வங்கி ஒரு செயல்திட்டத்தைப் பின்பற்றி வருகிறது. அதன்படி, ஒரு குறிப்பிட்ட நடவடிக்கை தொடர்பான அனைத்து விதிமுறைகளும் ஒரு முதன்மைச் சுற்றறிக்கையாக ஒன்றாகத் தொகுக்கப்பட்டு, குறிப்பிட்டக் கால இடைவெளிகளில் புதுப்பிக்கப்படும். ரிசர்வ் வங்கியைப் பொறுத்தவரை இது முரண்பாடுகளைக் களைய உதவும். அந்த விதிகளைப் பின்பற்ற வேண்டிய அமைப்புகளிடமிருந்து என்ன எதிர்பார்க்கப்படுகிறது என்பதை அது அவற்றுக்குத் தெளிவுபடுத்தும். ஆனால், அது ஒருபோதும் எளிதான காரியமாக இருக்கவில்லை. அரசாங்கத்தால் ஒழுங்குபடுத்தப்படுகின்ற ஒவ்வொரு நடவடிக்கைக்கும் இதுபோன்ற முதன்மைச் சுற்றறிக்கைகள் தயாரிக்கப்பட வேண்டும். முதன்மைச் சுற்றறிக்கைகளில் இடம்பெற்றுள்ள தேவையற்ற விதிமுறைகளை நீக்குவதற்காகவும், அவற்றின் மொழிநடை, படிப்பவர்களுக்கு எளிதில் புரியும் விதத்தில் இருக்கும்படி அவற்றைத் திருத்தி எழுதுவதற்காகவும் (எடுத்துக்காட்டாக, நீங்கள் ஓர் உணவகத்தைத் தொடங்க விரும்பினால், நீங்கள் மேற்கொள்ள வேண்டிய நடவடிக்கைகள் இவைதாம் என்று தெளிவாகக் குறிப்பிடுதல்!), இவ்வாறு ஒரு குறிப்பிட்டக் கால இடைவெளியில் அவை

சீர்திருத்தப்படுவது அந்த விதிமுறைகளின் செயற்திறனை வெகுவாக மேம்படுத்தும்.

அரசு அதிகாரிகள் அமைப்புமுறையில் ஒரு நகைமுரண் இருக்கிறது. ஓர் அரசு அதிகாரி பதவியில் இருக்கின்றபோது, அவர் தன்னுடைய உதவியாளர்கள் மூலம் தன்னுடைய தனிப்பட்ட வேலைகளை எளிதாகச் செய்து முடித்துவிடுவார். தேவையெனில், அவருடைய உதவியாளர்கள், வேறு அதிகாரிகளின் உதவியாளர்களின் உதவியை நாடத் தயங்க மாட்டார்கள். ஆனால், அரசு அதிகாரிகள் அமைப்புமுறை, எவரும் எளிதில் அணுக முடியாத விதத்தில் அதன் ஒழுங்குமுறைகள் எவ்வளவு கறாராகவும் விரக்தியளிப்பவையாகவும் இருக்கின்றன என்பதை அந்த அதிகாரிகள் தங்கள் பதவிகளிலிருந்து ஓய்வு பெறும்வரை உணர்வதே இல்லை. அவர்கள் ஓய்வு பெற்றப் பிறகு, உதவியாளர்களின் துணையின்றி ஒரு காரியத்தை அவர்கள் தாங்களாகவே செய்ய முயற்சிக்கும்போதுதான், அரசு அதிகாரிகள் அமைப்புமுறை எவ்வளவு சிக்கலானது என்பதையும், எவ்வளவு கறாரானது என்பதையும் அவர்கள் உணர்கின்றனர். அந்த ஒழுங்குமுறைகள் கொடுக்கின்ற தேவையற்ற அழுத்தத்தைக் கொள்கை வகுப்பாளர்கள் உணர்ந்து கொண்டால், மாற்றங்களைக் கொண்டுவருவது எளிதாக இருக்கும். ரகுராம் ராஜன் ரிசர்வ் வங்கியில் இருந்தபோது, அவர் ஒரு யோசனையை முன்மொழிந்தார். அதன்படி, ரிசர்வ் வங்கியின் மூத்த அதிகாரிகள், தங்கள் உதவியாளர்களின் உதவியில்லாமல், தாங்கள் ரிசர்வ் வங்கி அதிகாரிகள் என்பதை வெளிப்படுத்திக் கொள்ளாமல், ஆண்டுக்கு ஒரு முறை வேறு ஏதேனும் ஒரு வங்கிக்குச் சென்று ஏதேனும் ஒரு வேலையை (எடுத்துக்காட்டாக, ஓர் அறக்கட்டளை வங்கிக் கணக்கைத் திறத்தல்) வெற்றிகரமாகச் செய்து முடிக்க வேண்டும் என்பதுதான் அது. இம்முயற்சி மேற்கொள்ளப்பட்டால், வாடிக்கையாளர்கள் பின்பற்ற வேண்டிய, வங்கி தொடர்பான ஒழுங்குமுறைகளை எளிமையானவையாகவும் வாடிக்கையாளர்களுக்குத் தோழமையானவையாகவும் ஆக்க முடியும் என்று அவர் நம்பினார். அவர் அந்த யோசனைக்கு 'ஒரு-நாள் பணி ஓய்வு' என்று ஒரு பெயர்கூடச் சூட்டினார். ஆனால், அவருடைய ஊழியர்கள் அதற்கு ஒருபோதும் முகூர்த்த நாள் எதுவும் குறிக்கவில்லை. அது ஏன் என்று இன்றளவும் அவர் வியந்து கொண்டிருக்கிறார்!

பழைய விதிமுறைகளில் இருக்கும் களைகளை நீக்கி அவற்றைச் சீராக்குவதோடு நிறுத்திக் கொள்ளாமல், புதிய விதிமுறைகளையும் நாம் உருவாக்க வேண்டும். எடுத்துக்காட்டாக, இந்தியா ஸ்டேக் மூலமாகச் சேகரிக்கப்படும் தரவுகள், அவற்றுக்கென சில கட்டுப்பாடுகள் இருந்தாலும்கூட, தவறாகப் பயன்படுத்தப்படக்கூடும். 2017 இல், பிரபலமான புட்டாசுவாமி வழக்கில், அந்தரங்கத் தகவல் பாதுகாப்பு என்பது அடிப்படை உரிமை அல்ல என்று ஒன்றிய அரசு கூறியதை ஏற்றுக் கொள்ள இந்திய உச்ச நீதிமன்றம் மறுத்துவிட்டது. மாறாக, "இந்திய அரசியலமைப்புச் சட்டத்தின் கீழ், அந்தரங்கத்

தகவல் பாதுகாப்பு என்பது தனிநபர் உயிருக்கும் தனிப்பட்டச் சுதந்திரத்திற்குமான உரிமையின் ஓர் உள்ளார்ந்த அம்சம்," என்று அது அறுதியிட்டுக் கூறியது. அதைத் தொடர்ந்து, தனியார் நிறுவனங்கள் தம்முடைய வாடிக்கையாளர்களின் அந்தரங்கத் தகவல்களை மதிப்பதற்கும் அவற்றைப் பாதுகாப்பதற்கும் ஒன்றிய அரசு ஒரு சட்டம் இயற்றியது.

ஆனால், அப்போது ஒரு முக்கியமான காரியத்தைச் செய்ய அரசு தவறியிருந்தது. மக்களின் சுதந்திரத்தில் மூக்கை நுழைக்கின்ற ஓர் அரசு, பொதுமக்களின் சேகரிக்கப்பட்டுள்ள அந்தரங்கத் தகவல்களைத் தவறாகப் பயன்படுத்துவதற்கான சாத்தியக்கூறுக்கு எதிரான பாதுகாப்பு அம்சம் எதையும் உருவாக்கவில்லை. எடுத்துக்காட்டாக, இந்திய நிறுவனங்கள் தம்முடைய வாடிக்கையாளர்கள் குறித்துச் சேகரித்து வைத்திருக்கின்ற தரவுகளைத் தன்னுடன் பகிர்ந்து கொள்ளும்படி அரசு அந்நிறுவனங்களை வற்புறுத்தினால், அது சிக்கலான விளைவுகளை ஏற்படுத்தக்கூடும். சராசரி அமெரிக்கர்கள் குறித்து ஏராளமான தரவுகளைச் சேகரித்துக் கொண்டிருக்கின்ற 'டிக்டாக்' போன்ற சீன நிறுவனங்கள் அமெரிக்காவில் சுதந்திரமாக இயங்க அவற்றை அனுமதிப்பதற்கு எதிராக அமெரிக்காவில் சமீப காலமாக எதிர்ப்பு வலுத்து வருகிறது. அமெரிக்கக் குடிமக்கள் குறித்தத் தரவுகளைத் தன்னிடம் கொடுக்கும்படி சீன அரசாங்கம் கேட்டுக் கொண்டால், டிக்டாக் நிறுவனத்தால் அந்த உத்தரவை மறுக்க முடியாது என்று அமெரிக்க அதிகாரிகள் அஞ்சுகின்றனர். அந்தத் தரவுகளை வைத்துக் கொண்டு, சீன அரசாங்கம் அமெரிக்கக் குடிமக்களை மூளைச்சலவை செய்யக்கூடும், எதிலாவது சிக்க வைத்துவிடக்கூடும், அல்லது தங்களுக்காக உளவு பார்க்கும்படி மிரட்டக்கூடும். சட்டம் அனுமதிக்கின்ற பட்சத்தில், இந்திய அரசு ஓர் இந்திய நிறுவனத்திற்கு இதேபோன்ற அழுத்தம் கொடுத்தால், அமெரிக்கர்கள் அது குறித்து பயப்படுவார்களா?

நம்மிடம் வலுவான தரவுப் பாதுகாப்புச் சட்டம் இல்லாவிட்டால், இந்திய ஆலோசனை, வரி, மற்றும் சட்ட நிறுவனங்களின் சேவைகளைப் பயன்படுத்திக் கொள்வதற்காக அவர்களை அணுக அந்நிய நிறுவனங்கள் தயங்கும். இந்திய வரித் துறை அதிகாரிகள், ஏதேனும் ஒரு நிறுவனம் வரி ஏய்ப்பு செய்துள்ளதா என்பதைக் கண்டுபிடிப்பதற்காக, தாங்கள் சேகரித்துள்ள அந்தரங்கத் தரவுகளை அலசி ஆராய்ந்தால் என்னவாகும்? இந்தியச் சட்டங்களின்படி, அரசாங்கம் சட்டத்திற்குப் புறம்பான முறையில் தகவல்களைச் சேகரித்திருந்தால்கூட, குற்றம் சுமத்தப்பட்டுள்ளவருக்கு எதிராக அத்தகவல்களை நீதிமன்றத்தில் பயன்படுத்த முடியும்.

வலுவான தரவுப் பாதுகாப்புச் சட்டமும் இருந்து, அரசு அபூர்வமாக மட்டும் மூக்கை நுழைக்கின்ற ஒரு சூழலும் இங்கு நிலவினால்தான், இந்தியர்களின் அந்தரங்கம் பாதுகாக்கப்படும்; வெளிநாட்டவர் இந்திய அரசின்மீது நம்பிக்கையை உருவாக்கிக் கொள்ள அது உதவும். அந்த அபூர்வமான சமயங்களில்கூட, நீதிபதிகள் போன்றோரின் தலைமையில் இயங்குகின்ற ஒரு

சுதந்திர அமைப்பின் முன்னனுமதி கிடைத்தப் பிறகே அரசு அதில் தலையிட முடிகின்ற நிலை இருக்க வேண்டும். தற்சமயம், ஒரு சில அரசு உயரதிகாரிகளின் ஆசிர்வாதம் இருந்தால் போதும், அரசு எதில் வேண்டுமானாலும் தலையிடலாம் என்ற நிலைதான் நிலவுகிறது. அரசின் இத்தகைய நடவடிக்கைகளை மட்டுப்படுத்துவதற்கு அந்த அதிகாரிகளுக்கு எந்த வெகுமதியும் இல்லை. இப்போது, எதிர்க்கட்சித் தலைவர்கள் உட்பட எவரை வேண்டுமானாலும் அரசு எளிதாக உளவு பார்ப்பதற்கு ஏற்றத் தொழில்நுட்பக் கருவிகள் சந்தையில் கிடைத்துக் கொண்டிருப்பது மேலும் கவலையளிப்பதாக இருக்கிறது. எதிர்க்கட்சித் தலைவர்களை உளவு பார்க்கும்படி ஆளுங்கட்சி அமைச்சர்கள் வற்புறுத்தியும், அரசியல் உளவு பார்த்தலுக்கு இந்திய அரசு அமைப்புகள் எதிர்ப்பு தெரிவிப்பதாக வைத்துக் கொண்டால்கூட, நேர்மையற்ற யாரோ ஓர் அதிகாரி அத்தொழில்நுட்பங்களைத் தன்னுடைய தனிப்பட்ட ஆதாயத்திற்கோ அல்லது மிரட்டுவதற்கோ பயன்படுத்துவதைத் தடுக்க வழியேதும் இல்லை. "அதிகாரத்துவம் என்ற கலாச்சாரத்திலிருந்து (அங்கு அரசாங்கத்தின் செயல்கள் ஒருபோதும் கேள்விக்கு உட்படுத்தப்படுவதில்லை) விலகி, நியாயப்படுத்துதல் என்ற கலாச்சாரத்திற்கு (அங்கு அரசாங்கம் தன் செயலுக்கு நியாயம் கற்பித்தாக வேண்டும்) இந்தியா இடம் மாறியாக வேண்டும்," என்று சட்ட வல்லுநர் கவுதம் பாட்டியா வாதிடுகிறார். அப்படி நடந்தால், அரசாங்கம் நம்முடைய மக்களின் நலனுக்காக வேலை செய்யும். இது நம்முடைய வருங்கால வளர்ச்சிக்கும் இன்றியமையாதது.

சட்ட விதிகள் ஒழுங்காகப் பின்பற்றப்படுவதை உறுதி செய்தல்

செயற்கை நுண்ணறிவு, நிதிசார் தொழில்நுட்ப நிறுவனங்கள் போன்றவை தொடர்பாக இந்தியா புதிய சட்டங்கள் இயற்றுவது ஒரு புறம் இருக்கட்டும். இங்கு ஏற்கனவே இருக்கின்ற சட்டங்கள் முறையாக நடைமுறைப்படுத்தப்படுவதும் முக்கியம். பொதுப் பெயர் மருந்துகளின் உற்பத்தியில் இந்தியா பெரும் வெற்றி பெற்றிருந்தது குறித்து நாம் ஏற்கனவே பார்த்தோம். 2022-23 இல் இந்திய மருந்துகளின் ஏற்றுமதி 2,540 கோடி டாலர்களைத் தொட்டிருந்தது. ஆனாலும், இந்திய மருந்துகள் தொடர்பான சட்ட அமலாக்கத்தில் ஏகப்பட்ட விரிசல்கள் இருக்கின்றன.

சட்ட விதிமுறைகளில் ஒரு பகுதி ஒன்றிய அரசின் கைகளிலும், மற்றொரு பகுதி மாநில அரசுகளின் கைகளிலும் இருக்கின்றன. புதிய மருந்துகளை அங்கீகரித்தல், ஏற்றுமதி ஆகியவற்றை ஒன்றிய அரசு கவனித்துக் கொள்கிறது. சட்ட விதிகளின் அமலாக்கத்தை மாநில அரசுகள் பார்த்துக் கொள்கின்றன. ஆனால், அந்த அமலாக்கம், தயாரிக்கப்பட்டுள்ள மருந்துகளைச் சோதிப்பதில்தான் அதிக கவனம் செலுத்துகிறதே தவிர, மருந்து தயாரிப்புச் செயல்முறைகளை அது சோதனையிடுவதில்லை. ஒருவேளை அத்தகைய சோதனைகளின்போது ஏதேனும் விதிமீறல்கள்

நிகழ்ந்திருப்பது கண்டுபிடிக்கப்பட்டால், அதற்கான தண்டனைகள் உடனடியாக வழங்கப்படுவதில்லை. அந்த விதிமீறல்கள் குறித்தத் தரவுகள் பிற இடங்களில் உள்ள அரசு அமைப்புகளோடு பகிர்ந்து கொள்ளப்படுவதும் இல்லை. அதனால், விதிமீறல்களில் ஈடுபடுவோர், தாங்கள் தொடர்ந்து செயல்பட்டுக் கொண்டிருப்பதற்கான புதிய வழிகளைக் கண்டுபிடித்துவிடுகின்றனர்.

இந்தியாவில் நிலவும் இப்போக்கை மேற்கத்திய நாடுகள் அறிந்துள்ளன. எடுத்துக்காட்டாக, எஃப்டிஏ என்று சுருக்கமாக அழைக்கப்படுகின்ற, அமெரிக்காவின் உணவு மற்றும் மருந்துகளின் நிர்வாக அமைப்பு, இந்தியாவிலிருந்து அமெரிக்காவுக்கு மருந்துகளை ஏற்றுமதி செய்கின்ற மருந்து நிறுவனங்களின் இந்தியத் தொழிற்சாலைகளுக்கு நேரடியாக வந்து, தங்களுடைய சொந்தப் பரிசோதனையாளர்களைக் கொண்டு தயாரிப்புச் செயல்முறைகளைச் சோதிக்கிறது. 2011 இல், மிகப் பெரிய இந்திய நிறுவனமான ரேன்பாக்ஸியின் இந்தியத் தொழிற்சாலைக்கு வந்த அமெரிக்கப் பரிசோதனையாளர்கள், அதில் பல குறைபாடுகளைக் கண்டுபிடித்தனர். அதன் அடிப்படையில், அந்த நிறுவனத்திற்கு அமெரிக்க நீதிமன்றம் ஒரு பெரும் தொகையை அபராதமாக விதித்தது. அந்த விவகாரம் அதோடு முடியவில்லை. 2014 இல் மீண்டும் பரிசோதனை நடத்தப்பட்டபோது, அதன் சில மருந்துகள் அமெரிக்காவில் தடை செய்யப்பட்டன. இந்தியாவுக்கு அவப்பெயரைப் பெற்றுத் தந்த அந்தச் சம்பவம், மருந்துகள் தயாரிக்கப்படுகின்ற இடங்களுக்கு நேரில் சென்று பரிசோதிப்பதற்கு இந்திய மாநிலங்கள் முக்கியத்துவம் கொடுக்க வேண்டும் என்பதைத்தான் காட்டுகிறது. வேறு எதற்காக இல்லாவிட்டாலும், இந்திய மக்களின் பாதுகாப்பிற்காகவாவது அரசு இதைச் செய்தாக வேண்டும்.

துரதிர்ஷ்டவசமாக, இந்தியாவின் மருந்துகளை இறக்குமதி செய்து கொண்டிருக்கின்ற வளரும் ஏழை நாடுகள், இந்தியாவின் இத்தகைய குறைபாடுகளை இட்டு நிரப்புவதற்கான நடைமுறைகளைச் செயல்படுத்துகின்ற அளவுக்கு வசதி படைத்தவை அல்ல. 2022 இல், ஓர் இந்திய மருந்து உற்பத்தியாளரால் தயாரிக்கப்பட்டிருந்த இருமல் மருந்தை உட்கொண்டதால், மேற்கு ஆப்பிரிக்க நாடான காம்பியாவில் எழுபதுக்கு மேற்பட்டக் குழந்தைகள் இறந்துவிட்டிருந்ததாக உலக சுகாதார அமைப்பு குற்றம் சாட்டியது. அந்த மருந்தில், டைஎத்திலீன் கிளைக்கால், எத்திலீன் கிளைக்கால் ஆகிய இரண்டு நச்சுப் பொருட்கள் அளவுக்கதிகமாக இருந்தது கண்டுபிடிக்கப்பட்டது. இதற்கு முன்பே, அந்த நிறுவனம் தரம் குறைந்த மருந்துகளை உற்பத்தி செய்து கொண்டிருந்ததாகக் கேரள மாநிலமும் வியட்நாமும் எச்சரித்திருந்தன. அந்த மருந்து உற்பத்தியாளரால் இந்தியாவின் நற்பெயருக்குக் களங்கம் ஏற்பட்டுக் கொண்டிருந்ததாக வியட்நாமுக்கான இந்தியத் தூதர் சுட்டிக்காட்டினார். ஆனால், இதற்கு நேர்மாறாக, அக்குழந்தைகளின் இறப்புக்குப் பொறுப்பேற்றுக் கொள்ள விரும்பாத இந்திய மருந்துக்

கட்டுப்பாட்டு ஜெனரல், அந்த இருமல் மருந்து ஓர் அரசுப் பரிசோதனைக்கூடத்தில் பரிசோதிக்கப்பட்டிருந்தது என்றும், அதில் நச்சுப் பொருட்கள் எதுவும் இல்லை என்றும் அறிவித்தார். அதோடு, உலக ஊடகங்கள் வேண்டுமென்றே ஒரு தவறான கதையைப் பரப்பியதாகவும் அவர் குற்றம் சாட்டினார். இறுதியில், அழுத்தத்தின் காரணமாக, இந்திய அரசு அத்தொழிற்சாலையில் அதிரடிச் சோதனை நடத்தி அதை இழுத்து மூடியது. ஆனால், அதற்குள் மகாபாதகங்கள் நிகழ்ந்துவிட்டிருந்தன. "என்னுடைய இரட்டைக் குழந்தைகளில் ஒன்று தன் சகோதரி எங்கே என்று கேட்டால் நான் என்ன செய்வேன்?" என்று கதறிய, காம்பிய நாட்டைச் சேர்ந்த ஓர் அப்பாவுக்கு யார் ஆறுதல் சொல்வது?

நாம் ஒவ்வொரு தளத்திலும் விதிமுறைகளிலுள்ள களைகளை அகற்றி அவற்றைச் சீர்திருத்திக் கொண்டிருக்கும் அதே நேரத்தில், ஏற்கனவே இருக்கின்ற விதிமுறைகளை நடைமுறையில் அமல்படுத்துவதில் கண்டிப்புடன் நடந்து கொள்ள வேண்டும். விதிமுறைகள் மீறப்பட்டிருப்பது கண்டுபிடிக்கப்பட்டால், சம்பந்தப்பட்டவர்கள் உடனடியாகவும் கடுமையாகவும் தண்டிக்கப்பட வேண்டும். பரிசோதனையாளர்கள் தங்களுடைய வேலையை ஒழுங்காகச் செய்கிறார்களா என்பதைக் கண்காணிப்பதும், அதில் தவறுபவர்கள்மீது நடவடிக்கை எடுப்பதும் அதில் அடங்கும். இல்லையெனில், ஒரு சில அயோக்கியர்கள் மொத்தத் துறைக்கும் அவப்பெயரைக் கொண்டு வந்து சேர்த்துவிடுவர்.

சோதனை முயற்சிகள்

நாங்கள் முன்மொழிகின்ற புதிய பாதையில், படைப்பாற்றல்மிக்கப் புதிய துறைகளும் புதிய நிறுவனங்களும் நாட்டில் தோன்றுவதை இந்தியா ஊக்குவிக்க வேண்டும். புதிய துறைகளைப் பொறுத்தவரை இரண்டு அபாயங்கள் உள்ளன. அவற்றுக்குப் போதுமான கால அவகாசம் அளிக்காமல், தொடக்கக் கட்டத்திலேயே அவற்றை அளவுக்கதிகமாகக் கட்டுப்படுத்தி, அவற்றின் புத்தாக்க முயற்சிகளைக் கொன்றுவிடுவது ஓர் அபாயம். மற்றொன்று, அவற்றுக்கு அளவுக்கதிகமாக நேரம் கொடுத்துவிட்டு, பின்னர் அவற்றின் அமைப்புமுறை புரையோடியிருப்பதைக் கண்டுபிடிப்பது. எடுத்துக்காட்டாக, கிரிப்டோகரன்சியைப் பொறுத்தவரை, தொடக்கத்திலேயே இந்தியா அதைத் தடை செய்து ஒரு மூலையில் தள்ளிவிட்டது. ஆனால், அமெரிக்கா, அது மூன்று இலட்சம் கோடி டாலர்கள் பிரச்சனையாக ஆகும்வரை கையைக் கட்டிக் கொண்டு வேடிக்கை பார்த்துக் கொண்டிருந்தது. இந்த இரண்டுக்கும் இடைப்பட்ட விதமாக, ஒரு சிறிய அளவில் அல்லது ஒரு குறிப்பிட்ட இடத்திற்குள், அதிகாரிகளின் அனுமதியுடனும் கண்காணிப்புடனும் சோதித்துப் பார்ப்பது ஒரு சிறந்த முயற்சியாக இருக்கும். சில சமயங்களில், இது 'மணல் தொட்டி அணுகுமுறை' என்று அழைக்கப்படுகிறது. அமைப்புமுறைக்குள் அதிக ஆபத்திற்கு

இடம் கொடுக்காமல் புத்தாக்க முயற்சிகளைப் பரிசோதிப்பதற்கு ஏற்ற அணுகுமுறை இது. நாம் இதுபோன்ற முயற்சிகளில் அதிகமாக இறங்க வேண்டும்.

முக்கியத்துவம் வாய்ந்த கொள்கைத் தீர்மானங்களுக்கும் இத்தகைய அணுகுமுறை தேவை. தீர்மானங்கள் திடீரென்று எடுக்கப்படுபவையாகவும் துணிகரமானவையாகவும் இருக்க வேண்டுமா, அல்லது, மெதுவாகவும், ஆழ்ந்து யோசிக்கப்பட்டும், ஆலோசனை மற்றும் சான்றுகளின் அடிப்படையிலும் மேற்கொள்ளப்பட வேண்டுமா? திடீர் முடிவுகள், தனிப்பட்ட ஆதாயம் பார்க்க நினைக்கின்ற சிலர் போட்டு வைத்திருக்கின்ற திட்டங்களை ஆட்டங்காண வைத்துவிடக்கூடும். ஆனால், அவை விரிவான விவாதங்களின் பின்னணியில் மேற்கொள்ளப்படுவதில்லை என்பதாலும், குறுகியகால அரசியல் கணக்குகளின் அடிப்படையில் நடைமுறைப்படுத்தப்படுவதாலும், சில வேளைகளில் அவை வேண்டாத விளைவுகளை ஏற்படுத்தக்கூடும். குறிப்பாக, பெரிய, சிக்கலான பொருளாதாரங்களில் இவ்வாறு நிகழ்வதற்கு அதிகச் சாத்தியக்கூறுகள் உள்ளன. 1969 இல் வங்கிகள் நாட்டுடைமை ஆக்கப்பட்டது, 2016 இல் கொண்டுவரப்பட்டப் பண மதிப்பிழப்பு நடவடிக்கை ஆகிய இரண்டுமே இந்த வகையில் சேர்த்துக் கொள்ளப்பட வேண்டியவைதாம்.

சீனர்கள் சீர்திருத்தங்களை விவரிப்பதற்கு ஓர் உவமானம் வைத்திருக்கிறார்கள். ஒரு சிற்றாற்றைக் கடப்பதற்கு, அதற்குக் குறுக்கே, தாண்டிச் செல்லக்கூடிய இடைவெளிகளில் பெரிய கற்கள் அடுத்தடுத்துப் போட்டு வைக்கப்பட்டிருக்கும். சீனர்கள் அந்த ஆற்றைக் கடக்கும்போது, ஒரு கல்லிலிருந்து அடுத்தக் கல்லுக்குத் தாண்டுவதற்கு முன்பாக, அது தங்களுடைய எடையைத் தாங்குமா என்று சோதித்துப் பார்ப்பர். அதாவது, சீனாவில் சீர்திருத்தங்கள் தடாலடியாகப் பெரிய அளவில் கொண்டு வரப்படாமல், சோதனை முறையில் படிப்படியாகச் செயல்படுத்தப்பட்டன. பெரும்பாலான சமயங்களில், சீர்திருத்தங்களின் விளைவுகள் எப்படி இருக்கும் என்பதைக் கண்டுபிடிப்பதற்காகவும், சீர்திருத்தங்களை நடைமுறைப்படுத்திய பிறகு ஏற்படக்கூடிய தொடக்ககாலச் சிக்கல்களைக் களைவதற்காகவும், அவை ஒரு குறிப்பிட்டப் பகுதியில் அல்லது ஒரு குறிப்பிட்டத் துறையில் சோதித்துப் பார்க்கப்பட்டன. நடைமுறைப்படுத்தப்பட்டச் சீர்திருத்தங்கள் வேலை செய்ததை அவர்கள் உணர்ந்து கொண்ட பிறகு, அவை தேசிய அளவில் நடைமுறைப்படுத்தப்பட்டன. ஆனால், இப்போதைய சீனத் தலைவர் ஜி ஜின்பிங் இந்த வழியில் செயல்பட்டுக் கொண்டிருக்கிறாரா என்பது எங்களுக்குத் தெரியாததால், இப்போதும் இது அங்கு நடைமுறையில் இருக்கிறதா என்பதை நாங்கள் அறியோம்.

இந்தியாவில் இதுபோன்ற சில சோதனை முயற்சிகள் இயல்பாகவே நடைபெறுகின்றன. ஏனெனில், இந்திய மாநிலங்கள் ஒவ்வொன்றும் பலதரப்பட்டச் சீர்திருத்தத் திட்டங்களை மேற்கொள்கின்றன. சாத்தியமுள்ள இடங்களிலெல்லாம், சோதனை

முயற்சிகள், சீர்திருத்த முன்மொழிவுகளின் ஒரு துடிப்பான அங்கமாக இருக்க வேண்டும். எடுத்துக்காட்டாக, 2017 இல் ஜிஎஸ்டி திட்டம் நாடு முழுவதும் கொண்டுவரப்படுவதற்கு முன், சோதனை முயற்சியாக ஒரு சில மாவட்டங்களில் அல்லது ஒரு சில மாநிலங்களில் கொண்டுவரப்பட்டிருந்தால், அது இந்த அளவு பிரச்சனைகளை எதிர்கொண்டிருந்திருக்காது. பொருளாதாரம் மேன்மேலும் சிக்கலாகி, அரசு நிர்வாகம் பெரிதாகின்றபோது, முன்கூட்டியே யோசிக்காமல் திடுதிடுப்பென்று ஒரு திட்டத்தைக் கொண்டுவருவதற்குப் பதிலாக, சோதனை முயற்சிகளில் ஈடுபட்டு, அவற்றின் விளைவுகளை அலசி ஆராய்ந்து, ஆலோசனைகளில் ஈடுபட்டு, தேவையெனில் மறுவடிவமைப்புகளை மேற்கொண்ட பிறகு அவற்றைக் கொண்டுவருவது மேம்பட்ட விளைவுகளை ஏற்படுத்தும்.

போட்டியை உறுதிப்படுத்துதல்

ஒரு துடிப்பான நவீனப் பொருளாதாரத்தின் அடிநாதமே போட்டிதான். போட்டிக்கு இன்றியமையாத ஓர் அம்சம், அனைவரும் பங்கு பெறுவதற்கு வசதியான, ஏற்ற இறக்கங்கள் இல்லாத ஒரு சமதளமாகும். அரசாங்கம் பாரபட்சமின்றி எல்லோருக்கும் சம அளவு ஆதரவு வழங்க வேண்டும். சிறு நிறுவனங்களைவிடப் பெருநிறுவனங்களுக்கு அதிக அனுகூலமாக நடந்து கொள்வது அல்லது பெருநிறுவனங்களைவிடச் சிறு நிறுவனங்களுக்கு அதிக அனுகூலமாக நடந்து கொள்வது; பொதுத்துறை நிறுவனங்களைவிடத் தனியார் நிறுவனங்களுக்கு அதிக அனுகூலமாக நடந்து கொள்வது அல்லது தனியார் நிறுவனங்களைவிடப் பொதுத்துறை நிறுவனங்களுக்கு அதிக அனுகூலமாக நடந்து கொள்வது போன்ற நடவடிக்கைகளில் ஈடுபடாமல், அரசு அனைத்து நிறுவனங்களையும் சமமாக ஆதரித்து அரவணைத்துச் செல்ல வேண்டும். அதேபோல, தேசிய சாம்பியன்களை உருவாக்கும் போர்வையில், உள்நாட்டில் ஏகபோக நிறுவனங்கள் உருவாவதையும் அது ஊக்குவிக்கக்கூடாது.

போட்டிகளை மதிப்பீடு செய்வதில், வடிவங்களைவிட சாராம்சத்திற்கு அதிக முக்கியத்துவம் கொடுக்க வேண்டும். எடுத்துக்காட்டாக, ஏலங்களில் ஓர் ஆரோக்கியமான போட்டி நிலவுவதற்கு, பொது ஏலங்களை மேற்கொண்டால் போதும் என்று பலர் நினைக்கின்றனர். ஆனால், அது சரியாக இருக்க வேண்டிய அவசியமில்லை. ஏனெனில், ஏலங்களில் முறைகேடுகளைப் புகுத்த முடியும். ஓர் ஏலத்தில் யார் பங்கு கொள்ளலாம் என்பதற்கான குறைந்தபட்சத் தகுதிகள் சில நேரங்களில் நிர்ணயிக்கப்படுகின்றன. இது தேவையற்றது. ஏனெனில், தகுதியான பலர் இதற்குள் நுழைய முடியாதபடி தடுக்கப்படுகின்றனர். சில நேரங்களில் அதுதான் அதன் நோக்கமாகக்கூட இருக்கிறது. குறைந்தபட்சத் தொகையைக் குறிப்பிட்டிருந்ததால் ஏலம் கிடைத்துள்ள நபர்கள், அது தங்களுக்குக் கிடைத்தப் பிறகு, தங்களுடைய செல்வாக்கைப் பயன்படுத்தி

அதன் மதிப்பை அதிகரித்துக் கொள்வது சாதாரணமாக நடைபெறுகின்ற விஷயம்தான். அவர்கள் குறைவான தொகையை முதலில் குறிப்பிட்டிருந்தது, போட்டியிலிருந்து மற்றவர்களைப் புறந்தள்ளத்தான். சில நேரங்களில், தீவினைக்கு அஞ்சாத, அதிகார பலம் வாய்ந்த நபர்கள், ஏலத்தில் பிறர் போட்டி போடுவதைத் தடுப்பதற்காக, அவர்களை மிரட்டும் அளவுக்குச் செல்கின்றனர். ஆகவே, ஏலம் விடுவதில் அரசு வெளிப்படைத்தன்மையுடன் நடந்து கொள்வதும், அதன் நடைமுறைகளைப் பொதுமக்கள் கண்காணிப்பதற்கு வாய்ப்பளிப்பதும் முக்கியம்.

நீங்கள் என்னதான் கட்டுப்பாடுகளை விதித்தாலும், அதிகார பலம் வாய்ந்த நபர்கள் அவற்றை மீறுவதற்கு ஏதாவது ஒரு வழியை எப்போதும் கண்டுபிடித்துவிடுவர். எடுத்துக்காட்டாக, அமெரிக்காவில் ஒரு நிறுவனம் மிகவும் பெரிதாகிவிட்டால், அது தன் செல்வாக்கைப் பயன்படுத்தி அரசியல்ரீதியாகவும் பொருளாதாரரீதியாகவும் அரசாங்க நிர்வாகத்தில் தலையிட்டுத் தாக்கம் ஏற்படுத்தும் என்பதால், அந்நிறுவனத்தை உடைப்பதற்கு நடவடிக்கைகள் எடுக்கும் போக்கு அங்கே காலங்காலமாக இருந்து வருகிறது. ஸ்டான்டர்டு ஆயில், ஏடி&டி, ஐபிஎம், மைக்ரோசாஃப்ட் மற்றும் பல தொழில்நுட்பப் பெருநிறுவனங்கள் அமெரிக்க அரசின் கண்காணிப்பு வளையத்திற்குள் வந்துள்ளன. அமெரிக்க வங்கிகள், வணிக வங்கிச் சேவைகளையும் முதலீட்டு வங்கிச் சேவைகளையும் தனித்தனியாகப் பிரித்து வைத்திருக்க வேண்டும் என்று 1933 இல் ஒரு சட்டம் கொண்டுவரப்பட்டது. அதன் மூலம் பிரிந்தவைதாம் ஜே.பி. மோர்கன் நிறுவனமும், மோர்கன் ஸ்டான்லி நிறுவனமும். இன்றும் பெருநிறுவனங்கள் அரசியல்வாதிகளோடும் அதிகார வர்க்கத்தினரோடும் கொஞ்சிக் குலாவுவதும், தங்களுக்குச் சாதகமானவற்றை நிறைவேற்றிக் கொள்வதற்கு அவர்களைத் தங்கள் கைக்குள் போட்டுக் கொள்வதும் அமெரிக்காவில் மலிந்துள்ளது என்றாலும், எந்தவொரு நிறுவனத்திற்கும் அங்கு நியாயமற்ற அரசியல் செல்வாக்கு இருக்கிறது என்று சொல்ல முடியாது. நெறி பிறழ்ந்த முதலாளித்துவம் அமெரிக்காவில் இருக்கிறது என்றாலும், அது அமெரிக்க அரசியல் கருத்துப் பரிமாற்றங்களில் ஆதிக்கம் செலுத்துவதில்லை.

இந்தியாவில் 1969 இல் இயற்றப்பட்ட 'ஏகபோகங்கள் மற்றும் கட்டுப்படுத்தப்பட்ட வர்த்தக நடைமுறைகள் சட்டம்', இந்தியாவில் ஒரு சில நிறுவனங்களிடம் செல்வம் குவிவதையும், உற்பத்திமீது அவற்றுக்கு இருந்த கட்டுப்பாட்டையும் மட்டுப்படுத்துவதற்காகக் கொண்டுவரப்பட்டபோதிலும், நிறுவனங்களின் அளவு குறித்து அது நிர்ணயித்திருந்த வரம்பு மிகவும் குறைவாக இருந்தது. அதன் காரணமாக, வெற்றிகரமான பல நிறுவனங்கள் பெரிதாக வளர முடியாமல் தவித்தன. 'ஏகபோகங்கள் மற்றும் கட்டுப்படுத்தப்பட்ட வர்த்தக நடைமுறைகள் சட்டம்', 'லைசென்ஸ் ராஜ்' கொள்கையின் ஒரு முக்கிய அங்கமாக ஆயிற்று. அச்சட்டம், ஒப்புதல் வழங்குவதற்கு அல்லது நிராகரிப்பதற்கான அளவுக்கதிகமான அதிகாரத்தை

அரசு அதிகாரிகளுக்கு வழங்கியது. நல்லவேளையாக, 2009 இல் அச்சட்டம் நீக்கப்பட்டுவிட்டது. அதன் நோக்கங்கள் இந்தியப் போட்டி ஆணையத்திடம் ஒப்படைக்கப்பட்டன. இந்தியப் போட்டி ஆணையத்தின் வலைத்தளம், ஏலங்களில் நடந்த முறைகேடுகளுக்கு எதிராக எடுக்கப்பட்ட நடவடிக்கைகள் பற்றிய செய்திகளால் நிரம்பி வழிகிறது. ஆனால், ஓர் ஆரோக்கியமான போட்டியை உருவாக்குவதிலும், ஒரு சில நபர்கள் மட்டும எல்லாவற்றிலும் அளவுக்கதிகமாகத் தலையிடுவதைத் தடுப்பதிலும் இந்த ஆணையம் வெற்றி பெற்றுள்ளதா என்ற கேள்விக்கான விடை, துரதிர்ஷ்டவசமாக, நம்பிக்கையளிப்பதாக இல்லை.

புரூக்கிங்ஸ் இன்ஸ்டிடியூஷன் என்ற அமைப்பு நடத்திய ஒரு முக்கியமான ஆய்வில், நியூயார்க் பல்கலைக்கழகத்தின் பொருளாதாரப் பேராசிரியரும், இந்திய ரிசர்வ் வங்கியின் முன்னாள் துணை ஆளுநருமான விரல் ஆச்சார்யா, “2009 ஆம் ஆண்டுவாக்கில், இந்தியப் பொருளாதாரத்தில் சொத்துகளின் அடிப்படையில் தனியார் கூட்டு நிறுவனங்களே மிகப் பெரிய ஐந்து நிதிசாரா குழுக்களாக இருந்தன,” என்று காட்டுகிறார். பின்னர் அந்த ஐந்து குழுக்களின் சொத்துகளின் பங்கு சரிந்தது. ஒருவேளை, 2007-2008 இல் ஏற்பட்ட உலக நிதி நெருக்கடியால் விளைந்த பொருளாதாரத் தொய்வும், இந்தியப் போட்டி ஆணையத்தின் தொடக்ககால ஆர்வமும் அதற்குக் காரணமாக இருந்திருக்கலாம். ஆனால், 2015 ஆம் ஆண்டிலிருந்து, தற்போதைய அரசாங்கம், தேசிய சாம்பியன்களை உருவாக்குவதில் தீவிர முஸ்தீபு காட்டி வருவதால், இந்த ஐந்து பெரும் தனியார் கூட்டு நிறுவனங்களும் அசுர வளர்ச்சி கண்டு வருகின்றன. அந்நிய நாடுகளின் போட்டியைத் தடுத்துக் கொண்டும், இந்திய நிறுவனங்களுக்கு முட்டுக் கொடுத்துக் கொண்டும் இருந்த பாதுகாப்புவாதக் கொள்கைகளை நோக்கி இந்தியா பின்னுக்கு நகர்வது இதற்கான ஒரு காரணம் என்று ஆச்சார்யா வாதிடுகிறார்; 2022 இல், இந்தியாவின் சராசரி இறக்குமதி வரி 18.1 சதவீதமாக இருந்தது. இது உலக வர்த்தக அமைப்பின் வரலாற்றிலேயே ஐந்தாவது மிக உயர்ந்த வரியாகும். சூடான், துனீசியா, அல்ஜீரியா, உகாண்டா ஆகிய நாடுகள் மட்டுமே நமக்கு முன்னால் இருக்கின்றன.

இந்தியப் போட்டி ஆணையத்தின் செயலின்மையும் இதற்குக் காரணமாக இருக்கலாம். 2014 ஆம் ஆண்டுக்குப் பிறகு, அந்த ஐந்து மாபெரும் கூட்டு நிறுவனங்களும் பிற நிறுவனங்களை வாங்கித் தம்முடன் சேர்த்துக் கொள்வது இரட்டிப்பாகியுள்ளது. ஆனால், அதற்கு அடுத்து இருந்த ஐந்து நிறுவனங்கள் பெரிதாக வளராமல் அப்படியே தொடர்ந்து இருந்து வந்தன. இந்தியப் போட்டி ஆணையத்தின் வேலையே ஒரு தொழிற்துறையில் பெரிய நிறுவனங்கள் சிறிய நிறுவனங்களை வாங்கி ஏப்பம் விட்டுவிடாமல் பார்த்துக் கொள்வதுதான் என்பதால், சொத்துகள் ஒரே இடத்தில் குவிய அந்த ஆணையம் அனுமதித்துள்ளது என்பதுதான் அதற்குப் பொருள்.

பெரிய நிறுவனங்கள் சிறிய நிறுவனங்களை வாங்கி ஒரு

தொழிற்துறையில் தன் பங்கை அளவுக்கதிகமாகப் பெருக்கிக் கொண்டிருப்பதை இந்தியப் போட்டி ஆணையம் எதிர்க்க வேண்டும். அதற்கு அது சுதந்திரமாக இயங்க அனுமதிக்கப்பட வேண்டும். அனைத்துத் தொழிற்துறைகளும் மேம்படுவதற்காக, சில குறிப்பிட்டத் துறைகளுக்கு இலவசங்களை வழங்குவதிலிருந்தும், சில குறிப்பிட்டக் குழுக்களுக்குச் சலுகை காட்டுவதிலிருந்தும் அரசாங்கம் ஒதுங்கிக் கொள்ள வேண்டும். தேசிய சாம்பியன்களுக்குச் சலுகை காட்டுவதற்குப் பதிலாக, அனைத்து நிறுவனங்களுக்கும், அவை பொதுத்துறை நிறுவனங்களாக இருந்தாலும் சரி, தனியார் நிறுவனங்களாக இருந்தாலும் சரி, அளவில் அவை சிறியவையாக இருந்தாலும் சரி, பெரியவையாக இருந்தாலும் சரி, நியாயமான மற்றும் சமமான வாய்ப்பை வழங்க வேண்டும்.

தேர்தல் நிதி

அரசாங்கத்திற்கும் தொழில் நிறுவனங்களுக்கும் இடையே ஒரு நெறி பிறழ்ந்த முதலாளித்துவ உறவு உருவாவதற்கான ஊற்றுக்கண்களில் ஒன்று வெளிப்படைத்தன்மையற்றத் தேர்தல் நிதி வசூலிப்பாகும். 2019 ஆம் ஆண்டு நடத்தப்பட்ட நாடாளுமன்றத் தேர்தலின்போது, 55,000-60,000 கோடி ரூபாய்வரை பணம் செலவிடப்பட்டதாகக் கணக்கிடப்பட்டுள்ளது. "உலகிலேயே பெரும் செலவுமிக்கத் தேர்தல் அதுதான்," என்று ஊடக ஆய்வு மையம் குறிப்பிட்டுள்ளது. ஆனால், இத்தகைய பெரும் செலவழிப்புக்கான நிதி ஒரு நேர்மையான, வெளிப்படையான முறையில் திரட்டப்படுவதில்லை என்ற கவலை பரவலாக இருக்கிறது.

"அரசியல் கட்சிகள் தொடர்ந்து தம்முடைய பெரும்பான்மை நிதியை அநாமதேய நன்கொடைகளின் மூலம் ரொக்கமாகப் பெறுவது கவலையளிப்பதாக இருக்கிறது," என்று தெரிவித்த, காலஞ்சென்ற முன்னாள் ஒன்றிய நிதியமைச்சர் அருண் ஜேட்லி, "அதனால், இந்தியாவில் அரசியல் கட்சிகள் நிதி சேகரிக்கின்ற முறையைச் சுத்தப்படுத்துவதற்கு முயற்சிகள் தேவை," என்று வாதிட்டார். அதைச் செயல்படுத்துவதற்காக, 2018 இல் தேர்தல் பத்திரங்கள் அறிமுகப்படுத்தப்பட்டன. ரொக்கமாக 2,000 ரூபாய்க்கு மேல் அநாமதேய நன்கொடை பெறுவது அதில் தடை செய்யப்பட்டது. ஓராயிரம் ரூபாயிலிருந்து ஒரு கோடி ரூபாய்வரை மதிப்புடைய பத்திரங்கள் விற்கப்பட்டன. இந்தியக் குடிமக்கள் யார் வேண்டுமானாலும் அவற்றை வாங்கி, தங்களுக்குப் பிடித்தக் கட்சிகளுக்கு அவற்றை நன்கொடையாக வழங்கலாம். கடந்த நான்கு ஆண்டுகளில், 12,000 கோடி ரூபாய்க்கும் அதிகமான மதிப்புள்ள தேர்தல் பத்திரங்கள் விற்பனையாகியுள்ளன.

துரதிர்ஷ்டவசமாக, இப்போது நடைமுறையில் இருக்கின்ற தேர்தல் பத்திர முறையால், நாட்டில் நிலவுகின்ற நெறி பிறழ்ந்த முதலாளித்துவத்தைக் கட்டுப்படுத்த முடியாது. இன்னும் சொல்லப் போனால், நெறி பிறழ்ந்த முதலாளித்துவத்தை

அது மேலும் ஊக்குவிக்கவே செய்யும். இந்தப் பத்திரங்கள் வெளிப்படைத்தன்மையை மேம்படுத்தவில்லை. நன்கொடையாளர்களின் பெயர்கள் பொதுமக்களிடமிருந்தும் பிற அரசியல் கட்சிகளிடமிருந்தும் மறைக்கப்படுகின்றன. விற்பனையாகியுள்ள தேர்தல் பத்திரங்களில் 90 சதவீதத்திற்கும் அதிகமானவை 1 கோடி ரூபாய் மதிப்புள்ள பத்திரங்கள் என்று 'ஜனநாயகச் சீர்திருத்தங்களுக்கான கூட்டமைப்பு' என்ற அரசுசாரா அமைப்பு தெரிவிக்கிறது. இந்த விற்பனை, பெரும் பணம் படைத்தத் தனிநபர்களிடமிருந்தும் பெருநிறுவனங்களிடமிருந்தும்தான் வந்திருக்க வேண்டும். இந்த நன்கொடைகள் நல்லெண்ணத்தின் அடிப்படையில் சுயவிருப்பத்துடன் வழங்கப்பட்டவையா, அல்லது பின்னாளில் காரியம் சாதித்துக் கொள்கின்ற நோக்கத்தில் வழங்கப்பட்டவையா, அல்லது மிரட்டலுக்கு அடிபணிந்து வழங்கப்பட்டவையா என்பதைப் பொதுமக்களால் ஒருக்காலும் தெரிந்து கொள்ள முடியாது.

எடுத்துக்காட்டாக, இறக்குமதி வரியை உயர்த்துவதன் மூலமோ, அரசு மானியங்களின் மூலமோ, பொதுச் சொத்துகள் ஏலம் விடப்படுவதன் மூலமோ, அல்லது பொதுத்துறை வங்கிகள் வழங்குகின்ற கடன்களின் மூலமோ பலனடைந்திருந்த துறைகளைச் சார்ந்த நிறுவனங்கள், அரசியல் கட்சிகளுக்கு அதிக அளவு நிதி வழங்கியிருப்பதைப் பொதுமக்கள் தெரிந்து கொண்டால், இரண்டும் இரண்டும் நான்கு என்று கணக்குப் போட்டு, அவர்களால் சிறப்பான முறையில் சிந்தித்துத் தேர்தல்களில் வாக்களிக்க முடியும். ஆனால், தற்போது நடைமுறையில் இருக்கின்ற தேர்தல் பத்திர அமைப்புமுறையில் அது சாத்தியமில்லை. அருண் ஜேட்லி பரிந்துரைத்திருந்த, தேர்தல் நிதிச் சேகரிப்பைச் சுத்தப்படுத்துதலுக்கும் இதற்கும் இடையேயான தூரம் மிகவும் அதிகம். தேர்தல் பத்திரங்களைத் தேர்தல் ஆணையம் எதிர்த்ததில் வியப்பில்லை.

ஆட்சியில் இருக்கின்ற அரசால் இந்தத் தேர்தல் பத்திரங்களைத் தவறாகப் பயன்படுத்த முடியும். இவற்றை விநியோகிக்கின்ற வங்கி ஒரு பொதுத்துறை வங்கியாக இருப்பதால், ஆட்சியில் இருக்கின்ற அரசால், பத்திரங்களை வாங்கியுள்ள நபர்களின் பெயர்களையும், அப்பத்திரங்களைப் பெற்றுள்ள கட்சிகளின் பெயர்களையும் வெளிப்படுத்தக் கோரி அந்த வங்கி அதிகாரிகளின்மீது அழுத்தத்தைப் பிரயோகிக்க முடியும். இதிலுள்ள இத்தகைய ஆபத்தையும், ஆசை காட்டுதல் அல்லது மிரட்டுதல் மூலம் அரசால் தங்களைக் கட்டுப்படுத்த முடியும் என்பதையும் உணர்ந்திருக்கின்ற தனிநபர்களும் நிறுவனங்களும், பெரிய அளவில் எதிர்க்கட்சிகளுக்கு நன்கொடை வழங்கத் துணிய மாட்டார்கள். அதனால், அரசியல் கட்சிகளுக்கு வழங்கப்படுகின்ற நன்கொடைகள், இப்போது சட்டபூர்வமாகத் தடை செய்யப்பட்டுள்ள வழியான ரொக்கமாக நன்கொடை அளிக்கின்ற முறை மூலமாகத்தான் கொடுக்கப்பட வேண்டியிருக்கும். இப்படி ரொக்கமாகத் திரட்டப்படுகின்ற கட்சி நிதிகள், கணக்கில் காட்டப்பட முடியாத பணமாக இருக்கும்

என்பதால், ஆட்சியில் இருக்கின்ற அரசு, அக்கட்சிகளின்மீது விசாரணை அமைப்புகளை ஏவிவிட்டு அவற்றைக் கைப்பற்ற முயற்சிக்கும். தேர்தல் நேரங்களில் இப்படி எதிர்க்கட்சித் தலைவர்களின் வீடுகள் மற்றும் அலுவலகங்களில் அதிரடிச் சோதனைகள் நடத்தினால், கண்டிப்பாகப் பெரும் பணம் சிக்கும். அதை வைத்து, பதவியில் இருக்கின்ற அரசால், ஊழல் கட்சிகள் என்று எதிர்க்கட்சிகள்மீது முத்திரை குத்த முடியும். பத்திரங்கள் மூலமான நன்கொடைகளில் பெரும் பங்கு ஆளுங்கட்சிக்குக் கிடைக்கும் விதத்தில் அமைப்புமுறையை எவ்வாறு வளைக்கலாம் என்பதை, சட்டவிரோத நடவடிக்கைகளுக்கு வக்காலத்து வாங்காமலேயே ஒருவரால் எளிதாகப் பார்க்க முடியும்.

இருக்கின்ற அமைப்புமுறைகள் ஆளுங்கட்சிக்குச் சாதகமாக இருப்பதைக் குறைக்க முயற்சி செய்கின்ற அதே வேளையில், தேர்தலுக்குச் செலவிடப்படுகின்ற பணம் ஒளிவுமறைவற்றதாக இருப்பதை உறுதி செய்வதுதான் நம்முடைய முதன்மையான நோக்கமாக இருக்க வேண்டும். அரசியல் கட்சிகளுக்கு நன்கொடை கொடுத்தவர்களின் பெயர்களைப் பகிரங்கப்படுத்துவது நல்லதுதான் என்றாலும், எதிர்க்கட்சிகளுக்கு நன்கொடை கொடுப்பவர்கள் ஆளும் அரசால் தொல்லைகளுக்கு உள்ளாகாமல் இருப்பது உறுதி செய்யப்பட வேண்டியது அவசியம். இன்னொரு சாத்தியக்கூறு, தேர்தல் செலவுகளுக்காக மக்களின் வரிப் பணத்திலிருந்து அரசியல் கட்சிகளுக்கு நிதியுதவி அளிப்பது. முந்தைய தேர்தலில் கட்சிகள் வாங்கியுள்ள வாக்குச் சதவீதத்தின் அடிப்படையில் அப்பணம் கொடுக்கப்பட வேண்டும். எந்தவொரு கட்சியும் அளவுக்கதிகமாகப் பலனடைவதைத் தடுப்பதற்கு, கட்சிகள் பெறக்கூடிய நன்கொடைகளுக்கு ஓர் உச்சவரம்பும், ஒரு தனிநபர் வழங்கக்கூடிய நன்கொடைக்கு ஓர் உச்சவரம்பும் நிர்ணயிக்கப்பட வேண்டும்.

உள்ளிருந்து வருகின்ற மாற்றம்

இனி வரும் காலங்களில், இந்திய அரசு, இந்தியர்களின் தேவைகள் குறித்த விழிப்புணர்வுடனும் சுறுசுறுப்புடனும் இயங்குவதற்கு மேற்கொள்ளப்படக்கூடிய சீர்திருத்த நடவடிக்கைகள் ஏராளம் உள்ளன. அரசாங்கம் ஒரு இராட்சஸக் கப்பலைப் போன்றது. அதை எளிதாகவோ அல்லது விரைவாகவோ திருப்ப முடியாது. ஆனாலும், அரசாங்கத்தில் மாற்றங்களைக் கொண்டு வருவதற்காக, திறமையான, இலட்சியவாத அரசு அதிகாரிகள் பலர் துடித்துக் கொண்டிருக்கின்றனர். உண்மையில் ஒரே ஒரு நபரால்கூடப் பெரும் மாற்றங்களைக் கொண்டுவர முடியும். 1990 ஆம் ஆண்டுக்கும் 1996 ஆம் ஆண்டுக்கும் இடையே, இந்தியத் தேர்தல்களைக் குறிப்பிடத்தக்க அளவுக்குச் சுத்தப்படுத்தி, தேர்தல் ஆணையத்திற்கு அதற்கு முன்பு ஒருபோதும் இருந்திராத நற்பெயரையும் அந்தஸ்தையும் அப்போதைய தேர்தல் ஆணையர் டி.என். சேஷன் தனியொருவராக உருவாக்கியிருந்தார் என்பதை யாராலும் மறுக்க முடியாது. அதற்கு

முன்பு, தேர்தல் நேரங்களில், ஆயுதம் ஏந்திய கூலிப் படையினர் வாக்குச் சாவடிகளைக் கைப்பற்றுவதும், தங்களுடைய புரவலர்களின் கட்சிக்கு அந்தச் சாவடிகளில் இருக்கின்ற அனைத்து வாக்குகளையும் அவர்களாகவே போட்டுவிடுவதும் சர்வசாதாரணமாக நடந்து வந்தது. ஆனால், டி.என்.சேஷனின் பதவிக் காலத்திற்குப் பிறகு, அது அரிய நிகழ்வாகிவிட்டது. இனி இந்தியா எதிர்கொள்ளவிருக்கும் சவால்கள், இந்திய அரசு அமைப்புகள் தம்முடைய சுதந்திரத்தை வலியுறுத்துவதன் மூலம், தம்முடைய நோக்கங்களைச் சாதிக்கப் பாடுபடக்கூடிய பல சேஷன்களை உருவாக்க வேண்டியதை இன்றியமையாததாக ஆக்கும்.

7

செயல் வல்லமை: குழந்தைப்பருவக் காலகட்டம்

நம் நாட்டு மக்களின் செயல் வல்லமையை மேம்படுத்துவது பொருளாதார வளர்ச்சியின் நோக்கங்களில் ஒன்று. மக்கள் நீண்டகாலம் உற்சாகமாக வாழ்வதற்குத் தேவையான ஆரோக்கியத்தையும், அவர்கள் மனநிறைவுடன் வாழ்வதற்குத் தேவையான கல்வியையும் அது வழங்கும். மேலும், மக்களின் செயல் வல்லமை மேம்படுவது, அவர்கள் மேம்பட்ட வேலைகளையும் உயர்மட்ட வருவாயையும் பெறுவதற்கும், அதன் மூலம் அவர்கள் தங்கள் வாழ்வில் பொருளாதார மேம்பாட்டை அடைவதற்கும் இட்டுச் செல்லும். இந்தியாவின் பொருளாதார எதிர்காலம் குறித்து நமக்கென்று ஒரு புதிய பார்வையை உருவாக்கிக் கொண்டு, அதிகமாக எவரும் பயணித்திராத ஒரு பாதையைத் தேர்ந்தெடுத்து அதில் நாம் பயணிக்கின்றபோது, நம்முடைய விமான நிலையங்கள் மற்றும் பாலங்களைவிட, நம்முடைய மக்களின் கல்வி, திறன், மற்றும் ஆரோக்கியம்தான், அதாவது, நம்முடைய மனித மூலதனத்தின் தரம்தான், வளர்ச்சி ஏணியில் நாம் எவ்வளவு விரைவாக ஏறுகிறோம் என்பதைத் தீர்மானிக்கும். நம்முடைய தொழிற்துறை, உற்பத்தியின்மீது கவனத்தைக் குவிப்பதைத் தேர்ந்தெடுத்தாலும் சரி அல்லது சேவையின்மீது கவனத்தைக் குவிப்பதைத் தேர்ந்தெடுத்தாலும் சரி, மனித மூலதனம் அதற்கு இன்றியமையாததாக இருக்கும். ஏனெனில், குறைவான திறன் தேவைப்படுகின்ற மற்றும் திறனே தேவைப்படாத வேலைகள் உலகெங்கும் இன்று வேகமாகச் சுருங்கிக் கொண்டிருக்கின்றன.

இந்தியாவின் சவால்கள், தாய்மார்கள் மற்றும் குழந்தைகளின் ஊட்டச்சத்துப் பற்றாக்குறையிலிருந்தே தொடங்கிவிடுகின்றன. நம் நாட்டில் பிறக்கின்ற குழந்தைகளில் பலர், பிறக்கும்போது இருக்க வேண்டிய சராசரி எடையைவிடக் குறைவான எடை கொண்டவர்களாக இருக்கின்றனர்; அவர்கள் பிறந்து சில ஆண்டுகள்வரை ஊட்டச்சத்துக் குறைபாட்டுடன் வளர்கின்றனர். தொடக்கப் பள்ளிக் கல்வியைப் பொறுத்தவரை, மாணவர்

சேர்க்கைப் பிரச்சனைப் பெருமளவு தீர்க்கப்பட்டுள்ளது என்றாலும், நம் குழந்தைகளுக்குப் பாடம் புகட்டுவதில் நாம் பின்தங்கியே இருக்கிறோம். நம் குழந்தைகளிடம் தொடக்கக் காலத்தில் இருக்கின்ற ஆரோக்கியக் கோளாறுடன் கற்றல் பிரச்சனையும் சேர்ந்து கொள்கின்றபோது, அது அவர்களுடைய அறிவாற்றல்ரீதியான மற்றும் உடல்ரீதியான வளர்ச்சியை மட்டுப்படுத்துகிறது. அதோடு, பின்னாளில், விஷயங்களை உள்வாங்கிக் கொள்வதற்கான அவர்களுடைய ஆற்றலையும் அது குறுக்கிவிடுகிறது.

கடந்த இருபது ஆண்டுகளாக, நோபல் விருதாளர்கள் உட்பட, உலகெங்குமுள்ள எண்ணற்ற ஆய்வாளர்கள், இந்தியத் தரவுகளை அலசி ஆராய்ந்து அவற்றுக்குத் தீர்வுகளையும் வழங்கியுள்ளனர். 2020 இல் வெளியிடப்பட்ட தேசியக் கல்விக் கொள்கை, சுருக்கமாக இருக்கின்ற அதே நேரத்தில், தெளிவான முன்மொழிவுகளை வழங்குகிறது. அவற்றில் பலவற்றோடு நாங்கள் ஒத்துப் போகிறோம். ஆனால், அவற்றை நடைமுறைப்படுத்துவதில் சிக்கல் இருக்கிறது.

ரகுராம் ராஜன், ஒரு முறை, சர்வதேச நாணய நிதியத்தின் நிர்வாக இயக்குநராக இருந்த தென் கொரியரிடம், “1960களில் இந்தியாவைப்போலவே தென் கொரியாவும் மிகவும் ஏழ்மை நிலையில் இருந்தபோதிலும், தென் கொரியாவால் எப்படி இவ்வளவு பிரம்மாண்டமாக வளர முடிந்தது?” என்று வியந்து கேட்டபோது, அதற்கு அந்த நிர்வாக இயக்குநர் கூறிய ஒரு நகைச்சுவையை ரகுராம் ராஜன் இங்கு நினைவுகூர்கிறார்: ஒரு முறை, இந்திய ஒன்றிய நிதியமைச்சர் தென் கொரியாவுக்குச் சென்றிருந்தார். அவர் தென் கொரிய நிதியமைச்சரை அவருடைய அலுவலகத்தில் சந்தித்தபோது, தென் கொரியாவின் வெற்றிக்கான இரகசியத்தை அவரிடம் கேட்டார். அதற்கு அந்தத் தென் கொரிய நிதியமைச்சர், தன்னுடைய அறையிலிருந்த புத்தக அலமாரியில் அடுக்கி வைக்கப்பட்டிருந்த, தடிமனாக இருந்த கருப்பு நிறப் புத்தகங்கள் சிலவற்றைச் சுட்டிக்காட்டி, “எல்லாமே அவற்றில்தான் இருக்கிறது,” என்று கூறினார். இந்திய நிதியமைச்சர் அப்புத்தகங்களின் அருகே சென்று அவற்றின் தலைப்புகளைப் படித்துவிட்டு, உரக்கச் சிரித்துக் கொண்டே, “என்ன இது! இவை எங்கள் நாட்டின் ஐந்தாண்டுத் திட்டங்களாயிற்றே!” என்று வியந்து கூறினார். அதற்கு அந்தத் தென் கொரிய நிதியமைச்சர், “ஆமாம். ஆனால், அவற்றை நாங்கள் அமல்படுத்திவிட்டோம்!” என்று பதிலளித்தார்.

அமலாக்கத்திற்கு எவை தடையாக இருக்கின்றன? ஒன்றிய அளவிலும் மாநில அளவிலும் இருக்கின்ற அரசியல்வாதிகள் வர்க்கம், பொதுச் சேவைகளை வழங்குவதில் அக்கறை செலுத்துவதற்குப் பதிலாக, இலவசங்களையும் இலக்குரீதியான பயன்களையும் அளிப்பதில் கவனத்தைக் குவித்துள்ளது என்று நாங்கள் ஏற்கனவே வாதிட்டுள்ளோம். அதிகாரப் பரவலாக்கம் இந்தப் போக்கை மாற்ற உதவும். பல விதமான அணுகுமுறைகளைப் பரிசோதித்துப் பார்த்தல்; தரவுகளைச் சேகரித்து அவற்றை அலசி, எவை வேலை செய்கின்றன என்பதைத் தெரிந்து கொள்ளுதல்; மக்களுக்கு

அதிகாரத்தையும் தகவலையும் கொடுத்து அவர்களை ஈடுபடுத்துதல்; முடிந்த இடங்களிலெல்லாம் தொழில்நுட்பத்தைப் பயன்படுத்துதல்; அமைப்புமுறைக்குள் இருந்து கொண்டே, மாற்றங்களை எதிர்ப்பவர்கள் உட்பட அனைவரையும் ஊக்குவிப்பதற்கு வழி காணுதல் போன்றவை இந்த அத்தியாயத்திலும் பின்வரும் அத்தியாயங்களிலும் நாங்கள் பரிந்துரைக்கின்ற அணுகுமுறைகளின் முக்கியக் கூறுகளாக இருக்கும்.

ஊட்டச்சத்து

உலக சுகாதார அமைப்பு, குழந்தைகளின் வயதிற்கு ஏற்ப, சராசரியாக அவர்கள் எவ்வளவு உயரம் இருக்க வேண்டும் என்று ஒரு தர நிர்ணயம் செய்துள்ளது. அந்த உயரத்திற்குக் குறைவாக இருக்கின்ற குழந்தைகள், வளர்ச்சி குன்றியவர்களாகக் கருதப்படுகின்றனர். சுமார் முப்பதாண்டு காலம் வலுவாக இருந்த அவர்களுடைய வளர்ச்சி நிலை இப்போது மாறி, 2020 இல், ஐந்து வயதிற்கு உட்பட்ட இந்தியக் குழந்தைகளில் 35 சதவீதத்தினர் வளர்ச்சி குன்றியவர்களாக இருக்கின்ற நிலையை நாம் அடைந்துள்ளோம். தான்சானியா, லைபீரியா, செனகல் போன்ற ஆப்பிரிக்க நாடுகள்கூட இதைவிட மேம்பட்ட நிலையில் இருக்கின்றன.

ஒரு சிலர் இந்த அளவீடு குறித்துக் கேள்வி கேட்கின்றனர். இந்தியர்களின் மரபியல், இந்தியக் குழந்தைகளுக்கு, உலக சுகாதார அமைப்பின் தர நிர்ணயத்திலிருந்து வேறுபட்ட ஒரு சராசரி உயரத்தைக் கொடுத்துக் கொண்டிருக்கிறது என்று அவர்கள் வாதிடுகின்றனர். ஆனால், நம்மை ஒத்த மரபியலைக் கொண்டுள்ள இலங்கை நாட்டுக் குழந்தைகள், நம்முடைய குழந்தைகள் அளவுக்கு வளர்ச்சி குன்றியவர்களாக இல்லை. அமெரிக்காவுக்கும் ஐக்கிய இராச்சியத்திற்கும் குடிபெயர்ந்துள்ள தெற்காசியக் குழந்தைகளின் உயரம், ஒரு தலைமுறைக்கு உள்ளாகவே அந்த நாடுகளின் குழந்தைகளின் உயரத்தை எட்டிவிடுவதாகப் பல ஆய்வுகள் தெரிவிக்கின்றன. அப்படியெனில், நாம் நம்முடைய கர்ப்பிணிப் பெண்களுக்கும் குழந்தைகளுக்கும் ஊட்டச்சத்துடன்கூடிய உணவைக் கொடுத்துக் கொண்டிருக்கவில்லை என்று அர்த்தம்!

இந்தியாவுக்கு உள்ளேயே குழந்தைகளின் உயரம் இடத்திற்கு இடம் கடுமையாக வேறுபடுகிறது. நீங்கள் இந்தியாவின் வடக்குப் பகுதியில் ஒரு இரயிலில் ஏறி, கிழக்கு நோக்கிப் பயணித்து, வழியில் இருக்கின்ற சிறு சிறு நகரங்களில் இறங்கிப் பார்த்தால், (சில ஆண்டுகளுக்கு முன்பு ரோகித் லாம்பா இக்காரியத்தில் ஈடுபட்டார்), நீங்கள் பஞ்சாப் மற்றும் ஹரியானாவிலிருந்து, உத்தரப்பிரதேசம் மற்றும் பீகாரை நோக்கிச் செல்லச் செல்ல, குழந்தைகளின் உயரம் குறைந்து கொண்டே வருவதை உங்களால் அவதானிக்க முடியும். பஞ்சாப் மற்றும் ஹரியானாவில் இருக்கின்ற மக்களைவிட உத்தரப்பிரதேசத்திலும் பீகாரிலும் இருக்கின்ற மக்கள் ஊட்டச்சத்துக் குறைபாட்டுடன்தான் இருக்கிறார்கள்.

குழந்தைகளின் உயரக் குறைவு, பஞ்சாபில் 24 சதவீதமாகவும் பீகாரில் 43 சதவீதமாகவும் இருப்பதாக 2019-21 ஆம் ஆண்டுக்கான தேசியக் குடும்பநல சுகாதாரக் கணக்கெடுப்பு தெரிவிக்கிறது. ஒரு தனிநபரின் எடைக்கும் உயரத்துக்கும் இடையேயான விகித மதிப்பு 'உடல் எடைக் குறியீட்டு எண்' என்று அழைக்கப்படுகிறது. ஒரு நபரிடம் அது ஒரு குறிப்பிட்ட அளவுக்குக் குறைவாக இருந்தால், அவர் ஆரோக்கியமான சராசரி எடைக்குக் குறைவாக இருக்கிறார் என்று பொருள். இப்படிக் குறைவான எடையுடன் இருக்கின்ற பெண்கள் பஞ்சாபில் 12 சதவீதம் இருக்கின்றனர். அதுவே பீகாரில் 25 சதவீதமாக இருக்கிறது என்பதையும் அந்தக் கணக்கெடுப்பு தெரிவிக்கிறது.

குழந்தைப்பருவத்தில் தொடர்ந்து ஊட்டச்சத்துக் குறைபாட்டுடன் வளர்கின்ற குழந்தைகள் பெரியவர்களாக ஆகின்றபோது, அது அவர்களுடைய அறிவாற்றலையும் வேலைத் திறனையும் வெகுவாகக் குறைக்கிறது; அது அவர்கள் எளிதாக நோய்வாய்ப்பட வழி வகுக்கும்; அவர்களுக்கு இதய நோய்கள் வருவதற்கான வாய்ப்புகளை அது அதிகரிக்கும். வருங்காலத்தில் ஆரோக்கியமான, உற்பத்தித்திறன்மிக்க மக்கள் நமக்குத் தேவையெனில், நாம் அவசரமாகவும் உடனடியாகவும் செய்தாக வேண்டிய விஷயம் ஊட்டச்சத்துக் குறைபாட்டைச் சரிசெய்வதுதான். துரதிர்ஷ்டவசமாக, பெரும்பாலான இந்தியர்களைப் பொறுத்தவரை, ஏற்கனவே காலம் கடந்துவிட்டுள்ளது.

ஊட்டச்சத்துக் குறைபாட்டுக்குப் பல காரணிகள் பங்களிக்கின்றன. உணவு கிடைப்பதற்கு வறுமை தடையாக இருக்கிறது என்பது வெளிப்படை. ஆனால், மிக மிக மோசமான வறுமை தொடர்ந்து குறைந்து கொண்டே வருகிறது. ஏழை மக்களுக்கு உணவு வழங்குவதற்கு அரசு பல திட்டங்களைச் செயல்படுத்திக் கொண்டிருக்கிறது. உணவுப் பழக்கங்கள், குறிப்பாக, கர்ப்பிணிப் பெண்கள் மற்றும் பச்சிளம் குழந்தைகளைப் பொறுத்தவரை, மிகவும் முக்கியமானவை. தாய்மை அடையும் நிலையில் இருக்கின்ற இந்தியப் பெண்களில் பெரும்பாலானோர் இரத்தசோகையால் துன்புறுகின்றனர். அதனால், அவர்கள் பலவீனமான குழந்தைகளைப் பெற்றெடுப்பதற்கு அதிகச் சாத்தியக்கூறுகள் இருக்கின்றன. குடும்பத்தில் உணவுக் கட்டுப்பாடுகள் இருந்தால் (எடுத்துக்காட்டாக, சைவ உணவு மட்டுமே சாப்பிடுதல்), குறைந்தபட்சம், பெண்கள், குழந்தைகள் போன்ற, எளிதில் பாதிக்கப்படக்கூடிய நிலையில் இருக்கின்ற குடும்ப உறுப்பினர்களாவது சரிவிகித உணவை உண்ண வேண்டியது மிகவும் இன்றியமையாதது.

சுற்றுப்புறத் தூய்மையின்மையும் நோய்களும் நிலைமையை மேலும் மோசமாக்குகின்றன. ஒரு கிராமத்தில் தூய்மையான தண்ணீர் கிடைக்காமல் இருந்து, அங்கிருக்கின்ற ஒரு குழந்தைக்கு வயிற்றுப்போக்கும் இருந்தால், அக்குழந்தைக்குத் தொடர்ந்து சத்தான உணவு கொடுத்து வந்தால்கூட, அச்சத்துகளை அந்தக் குழந்தையால் கிரகித்துக் கொள்ள முடியாது. திறந்தவெளிக்

கழிப்பிடங்கள் இதுபோன்ற நோய்களுக்கு வழி வகுக்கின்றன. அனைத்து வீடுகளுக்கும் கழிப்பறை அமைத்துக் கொடுக்கின்ற அரசின் திட்டம் ஏற்படுத்திக் கொண்டிருக்கின்ற நேர்மறையான தாக்கம் விரைவில் புள்ளிவிபரங்களில் தலைகாட்டத் தொடங்கும். சமூக நியமங்களும் குறிப்பிடத்தக்கப் பங்களிப்பை நல்குகின்றன. பாரம்பரியமாக, நம்முடைய சமுதாயத்தில், குடும்பங்களிலுள்ள வளர்ந்த ஆண்களுக்கும் ஆண் குழந்தைகளுக்கும் நல்ல உணவு கொடுக்கப்படுகின்ற அளவுக்குப் பெண்களுக்கும் பெண் குழந்தைகளுக்கும் கொடுக்கப்படுவதில்லை. இப்படிப்பட்டப் போக்குகள் மாறிக் கொண்டிருக்கின்றன என்பது உண்மைதான் என்றாலும், சமுதாயத்தின்மீது அவை ஏற்கனவே ஏற்படுத்தியுள்ள விளைவுகளின் தாக்கம் இன்னும் விலகவில்லை.

குழந்தைகளின் ஊட்டச்சத்துக் குறைபாட்டைச் சமாளிப்பதற்காக அரசால் கொண்டுவரப்பட்டத் திட்டங்களில், ‘ஒருங்கிணைக்கப்பட்டக் குழந்தை மேம்பாட்டுச் சேவைகள்’ திட்டம் தலையாயது. இத்திட்டத்தின் கீழ், தாய்-சேய் நலத்திற்கும் அரசுக்கும் இடையான ஒரு பாலமாக அங்கன்வாடிகள் விளங்குகின்றன. அங்கன்வாடிகளில் பணிபுரிகின்ற பணியாளர்கள் பொதுவாக நடுத்தர வயதுப் பெண்களாக இருப்பர். அவர்களுடைய சமூகங்களில் இருக்கின்ற கர்ப்பிணிப் பெண்கள், பாலூட்டும் பெண்கள் மற்றும் சிறு குழந்தைகளின் ஊட்டச்சத்தைப் பேணுவது அவர்களுடைய பொறுப்பு. இதற்காக அவர்கள் முறைப்படி பயிற்றுவிக்கப்படுகின்றனர். இந்தியாவில் மொத்தம் 50 இலட்சம் அங்கன்வாடிப் பணியாளர்கள் இருக்கின்றனர். அடிப்படையில் இத்திட்டம் வேலை செய்து கொண்டிருக்கிறது என்பதை மறுக்க முடியாது. ஆனால், இத்திட்டம், நாட்டின் தெற்கு மற்றும் மேற்குப் பகுதிகளில் சிறப்பாகச் செயல்பட்டுக் கொண்டிருக்கிறது. ஆனால், நாட்டின் கிழக்கு மற்றும் வடக்குப் பகுதிகளில் அது அந்த அளவு சிறப்பாகச் செயல்பட்டுக் கொண்டிருக்கவில்லை. இதற்கு என்ன காரணம்?

முதலில், ஓர் அரசு ஊழியருக்கு வேலையில் கிடைக்கின்ற பொருளாதாரரீதியான அனுகூலங்கள் அங்கன்வாடிப் பணியாளர்களுக்குக் கிடைப்பதில்லை. பெரும்பாலான அங்கன்வாடிகளில் சரியான கட்டமைப்பு வசதிகள் இல்லை. இந்தியத் தலைமைக் கணக்குத் தணிக்கையாளர் 2013 இல் வெளியிட்ட ஓர் அறிக்கையின்படி, நாட்டிலுள்ள அங்கன்வாடிகளில் 61 சதவீத அங்கன்வாடிகளுக்குச் சொந்தக் கட்டடம் கிடையாது; அவற்றில் பலவற்றில், எடை பார்க்கும் இயந்திரங்கள்கூடக் கிடையாது. நிதிப் பற்றாக்குறை, ஆட்கள் பற்றாக்குறை, அரசு அதிகாரிகளின் ஆதரவுக் குறைவு போன்றவற்றால் அங்கன்வாடிகள் பாதிக்கப்பட்டுள்ளன. அங்கன்வாடிப் பணியாளர்களுக்கு உரிய அங்கீகாரமும் கிடைப்பதில்லை.

அரசு அமைப்புமுறை அகலக் கால் வைத்துள்ளபோதிலும், அங்கன்வாடிகளின் செயல் வல்லமையை மேம்படுத்துவதும், பிற

திட்டங்களின் ஆதரவு அவற்றுக்குக் கிடைக்குமாறு செய்வதும் நிலைமையை மேம்படுத்த உதவும். எடுத்துக்காட்டாக, ஓர் அங்கன்வாடிக்கு, ஒரு தொடக்கப் பள்ளிக்கு அருகே ஒரு கட்டடம் ஒதுக்கப்படுவதாக வைத்துக் கொள்வோம். அப்போது, அந்த அங்கன்வாடியில் உள்ள குழந்தைகளுக்கும், அந்தத் தொடக்கப் பள்ளி மாணவர்களுக்குத் தயாரிக்கப்படுகின்ற மதிய சத்துணவு கிடைக்கும். அது அக்குழந்தைகளின் ஊட்டச்சத்துக் குறைபாட்டை ஓரளவு களைய உதவும்.

மூன்று வயதுக் குழந்தைகளில் 66.8 சதவீதக் குழந்தைகள் அங்கன்வாடிகளில் சேர்க்கப்படுகின்றனர். குழந்தைகளின் மூளை வளர்ச்சியில் 85 சதவீதம் அவர்களுடைய ஆறாவது வயதுக்குள் நிகழ்ந்துவிடுவதால், விளையாட்டுகள், கேள்வி கேட்டல், செயல்நடவடிக்கைகள் ஆகியவற்றின் அடிப்படையில் அமைந்த கற்பித்தலுக்கு உதவக்கூடிய வசதிகள் அந்த அங்கன்வாடிகளுக்குக் கிடைப்பது முக்கியமானது. ஒவ்வோர் அங்கன்வாடியிலும், குழந்தைகளுக்கு அடிப்படைக் கல்வி போதிப்பதற்கென்று கூடுதலாக ஒரு பணியாளர் நியமிக்கப்பட்டால், ஆரம்பக் கல்விக்கு அக்குழந்தைகளைச் சிறப்பாகத் தயார்படுத்த முடியும்; அதோடு, அங்கன்வாடியின் முதன்மைப் பணியாளர், அக்குழந்தைகளின் ஆரோக்கியத்தில் மேலும் கவனம் செலுத்துவதற்கு அது அவருக்குக் கூடுதல் நேரத்தைப் பெற்றுக் கொடுக்கும்; இதனால் அக்குழந்தைகளின் ஆரோக்கியமும் மேம்படும் என்று ஆய்வுகள் காட்டுகின்றன.

தேசிய அளவிலும் சரி, மாநில அளவிலும் சரி, இளம்பிள்ளைவாத நோய்க்கு எதிராக எப்படிச் சிறப்பான பிரச்சாரம் மேற்கொள்ளப்பட்டதோ, அதேபோல, உணவுப் பழக்கங்களும் சமூக நியதிகளும் குழந்தைகளின் வளர்ச்சிக் குறைபாட்டுக்கு வழி வகுக்கின்றன என்பது குறித்து ஒருங்கிணைக்கப்பட்ட ஒரு பிரச்சாரம் மேற்கொள்ளப்பட வேண்டும். இந்த விஷயத்தில் அதிகாரப் பரவலாக்கமும் உதவக்கூடும். ஏனெனில், அங்கன்வாடிகளில் எத்தகைய நடவடிக்கைகள் மேற்கொள்ளப்பட வேண்டும் என்பது பகுதிக்குப் பகுதி மாறுபடக்கூடும். எடுத்துக்காட்டாக, செழிப்பான பகுதிகளைச் சேர்ந்த பெண்கள் அங்கன்வாடிகளுக்கு வராமல் இருக்கக்கூடும் என்றாலும், ஊட்டச்சத்து பற்றிய அறிவுரையால் அவர்கள் பலனடையக்கூடும். உள்ளாட்சி நிர்வாகிகள் தங்களுடைய பகுதியின் தேவைக்கு ஏற்ப அங்கன்வாடிகளின் நடவடிக்கைகளை வடிவமைத்து கொள்ள வேண்டும். அங்கன்வாடிகளுக்கான நிதி, ஒன்றிய அரசிடமிருந்தும் மாநில அரசுகளிடமிருந்தும் வருவதால், அங்கன்வாடிப் பணியாளர்களின் சம்பளம் மாநில அரசுகளால் நிர்ணயிக்கப்படுகிறது. அங்கன்வாடிப் பணியாளர்களின் இலக்குகளையும் சம்பளத்தையும் நிர்ணயிப்பதில் உள்ளாட்சி நிர்வாகத்திற்கு அதிகாரம் இருக்க வேண்டும். அதோடு, குழந்தைகளின் வளர்ச்சிக் குறைபாட்டை நிவர்த்தி செய்வதற்கான இலக்குகளை நிர்ணயிப்பதிலும் அவர்களுக்கு அதிகாரம்

இருக்க வேண்டும். அந்தப் பகுதிகளில் உள்ள குழந்தைகளின் வளர்ச்சிக் குறைபாடுகளின் நிவர்த்தியை மதிப்பிடுகின்ற பணி வேறோர் அமைப்பிடம் ஒப்படைக்கப்பட வேண்டும். அப்போது, நடவடிக்கைகள் எடுப்பதும், அவற்றை மதிப்பீடு செய்வதும் இரண்டு வெவ்வேறு அமைப்புகளிடம் இருக்கும்.

இது தொடர்பான உலகளாவிய வெற்றிக் கதைகளிலிருந்தும் நம்மால் கற்றுக் கொள்ள முடியும். குழந்தைகளின் உயர வளர்ச்சிக் குறைபாட்டை, பெரூ நாடு, எட்டாண்டுகளில் பாதியாகக் குறைத்திருந்தது. 2008 இல் 28 சதவீதமாக இருந்த அந்தக் குறைபாடு, 2016 இல் 13 சதவீதமாகக் குறைந்திருந்தது. பல ஆண்டுகளாக இந்த சதவீதத்தைக் குறைக்க முயன்று கொண்டிருந்த பெரூ, அதில் தோல்வியையே கண்டு வந்தது. இந்தியாவைப்போலவே, பெரூவும் உணவு விநியோகத்தையும் அதற்காகச் செலவிடப்பட்டத் தொகையையும் அதிகரித்தது. அதிகமான நகர்மயமாக்கம், பெண்களின் எழுத்தறிவில் மேம்பாடு, சுத்தமான தண்ணீர் வசதி அதிகரிப்பு போன்றவை இருந்தும்கூடப் பிரச்சனை அப்படியே இருந்து வந்தது. அதனால், 2007 இல் பெரூ தன் உத்தியை மாற்றியது. குழந்தைகளின் வளர்ச்சிக் குறைபாட்டை வெறும் வளர்ச்சிசார் பிரச்சனையாக மட்டும் பார்க்காமல், அதை ஓர் அரசியல் பிரச்சனையாகவும் பார்க்க அது முடிவு செய்தது. அதனால், அதற்குப் பிறகு பதவிக்கு வந்த அனைத்து அரசுகளும் இந்தக் கண்ணோட்டத்தைப் பின்பற்றின.

முதலில் இதற்காக ஒதுக்கப்பட்டத் தொகை இரட்டிப்பாக்கப்பட்டது. விளைவுகளோடு பிணைக்கப்பட்ட வரவு-செலவுத் திட்டம் அமல்படுத்தப்பட்டது. பணரீதியான ஊக்கத்தொகையும் வழங்கப்பட்டது. ஆனால், அதற்குப் பதிலீடாக, இளம் தாய்மார்கள் தங்களுடைய குழந்தைகளை, குறிப்பிட்டக் கால இடைவெளிகளில், அருகிலுள்ள சுகாதார மையங்களுக்கு அழைத்துச் செல்ல வேண்டும், மூத்தக் குழந்தைகளைப் பள்ளிக்கு அனுப்ப வேண்டும். பெரூ இது குறித்துப் பெரிய அளவில் பிரச்சாரமும் மேற்கொண்டது. இதன் மூலம், கண்களுக்கு வெளிப்படையாகத் தெரியாமல் இருந்த ஒரு பிரச்சனை எல்லோருக்கும் புலப்படுகின்ற ஒரு பிரச்சனையாக மாற்றப்பட்டது.

இதேபோல, இந்தியாவும் இதற்கு ஒதுக்கிக் கொண்டிருக்கின்ற நிதியை அதிகரிக்கவேண்டும். அதோடு, இதில் ஈடுபட்டுள்ளவர்களுக்கு மேம்பட்டப் பயிற்சி வழங்குதல், விளைவுகளோடு பிணைக்கப்பட்ட ஊக்கத்தொகை வழங்குதல் போன்றவற்றிலும் அது ஈடுபட வேண்டும். குழந்தைகளின் வளர்ச்சிக் குறைபாடு குறித்தப் புள்ளிவிபரங்களை அவமானகரமானதாகக் கருதி அவற்றை மறைப்பதற்குப் பதிலாக, அரசியல்வாதிகள் அவற்றை அம்பலப்படுத்தி, அவற்றை ஒழிப்பதற்கு மொத்தச் சமுதாயத்தையும் அணி திரட்ட வேண்டும்.

பள்ளிக் கல்வி

கல்வியைப் பொறுத்தவரை, இந்தியா, முதல் படியான தொடக்கக் கல்வியில் குழந்தைகளைச் சேர்க்கின்ற விஷயத்தில் பாராட்டத்தக்க விதத்தில் செயல்பட்டுள்ளது. 2002 இல் கொண்டுவரப்பட்ட, 86-வது அரசியலமைப்புச் சட்டச் சீர்திருத்தம், ஆறு முதல் பதினான்கு வயது வரையிலான குழந்தைகளுக்கான இலவச மற்றும் கட்டாயக் கல்வியை அவர்களுடைய அடிப்படை உரிமையாக ஆக்கியது. அதைத் தொடர்ந்து, அதுவரை பள்ளிகள் இல்லாதிருந்த பகுதிகளில் புதிய பள்ளிகள் திறக்கப்பட்டன; பழைய பள்ளிகளில் வகுப்பறைகள், தண்ணீர் வசதி, கழிப்பறை வசதிகள் போன்றவை மேம்படுத்தப்பட்டன; பழைய ஆசிரியர்களுக்குப் புதிய பயிற்சிகள் வழங்கப்பட்டன, கூடுதலாகப் புதிய ஆசிரியர்கள் நியமிக்கப்பட்டனர்.

பள்ளிகளில் மாணவர்களுக்கு இலவச மதிய உணவு வழங்கப்பட்டது, பள்ளிக்குச் செல்வதற்காக மாணவிகளுக்கு இலவச சைக்கிள்கள் கொடுக்கப்பட்டது, வேலைச் சந்தையில், படித்தவர்களுக்கான தேவை அதிகரித்தது போன்றவற்றின் காரணமாக, பெற்றோர் தங்களுடைய குழந்தைகளை அதிக எண்ணிக்கையில் பள்ளிக்கு அனுப்பத் தொடங்கினர். இந்தியாவில் 15 இலட்சம் பள்ளிகளும், 80 இலட்சம் ஆசிரியர்களும் இருப்பதாக ஒரு கணிப்பு தெரிவிக்கிறது. தொடக்கக் கல்வியில் 95 சதவீதக் குழந்தைகள் சேர்க்கப்படுகின்றனர்.

ஆனால், துரதிர்ஷ்டவசமாக, விளைவுகள் சொல்லிக் கொள்ளும்படி இல்லை. அதனால், பள்ளிகளில் சேர்பவர்களின் எண்ணிக்கையும் குறையத் தொடங்கியுள்ளது. இது குறித்து 'வருடாந்திரக் கல்வி நிலை அறிக்கை' என்ன சொல்கிறது என்பதை நாம் ஏற்கனவே முன்னுரையில் பார்த்துவிட்டோம். சமீபத்திய கொரோனா பெருந்தொற்றின் காரணமாக இப்பிரச்சனை மேலும் பெரிதாகியுள்ளது.

கல்வியினால் ஏற்படுகின்ற விளைவுகள் மோசமாக இருப்பதற்கு என்ன காரணம்? பத்து அல்லது பன்னிரெண்டாம் வகுப்புப் பொதுத் தேர்வுகள்வரை மாணவர்கள் எந்த அளவு கற்றுக் கொண்டிருக்கிறார்கள் என்பதை மதிப்பீடு செய்வதற்குக் கச்சிதமான வழிமுறைகள் இங்கு இல்லை. பெரும்பாலும், பள்ளி முதல்வர்களும் சரி, பெற்றோரும் சரி, ஆசிரியர்கள் அந்த ஆண்டின் பாடத்திட்டத்தை முழுமையாக நடத்தி முடித்துவிட்டார்களா என்பதை வைத்து மட்டுமே ஆசிரியர்களை எடைபோடுகின்றனர். அதோடு, ஆசிரியர்கள் வேகமாகப் பாடம் எடுத்தால்தான் அந்த ஆண்டுக்கான பாடத்திட்டத்தை நிறைவு செய்ய முடியும் என்ற நிலை இருக்கிறது. மேலும், அரசுப் பள்ளிகளில் ஆசிரியர்கள் அடிக்கடிப் பள்ளிக்கு வராமல் இருப்பதும் ஒரு பெரிய பிரச்சனையாக இருக்கிறது. இந்தியாவில் சராசரியாக 25 சதவீத நாட்கள் ஆசிரியர்கள் பணிக்கு வருவதில்லை என்று சில ஆய்வுகள் தெரிவிக்கின்றன.

ஏழை மாநிலங்களில் இந்த சதவீதம் இன்னும் அதிகம். அதன் விளைவாக, வகுப்பிலுள்ள பெரும்பாலான மாணவர்களுக்குப் புரிகின்ற விதத்தில் பாடம் எடுப்பதற்குப் பதிலாக, ஆசிரியர்கள், தாங்கள் பள்ளிக்கு வருகின்ற மீதி நாட்களில் வேகவேகமாகப் பாடம் நடத்தி, பாடத்திட்டத்தை நிறைவு செய்வதில் மட்டுமே குறியாக இருக்கின்றனர். இந்தப் பாடத்திட்ட முறையில், வகுப்பில் பாடம் தொடர்பான ஆழமான விளக்கங்களுக்கோ அல்லது விவாதங்களுக்கோ இடம் இல்லாதிருப்பதால், மாணவர்கள் வெறுமனே மனப்பாடம் செய்து ஒப்பிப்பதையே இது ஊக்குவிக்கிறது.

அதைவிட மோசமாக, இது பல மாணவர்களுக்குப் பெரும் பாதிப்பு ஏற்படுத்துகிறது. மாணவர்கள் பல்வேறுபட்ட முன்தயாரிப்புகளுடனும், பலதரப்பட்டக் கிரகிக்கின்ற திறனுடனும் வகுப்புக்கு வருகின்றனர். பெரும் விடாமுயற்சியுடன் செயல்படும் ஆசிரியர்கள்கூட, அந்த ஆண்டிற்கு ஒதுக்கப்பட்டுள்ள பாடத்திட்டங்களை முடிக்க வேண்டிய கட்டாயத்தில் இருப்பதால், தங்கள் வகுப்பில் இருக்கின்ற அனைத்து மாணவர்களும் தாங்கள் கற்றுக் கொடுப்பதைக் கிரகித்துக் கொள்கிறார்களா என்பதை அவர்களால் உறுதி செய்ய முடிவதில்லை. ஒரு வகுப்பில் நடத்தப்படுகின்ற பாடம் ஒரு மாணவருக்குப் புரியாமல் இருக்கும்போது, அந்தக் கல்வியாண்டின் முடிவில் அவர் உயர் வகுப்புக்கு அனுப்பி வைக்கப்பட்டால், அவர் அந்த வகுப்பில் இன்னும் மோசமாகத்தான் செயல்படுவார். ஒரு மாணவரால் சரியாக எழுத்துக் கூட்டிப் படிக்கக்கூட முடியாவிட்டால், அவரால் எப்படி வரலாற்றுப் பாடத்தைப் படித்துப் புரிந்து கொள்ள முடியும்?

கல்வியியலைப் பற்றி ஆய்வு செய்து கொண்டிருக்கின்ற பொருளாதார அறிஞரான கார்த்திக் முரளிதரன் இதை ஒரு சுவாரசியமான முறையில் தன் பார்வையாளர்களுக்கு விளக்குகிறார். அவர் தன் பேச்சைத் தமிழில் துவக்குகிறார்! இந்தியாவில் பிற மாநிலங்களில் இருப்பவர்களால், அவர் கூறுவதை சுத்தமாகப் புரிந்து கொள்ள முடியாது என்பது வெளிப்படை. வகுப்பில் பின்தங்கி இருக்கின்ற மாணவர்களின் நிலையும் கிட்டத்தட்ட இதேதான் என்பதை அவர் இதன் மூலம் புரிய வைக்கிறார்.

தங்களுடைய குழந்தைகளுக்குத் தனிப்பட்ட முறையில் ஓர் ஆசிரியரை நியமித்து அவர்களுக்குப் பாடம் சொல்லித் தர ஏற்பாடு செய்வது கட்டுப்படியாகக்கூடிய நிலையில் இருக்கின்ற பெற்றோர் அதைச் செய்கின்றனர். கிராமப்புறங்களில் உள்ள தொடக்கப் பள்ளி மற்றும் நடுத்தரப் பள்ளி மாணவர்களில் சுமார் 30.5 சதவீதத்தினர், 2022 இல் 'டியூசன்' வகுப்புகளில் சேர்ந்து படித்தனர் என்று ஓர் ஆய்வு தெரிவிக்கிறது. இப்படிப்பட்ட ஆடம்பரங்கள் கட்டுப்படியாகாத நிலையில் இருக்கின்ற ஏழை மாணவர்கள், பள்ளியிலிருந்து பாதியிலேயே நின்றுவிடுகின்றனர். பள்ளிகளில் மாணவர்களின் சேர்க்கை வீதம் 6 முதல் 8-வது வகுப்புவரை 90.9 சதவீதமாகவும், 9 மற்றும் 10-வது வகுப்புகளில் 79.3 சதவீதமாகவும், 11 மற்றும் 12-வது வகுப்புகளில் 56.5 சதவீதமாகவும் இருப்பதாக 2020 ஆம்

ஆண்டுக்கான தேசியக் கல்விக் கொள்கை தெரிவிக்கிறது. 6 முதல் 17 வயது வரையிலான 3.2 கோடிக் குழந்தைகள் பள்ளியில் படிக்காமல் இருக்கின்றனர் என்ற தகவலையும் அது தெரிவிக்கிறது. இந்த எண்ணிக்கை கொரோனா பெருந்தொற்றுக் காலத்திற்கு முந்தையது! பீகாரில் கொரோனா காலம் முடிந்து பள்ளிக்குத் திரும்பிய, 3-5 ஆம் வகுப்பு மாணவர்களில் பெரும்பாலானோர், எப்படி எழுத வேண்டும் என்பதையும், எப்படி வாசிக்க வேண்டும் என்பதையும் மறந்துவிட்டிருந்தனர் என்று அங்குள்ள 50 சதவீதப் பள்ளிகளில் நடத்தப்பட்ட ஆய்வுகள் தெரிவிக்கின்றன. பதிவு செய்யப்பட்டிருந்த மாணவர்களில் 20 சதவீதத்தினர் மட்டுமே பள்ளிக்கு வந்ததாக அது தெரிவிக்கிறது. அப்படியெனில், மாணவர்கள் ஒரு பெரும் எண்ணிக்கையில் பள்ளிப் படிப்பை நிறுத்திவிட்டனர் என்று அர்த்தம்.

மொத்தத்தில், மாணவர்கள் பள்ளிப் படிப்பை, குறிப்பாக எட்டாவது வகுப்பிற்குப் பிறகு, நிறுத்துவதற்கான முக்கியக் காரணம், கற்பது அவர்களுக்குக் கடினமாக இருப்பதுதான். அதனால், அடுத்தப் பத்தாண்டுகளுக்கு, பள்ளியில் குழந்தைகளின் கற்றல் அனுபவத்தை மேம்படுத்துவதில் நாம் தீவிரக் கவனம் செலுத்த வேண்டும்.

தில்லி பரிசோதனை

சமீபத்தில் தில்லி ஒன்றியப் பகுதியிலுள்ள பள்ளிகளில் பெரும் மாற்றம் ஏற்பட்டுள்ளது. முதல் முறையாக, 2019 ஆம் ஆண்டில் 12-வது வகுப்புப் பொதுத் தேர்வில் அரசுப் பள்ளிகளில் தேர்ச்சி பெற்றிருந்த மாணவர்களின் சதவீதம் (98), தனியார் பள்ளிகளில் தேர்ச்சி பெற்றிருந்த மாணவர்களின் சதவீதத்தைவிட (92) அதிகமாக இருந்தது. இது பொதுமக்களிடமும் ஆசிரியர்களிடம் நன்னம்பிக்கையையும் திருப்தியையும் உருவாக்கியது. இந்த அணுகுமுறை, அறிவியலின் அடிப்படையில் அமைந்திருந்தது. வல்லுநர்களுடன் கலந்தாலோசிக்கப்பட்டப் பின்பு கொள்கைகள் வகுக்கப்பட்டன. பின்னூட்டக்கருத்துகளின் அடிப்படையில் கொள்கைகள் மேலும் மேம்படுத்தப்பட்டன. தில்லி அரசு ஒரு நகரை மட்டுமே ஆண்டு வந்ததால், கல்விக்கு முன்னுரிமை கொடுப்பதை உள்ளூர் அரசியலாக ஆக்குவது அதற்குச் சாத்தியமாயிற்று.

பாஸ்டன் கன்சல்ட்டிங் குரூப் (சுருக்கமாக பிசிஜி) என்ற பன்னாட்டு ஆலோசனை நிறுவனம், 2015-2020 ஆம் ஆண்டுகளுக்கு இடையே தில்லியிலுள்ள பள்ளிகளில் மேற்கொள்ளப்பட்டிருந்த சீர்திருத்தங்கள் குறித்து ஒரு விரிவான ஆய்வு மேற்கொண்டது. 2014-15 இல் 51 கோடி ரூபாயாக இருந்த, தில்லியிலுள்ள பள்ளிகளுக்கு ஒதுக்கப்பட்டிருந்த மூலதன நிதி, 2015-16 மற்றும் 2019-20 ஆண்டுகளுக்கு இடைப்பட்டக் காலத்தில், ஆண்டுக்கு சராசரியாக 346 கோடி ரூபாயாக உயர்ந்திருந்தது என்று அந்த ஆய்வு கண்டுபிடித்தது. வெள்ளையடிக்கப்பட்டு, தூய்மையாகக் காட்சியளித்தப் பள்ளிக் கட்டடங்கள், காற்றோட்டமான வகுப்பறைகள், புதிய நூலகங்கள்,

மேம்படுத்தப்பட்டப் பரிசோதனைக்கூடங்கள், சுத்தமான குடிநீர் வசதி, சுகாதாரமான கழிப்பறைகள் போன்ற, பார்வைக்குத் தெளிவாகப் புலப்படக்கூடிய மாற்றங்கள் மாணவர்களை அரசுப் பள்ளியை நோக்கிக் கவர்ந்திழுத்தன.

ஆசிரியர்களின் பணிச்சுமையைக் குறைப்பதற்காக ஆசிரியர்கள் அதிக எண்ணிக்கையில் பணியில் அமர்த்தப்பட்டனர். ஆசிரியர்களின் உற்பத்தித்திறனை மேம்படுத்துவதற்கு அவர்களுக்குப் பயிற்சிகள் வழங்கப்பட்டன. தலைமை ஆசிரியர்களும் பிற ஆசிரியர்களும் பயிற்சிக்காக வெளிநாடுகளுக்குக்கூட அனுப்பி வைக்கப்பட்டனர். பள்ளி நிர்வாகக் குழுக்களுக்கு அதிகமான நிதி அதிகாரங்கள் வழங்கப்பட்டன. அது ஆசிரியர்களுக்கும் பெற்றோருக்கும் ஒரு விதமான வலிமையைக் கொடுத்தது.

முக்கியமாக, எட்டாம் வகுப்புக்குக் கீழே இருக்கும் மாணவர்களின் கற்றல் குறைபாடுகள் உணரப்பட்டு, அவற்றைக் களைவதற்கு ஏற்ற வகையில் பள்ளிப் பாடத்திட்டங்கள் வடிவமைக்கப்பட்டுள்ளன. அந்த மாணவர்கள் தடுமாற்றமின்றிக் கோர்வையாகப் பேசுவதற்கும், பிழையின்றி எழுதுவதற்கும், அடிப்படைக் கணிதத்தைக் கற்றுக் கொள்வதற்கும் அவர்களைப் பயிற்றுவிப்பதில் கவனம் செலுத்தப்படுகிறது. எந்தக் குழந்தையும் பின்தங்கிவிடாமல் பார்த்துக் கொள்ள இது உதவுகிறது. அடுத்து, ஒவ்வொரு வகுப்பிலுமுள்ள மாணவர்கள், அவர்களுடைய உள்வாங்கிக் கொள்வதற்கான திறனின் அடிப்படையில் சிறு சிறு குழுக்களாகப் பிரிக்கப்பட்டு, அக்குழுக்களுக்குக் கூடுதல் உதவி வழங்கப்படுகிறது.

"கல்வியின் நோக்கம் மாணவர்களின் அறிவாற்றலை வளர்ப்பதோடு மட்டுமல்லாமல், அவர்களிடம் நற்பண்புகளை உருவாக்கி, 21 ஆம் நூற்றாண்டுக்குத் தேவையான திறன்களைப் பெற்றுள்ள முழுமையான நபர்களாக அவர்களை வளர்த்தெடுப்பதுமாகும்," என்று தேசியக் கல்விக் கொள்ளை தெரிவிக்கிறது. தில்லி அரசு உருவாக்கியுள்ள 'மகிழ்ச்சிப் பாடத்திட்டம்' என்ற புதிய பாடத்திட்டம், தேசியக் கல்விக் கொள்கையின் சில நோக்கங்களை சுவீகரித்துக் கொண்டுள்ளது. அத்திட்டத்தில், தினமும் காலையில் 45 நிமிடங்களுக்கு, மகிழ்ச்சி தொடர்பான கருத்துகள் மாணவர்களுக்கு அறிமுகப்படுத்தப்படுகின்றன. இத்திட்டத்தில், ஆசிரியர்கள் வெறுமனே பாடத்திட்டத்தை முடிப்பதில் தங்களுடைய கவனத்தைக் குவிக்காமல், வகுப்பறைகள் வேடிக்கையும் விளையாட்டுமாக இருப்பதையும், எவரும் கற்றலில் பின்தங்கிவிடாதிருப்பதையும் உறுதி செய்கின்றனர். இது மாணவர்களின் வழக்கமான கல்வியை எந்த விதத்திலும் பாதிக்கவில்லை.

ஒன்பதாம் வகுப்பிலிருந்து அவர்கள் வேறொரு பாடத்திட்டத்திற்கு மாறுகின்றனர். அது, 'தொழில்முனைவோர் பாடத்திட்டம்' என்று அழைக்கப்படுகிறது. மாணவர்களிடம் தொழில்முனைவு மனப்போக்கை உருவாக்குவதே அதன் நோக்கம்.

தில்லியின் கல்விக் கொள்கையில் இன்னும் இரண்டு அம்சங்கள் பற்றிக் குறிப்பிட்டாக வேண்டும். அவற்றில் முதலாவது, தில்லி அரசு, அங்கன்வாடிப் பணியாளர்களைப் பயன்படுத்தி வீடுவீடாகச் சென்று, பள்ளியிலிருந்து பாதியில் நின்றுவிட்டிருந்த மாணவர்கள் குறித்தத் தரவுகளைச் சேகரிக்கிறது. பிறகு, அந்த மாணவர்களை மீண்டும் பள்ளியை நோக்கிக் கவர்ந்திழுப்பதற்கான முயற்சிகள் மேற்கொள்ளப்படுகின்றன. இது ஒரு முக்கியமான அணுகுமுறை. ஏனெனில், கொரோனா பெருந்தொற்றுக்குப் பிறகு, இன்னும் அதிகமான மாணவர்கள் பள்ளிக்கு வருவதை நிறுத்திவிட்டிருந்தனர்.

இரண்டாவது, 'தில்லி மாடல்' திட்டம். இத்திட்டம், பள்ளிகளின் நிலையை மேம்படுத்துவதற்காக, மாணவர்கள், பெற்றோர், ஆசிரியர்கள், தலைமையாசிரியர்கள் போன்ற அனைவரையும் ஒருங்கிணைத்துள்ளது. பள்ளி நிர்வாகக் குழுவின் மறுசீரமைப்பு குறித்துப் பெற்றோர்களில் ஒருவர் இவ்வாறு கருத்துத் தெரிவித்திருந்ததாக பிசிஜி அறிக்கை தெரிவிக்கிறது: "இக்குழு எங்களிடம் ஓர் உரிமை உணர்வைத் தோற்றுவித்துள்ளது. ஏனெனில், பள்ளிக்கு நாங்கள் அதிகமாகப் பங்களிக்கின்றபோது, அங்குப் படிக்கின்ற எங்கள் குழந்தைகள் மேலும் பயனடைவார்கள்."

எல்லா திட்டங்களிலும் இருப்பதுபோலவே, இதிலும் சில நடைமுறைச் சிக்கல்கள் இருந்தன. இத்திட்டத்தின் தொடக்ககால வெற்றியின்மீது கொரோனா தொற்றுநோய் சிறிதளவு பாதிப்பு ஏற்படுத்தியது. தீர்மானங்கள் எடுக்கின்ற உரிமையும் நிதி நிர்வாகமும் உள்ளூர் நிர்வாகிகளிடம் ஒப்படைக்கப்பட்டுள்ளன. அவர்களின் சீர்தூக்கிப் பார்க்கும் திறமைமீது நம்பிக்கை வைக்கப்பட்டுள்ளது. தகவல்கள் தாராளமாக வழங்கப்படுகின்றன. புகார்கள் ஏதும் இருந்தால், அவற்றைக் களைவதற்குத் தலைமை எப்போதும் தயாராக இருக்கிறது.

ஊக்குவிப்பும் முனைப்பும் தலைமைத்துவத்திலிருந்து வரும்போது, எதிர்பார்க்கின்ற விளைவுகளை ஏற்படுத்த முடியும் என்பதற்கான ஒரு சிறந்த எடுத்துக்காட்டாக தில்லி திட்டம் திகழ்ந்தாலும், அதை ஒரு பெரிய அளவில் விரிவுபடுத்த முடியுமா என்ற சந்தேகம் எழுவதைத் தடுக்க முடியாது. தனிநபர் வருமானத்தைப் பொறுத்தவரை, இந்தியாவிலேயே மிக உயர்ந்த இடத்தில் இருக்கின்ற தில்லி ஒன்றியப் பகுதியால், அங்கிருக்கின்ற அனைத்துப் பள்ளிகளுக்கும் தாராளமாகச் செலவு செய்ய முடியும். அது மிகவும் சிறியதொரு பகுதியாக இருப்பதால், அதில் திட்டங்களைச் செயல்படுத்துவதும் எளிது. இதுவரை, அங்கிருக்கின்ற 1,000 பள்ளிகளில் சீர்திருத்தங்கள் மேற்கொள்ளப்பட்டுள்ளன. ஆனால், இந்தியாவிலுள்ள ஒரு மாவட்டத்தில் மட்டுமே இதைவிட இரண்டு மடங்கு அதிகமான பள்ளிகள் இருக்கின்றன. அதனால், ஒரு மாநில அளவில் இதுபோன்ற திட்டத்தைச் செயல்படுத்துவது கடினம்.

தொடக்கக் கல்வியிலும், எழுதுதல், படித்தல், அடிப்படைக் கணக்குப் போடுதல் போன்றவற்றிலும் மாணவர்கள் கவனம்

செலுத்துவது, அவர்கள் தாங்களாகவே தொடர்ந்து கற்றுக் கொள்வதற்கு அவர்களைத் தயார்படுத்தும் என்று தில்லி அரசு நம்புகிறது. பெற்றோரையும் ஆசிரியர்களையும் பிணைத்தது, தொடர்ச்சியான அளவிடுதல்களின் மூலமாக எந்த மாணவர்களுக்குக் கற்றல் உதவி தேவை என்பதைக் கண்டறிந்தது, மாணவர்களின் பாடச் சுமையைக் குறைத்தது, மாணவர்களிடம் புத்தாக்கச் சிந்தனைகளை ஊக்குவித்தது போன்ற, தில்லி அரசின் யோசனைகள் அனைத்தும் பிற இடங்களில் எளிதாகப் பிரதியெடுக்கத்தக்கவையே.

சாத்தியமுள்ள வேறு சில சீர்திருத்தங்கள்

ஒரு கூடுதல் பணியாளரால் அங்கன்வாடிகள் எவ்வாறு பயனடைந்தனவோ, அதுபோல, கல்வியில் பின்தங்கி இருக்கின்ற மாணவர்களைக் கவனித்துக் கொள்கின்ற உதவியாளர் ஒருவரால் தொடக்கப் பள்ளிகளாலும் பயனடைய முடியும். அந்த நபருக்கு நன்றாக எழுதப் படிக்கவும், அடிப்படைக் கணக்கைப் போடவும் தெரிந்திருந்தால் போதுமானது. ஒரு பெரிய தொண்டு நிறுவனத்தைத் திறம்பட நடத்திக் கொண்டிருக்கும் கல்வியாளர் ஒருவர் எங்களிடம் இவ்வாறு தெரிவித்தார்: "இதுபோன்ற வேலைகள் உருவாக்கப்பட்டால், வெளியே வேலைக்குச் செல்லாத, ஆனால் தங்கள் வசம் கூடுதல் நேரம் உள்ள தாய்மார்களுக்கு இது ஒரு நல்ல வேலை வாய்ப்பாக இருக்கும். இதில் ஒரே கல்லில் மூன்று மாங்காய்களை அடிக்க முடியும்: ஆசிரியர்களுக்கு உதவி கிடைக்கும்; பெற்றோரின் ஈடுபாடு கிடைக்கும்; பெண்களின் உழைப்பு சக்தி இதில் பயன்படுத்தப்படும்."

ஆசிரியப் பயிற்சி பெற்றிராதவர்களைக் கொண்டு மாணவர்களுக்குப் பாடம் கற்பிக்க முயல்கின்ற திட்டம் சில கல்வியாளர்களுக்கு வேப்பங்காயாகக் கசக்கக்கூடும். அனைத்து ஆசிரியர்களும் கண்டிப்பாகக் கல்வியியலில் இளங்கலைப் பட்டம் பெற்றிருக்க வேண்டும் என்று தேசியக் கல்விக் கொள்கை பரிந்துரைக்கிறது. ஆனால், இப்படிப்பட்டப் பட்டப்படிப்புகள், கல்வி புகட்டுதலின் தரத்தைக் குறிப்பிடத்தக்க விதத்தில் மேம்படுத்தியுள்ளதற்கு எந்தவிதமான நிரூபணங்களும் இல்லை. மாணவர்கள் பள்ளிப்படிப்பைப் பாதியில் நிறுத்திவிடுவது ஒரு பூதாகரமான பிரச்சனையாக இருப்பதால், போதிய பயிற்சி பெற்ற ஆசிரியர்கள் தயார் செய்யப்படுவதுவரை நம்மால் காத்துக் கொண்டிருக்க முடியாது. அதோடு, பயிற்சி பெற்ற ஆசிரியர்களை மட்டுமே நியமிப்பது என்பது செலவுமிக்கதாகவும் இருக்கும்.

போதுமான அளவு வடிகட்டல் முறையைப் பின்பற்றினால், பள்ளிகளால் பெற்றோரைத் தாண்டியும் சில உதவிகளைப் பெற முடியும். ரகுராம் ராஜன் ஓர் உறுப்பினராக இருந்த ஓர் ஆலோசனைக் குழுவின் பரிந்துரைகளைப் பின்பற்றி, தமிழ்நாடு அரசு, 'இல்லம் தேடி கல்வி' என்ற ஒரு திட்டத்தை அமல்படுத்தியது. பள்ளி மாணவர்களுக்கு, பள்ளி நேரம் முடிந்த பிறகு தினமும் மாலையில்

சுமார் 60 முதல் 90 நிமிடங்கள்வரை, உள்ளூர் சமுதாயத்தைச் சேர்ந்த தன்னார்வலர்கள் வகுப்பெடுத்தனர். 2022 ஜூன் மாதவாக்கில், அத்திட்டத்தில் சுமார் 2,00,000 தன்னார்வலர்கள் ஈடுபடுத்தப்பட்டிருந்தனர். மாணவர்கள் வசித்தப் பகுதிகளிலேயே வசித்து வந்த அந்தத் தன்னார்வலர்கள், பள்ளிக் கல்வி அல்லது கல்லூரிப் படிப்பை முடித்திருந்தனர். ஆனால், அவர்கள் ஆசிரியப் பயிற்சி பெற்றிருக்கவில்லை. இத்திட்டத்தின் கீழ் சுமார் 33 இலட்சம் மாணவர்கள் பயனடைந்தனர். இத்திட்டம் தொடங்கப்பட்டு ஒரு சில மாதங்களுக்கு உள்ளாகவே, அளவிடப்படக்கூடிய விதத்தில் சிறப்பான விளைவுகளை ஏற்படுத்தியிருந்தது.

இங்கு நாம் அவதானிப்பதற்கு ஒரு முக்கியமான விஷயம் இருக்கிறது. மக்கள் தாங்கள் விரும்புகின்ற வேலையில் ஈடுபடுவதற்குத் தேவையான திறன்களை அவர்களிடம் வளர்த்தெடுப்பதற்கான தேவை ஒரு புறம் இருந்தாலும், மக்களிடம் இருக்கின்ற திறமைகளுக்கு ஏற்றவாறு நாம் வேலைகளை வடிவமைத்துக் கொள்ளவும் செய்யலாம்.

தோல்வியடைந்து கொண்டிருக்கின்ற அமைப்புமுறைகள்

மிகச் சிறப்பாக நிர்வகிக்கப்பட்டுக் கொண்டிருக்கின்ற தில்லி, தமிழ்நாடு போன்ற பகுதிகளில் நம் கவனத்தைக் குவிப்பதன் மூலம், பிரச்சனையின் அளவை நாம் குறைத்து மதிப்பிட்டுவிடக்கூடாது. ஜார்க்கண்ட் மாநிலத்திலுள்ள பள்ளிகளின் நிலை குறித்து சமீபத்தில் வெளியான ஒரு செய்தி இதற்கான ஓர் எடுத்துக்காட்டு. அச்செய்தி, பெரும்பாலும் பட்டியல் சாதியையும் பட்டியல் பழங்குடியினத்தையும் சேர்ந்த 84 மாணவர்கள், குடிநீர் வசதி, கழிப்பறைகள், விளையாட்டு மைதானம், எல்லைச் சுவர் போன்ற எதுவும் இல்லாத ஒரு பள்ளிக்கூடத்தில், சிதிலமடைந்திருந்த ஒரு வகுப்பறையில், ஓர் ஒற்றை ஆசிரியரிடம் கல்வி கற்றுக் கொண்டிருந்ததைப் பதிவு செய்தது. கொரோனா பெருந்தொற்றின் காரணமாக இரண்டு ஆண்டுகள் பள்ளிக்கூடம் பக்கம் போகாதிருந்த அந்த மாணவர்களுக்கு, இப்போது பள்ளியில் வழங்கப்பட்டுக் கொண்டிருந்த மதிய உணவில், முன்பு வழக்கமாக வாரத்திற்கு இரண்டு முறை கிடைத்துக் கொண்டிருந்த முட்டை காணாமல் போய்விட்டிருந்தது.

அந்த அறிக்கையின்படி, 35 சதவீதத் தொடக்கப் பள்ளிகளில் அனைத்து வகுப்புகளுக்கும் ஒரே ஓர் ஆசிரியர்தான் இருக்கிறார். அவற்றில் பாதிப் பள்ளிகளில் குடிநீர் வசதி இல்லை. 54 சதவீதப் பள்ளிகளில் மின்சாரம் இல்லை. மின்சாரம் இருக்கின்ற பள்ளிகளில் மின்விசிறிகளும் மின்விளக்குகளும் காணாமல் போயுள்ளன. ஆசிரியர்களின் சம்பளமும் மதிய உணவுக்கான நிதியும் தாமதமாகப் பட்டுவாடா செய்யப்படுகின்றன. பல நேரங்களில் ஆசிரியர்கள் தங்களுடைய சொந்தக் காசைப் போட்டு மாணவர்களுக்கு மதிய உணவு வழங்குகின்றனர். கொரோனா காலத்திற்குப் பிறகு, 2022

பிப்ரவரியில் ஜார்க்கண்டில் மீண்டும் பள்ளிகள் திறக்கப்பட்டபோது, பள்ளிக்குத் திரும்பிய பெரும்பாலான மாணவர்கள், எழுதுவதையும் படிப்பதையும் சுத்தமாக மறந்து போய்விட்டிருந்தனர் என்று சமீபத்திய ஆய்வு ஒன்று தெரிவிக்கிறது.

இப்படி இன்னும் சொல்லிக் கொண்டே போக முடியும். ஆனால், நாங்கள் சொல்ல வருகின்ற விஷயம் இதுதான்: இந்தியாவின் ஏழை மாநிலங்களிலுள்ள குழந்தைகள், குறிப்பாக, சமுதாயத்தின் அடித்தட்டிலுள்ள குழந்தைகள், அவர்களுடைய ஒட்டுமொத்த வருங்காலமே கேள்விக்குள்ளாகின்ற விதத்தில், கல்மனத்துடன் நடத்தப்படுகின்றனர். நாட்டில் சீர்திருத்தங்களைக் கொண்டுவர விரும்புகின்ற ஓர் ஒன்றிய அரசுக்கு ஒரு தலையாய முன்னுரிமை இருக்குமென்றால், அது இந்த நிலையை மாற்றுவதாகத்தான் இருக்க வேண்டும். இதை, அது தன்னுடைய சொந்த நிதியை ஒதுக்கி மாநில அரசுகளுக்கு ஆதரவளிப்பதன் மூலமும், பிற இடங்களில் நிகழ்ந்துள்ள வெற்றிக் கதைகளை ஆய்வு செய்து அவற்றை மற்ற இடங்களில் நகலெடுப்பதன் மூலமும் நிறைவேற்றலாம்.

பள்ளிகளின் மறுசீரமைப்பு

2010 இல் அமலுக்கு வந்த, குழந்தைகளுக்கான இலவச மற்றும் கட்டாயக் கல்வி உரிமைச் சட்டம், ஒவ்வொரு குழந்தைக்கும், அது வசிக்குமிடத்திலிருந்து ஒரு கிலோமீட்டர் தூரத்திற்குள் ஒரு பள்ளிக்கூடம் இருப்பதைக் கட்டாயமாக்கியதால், நாடெங்கும் சிறிய அரசுப் பள்ளிகள் காளான்களைப்போல முளைத்தெழுந்தன. நாடாளுமன்றத்தில் கேட்கப்பட்ட ஒரு கேள்விக்கு அளிக்கப்பட்ட பதில், இந்தியாவிலுள்ள பள்ளி மாணவர்களில் 8 சதவீதத்தினர், ஓர் ஒற்றை ஆசிரியரைக் கொண்ட பள்ளிகளில் படிக்கின்றனர் என்பதைத் தெரியப்படுத்தியது. இதிலும் ஏகப்பட்ட வேறுபாடுகள் இருக்கின்றன. எடுத்துக்காட்டாக, மத்தியப் பிரதேசத்திலுள்ள அலிராஜ்பூர் மாவட்டத்திலுள்ள 2,264 பள்ளிகளில் 40 சதவீதப் பள்ளிகளில் ஒரே ஓர் ஆசிரியர் மட்டுமே இருக்கிறார். ஓர் ஆசிரியரின்மீது அளவுக்கதிகமான சுமை ஏற்றப்பட்டால், அவரால் தன் மாணவர்களுக்கு அடிப்படைக் கல்வியறிவை வழங்கவே முடியாது. ஓர் ஒற்றை ஆசிரியரைக் கொண்டு இயங்குகின்ற தொலைதூரப் பள்ளிகளின் நிலைமை இதுதான்.

இதுபோன்ற ஒற்றை-ஆசிரியர் பள்ளிகளை இணைக்க வேண்டும். போதுமான வசதிகள் இல்லாமல் பல இடங்களில் சிறிய பள்ளிகளை நடத்திக் கொண்டிருப்பதைவிட, பல்வேறு பகுதிகளில் இருக்கின்ற மாணவர்களைப் பேருந்துகளில் அழைத்து வந்து ஒரு பெரிய பள்ளியில் அவர்களுக்குக் கல்வி புகட்டுவது சாலச் சிறந்ததாக இருக்கும். போக்குவரத்து வசதி ஏற்பாடு செய்யப்பட முடியாத இடங்களில், தொலைதூரத்திலிருந்து கற்றுக் கொடுக்கின்ற வசதிகளைச் செய்து கொடுக்கலாம். இந்த இரண்டுமே சாத்தியப்படாவிட்டால், சிறப்பாக நிர்வகிக்கப்படுகின்ற, தங்கும்

வசதியுடன்கூடிய பள்ளிகளை நாம் தொடங்கியாக வேண்டும்.

எடுத்துக்காட்டாக, மேகாலயாவின் மலைப்பகுதியிலுள்ள ஓர் ஒற்றை-ஆசிரியர் பள்ளியில், மாணவர்கள் அனைவரும் பள்ளிக்கு வந்து சேர்ந்ததும், மாநிலத்தின் தலைநகரிலுள்ள ஒரு மையத்திலிருந்து அங்குள்ள ஆசிரியர்களால் நடத்தப்படுகின்ற வகுப்புகளில் இணையம் மூலமாக அவர்கள் இணைந்து கொள்வதையும், அவர்கள் தங்களுடைய வீட்டுப்பாடங்களை அதில் தரவேற்றம் செய்வதையும் உறுதி செய்வதுதான் அந்த ஆசிரியரின் பணியாக இருக்கும். மாணவர்களுக்குத் தேவைப்படும்போதெல்லாம் இணையத்தின் வழியாக அவர் அவர்களுக்கு உதவ வேண்டும். மாணவர்களின் முன்னேற்றம் கண்காணிக்கப்பட வேண்டும். வருங்காலத்தில் உரையாடல் இயலிகள் இதில் பெரும் பங்கு வகிக்கக்கூடும். அந்த ஆசிரியரின் முதன்மைப் பணி, மாணவர்களுக்குக் குறிப்பிட்டப் பாடங்களைக் கற்றுக் கொடுப்பதாக இருக்காது. மாறாக, அவர்களுடைய ஒட்டுமொத்த வளர்ச்சியை உறுதி செய்வதுதான் அவருடைய நோக்கமாக இருக்கும்.

பொதுவாகவே, வழமையான கற்றுக் கொடுத்தலில்கூடத் தொழில்நுட்பத்தைச் சிறப்பாகப் பயன்படுத்த முடியும். தொழில்நுட்பத்தின் நன்மைகளையும் அதன் வரம்பெல்லைகளையும் ஆசிரியர்கள் புரிந்து வைத்திருந்தால்தான் இது சாத்தியப்படும். ஓர் ஆசிரியர், வகுப்பில் மேலோட்டமாகக் கற்றுக் கொடுக்கப்படுகின்ற விஷயங்கள் தொடர்பான ஆழமான விவாதங்கள் அடங்கிய வீடியோக்கள், ஆவணப்படங்கள் போன்றவற்றை எங்கு அணுகலாம் என்பதை மாணவர்களுக்குச் சுட்டிக்காட்டலாம். கான் அகாடமி இணையத்தளம் இதற்கான ஓர் எடுத்துக்காட்டு. இதுபோன்ற விஷயங்களை வீட்டில் பார்த்துவிட்டு வந்து வகுப்பறையில் அவற்றைப் பற்றி விவாதிக்க ஆசிரியர்கள் மாணவர்களை ஊக்குவிக்கலாம். மாணவர்களை மதிப்பீடு செய்வதற்குத் தொழில்நுட்பத்தைப் பயன்படுத்தலாம். ஏனெனில், தொழில்நுட்பத்தால் உடனடியாக மதிப்பீடுகளை வழங்க முடியும். அவற்றின் அடிப்படையில், சில குறிப்பிட்டப் பாடங்களில் பின்தங்கியுள்ள மாணவர்களை அடையாளம் கண்டு அவர்களுக்கு ஏற்ற விதத்தில் கற்றுக் கொடுக்க ஏற்பாடு செய்யலாம். இதுபோன்ற நெகிழ்வுத்தன்மையுள்ள தொழில்நுட்பங்களை ஒன்றிய அரசும் மாநில அரசுகளும் உருவாக்கி, அவற்றை அனைத்துப் பள்ளிகளுக்கும் விநியோகிக்கலாம்.

ஆசிரியர்கள் தொழில்நுட்பத்தைத் தங்களுக்கான மாற்றாகப் பயன்படுத்தாமல், தாங்கள் கற்றுக் கொடுப்பதற்கு உதவியாக இருக்கின்ற கருவிகளாகப் பயன்படுத்துவதற்கு அவர்களுக்குப் பயிற்சி அளிக்கப்பட வேண்டும். குழந்தைகள் கல்வி கற்பதை ஊக்குவிப்பதற்கு எலும்பும் சதையுமான நிஜ ஆசிரியர்கள் தேவை. வளர்ந்த மாணவர்களுக்குக்கூட இது பொருந்தும். முழுக்க முழுக்கத் தொழில்நுட்பத்தால் இயக்கப்படுகின்ற இணையத்தள வகுப்புகளில் ஆயிரக்கணக்கானோர் சேர்ந்தாலும், அந்த வகுப்புகளை முழுமையாக நிறைவு செய்கின்ற மாணவர்களின் விகிதம் வியப்பளிக்கின்ற விதத்தில்

மிகவும் குறைவாகவே இருக்கிறது. அனைவரையும் சென்றடைகின்ற விதத்தில் தொழில்நுட்பம் இருக்க வேண்டுமென்றால், டிஜிட்டல் இராஜபாட்டைக்குள் நுழைவதற்கு அனைத்து மாணவர்களுக்கும் வழி இருக்க வேண்டும். எடுத்துக்காட்டாக, ஒரு மடிக்கணினியும் இணையத் தொடர்பும் அனைத்து மாணவர்களுக்கும் கிடைக்க ஏற்பாடு செய்யலாம். இவற்றின் விலை பயங்கரமாகச் சரிந்துள்ளதால், சமுதாயத்தில் எவரையும் நிர்க்கதியாக விட்டுவிடாமல் அனைவரையும் உள்ளடக்கிய வளர்ச்சிக்கு இட்டுச் செல்கின்ற விதத்தில் கல்வி இருக்க வேண்டுமென்றால், ஏழை மாணவர்கள் இவற்றைப் பெறுவதற்கு ஒன்றிய அரசும் மாநில அரசுகளும் உதவ வேண்டும். ஆர்க்கிட்ஸ் சர்வதேசப் பள்ளிகள், தரமான கல்வியை ஒரு பிரம்மாண்டமான விதத்தில் வழங்க முடியும் என்பதற்கான எடுத்துக்காட்டுகளாகத் திகழ்கின்றன.

ஆர்க்கிட்ஸ் சர்வதேசப் பள்ளிகள்

ஜெய் டிகோஸ்டா பலதரப்பட்ட அனுபவங்களைக் கொண்டிருந்தார். ஃபெமினா பத்திரிகையின் மிஸ் இந்தியா அழகிப் போட்டிகளை நடத்திய அனுபவமும் அவற்றில் அடங்கும். அவர் இன்னும் சிலருடன் சேர்ந்து ஆர்க்கிட்ஸ் சர்வதேசப் பள்ளிகளை 2015 இல் துவக்கினார். கட்டுப்படியாகக்கூடிய பள்ளிக் கட்டணத்தில் தரமான கல்வியை வழங்குவது ஆர்க்கிட்ஸின் நோக்கமாகும். டிகோஸ்டா சுட்டிக்காட்டுவதைப்போல, மும்பையிலுள்ள கதீட்ரல் பள்ளி, தில்லியிலுள்ள செயின்ட் கொலாபா பள்ளி போன்ற, தரமான கல்வியைக் கட்டுப்படியாகின்ற கட்டணத்தில் அளித்து வருகின்ற சில பள்ளிகள் இருந்து வந்தாலும், அவற்றில் சேர்வது மிகவும் கடினம். இந்தப் பள்ளிகளை ஒத்தத் தரத்துடன் இருக்கின்ற, அதே சமயத்தில் பல இடங்களில் கிளை விரிப்பதைச் சாத்தியமாக்குகின்ற பள்ளிகளை எவ்வாறு நிறுவுவது?

இளம் தொழில்முறை வல்லுநர்களையும் கல்விசார் நிபுணர்களையும் உள்ளடக்கிய ஆர்க்கிட்ஸ் குழு, முதலில் செய்த காரியம், பள்ளியின் ஓராண்டுப் பாடத்திட்டத்தைச் சிறு தொகுதிகளாகப் பிரித்ததுதான். பின் அது 40 நிமிடங்கள் நீள்கின்ற பாடங்களாக மேலும் பிரிக்கப்படுகின்றன. மூன்று நிமிடங்களுக்கு மிகாமல் இருக்கின்ற வீடியோக்கள், விளக்கவுரைகள், விவாதங்கள் போன்றவை அவற்றில் அடங்கும். அந்த நாற்பது நிமிடங்களில் ஒரு நிமிடம்கூட வீணாக்கப்படாமல் இருக்கின்ற விதத்தில் அவை வடிவமைக்கப்படுகின்றன. அவர்கள் இது போன்ற 32,000 திட்டங்களை வடிவமைத்துள்ளனர். அவர்களுக்குக் கிடைக்கின்ற பின்னூட்டக்கருத்துகளை வைத்துக் கொண்டு

அவற்றை அவர்கள் மேம்படுத்திக் கொள்கின்றனர்.

இன்று, ஆர்க்கிட்ஸ் பள்ளிகளிலுள்ள 5,000 ஆசிரியர்களுக்கு, அவர்கள் வகுப்பெடுப்பதற்குச் சில நாட்கள் முன்பாக வகுப்புத் திட்டம் அனுப்பி வைக்கப்படுகிறது. அதை வைத்து அவர்கள் தங்களுடைய வகுப்புகளுக்குத் தங்களைத் தயார் செய்து கொள்ளலாம். ஆசிரியர்களுக்கு அனுப்பி வைக்கப்படுகின்ற திட்டங்களை அவர்கள் சரியான நேரத்தில் பெறுகிறார்களா என்பதைத் தலைமையாசிரியர்கள் உறுதி செய்து கொள்வர். ஒவ்வொரு வகுப்பறையிலும் பொருத்தப்பட்டுள்ள சிசிடிவி கேமராக்கள் வழியாக ஆசிரியர்கள் கண்காணிக்கப்படுகின்றனர். அந்த வீடியோ பதிவுகளை வைத்து, திட்ட வடிவமைப்பாளர், தேவையெனில் திட்டங்களில் மாற்றங்களை மேற்கொள்வதற்காகவே இந்த ஏற்பாடு. ஆசிரியர்களும் தலைமையாசிரியரும், வகுப்புத் திட்டங்களில் குறைபாடுகள் இருந்தால், தாராளமாக அவற்றை எடுத்துச் சொல்லலாம். வகுப்புகள் முடிந்தவுடன், ஆசிரியர்கள் தங்களுடைய வகுப்புகளில் அன்று மாணவர்கள் என்ன கற்றுக் கொண்டனர் என்ற தகவலைப் பெற்றோருக்கு அனுப்பி வைக்கின்றனர். பள்ளியில் தங்களுடைய குழந்தைகள் என்ன கற்றுக் கொண்டிருக்கின்றனர் என்பதைப் பெற்றோர் அறிந்து கொள்ள இது உதவியாக இருக்கிறது.

இரண்டு வாரங்களுக்கு ஒரு முறை, அந்த நாட்களில் நடத்தப்பட்டப் பாடங்களில் மாணவர்களுக்குத் தேர்வுகள் நடத்தப்படுகின்றன. ஒரு கேள்விக்குக் கீழே இருக்கின்ற பல விடைகளில் ஒன்றைத் தேர்ந்தெடுக்கின்ற ‘பன்முகத் தெரிவு வினாக்கள்’ வடிவில் தேர்வுத் தாள்கள் இருக்கும். தேர்வுகளில் நல்ல மதிப்பெண்கள் பெற்றிராத மாணவர்கள் சனிக்கிழமைகளில் நடத்தப்படுகின்ற சிறப்பு வகுப்புகளுக்கு அழைக்கப்படுவர். ஓராண்டுக்கான பாடத்திட்டங்களை முழுமையாக நிறைவேற்றுகின்ற விதத்தில் வேகமாகப் பாடங்களை நடத்துகின்ற முறைதான் இப்பள்ளியிலும் கடைபிடிக்கப்பட்டு வருகிறது என்றாலும், அவை சிறு சிறு கவளங்களாகப் பிரிக்கப்பட்டுள்ளதால், அவற்றை உள்வாங்கிக் கொள்வது மாணவர்களுக்கு எளிதாக இருக்கிறது.

ஆர்க்கிட்ஸ் பள்ளிகளில் பாடங்கள் தவிர வேறு சில அனுபவங்களும் மாணவர்களுக்கு வழங்கப்படுகின்றன. எடுத்துக்காட்டாக, ஆங்கில வகுப்பில் மேடைப் பேச்சுக் கலையும், கணித வகுப்பில் நிதி நிர்வாகமும், அறிவியல் வகுப்பில் செய்முறைப் பணித்திட்டங்களும் கற்றுக் கொடுக்கப்படுகின்றன. அதோடு, குழு விளையாட்டுகளும் இசையும் கற்றுக் கொடுக்கப்படுகின்றன. எடுத்துக்காட்டாக, இங்கு அனைத்து மாணவர்களும் பியானோ இசைக்கக் கற்றுக் கொள்கின்றனர்.

ஆசிரியர்கள் பல கோணங்களில் மதிப்பீடு

செய்யப்படுகின்றனர். மாணவர்களிடமிருந்தும் ஆசிரியர்களைப் பற்றிய மதிப்பீடுகள் பெறப்படுகின்றன (மாணவர்களிடமிருந்து வருகின்ற கடுமையான மதிப்பீடுகளில் ஒரு-பக்கச் சாய்வு இருக்கிறதா என்று கவனமாக ஆராயப்படும்). சரியாகச் செயல்படாத ஆசிரியர்கள் பணிநீக்கம் செய்யப்படுவர். ஆர்க்கிட்ஸ் நிர்வாகம் செலவீனங்கள் குறித்து மிகவும் எச்சரிக்கையாக இருக்கிறது. மூடப்படுகின்ற பள்ளிகளின் வளாகங்களை வாடகைக்கு எடுத்தல், பியானோக்கள் உட்படப் பள்ளிகளுக்குத் தேவையான அனைத்துப் பொருட்களையும் பெரும் எண்ணிக்கையில் மொத்த விலையில் வாங்குதல் போன்றவை இதற்கான சில எடுத்துக்காட்டுகள்.

திட்டமிடப்பட்ட வகுப்புகள், ஓரளவு தரமான ஆசிரியர்கள், மாணவர்களோடு சேர்த்து ஆசிரியர்களையும் மதிப்பீடு செய்கின்ற நடைமுறை, தொழில்நுட்பத்தின் பயன்பாடு போன்றவை ஆர்க்கிட்ஸ் பள்ளி மாணவர்களுக்கு நல்ல படிப்பனுபவத்தை வழங்குகின்றன. அதோடு, அப்படியே பிரதியெடுத்து எண்ணற்றப் பள்ளிகளில் நடைமுறைப்படுத்தத்தக்க விதத்தில் இது அமைந்துள்ளது. கதீட்ரல் பள்ளி அல்லது கொலாபா பள்ளியில் படித்துக் கொண்டிருக்கின்ற மாணவர்களுக்கும் அங்குப் பணியாற்றிக் கொண்டிருக்கின்ற ஆசிரியர்களுக்கும் கிடைக்கின்ற சுதந்திரமும் நெகிழ்வுத்தன்மையும் ஆர்க்கிட்ஸ் பள்ளிகளில் படிக்கின்ற மாணவர்களுக்கும் அங்குப் பணியாற்றிக் கொண்டிருக்கின்ற ஆசிரியர்களுக்கும் கிடைக்காது என்பது உண்மைதான். ஆனால், அந்தப் பாரம்பரியப் பள்ளிகளின் முறையைப் பெரிய அளவில் எளிதாகப் பிரதியெடுத்துவிட முடியாது என்பதை நாங்கள் இங்குச் சுட்டிக்காட்ட விரும்புகிறோம்.

184 மாணவர்களோடும் ஒரே ஒரு பள்ளியோடும் ஆர்க்கிட்ஸ் தொடங்கப்பட்டது. 2023 ஆம் ஆண்டுவாக்கில், அதற்கு 17 நகரங்களில் 80 பள்ளிகள் இருக்கின்றன. மொத்த மாணவர்களின் எண்ணிக்கை சுமார் 61,000. அதோடு, ஆர்க்கிட்ஸ் தன்னுடைய படிப்பு முறையைப் பின்பற்றிக் கற்றுக் கொடுக்க மேலும் 300 பள்ளிகளுக்கு உரிமம் வழங்கியுள்ளது. அதனால், மேலும் 3,50,000 மாணவர்களை அது சென்றடைந்துள்ளது. தேவைதான் வெற்றியின் அளவுகோல் என்றால், இது வேலை செய்து கொண்டிருப்பதுபோலத்தான் தோன்றுகிறது.

ஆர்க்கிட்ஸ் பள்ளிகளில் மனப்பாடம் செய்து ஒப்பிக்கின்ற முறை கடைபிடிக்கப்படுவதில்லை. இங்கு சுமாரான ஆசிரியர்களால்கூட வெற்றி பெற்றுவிட முடியும். மாணவர்களின் கற்றல் அனுபவமும் ஒப்பீட்டு நோக்கில் மேம்பட்டதாக இருக்கும். இதேபோன்ற, பல கிளைகளைக்

கொண்ட, பிரிட்ஜ் இன்டர்நேஷனல் அகாடமி என்ற ஓர் அமைப்பு, ஆப்பிரிக்காவில் வெற்றிகரமாகச் செயல்பட்டு வருகிறது. பொருளாதாரத்திற்கான நோபல் விருது பெற்றுள்ள மைக்கேல் கிரெமர் இப்பள்ளிகளைப் பற்றி ஆராய்ச்சி செய்துள்ளார். இப்பள்ளிகளில் இரண்டு ஆண்டுகள் படிக்கின்ற தொடக்கக் கல்வி மாணவர்கள், பிற பள்ளிகளில் படிக்கின்ற மாணவர்களைவிட 0.89 ஆண்டுகள் கூடுதலாகக் கல்வி கற்பதற்குச் சமானமான அறிவைப் பெறுகின்றனர் என்று கிரெமரின் ஆய்வு தெரிவிக்கிறது. தொடக்கக் கல்விக்கு முந்தைய படிப்பைப் படித்துக் கொண்டிருக்கும் குழந்தைகளைப் பொறுத்தவரை இது 1.48 ஆண்டுகளாக இருக்கிறது. இதை வைத்துப் பார்த்தால், இத்திட்டம் வேலை செய்வதுபோலத்தான் தெரிகிறது!

முடிவுக்கு இட்டுச் செல்லாத தீர்வுகளும் சில சாத்தியக்கூறுகளும்

இந்திய ஆசிரியர்கள், குறைந்தபட்சம், அரசுப் பள்ளி ஆசிரியர்கள், இந்தியாவின் சராசரித் தனிநபர் வருமானத்தைவிட மூன்று மடங்கு அதிகமாகச் சம்பாதித்துக் கொண்டிருக்கின்றனர் என்பதையும், அதன் காரணமாக, திறமையானவர்கள் அரசு ஆசிரியப் பணியை நோக்கிக் கவர்ந்திழுக்கப்படுகிறார்கள் என்பதையும் நாம் ஏற்கனவே பார்த்தோம். தொடக்கக் கல்விக்கு அரசு ஒதுக்குகின்ற நிதியில் பெரும்பகுதி ஆசிரியர்களின் சம்பளத்திற்குச் சென்றுவிடுகிறது. ஆனால், ஓர் ஆசிரியரின் சம்பளத்திற்கும் அவருடைய செயல்திறனுக்கும் பெரிய தொடர்பு எதுவும் இல்லை என்று ஆய்வுகள் தெரிவிக்கின்றன.

உண்மையில், குறைவான கட்டணம் வசூலிக்கின்ற, ஆசிரியர்களுக்குக் குறைவான சம்பளம் கொடுக்கின்ற, அரசுப் பள்ளி ஆசிரியர்களைவிடக் குறைவான தகுதி வாய்ந்த ஆசிரியர்களைக் கொண்ட தனியார் பள்ளிகள், மாணவர்களின் செயல்திறன் விஷயத்தில், அதே பகுதியில் இருக்கின்ற அரசுப் பள்ளிகளுக்கு இணையானவையாகவோ அல்லது அவற்றைவிட மேம்பட்டவையாகவோ திகழ்வதாக சமீபத்திய ஆய்வுகள் தெரிவிக்கின்றன. தனியார் பள்ளிகளில் ஒரு வகுப்பில் படிக்கின்ற மாணவர்களின் எண்ணிக்கை குறைவாக இருப்பது இதற்கான ஒரு முக்கியக் காரணம். தனியார் பள்ளிகளில், தாங்கள் வேலைக்கு வராமல் இருந்தாலோ அல்லது சிறப்பாகச் செயல்படாமல் போனாலோ தாங்கள் பணிநீக்கம் செய்யப்படுவோம் என்ற அச்சுறுத்தல் ஆசிரியர்களுக்கு இருப்பது அவர்கள் முனைப்பாகச் செயல்பட அவர்களை ஊக்குவிக்கிறது.

எண்ணற்றப் பெற்றோர் தங்களுடைய குழந்தைகளை இலவசக்

கல்வி வழங்குகின்ற அரசுப் பள்ளிகளிலிருந்து விலக்கி, கட்டணம் வசூலிக்கின்ற தனியார் பள்ளிகளில் சேர்த்து வந்துள்ளதற்குக் காரணம், அங்கு ஆங்கிலம் போதிக்கப்படுகிறது என்பதும், அங்குக் குழந்தைகளுக்கு அதிகமான விஷயங்கள் கற்றுக்கொடுக்கப்படுகின்றன என்பதும்தான். கொரோனா பெருந்தொற்று இந்தப் போக்கை மாற்றிவிட்டது. ஏனெனில், பள்ளிக் கட்டணம் என்ற கூடுதல் சுமை ஏழைப் பெற்றோர்களுக்குக் கட்டுப்படியாகவில்லை.

வளப் பயன்பாடு என்ற கண்ணோட்டத்தில் பார்த்தால், தனியார் பள்ளிகள், அரசுப் பள்ளிகளைவிட மோசமாக ஒன்றும் செயல்பட்டுக் கொண்டிருக்கவில்லை. அரசுப் பள்ளிகளுக்குக் கிடைத்துக் கொண்டிருக்கின்ற அதே வளங்களை அவற்றால் பெற முடிந்தால், அவற்றால் இன்னும் சிறப்பாகச் செயல்பட முடியும். அதனால், தனியார் பள்ளிகளை மூடுவதோ அல்லது அரசுப் பள்ளிகளுக்குப் பொதுமக்களின் பணத்தை இன்னும் அதிகமாக அள்ளிக் கொடுப்பதோ தீர்வாக இருக்காது.

2010 இல் அமலுக்கு வந்த இலவச மற்றும் கட்டாயக் கல்வி உரிமைச் சட்டத்தில், தனியார் பள்ளிகளை ஒழுங்குபடுத்துவதற்காக இடம்பெற்றிருந்த ஷரத்துகள், அடிப்படையில் சில குறைபாடுகளைக் கொண்டிருந்தன. எடுத்துக்காட்டாக, அச்சட்டம், அனைத்துத் தனியார் பள்ளிகளும் ஒரு விளையாட்டு மைதானத்தைக் கொண்டிருக்க வேண்டும் என்றும், மொத்த மாணவர் சேர்க்கையில் *25* சதவீதம் சமுதாயத்தில் பொருளாதாரரீதியாகப் பின்தங்கி இருக்கின்ற மாணவர்களுக்கு ஒதுக்கப்பட வேண்டும் என்றும் வரையறுத்திருந்தது. பெரும்பாலான தனியார் பள்ளிகளில் விளையாட்டு மைதானம் இல்லை. ஏனெனில், நெருக்கடிமிக்க மும்பை போன்ற நகரங்களில் விளையாட்டு மைதானங்கள் சாத்தியமே இல்லை. இச்சட்டத்தின்படி, சமுதாயத்தில் பொருளாதாரரீதியாகப் பின்தங்கி இருக்கின்ற மாணவர்களிடமிருந்து தனியார் பள்ளிகள் கட்டணம் வசூலிக்க முடியாது என்பதால், அதை அரசே கொடுத்துவிடும் என்று கூறப்பட்டது. ஆனால், அரசிடமிருந்து அத்தொகை தனியார் பள்ளிகளுக்கு மிகவும் தாமதமாகவே வந்தது. இதுபோன்ற தான்தோன்றித்தனமான ஆணைகள், நல்ல நோக்கங்களைக் கொண்டிருந்தபோதிலும், பல தனியார் பள்ளிகள் இழுத்து மூடப்படுவதற்குக் காரணமாகியுள்ளன.

பொதுமக்களுக்கு இன்னும் அதிகமான தரவுகளை வழங்குவதன் மூலம் அவர்கள் ஒரு தெளிவான முடிவுக்கு வர அரசால் அவர்களுக்கு உதவ முடியும். அரசுப் பள்ளி மாணவர்களின் செயல்திறன், பெற்றோரின் திருப்தி, படிப்புக்குப் பின்னர் மாணவர்களுக்குக் கிடைக்கின்ற வேலை வாய்ப்பு போன்ற தரவுகள் சேகரிக்கப்பட்டுப் பொதுவெளியில் வெளியிடப்பட வேண்டும். இதன் அடிப்படையில், தங்களுடைய குழந்தைகளைத் தனியார் பள்ளிகளுக்கு அனுப்ப வேண்டுமா அல்லது அரசுப் பள்ளிகளுக்கு அனுப்ப வேண்டுமா என்ற தீர்மானத்தைப் பெற்றோர் எடுத்துக் கொள்ளட்டும்.

எடுத்துக்காட்டாக, பெற்றோர் தங்களுடைய குழந்தைகளை,

இலவசமான, ஆனால் அக்கறையற்ற ஓர் அரசுப் பள்ளிக்கு அனுப்புவதைவிட, இரண்டே இரண்டு அறைகளையும், அக்கறையுள்ள ஒரு தலைமையாசிரியரையும், அன்பான ஆசிரியர்களையும் கொண்ட ஒரு தனியார் பள்ளிக்கு அனுப்பத் தீர்மானித்தால், அவர்கள் அனுப்பிவிட்டுப் போகட்டும். பலர் இப்படித் தீர்மானித்து, அதனால் அந்த அரசுப் பள்ளியில் மாணவர் சேர்க்கை எண்ணிக்கை கணிசமாகக் குறைந்தால், அதைச் சீர்படுத்துவதற்கு அந்த அரசுப் பள்ளிக்குப் போதிய வாய்ப்பும் அவகாசமும் வழங்கப்பட வேண்டும். அப்படியும் அது தன்னைத் திருத்திக் கொள்ளாவிட்டால், அந்த அரசுப் பள்ளியை இழுத்து மூடத் தயங்கக்கூடாது.

தனியாரைக் கல்வித் துறைக்குள் மேலும் ஈர்ப்பதற்குப் புதிய வழிகளை யோசிப்பதற்கான வேளை வந்துவிட்டது. இங்கே தனியார் துறை எப்போதும் மேம்பட்டதாக இருக்கும் என்ற அனுமானத்தை நாம் கொண்டிராமல் இருப்பது முக்கியம். கூடுதல் அரசுப் பள்ளிகளைத் தொடங்குவதற்குப் பதிலாக, அரசு நிதியுதவி பெறும் தனியார் பள்ளிகளை அதிகப்படுத்தலாம். அரசு இப்பள்ளிகளுக்கு நிதியுதவி அளித்தாலும், இதில் பள்ளி மேலாண்மை, ஆசிரியர் நியமனம் போன்ற விஷயங்களை அந்தப் பள்ளிகளின் நிர்வாகமே பார்த்துக் கொள்ளும்.

இன்னொரு முறையையும் சோதித்துப் பார்க்கலாம். அதற்குப் பற்றுச்சீட்டு முறை என்று பெயர். இத்திட்டத்தில், சமுதாயத்தில் பின்தங்கி இருப்பவர்கள் தனியார் பள்ளிகளில் அனுமதிக்கப்பட்டால், அந்த மாணவர்களின் கல்விக் கட்டணத்தை அரசு முழுமையாகவோ அல்லது அதில் ஒரு பகுதியையோ ஏற்றுக் கொள்ளும். இப்போது இந்தியாவின் டிஜிட்டல் கட்டமைப்பு வலுவாக நிறுவப்பட்டுள்ளதால், இந்தத் தொகையை நேரடியாக அப்பள்ளியின் வங்கிக் கணக்கிற்கு அனுப்பி வைத்துவிட முடியும். தற்போது நடைமுறையில் இருக்கின்ற, பொருளாதாரரீதியாகப் பின்தங்கி இருக்கின்ற மாணவர்களுக்கு ஒதுக்கப்பட வேண்டிய 25 சதவீதத் திட்டத்தோடு இதையும் சேர்த்து நடத்தலாம். ஏழை மக்களுக்குக் கல்வி வழங்கிக் கொண்டிருக்கின்ற நல்ல தனியார் பள்ளிகள் இதுபோன்ற வாய்ப்பை மகிழ்ச்சியுடன் பயன்படுத்திக் கொள்ள முன்வரும்.

கல்வி கற்பித்தல் பாடசாலைக்கு உள்ளே நடைபெறுகின்ற அளவுக்கு வெளியேயும் நடைபெற்றுக் கொண்டிருக்கிறது. கல்வி கற்றுக் கொடுப்பதைத் தாண்டி, பின்தங்கிய சமூகத்திலிருந்து வருகின்ற குழந்தைகளுக்கு, நல்ல முன்மாதிரிகளும், சமுதாயத்தில் வெற்றியாளர்களாகத் திகழ்பவர்களின் அறிவுரைகளும் தேவை. அதாவது, ஒவ்வொரு மாணவனுக்கும் ஒரு ‘மேத்யூ சார்’ தேவை. இதை இந்தியச் சமூகத்தால் ஓர் ஒழுங்குமுறையான விதத்தில் வழங்க முடியும். சில குழந்தைகளுக்கு, ஓர் ஆதரவான குடும்பச் சூழல் இருக்காது. வேறு சில குழந்தைகளுக்கு, கல்வி கற்பதற்கு எதிரான குடும்பச் சூழல்கூட இருக்கலாம். குழந்தைகளுக்குச்

சிறப்பான பள்ளிக் கல்வி அனுபவத்தைக் கொடுக்க நாம் முயன்று கொண்டிருக்கின்ற அதே வேளையில், அவர்கள் பள்ளிக்கு வெளியேயும் ஒரு பாதுகாப்பான சூழலில் செயல்படுவதற்கு நாம் சில ஏற்பாடுகளைச் செய்து கொடுத்தாக வேண்டும். எடுத்துக்காட்டாக, நூலகங்கள், ஒருவரின் மேற்பார்வையின் கீழ் வீட்டுப்பாடங்களைச் செய்வதற்கான இடங்கள் போன்றவற்றை நாம் உருவாக்கலாம். கல்வி கற்பதற்கு ஆதரவான ஒரு குடும்பச் சூழல் வாய்க்கப் பெற்றிராத குழந்தைகளால், கற்றுக் கொள்வதற்கு இந்த இடங்களைப் பயன்படுத்திக் கொள்ள முடியும்.

இந்தியா சுதந்திரம் அடைந்த பிறகு, தன்னுடைய குழந்தைகள் அனைவருக்கும் ஒரு தொடக்க நிலை அனுகூலத்தை வழங்கத் தவறியதுதான் அதன் மிகப் பெரிய தோல்வியாகும். இந்தியா செழிப்பான ஒரு நாடாக உருவாகிக் கொண்டிருக்கின்ற இவ்வேளையில், நாம் இந்தக் குறையை நிவர்த்தி செய்தாக வேண்டும். இது நம்முடைய தார்மிகக் கடமை. அதோடு, இது நம்முடைய பொருளாதார வளர்ச்சிக்குத் தேவையான அடித்தளமும்கூட.

8

செயல் வல்லமை: உயர் கல்வி

நோபல் விருதாளர்களான அபிஜித் பேனர்ஜிக்கும் வெங்கி ராமகிருஷ்ணனுக்கும் அவர்களுடைய கல்வி அடித்தளத்தைக் கொடுத்தது இந்தியக் கல்வி அமைப்புமுறைதான். அடோபி, ஆல்ஃபபெட், சேனல், ஃபெட்எக்ஸ், ஐபிஎம், மைக்ரான், மைக்ரோசாஃப்ட், ஸ்டார்பக்ஸ் போன்ற நிறுவனங்களின் முதன்மை நிர்வாக அதிகாரிகளுக்கும், தற்போதைய உலக வங்கியின் தலைவருக்கும், உலகெங்குமுள்ள பல பல்கலைக்கழகங்கள், வணிகப் பள்ளிகள் மற்றும் சட்டக் கல்லூரிகளின் தலைவர்களுக்கும் இந்தியக் கல்வி அமைப்புமுறை கல்வி வழங்கியிருந்தது. ஆனால், இது பாதியளவு நீர் நிரம்பியுள்ள ஒரு கோப்பையை, பாதி காலியாக இருக்கின்ற ஒரு கோப்பையாகப் பார்ப்பதற்குப் பதிலாக, பாதியளவு நீர் இருக்கின்ற ஒரு கோப்பையாகப் பார்க்கின்ற நன்னம்பிக்கை மனநிலை என்பதில் சந்தேகமில்லை. ஆனால், இலட்சக்கணக்கான இந்தியர்கள் அடிப்படைத் திறமைகளையும் ஓரளவு தரமான கல்லூரிப் படிப்பையும் பெறுவதற்குப் போராடிக் கொண்டிருக்கின்றனர் என்பதுதான் நடைமுறை எதார்த்தம்.

போபாலைச் சேர்ந்த தன்மய் மண்டல் ஓர் இருபத்தைந்து வயதுப் பட்டதாரி. அவருடைய குடும்பம் மாதந்தோறும் சுமார் முப்பதாயிரம் ரூபாய் வருவாய் ஈட்டிக் கொண்டிருந்தது. ஆனால், அவர் சுமார் மூன்று இலட்சம் செலவழித்து சிவில் பொறியியல் பட்டம் பெற்றிருந்தார். அவர் புளூம்பர்க் செய்தி நிறுவனத்திற்கு அளித்த ஒரு பேட்டியில் இவ்வாறு கூறினார்: "என்னுடைய பட்டப்படிப்பில், கட்டுமானம் தொடர்பான எதையும் நான் கற்கவில்லை. ஏனெனில், என் ஆசிரியர்களுக்கே அதைப் பற்றி எதுவும் தெரியவில்லை. வேலைக்கான நேர்முகத் தேர்வுகளில் கேட்கப்பட்டப் பொறியியல் தொடர்பான எந்தக் கேள்விக்கும் என்னால் பதிலளிக்க முடியாததால், நான் மூன்று ஆண்டுகள் வேலை இல்லாமல் இருந்தேன். அதே கல்லூரியில் என்னுடன் படித்தப் பலரும் என்னைப்போலவே வேலை இல்லாமல்தான்

இருந்தனர். அதனால், இப்போது நான் வேறொரு தனியார் கல்லூரியில் முதுகலைப் படிப்பில் சேர்ந்துள்ளேன். இங்கும் நான் பெரிதாக எதையும் கற்றுக் கொள்ளப் போவதில்லை என்பது உண்மைதான். இதில் சேர்ந்ததன் மூலம், 'வெட்டிப் பயல்' என்ற பட்டத்தை என்னால் உதற முடிந்துள்ளது. இன்னுமொரு பட்டம் என்னை என்னுடைய நண்பர்களிடமிருந்து வேறுபடுத்திக் காட்டும், அவ்வளவுதான்!"

பின்னாளில் உலகப் புகழ் பெற்றப் பலரை உருவாக்கிய ஒரு சில தலைசிறந்த கல்வி நிலையங்கள் இந்தியாவில் இருக்கின்றன. ஆனால், அவை விதிவிலக்குகள் மட்டுமே. எதார்த்தத்தில், மண்டலின் கதைதான் மிகப் பரவலாக உள்ளது. இது வேதனைக்குரிய ஒரு விஷயம். இப்போது கிடைத்துக் கொண்டிருக்கின்ற வேலைகளுக்கு ஏற்றத் தகுதிகள் நம்முடைய இளைஞர்களில் பெரும்பாலானோரிடம் இல்லை.

தனியார் துறையில் குறைவான வேலைவாய்ப்புகளே இருப்பதால், படித்த இளைஞர்கள் அரசு வேலைகளுக்காக முயற்சிக்கின்றனர். ஆனால், அரசு வேலைகளும் குறைவான எண்ணிக்கையிலேயே இருக்கின்றன. வேலை கிடைக்காமல் விரக்தியுடன் இருக்கும் இளைஞர்களிடம், இச்சமுதாயத்தால் தாங்கள் நியாயமாக நடத்தப்படவில்லை என்ற உணர்வு பொங்கி எழுந்தால், அது ஒரு போராட்டமாக வெடிக்கும். சமீபத்தில் இந்திய இராணுவம் உருவாக்கியிருந்த 'அக்கினிப்பாதை' என்ற புதிய திட்டத்தின் கீழ் ஆட்களை வேலைக்கு எடுத்தபோது இக்கோபம் இளைஞர்களிடமிருந்து வெளிப்பட்டது. ஐஏஎஸ் போன்ற உயரதிகாரிகளுக்கான தேசியப் போட்டித் தேர்வுகளில் வெற்றி பெறுவதற்காக, பல இளைஞர்கள், பல ஆண்டுகளாகத் தொடர்ந்து எழுதி, தங்களுடைய இளமையைத் தொலைத்துக் கொண்டிருக்கின்றனர். அது புத்திக்கு உறைக்கின்றபோது, காலம் கடந்துவிட்டிருப்பதையும், கவைக்குதவாத அறிவைத் தாங்கள் சேர்த்து வைத்திருப்பதையும் அவர்கள் உணர்கின்றனர்.

நம்முடைய இளைஞர்கள் ஒரு கடுமையான நெருக்கடியைச் சந்தித்துக் கொண்டிருக்கின்றனர் என்பதைத்தான் இவை சுட்டிக்காட்டுகின்றன. அவர்களுடைய விரக்தி பல வழிகளில் வெளிப்பட்டுக் கொண்டிருக்கிறது. இட ஒதுக்கீடு தொடர்பாக மணிப்பூரில் வெடித்தெழுந்த கிளர்ச்சி, பஞ்சாப் இளைஞர்களிடம் பரவலாகப் பரவியுள்ள போதை மருந்துப் பழக்கம் போன்றவை இதற்கான எடுத்துக்காட்டுகள். நாட்டில் கிடைத்துக்கொண்டிருக்கின்ற வேலைகளுக்கு ஏற்ப நம்முடைய இளைஞர்களின் செயல் வல்லமை இல்லை. அதே நேரத்தில், நம்முடைய இளைஞர்களின் செயல் வல்லமையைப் பயன்படுத்திக் கொள்கின்ற வேலைகளும் இங்கு இல்லை.

கல்விக்கான நிதி ஒதுக்கீடு

இந்திய ஒன்றிய அரசும் மாநில அரசுகளும் கல்விக்காக ஒதுக்குகின்ற தொகை, 2013-14 இல், ஜிடிபியில் 3.8 சதவீதமாக இருந்தது. 2020-21 இல் அது 4.6 சதவீதமாக உயர்ந்தது. இதில் பெரும்பகுதி மாநில அரசுகளிடமிருந்தே வருகிறது. ஜிடிபியில் ஒன்றிய அரசின் பங்கு வெறும் 1 சதவீதம் மட்டுமே. உலக வங்கியின் கணிப்புப்படி, உலக நாடுகள் சராசரியாக, ஜிடிபியில் 4.4 சதவீதத் தொகையைக் கல்விக்காகச் செலவிடுகின்றன. அதை அடிப்படையாக வைத்துப் பார்த்தால், இந்தியா, உலக சராசரியைவிடச் சற்று மேம்பட்டு இருப்பதாகத் தோன்றலாம். உலக சராசரியில் பல ஏழை நாடுகளின் சராசரியும் அடங்கியுள்ளதைப்போலவே, இந்திய சராசரியில் பல ஏழை மாநிலங்களும் அடங்கியுள்ளன. அந்த ஏழை மாநிலங்கள் கல்விக்காக அற்பமான தொகையையே செலவழித்துக் கொண்டிருக்கின்றன. ஓஇசிடி என்று சுருக்கமாக அழைக்கப்படுகின்ற 'பொருளாதார ஒத்துழைப்பு மற்றும் வளர்ச்சிக்கான அமைப்பில்' உறுப்பினர்களாக இருக்கின்ற பணக்கார நாடுகள், தம்முடைய ஜிடிபியில் 5.3 சதவீதத்தைக் கல்விக்காகச் செலவிட்டுக் கொண்டிருக்கின்றன. இந்தியா தன்னுடைய ஜிடிபியில் 6 சதவீதத்தைக் கல்விக்காகச் செலவிட வேண்டும் என்ற பரிந்துரை பரவலாக முன்வைக்கப்படுகிறது. நாங்கள் முன்மொழிகின்ற வளர்ச்சிப் பாதைக்கு இந்தப் பரிந்துரை ஏற்றதாக இருக்கும் என்றே நாங்கள் நம்புகிறோம்.

கல்விக்காக ஒதுக்கப்படுகின்ற தொகையின் பெரும் பகுதி பள்ளிக் கல்விக்கும், குறைவான தொகை உயர் கல்விக்கும் ஒதுக்கப்படுகின்றன. எடுத்துக்காட்டாக, 2023 இல் இந்திய ஒன்றிய அரசு முன்வைத்த வரவு-செலவுத் திட்டம், கல்விக்கு ஒதுக்கப்பட்டிருந்த தொகையில் பள்ளிக் கல்விக்கு 61 சதவீதமும் உயர் கல்விக்கு 39 சதவீதமும் ஒதுக்கப்பட்டிருந்ததாகத் தெரிவித்தது. மாநிலங்களும் கிட்டத்தட்ட இதே போக்கைத்தான் கடைபிடித்து வருகின்றன. கடந்தகாலத்தில் கல்விக்கு நாம் போதிய நிதி ஒதுக்காமல் இருந்துள்ளதைக் கணக்கில் எடுத்துக் கொண்டால், இதைச் சரியான விகிதம் என்றுதான் கூற வேண்டும். நாங்கள் முந்தைய அத்தியாயத்தில் வாதிட்டதுபோல, பள்ளிக் கல்வியைப் பொறுத்தவரை, இனி நம்முடைய கவனம், பள்ளிகளின் தரத்தை உயர்த்துவதில்தான் இருக்க வேண்டுமே அன்றி, பள்ளிகளின் எண்ணிக்கையை அதிகரிப்பதில் அல்ல.

ஆனால், உயர் கல்வியைப் பொறுத்தவரை, நம்முடைய இலக்கும், வழங்கப்படுகின்ற கல்வியின் தரமும், சராசரிக்கும் கீழேதான் இருக்கின்றன. இதற்கு ஒதுக்கப்படுகின்ற நிதியும் போதுமானதாக இல்லை. இந்தியாவுக்குத் தரமான உயர் கல்வி நிறுவனங்கள் பல தேவை. உயர் கல்வியின் தரத்தை மேம்படுத்துவதற்கான நிதியில் ஒரு பங்கு அரசிடமிருந்து வர வேண்டும். மீதிப் பங்கை, நியாயமான கல்லூரிக் கட்டணங்களைக் கொடுப்பதற்கு வசதியுள்ளவர்களிடமிருந்து அரசு

வசூலிக்க வேண்டும். உலகத் தரம் வாய்ந்த ஆய்வு நிறுவனங்கள் நமக்குத் தேவை. அவற்றைத் தொடங்கி நடத்துவதற்கான நிதியை அரசும் வழங்க வேண்டும், தனியாரிடமிருந்தும் பெற வேண்டும். அவற்றின் மூலம் உருவாக்கப்படுகின்ற அறிவுசார் சொத்துகள் நம் நாட்டுத் தொழில் நிறுவனங்களுக்கான விதைகளாக அமையும்.

ஒரு வலிமையான உயர் கல்வி அமைப்புமுறையை உருவாக்குவதன் மூலம், மெத்தப் படித்த ஒரு சமுதாயத்தைக் கட்டியெழுப்புவதோடு, படைப்பாற்றல் அதிகரிப்பு, புதிய தொழில்முனைவோரின் எழுச்சி, புதிய வேலைகளின் உதயம் போன்றவற்றையும் நம்மால் அறுவடை செய்ய முடியும். நாம் கற்பனை செய்துள்ள இந்தியாவுக்குத் தேவைப்படுகின்ற திறமைகளுக்கும், இப்போது கிடைத்துக் கொண்டிருக்கின்ற திறமைகளுக்கும் இடையே ஒரு பாலம் அமைப்பதை அரசியல் மற்றும் சமுதாய அறைகூவலாக நாம் முன்வைக்க வேண்டும்.

வேலைகளின் வேட்டை

வேலைவாய்ப்பைப் பொறுத்தவரை இந்தியா ஒரு நல்ல நிலையில் இல்லை. காலாண்டுக்கு ஒரு முறை அரசு வெளியிடுகின்ற 'தொழிலாளர் வளக் காலமுறைக் கணக்கெடுப்பு' 2023 மார்ச் அறிக்கையின்படி, இந்தியாவில் வேலையின்மை 7 சதவீதமாகும். 'இந்தியப் பொருளாதாரத்தைக் கண்காணிக்கும் மையம் என்ற தனியார் அமைப்பின் நுகர்வோர் பிரமிடுகள் குடும்பக் கணக்கெடுப்பு' 2023 செப்டம்பரில் வெளியிட்ட அறிக்கையின்படி, இந்தியாவில் வேலையின்மை 8 சதவீதமாகும். அதாவது, இந்தியாவில், 3.5-4 கோடி மக்கள் வேலை பார்க்கத் தயாராக இருந்தும் வேலை கிடைக்காமல் இருக்கின்றனர் என்று அர்த்தம்.

இதுபோன்ற புள்ளிவிபரங்களில், வேலை இல்லாமல் இருந்து, வேலை தேடிக் கொண்டிருக்கின்ற நபர்கள் மட்டுமே 'வேலையில்லாதவர்கள்' என்ற அடைமொழிக்குள் வருகின்றனர். உங்களுக்கு வேலை எதுவும் இல்லாதிருந்து, நீங்கள் வேலை எதையும் தேடிக் கொண்டிருக்கவில்லை என்றால், நீங்கள் இந்தப் பட்டியலுக்குள் வர மாட்டீர்கள். எடுத்துக்காட்டாக, ஐஏஎஸ் தேர்வுக்குத் தன்னைத் தயார்படுத்திக் கொண்டிருக்கின்ற ஓர் 22 வயது இளைஞனும், இனி வேலை தேடுவதில் எந்தப் பயனும் இல்லை என்று தன்னுடைய முயற்சிகள் அனைத்தையும் கைவிட்டுள்ள ஒரு 35 வயது நபரும் இதற்குள் வர மாட்டார்கள். அதோடு, நிர்வகிப்பதற்கு இரண்டு பேருக்கு மேல் தேவைப்படாத ஒரு சிறிய கடையை ஐந்து பேர் சேர்ந்து நிர்வகித்து வந்தால், மீதி மூன்று பேரும் வேலையில்லாதவர்கள் என்ற கணக்கில் சேர்த்துக் கொள்ளப்பட மாட்டார்கள்.

நாம் இன்னும் ஆழமாகத் தோண்டினால், இந்தியாவில் வேலையில் ஈடுபட்டுள்ளவர்கள் வெறும் 46 சதவீதம் மட்டுமே என்பதை நம்மால் கண்டறிய முடியும். அதாவது, வேலை

செய்யும் வயதிலுள்ள 100 பேரில் 54 பேர் எந்த வேலையிலும் ஈடுபட்டிருக்கவில்லை என்று இதற்கு அர்த்தம். 2021 ஆம் ஆண்டுவாக்கில், ஏதோ ஒரு வேலையில் இருந்தவர்களின் எண்ணிக்கை, பிரேசிலில் 58 சதவீதமாகவும், இந்தோனேசியாவில் 68 சதவீதமாகவும், ஓஇசிடி நாடுகளில் 60 சதவீதமாகவும் இருந்தது. இதில் பெண்களின் பங்கேற்பு இன்னும் மோசம். அது வெறும் 20 சதவீதம் மட்டுமே. இது சவுதி அரேபியாவைவிட மோசம். வேலையில்லாமல் இருந்து வேலை தேடிக் கொண்டிருக்கின்ற, 15-24 வயதுக்கு உட்பட்ட நபர்களின் எண்ணிக்கை 2010 இல் 18 சதவீதமாக இருந்தது. 2019 இல் அது 22 சதவீதமாக உயர்ந்தது. 2021 இல் அது 28 சதவீதமாக அதிகரித்தது. நாங்கள் ஏற்கனவே குறிப்பிட்டிருந்ததைப்போல, வேளாண் தொழிலில் ஈடுபட்டிருந்த தொழிலாளர்களின் எண்ணிக்கை, பல பத்தாண்டுகளுக்குப் பிறகு அதிகரித்துள்ளது. வேகமாக வளர்ந்து கொண்டிருக்கின்ற ஒரு நாட்டில் இப்படி ஒருபோதும் நிகழ்வதில்லை.

தொழிற்கல்வி

பட்டதாரி இளைஞர்கள் ஏராளமானோர் ஐஏஎஸ் தேர்வுக்கு முண்டியடித்துக் கொண்டிருப்பதற்குக் காரணம், நம்முடைய சமுதாயத்தில் தொழிற்கல்வி இளக்காரமாகப் பார்க்கப்படுவதுதான். நவீனத் தொழிற்சாலைகளில், மூளையைப் பயன்படுத்தி வேலை செய்பவர்கள், கைகளைப் பயன்படுத்தி வேலை செய்பவர்கள் ஆகிய இருவருக்குமான தேவை இப்போது அதிகரித்துக் கொண்டிருக்கிறது. அதனால், நாம் தொழிற்கல்வியின் அந்தஸ்தை உயர்த்தப் பாடுபட வேண்டும்.

மிகக் குறைவான நபர்களே பள்ளிப்படிப்பிற்குப் பிறகு தொழிற்கல்வி பெறச் செல்கின்றனர். 2012-17 காலகட்டத்திற்கான பன்னிரண்டாவதும் இறுதியானதுமான ஐந்தாண்டுத் திட்ட அறிக்கையின்படி, 19-24 வயதுக்கு உட்பட்ட இளைஞர்களில் 5 சதவீதத்திற்கும் குறைவானவர்களே முறையான தொழிற்கல்வி பெற்றுள்ளனர். இது அமெரிக்காவில் 52 சதவீதமாகவும், ஜெர்மனியில் 75 சதவீதமாகவும், தென் கொரியாவில் 96 சதவீதமாகவும் இருக்கிறது.

இந்நிலைக்கு ஆழமான சமுதாயக் காரணங்கள் இருக்கக்கூடும். இந்தியச் சமுதாயத்தின் சாதிய அமைப்புமுறை, சமுதாயத்தைப் பிளவுபடுத்தி வைத்திருந்ததோடு, ஒரு குறிப்பிட்டச் சாதியினருக்கான வாய்ப்புகளை மட்டுப்படுத்தியும் வந்திருந்தது. ஆனால், அதே சமயத்தில், தொழில் திறமை, தலைமுறை தலைமுறையாகக் கடத்தப்பட்டு வந்து கொண்டிருந்தது. நவீனச் சந்தைப் பொருளாதாரத்தில், சாதிய அமைப்புமுறை உருவாக்கி வைத்திருந்த வலுக்கட்டாயமான தொழில் பாகுபாடுகள் பலவீனமடைந்தன என்றாலும், நடைமுறையில் இருந்து வந்த குலத்தொழில் பயிற்சிமுறைக்கு மாற்று ஏற்பாடுகள் எதுவும் செய்யப்படவில்லை. பாரம்பரியமான சாதியப் படிநிலை அமைப்புமுறையில், மூளையைப்

பயன்படுத்திப் பார்க்கின்ற வேலைகளோடு ஒப்பிடுகையில், கைகளைப் பயன்படுத்திப் பார்க்கின்ற வேலைகள் கீழ் நிலையில் வைக்கப்பட்டிருப்பதால், தொழிற்கல்வியைவிட, உயர் கல்வி மூலம் பெறுகின்ற வேலை பெரிதாக மதிக்கப்படுகிறது. மேலும், பாதுகாப்பான அரசு வேலைகளுக்கு உயர் கல்வி ஒரு கடவுச்சீட்டாக இருப்பதும் மற்றொரு முக்கியக் காரணம்.

இந்தியாவில் கல்லூரியில் சேர்கின்ற மாணவர்களில் பாதிப் பேர், கலை, அறிவியல், வர்த்தகம் போன்றவற்றில் இளங்கலைப் பட்டப்படிப்பில் சேர்கின்றனர். பெரும்பாலானோர் சிறிய கல்லூரிகளில் சேர்கின்றனர். இவர்களில் பலர் தொழில்முறை மேற்படிப்பு படிக்கச் செல்லக்கூடும். ஆனால், இத்துடன் அவர்கள் நிறுத்திக் கொண்டால், அரசு மற்றும் பொதுத்துறை நிறுவனங்கள் நடத்துகின்ற போட்டித் தேர்வுகளில் அமர்வதைத் தவிர அவர்களுக்கு வேறு வழி இருக்காது. அதற்குப் பதிலாக, அவர்கள் பள்ளிப் படிப்பை முடித்தப் பிறகு, விலங்கு மருத்துவர், புகைப்படக் கலைஞர், ஒலி தொழில்நுட்ப வல்லுநர், ஆடை வடிவமைப்பாளர், விமான மெக்கானிக், மரவேலை நிபுணர் போன்ற வேலைகளுக்கு முயன்றால், அவர்களுக்கு அதிக வாய்ப்புகள் கிட்டும். எடுத்துக்காட்டாக, இந்தியாவில், சுமார் 53 கோடி கால்நடைகளும், சுமார் 85 கோடி கோழிகளும் இருந்தாலும், ஆண்டொன்றுக்கு வெறும் 3,000 விலங்கு மருத்துவர்களை மட்டுமே இந்தியா உருவாக்கிக் கொண்டிருக்கிறது. உத்தேசமாகக் கணக்குப் போட்டால், 10,000 கால்நடைகளுக்கு ஒரு விலங்கு மருத்துவர் மட்டுமே இந்தியாவில் இருக்கிறார். நம் நாட்டில், விலங்குகளுக்குப் பாரம்பரியமாகவும் பொருளாதாரரீதியாகவும் முக்கியத்துவம் கொடுக்கப்பட்டு வந்துள்ளபோதிலும், இந்தத் தொழில் மிகக் குறைவான நபர்களையே கவர்ந்திழுத்துக் கொண்டிருப்பது விநோதம்தான்.

தேசியக் கல்விக் கொள்கை, வழக்கமான கல்லூரிப் பட்டப் படிப்புக்கும் தொழிற்கல்விக்கும் இடையேயுள்ள சமூக அந்தஸ்து வேறுபாடுகளை அங்கீகரித்துள்ளது. நடுநிலைப் பள்ளியிலிருந்தே தொழிற்கல்வி குறித்த மனப்போக்கையும் எதிர்பார்ப்புகளையும் மாற்றத் தலைப்பட வேண்டும் என்று ஒரு கல்வியாளர் எங்களிடம் கூறினார். புதிய தேசியக் கல்விக் கொள்கை, ஒவ்வொரு குழந்தைக்கும் ஒரு தொழிற்கல்வி கற்பிக்கப்பட வேண்டும் என்றும், பல தொழிற்கல்விகள் அறிமுகப்படுத்தப்பட வேண்டும் என்றும் முன்மொழிகிறது. கல்லூரிகளிலும் தொழிற்கல்வியைப் பாடங்களாக எடுத்துப் படிப்பதற்கு வழி செய்யப்பட வேண்டும். எடுத்துக்காட்டாக, அடுத்த சில ஆண்டுகளில், இந்தியாவில் விமானத் தொழில்நுட்பவியலாளர்களுக்கான தேவை கடுமையாக அதிகரிக்கும். அதைக் கற்றுக் கொடுக்கும் தொழிற்கல்லூரிகளும் அதிக அளவில் தேவைப்படும். பாரம்பரியமான இந்தியக் கலைப் பொருட்களை உருவாக்குகின்ற வித்தையைக் கற்றுக் கொடுக்கின்ற கல்லூரிகளும் திறக்கப்பட வேண்டும். பாரம்பரியக் கலைகளில் சிறந்து விளங்குபவர்களை அவற்றில் ஆசிரியர்களாக நியமிக்கலாம்.

டில்ஃபி நிறுவனம் இதுபோன்ற முயற்சியில் ஈடுபட்டுள்ளதை நாம் ஏற்கனவே பார்த்தோம். அக்கல்வியோடு நவீன உத்திகளையும் நவீனப் பொருட்களையும் கலந்தால், வசீகரமான புதிய பொருட்களைச் சந்தையில் இறக்க முடியும்.

இன்றைய இந்தியாவில் தொழிற்கல்வியை ஊக்குவிப்பதற்கு, தொழிற்கல்வி தொடர்பான கேள்விகளை ஐஏஎஸ் போட்டித் தேர்வுகளில் சேர்ப்பது ஒரு நல்ல வழியாக இருக்கும் என்று நாங்கள் நினைக்கிறோம். அதேபோல, மாநிலங்களில் நடத்தப்படுகின்ற மாநில உயரதிகாரிகளுக்கான தேர்வுகளில் கலந்து கொள்பவர்கள், தொழிற்கல்வி தொடர்பானவற்றை விருப்பப் பாடமாகத் தேர்ந்தெடுப்பதற்கு வகை செய்யலாம். ஒருவர் ஒரு ஐஏஎஸ் அதிகாரியாகவோ அல்லது ஐபிஎஸ் அதிகாரியாகவோ ஆவதற்கு, கட்டட உட்புற அலங்கார வடிவமைப்பு, தச்சுத் தொழில், பிளம்பிங், மின்னணுவியல் போன்ற ஏதோ ஒன்றைக் கற்றுத் தேர்ந்த ஒரு மாணவர், பொருளாதாரம் படித்த ஒருவரைவிட எந்த விதத்தில் குறைச்சலானவர்? இப்படித் தொழிற்கல்வி பயின்றவர்கள் ஐஏஎஸ் தேர்வில் பல முறை முயன்றும் வெற்றி பெறாவிட்டால்கூட, அதனால் அவர்களுடைய வாழ்க்கை சீரழிந்துவிடாது. ஏனெனில், அவர்கள் வசம் ஏற்கனவே ஒரு தொழில் இருக்கிறது.

தொழிற்கல்வியைத் தேர்ந்தெடுக்கின்ற போக்கு மாணவர்களிடம் தற்போது அதிகரித்துக் கொண்டிருக்கிறது. 2005 இல், சான்றிதழ் பெறுகின்ற படிப்புகளிலும் பட்டயப் படிப்புகளிலும் சேர்ந்தவர்களின் எண்ணிக்கை, படிக்க விண்ணப்பித்தவர்களின் மொத்த எண்ணிக்கையில் வெறும் 1 சதவீதமே இருந்தது. 2020 இல் அது 8 சதவீதமாக உயர்ந்திருந்தது. 2019 இல், பியர்சன் என்ற கல்வி நிறுவனம் நடத்திய ஒரு கணக்கெடுப்பில், வேலை பார்க்கின்ற வயதில் இருக்கின்ற நபர்களில் 70 சதவீதத்தினர், சான்றிதழ் படிப்பு, தொழிற்கல்விப் பட்டப்படிப்பு போன்றவை வழமையான பட்டப்படிப்பைவிட அதிக வாய்ப்புகளைப் பெற்றுத் தரும் என்று நம்புவது தெரிய வந்தது.

தொழிற்கல்வி பெற்றவர்களுக்குச் செய்முறைப் பயிற்சியளித்தல்

தொழிற்கல்வி பெற்றவர்கள் வேலைக்காக அணுகக்கூடிய முக்கியமான இடம் தொழில் நிறுவனங்கள்தாம். வேலை செய்து கற்றுக் கொள்ளுதல் அல்லது வேலையில் தொழிற்பயிற்சி பெறுதல் ஒருவர் தன்னுடைய தொழிற்திறனை மேம்படுத்திக் கொள்ள உதவும். ஆனால், நாட்டின் பெரும்பகுதிகளில் நிலவுகின்ற எதார்த்தம் நம்பிக்கையூட்டுவதாக இல்லை. நீங்கள் எந்த நகருக்குச் சென்றாலும், தினசரிக் கூலி வேலைக்குத் தேர்ந்தெடுக்கப்படுவதற்காக நூற்றுக்கணக்கான இளைஞர்கள் சுற்றித் திரிந்து கொண்டிருக்கின்ற காட்சியை உங்களால் காண முடியும்.

இச்சூழலுக்கு நம்முடைய தொழிலாளர் சட்டங்களும் ஒரு விதத்தில் காரணமாகியுள்ளன. ஒரு நிறுவனத்தில் ஒருவர்

தொடர்ந்து ஓராண்டு வேலை பார்த்துவிட்டால், அவரைப் பணிநீக்கம் செய்வது சுலபமல்ல. அவர் அந்த நிறுவனத்திற்கு இனியும் தேவைப்படாமல் இருக்கலாம் அல்லது அந்த நபரின் செயற்திறன் போதுமானதாக இல்லாமல் இருக்கலாம்; ஆனால் தொழிற்சட்டம் அவற்றைப் பொருட்படுத்துவதில்லை. இதனால், பெரும்பாலான நிறுவனங்கள் ஒப்பந்தத் தொழிலாளர்களை அல்லது தற்காலிகத் தொழிலாளர்களை வேலைக்கு எடுக்கின்ற போக்கைக் கடைபிடிக்கின்றன. அவர்கள் குறுகிய காலத்திற்கு மட்டுமே பணிக்கு எடுத்துக் கொள்ளப்படுகின்றனர். அவர்களுக்கு ஊதியத்தைத் தவிர வேறு எந்தவிதமான சலுகைகளும் வழங்கப்படுவதில்லை. அவர்கள் தற்காலிகமாக வேலைக்கு எடுத்துக் கொள்ளப்படுவதால், அவர்களுக்குப் பயிற்சிகள் கொடுப்பது போன்றவற்றில் முதலீடு செய்ய நிறுவனங்கள் ஆர்வம் காட்டுவதில்லை. இப்படிப்பட்ட ஒரு சூழல் நிலவுவதால், தொழிற்கல்வி முடித்த நபர்களுக்கு, தங்களுடைய திறமையை மெருகேற்றிக் கொள்வதற்கு வாய்ப்புகள் கிடைப்பதில்லை.

அதனால், பலர் சொந்தமாகத் தொழில் செய்கின்றனர். அவர்கள் யாரிடமிருந்தும் எதையும் கற்றுக் கொள்வதில்லை. 'ஐஎல்ஓ' என்று சுருக்கமாக அழைக்கப்படுகின்ற 'சர்வதேசத் தொழிலாளர் அமைப்பு' 2017 இல் வெளியிட்ட ஓர் அறிக்கையின்படி, இந்தியாவில் அமைப்புசாரா தொழிலாளர்களாக இயங்குபவர்களில் மூன்றில் ஒரு பகுதியினர் சொந்தத் தொழிலில் ஈடுபட்டு வருகின்றனர். இங்கே சொந்தத் தொழில் என்பது, மிகச் சிறிய நிறுவனங்களை நடத்துபவர்களையும், தங்களுடைய திறமையை மணிக்கணக்கிற்கு வாடகைக்கு விட்டுச் சம்பாதிக்கின்ற நபர்களையும் குறிக்கிறது. ஆனால், இது உற்பத்தித்திறன் மேம்பாட்டிற்கு வழி வகுப்பதில்லை.

இந்தியாவில் தொழிலாளர் சட்டங்கள் சீர்திருத்தப்பட வேண்டும். தொழிலாளர்கள் 'நிரந்தரமான ஊழியர்களாக' ஆகாமலேயே நீண்ட காலத்திற்கு ஒரு நிறுவனத்தில் பணியாற்றுவதற்குச் சட்டத்தில் வழி ஏற்படுத்த வேண்டும். அவர்கள் காலப்போக்கில் பணிநீக்கங்களுக்கு எதிராக அதிகப் பாதுகாப்பையும் இழப்பீட்டையும் பெறுவது உறுதி செய்யப்பட வேண்டும். இது போன்ற மாற்றங்களைப் புகுத்துவதற்காக, ராஜஸ்தான், கர்நாடகா போன்ற மாநிலங்கள், தொழிலாளர் சட்டங்களைச் சீர்திருத்துகின்ற முயற்சியில் இறங்கியுள்ளன. நிறுவனங்களும் தொழிலாளர்களுக்குப் பயிற்சியளிக்க முன்வரும். அப்போது, தொழிற்கல்வி அளிக்கின்ற கல்வி நிறுவனங்களில் படிப்பை முடிக்கின்ற மாணவர்களை நேரடியாக வேலைக்கு எடுத்துக் கொள்ள நிறுவனங்கள் ஆர்வம் காட்டும். குறிப்பாக, உள்ளூர்த் தொழில் நிறுவனங்களுக்கு ஏற்ற விதத்தில் பாடத்திட்டங்கள் வகுக்கப்படுவது அவற்றை மேலும் ஊக்குவிக்கும். அந்த நிறுவனங்களைச் சேர்ந்தவர்களைப் பகுதி நேரம் பாடம் எடுப்பதற்குத் தொழிற்கல்வி நிறுவனங்கள் அழைத்தல், தங்களுடைய நிர்வாகக் குழுவில் உள்ளூர் நிறுவன உயரதிகாரிகளை இடம்பெறச் செய்தல் போன்ற உத்திகள் கூடுதல் பலனளிக்கும்.

விஷயங்கள் வெகு விரைவில் நல்ல நிலைமைக்கு மாறக்கூடும். தொழிலாளர் சட்டங்களில் மேற்கொள்ளப்படுகின்ற சீர்திருத்தங்கள், மேம்பட்டத் திறமையுடன் இருக்கின்ற தொழிலாளர்களுக்கான தேவை ஆகியவற்றின் காரணமாக, தொழிலாளர்களுக்குப் பயிற்சியளிப்பதற்கு நிறுவனங்கள் உந்தப்படும். தொழிலாளர்கள் கூடுதல் பாதுகாப்பும், அதிகச் சம்பளமும், மேம்பட்டத் திறமைகளும் பெற அது வழிவகுக்கும். இதில் அரசு ஓர் ஆரோக்கியமான முறையில் தலையிட வேண்டும். டிஜிட்டல் வேலை வாய்ப்பகங்களுக்கு ஆதரவளித்தல், தொழிலாளர்களின் திறமைகளுக்குச் சான்றளித்தல், வேலை வாய்ப்பகங்களில் பதிவு செய்து வைத்துள்ளவர்களின் தகுதிச் சான்றிதழ்களின் உண்மைத்தன்மையை, வேலைக்கு எடுக்க உத்தேசித்துள்ள நிறுவனங்கள் நேரடியாக உறுதி செய்து கொள்ள ஏற்பாடுகள் செய்தல், பெரிய நிறுவனங்கள் வேலைக்கு எடுத்துள்ள பயிற்சித் தொழிலாளர்களுக்கு வழங்கப்படுகின்ற உதவித் தொகையில் ஒரு பகுதியை அரசே வழங்குதல் போன்றவை இதற்கான சில எடுத்துக்காட்டுகள். தேசியத் தொழிற்பயிற்சி ஊக்குவிப்புத் திட்டத்தின் கீழ், பயிற்சித் தொழிலாளர்களுக்கு வழங்கப்படுகின்ற உதவித் தொகையில் 25 சதவீதத்தை அரசு வழங்க முன்வந்துள்ளது ஒரு நல்ல முயற்சி என்றாலும், பயிற்சி வழங்கப்பட்டவர்களுக்குப் பின்னர் வேலை கிடைத்துள்ளதா என்பதை உறுதி செய்து கொண்ட பிறகு, அவர்களுடைய அனுபவங்களின் அடிப்படையில் இத்திட்டம் சீர்தூக்கிப் பார்க்கப்பட்டு மேம்படுத்தப்பட வேண்டியது அவசியம்.

பட்டப்படிப்புக்கு இட்டுச் செல்லாத பயிற்சிகளை வழங்குகின்ற இந்தியத் தனியார் துறையின் புத்திசாலித்தனமான முயற்சிகளை நாம் பயன்படுத்திக் கொள்ள வேண்டும். ஆங்கில மொழியைக் கற்றுக் கொள்வதற்கு அளிக்கப்படுகின்ற பயிற்சிகள், கணினி நிரல்களை எழுதுவதற்குக் கற்றுக் கொடுக்கின்ற பயிற்சிகள், ஐஐடி நுழைவுத் தேர்வுக்கான முன்தயாரிப்புப் பயிற்சிகள் போன்றவை நாட்டில் பரவலாக நடந்து கொண்டிருக்கின்றன. இத்துறையின் துடிப்பான செயல்பாட்டின்மீது மண்ணை வாரிப் போட்டுவிடாமல், இப்பயிற்சிகளை வழங்கிக் கொண்டிருப்பவர்களின் நம்பகத்தன்மை குறித்தத் தகவல்களைப் பொதுவெளியில் வெளியிட்டு, அவற்றின் பயனாளர்களின் கரங்களை வலுப்படுத்துவது இங்கு முக்கியம்.

உயர் கல்வி

சுதந்திர இந்தியாவைக் கட்டமைத்தவர்களில் பெரும்பாலானோர் கல்விமான்களாக இருந்தனர். அறிவியல் மற்றும் கற்றல்மீது அவர்கள் பெரும் ஈடுபாடு கொண்டிருந்தனர். புதிய விஷயங்களை இருகரம் கூப்பி வரவேற்கின்ற அறிவியல் மனப்போக்கு நமக்கு இருந்ததால்தான், நாம் ஓர் ஏழை நாடாக இருந்தபோதிலும், தலைசிறந்த பல்கலைக்கழகங்கள் சிலவற்றை நம்மால் உருவாக்க முடிந்தது; தேசியக் கணக்கெடுப்பு முறைகளை நிறுவி, தேசிய அளவில் புள்ளிவிபரங்களைச் சேகரிக்க முடிந்தது; அணு ஆராய்ச்சி

மையத்தையும் விண்வெளி ஆய்வு அமைப்புகளையும் கட்டியெழுப்ப முடிந்தது. உலகத் தரம் வாய்ந்த டாடா அடிப்படை ஆய்வுக் கழகம், இந்திய அறிவியல் கழகம், முதலில் துவக்கப்பட்ட ஐந்து ஐஐடிகள் போன்றவை செழித்து வளர்ந்தன. ஆனால், இவற்றில் பட்டம் பெற்றவர்களைக் கிரகித்துக் கொள்கின்ற நிலையில் ஏழை நாடான இந்தியா இல்லாதிருந்ததால், அந்தப் பட்டதாரிகளில் பெரும்பாலானோர் வெளிநாடுகளை நோக்கிப் பறந்தனர்.

1990களில் கொண்டுவரப்பட்டப் பொருளாதாரச் சீர்திருத்தங்களைத் தொடர்ந்து உயர் கல்வி நிறுவனங்கள் புற்றீசல்களாகக் கிளம்பின. இதில் சில பாதகங்களும் இருந்தன. குறைந்தபட்சத் தரத்தைத் தக்கவைத்துக் கொள்வது ஒரு பெரும் சவாலாக இருந்தது. சந்தையில் போணியாகாத திறமைகளைப் பெறுவதற்கு இட்டுச் சென்ற பட்டப்படிப்புகளில் ஏராளமான இளைஞர்கள் சேர்ந்தனர். உருப்படியான திறமைகளை வளர்க்க உதவுவதாகக் கருதப்பட்ட பொறியியல் பட்டப்படிப்புக்கூட இதற்கு விதிவிலக்கல்ல. பட்டம் பெற்றப் பிறகும் பல பொறியியல் பட்டதாரிகளுக்கு எதுவும் தெரிந்திருக்கவில்லை. தரமான நபர்களைப் பயன்படுத்திக் கொள்கின்ற நிலையை இந்தியா அடைந்தபோது, அதற்கு வெகு சில திறமையாளர்களே கிடைத்தனர். ஐஐடியில் படித்தப் பல பட்டதாரிகள், திருப்திகரமான வேலை கிடைக்காததால், ரகுராம் ராஜன் வேலை பார்த்துக் கொண்டிருக்கின்ற சிகாகோ பூத் வணிகப் பள்ளியில் முனைவர் பட்டத்திற்கு விண்ணப்பிப்பதை, அவர் முன்பு கண்டிருக்கிறார். ஆனால், இப்போது நிலைமை மாறிவிட்டது. இப்போதெல்லாம், உயர் கல்வி நிறுவனங்களில் படித்துக் கொண்டிருக்கின்ற மாணவர்கள், தங்களுடைய படிப்பை முடித்தவுடன் அவர்களைக் கொத்திக் கொண்டு போவதற்குப் பன்னாட்டு நிறுவனங்கள் உட்படப் பல நிறுவனங்கள் அவர்களுடைய கல்லூரி வளாகங்களிலேயே தயாராகக் காத்துக் கொண்டிருக்கின்றன. சிறப்பாகத் தேர்ச்சி பெறுபவர்களுக்கு உடனடியாக வேலை கிடைத்துவிடுகிறது என்பது உண்மைதான் என்றாலும், சுமாராகத் தேர்ச்சி பெறுபவர்கள் வேலை கிடைக்காமல் தவித்துக் கொண்டிருக்கின்றனர். இதற்கு என்ன காரணம்?

கடந்த இருபது ஆண்டுகளில் இந்தியாவில் பல்கலைக்கழகங்களும் கல்லூரிகளும் பல்கிப் பெருகிவிட்டன. 2001 இல் இந்தியாவில் 260 பல்கலைக்கழகங்கள் மட்டுமே இருந்தன. 2020 இல் அவற்றின் எண்ணிக்கை 1043. அதே காலகட்டத்தில் கல்லூரிகளின் எண்ணிக்கை 11,146லிருந்து 42,343 ஆக அதிகரித்தது. இது நான்கு மடங்குப் பெருக்கமாகும். இந்தப் போக்கைப் பற்றி தேவேஷ் கபூர் இரத்தினச்சுருக்கமாக இவ்வாறு கூறுகிறார்: "கடந்த இருபது ஆண்டுகளில், தினந்தோறும் நான்கரை கல்லூரிகள் திறந்துள்ளதற்குச் சமம் இது!"

உயர்ந்த தரம், குறைவான செலவு, அணுகுவதற்கான அதிக வாய்ப்பு ஆகிய மூன்றும் உயர் கல்வியின் இரும்பு முக்கோணம் என்று கூறப்படுகின்றன. வளர்ந்து வருகின்ற எந்தவொரு நாடாலும்

இந்த மூன்றிலும் ஒருசேரச் சாதிக்க முடியாது. இவற்றில் ஏதேனும் ஒன்று கண்டிப்பாகக் கை நழுவிவிடும். இந்தியா இன்னும் குறைந்த வருமானம் கொண்ட நாடாக இருப்பதால், கடந்த இருபது ஆண்டுகளில், உயர் கல்வியை அணுகக்கூடியவர்களின் எண்ணிக்கையை அதிகரிக்கவும், உயர் கல்விக்கான கட்டணத்தைக் கட்டுப்படியாகக்கூடியதாக வைத்திருக்கவும் அது மேற்கொண்ட தீவிர முயற்சியில், உயர் கல்வியின் தரத்தை அது காவு கொடுக்க வேண்டியதாயிற்று.

பொதுமக்களின் தேவையை நிறைவேற்றுவதற்காக நாம் அவசரப்பட்டுக் காரியத்தில் இறங்கியதால், உயர் கல்வியைப் பொறுத்தவரை நாம் அகலக்கால் வைத்திருக்கக்கூடும். உயர் கல்வியில் இந்தியாவின் மொத்தப் பதிவு 27 சதவீதம் (18–23 வயதுக்குள் இருக்கின்ற இளைஞர்களில் கல்லூரியில் படித்துக் கொண்டிருப்பவர்களின் சதவீதம்). இன்று இந்தியா இருக்கின்ற வளர்ச்சிக் கட்டத்தைப் பொறுத்தவரை இது மிகவும் அதிகம். சீனா, ஐக்கிய இராச்சியம், பிரான்ஸ் போன்ற நாடுகள் இப்போது இந்தியா இருக்கின்ற அதே ஜிடிபி வருவாயை ஈட்டிக் கொண்டிருந்தபோது கொண்டிருந்த மொத்தப் பதிவு வீதத்தைவிட இது அதிகம். எடுத்துக்காட்டாக, ஐக்கிய இராச்சியம் 25 சதவீத மொத்தப் பதிவு வீதத்தை அடைந்தபோது, அதன் ஜிடிபி, இந்தியாவின் ஜிடிபியைப்போலக் கிட்டத்தட்ட எட்டு மடங்கு இருந்தது.

இந்த நிலை உருவானதற்குப் பல காரணங்கள் இருக்கின்றன. ஒரு கல்லூரிப் படிப்பு கொண்டுவந்த அந்தஸ்தைப் பெறுவதற்குச் சமுதாயத்தில் நிலவிய தீவிரம், உயர் கல்வி பெற்றிருந்தவர்களின் சம்பாத்தியத்திற்கும் அப்படிப் பெறாமல் இருந்தவர்களின் சம்பாத்தியத்திற்கும் இடையே இருந்த பெரும் வித்தியாசம், சேவைசார் வளர்ச்சிப் பாதையை இந்தியா தேர்ந்தெடுத்திருந்தது ஆகியவை அவற்றில் சில. இவை அனைத்தையும்விட முக்கியமான காரணி, பட்டப்படிப்புக்கு அங்கீகாரம் வழங்குகின்ற அமைப்புகளைக் கண்காணிப்பதற்கான செயல்முறைகளை வடிவமைக்காமலேயே பெரும் எண்ணிக்கையில் கல்லூரிகள் திறக்கப்பட அனுமதி வழங்கப்பட்டதுதான்.

உயர் கல்வி எனும் பணமழை பொழியும் இயந்திரம்

நீங்கள் ஒரு பெருநகரத்திற்கு வெளியேயுள்ள நெடுஞ்சாலையில், குறிப்பாக, தென்னிந்திய மற்றும் மேற்கு இந்தியப் பகுதிகளில் ஓர் உலா வந்தால், ஆங்காங்கே பெரிய ஓட்டல்களைப் போன்ற கட்டடங்களைப் பார்ப்பீர்கள். நீங்கள் அவற்றின் அருகே சென்றால், அவற்றின் நுழைவாயிலுக்கு மேல் கொட்டை எழுத்துகளில், 'குறுக்குவழியில் பணம் பண்ணும் பொறியியல் கல்லூரி' போன்ற பெயர்களைத் தாங்கி நிற்கின்ற பெயர்ப் பலகைகள் உங்களுடைய கண்களில் படும்! இந்த நூற்றாண்டின் தொடக்கத்திலிருந்துதான் உயர் கல்வி நிறுவனங்கள் இந்தியாவெங்கும் பெரும் எண்ணிக்கையில்

முளைத்தெழுந்தன. தொடக்கத்தில் கல்லூரிப் படிப்புக்கு இருந்த பெரிய தேவையைப் பயன்படுத்திக் கொழுத்த இலாபம் ஈட்டுவதற்கு இதில் வழி இருந்ததால், முதலில் தொடங்கப்பட்டக் கல்லூரிகளும் பல்கலைக்கழகங்களும் அறக்கட்டளை அமைப்புகளால் தொடங்கப்படாமல் தனிநபர்களால் தொடங்கப்பட்டன. அவை தரத்தைப் பணயம் வைத்து, விரைவாகப் பணம் பண்ணுகின்ற மாதிரியை சுவீகரித்துக் கொண்டன. அரசியலறிஞர் ராகுல் வெர்மா இவ்வாறு கூறுகிறார்: “இந்தியாவிலுள்ள முதல் அடுக்கு மற்றும் இரண்டாம் அடுக்கு நகரங்களுக்கு வெளியேயுள்ள பள்ளிகள் மற்றும் கல்லூரிகளில் பெரும்பாலானவை தொழில்முறை கல்வியாளர்களுக்குச் சொந்தமானவை அல்ல; மாறாக, அரசியல்வாதிகளுக்கும் அவர்களுடைய ஆதரவாளர்களுக்கும் சொந்தமானவை அவை.” 2020-21 இல் நடத்தப்பட்ட, உயர் கல்வி குறித்த அனைத்திந்தியக் கணக்கெடுப்பின்படி, இந்தியாவிலுள்ள மொத்தக் கல்லூரிகளில் 78 சதவீதம் தனியாருக்குச் சொந்தமானது; இந்தியாவில் கல்லூரிக்குள் நுழைகின்ற மொத்தப் பேரில் பாதிக்கும் அதிகமானோர் இந்தக் கல்லூரிகளில்தான் படித்துக் கொண்டிருக்கின்றனர்.

இந்தக் கல்லூரிகள் பொருளாதாரரீதியாகச் சாத்தியப்பட்டதற்கான காரணத்தை தேவேஷ் கபூர் விளக்குகிறார். மாநில அரசுகள் உயர் கல்விக்காக ஒதுக்குகின்ற பணத்தின் பெரும் பகுதி இந்தத் தனியார் கல்லூரிகளுக்கு ரொக்கமாகச் சென்றுவிடுகிறது. இந்தியாவிலுள்ள மாநிலங்கள் உயர் கல்விக்காக ஒதுக்குகின்ற பணத்தில் சராசரியாக 36 சதவீதம் தனியார் கல்லூரிகளுக்குப் பணமாகக் கொடுக்கப்பட்டுவிடுவதாக அரசுத் தரவுகள் தெரிவிக்கின்றன. மகாராஷ்டிர மாநிலத்தில் இது 86 சதவீதம்! இப்படிக் கல்லூரிகளுக்குப் பணத்தை மடைமாற்றுவதற்குப் பதிலாக, தேவையான மாணவர்களுக்குப் படிப்பு உதவித் தொகையாக அதை வழங்கினால் அது பயனுள்ளதாக இருக்கும் என்று ஆய்வுகள் தெரிவிக்கின்றன; கல்லூரிகள் தமக்குக் கிடைக்கின்ற பணத்தைக் கல்விசாரா நோக்கங்களுக்குப் பயன்படுத்திக் கொள்வதற்கான வாய்ப்புகள் இங்கு அதிகம்.

மறுபுறம், மாணவர்கள் வங்கிகளிடமிருந்து கல்விக் கடன் பெறுவதற்கு ஊக்குவிக்கப்படுகின்றனர். 2000 ஆம் ஆண்டில் 3,000 கோடி ரூபாயாக இருந்த மொத்தக் கல்விக் கடன் தொகை, 2022 இல் 80,000 கோடி ரூபாயாக அதிகரித்தது. 2022-23 நிதியாண்டில் மட்டும் 17,000 கோடி ரூபாய் மதிப்புள்ள கல்விக் கடன் கொடுக்கப்பட்டுள்ளதாக ஒன்றிய அரசின் கல்வி அமைச்சகத் தரவுகள் தெரிவிக்கின்றன. இதில் தங்களுடைய வாரிசுகள் கல்லூரிக்குச் செல்வதற்காக, குடும்பங்கள் இரத்தமும் வியர்வையும் சிந்திச் சம்பாதித்திருந்த பணத்திலிருந்து செலவிட்டுள்ள தொகையையும் சேர்த்துக் கொண்டால், தனியார் உயர் கல்வி நிறுவனங்கள் எந்த அளவுக்குப் பணம் ஈட்டிக் கொண்டிருக்கின்றன என்பதை நம்மால் புரிந்து கொள்ள முடியும்.

ஆனால், இதுபோன்ற தனியார் கல்லூரிகளில் படிக்கின்ற மாணவர்களும் சரி, அவர்களுடைய பெற்றோரும் சரி, பதிலீடாகப் பெறுவது குறைவுதான். இந்த விரிவாக்கம் படுவேகமாக நடந்ததால், தகுதி வாய்ந்த கல்லூரி ஆசிரியர்கள் போதுமான எண்ணிக்கையில் இருக்கவில்லை. இது தொடர்பாக விரிவான ஆய்வுகள் எவையும் மேற்கொள்ளப்பட்டிருக்கவில்லை என்றாலும், பத்திரிகைச் செய்திகள் மற்றும் கேள்விப்பட்டத் தகவல்களின் அடிப்படையில் பார்த்தால், இந்தியாவின் உயர் கல்வி நிறுவனங்கள், குறிப்பாகத் தனியார் கல்லூரிகள், திறமையான ஆசிரியர்களைக் கண்டுபிடிக்க முடியாமல் தவித்தன என்பதை எளிதாகப் புரிந்து கொள்ள முடியும். இப்படிப்பட்டத் தனியார் கல்லூரிகளில், பிரமிக்க வைக்கின்ற கட்டடங்களைத் தவிர வேறு உருப்படியான கட்டமைப்பு வசதிகள் எதுவும் இல்லை. இதுவும், இங்குப் பாடம் எடுக்கின்ற ஆசிரியர்களின் குறைவான தரமும் சேர்ந்து கொள்கின்றபோது, நாம் இந்த அத்தியாயத்தின் தொடக்கத்தில் பார்த்தத் தன்மய் மண்டலுக்குக் கிடைத்த அதே வகையான கல்விதான் அங்குப் பயில்கின்ற மாணவர்களுக்குக் கிடைக்கும். உயர் கல்வித் தளத்தில் இயங்கிக் கொண்டிருக்கின்ற மனசாட்சியற்ற நபர்கள், இந்தியாவில் பற்றாக்குறையுடன் இருக்கின்ற வளங்களைச் சுருட்டிக் கொள்கின்றபோது, வேலை கொடுக்கப்படத் தகுதியற்றப் பட்டதாரிகள் மட்டுமே இங்கு உருவாக்கப்பட்டுக் கொண்டிருப்பர். வங்கியில் கடன் வாங்கிப் படிக்கின்ற மாணவர்களுக்கு வேலை கிடைக்காவிட்டால், வாங்கிய கடனை எப்படி அவர்களால் திருப்பிக் கொடுக்க முடியும்? 2022 ஆம் ஆண்டுவாக்கில், 12 பொதுத் துறை வங்கிகள் கொடுத்திருந்த கல்விக் கடன் தொகையில் 8 சதவீதம் வாராக் கடன் என்று சமீபத்திய ஆய்வு ஒன்று தெரிவிக்கிறது. சுருக்கமாகக் கூற வேண்டுமென்றால், தனியார் உயர் கல்வித் தளம் பெரிய விதத்தில் களையெடுக்கப்பட்டுச் சுத்தம் செய்யப்பட வேண்டும்.

விதிமுறைகள்

தரம் குறித்து நடைமுறையில் இருக்கின்ற கட்டுப்பாடுகள் வேலை செய்யவில்லை என்பது தெளிவு. “கடந்த பல பத்தாண்டுகளாக, உயர் கல்வித் தளத்தில் ஏகப்பட்ட அமைப்புகள் உருவாக்கப்பட்டிருந்தும் விதிமுறைகளின் அமலாக்கம் சரியான முறையில் செயல்படுத்தப்பட்டிருக்கவில்லை,” என்று தேசியக் கல்விக் கொள்கை ஒப்புக் கொள்கிறது. இந்தியாவின் உயர் கல்வித் துறையைக் கட்டுப்படுத்துவதற்கு, இந்தியப் பல்கலைக்கழக மானியக் குழுவும், பதினான்கு தொழில்முறை ஆலோசனைக் குழுக்களும், மாநிலக் குழுக்களும் நிறுவப்பட்டுள்ளன. இக்குழுக்கள், பொதுப் பல்கலைக்கழகங்களின் விஷயத்தில், அவற்றுக்கு வழங்கப்படுகின்ற நிதியையும், அவற்றின் உரிமத்தையும், உயரதிகாரிகளையும், நியமிக்கப்படுகின்ற பேராசிரியர்களையும், அவர்களுடைய

சம்பளக் கட்டமைப்புகளையும், மாணவர்களுக்கு வழங்கப்படுகின்ற ஊக்கத் தொகையையும், மாணவர்கள் சேர்க்கை முறையையும், பாடத்திட்டங்களையும் கட்டுப்படுத்துகின்றன. 2023 பிப்ரவரிவரை, இந்தியாவிலுள்ள மொத்தப் பல்கலைக்கழகங்களில் 38 சதவீதப் பல்கலைக்கழகங்களும், மொத்தக் கல்லூரிகளில் 21 சதவீதக் கல்லூரிகளும் மட்டுமே 'தேசிய மதிப்பீடு மற்றும் தரச் சான்று மன்றத்தால்' அங்கீகரிக்கப்பட்டுள்ளன. வண்டிக்கணக்கில் கட்டுப்பாட்டு அமைப்புகள் இருந்தாலும், சரியாகச் செயல்பட்டுக் கொண்டிருக்காத உயர் கல்வி நிறுவனங்களை இழுத்து மூடுவதற்கு எந்தவோர் அமைப்புக்கும் அதிகாரம் இல்லை. அதனால், இது அயோக்கியர்கள் கொக்கரித்து ஆர்ப்பரிக்கும் கூடாரமாகிவிட்டது.

கல்லூரிகளுக்கும் பல்கலைக்கழகங்களுக்கும் அனுமதி வழங்கப்படுகின்ற செயல்முறை பெரும் மூடுமந்திரமாக இருப்பதால், இங்குத் தலைவிரித்தாடிக் கொண்டிருக்கும் ஊழல், கல்வியின் தரம் கீழே செல்வதற்குத் துணை புரிகிறது. தரம் குறைந்த செயல்பாட்டாளர்கள் கோலோச்சிக் கொண்டிருக்கும் எந்தவோர் அமைப்புமுறையிலும், உயர் தரத்துடன் செயல்பட்டுக் கொண்டிருப்பவர்கள் அதற்கு எதிரான அச்சுறுத்தலாகவே பார்க்கப்படுவர். அந்தப் போக்குத்தான் உயர் கல்வித் தளத்திலும் நிலவுகிறது. எடுத்துக்காட்டாக, இந்தியன் ஸ்கூல் ஆஃப் பிசினஸ் என்ற வணிகப் பள்ளியைத் துவக்கிய இலாப நோக்கற்றக் குழுவில் ரகுராம் ராஜனும் அங்கம் வகித்திருந்தார். அந்தக் கல்லூரிக்கு, கெல்லாக் ஸ்கூல் ஆஃப் மேனேஜ்மென்ட், வார்ட்டன் ஸ்கூல் போன்ற நிறுவனங்களின் ஆதரவும் இந்தியாவின் பெரும் தொழிலதிபர்கள் சிலரின் ஆதரவும் இருந்தும்கூட, அதைத் தொடங்குவதற்கான அனுமதியைப் பெறுவதற்கு எவ்வளவு சிரமப்பட வேண்டியிருந்தது என்பதை ரகுராம் ராஜன் இங்கு நினைவுகூர்கிறார்.

அதே நேரத்தில், நவீன அறிவியலின் ஜாம்பவான்கள் என்று கருதப்பட்ட ஜே.சி. போஸ், சத்யேந்தர நாத் போஸ், சி.வி. ராமன், மேக்நாத் சாகா போன்றோர் படித்தக் கல்கத்தா பல்கலைக்கழகம், தில்லி பல்கலைக்கழகம் போன்ற பொதுத்துறைப் பல்கலைக்கழகங்கள், ஏன், ஐஐடிகள்கூடச் சீரழிந்து கொண்டிருக்கின்றன. இவை எண்ணற்றப் பிரச்சனைகளை எதிர்கொண்டுள்ளன. அவற்றில் இவையும் அடங்கும்: வேறு பல முன்னுரிமைகளைக் கொண்டிருக்கும் அரசு, அவற்றுக்குப் போதுமான நிதி வழங்குவதில்லை; தனியார் பல்கலைக்கழகங்கள் மற்றும் கல்லூரிகளைப்போல அதிகமான கட்டணங்களை அவற்றால் வசூலிக்க முடிவதில்லை; அங்கு ஆராய்ச்சிகளுக்கு முக்கியத்துவம் கொடுக்கப்படுவதில்லை என்பதால், அவற்றின் மூலம் கிடைக்கவிருக்கின்ற தொழிற்துறை முதலீடுகள் கிடைப்பதில்லை; அரசின் தலையீடு அதிகமாக இருப்பதால் அவற்றால் சுயமாக இயங்க முடிவதில்லை; சில சமயங்களில், தீவிர அரசியல் போக்குகளைக் கொண்ட ஆசிரியர் குழுக்களாலும் மாணவர் குழுக்களாலும் அவை கட்டுப்படுத்தப்படுகின்றன. 2020 இல் அரசால் ஏற்றுக் கொள்ளப்பட்ட தேசியக் கல்விக்

கொள்கையின் முந்தைய வரைவு வடிவங்கள், இந்தக் கல்வி நிறுவனங்கள் பலவற்றின் தலைமைத்துவத்தைத் தேர்ந்தெடுப்பதில் கடைபிடிக்கப்பட்டு வந்த நெறிமுறையற்றச் செயல்பாடுகளை, சுற்றி வளைக்காமல் நேரடியாகக் கண்டித்திருந்தன. கட்டுப்படியாகக்கூடிய கட்டணத்தில் நல்ல தரமான கல்வியைப் பெற மாணவர்கள் கொண்டுள்ள தாகம், அர்ப்பணிப்புடன் செயல்பட்டுக் கொண்டிருக்கின்ற ஆசிரியப் பெருந்தகைகள் போன்ற அம்சங்கள் இந்தப் பல்கலைக்கழகங்களுக்குச் சாதகமாக இருப்பதால்தான், இன்றும் இவை தலைசிறந்த, புத்திசாலியான மாணவர்களைத் தம்மை நோக்கி ஈர்த்துக் கொண்டிருக்கின்றன.

மறுபுறம், புதிய ஐஐடிகள், ஐஐஎம்கள், எய்ம்ஸ்கள் போன்ற புதிய பொதுத்துறைக் கல்வி நிறுவனங்கள், இன்னும் மீதமிருக்கின்ற ஒரு சில தரமான பேராசிரியர்களை ஈர்ப்பதற்குத் தனியார் கல்வி நிறுவனங்களுடன் போட்டி போட்டுக் கொண்டிருக்கின்றன. ஆனால், அரசு வழங்கக்கூடிய சம்பள வரம்பெல்லை அதற்குத் தடையாக இருந்து கொண்டிருக்கிறது. இவை பாடம் நடத்தவே திணறிக் கொண்டிருப்பதால், தரத்தை உறுதி செய்ய முடியாத நிலையில் இருக்கின்றன.

அசோகா பல்கலைக்கழகம், அகமதாபாத் பல்கலைக்கழகம், சிவ நாடார் பல்கலைக்கழகம், கிரியா பல்கலைக்கழகம் போன்ற ஒரு சில புதிய தனியார் பல்கலைக்கழகங்கள் உருவாகியுள்ளன. அவை மிகத் தரமான கல்வியைக் கொடுப்பதை நோக்கமாகக் கொண்டிருந்தாலும், அவை தம்முடைய செலவுகளை ஈடுகட்ட வேண்டிய அளவுக்கு மாணவர்களிடமிருந்து கல்விக் கட்டணம் வசூலிக்கின்றன. இப்பல்கலைக்கழகங்கள் வசூலிக்கின்ற கட்டணத்தைக் கட்ட முடியாத நிலையில் இருக்கும் மாணவர்களுக்கு இவை உதவித் தொகை வழங்கினாலும், பொதுவாக இவற்றின் கட்டணம் மிகவும் அதிகமாகவே இருக்கிறது. ஆனாலும், பல மேல்வர்க்கத்துப் பெற்றோரும் நடுத்தர வர்க்கத்துப் பெற்றோரும் தங்கள் வாரிசுகளை இங்கு அனுப்பிப் படிக்க வைப்பதற்குக் காரணம், இதற்கான ஒரே மாற்று, அவர்கள் தங்களுடைய குழந்தைகளை வெளிநாடுகளுக்கு அனுப்பிப் படிக்க வைப்பதாக இருப்பதுதான்.

வெற்றிக்கான ஒரு பாதை

இது குறித்து என்ன செய்யப்பட வேண்டும் என்பதை அறிந்து கொள்வதற்காக அரசு எண்ணற்றக் குழுக்களை நியமித்துள்ளது. பல ஆய்வாளர்களும் இது குறித்து ஆராய்ந்துள்ளனர். இவ்விரு குழுவினரும் சில உருப்படியான பரிந்துரைகளை வழங்கியுள்ளனர். அவற்றை நடைமுறைப்படுத்துவதற்கான வேளை வந்துவிட்டது. முதலில், பல ஆண்டுகளாகத் தொடர்ந்து தரத்தைத் தக்கவைத்துக் கொண்டுள்ள ஒரு கல்வி நிறுவனத்தைப் பற்றி நாம் முதலில் பார்க்கலாம். தரம் குறித்தப் பிரச்சனை தீர்க்கப்பட முடியாத ஒன்றல்ல என்பதைத்தான் அது எடுத்துரைக்கிறது.

இந்திய அறிவியல் கழகம்: முன்னணியில் இருக்கும் ஒரு கல்வி நிறுவனம்

உலகின் தலைசிறந்த பல்கலைக்கழகங்களின் பட்டியலில் தொடர்ந்து இடம்பெற்றுக் கொண்டிருக்கின்ற ஒரே இந்திய உயர் கல்வி நிறுவனம் இந்திய அறிவியல் கழகம் மட்டும்தான். தொடர்ந்து உன்னதத்தைத் தக்கவைத்துக் கொள்வதற்கு இந்த நிறுவனத்திற்கு எது உதவிக் கொண்டிருக்கிறது?

1890களிலும் 1900களிலும் பெறப்பட்டப் பெரிய நன்கொடைகளின் மூலம் உருவானதுதான் இந்திய அறிவியல் கழகம். அந்த வள்ளல்களில் முன்னோடியாக இருந்தவர் ஜாம்செட்ஜி டாடா. மைசூர் மகாராஜா அதற்கான நிலத்தையும் பெரும் பணத்தையும் கொடுத்து உதவினார். ஹைதராபாத் நிஜாமும் பெரும் பணம் கொடுத்தார். இதற்கு ஆதரவு அளிக்க ஆங்கிலேயர்கள் சம்மதிக்க வைக்கப்பட்டனர். நோபல் விருதாளரான சி.வி. ராமன் போன்ற பிரபலமான அறிவியலறிஞர்கள் இதன் தொடக்ககால இயக்குநர்களாக இருந்தனர்.

இந்த உயர் கல்வி நிறுவனம் தொடர்பாக நிகழ்ந்த ஒரு சுவாரசியமான வரலாற்றுச் சம்பவத்தை இப்போது நாம் பார்க்கலாம். 1893 இல் சிகாகோவில் நடைபெற்ற உலக மதங்களின் கருத்தரங்குக்கு விவேகானந்தர் சென்ற அதே கப்பலில் டாடாவும் பயணித்தார். அப்போது அவர்கள் இருவரும் அறிவியலுக்கும் மதத்திற்கும் இடையே இருந்த ஒற்றுமைகளைப் பற்றி விவாதித்தனர். பின்னர் டாடா விவேகானந்தருக்குக் கீழ்க்கண்ட கடிதத்தை எழுதினார்:

எஸ்பிலனேட் ஹவுஸ்,
பாம்பே
23 நவம்பர் 1898

அன்புள்ள சுவாமி விவேகானந்தர் அவர்களுக்கு,

நீங்கள் சிகாகோவுக்குப் பயணித்த கப்பலில் ஜப்பானிலிருந்து சிகாகோவிற்கு நானும் உங்களுடன் பயணித்திருந்தது உங்களுக்கு நினைவிருக்கும் என்று நான் நம்புகிறேன். நம்முடைய உரையாடலின்போது, இந்தியாவில் துறவு மனப்பான்மை அதிகரித்துக் கொண்டிருந்ததாகவும், அது சரியான திசையில் திருப்பிவிடப்பட வேண்டும் என்றும் நீங்கள் கூறியதை நான் இப்போது நினைவுகூர்கிறேன்.

இந்தியாவில் அறிவியல் ஆய்வுக்காக ஒரு கல்வி நிறுவனத்தைத் துவக்க வேண்டும் என்ற முயற்சியில் நான் இறங்கியுள்ளேன். அதைப் பற்றி நீங்கள் கண்டிப்பாகக் கேள்விப்பட்டிருப்பீர்கள். நீங்கள் கூறியிருந்த துறவு மனப்பான்மையுடன்கூடிய நபர்களைச் சரியான திசையில்

திருப்புவதற்கு அவர்களுக்குக் குடியிருப்புகளை அமைத்துக் கொடுத்து, அவர்களை அறிவியலின் பக்கம் ஈர்ப்பது சிறந்த வழியாக இருக்கும் என்று எனக்குத் தோன்றுகிறது. இப்படிப்பட்ட ஒரு முயற்சி ஒரு சரியான தலைவரால் முன்னெடுக்கப்பட்டால், அறிவியல், துறவு மனப்பான்மை ஆகிய இரண்டுக்கும் அது உதவியாக இருக்கும். அதை வழிநடத்திச் செல்ல உங்களைத் தவிர வேறு எவரும் பொருத்தமாக இருக்க மாட்டார்கள் என்று நான் கருதுகிறேன். என்னுடைய இந்த வேண்டுகோளை உங்களால் ஏற்றுக் கொள்ள முடியுமா? நம் மக்களின் உணர்வுகளைத் தட்டியெழுப்புகின்ற ஒரு வீராவேச உரையை நீங்கள் எழுதுவதன் மூலம் அதைத் துவக்கலாம். அப்படி ஒன்றை நீங்கள் எழுதினால், அதைப் பிரசுரிப்பதற்கான செலவை நான் ஏற்றுக் கொள்கிறேன்.

அன்புடன்,

தங்கள் உண்மையுள்ள,
ஜாம்செட்ஜி டாடா

ஐஐடி, ஐஐஎம் உட்பட, இந்தியாவிலுள்ள பிற உயர் கல்வி நிறுவனங்களிலிருந்து இந்திய அறிவியல் கழகம் முற்றிலும் வேறுபட்டது. அறிவியல் ஆய்வுக்கு முக்கியத்துவம் கொடுக்கின்ற அம்சம்தான் அது. இங்கு இளங்கலைப் பட்டப்படிப்பு மாணவர்களைவிட, முதுகலைப் பட்டப்படிப்பிலும் முனைவர் பட்டப்படிப்பிலும் ஈடுபட்டுள்ள மாணவர்களின் எண்ணிக்கை மிக அதிகம். இந்தியாவில் இருக்கின்ற இதைப் போன்ற ஒரு பெரிய கல்வி நிறுவனத்தில் இது மிகவும் அபூர்வம்.

இந்தக் கல்வி நிறுவனம் தனக்கான நிதிக்காக முழுமையாகப் பல்கலைக்கழக மானியக் குழுவை நம்பி இல்லை. பாதுகாப்பு ஆராய்ச்சி மற்றும் வளர்ச்சி நிறுவனம், இந்திய விண்வெளி ஆராய்ச்சி நிறுவனம், ஒன்றிய அரசின் அறிவியல் தொழில்நுட்பத் துறை போன்ற பிற அரசு அமைப்புகளும் இதற்கு நிதியுதவி அளிக்கின்றன. இது, இதில் வேலை பார்த்து வருகின்ற பேராசிரியர்கள் ஆய்வுகளை மேற்கொள்ளத் தேவையான நிதியை வழங்குவதோடு, அவர்களுக்கு நேரத்தையும் கொடுக்கிறது. இதன் பேராசிரியர்களின் ஆய்வுக் கட்டுரைகள், சர்வதேச முறையைப் பின்பற்றி சக பேராசிரியர்களால் மதிப்பீடு செய்யப்படுகின்றன. அதன் அடிப்படையில் அப்பேராசிரியர்களின் வேலைக் காலம் நிர்ணயிக்கப்படுகிறது.

அடுத்தடுத்து வந்த ஒன்றிய அரசுகள், இந்திய அறிவியல் கழகத்தின் செயல்பாடுகளிலும், அதன் ஆய்வுகளுக்கும், கட்டமைப்புகளுக்கும், கற்றுக் கொடுக்கப்படுதல் தொடர்பான விஷயங்களுக்கும் நிதி ஒதுக்குவதிலும் தலையிடாமல் இருந்தன.

அக்கல்லூரி, முடிந்தவரை சுதந்திரமாக இயங்க அது அதற்கு உதவியது. இருபதாண்டுகளுக்கு முன், இந்திய அறிவியல் கழகம் தொழிற்துறையுடன் இணைந்து செயல்பட்டுக் கொண்டிருந்ததைப் பற்றியும், சமூகப் பிரச்சனைகளுக்கு நடைமுறைக்கு உகந்த தீர்வுகளை உருவாக்கிக் கொண்டிருந்ததைப் பற்றியும் யுனெஸ்கோ ஓர் ஆய்வு மேற்கொண்டது. எங்களைப்போல நீங்களும் அந்த வளாகத்தைச் சுற்றிப் பார்த்தால், அங்குள்ள மாணவர்களிடமும் பேராசிரியர்களிடமும் ஊடுருவியிருக்கும் அறிவுசார் ஆற்றலையும் உற்சாகத்தையும் உங்களால் கண்டிப்பாக உணர முடியும்.

புதிய கோவில்கள்: பொதுத்துறை ஆய்வுப் பல்கலைக்கழகங்கள்

மேட்டிமைவாதம் பெரும்பாலான சமயங்களில் ஒரு மோசமான வார்த்தையாகவே பார்க்கப்படுகிறது. ஆனால், ஆய்வுகளைப் பொறுத்தவரை மேட்டிமைவாதம் இன்றியமையாதது. ஏனெனில், ஆய்வுகளில் முன்னணியில் இருப்பது மிகவும் கடினம். நாங்கள் முன்வைக்கின்ற பாதையை இந்தியா தேர்ந்தெடுக்கும் பட்சத்தில், அதற்கு, இந்திய அறிவியல் கழகம் போன்ற உயர்தர ஆராய்ச்சிப் பல்கலைக்கழகங்கள் இன்னும் அதிக எண்ணிக்கையில் தேவைப்படும். அந்த ஆராய்ச்சி நிறுவனங்கள் மேற்கொள்கின்ற ஆய்வுகளைப் பயன்படுத்தி நம்முடைய தொழிற்துறை புத்தாக்க முயற்சிகளில் ஈடுபட்டுப் பெரும் பாய்ச்சலைக் காண முடியும்.

உயர்தர ஆராய்ச்சிப் பல்கலைக்கழகங்களின் எண்ணிக்கையை அதிகரித்து அவற்றுக்கான நிதியையும் உயர்த்த வேண்டும்

இந்திய அரசு, இந்தியாவிலுள்ள 20 பல்கலைக்கழகங்களை 'உன்னதக் கல்வி நிறுவனங்கள்' என்று அறிவித்துள்ளதன் மூலம் ஒரு நல்ல நோக்கத்தை வெளிப்படுத்தியுள்ளது. அப்பல்கலைக்கழகங்கள் கூடுதல் சுதந்திரத்தோடு இயங்குவதற்கும், கூடுதல் நிதியைப் பெறுவதற்கும் இது உதவும். ஆனால், இதற்கான பரிந்துரைகள் முதன்முதலாக அறிவிக்கப்பட்டபோது, அந்நேரத்தில் இன்னும் திறக்கப்பட்டிராத ரிலையன்ஸ் அறக்கட்டளையின் ஜியோ இன்ஸ்டிடியூட்டின் பெயரும் அதில் இடம்பெற்றிருந்தது பெரும் சர்ச்சையைக் கிளப்பியதால், அதற்குப் பிறகு வெளியிடப்பட்டப் பரிந்துரைப் பட்டியல் பொதுத் தரவரிசையின்படி அமைக்கப்பட்டுள்ளதுபோலத் தெரிகிறது. அப்படியெனில், ஏற்கனவே இயங்கிக் கொண்டிருக்கின்ற பல்கலைக்கழகங்கள் மட்டுமே அதில் இடம்பெறும். எடுத்துக்காட்டாக, இந்திய அறிவியல் கழகம், முதன்முதலில் தோற்றுவிக்கப்பட்டிருந்த ஐஐடிகள் போன்றவை இதில் கண்டிப்பாக இடம்பிடித்துக் கொள்ளும். இந்தக் கல்வி நிறுவனங்களுக்கு ஏற்கனவே நிறைய சுதந்திரமும் நிதி வளமும் இருக்கின்றன. அதனால், நாம் இளம் பல்கலைக்கழகங்கள்மீது கவனம் செலுத்த

வேண்டும். அதோடு, ஏற்கனவே இருக்கின்ற பெருமை வாய்ந்த உயர் கல்வி நிலையங்களில், ஆராய்ச்சிக்கும், முனைவர் பட்டப்படிப்பு மாணவர்களை இன்னும் அதிக எண்ணிக்கையில் உருவாக்குவதற்கும் முக்கியத்துவம் கொடுக்கப்பட வேண்டும்.

ஆராய்ச்சி

இந்திய ஆராய்ச்சியை ஊக்குவிப்பதற்கு, ஆராய்ச்சிக்காக ஒதுக்கப்படுகின்ற பணத்தைப் பெருமளவு அதிகரிக்க வேண்டும். எடுத்துக்காட்டாக, பல குழுக்கள் பரிந்துரைத்துள்ள தேசிய ஆராய்ச்சிக் கழகம் ஒன்றைத் தொடங்கலாம். அரசின் நிதியுதவியுடன் இயங்கினாலும் அது முழு சுதந்திரத்துடன் செயல்பட அனுமதிக்கப்பட வேண்டும். இந்த அமைப்பு, மூல ஆராய்ச்சிகளுக்கு நிதியுதவி செய்ய வேண்டும். சில முக்கியமான துறைகளுக்கு முன்னுரிமை கொடுக்கப்படலாம்.

தேசிய ஆராய்ச்சிக் கழகத் திட்டத்திற்கு, அடுத்த ஐந்து ஆண்டுகளுக்கு மிகச் சிறிய தொகையான 50,000 கோடி ரூபாய் ஒதுக்க உத்தேசிக்கப்பட்டுள்ளது. அதில் 70 சதவீதத் தொகையைத் தனியார் பங்களிப்பர் என்று கூறப்பட்டுள்ளது. தப்பித் தவறி இதற்குத் தனியார் நிறுவனங்கள் நன்கொடை அளிக்க முன்வந்தால்கூட, நாங்கள் மனத்தில் வைத்திருக்கின்ற பணிக்கு இது சுண்டைக்காய் பணமாகத்தான் இருக்கும். நாங்கள் முன்மொழிகின்ற வளர்ச்சிப் பாதையில் இந்தியா அடியெடுத்து வைக்கின்ற பட்சத்தில், அடுத்தப் பத்தாண்டுகளுக்கு உள்ளாகவே, பல்கலைக்கழகங்களில் மேற்கொள்ளப்படுகின்ற அடிப்படை ஆய்வுகளுக்கு ஆதரவளித்தல், அறிவியல் கருவிகளை வாங்குதல், முனைவர் படிப்புப் படிக்கின்ற மாணவர்களுக்குப் பயிற்சியளித்தல் போன்றவற்றுக்கு, தொடக்கத்தில் பல ஆயிரம் கோடி ரூபாயும், போகப் போகப் பல இலட்சம் கோடிகளும் தேவைப்படும். இன்று அறிவியல் ஆய்வுகளுக்கு ஒதுக்கப்படுகின்ற பணத்தோடு ஒப்பிடுகையில் இது மலைக்க வைக்கின்ற தொகையாக இருக்கலாம். ஆனால், உலக ஆராய்ச்சித் தளத்தில் இந்தியா ஒரு முக்கியமான நபராகக் களம் இறங்க வேண்டுமென்றால், இது கண்டிப்பாகத் தேவை. எடுத்துக்காட்டாக, அமெரிக்காவில், தேசிய அறிவியல் கழகம், தேசிய சுகாதார நிறுவனங்கள் ஆகியவற்றுக்கு மட்டும் 5 இலட்சம் கோடி ரூபாய் ஒதுக்கப்படுகிறது. இதில் இராணுவ ஆராய்ச்சிக்கு ஒதுக்கப்படுகின்ற பணம், தனியார் மூலமாகப் பல்கலைக்கழகங்களுக்குக் கிடைத்துக் கொண்டிருக்கின்ற பணம் போன்றவை கணக்கில் எடுத்துக் கொள்ளப்படவில்லை. ரோகித் லாம்பா முனைவர் பட்டம் பெற்றப் பிரின்ஸ்டன் பல்கலைக்கழகம் மட்டும் நன்கொடைகள் மூலம் சேகரித்து வைத்திருக்கும் மொத்தப் பணம் 3 இலட்சம் கோடி ரூபாய்.

உயர் கல்வித் துறையில் அறிவியல் ஆராய்ச்சிகளுக்குக் கூடுதலாகப் பணம் ஒதுக்கப்படுவதற்கு நாம் எப்படியாவது ஏற்பாடு

செய்தாக வேண்டும். நம்முடைய செலவீனங்களை நம்மால் சரியான முறையில் முன்னுரிமைப்படுத்த முடிந்தால், அது சாத்தியம்தான். ஒன்றிய அரசு, கடந்த ஆண்டு தன்னுடைய வரவு- செலவுத் திட்டத்தில் கல்விக்காக ஒதுக்கியுள்ள தொகை 44,000 கோடி ரூபாய். ஆனால், முன்னுரையில் நாங்கள் குறிப்பிட்டிருந்ததுபோல, இதில் கிட்டத்தட்ட மூன்றில் ஒரு பங்கு தொகையான 16,500 கோடி ரூபாயை, அமெரிக்க நிறுவனமான மைக்ரான், நுண் சில்லுகளை இணைத்து, கோர்த்து, சோதித்து, ஏற்றுமதி செய்வதற்கான ஒரு தொழிற்சாலையை இந்தியாவில் நிறுவுவதற்கு அதற்கு மானியமாகக் கொடுக்க இந்திய அரசு முன்வந்துள்ளது. அதேபோல, 2.25 இலட்சம் கோடி ரூபாய் வேதி உர மானியமாகக் கொடுக்கப்படுகிறது. இந்தப் பாகுபாடுகள், நம் நாடு எதற்கு முன்னுரிமை அளிக்கிறது என்பதைத்தான் வெளிப்படுத்துகின்றன.

ஆராய்ச்சிக்குக் கூடுதலாக ஒதுக்கப்படுகின்ற நிதி, பொதுவாக ஆராய்ச்சியாளர்கள் வழமையாக மேற்கொள்கின்ற ஆய்வுகளுக்குப் பயன்படுத்தப்படும் என்பதில் சந்தேகமில்லை. இவற்றில் ஒரு சில ஆய்வுகள் முக்கியமான கண்டுபிடிப்புகளுக்கு இட்டுச் செல்லக்கூடும். ஆனால், முக்கியமான கண்டுபிடிப்புகள் உறுதியாக நிகழ வேண்டுமென்றால், ஏராளமான ஆராய்ச்சியாளர்களும் பெரும் பணமும் தேவை. பொதுவாக, எப்படிப்பட்ட ஆராய்ச்சிகள் மேற்கொள்ளப்பட வேண்டும் என்பதில் அரசு தலையிடக்கூடாது என்பதில் நாங்கள் உறுதியாக இருந்தாலும், எந்தத் துறைகளில் இந்தியாவுக்கு அனுகூலம் கிடைக்கும் என்பது குறித்து வல்லுநர்களுடன் கலந்தாலோசித்து, சில முக்கியமான துறைகளை அது தேர்ந்தெடுத்தாக வேண்டும். புதிய மருந்துகள் அல்லது தடுப்பூசிகள் கண்டுபிடிப்பு, செயற்கை நுண்ணறிவு, தக்கவைத்துக் கொள்ளக்கூடிய ஆற்றல் சேமிப்பு போன்றவை அதற்கான சில எடுத்துக்காட்டுகள். தேர்ந்தெடுக்கப்படுகின்ற துறைகள், தேசியப் பாதுகாப்பு முக்கியத்துவம் வாய்ந்தவையாகவோ, வருங்காலப் பொருளாதார வளர்ச்சிக்கு இட்டுச் செல்பவையாகவோ, அல்லது தனியார் துறையால் முதலீடு செய்ய முடியாத அளவுக்கு பிரம்மாண்டமானவையாகவோ இருத்தல் வேண்டும். முன்னுரிமை அளிக்கப்படுவதற்குத் தேர்ந்தெடுக்கப்படுகின்ற துறைகள் குறைவான எண்ணிக்கையில் இருப்பது நல்லது. அப்போதுதான் முக்கியத்துவம் வாய்ந்த கண்டுபிடிப்புகள் அவற்றில் நிகழ்வதற்கு வாய்ப்பு ஏற்படும். மாறாக, எண்ணற்றத் துறைகளில் குறுகிய காலத்திற்கு ஆராய்ச்சிகள் மேற்கொண்டால், அதனால் எந்தப் பயனும் ஏற்படாமல் போவதற்குத்தான் வாய்ப்புகள் அதிகம்.

தேசிய ஆராய்ச்சிக் கழகம் பெருந்தொகையை விநியோகிக்கின்ற பொறுப்பில் இருக்கும் என்பதால், அது சுதந்திரமாகச் செயல்பட அனுமதிக்கப்பட வேண்டும்; அதன் நடவடிக்கைகள் அனைத்திலும் வெளிப்படைத்தன்மை இருப்பது உறுதி செய்யப்பட வேண்டும். அரசியல் மற்றும் கல்வியியல் கொள்கை வகுப்புத் தளத்தில், முன்னுரிமைத் துறைகள் அடையாளம் காணப்பட்டுவிட்டப் பிறகு,

ஒவ்வொரு துறையிலும் தனித்தனியாகக் குழுக்கள் அமைக்கப்பட வேண்டும். அக்குழுக்களில் அரசு அதிகாரிகள் இடம்பெறக்கூடாது. கல்வியாளர்களும் வல்லுநர்களும் அவற்றில் இடம்பெற வேண்டும். ஆராய்ச்சிகளுக்கு நிதியுதவி கேட்டு வருகின்ற விண்ணப்பங்கள் அக்குழுக்களால் பரிசீலிக்கப்பட்டு, யாருக்கெல்லாம் நிதி வழங்குவது என்பது முடிவு செய்யப்பட வேண்டும். நிதியுதவி அளிக்கப்பட்டப் பிறகு, குறிப்பிட்டக் கால இடைவெளிகளில் அவை மதிப்பாய்வு செய்யப்பட வேண்டும். அதன் முடிவுகளின் அடிப்படையில், நிதி வழங்குவது தொடரப்பட வேண்டுமா, கூடாதா என்பது தீர்மானிக்கப்பட வேண்டும்.

ஓர் ஆராய்ச்சியின் விளைவாக உருவாக்கப்படுகின்ற அறிவுசார் சொத்து, அதைக் கண்டுபிடித்த ஆராய்ச்சியாளர்களுக்கும், அவர்கள் அந்த ஆராய்ச்சியை மேற்கொள்ள அனுமதித்தப் பல்கலைக்கழகத்திற்கும் சொந்தமாக இருக்க வேண்டும். அந்தக் கண்டுபிடிப்பு வணிகரீதியாகப் பயன்படுத்தப்படுகின்றபோது கிடைக்கின்ற பொருளாதாரப் பயனின் ஒரு பகுதி அப்பல்கலைக்கழகத்திற்குச் சென்றால், அந்தப் பணத்தை, மேலும் ஆராய்ச்சிகள் மேற்கொள்ள அது பயன்படுத்திக் கொள்ளும். அதோடு, பல்கலைக்கழகங்கள் ஆராய்ச்சிக் கலாச்சாரத்தை உருவாக்க அது அவர்களை ஊக்குவிக்கும்.

ஆராய்ச்சிகள் நாட்டுக்குப் பல பலன்களை ஈட்டித் தரும் என்பதால், ஆராய்ச்சிக் கட்டமைப்புகளை உருவாக்குவதற்கு நிதியுதவி அளிப்பது தேசிய ஆராய்ச்சிக் கழகத்தின் இரண்டாவது முக்கியச் செயல்பாடாக இருக்க வேண்டும். அந்த நிதியுதவி, நன்றாக நடத்தப்பட்டுக் கொண்டிருக்கின்ற தனியார் கல்வி நிறுவனங்களுக்கும் நீட்டிக்கப்பட வேண்டும். அறிவியல், தொழில்நுட்ப, மற்றும் பொறியியல் கல்வி நிறுவனங்கள் பலவற்றில் அடிப்படை ஆய்வுக் கருவிகள்கூட இல்லை. அவையெல்லாம் 'உன்னதக் கல்வி நிறுவனங்களாக' இல்லாமல் இருக்கலாம். ஆனால், அந்த நிறுவனங்களின் பேராசிரியர்களுக்கும் மாணவர்களுக்கும் ஊக்கமும் நிதியும் வழங்கப்பட்டால், அவர்களிடமிருந்துகூட ஒரு சி.வி. ராமன் உருவாகக்கூடும்!

பேராசிரியர் குழுமம்

ஆராய்ச்சிக்கு முக்கியத்துவம் கொடுக்கின்ற பல்கலைக்கழகங்கள் முதல் தரமான முனைவர் மாணவமணிகளை உருவாக்க வேண்டும். அப்படித் தயார் செய்யப்பட்டவர்கள், பிற ஆராய்ச்சிப் பல்கலைக்கழகங்களில் மட்டுமல்லாமல், வேலைச் சந்தையில் வெற்றிக் கனியைப் பறிப்பதற்கு ஏற்ற விதத்தில் தரமான பட்டதாரிகளை உருவாக்குகின்ற வேறு உயர்தரக் கல்லூரிகளிலும் பல்கலைக்கழகங்களிலும் பேராசிரியர்களாக மிளிர முடியும். தாங்கள் முனைவர் பட்டப்படிப்பில் ஈடுபட்டிருக்கும்போது தங்களுக்கு நியாயமான ஊக்க ஊதியம் கிடைக்கும் என்பதைப்

புத்திசாலி மாணவர்கள் கண்டுகொண்டால், வங்கியாளர்களாகவும் ஆலோசகர்களாகவும் ஆகின்ற யோசனையை அவர்கள் கைவிட்டுவிடுவர். எனவே, பல்கலைக்கழகங்களில் முனைவர் படிப்புத் திட்டங்களுக்கு நிதியுதவி அளிப்பது தேசிய ஆராய்ச்சிக் கழகத்தின் மூன்றாவது செயல்பாடாக இருக்க வேண்டும்.

நம்முடைய தலைசிறந்த பல்கலைக்கழகங்களில்கூட ஆராய்ச்சிகள் பின்னுக்குத் தள்ளப்பட்டுவிட்டதால், ஆராய்ச்சிக் கலாச்சாரத்தை மீட்டெடுத்து அதற்குப் புத்துயிர் கொடுப்பதற்குச் சிறிது காலம் பிடிக்கும். அசோகா பல்கலைக்கழகம், ஓ.பி. ஜின்டால் பல்கலைக்கழகம், அகமதாபாத் பல்கலைக்கழகம், அசிம் பிரேம்ஜி பல்கலைக்கழகம் போன்ற புதிய தனியார் பல்கலைக்கழகங்களும் ஆராய்ச்சியில் தழைத்தோங்கக்கூடும். அதனால், திறமையான பேராசிரியர்களை வளைப்பதற்குப் போட்டி ஏற்படக்கூடும். அப்போட்டியில் குதிப்பதற்கு ஏதுவாக, பொதுத்துறைப் பல்கலைக்கழகங்கள் திறமைமிக்கப் பேராசிரியர்களை நல்ல சம்பளத்தில் நியமிப்பதற்கு தேசிய ஆராய்ச்சிக் கழகம் நிதியுதவி அளிக்க முன்வர வேண்டும்.

தகுதி வாய்ந்த பேராசிரியர்கள் இந்தியாவில் கிடைப்பார்கள் என்றாலும், போட்டியின் காரணமாக, வெகுவிரைவில் அதற்குப் பஞ்சம் உண்டாகலாம். அதனால், நாம் இந்தியாவுக்கு வெளியேயும் சிறந்த பேராசிரியர்களுக்கு வலை விரிக்க வேண்டும். இந்தியாவைப் பூர்விகமாகக் கொண்ட, தற்போது வெளிநாடுகளில் வேலை பார்த்துக் கொண்டிருக்கின்ற பேராசிரியர்கள் நமக்குக் கிடைப்பர். நம்முடைய அண்டை நாடுகள் உட்பட வேற்று நாட்டுப் பேராசிரியர்களைப் பணியில் அமர்த்துவதற்கும் நாம் தயாராக இருக்க வேண்டும். உலகின் தலைசிறந்த திறமைசாலிகள், உலகின் எந்த மூலையில் இருந்தாலும், அவர்களைக் கவர்ந்திழுக்க நாம் தயாராக இருக்க வேண்டும். அவர்களில் பலர் இங்கு வரும்போது தங்களுடைய செய்நுட்ப அறிவையும் நிபுணத்துவத்தையும் தங்களுடன் கொண்டுவருவர். அவற்றில் சிலவற்றை நாமே பெற வேண்டுமென்றால், அதற்கு நமக்குப் பல பத்தாண்டுகள் பிடிக்கக்கூடும்.

திறமைசாலிகளைக் கவர்ந்திழுக்க வேண்டுமென்றால், உயர் கல்விசார் ஆராய்ச்சியாளர்களுக்கு வழங்கப்படுகின்ற சம்பளத்தில் நாம் இன்னும் தாராளமாக நடந்து கொள்ள வேண்டும். அரசாங்கம் அவர்களை வழமையான அரசுப் பணியாளர்களைப்போலக் கருதி அவர்களுக்குக் குறிப்பிட்டச் சம்பள வீதத்தை நிர்ணயிப்பதை நிறுத்திக் கொள்ள வேண்டும். திறமையான ஆராய்ச்சியாளர்கள் உலக அளவில் மிகவும் தேவைப்படுகின்றனர். போட்டியில் அவர்களை நாம் இந்தியாவுக்குக் கொத்திக் கொண்டு வருகின்ற விதத்தில், தகுதியானவர்களுக்கு அள்ளிக் கொடுக்க நாம் யோசிக்கக்கூடாது.

கல்விச் சூழல் சுதந்திரம்

விவாதிப்பதற்கான ஒரு சூழல், தேவைப்படுகின்றபோது

அடுக்கதிகார அமைப்புகளை மீறிச் செல்வதற்கான சுதந்திரம், புரட்சிகரமான கருத்துகளைக் கொண்டு, ஆழமாக வேரூன்றியுள்ள யோசனைகளுக்குச் சவால் விடுவதற்கான உரிமை போன்றவை செம்மையான கல்விசார் கலாச்சாரத்தைப் பேணுவதற்கு இன்றியமையாதவை. ஆனால், எதேச்சதிகார அரசுகளால் இதை சகித்துக் கொள்ள முடியாது. அவை, பெரும்பாலும் பல்கலைக்கழக நிர்வாகக் குழுவை அல்லது தலைமை நிர்வாகிகளைக் கையில் போட்டுக் கொண்டு, தம்முடைய சித்தாந்தங்களுக்குச் சாதகமாக இருக்கின்ற, தமக்கு சலாம் போடுகின்ற நபர்களுக்குப் பதவிகளை வழங்கவும், வணங்காமுடிகளைத் தண்டிக்கவும் முயல்வதன் மூலம் இவற்றில் தலையிடும். தேசிய ஆராய்ச்சிக் கழகத்தில் அரசியல்வாதிகளும் அரசு அதிகாரிகளும் ஆதிக்கம் செலுத்த அனுமதிப்பது, தரம் கீழே சரிவதற்கு வழி வகுத்துவிடும். நாம் சுதந்திரச் சிந்தனைப் போக்கைப் பாதுகாக்க வேண்டுமென்றால், உலகிலுள்ள தலைசிறந்த திறமைசாலிகளைக் கவர்ந்திழுக்க வேண்டுமென்றால், அரசு நிர்வாகப் பிரச்சனையைச் சமாளிப்பது தொடர்பாக நாங்கள் முன்வைத்துள்ள பரிந்துரைகளை இங்கும் அமல்படுத்த வேண்டியிருக்கும்.

உயர் கல்வி நிறுவனங்களின் கற்பித்தல் தரம் உயர்த்தப்பட வேண்டும்

உயர் கல்வி நிறுவனங்களின் கற்பித்தல் பக்கம் பார்வையைத் திருப்பினால், இந்தியாவில் எண்ணற்றச் சிறு கல்லூரிகள் இருப்பது நம் கண்களில் படுகிறது. 2019 ஆம் ஆண்டுவாக்கில், இந்தியாவில் இருந்த 51,649 கல்லூரிகளில் படித்துக் கொண்டிருந்த மாணவர்களின் மொத்த எண்ணிக்கை 3.6 கோடியாகும். அதாவது, ஒரு கல்லூரியில் சராசரியாக 697 மாணவர்கள் படித்துக் கொண்டிருந்தனர். சீனாவிலுள்ள 2,699 கல்வி நிறுவனங்களில் 4.2 கோடி மாணவர்கள் படித்துக் கொண்டிருக்கின்றனர். அங்கு, ஒரு கல்லூரியில் படித்துக் கொண்டிருக்கின்ற மாணவர்களின் சராசரி எண்ணிக்கை 15,561. ஒரு சிறிய கல்லூரியால் ஒரு பெரிய பல்கலைக்கழகம் வழங்குகின்ற அளவு நிறையப் பாடங்களை வழங்க முடியாது; படிப்பு முடிந்ததும், மாணவர்களுக்கு வேலைவாய்ப்பை வழங்குவதற்குத் தன்னுடைய வளாகத்திற்கே வணிக நிறுவனங்களை வரவழைப்பதற்கென்று ஒரு நிரந்தரமான அலுவலகத்தை அச்சிறிய கல்லூரியால் நிறுவ முடியாது; தன்னுடைய மாணவர்களுக்குப் பெரிய நிறுவனங்களில் வேலைப் பயிற்சிக்கான வாய்ப்புகளை வாங்கிக் கொடுப்பதற்குத் தேவையான தொடர்புகளை ஏற்படுத்திக் கொள்ளவும் அதனால் முடியாது. அதனால், சில சிறிய கல்லூரிகள் ஒன்றிணைந்து ஒரு பெரிய கல்லூரியாக உருவெடுக்க வேண்டும். அல்லது, அருகிலுள்ள கல்லூரிகள், தேர்ந்தெடுப்பதற்கு மாணவர்களுக்கு அதிக வாய்ப்புகள் இருக்கின்ற விதத்தில் தமக்கிடையே ஒரு பொதுவான பிணைப்பை உருவாக்கிக் கொள்ள வேண்டும்.

நாட்டில் இருக்கின்ற அனைத்துக் கல்லூரிகளின் தரத்தையும் மேம்படுத்துவதற்கு, அவை ஒவ்வொன்றும், அவை தொடங்கப்பட்டு ஐந்து ஆண்டுகளுக்குள், தர நிர்ணயங்களை வழங்குகின்ற ஓர் அமைப்பால் மதிப்பீடு செய்யப்பட்டு அங்கீகாரம் பெறுவதைக் கட்டாயமாக்க வேண்டும். பிறகு, ஆசிரியர்களின் கற்பிக்கும் திறனும், மாணவர்களுக்கு அளிக்கப்படுகின்ற ஆதரவின் தரமும் சோதனைக்கு உட்படுத்தப்பட வேண்டும். அதற்குப் பின்னர் ஐந்தாண்டுகளுக்கு ஒரு முறை அந்த அங்கீகாரம் புதுப்பிக்கப்பட வேண்டும் என்பதும் கட்டாயமாக்கப்பட வேண்டும். இதற்கு, கல்லூரிகளுக்கு அங்கீகாரம் வழங்குகின்ற 'தேசிய மதிப்பீடு மற்றும் அங்கீகார ஆணையம்' விரிவாக்கப்பட வேண்டும். மிகச் சிறப்பாகச் செயல்பட்டுக் கொண்டிருக்கின்ற கல்வி நிறுவனங்களுக்குக் கூடுதல் சுதந்திரம் வழங்கப்பட வேண்டும்.

ஒரு கல்லூரி மோசமாகச் செயல்பட்டுக் கொண்டிருப்பது கண்டுபிடிக்கப்பட்டால், அது தன்னைத் திருத்திக் கொள்வதற்கு இரண்டாண்டு கால அவகாசத்தை அதற்கு வழங்கலாம். அக்காலகட்டத்தில் அது இன்னும் உற்றுக் கவனித்து வரப்பட வேண்டும். அந்த இரண்டாண்டுகளின் முடிவிலும் அக்கல்லூரி செயல்படும் விதம் மேம்படவில்லை என்றால், பல்கலைக்கழக மானியக் குழு, அக்கல்லூரியில் ஏற்கனவே படித்துக் கொண்டிருக்கும் மாணவர்களின் படிப்புக் காலம் முடிந்தவுடன் அதை மூடிவிடப் பரிந்துரைக்கலாம். அல்லது, அருகேயுள்ள வலிமையான கல்லூரிகளுடன் அதை இணைத்துவிடலாம். ஆனால், பல்கலைக்கழக மானியக் குழுவுக்கோ அல்லது இது போன்ற விஷயங்களைக் கட்டுப்படுத்துகின்ற வேறு ஏதாவது ஓர் அமைப்புக்கோ கூடுதல் அதிகாரங்கள் வழங்கப்பட்டால்தான் இது சாத்தியப்படும்.

மோசமாகச் செயல்பட்டுக் கொண்டிருக்கின்ற கல்லூரிகளை அடையாளம் கண்டு அவற்றைத் தவிர்ப்பதற்குத் தேவையான தரவுகள் மாணவர்களுக்குக் கிடைக்க வழி செய்யப்பட வேண்டும். ஒரு கல்லூரியில் படித்த மாணவர்கள், அதற்கு மூன்று ஆண்டுகளுக்குப் பிறகு வாங்கிக் கொண்டிருக்கும் சராசரிச் சம்பளம் குறித்த விபரங்களை, அரசு தன்னிடமிருக்கும் தரவுகளின் அடிப்படையில் பொதுவெளியில் வெளியிட வேண்டும். மோசமான கல்லூரிகள் பற்றிய தரவுகள் கல்விக் கடன் கொடுக்கும் அமைப்புகளுடன் பகிர்ந்து கொள்ளப்பட வேண்டும். இப்படிப்பட்டக் கல்விக் கடன்களுக்கு அரசு உத்தரவாதம் கொடுக்க மறுத்துவிட வேண்டும். தம்மைத் திருத்திக் கொள்ள மோசமான கல்லூரிகளுக்கு இவை அழுத்தம் கொடுக்கும்.

உலகத்திடமிருந்து நன்மை பெறுதல்

இந்தியாவின் உயர் கல்வி அமைப்புமுறையில் சீர்திருத்தங்கள் மேற்கொள்ளப்பட்டுக் கொண்டிருக்கின்ற அதே வேளையில், இந்தியா எந்த அளவுக்கு உலகின் பல நாடுகளிலுள்ள சர்வதேசக்

கல்வி நிறுவனங்களைச் சார்ந்துள்ளது என்பதை உணர்ந்து கொண்டு, அதை அது தனக்குச் சாதகமாகப் பயன்படுத்திக் கொள்ள வேண்டும். இந்தியா காலங்காலமாகத் தன்னுடைய மாணவர்களை முதுகலைப் பட்டப்படிப்பு படிப்பதற்கும் முனைவர் பட்டப்படிப்பு படிப்பதற்கும் உலகெங்கும் அனுப்பி வந்துள்ளது. நாங்கள் இருவருமே அதற்கான எடுத்துக்காட்டுகள். அதை நாம் தொடர வேண்டும். அதே சமயத்தில், நாம் வெளிநாடுகளுக்கு அனுப்பி வைக்கின்ற மாணவர்களை இந்தியாவுக்குத் திருப்பிக் கவர்ந்திழுப்பதற்கு முயற்சி செய்ய வேண்டும். இந்தியாவில் ஆராய்ச்சிக்கான வாய்ப்புகள் மேம்படுத்தப்பட்டால், உயர்நிலைப் பேராசிரியர்களுக்கு மேம்பட்ட ஊதியம் வழங்கப்பட்டால், இது சாத்தியப்படும்.

கடந்த சில பத்தாண்டுகளில், இளங்கலைப் பட்டப்படிப்பு அமைப்புமுறை சரியாகச் செயல்படாததால், இந்தியர்கள் இளங்கலைப் பட்டப்படிப்புக்கு வெளிநாடுகளுக்குச் செல்வது கணிசமாக அதிகரித்துள்ளது. இந்திய ஒன்றிய அரசின் கல்வி அமைச்சகத்தின் ஓர் அறிக்கையின்படி, 2022 இல் மட்டும் இளங்கலைப் பட்டப்படிப்புக்காக வெளிநாடு சென்றவர்களின் எண்ணிக்கை 7,70,000. இந்தப் புள்ளிவிபரங்கள் விவகாரமானவை. ஏனெனில், இந்தியாவைவிட்டு வெளியே செல்கின்ற இந்தியர்கள், தாங்கள் எதற்காக வெளிநாடுகளுக்குச் செல்கிறோம் என்பதைத் தெரிவிக்கத் தேவையில்லை. ஆனால், 2022 நிதியாண்டில் மட்டும் 520 கோடி டாலர்கள் பணம் வெளிநாட்டில் படிப்பதற்காக இந்திய மாணவர்களால் செலவிடப்பட்டுள்ளது – இது குறைந்தபட்ச அளவாகத்தான் இருக்க வேண்டும்.

தனக்குத் தேவை எழும்போது இந்தியா பயன்படுத்திக் கொள்ளத்தக்க ஒரு வள ஆதாரம், வெளிநாடுகளில் வாழ்கின்ற இந்தியர்கள். இங்கு ஓர் அரிய வாய்ப்பும் ஒளிந்திருக்கிறது. நம்மால் நம்முடைய தரமான பல்கலைக்கழகங்களின் எண்ணிக்கையை அதிகரிக்க முடிந்தால், இப்போது இளங்கலைப் பட்டப்படிப்பிற்காக வெளிநாடுகளுக்குச் சென்று கொண்டிருக்கின்ற இந்திய மாணவர்கள் இங்கேயே அதைப் படிக்க முன்வருவர். அவர்களிடமிருந்து வசூலிக்கப்படுகின்ற கட்டணம் பல்கலைக்கழகங்களுக்கு நல்லதொரு நிதி ஆதாரமாக அமையும். அதே நேரத்தில், கோடிக்கணக்கான டாலர்கள் அந்நியச்செலாவணி நம் நாட்டுக்கு மிச்சப்படும். நம்முடைய அண்டை நாடுகளிலிருந்தும், மத்தியக் கிழக்கு மற்றும் ஆப்பிரிக்க நாடுகளிலிருந்தும் மாணவர்கள் நம்முடைய பல்கலைக்கழகங்களில் படிப்பதற்காக இங்கு வருவார்கள். அது பல்கலைக்கழகங்களுக்கான மற்றொரு நிதி ஆதாரமாக விளங்குவதோடு, அவர்கள் மூலமாக நாட்டுக்கு அந்நியச் செலாவணியும் கிடைக்கும். அவர்களில் சிறந்த மாணவர்கள், படித்து முடித்தப் பிறகு இங்கேயே தங்கி வேலை பார்க்க ஊக்குவிக்கப்பட வேண்டும். தாங்கள் வேறு ஓர் இனத்தையோ அல்லது மதத்தையோ சேர்ந்தவர்களாக இருப்பதால் தாங்கள் மோசமாக நடத்தப்படுகிறோம் என்ற உணர்வு அவர்களுக்கு வந்துவிடக்கூடாது. வரலாற்றுரீதியாக எல்லோரையும் சமமாக

மதிக்கின்ற, சமமாக நடத்துகின்ற நம்முடைய கலாச்சாரத்தை இந்தியா உலகிற்கு மீண்டும் பறைசாற்ற வேண்டும். இல்லையெனில், திறமைசாலிகளைக் கவர்ந்திழுக்கின்ற உலகளாவிய போட்டியில் நாம் தோற்றுப் போவோம்.

அதே நேரத்தில், நாம் வெளிநாட்டு ஆராய்ச்சி நிறுவனங்களுடன் கைகோர்த்துச் செயல்பட வேண்டும். தேவையெனில், தேசிய ஆராய்ச்சிக் கழகம், ஆராய்ச்சிக்கு மானியம் வழங்கலாம். இதுபோன்ற கூட்டு முயற்சிகள் நம்முடைய தலைசிறந்த பல்கலைக்கழகங்களின் பேராசிரியர்களுக்கும் புத்துணர்வூட்டும்; வெளிநாடுகளில் வாழ்கின்ற இந்தியர்களுடனான தொடர்பை இது இன்னும் நெருக்கமாக்கும்; உலகின் பணக்கார ஜனநாயக நாடுகள், ஒரு சக ஜனநாயக நாடான நம்மீது (சீனாவோடு ஒப்பிடுகையில்) கொண்டிருக்கும் நம்பிக்கையை நமக்குச் சாதகமாகப் பயன்படுத்திக் கொள்ளவும் இது நமக்கு உதவும்.

சோக கீதம்

ஓர் அருமையான உயர் கல்வி நிறுவனத்தைக் கட்டியெழுப்புவது மிகவும் கடினம். ஆனால், அதை ஒளி குன்றிப் போக வைத்தல் எளிது. ரோகித் லாம்பா தன்னுடைய முதுகலைப் பட்டப்படிப்பை தில்லி பொருளாதாரப் பள்ளியில் படித்தார். அமர்த்தியா சென், ஜகதீஷ் பகவதி போன்றவர்களைப் பேராசிரியர்களாகக் கொண்டிருந்த கல்லூரி அது. இன்று இந்தியாவிலுள்ள பொருளாதார மேதைகளில் பலரை அது உருவாக்கியுள்ளது. ஆனால், படிப்படியாக அதன் புகழ் மங்கிக் கொண்டிருக்கிறது. அதில் பேராசிரியர்களாக இருந்த திறமைசாலிகள் பலர் அங்கிருந்து வெளியேறிக் கொண்டிருக்கின்றனர். அதன் கதை வேறு மாதிரியாக இருந்திருக்கலாம்.

அது நேரடியாக லண்டன் பொருளாதாரப் பள்ளியோடு ஒப்பிடத்தக்கது. தில்லி பொருளாதாரப் பள்ளி எப்படி தில்லி பல்கலைக்கழகத்தின் கீழ் இயங்கிக் கொண்டிருக்கிறதோ, அதுபோலவே, லண்டன் பொருளாதாரப் பள்ளியும் லண்டன் பல்கலைக்கழகத்தின் கீழ் இயங்கிக் கொண்டிருக்கிறது. ஆனால், காலப்போக்கில் லண்டன் பொருளாதாரப் பள்ளிக்கு அதிக சுதந்திரம் வழங்கப்பட்டது. யாரை வேலைக்கு எடுத்துக் கொள்வது, எந்தப் படிப்புகளை மாணவர்களுக்கு வழங்குவது, எவ்வளவு கல்விக் கட்டணம் வசூலிப்பது போன்றவை அவற்றில் அடங்கும். லண்டனில் நவீன நிதித் தொழில் கொழிக்கத் தொடங்கியதும், லண்டன் பொருளாதாரப் பள்ளி தன் சிறகுகளை மேலும் விரித்தது. லண்டனிலுள்ள பிரபல வங்கியாளர்களில் பலர் லண்டன் பொருளாதாரப் பள்ளியில் படித்தவர்கள்தாம். அதே நேரத்தில், அது முனைவர் பட்டப்படிப்பிலும் தன் கவனத்தைத் தொடர்ந்து தக்கவைத்துக் கொண்டிருந்தது.

ஆனால், தில்லி பொருளாதாரப் பள்ளி, நிதி, காப்பீடு மற்றும் சந்தை தொடர்பான முதுகலைப் படிப்புகள் எதையும் சேர்த்துக்

கொள்ளவில்லை. அதனுடைய முனைவர் படிப்பும் உலகளாவிய மாற்றங்களுக்கு ஏற்பப் புதுப்பிக்கப்படவில்லை. ரோகித் லாம்பாவின் கண்ணோட்டத்தின்படி, இதற்கு அந்தப் பள்ளிக்கு முன்னோக்கு இல்லாமையோ அல்லது அங்குள்ள பேராசிரியர்களின் அர்ப்பணிப்பு இல்லாமையோ காரணமல்ல. தில்லி பல்கலைக்கழகத்தின் அதிகார அமைப்பின் இறுக்கமான பிடியின் காரணமாகவே அதனால் புத்தாக்க முயற்சிகள் எதிலும் ஈடுபட முடியவில்லை. தன்னுடைய பழைய கீர்த்தியோடு இயங்குகின்ற தில்லி பொருளாதாரப் பள்ளி போன்ற பல கல்வி நிறுவனங்கள் நமக்குத் தேவை. அது உன்னதமாக இயங்குவதற்கான சுதந்திரம் அதற்குக் கொடுக்கப்படாமல் இருப்பது மிகவும் ஏமாற்றமளிப்பதாக இருக்கிறது.

9

செயல் வல்லமை: சுகாதாரம்

கொரோனா பெருந்தொற்று இந்தியாவின்மீது ஆழமான வடுவை ஏற்படுத்திவிட்டது. இந்த நோய்ப் பரவலின் தீவிரம், அது தாக்கிய நபர்களின் எண்ணிக்கை ஆகியவற்றின் காரணமாக, இதை எதிர்கொண்ட எந்தவொரு நாட்டின் முயற்சியும் குறையற்றதாக இருக்கவில்லை என்றபோதிலும், உலகெங்குமிருந்து பலமான எச்சரிக்கைக் கூக்குரல்கள் எழுப்பப்பட்டிருந்தும் கொரோனா தாக்குதலின் இரண்டாம் அலையை எதிர்கொள்ள இந்தியா தயார் நிலையில் இல்லாமல் இருந்தது நம்முடைய அரசு நிர்வாகத்தின் பலவீனத்தைப் பிரதிபலித்ததோடு, நம்முடைய சுகாதார அமைப்பிலுள்ள ஓட்டைகளையும் வெளிப்படுத்தியுள்ளது. தேசிய அளவில் சுலபமாகத் தடுப்பூசி போட முடிகின்ற நிலையில் நாம் இருந்தாலும், சுகாதாரப் பேணல் சொல்லிக் கொள்ளும்படி இல்லை. கொரோனா பெருந்தொற்றுக் கால அனுபவங்கள் பற்றி ஒரு விரிவான விசாரணை நடத்தப்பட்டால், எந்தெந்த இடங்கள் சரி செய்யப்பட வேண்டும் என்பதில் நமக்குத் தெளிவு ஏற்படும். ஆனால், அதைக் கண்டுபிடிக்க நமக்கு விருப்பம் இருப்பதுபோலத் தெரியவில்லை.

நிறைய விஷயங்கள் சரியாக இல்லை என்பதை வெளிப்படுத்துகின்ற வேறு அறிகுறிகளும் இருக்கின்றன. உக்ரைன் நாட்டில் பெரும் எண்ணிக்கையில் இந்திய மாணவர்கள் மருத்துவம் படித்துக் கொண்டிருக்கிறார்கள் என்பதை உக்ரைனில் வெடித்தப் போர் நமக்கு உணர்த்தியது. இந்தியாவில் மருத்துவர்களுக்குப் பெரிய அளவில் தட்டுப்பாடு இருக்கின்றபோது, நம்முடைய மாணவர்களுக்கு நம்மால் ஏன் மருத்துவக் கல்வி வழங்க முடியாமல் போனது? அதோடு, இந்தியாவின் பல பகுதிகளில் நோயைக் கண்டறிந்து அதற்கு மருந்துகளையும் பரிந்துரைத்துக் கொண்டிருப்பவர்களில் பலர் முறையான மருத்துவக் கல்வி பெற்றிருக்கவில்லை.

நிலைமை இவ்வளவு மோசமாக இருந்து வருகின்றபோதிலும், தனியார் துறையிலும் சரி, அரசுத் துறையிலும் சரி, தனிநபர்களும்

அமைப்புகளும் அர்ப்பணிப்புடன் செயல்பட்டு எண்ணற்றோருக்கு மருத்துவ வசதிகளைச் சாத்தியமாக்கியுள்ளனர். 140 கோடி மக்களுக்கு நல்ல தரமான சுகாதாரச் சேவையை வழங்குவதற்கு இந்த வெற்றிக் கதைகளிலிருந்து நாம் எவ்வாறு கற்றுக் கொள்ளலாம்?

சுகாதாரம்: எதார்த்த நிலை

ஒவ்வொரு குடிமகனும் தரமான மருத்துவ வசதியை எளிதாகப் பெறுவதற்கு வழி இருக்க வேண்டும். இந்த இலக்கை அடைவதையே நாம் நம்முடைய நோக்கமாகக் கொண்டிருக்க வேண்டும். அதில் நாம் சிறப்பாகச் செயல்படுகின்றபோது நமக்கு நல்லவிதமான பக்கவிளைவு ஏற்படும். அப்போது நம்மால் மருத்துவச் சேவையை வெளிநாடுகளுக்கு ஏற்றுமதி செய்ய முடியும். முதலில், இப்போது நாம் எங்கு நின்று கொண்டிருக்கிறோம் என்பதையும், நம்முடைய இலக்கை அடைவதற்கு நாம் என்ன செய்ய வேண்டும் என்பதையும் நாம் பார்க்கலாம்.

1943 இல், வருங்காலத்தில் இந்தியாவில் பொதுச் சுகாதார அமைப்பு எப்படி இருக்க வேண்டும் என்பதை வடிவமைப்பதற்கு ஜோசப் வில்லியம் போர் என்பவரின் தலைமையில் ஒரு குழு அமைக்கப்பட்டது. அக்குழு, மேற்கு ஐரோப்பியப் பாணி மூன்றடுக்குப் பொதுச் சுகாதார அமைப்புமுறையைப் பரிந்துரைத்தது. முதல் அடுக்கான ஆரம்ப சுகாதார நிலையம், சாதாரண உடல்நலப் பிரச்சனைகளைக் கையாண்டு கொள்ளும். முக்கிய அறுவை சிகிச்சைகள் உட்பட, தீவிர மருத்துவச் சேவைகள் மூன்றாவது அடுக்கான பெரிய மருத்துவமனைகளில் மேற்கொள்ளப்படும். இவ்விரண்டுக்கும் இடைப்பட்ட மருத்துவச் சேவைகளும் சிறிய அறுவை சிகிச்சைகளும் இடைநிலை மருத்துவமனைகளில் மேற்கொள்ளப்படும். இந்த மூன்றும் ஒன்று மற்றொன்றைப் பரிந்துரைப்பதன் மூலம் ஒன்றுக்கொன்று ஆதரவாகச் செயல்படும்.

முதல் பத்தாண்டுகளில் இந்தியா எட்ட வேண்டிய இலக்குகள் என்று ஜோசப் வில்லியம் போரின் குழுவினர் பரிந்துரைத்திருந்த இலக்குகள் இன்னும் எட்டப்பட்டிருக்கவில்லை என்று சமீபத்தில் உலக சுகாதார அமைப்பு தெரிவித்திருந்தது. முதல் பத்தாண்டுகால முடிவில் அடையப்பட வேண்டும் என்று நிர்ணயிக்கப்பட்டிருந்த இலக்குகள் இவைதாம்: ஒவ்வொரு மாவட்டத்திலும், 40,000 மக்களுக்கு ஓர் ஆரம்ப சுகாதார நிலையம் என்ற கணக்கில், குறைந்தபட்சம் 25 ஆரம்ப சுகாதார நிலையங்கள் நிறுவப்பட வேண்டும்; இரண்டு ஆரம்ப சுகாதார நிலையங்களுக்கு, 30 படுக்கைகள் கொண்ட ஓர் இடைநிலை மருத்துவமனை அமைக்கப்பட வேண்டும்; ஒவ்வோர் ஆரம்ப சுகாதார நிலையத்திலும், இரண்டு மருத்துவர்கள், நான்கு பொதுச் சுகாதாரச் செவிலியர், ஒரு செவிலி, நான்கு மருத்துவச்சிகள், நான்கு பொதுச் சுகாதார ஆய்வாளர்கள், இரண்டு மருந்தாளர்கள், ஓர் எழுத்தர், மற்றும் ஓர் உதவியாளர் நியமிக்கப்பட வேண்டும். இது எளிதான இலக்கு அல்ல. ஆனால், சுமார் எண்பது ஆண்டுகளுக்கு

முன்பு முன்மொழியப்பட்டிருந்த இப்பரிந்துரைகள் இன்றும் நிறைவேற்றப்பட்டிருக்கவில்லை. இதற்கு முன்புகூட நாங்கள் திட்ட அமலாக்கத்தைப் பற்றி எங்கோ குறிப்பிட்டிருந்தோமல்லவா?

ஜோசப் வில்லியம் போர் குழு வடிவமைத்திருந்த கட்டமைப்பு முறைதான் இன்றும் நடைமுறையில் இருக்கிறது என்றாலும், எண்ணிக்கைரீதியாகவும் சரி, தரரீதியாகவும் சரி, பொதுத்துறை மருத்துவ அமைப்புமுறையால் மக்களுக்குத் தேவையான அடிப்படை மருத்துவச் சேவைகளைக்கூட வழங்க முடியாமல் போனதால், ஏழை மக்களும் தனியார் மருத்துவமனைகளை நோக்கிப் படையெடுக்க வேண்டிய நிலைக்குத் தள்ளப்பட்டுவிட்டனர். தனியார் மருத்துவச் சேவை, மருத்துவச் சேவைப் பற்றாக்குறையை ஓரளவு ஈடுகட்ட உதவியது என்றாலும், மொத்தத்தில், சுகாதார அமைப்புமுறை திறமையாகச் செயல்பட்டுக் கொண்டிருக்கவில்லை என்பதே உண்மை.

பொதுச் சுகாதாரச் சேவையின் தரத்திற்கான அளவுகோல்களில், குழந்தை இறப்பு விகிதமும் ஒன்று. ஒரு குறிப்பிட்ட ஆண்டில், பிறக்கின்ற ஒவ்வொரு 1,000 குழந்தைகளில், ஒரு வயதுக்குள் எத்தனைக் குழந்தைகள் இறக்கின்றனர் என்பதுதான் குழந்தை இறப்பு விகிதமாகும். இந்தியாவில் 2021 ஆம் ஆண்டையொட்டி அது 26 ஆக இருந்தது. அது வியட்நாமில் 16 ஆகவும், சீனாவில் 5 ஆகவும், பணக்கார நாடுகளில் 6 ஆகவும் இருக்கிறது. இந்திய மாநிலங்களுக்குள்ளும் இது பரவலாக வேறுபடுகிறது. கேரளாவில் இது பணக்கார நாடுகளுக்கு இணையாக 6 ஆக இருக்கிறது. ஆனால், இது உத்தரப் பிரதேசத்தில் 41 ஆகவும், சட்டிஸ்கரில் 40 ஆகவும், மத்தியப் பிரதேசத்தில் 46 ஆகவும் இருக்கிறது. இந்த மூன்றும், சில ஆப்பிரிக்க நாடுகளின் விகிதத்திற்கு மிக அருகே உள்ளன.

இன்று மாசுபாட்டின் காரணமாக உருவாகின்ற ஆஸ்துமா, ஆரோக்கியமற்ற வாழ்க்கைமுறையின் காரணமாக உருவாகின்ற நீரிழிவு நோய் போன்றவை நகர்ப்புற இந்தியாவுக்குப் பெரும் சுமைகளாக உருவாகியுள்ளன. அதே நேரத்தில், பழைய நோய்களான காச நோய், மலேரியா போன்றவை இன்னும் முழுமையாக நம்மைவிட்டு அகலவில்லை. கிராமப்புற இந்தியா இன்றும் அடிப்படை மருத்துவ வசதிகளைப் பெற முடியாமல் தவித்துக் கொண்டிருக்கிறது. இந்த நிலைக்கு என்ன காரணம்?

வழங்கப்படுகின்ற தரம் படுமோசமாக இருத்தல்

இந்தியாவில் மிகச் சிறந்த மருத்துவமனைகளும் உலகத்தரம் வாய்ந்த மருத்துவர்களும் இருக்கின்றனர் என்பது உண்மைதான். ஆனால், அதே நேரத்தில், பெரும்பான்மை இந்தியா எதிர்கொண்டிருக்கின்ற எதார்த்தம் முற்றிலும் வேறாக இருக்கிறது.

முதல் பிரச்சனை மருத்துவர்களின் பற்றாக்குறை. ஒவ்வோர் ஆண்டும், இந்தியாவிலுள்ள 560 மருத்துவக் கல்லூரிகளிலிருந்து 80,000 பொது மருத்துவர்கள் பட்டம் பெற்று வெளியே வருகிறார்கள். இது

அமெரிக்காவைவிடக் கிட்டத்தட்ட மூன்று மடங்கு. ஆனால், 2019 ஆம் ஆண்டுவாக்கில், இந்தியாவில் ஒவ்வொரு 1,000 மக்களுக்கும் 0.9 மருத்துவர்கள் இருந்தனர். இந்த விகிதம் அமெரிக்காவில் 2.7 ஆகவும், சீனாவில் 2.5 ஆகவும் இருக்கிறது. கடந்தகாலத்தில் மருத்துவக் கல்லூரிகள் சிறியவையாக இருந்ததால் அவை குறைவான எண்ணிக்கையிலேயே மருத்துவர்களை உருவாக்கிக் கொண்டிருந்தன. அதோடு, படித்து முடித்த அனைத்து மருத்துவர்களும் இந்தியாவில் தங்கவில்லை. நம்முடைய மக்கட்தொகையின் பிரம்மாண்டமான அளவைக் கணக்கில் எடுத்துக் கொண்டால், இப்போதும்கூட நம்முடைய மருத்துவர்களின் எண்ணிக்கை மிகவும் குறைவுதான். அதோடு, மருத்துவர்களின் தரத்திலும் பெரும் வேறுபாடுகள் நிலவுகின்றன. ஒரு புறம், உலகத்தரம் வாய்ந்த மருத்துவர்கள் நம்மிடம் இருக்கின்றனர். மறுபுறம், முறையாகப் படித்துப் பட்டம் பெறாத நபர்கள் கண்டறிகின்ற அளவுக்குக்கூட நோய்க்குறிகளைக் கண்டறிய முடியாத, மருத்துவப் பட்டம் பெற்றப் பொது மருத்துவர்களும் இருக்கின்றனர்.

இலவச மருத்துவ வசதியை வழங்குகின்ற பொதுத்துறை மருத்துவ அமைப்புமுறை நம்மிடம் இருந்தாலும், கட்டணம் வசூலிக்கின்ற தனியார் மருத்துவர்களை அணுகுகின்ற போக்குத்தான் பரவலாக நடைமுறையில் இருக்கிறது. எடுத்துக்காட்டாக, மத்தியப் பிரதேசத்தின் கிராமப் பகுதிகளில், இலவச அரசு மருத்துவமனைகள் இருக்கின்ற இடங்களில்கூட, 83 சதவீத மக்கள் தனியார் மருத்துவர்களிடம்தான் போகின்றனர் என்று ஓர் ஆய்வு தெரிவிக்கிறது. பொதுவாகவே, ஆரம்ப சுகாதார நிலையங்களில் மருத்துவச் சேவை பெற வேண்டிய நிலையிலுள்ள நோயாளிகளில் 60 சதவீதத்தினர், மருத்துவச் சேவை வழங்குவதில் முறையாகப் பயிற்றுவிக்கப்பட்டிராத தனிநபர்களிடம் (ஒரு மருத்துவரிடம் உதவியாளராகப் பணியாற்றியதிலிருந்து கற்றுக் கொண்டது உட்பட, பல வழிகளில் அவர்கள் மருத்துவ அறிவைப் பெற்றிருக்கலாம்) சிகிச்சை எடுத்துக் கொள்கின்றனர்.

பொதுமக்கள் தனியார் மருத்துவர்கள் பக்கம் சாய்ந்துள்ளதற்கு ஒரு முக்கியமான காரணம், பொதுத்துறை மருத்துவர்கள் 40 சதவீதத்திற்கும் அதிகமான நேரம், வேலை செய்யும் இடங்களில் இருப்பதில்லை. அப்படி அந்தப் பொதுத்துறை மருத்துவர்கள் தங்களுடைய இருக்கைகளில் இருக்கின்ற நேரத்திலும், தனியார் மருத்துவர்களோடு ஒப்பிடுகையில், நோயாளிகளைப் பரிசோதிப்பதற்கு மிகக் குறைவான நேரமே செலவிடுகின்றனர் (ஒரு நோயாளிக்கு சராசரியாக வெறும் 2.4 நிமிடங்கள்). தனியார் மருத்துவர், அரசு மருத்துவர் ஆகிய இருவருமே நோய்க்குறிகளைக் கண்டுபிடிப்பதில் கிட்டத்தட்ட ஒரே அளவு மோசமாக இருந்தாலும் (வெறும் 4 சதவீத நேரங்களில் மட்டுமே அவர்களுடைய கணிப்பு சரியாக இருக்கிறது), இருவரும் நோயின் தீர்வுக்கு வழங்கும் பரிந்துரைகள் அவ்வளவு மோசமில்லை (27 சதவீத நேரம் அவர்களுடைய பரிந்துரைகள் சரியாக இருக்கின்றன). இருவருமே தேவையற்ற மருந்துகளைப் பரிந்துரைக்கின்றனர் (70

சதவீத நேரம்). அளவுக்கதிகமாக பாக்டீரிய எதிர்ப்பி மருந்துகளைப் பரிந்துரைப்பது இதற்கான ஓர் எடுத்துக்காட்டு. ஓர் அரசு மருத்துவர், தான் பணிபுரிகின்ற அரசு மருத்துவமனையில் நோயாளிகளைப் பரிசோதிப்பதற்கு எடுத்துக் கொள்கின்ற நேரம், அரசு மருத்துவமனைக்கு வெளியே அவர் நடத்திக் கொண்டிருக்கின்ற தன்னுடைய சொந்தச் சிகிச்சையகத்தில் வைத்து நோயாளிகளைப் பரிசோதிப்பதற்கு அவர் எடுத்துக் கொள்கின்ற நேரத்தைவிட மிகவும் குறைவு. அதோடு, தன்னுடைய சொந்தச் சிகிச்சையகத்தில் நோயாளிகளிடம் அவர் ஒரு மேம்பட்ட விதத்தில் நோய்க்குறிகளைக் கண்டறிகிறார். அரசுப் பள்ளி ஆசிரியர்கள் தனியாக டியூசன் வகுப்பு நடத்துகின்றபோது ஒரு மேம்பட்ட விதத்தில் பாடம் சொல்லிக் கொடுப்பதாக நாம் முன்பு பார்த்தோமே, அதைப் போன்றதுதான் இதுவும். எதற்கும் உத்வேகம் முக்கியம், மக்களே!

பொது மருத்துவமனைகளில் மருந்துகள் இருப்பில் இருக்காது, மருத்துவ உபகரணங்கள் உடைந்த நிலையில் இருக்கும், நோயாளிகள் மிக நீண்ட நேரம் வரிசையில் காத்திருக்க நேரிடும், சேவையின் தரம் மிக மட்டமாக இருக்கும் என்று பல ஆய்வுகள் வெளிச்சம் போட்டுக் காட்டுகின்றன. மொத்த மக்கட்தொகையில் மூன்றில் ஒரு பங்குக்கும் குறைவானவர்களே பொது மருத்துவமனைகளில் சிகிச்சை பெறுகின்றனர் என்று 2017-18 ஆம் ஆண்டுக்கான தேசிய மாதிரிக் கணக்கீட்டு அறிக்கை தெரிவிக்கிறது. பணக்காரர்களைவிட ஏழைகள் பொது மருத்துவச் சேவைகளை அதிகமாக நம்பியிருக்கின்றனர் என்பது வெளிப்படை.

பொது மருத்துவச் சேவையின் பயன்பாட்டில் நகர்ப்புறத்திற்கும் கிராமப்புறத்திற்கும் இடையே வேறுபாடு தூக்கலாக இருக்கிறது. நாம் சற்று முன்பு பார்த்திருந்த அதே 2017-18 ஆம் ஆண்டுக்கான தேசிய மாதிரிக் கணக்கீட்டு அறிக்கை, மொத்த எம்பிபிஎஸ் மருத்துவர்களில் 25 சதவீதத்தினர் மட்டுமே கிராமப்புறங்களில் சேவை புரிகின்றனர் என்று தெரிவிக்கிறது. ஆனால், இந்திய மக்கட்தொகையில் மூன்றில் இரண்டு பகுதியினர் இப்போதும் கிராமங்களில்தான் வசித்து வருகின்றனர்.

எம்பிபிஎஸ் அல்லது பாரம்பரிய மருத்துவத்தில் முறையான மருத்துவப் பயிற்சி பெற்றிராத நபர்கள் மருத்துவச் சேவையில் கோலோச்சிக் கொண்டிருக்கின்றனர். மக்களின் வருவாய் பெருகியபோதும், அவர்கள் இந்நபர்களின் சேவையை அணுகுவது குறையவே இல்லை. அதே நேரத்தில், தீவிரமான நோய்களுக்கு மக்கள் இவர்களை அணுகுவதில்லை. வசதியான பகுதிகளில் இவர்கள் எம்பிபிஎஸ் மருத்துவர்களுடன் போட்டி போட வேண்டியுள்ளதால், இவர்கள் தங்களுடைய மருத்துவ அறிவை மேம்படுத்திக் கொள்கின்றனர். எடுத்துக்காட்டாக, தமிழ்நாடு மற்றும் கர்நாடகாவில், முறையான மருத்துவப் பயிற்சி பெற்றிராத நபர்களின் மருத்துவ அறிவு, பீகார் மற்றும் உத்தரப் பிரதேசத்திலுள்ள எம்பிபிஎஸ் மருத்துவர்களின் அறிவைவிடக் கூடுதலாக இருப்பது நிரூபிக்கப்பட்டுள்ளது.

குறைவான வளங்கள், தற்காலிகமான செலவீனங்கள்

இந்தியா பொது மருத்துவச் சேவைக்கு மிகக் குறைவாகச் செலவிட்டுக் கொண்டிருக்கிறது. 2019 இல் வெளியிடப்பட்ட 'நிதி ஆயோக்' அமைப்பின் அறிக்கையின்படி, அரசு, மொத்த ஜிடிபியில் 1.13 சதவீதத்தை மட்டுமே சுகாதாரத்திற்குச் செலவழிக்கிறது. பிற நாடுகளுடன் ஒப்பிடுகையில் இது மிகவும் குறைவு. இத்தொகையுடன், குடும்பங்களும் பெருநிறுவனங்களும் செலவழிக்கின்ற தொகையையும் கூட்டிக் கொண்டால்கூட, அது 3.5-4 சதவீதத்திற்குள் இருக்கும். உலக சராசரியான 10 சதவீதத்தோடு ஒப்பிடுகையில் இது மிகவும் குறைவு.

இந்தியாவில் மருத்துவச் சிகிச்சைக்காக மக்கள் செலவிடுகின்ற பணத்தில் 60 சதவீதம், அவர்களுடைய சொந்தக் கைக்காசில் இருந்து வருகிறது. அப்பணம், அமெரிக்காவில் உள்ளதுபோல மருத்துவக் காப்பீடுகளிலிருந்தோ, அல்லது ஐக்கிய இராச்சியத்திலுள்ளதுபோல தேசிய மருத்துவச் சேவை அமைப்பிலிருந்தோ வருவதில்லை. ஒரு வீட்டில் ஒருவருக்குத் திடீரென்று ஒரு தீவிர நோய் வந்துவிட்டால், அக்குடும்பம் பெரும் மருத்துவச் செலவால் பேரடி வாங்கும் என்று இதற்கு அர்த்தம். தேசியப் பொது நிதி மற்றும் கொள்கை நிறுவனத்தின் ஆய்வாளர்கள், 2014 ஆம் ஆண்டிலிருந்து கிடைத்துள்ள தரவுகளின் அடிப்படையில் சமீபத்தில் மேற்கொண்ட ஓர் ஆய்வு, இந்தியாவிலுள்ள குடும்பங்களில் 8 சதவீதம், ஓராண்டுக்குள் திடீரென்று ஏற்பட்டப் பெரும் மருத்துவச் செலவுகளால் வறுமைக் கோட்டுக்குக் கீழே போய்விட்டதாகத் தெரிவிக்கிறது. அதாவது, இந்தியாவில் 25 கோடிக் குடும்பங்கள் இருப்பதாக அனுமானித்துக் கொண்டால், 2 கோடிக் குடும்பங்கள் அல்லது 8-10 கோடி மக்கள் ஒவ்வோர் ஆண்டும் இந்த நிலைக்கு ஆளாகின்றனர்.

பல நாடுகளில் குடும்பங்கள் எப்படியோ தட்டுத் தடுமாறி மருத்துவக் காப்பீட்டுத் தவணைத் தொகையைச் செலுத்திவிடுகின்றன. பெரிய மருத்துவச் செலவுகள் ஏற்படுகின்றபோது, மருத்துவக் காப்பீட்டு நிறுவனங்கள் அந்தச் செலவை ஏற்றுக் கொள்கின்றன. ஒரு மருத்துவக் காப்பீட்டு நிறுவனத்திடம் காப்பீடுகளை எடுத்துக் கொண்ட அனைவருக்கும் ஒரே நேரத்தில் தீவிர நோய் வராது என்பதால், பலர் கொடுக்கின்ற காப்பீட்டுத் தவணைத் தொகைகளைக் கொண்டு ஒரு சிலருடைய மருத்துவச் செலவை ஈடுகட்டுவது அந்நிறுவனத்திற்கு ஒரு பிரச்சனையாக இருக்காது. மறுபுறம், திடீரென்று மொத்த வருவாயையும் விழுங்கிவிடக்கூடிய பெரும் மருத்துவச் செலவுக்குப் பதிலாக, குறிப்பிட்டக் கால இடைவெளிகளில், ஒரு குறைவான தொகையைத் தொடர்ந்து ஒரு காப்பீட்டு நிறுவனத்திற்குச் செலுத்தி வருவது குடும்பங்களுக்கு அவ்வளவு பெரிய பாரமாக இருக்காது. இந்த அடிப்படையில்தான் தனியார் காப்பீட்டு நிறுவனங்கள் இயங்கிக் கொண்டிருக்கின்றன.

பொதுத்துறைக் காப்பீட்டுத் திட்டமும் இதே

அடிப்படையில்தான் இயங்கிக் கொண்டிருக்கிறது. இங்கு நாம் தவணைத் தொகைக்குப் பதிலாக அரசுக்கு வரி செலுத்துகிறோம். மருத்துவக் காப்பீடு எடுப்பதில் இரண்டு நன்மைகள் இருக்கின்றன. ஒன்று, குடும்பங்களின் தலையில் திடீரென்று பெரிய இடி வந்து இறங்காது. எடுத்துக்காட்டாக, பல இலட்சம் செலவாகக்கூடிய ஒரு சிகிச்சை ஓர் ஏழை வேளாண் தொழிலாளிக்கும் கிடைத்துவிடும். இரண்டாவது, தனக்குக் காப்பீடு இருக்கிறது என்பதால் அவர் கடவுளிடம் வேண்டிவிட்டு வெறுமனே உட்கார்ந்திருப்பதற்குப் பதிலாக உடனே மருத்துவமனைக்கு விரைவார்.

இதில் ஏனைய நாடுகள் இந்த அளவுக்கு மோசமில்லை. உலக சுகாதார அமைப்பின் கணிப்பின்படி, குறைவான மற்றும் நடுத்தர வருவாய் ஈட்டிக் கொண்டிருக்கின்ற நாடுகளில், குடும்பங்கள் மருத்துவத்திற்காகச் செலவிடுகின்ற மொத்தப் பணத்தில் 40 சதவீதம் அவர்களுடைய சொந்தக் கைக்காசிலிருந்து வருகிறது. சீனாவைப் பொறுத்தவரை, 2000 ஆம் ஆண்டில் 60 ஆக இருந்த இந்த சதவீதம், 2019 இல் 35 ஆகக் குறைந்தது. அமெரிக்காவிலும் தாய்லாந்திலும் அது 10 சதவீதம்.

தனக்குக் கிடைத்துக் கொண்டிருக்கின்ற காப்பீட்டுத் தவணைப் பணத்தால் ஒரு காப்பீட்டு நிறுவனம் கொழுத்துக் கிடந்தால்கூட, அது நல்ல சேவையை வழங்கும் என்பதற்கு உத்தரவாதமில்லை. எடுத்துக்காட்டாக, இஎஸ்ஐ என்று சுருக்கமாக அழைக்கப்படுகின்ற, ஊழியர்களின் அரசுக் காப்பீட்டு நிறுவனம், இந்திய மக்களில் 10 சதவீதத்தினருக்குக் காப்பீட்டு வசதி வழங்கி வருகிறது. அதனிடம் உபரியாகச் சேர்ந்துள்ள பணம் 80,000 கோடி ரூபாய். இத்திட்டத்திற்காக, ஊழியர்களின் ஊதியத்திலிருந்து மாதந்தோறும் காப்பீட்டுத் தவணைத் தொகை பிடித்துக் கொள்ளப்படுகிறது. ஆனால், அது அளிக்கும் சேவை போதுமானதாக இல்லாததால், அதனுடைய உரிமை கோரல் விகிதம் (தவணைத் தொகைக்கும், சிகிச்சைக்குப் பிறகு மக்கள் கோருகின்ற பணத்திற்கும் இடையேயான விகிதம்) எப்போதுமே 50 சதவீதத்திற்குக் கீழே இருந்து வருகிறது. அமெரிக்காவில் இது 80 சதவீதமாக இருக்க வேண்டும் என்பது நியதி. இதை வைத்துப் பார்க்கும்போது, இஎஸ்ஐ தன் காப்பீட்டாளர்களுக்குப் போதுமான அளவு ஆதரவாக இல்லை என்பது தெளிவாகிறது.

சிதறிக் கிடக்கின்ற அமைப்புமுறையும் சரியாகப் பயன்படுத்தப்படாத வளங்களும்

ஜோசப் வில்லியம் போர் குழு பரிந்துரைத்திருந்த கட்டமைப்பு முறை, எதிர்பார்த்திருந்த அளவு சிறப்பாக வேலை செய்யாமல் போனதால், தனியார் மற்றும் பொதுத்துறை கலந்த ஒரு சூழல் உருவானது. பொதுத்துறையிடம் ஆரம்ப சுகாதார நிலையங்கள், மாவட்ட மருத்துவமனைகள், மருத்துவக் கல்லூரி மருத்துவமனைகள், அதிசிறப்பு மருத்துவமனைகள் போன்றவை இருக்கின்றன. தனியார்

துறையிடம் மருத்துவர்களின் சிகிச்சையகங்கள், நர்சிங் ஹோம்கள், தனியார் மருத்துவமனைகள், பெருநிறுவன மருத்துவமனைகள், மருந்தகங்கள், மருந்துக் கடைகள் போன்றவை இருக்கின்றன.

இந்தியாவில் மருத்துவச் சேவை அளித்து வருபவர்களில் *98* சதவீதத்தினரிடம் பத்துக்கும் குறைவான நபர்களே பணியாற்றிக் கொண்டிருக்கின்றனர். *90* சதவீதத்திற்கும் அதிகமான மருத்துவமனைகளில் ஐம்பதுக்கும் குறைவான படுக்கைகளே இருக்கின்றன. அதனால், நோய்க்குறியைக் கண்டறிந்து இறுதிச் சிகிச்சைவரை அளிக்கின்ற ஒருங்கிணைந்த வளாகங்கள் குறைவாகவே இருக்கின்றன. அதனால், சரியான தகவல்கள் இன்றி, நோயாளிகள் அங்குமிங்கும் அல்லாடிக் கொண்டிருக்க வேண்டியதாகிறது. கேட்ஸ் இந்தியா அறக்கட்டளையின் முன்னாள் தலைவரான நச்சிகேத் மோர் இதை அளவுக்கதிகமான 'டாக்டர் தேடல் உலா' என்று அழைக்கிறார்.

நோயாளிகள் குறித்தத் தரவுகள், அறுவை சிகிச்சைகளின் வெற்றி விகிதங்கள், நோயாளிகளின் பின்னூட்டக்கருத்துகள் போன்றவை அடங்கிய ஒரு தகவல் களஞ்சியம் உருவாக்கப்பட்டால், சிதறுண்டு கிடக்கும் இந்த சுகாதார அமைப்புமுறையால்கூட நல்ல சேவையை வழங்க முடியும். சரியான தரவுகள் கிடைக்கின்ற பட்சத்தில் நோயாளிகளால் தீர்க்கமானதொரு முடிவுக்கு வர முடியும். ஆனால், தற்சமயம் அப்படிப்பட்டத் தரவுகள் இல்லை.

அப்படித் தரவுகள் கிடைத்தால்கூட, பெரும் மருத்துவ உபகரணங்களையும் பிற சேவைகளையும் வாங்குகின்ற பெரிய அமைப்புகள், அவற்றை விற்பவர்கள் தரமற்ற உபகரணங்களை விற்றால், அவர்களுக்கு அழுத்தம் கொடுக்கின்ற நிலையில் இல்லை. ஏனெனில், அந்த அமைப்புகள் தாம் வாங்குகின்ற பொருட்களில் பெரிதாக ஈடுபாடு காட்டுவதில்லை. இது 'அக்கறையற்றக் கொள்முதல்' என்று அழைக்கப்படுகிறது. வரவு-செலவுத் திட்டத்தின் அடிப்படையில் சில தீர்மானங்கள் எடுத்து, உபகரணங்கள், மருந்துகள் போன்றவற்றை ஆர்டர் கொடுத்து வாங்கி, அவற்றுக்கான பணத்தைக் கொடுத்துவிடுவதோடு நின்றுவிடுகின்ற நிர்வாக முறைதான் அக்கறையற்றக் கொள்முதல் என்று உலக சுகாதார நிறுவனம் கூறுகிறது. தான் வாங்கியுள்ள உபகரணங்களின் பயன் நோயாளிகளுக்குப் போய்ச் சேர்கிறதா என்பதை அவற்றை வாங்கிய நிறுவனம் கண்காணிப்பதில்லை.

இதற்கு நேர்மாறானது 'உத்திசார் கொள்முதலாகும்.' இதில் உபகரணங்களை வாங்கத் தீர்மானிப்பவர், தொடர்ந்து தன்னுடைய சுகாதார அமைப்புமுறையைச் செம்மையாக வைத்துக் கொள்ள முயற்சி செய்வார். எந்த உபகரணங்களையும் சேவைகளையும் வாங்க வேண்டும், யாரிடமிருந்து அவற்றை வாங்க வேண்டும், எப்படி வாங்க வேண்டும் ஆகியவை குறித்து அவர் தீவிரமாக ஆலோசிப்பார். அவர் யாருடைய சுகாதாரம் குறித்து அக்கறை கொண்டுள்ளாரோ, அவர்களுடைய தேவைகளுக்கு ஏற்ப அவை இருக்கின்றனவா என்று அவர் பார்ப்பார். தான்

வாங்கவிருக்கின்ற உபகரணங்களை விற்பவரின் செயல்திறனையும் அவர் அலசுவார். பொதுவாக இந்த இரண்டு முறைகளுமே மாற்றி மாற்றிக் கடைபிடிக்கப்பட்டு வரக்கூடும் என்றாலும், இந்தியாவில் அக்கறையற்றக் கொள்முதல்தான் அதிகமாக நடைமுறையில் இருக்கிறது என்று அடித்துச் சொல்லலாம்.

திறமையான முறையில் அமல்படுத்தப்படுகின்ற கட்டுப்பாடுகள் மக்களுடைய அனுபவத்தை மேம்படுத்தும். முறையான பயிற்சி பெற்றிராத சிகிச்சையளிப்பவர்களைப் பொதுமக்கள் பெருமளவு நம்பி இருப்பதால், அவர்களைத் தடை செய்ய முடியாது. அதே நேரத்தில், ஒட்டுமொத்தத் துறையை எந்தக் கட்டுப்பாடும் இல்லாமல் விட்டுவிடுவதும் ஆபத்தானது. மருத்துவச் சேவை அளிப்பதற்கான முறையான தகுதி அல்லது செயல் வல்லமை; தரமான சேவை; மருத்துவக் காப்பீட்டுக் கட்டணம் மற்றும் அதன் விஸ்தீரணம் ஆகிய மூன்று தளங்களில் அறிவார்ந்த கட்டுப்பாடுகள் அமல்படுத்தப்பட வேண்டியது அவசியம்.

சுகாதாரம்: முன்னோக்கின் முக்கிய அம்சங்கள்

நாம் நம்முடைய அமைப்புமுறையிடமிருந்து எதிர்பார்ப்பது, கட்டுப்படியாகக்கூடிய கட்டணத்துடன் அனைவருக்குமான மருத்துவ வசதியைத்தான். ஆனால், அதே சமயத்தில், ஆராய்ச்சிகளுக்கு வழிவகுக்கின்ற, புதிய மருத்துவ நடைமுறைகளைப் பின்பற்றுவதற்கு ஏற்றதாக இருக்கின்ற அதிநவீன மருத்துவக் கட்டமைப்புகளையும் நாம் உருவாக்க வேண்டும். இது உலகெங்குமுள்ள நோயாளிகளை இந்தியாவை நோக்கிக் கவர்ந்திழுக்கும். அதோடு, நம்முடைய மருத்துவக் கல்லூரிகளில் பாடம் எடுக்கின்ற பேராசிரியர்களுக்கு மேம்பட்டப் பயிற்சிகள் அளிக்கப்பட வேண்டும். இவ்விரண்டையும் நாம் எவ்வாறு சாதிக்கப் போகிறோம்? நிறுவனரீதியாகச் சிறப்பாகப் பலனளித்துள்ள நான்கு வித்தியாசமான நடைமுறைகளைப் பற்றியும், மருத்துவக் கட்டமைப்பு வடிவமைப்பு தொடர்பாக அவற்றிலிருந்து நாம் பெறக்கூடிய படிப்பினைகளைப் பற்றியும் அடுத்து நாம் பார்க்கவிருக்கிறோம்.

மொஹல்லா சிகிச்சையகங்கள்

நீண்டகாலத்திற்கு முன்பு ஜோசப் வில்லியம் போர் குழு பரிந்துரைத்திருந்தபடி, சாதாரணமான நோய்களுக்குச் சிகிச்சையளிக்கின்ற ஆரம்ப சுகாதாரச் சேவையை சுலபமாக அணுகுவதிலிருந்துதான் சுகாதாரப் பேணல் தொடங்குகிறது. சிக்கலான நோய்களால் பீடிக்கப்பட்டுள்ள நோயாளிகளை அந்த மையங்கள் பல்துறை சிகிச்சையகங்களுக்கோ அல்லது பெரிய மருத்துவமனைகளுக்கோ அனுப்பி வைக்கும். தில்லி அரசாங்கத்தின் மொஹல்லா சிகிச்சையகங்கள் அதற்கான நல்லதோர் எடுத்துக்காட்டாக விளங்குகின்றன. இந்தச் சிகிச்சையகங்கள், 2015

இல், 'மக்களின் வீட்டு வாசற்படிக்கு அருகே' மருத்துவச் சேவையை வழங்க வேண்டும், மக்கள் சாதாரண நோய்களுக்குக்கூடப் பெரிய மருத்துவமனைகளில் நீண்ட நேரம் காத்திருப்பதைக் குறைக்க வேண்டும் என்ற நோக்கத்துடன் துவக்கப்பட்டன.

ஒவ்வொரு மொஹல்லா சிகிச்சையகமும் அந்த இடத்தைச் சுற்றி வசிக்கின்ற சுமார் 30,000 மக்களுக்குச் சேவை செய்கின்ற விதத்தில் அமைக்கப்பட்டுள்ளது. அது பொதுவாக, மருத்துவருக்கான ஓர் அறை, ஒரு மருந்தகம், ஒரு சிறிய பரிசோதனைக்கூடம் ஆகியவற்றை உள்ளடக்கியிருக்கும். மக்கள் காத்திருப்பதற்கு, இருக்கை வசதிகளுடனும் குளிர்சாதன வசதியுடனும்கூடிய ஓர் அறை இருக்கும். கப்பல்களில் பயன்படுத்தப்படும் சரக்குப் பெட்டகங்கள் மறுவடிவமைப்பு செய்யப்பட்டுச் சிகிச்சையகங்களாகப் பயன்படுத்தப்படுகின்றன. அரசுக்குச் சொந்தமான இடங்களில் வைக்கப்பட்டிருக்கும் இவற்றை எளிதாக ஓரிடத்திற்கு நகர்த்திவிடலாம்.

இந்தச் சிகிச்சையகத்திற்குள் நுழைகின்ற நோயாளிகள் ஒரு 'டோக்கன்' எடுத்துக் கொள்ள வேண்டும். அவர்களைப் பற்றிய தகவல்கள் அங்கிருக்கின்ற கைக்கணினியில் பதவி செய்யப்படும். அவர்களுடைய நோய்களைப் பற்றிய விபரங்களும், அவர்களுக்கு வழங்கப்படுகின்ற சிகிச்சை மற்றும் மருந்து மாத்திரைகள் குறித்த விபரங்களும் இதற்கென்றே உருவாக்கப்பட்டுள்ள ஒரு செயலியில் தரவேற்றம் செய்யப்படும். பொதுவாக இந்தச் சிகிச்சையகங்கள் வாரத்தில் ஆறு நாட்கள், தினமும் நான்கு முதல் ஆறு மணிநேரம்வரை இயங்கும். இந்தச் சிகிச்சையகங்களில் மக்கள் கூட்டம் அதிகமாக இருந்தால், கூடுதல் 'ஷிஃப்டுகள்' இயக்கப்படும். ஒவ்வொரு சிகிச்சையகத்திலும் ஒரு மருத்துவர், ஒரு மருந்தாளர், ஒரு செவிலி அல்லது மருத்துவச்சி இருப்பர். அங்கு, முதலுதவி வழங்குதல், நோய்க்குறிகளை அறிதல், தாய்-சேய் நலச் சேவை, கர்ப்பகாலச் சேவை போன்றவற்றுக்கான வசதி இருக்கும். அடிப்படைப் பரிசோதனைகளைச் செய்வதற்கான வசதியும் அங்கு இருக்கும். அங்கு மருந்து மாத்திரைகள் கொடுக்கப்படும். அங்கு வருபவர்களுக்குத் தீவிர நோய்கள் இருப்பது கண்டுபிடிக்கப்பட்டால், பல்துறை சிகிச்சையகங்களுக்கோ அல்லது பெரிய மருத்துவமனைகளுக்கோ அவர்கள் அனுப்பி வைக்கப்படுவர்.

இதில் பணி புரிகின்ற மருத்துவர்கள் தனிப்பட்ட முறையில் வேறு இடங்களில் மருத்துவத் தொழிலில் ஈடுபட்டுள்ளனர். கூடுதல் வருவாய்க்காக அவர்கள் இங்கே வருகின்றனர். நோயாளிகளைப் பொறுத்தவரை, மொஹல்லா சிகிச்சையகங்கள் பல்வேறு அனுகூலங்களைக் கொண்டிருக்கின்றன. அந்தச் சிகிச்சையகங்கள் நன்றாகப் பராமரிக்கப்பட்ட இடங்களாக இருக்கின்றன; நோயாளிகளால் எளிதாக ஒரு மருத்துவரை அணுக முடிகிறது; ஒரு மருத்துவரைப் பார்ப்பதற்கோ அல்லது மருந்துகளை வாங்குவதற்கோ பெரிய மருத்துவமனைகளில் மணிக்கணக்கில் அவர்கள் காத்திருக்க வேண்டியதில்லை.

எல்லாவற்றையும்விட முக்கியமாக, மொஹல்லா சிகிச்சையகங்கள் இலவசச் சேவையை வழங்குகின்றன. இங்கு நோயாளிகள் மருத்துவருக்குக் கட்டணம் செலுத்தத் தேவையில்லை. அதோடு, மருந்துகளும் இலவசமாகக் கொடுக்கப்படுகின்றன. சரி, இவற்றின் தரம் எப்படி இருக்கிறது? அரசுக்கு இது கட்டுப்படியாகின்ற திட்டமாக இருக்கிறதா? இவற்றின் தாக்கம் குறித்து இதுவரை விரிவான ஆய்வுகள் எதுவும் மேற்கொள்ளப்பட்டிருக்கவில்லை என்றாலும், மேற்கொள்ளப்பட்டுள்ள சிறிய ஆய்வுகள், இது நோயாளிகளுக்கும் சரி, அங்குப் பணிபுரிகின்ற நபர்களுக்கும் சரி, திருப்திகரமாக இருப்பதாகவே தெரிவிக்கின்றன. பிற தனியார் மற்றும் அரசு அமைப்புகளோடு ஒப்பிடுகையில் இது சிக்கனமான முறையாக இருக்கிறது. இப்போது இவற்றுக்கு, நடுத்தர வர்க்கத்தைச் சேர்ந்த நோயாளிகள் சொற்பமான எண்ணிக்கையிலேயே வருகின்றனர். ஆனால், அவர்களையும் கவர்ந்திழுக்கின்ற விதத்தில் தரமான சேவையை அளிப்பதுதான் இதன் நோக்கம். நாங்கள் முன்பே சுட்டிக்காட்டியிருந்ததைப்போல, ஓரிடத்தின் தரம் குறைந்தால், நடுத்தர வர்க்கத்தினர்தான் அதைத் தட்டிக் கேட்கின்ற முதல் ஆளாக இருப்பர் என்பதால், அவர்கள் அதிக எண்ணிக்கையில் இங்கு வருகின்றபோது, இந்தச் சிகிச்சையகங்களின் தரத்தைத் தொடர்ந்து தக்கவைத்துக் கொள்வதற்கான உந்துதல் அவற்றை நிர்வகித்துக் கொண்டிருப்பவர்களுக்கு உண்டாகும்.

ஜன் சுவஸ்திய சஹ்யோக்

ஜேஎஸ்எஸ் என்று சுருக்கமாக அழைக்கப்படுகின்ற ஜன் சுவஸ்திய சஹ்யோக், எய்ம்ஸ் மருத்துவமனை மருத்துவர்கள் குழு ஒன்றால் தனிப்பட்ட முறையில் நிறுவப்பட்டது. இது சட்டிஸ்கர் மாநிலத்திலுள்ள பிலாஸ்பூர் நகருக்கு அருகேயுள்ள காட்டுப் பகுதியில், பல கிராமங்கள் நெருக்கமாக இருக்கின்ற ஓர் இடத்தில் செயல்பட்டு வருகிறது. அப்பகுதியில் சைக்கிளைத் தவிர வேறு வாகனங்களில் பயணிக்க முடியாது. இந்த அமைப்பு, கிராமப்புறங்களுக்குப் போய்வரக்கூடிய பணியாளர்களைக் கொண்டுள்ளது. அவர்கள்தாம் நோயாளிகளுடனான முதல் தொடர்பாளர்கள். அவர்கள் உள்ளூரிலிருந்து தேர்ந்தெடுக்கப்பட்டவர்கள். அவர்கள் முறையான மருத்துவப் பயிற்சி எதுவும் பெற்றவர்கள் அல்லர். ஆனால், அடிப்படை நோய்களையும் உடற்கோளாறுகளையும் கண்டறிவதற்கு அவர்கள் பயிற்றுவிக்கப்பட்டுள்ளனர் (இப்பகுதிகளில் பூச்சி மற்றும் விலங்குக் கடிகள் அடிக்கடி நிகழும்). உடனடி நிவாரணத்திற்கான அடிப்படை மருந்துகள் எப்போதும் அவர்கள் வசம் இருக்கும். போகப் போக அவர்கள் கூடுதல் பயிற்சி பெறுவர், மருத்துவர்களுடன் கலந்து செயல்படுவர். அவர்களுடைய அந்தஸ்து படிப்படியாக உயர்த்தப்படும்.

அதோடு, அந்த அமைப்பு, ஆரோக்கிய நல மையங்கள் சிலவற்றை நடத்தி வருகிறது. கூடுதல் அனுபவம் பெற்றச் சிகிச்சையாளர்கள்

அவற்றை நடத்தி வருகின்றனர். இங்கு வாரத்திற்கு ஒரு முறை ஒரு மருத்துவர், ஒரு மருந்தாளர், ஒரு பரிசோதனையாளர் ஆகியோர் விஜயம் செய்வர். அவர்கள் வராத நாட்களில், தேவைப்பட்டால், அந்த மையத்தில் இருக்கின்ற பணியாளர்களால் அலைபேசி அல்லது ஏதாவது ஒரு வீடியோ செயலியைப் பயன்படுத்தி இவர்களை அணுக முடியும். அதோடு, அருகிலுள்ள கனியாரி என்ற நகரில் இருக்கின்ற, 80 படுக்கை வசதிகளைக் கொண்ட ஒரு மருத்துவமனையோடும் அங்குள்ள மருத்துவர்களோடும் அந்த மையத்தில் இருப்பவர்கள் தொடர்பு கொள்வதற்கு ஏற்பாடு செய்யப்பட்டுள்ளது.

இந்த அமைப்பு வெறுமனே நோய்க்குச் சிகிச்சையளிப்பதோடு மட்டுமல்லாமல், மூன்று வயதுக்கு உட்பட்டச் சிறு குழந்தைகளுக்கு ஒரு சில மழலையர் காப்பகங்களையும் நடத்தி வருகிறது. அதன் மூலம், குழந்தைகளிடம் நிலவுகின்ற ஊட்டச்சத்துக் குறைபாடுகளை அடையாளம் கண்டு அவற்றை நிவர்த்தி செய்வதற்கான ஏற்பாடுகளை அது செய்து வருகிறது. அந்த அமைப்பிலுள்ள, உள்ளூரைச் சேர்ந்த அர்ப்பணிப்புள்ள பணியாளர்கள், வலுவான சமூகத் தொடர்புக் கட்டமைப்புகளை உருவாக்கியுள்ளனர். எடுத்துக்காட்டாக, முக்கியமான நோய்களால் (மதுபோதை உட்பட) பீடிக்கப்பட்டுள்ள நோயாளிகள் அடங்கிய குழுக்களை அவர்கள் அமைக்கின்றனர். அக்குழுக்களில் இருப்பவர்கள், சிகிச்சையெடுத்துக் கொள்வதற்கு ஒருவரையொருவர் உந்தித் தள்ளுவர், ஒருவருக்கொருவர் ஆதரவாக இருப்பர். அரசு சுகாதாரத் திட்டங்கள் ஒரு புறம் நடந்து கொண்டிருக்கின்றபோது, அவற்றையொத்தச் சில திட்டங்கள் இந்த அமைப்பினரால் நடத்தப்பட்டுக் கொண்டிருந்தாலும், இவர்கள் வழங்குகின்ற பல திட்டங்களை அரசு வழங்குவதில்லை.

முறையாகத் தகுதி பெற்றுள்ள மருத்துவர்களின் ஆதரவோடு செயல்படுகின்ற, சுமாராகப் பயிற்றுவிக்கப்பட்டப் பணியாளர்களால், குறைவான வள வசதிகளை வைத்துக் கொண்டு எப்படி கிராமப்புற இந்தியாவில் சிறப்பான மருத்துவச் சேவையை வழங்க முடியும் என்பதற்கான மிகச் சிறந்த எடுத்துக்காட்டாக ஜேஎஸ்எஸ் விளங்குகிறது. ஏழைகளையும் கிராமவாசிகளையும் மரியாதையாக நடத்துதல், அவர்களுடைய பிரச்சனைகளைப் புரிந்து கொள்ளுதல், அவர்களுக்கு அர்ப்பணிப்புடன் சேவை புரிதல் ஆகியவையே அவர்களுடைய தாரக மந்திரமாக இருந்து வருகின்றன.

அரவிந்த் கண் மருத்துவமனை

விழுமியங்களின் அடிப்படையில் செயல்பட்டுக் கொண்டிருக்கின்ற மற்றோர் அமைப்பு இது. அவர்கள் தங்களுடைய வேலைகளைத் தரமாகச் செய்வதோடு, அவற்றை பிரம்மாண்டமான அளவுக்கு விரிவுபடுத்தியும் உள்ளனர். அதன் விளைவாக, தங்களுடைய திட்டங்கள் அனைத்தையும் செயல்படுத்துவதற்கான நிதியும் அவர்களுக்குக் கிடைத்துவிடுகிறது. இந்த அமைப்பு குறித்து எண்ணற்ற ஆய்வுகள் மேற்கொள்ளப்பட்டுள்ளன. அரவிந்த் கண்

மருத்துவமனையை 1976 இல் டாக்டர் ஜி. வெங்கடசாமி அவர்கள் மதுரை மருத்துவக் கல்லூரியிலிருந்து ஓய்வு பெற்றப் பிறகு தன்னுடைய ஐம்பத்தெட்டாவது வயதில் துவக்கினார். இன்று அந்த மருத்துவமனை பல கிளைகளைக் கொண்ட ஓர் ஆலமரமாக விரிந்திருக்கிறது. ஜேஎஸ்எஸ் அமைப்பைப்போலவே, அரவிந்த் கண் மருத்துவமனையும், அரசு சிறிய அளவில் செய்து கொண்டிருக்கின்ற காரியங்களை, அவற்றை ஓரம் தள்ளிவிடாமல், பெரிய அளவில் செய்து கொண்டிருக்கிறது. இந்தியாவில் மருத்துவச் சேவைகளுக்குப் பெரிய அளவில் தேவை இருப்பதால், அரவிந்த் கண் மருத்துவமனை, தரத்தில் எந்தவிதமான சமரசமும் செய்து கொள்ளாமல், குறைவான கட்டணத்தில் எண்ணிக்கையை அதிகரிப்பதில் கவனம் செலுத்துகிறது. இந்த அணுகுமுறைக்குப் பின்னாலுள்ள காரணம் இலாப நோக்கம் அல்ல, மாறாக, இன்னும் அதிகமான நபர்களுக்குச் சேவை செய்ய வேண்டும் என்ற கண்ணோட்டம்தான். இந்த மருத்துவமனை, தன்னிடம் வருகின்ற கண் நோயாளிகளில் 50 சதவீதத்தினருக்கு முழுக் கட்டணத்தையும், 25 சதவீதத்தினருக்குத் தள்ளுபடிக் கட்டணத்தையும் வசூலித்துவிட்டு, மீதிப் பேருக்கு இலவசமாகச் சிகிச்சையளிக்கிறது.

அரவிந்த் கண் மருத்துவமனை, கிராமப்புறங்களில் இருப்பவர்களுக்குக் கண் சிகிச்சை முகாம்களின் மூலமாகச் சேவை செய்வதன் மூலம் தன் பணியைத் தொடங்கியது. குறிப்பாக, கண்புரை நோயால் அவதிப்பட்டுக் கொண்டிருந்த கிராமவாசிகளை அடையாளம் கண்டு, அவர்களைப் பெரிய மருத்துவமனைக்கோ அல்லது முகாம் மருத்துவமனைக்கோ அழைத்து வந்து அவர்களுக்குச் சிகிச்சையளித்தது. காலப்போக்கில், தன்னிடமிருந்த தரவுகளின் அடிப்படையில், தான் நடத்திய முகாம்களுக்கு எத்தனை பேர் வருவர் என்பதைத் துல்லியமாகக் கணிக்கக் கற்றுக் கொண்டு அதற்கு ஏற்ற எண்ணிக்கையில் மருத்துவர்களை அங்கு அனுப்பி வைத்தது. அது நடத்திய முகாம் அறுவை சிகிச்சை அறைகளில், இரண்டு படுக்கைகள் போடப்பட்டு, மருத்துவர் ஓர் அறுவை சிகிச்சையை முடிக்கின்றபோது, அடுத்தப் படுக்கையில் மற்றொரு நோயாளி தயார் நிலையில் இருக்கும்படி பார்த்துக் கொண்டது. இது அறுவை சிகிச்சைக்குத் தேவைப்படுகின்ற இடத் தேவையைக் குறைத்ததோடு, மிக அரிய வளமான, அறுவை சிகிச்சை நிபுணரின் நேரத்தையும் செம்மையாகப் பயன்படுத்திக் கொள்ள உதவியது. பிரம்மாண்டமான எண்ணிக்கையில் அறுவை சிகிச்சைகள் மேற்கொள்ளப்பட்டதால், அறுவை சிகிச்சை நிபுணரின் திறமை வெகுவாக மேம்பட்டதோடு, அறுவை சிகிச்சை செய்வதற்கான நேரமும் கணிசமாகக் குறையத் தொடங்கியது.

அரவிந்த் கண் மருத்துவமனையின் சேவைக்கான கிராக்கி அதிகரித்ததும், கிராமங்களில் கண் மையங்களையும் சமூகச் சிகிச்சையகங்களையும் அது அமைத்தது. இவை முகாம்களைப்போல அல்லாமல், நிரந்தர இடங்களாக அமைந்தன. 2000களின் தொடக்கத்தில் இந்தக் கண் மையங்கள் தலைமையகத்துடன்

இணைக்கப்பட்டன. அதன் மூலம், தலைமையகத்தில் இருந்த மருத்துவர், தொலைதூரத்தில் இருந்த கண் முகாமில் இருந்த நோயாளியைத் தொடர்பு கொண்டு, அவருடைய கண் நோயைக் கண்டறிவது சாத்தியமாயிற்று. இதைத் தொலைமருத்துவத்தின் முன்னோடிப் பதிப்பு என்று அழைக்கலாம். அரவிந்த் கண் மருத்துவமனை வேறொரு விஷயத்திலும் புத்தாக்க முயற்சிகளை மேற்கொண்டது. சந்தை விலையில் நூற்றில் ஒரு பங்கு விலையில் விற்கப்படத்தக்க உள்விழி லென்ஸுகளை அது சொந்தமாகத் தயாரிக்கத் தொடங்கியது. 2012 இல் ஐக்கிய இராச்சியத்தின் தேசிய மருத்துவச் சேவை அமைப்பு சுமார் 5,00,000 கண் அறுவை சிகிச்சைகளைச் செய்தது. அதே காலகட்டத்தில், அரவிந்த் கண் மருத்துவமனை 3,00,000 கண் அறுவை சிகிச்சைகளைச் செய்தது. ஆனால், தேசிய மருத்துவச் சேவை அமைப்புக்கு அதற்காக ஆன செலவு 168 கோடி பவுன்டுகள். அரவிந்திற்கு ஆன செலவு வெறும் 1.38 கோடி பவுன்டுகள் மட்டுமே. அது தேசிய மருத்துவச் சேவை அமைப்பின் செலவில் நூற்றில் ஒரு பங்கு!

அரவிந்த் தன்னுடைய ஊழியர்களுக்கு ஊதியம் கொடுக்கும் முறையிலும் ஒரு வித்தியாசமான அணுகுமுறையைக் கடைபிடிக்கிறது. அங்கு வேலை பார்க்கும் கண் மருத்துவர்களில் 40 சதவீதத்தினர் நிரந்தரமானவர்கள். பிற இடங்களில் கொடுக்கப்படுகின்ற அதே சம்பளம் அவர்களுக்குக் கொடுக்கப்படுகிறது. 35 சதவீதக் கண் மருத்துவர்கள் ஓர் இரண்டாண்டுகால ஒப்பந்தத்தின் அடிப்படையில் வேலைக்கு எடுத்துக் கொள்ளப்படுகின்றனர். அவர்களுக்கு இங்கு மிகக் குறுகிய காலத்திலேயே வேலையின் மூலமாகக் கிடைத்துவிடுகின்ற மகத்தான கற்றல் அனுபவம் அவர்களுக்கு வெகுவாகக் கைகொடுக்கிறது. மீதிப் பேர் பயிற்சி மருத்துவர்கள். இவ்விரு பிரிவினருக்கும் வெளியிடங்களில் வழங்கப்படுகின்ற அளவு இங்குச் சம்பளம் வழங்கப்படாது. ஆனால், கற்றுக் கொள்வதற்கு இங்குக் கிடைக்கின்ற பிரமாதமான வாய்ப்பும், அரவிந்தில் பயிற்சி பெறுவதால் கிடைக்கின்ற கௌரவமும் வருவாய் இழப்பை எளிதாக ஈடு செய்துவிடும். இங்கு வேலை பார்க்கின்ற செவிலியரும் பிற மருத்துவ உதவியாளர்களும், இந்த மருத்துவமனையைச் சுற்றியுள்ள கிராமங்களைச் சேர்ந்தவர்கள், உயர்நிலைப் பள்ளிப் படிப்பை முடித்தவர்கள். அவர்கள் முறையாகப் பயிற்றுவிக்கப்பட்டுப் பணியில் சேர்த்துக் கொள்ளப்படுகின்றனர்.

வேலூர் கிறித்தவ மருத்துவக் கல்லூரி

சிஎம்சி என்று சுருக்கமாக அழைக்கப்படுகின்ற வேலூர் கிறித்துவ மருத்துவக் கல்லூரியை, டாக்டர் ஐடா சோபியா ஸ்கட்டர், பெண்களுக்கும் குழந்தைகளுக்கும் உதவ வேண்டும் என்ற நோக்கத்திற்காக இருபதாம் நூற்றாண்டின் தொடக்கத்தில் நிறுவினார். ஒரு மருத்துவரான அவருடைய தந்தை, வேலூரில் ஒரு கிறித்துவ மத போதகராகப் பணியாற்றி வந்தார். தொடக்கத்தில் ஐடாவுக்கு

மதப் பரப்புரையில் ஆர்வம் இருக்கவில்லை, மருத்துவத்திலும் ஆர்வம் இருக்கவில்லை. ஆனால், அவர் இந்தியாவில் இருந்தபோது, மூன்று தாய்மார்கள் பிரசவத்தின்போது இறந்து போனதை அவர் நேரடியாகப் பார்க்க நேர்ந்தது. அந்தப் பெண்களுடைய ஆச்சாரமான குடும்பத்தினர், தங்கள் வீட்டுப் பெண்களின் பிரசவத்திற்கு உதவுவதற்குப் பெண்களைத் தவிர வேறு எவரையும் அனுமதிக்க மறுத்ததுதான் அதற்குக் காரணம். அதைக் கண்டதும் ஐடாவுக்குத் தன் வாழ்வின் நோக்கம் தெளிவாயிற்று. அதனால், அவர் அமெரிக்கா சென்று மருத்துவம் படித்துவிட்டு இந்தியாவுக்குத் திரும்பி வந்து வேலூரில் சிஎம்சியைத் துவக்கினார். பெரும்பாலும் தனியார் நன்கொடைகளைப் பெற்றே நடத்தப்படுகின்ற இந்த மருத்துவமனை, தனியார்களாலேயே நடத்தப்படுகிறது. இன்று இந்த மருத்துவமனை, பயிற்சியளிப்பதிலும் ஆராய்ச்சியிலும் இந்தியாவின் தலைசிறந்த நவீன மருத்துவமனைகளில் ஒன்றாக உயர்ந்துள்ளது.

1971 இல் சி.கே. பிரகலாத் இந்தக் கல்லூரியைப் பற்றி ஆய்வு செய்து ஒரு கட்டுரையை வெளியிட்டார். அது பல ஐஐஎம்களில் பாடமாகக் கற்றுக் கொடுக்கப்படுகிறது. முதலில் அந்த மருத்துவமனை வெளிநாடுகளிலிருந்து வந்த நன்கொடைகளாலும், இந்தியக் கிறித்தவத் தேவாலயங்களிலிருந்து கிடைத்த நிதியுதவியாலும் நடத்தப்பட்டது என்றும், பின்னர், அங்குச் சிகிச்சை பெற்றுப் பலனடைந்த நன்றியுணர்வுமிக்கப் பல நோயாளிகள் வழங்கிய நன்கொடையால் அது தன் பணியைத் தொடர்ந்தது என்றும் பிரகலாத் குறிப்பிட்டுள்ளார். அங்கு வேலை பார்த்து வந்த பல மருத்துவர்கள் சிறப்புப் பயிற்சிக்காக வெளிநாடுகளுக்கு அனுப்பப்பட்டனர்; அதே நேரத்தில், சேவை செய்ய வேண்டும் என்ற நோக்கத்திற்காக, வெளிநாடுகளிலிருந்து ஏராளமான ஆய்வாளர்கள் சிஎம்சிக்கு வந்து நீண்டகாலம் தங்கியிருந்தனர். அரவிந்த் கண் மருத்துவமனையைப்போலவே இவர்களும் பல அடுக்குக் கட்டண முறையைப் பின்பற்றினர். இவர்கள் நோயாளிகளை நான்கு பிரிவுகளாகப் பிரித்தனர். முதல் பிரிவினரிடம், அவர்களுடைய மருத்துவச் செலவுக்கு அதிகமான கட்டணம் வசூலிக்கப்பட்டது. இரண்டாவது பிரிவினரிடம், அவர்களுடைய மருத்துவச் செலவுக்கான தொகை வசூலிக்கப்பட்டது. மூன்றாவது பிரிவினருக்குத் தள்ளுபடி வழங்கப்பட்டது. நான்காவது பிரிவினருக்கு இலவசமாகச் சிகிச்சையளிக்கப்பட்டது. யாரிடம் எந்தக் கட்டணம் வசூலிக்கப்பட வேண்டும் என்பதை, நோயாளிகளின் தேவை மற்றும் அவர்களுடைய பண வசதியைப் பொறுத்து, அவர்களுக்குச் சிகிச்சையளித்த மருத்துவரே தீர்மானித்தார். செலவுகளைக் கட்டுக்குள் வைத்திருந்த காரணத்தால், சிஎம்சியால், குறைவான கட்டணத்தில் நல்ல தரமான சிகிச்சையை வழங்க முடிந்தது என்று பிரகலாத் தெரிவிக்கிறார். சிஎம்சி மருத்துவமனையை ஒரு வணிக நிறுவனமாக நடத்துவது என்பது ஒருபோதும் அதன் குறிக்கோளாக இருக்கவில்லை.

இங்கு ஒரு முக்கியமான விஷயத்தைக் குறிப்பிட்டாக

வேண்டும். அதை எத்தனை முறை கூறினாலும் தகும். சிஎம்சி அதன் தொடக்ககாலம் முதல் இன்றுவரை, சிகிச்சையளிப்பதோடு கூடவே, ஆராய்ச்சியின்மீதும் கற்பித்தலின்மீதும் அதிக கவனம் செலுத்தி வந்துள்ளது. அதன் சாதனைகளில் பின்வருவனவும் அடங்கும்: இந்தியாவில் நடத்தப்பட்ட முதல் திறந்த இதய அறுவை சிகிச்சை சிஎம்சியில் நடத்தப்பட்டது; ஒரு இரத்த மாதிரியில் எச்ஐவி இருந்தது இந்தியாவில் இங்கேதான் முதன்முதலில் கண்டுபிடிக்கப்பட்டது; உலகிலேயே முதன்முறையாக ஒரு தொழுநோயாளிக்கு உடல் அங்கம் மறுஉருவாக்கம் செய்யப்பட்டது இங்கேதான்; இந்தியாவில் முதன்முதலாக எலும்பு மஜ்ஜை மாற்று அறுவை சிகிச்சை இங்கேதான் நடத்தப்பட்டது. இப்படி இன்னும் அடுக்கிக் கொண்டே போகலாம். சிஎம்சியில் ஒரு பேராசிரியராகப் பணியாற்றி ஓய்வு பெற்ற நச்சுயிரியல் வல்லுநரான டி. ஜேக்கப் ஜான், ஒரு பத்திரிகையாளர் சந்திப்பின்போது, சிஎம்சி மருத்துவமனையில் பேராசிரியர்களுக்கும் மாணவர்களுக்கும் இடையே நிலவுகின்ற சமத்துவத்தைப் பற்றியும், பரஸ்பர மரியாதையைப் பற்றியும் வானளாவப் புகழ்ந்து பேசினார். அங்கு ஓர் அற்புதமான ஆராய்ச்சிக் கலாச்சாரம் உருவாக அது வழி வகுத்தது என்றும் அவர் மேலும் குறிப்பிட்டார்.

சிஎம்சியைச் சுற்றியுள்ள கிராமங்கள் மற்றும் மலைப் பகுதிகளிலுள்ள மக்களுக்குச் சேவை செய்வதற்காக, ஒரு சமூக மருத்துவமனையையும் ஒரு பயிற்சி மையத்தையும் அது நடத்தி வருகிறது. பொதுவாக, அறிவு உருவாக்கத்திற்கும், பகிர்ந்து கொள்ளுதலுக்கும், சமுதாய உணர்வோடு பணியாற்றுதலுக்கும் சிஎம்சி முக்கியத்துவம் கொடுக்கிறது. அந்த நோக்கில் பார்த்தால், அது ஓர் அமெரிக்க ஆராய்ச்சிப் பல்கலைக்கழகத்தின் பணியைச் செய்து வருகிறது. ஆனால், அதை, அது ஏழைகளின்மீது கொண்ட பரிவால் புரிந்துணர்வுடன் செய்து வருவதுதான் அதை வேறுபடுத்திக் காட்டுகிறது.

இந்த எடுத்துக்காட்டுகளிலிருந்து நாம் பெறுகின்ற படிப்பினைகள்

இந்தியாவில் மக்கள் நலன் தொடர்பாக எண்ணற்றப் புத்தாக்க முயற்சிகள் மேற்கொள்ளப்படுகின்றன. அவை அனைத்தைப் பற்றியும் இங்கு எங்களால் குறிப்பிட முடியாது. எங்களிடம் அனைத்திற்குமான தீர்வுகள் இருப்பதாகவும் நாங்கள் நினைக்கவில்லை. ஆனால், நாம் பார்த்திருந்த ஒரு சில எடுத்துக்காட்டுகளிலிருந்தே சில விஷயங்கள் தனித்துத் தெரிகின்றன.

எண்ணிக்கை

இந்தியாவில் மருத்துவச் சேவை வழங்கப்பட வேண்டிய நபர்களின் எண்ணிக்கை மிக அதிகமாக இருப்பதால், முறையாக மருத்துவப் பயிற்சி பெற்றிராத, ஆனால், திறமையான நபர்களை,

ஆரம்ப மருத்துவச் சிகிச்சை அமைப்புமுறைக்குள் கொண்டுவந்து பயன்படுத்துவது சரியானதாக இருக்கும் என்று தோன்றுகிறது. சாதாரணமான நோய்களைக் கண்டறிந்து அவற்றுக்குச் சிகிச்சையளிப்பதற்கு அவர்கள் பொருத்தமானவர்களாக இருப்பர். தீவிரமான நோயாளிகளை, அவர்களுக்கு மேல்நிலையில் உள்ள, முறையாகப் பயிற்சி பெற்றுள்ள மருத்துவர்களிடம் அவர்கள் அனுப்பி வைக்கலாம். அதோடு, அவர்கள் முன்தடுப்பு மருத்துவத்திலும் ஈடுபடலாம். அப்போது, குறைவான நபர்களே நோயில் விழுவர். அதன் விளைவாக, முறையாகப் பயிற்சி பெற்றுள்ள மருத்துவர்களுக்கு அழுத்தம் குறையும்; அவர்களால் தீவிர நோயாளிகள்மீது கவனம் செலுத்த முடியும். அதோடு, முறையாகப் பயிற்சி பெறாத நபர்கள் ஆரம்ப மருத்துவச் சேவை வழங்குவதில் நல்ல அனுபவம் பெற்றுள்ளனர். அதை நாம் பயன்படுத்திக் கொள்ளலாம்.

பொது மருத்துவச் சேவையின் பாதுகாப்பை உறுதி செய்யும் விதமாக, இப்படி முறையாகப் பயிற்சி பெற்றிராத நபர்களை ஒரு தேர்வுக்கு உட்படுத்தி அவர்களுக்குச் சான்றிதழ்களை வழங்கலாம். அத்தேர்வின் மூலம், சாதாரணமான நோய்களைக் கண்டறிவதற்கும் அவற்றுக்குச் சிகிச்சையளிப்பதற்கும் போதுமான திறமை அவர்களுக்கு இருக்கிறதா என்பதைக் கண்டறியலாம். பயிற்சி வகுப்புகளை நடத்துவதில் சிறந்து விளங்குகின்ற சிஎம்சி போன்ற அமைப்புகளை, இவர்களைப் போன்றவர்களுக்குத் தேர்வுகள் நடத்திச் சான்றிதழ்களை வழங்க அனுமதிக்கலாம். அப்படிச் சான்றிதழ்கள் வழங்கப்படுகின்ற நபர்களைப் பற்றிய விபரங்களை ஒரு வலைத்தளத்தில் தரவேற்றலாம். தங்களுக்குச் சிகிச்சையளிக்கின்ற நபர்கள் முறைப்படி சான்றிதழ் பெற்றவர்களாக என்பதை நோயாளிகள் தெரிந்து கொள்ள இந்த ஏற்பாடு உதவும். இந்தியாவில் 'போலிப் பட்டம்' மோசடி பரலவாக இருப்பதால், இணையத்தில் தரவேற்றம் செய்கின்ற இந்த முறை, பின்னர் பிற பட்டதாரிகளுக்கும் நீட்டிக்கப்படலாம். முறையான பயிற்சி பெற்றிராதவர்களுக்கு நடத்தப்படுகின்ற சோதனைகளில் வெற்றி பெறாதவர்களுக்குப் பயிற்சியளித்து அவர்களைத் தேற்றலாம். சட்டிஸ்கர் மாநிலத்தில் இதுபோன்ற ஒரு திட்டம் முன்வைக்கப்பட்டபோது அதை மருத்துவர்கள் சங்கம் எதிர்த்ததால் அது கைவிடப்பட்டது. இது குறித்து இந்தியா முரண்டு பிடித்துக் கொண்டிராமல், முறையாகப் பயிற்சி பெற்றிராதவர்களைச் சோதித்துச் சான்றிதழ் வழங்க முன்வர வேண்டும். இல்லையெனில், இப்படிப்பட்டவர்களால் பொதுமக்கள் பாதிப்பிற்கு ஆளாவது தொடர்ந்து கொண்டுதான் இருக்கும்.

இந்தியாவுக்கு இன்னும் கூடுதலான மருத்துவர்களும் தேவை. இங்குப் பிரச்சனை, கற்றுக் கொள்ளத் தயாராக இருப்பவர்கள் போதுமான எண்ணிக்கையில் இல்லை என்பது அல்ல. அவர்களுக்குக் கற்றுக் கொடுப்பதற்குத் தேவையான மருத்துவக் கல்லூரிகள் இல்லை என்பதே உண்மை. *2018-2021* ஆம் ஆண்டுகளுக்கு இடையே நீட் தேர்வில் தேர்ச்சி பெற்றவர்களின் எண்ணிக்கை *7.8* இலட்சம். அதாவது, மருத்துவம் படிக்கத் தகுதியானவர்கள்

என்று கண்டறியப்பட்டவர்கள் அவர்கள். ஆனால், அவர்களில் 10 சதவீதத்தினருக்கு மட்டுமே மருத்துவக் கல்லூரிகளில் படிப்பதற்கு இடம் ஒதுக்கப்பட்டது. இந்திய மருத்துவக் கல்லூரிகளில் இடம் கிடைக்காதவர்கள், மருத்துவப் படிப்பிற்காகச் சீனா, உக்ரைன், ரஷ்யா மற்றும் பிலிப்பைன்ஸுக்குப் போய்விட்டனர். அவர்களின் மொத்த எண்ணிக்கை இந்தியாவில் மருத்துவக் கல்லூரிகளில் இடம் கிடைத்தவர்களின் எண்ணிக்கைக்குச் சமம். இந்தியா இன்னும் அதிக எண்ணிக்கையில் மருத்துவர்களை உருவாக்க முயற்சிக்க வேண்டும். சிஎம்சியின் மாதிரியை அடிப்படையாகக் கொண்டு, இந்தியாவின் ஒவ்வொரு மாவட்டத்திலும் ஒரு மருத்துவக் கல்லூரியைத் திறக்கலாம். அதனோடு இணைந்துள்ள மருத்துவமனை உள்ளூர்ச் சமுதாயத்தோடு பிணைப்பு ஏற்படுத்திக் கொள்ள வேண்டும். அவற்றுக்கு உள்ளூர் அரசாங்கத்திடமிருந்து நிதியுதவி பெறுவதோடு, தனியாரிடமிருந்தும் நிதியுதவி பெறலாம். அவை ஆராய்ச்சியில் ஈடுபடவும் ஊக்குவிக்கப்பட வேண்டும்.

மருத்துவ வசதி அளிப்பவர்களின் வகைகள்

நாம் முன்பு பார்த்திருந்த நான்கு எடுத்துக்காட்டுகள், மருத்துவச் சேவையை வழங்குவதற்குப் பல வழிகள் இருப்பதை எடுத்துரைக்கின்றன. ஒவ்வொரு வகையிலும் வெவ்வேறு விதமான பிரச்சனைகள் இருக்கும். எடுத்துக்காட்டாக, ஒரு தனியார் மருத்துவமனை அல்லது மருத்துவர், நோயாளிகளுக்குத் தரமற்ற மருத்துவ சேவை வழங்குவதை அல்லது அவர்களிடம் காசைக் கறப்பதை எப்படித் தடுப்பது? அதேபோல, தனியாக மருத்துவத் தொழில் செய்யும்போது சிறப்பாகச் செயல்படுகின்ற ஓர் அரசு மருத்துவரை, அரசு மருத்துவமனையிலும் ஏழைகளிடம் புரிந்துணர்வோடு நடந்து கொள்ள வைப்பது எப்படி?

ஜேஎஸ்எஸ், அரவிந்த் கண் மருத்துவமனை, சிஎம்சி போன்ற தனியார் மருத்துவ நிறுவனங்கள், பல மருத்துவர்களுக்கு நல்ல சம்பளம் கொடுத்து வேலைக்கு வைத்துக் கொண்டாலும், மறுபுறம், தன்னார்வலர்களின் சேவைகளையும் அவை பயன்படுத்திக் கொள்கின்றன. ஆனால், தில்லி அரசால் நடத்தப்படுகின்ற மொஹல்லா சிகிச்சையகங்கள், தனியார் மருத்துவர்களை வேலைக்கு எடுத்துக் கொள்கின்றன. அவர்களுடைய செயல்திறனைப் பற்றிய தகவல்கள் திரட்டப்பட்டு, திறம்படச் செயல்படாத மருத்துவர்கள் அடையாளம் காணப்படுகின்றனர். பின்னர் அதை நிவர்த்தி செய்வதற்கான முயற்சிகள் மேற்கொள்ளப்படுகின்றன. அதே நேரத்தில், அங்குப் பணிபுரிகின்ற மருத்துவர்கள்மீது கரிசனமும் காட்டப்படுகிறது. எடுத்துக்காட்டாக, ஒரு குறிப்பிட்ட மொஹல்லா சிகிச்சையகத்திற்கு மிகவும் அதிகமான எண்ணிக்கையில் நோயாளிகள் வந்தால், அங்குக் கூடுதலான 'ஷிஃப்டுகள்' உருவாக்கப்படுகின்றன. அங்குப் பணிபுரியும் மருத்துவர்கள் தங்கள் நோயாளிகளுடன் போதுமான நேரம் செலவிட வேண்டும்

என்பதற்காகத்தான் இந்த ஏற்பாடு. ஜேஎஸ்எஸ், அரவிந்த் கண் மருத்துவமனை ஆகியவற்றிலும் விரிவான தரவுகள் சேகரிக்கப்பட்டு அங்குப் பணிபுரிபவர்கள் கண்காணிக்கப்படுகின்றனர். ஆனால், அதே நேரத்தில், அங்கு நிலவுகின்ற சேவைசார் கலாச்சாரத்தின் காரணமாக, வேறு நாட்டம் கொண்ட மருத்துவர்களை வழிக்குக் கொண்டுவருவது எளிதாக இருக்கிறது.

இதை வேறு வார்த்தைகளில் கூற வேண்டுமென்றால், ஒரு நிறுவனம் பொதுத்துறை நிறுவனமாக இருக்கிறதா அல்லது தனியார் நிறுவனமாக இருக்கிறதா என்பது முக்கியமல்ல. அவர்களுக்குக் கொடுக்கப்படுகின்ற சம்பளம், கிடைக்கின்ற தகவல்கள், அங்கு நிலவுகின்ற கலாச்சாரம் ஆகியவை அனைத்தும் சேர்ந்து தரமான விளைவை உருவாக்குகின்றனவா என்பதுதான் முக்கியம். பொதுத்துறை மேலானதா அல்லது தனியார் துறை மேலானதாக என்ற புளித்துப் போன விவாதங்களால் உருப்படியான பயன் எதுவும் விளையப் போவதில்லை. அவற்றால் கேடுதான் விளையும். தேர்ந்தெடுப்பதற்கு மக்களுக்கு அதிக வாய்ப்புகள் வழங்கப்பட வேண்டும். அவற்றில் எது சிறந்ததோ, அது தழைக்கும்.

நோயாளிகளின் தெரிவும் உத்திசார் கொள்முதலும்

தேர்ந்தெடுப்பதற்கு நோயாளிகளுக்கு எவ்வாறு அதிகமான வாய்ப்புகளைக் கொடுப்பது? அரசு அளிக்கின்ற சேவைகளைப் பெறுகின்ற நபர்களுக்கு, தாங்கள் எங்கிருந்து அச்சேவைகளைப் பெறுகிறோம் என்பது குறித்தத் தேர்ந்தெடுப்புகளுக்கு வாய்ப்பு இருக்காது என்பதால், அவர்கள் மோசமான சேவையைப் பெறுவர். ஆனால், அங்கு ஒரு போட்டி உருவாகும்போது, நோயாளிகளுக்குத் தேர்ந்தெடுப்பதற்கு வாய்ப்புக் கிடைக்கும் என்பதால், மேம்பட்டச் சேவையை அளிப்பதற்கான உந்துதல் அதிகரிக்கிறது. குறிப்பாக, சேவை அளிப்பவர்களின் தரம் குறித்தத் தரவுகள் நோயாளிகளின் வசம் இருக்கின்றபோது இது இன்னும் மேம்படுகிறது. என்ன இருந்தாலும், அரசால் நடத்தப்படுகின்ற ஒரு மையத்திற்கு யாருமே போகவில்லை என்றால், அது கண்டிப்பாக இழுத்து மூடப்படும், அதில் பணியாற்றுபவர்கள் வேறு இடங்களுக்கு மாற்றப்படுவர். அதனால், சேவை அளிக்கின்ற நபர்களைப் பற்றிய தரவுகளை நோயாளிகளுக்கு, குறிப்பாக ஏழை நோயாளிகளுக்கு, நாம் வழங்க வேண்டும்.

ஜேஎஸ்எஸ், அரவிந்த் கண் மருத்துவமனை, சிஎம்சி போன்ற தனியார் மருத்துவ அமைப்புகள், அரசின் மருத்துவத் திட்டங்கள் செயல்பட்டுக் கொண்டிருக்கின்ற அதே பகுதிகளில், அவற்றையொத்தத் திட்டங்களைச் செயல்படுத்துகின்றன. அவர்கள் அரசின் திட்டங்களைச் செயல்படுத்துவதால், அத்திட்டங்களுக்குச் செலவழித்தப் பணத்தை அவர்களால் அரசிடமிருந்து பெற முடியும். ஆனால், அரசு அதிகார வலையமைப்புச் சிக்கல்களின் காரணமாக அது தாமதப்படுத்தப்படலாம். அரசு ஒழுங்காகச் சிந்தித்தால்,

இப்படிப்பட்டத் திட்டங்களுக்குச் செலவழிக்கப்பட்டப் பணத்தை அவர்களுக்குச் சீக்கிரமாகக் கொடுத்துவிட்டு, அத்திட்டங்களைப் பற்றி அலசி ஆராய்ந்து, அந்த இடத்தில் தன்னுடைய சேவை அந்த அளவுக்குத் தேவையில்லை என்ற முடிவுக்கு வந்தால், அரசு தன்னுடைய சுகாதாரப் பணியாளர்களின் எண்ணிக்கையை அங்குக் குறைத்துக் கொள்ளலாம். ஒரு மாற்று ஏற்பாடாக, ஓரிடத்தில் இருக்கின்ற தனியார் மற்றும் அரசு ஆரம்ப சுகாதார நிலையங்களில் ஏதாவது ஒன்றைத் தேர்ந்தெடுக்கும்படி பொதுமக்களைக் கேட்டுக் கொள்ளலாம். ஓராண்டின் முடிவில், சேவையின் தரத்தைப் பொறுத்து, அவர்கள் தங்களுடைய தேர்ந்தெடுப்பை மாற்ற அனுமதிக்கலாம். தனியார் அளிக்கின்ற ஆரம்ப சுகாதாரச் சேவைக்காக, நோயாளிகளின் எண்ணிக்கையைப் பொறுத்து, ஆண்டுக்கு ஒரு குறிப்பிட்ட அளவு பணத்தை அவர்களுக்குக் கொடுக்கலாம்.

சமீபத்தில் அரசு அறிமுகப்படுத்தியுள்ள ஆயுஷ்மான் பாரத் மருத்துவக் காப்பீட்டுத் திட்டம் என்ற திட்டம், ஒரு குடும்பத்திற்கு ஓராண்டுக்கு ஐந்து இலட்சம் ரூபாய்வரை மருத்துவமனைச் செலவுகளை ஏற்றுக் கொள்கிறது. இத்திட்டத்தில் 12 கோடி ஏழை மக்கள் சேர்க்கப்பட்டுள்ளனர். இதன் மூலம், திடீரென்று ஏற்படுகின்ற மருத்துவச் செலவுகளை அவர்களால் சமாளிக்க முடியும். மருத்துவமனைகள் குறித்தத் தரவுகள் பொதுமக்களிடம் போய்ச் சேர்ந்தால், அவர்களால் தங்களுக்கு ஏற்ற மருத்துவமனைகளைத் தேர்ந்தெடுத்து, இத்திட்டத்தின்கீழ் பயன் பெற முடியும். இதற்கான தவணைத் தொகையை அரசே கட்டுவதால், அரசு, இத்தரவுகளின் அடிப்படையில் சில மருத்துவமனைகளைச் சேர்த்தும் சிலவற்றை நீக்கியும் இத்திட்டத்தின் பயன்பாட்டை மேம்படுத்த முயற்சிக்கலாம்.

நாம் முன்பு பார்த்திருந்த இஎஸ்ஐ அமைப்புக்கூட, தான் வாங்குகின்ற உபகரணங்களுக்கு உத்திசார் கொள்முதல் முறையைக் கையாளலாம். அதே நேரத்தில், விஷயங்கள் இதற்கு நேரெதிராகவும் போகலாம். இத்திட்டங்களில் ஈடுபட்டுள்ள தனியார் நிறுவனங்கள் சமர்ப்பிக்கின்ற பில்களுக்கான பணம் தாமதமாகக் கொடுக்கப்படக்கூடும் அல்லது வேறு குளறுபடிகள் ஏற்படக்கூடும். இவற்றின் விளைவாக, இவற்றில் பங்கெடுத்துள்ள நல்ல நிறுவனங்கள் இதிலிருந்து விலகக்கூடும். அந்த இடங்களை மோசமான நிறுவனங்கள் ஆக்கிரமித்துக் கொள்ளக்கூடும். காலம்தான் இதற்கு பதில் சொல்ல வேண்டும்.

தகவலும் தொழில்நுட்பமும்

இந்தியாவில் ஒவ்வோர் ஆண்டும் 600 கோடி ரூபாய் மதிப்புள்ள, உடல்நலம் தொடர்பான பரிவர்த்தனைகள் நிகழ்வதாகக் கணிக்கப்பட்டுள்ளது. சுகாதாரச் சேவைகளை இன்னும் மேம்படுத்துவதற்கு இத்தகவல்களைப் பயன்படுத்திக் கொள்ள முடியும், நாம் அவற்றைப் பயன்படுத்திக் கொள்ளவும் வேண்டும்.

எடுத்துக்காட்டாக, ஓர் ஆரம்ப சுகாதார நிலையம் ஒரு நோயாளியை அருகிலுள்ள ஒரு மருத்துவமனைக்கு அனுப்பி வைக்கிறது என்று வைத்துக் கொள்வோம். அந்த நோயாளியின் மருத்துவ வரலாறு, அவருடைய கடந்தகால மருத்துவப் பரிசோதனைகள் குறித்தத் தரவுகள் போன்றவற்றை, அத்தகவல்கள் சேமித்து வைக்கப்பட்டிருக்கின்ற வலைத்தளத்திலிருந்து உடனடியாகத் தரவிறக்கம் செய்து கொள்கின்ற வசதி அந்த மருத்துவமனையில் இருக்க வேண்டும். குறிப்பாக, இப்போது இருப்பதுபோல, மருத்துவச் சேவைகள் பிளவுபட்டுக் கிடக்கின்ற சூழல் இன்னும் சில காலத்திற்குத் தொடரும் என்ற நிலை நிலவுகின்றபோது இது மிகவும் முக்கியம்.

அதாவது, மருத்துவத் துறையிலும் இந்தியா ஸ்டேக்கைப்போல ஓர் ஆரோக்கிய ஸ்டேக் உருவாக்கப்பட வேண்டும். இன்று இந்தியாவில் மருத்துவச் சேவை வழங்குவது மாநில அரசின் கையில் இருப்பதால், இது கிட்டத்தட்ட இயலாத காரியம். ஏனெனில், மாநிலங்கள் ஒவ்வொன்றும் ஒவ்வொரு முறையைப் பயன்படுத்துகின்றன. அவற்றை ஒருங்கிணைப்பது ஓர் இமாலயச் சாதனையாக இருக்கும். ஆனால், அப்படிப்பட்ட ஒன்றை உருவாக்குவது பயனுள்ளதாக இருக்கும் என்று நாங்கள் நம்புகிறோம். ஆனால், அத்திட்டத்தில் தனிநபர் அந்தரங்கத் தரவுகள் பாதுகாப்பாக இருப்பது உறுதி செய்யப்பட வேண்டும் என்பதைத் தனியாகக் கூற வேண்டியதில்லை.

சில தனியார் மருத்துவ நிறுவனங்கள் தொலைமருத்துவத்தை ஒரு சிறிய அளவில் கடைபிடித்துக் கொண்டிருப்பதை நாம் ஏற்கனவே பார்த்தோமல்லவா? எளிதில் அணுக முடியாத, தொலைதூர இடங்களில் உள்ள மக்களுக்கு மருத்துவச் சேவையைக் கொண்டு செல்வதற்கு ஏற்ற வாகனமாகத் தொலைமருத்துவம் அமையும். அதன் மூலம், அரிய வளமான நல்ல மருத்துவர்களின் சேவையை இந்தியாவால் செம்மையாகப் பயன்படுத்திக் கொள்ள முடியும்.

அதிகாரப் பரவலாக்கம்

இந்தியாவில் சுகாதாரம் மாநில அரசுகளின் கைகளில் இருக்கிறது. நாங்கள் ஏற்கனவே வாதிட்டிருந்தபடி, மாநிலங்களும் அளவில் பெரியவையாக இருக்கின்றன. அதனால், மாநிலத்தின் தலைநகரில் அமர்ந்து கொண்டு சுகாதார அமைப்பை நிர்வகிப்பது செம்மையான விளைவுகளுக்கு இட்டுச் செல்லாது. அரசின் வரவு-செலவுத் திட்டத்தில் சுகாதாரத் துறைக்கு அதிக நிதி ஒதுக்கப்பட்டுக் கொண்டிருக்கின்ற அதே நேரத்தில், சுகாதாரச் சேவையின் அதிகாரப் பரவலாக்கத்திற்கு முன்னுரிமை கொடுக்கப்பட வேண்டும். நாம் பார்த்திருந்த எடுத்துக்காட்டுகளிலிருந்து, உள்ளூர்ச் சமுதாயங்களில் வேரூன்றியுள்ள கட்டமைப்புகளையும், இலக்கால் முடுக்கிவிடப்படுகின்ற நோக்கங்களையும், பயிற்சி மற்றும் ஆராய்ச்சிக்கு இடமளிக்கின்ற ஏற்பாட்டையும் கொண்டிருக்கின்ற ஒரு திட்டத்தால்தான், வரவு- செலவுத் திட்டத்தில் ஒதுக்கப்படுகின்ற

கூடுதல் நிதியைச் செம்மையாகப் பயன்படுத்த முடியும்.

கொரோனா பெருந்தொற்று பேயாட்டம் போட்டுக் கொண்டிருந்தபோது, களத்தில் துணிச்சலாக நின்று அதை எதிர்த்துப் போராடியதில் உள்ளூர் சுகாதார ஊழியர்களுக்குப் பெரும் பங்கு இருந்தது. பயங்கரமான இரண்டாவது அலை வீசி அடங்கியவுடன் மேற்கொள்ளப்பட்ட மாபெரும் தடுப்பூசிப் பணியிலும் அவர்கள்தாம் அர்ப்பணிப்புடன் செயல்பட்டனர். எப்படிப் பார்த்தாலும், சுகாதாரம் தொடர்பான விஷயங்கள் இறுதியில் உள்ளூர் அளவில் வந்துதான் நிற்கும் என்பதை நாம் உணர வேண்டும். சுகாதாரம் தொடர்பாக நாம் மேற்கொள்ள வேண்டிய புத்தாக்க முயற்சிகளைப் பற்றி நாம் சிந்திக்கின்ற அதே நேரத்தில், அவற்றின் அமலாக்கத்தை மாநிலத் தலைநகரங்களிலிருந்து உள்ளூரை நோக்கி நகர்த்துவதற்கு அழுத்தம் கொடுத்துக் கொண்டே இருக்க வேண்டும்.

10

சமத்துவமின்மையை நீக்குவதை நோக்கி

சமுதாயத்தின் பெரும் பகுதியினர், தாங்களும் ஒரு நாள் நல்ல நிலைமைக்கு வந்துவிடுவோம் என்ற நம்பிக்கையில்தான் தற்போதைய சமத்துவமின்மையை சகித்துக் கொள்கின்றனர். இந்த யோசனையை, பிரபல பொருளாதார அறிஞர் ஆல்பர்ட் ஹிர்ஷ்மேன் 'சுரங்கப் பாதை விளைவு' என்று அழைக்கிறார். நீங்கள் உங்கள் காரில் பயணித்துக் கொண்டிருக்கும்போது, சாலையில் போடப்பட்டிருக்கும் சுரங்கப்பாதை ஒன்றை நீங்கள் கடக்க நேர்வதாக வைத்துக் கொள்வோம். அதற்குள் சென்ற பிறகு போக்குவரத்து ஸ்தம்பித்துவிடுகிறது. வண்டிகள் நகர்வதற்காக நீங்கள் காத்துக் கொண்டிருக்கிறீர்கள். உங்களுக்கு அருகே இருக்கின்ற வரிசையில், நீங்கள் செல்கின்ற அதே திசையில் செல்வதற்காகக் காத்துக் கொண்டிருக்கின்ற கார்கள் நகரத் தொடங்குகின்றன. அடுத்து உங்கள் வரிசையும் நகரும் என்ற நம்பிக்கை உங்களுக்குப் பிறப்பதால், அதைக் கண்டு நீங்கள் மகிழ்ச்சியடைகிறீர்கள். ஆனால், உங்களுக்கு அருகே இருக்கின்ற அந்த வரிசை தொடர்ந்து நகர்ந்து கொண்டிருக்கின்றபோது, உங்கள் வரிசை மட்டும் நகராமல் அப்படியே இருந்தால், உங்கள் நம்பிக்கை கோபமாக மாறும். நீங்கள் நியாயமற்ற முறையில் நடத்தப்பட்டுக் கொண்டிருக்கிறீர்கள் என்ற உணர்வுகூட உங்களிடம் பிறக்கலாம்.

வளரும் நாடு ஒன்றில் அனைத்து வரிசைகளும் ஒரே வேகத்தில் நகர்வது கடினம். அதாவது, வளர்ச்சி என்ற வரிசையிலுள்ள கார்களும், சமத்துவமின்மை என்ற வரிசையிலுள்ள கார்களும் ஒரே வேகத்தில் நகர்வது கடினம் என்று மற்றொரு பொருளாதார அறிஞர் கூறுகிறார். ஒரு வரிசை மட்டும் நகரத் தொடங்குகின்றபோது, சமத்துவமின்மை அதிகரிக்கவே செய்யும். ஸ்தம்பித்துப் போய் நின்று கொண்டிருக்கின்ற வரிசையையும் எப்படி நகரச் செய்வது என்று சமுதாயம் சிந்திக்க வேண்டும்.

முதலில் வளர்ச்சி, அதைத் தொடர்ந்து சமத்துவப்படுத்துதல், மீண்டும் வளர்ச்சி என்ற சுழற்சி வட்டத்தில் இந்தியா இயங்கிக்

கொண்டிருக்கிறது என்றும், அதுதான் இந்தியாவை ஸ்திரமான ஒரு நிலையில் வைத்திருக்கிறது என்றும் அக்கறையுள்ள அரசு அதிகாரி ஒருவர் ஒரு முறை ரகுராம் ராஜனிடம் கூறினார். கல்வியிலும் வேலைவாய்ப்புகளிலும் வழங்கப்பட்டுக் கொண்டிருக்கின்ற இட ஒதுக்கீடுகளுக்குள் தாங்களும் சேர்த்துக் கொள்ளப்பட வேண்டும் என்று இந்தியாவில் இன்று பல சமூகக் குழுக்கள் அடிக்கடிப் போராடிக் கொண்டிருப்பதும், சமீபத்தில் வேளாண் சட்டங்களில் திருத்தம் கொண்டுவர முயற்சி மேற்கொள்ளப்பட்டபோது அதற்கு எதிர்ப்புத் தெரிவித்து விவசாயிகள் பெரும் போராட்டத்தில் குதித்ததும், நகரா வரிசையில் இருப்பவர்கள் பொறுமையிழந்து கொண்டிருக்கிறார்கள் என்பதைத்தான் சுட்டிக்காட்டுகின்றன.

நாங்கள் முன்மொழிகின்ற பாதை, அனைவருக்கும் வேலைகளை உருவாக்குவதை நோக்கமாகக் கொண்டது. இதுதான் செழிப்பைப் பரவலாக்குவதற்கான சிறந்த வழியாக இருக்க முடியும். ஆனால், குறுகியகால நோக்கி, இது ஏற்கனவே சமுதாயத்தில் நிலவிக் கொண்டிருக்கின்ற சமத்துவமின்மையை நீக்காதிருக்கலாம். இன்னும் சொல்லப் போனால், அதன் சில அம்சங்களை அது அதிகரிக்கக்கூடச் செய்யலாம். சமுதாயத்தில் நிலவுகின்ற சமத்துவமின்மை மற்றும் அதைக் களைவதற்கான நடவடிக்கைகள் என்ற பரந்துபட்டத் தளத்தில் உள்ள நான்குப் பிரச்சனைகளை மட்டும் இங்கு நாங்கள் அலசவிருக்கிறோம். உறுதியான செயல்நடவடிக்கைகள், வேலைக் களத்தில் பெண்களின் பங்கேற்பு, வேளாண்மையில் மேம்பாடு, சமூகப் பாதுகாப்பு வலை ஆகியவையே அந்த நான்கும். நாங்கள் ஏற்கனவே விவாதித்துள்ள செயல் வல்லமையை மேம்படுத்துகின்ற தீர்வுகளைத் தாண்டி, ஹிர்ஷ்மேனின் சுரங்கப்பாதையில் ஸ்தம்பித்து நின்றுள்ள அனைத்து வரிசைகளிலுமுள்ள கார்களையும் ஒன்றாக நகரச் செய்வதற்கு உதவுகின்ற அமைப்புமுறைகள் எப்படி வடிவமைக்கப்பட வேண்டும் என்பது குறித்தப் பொதுவான பரிந்துரைகளையும் நாங்கள் வழங்கவிருக்கிறோம். இனி அவற்றை ஒவ்வொன்றாகப் பார்க்கலாம்.

உறுதியான செயல்நடவடிக்கைகள்

ஒரு நியாயமான சமூகத்தின் அடிநாதமாக விளங்குவது அனைவருக்குமான சம வாய்ப்பு. பொருளாதார மற்றும் அரசியல் தகுதிப்பாடுகளைத் தாண்டி (இதைப் பற்றி நாம் பின்னர் பேசலாம்), சமுதாயத்திலுள்ள ஒவ்வொருவரும் பங்கேற்கின்ற விதத்தில் ஆடுகளம் சமதளமாக இருப்பதை உறுதி செய்ய வேண்டியது சமுதாயத்தின் தார்மிகக் கடமையாகும். இங்குக் குறிப்பிடப்பட்டுள்ள சமுதாயம் என்ற வார்த்தை முக்கியமானது; அது அடிக்கோடிட்டுக் காட்டப்பட வேண்டும். தங்களுடைய குழந்தைகளுக்கு மிகச் சிறந்தவற்றைக் கொடுக்க வேண்டும் என்று ஒவ்வொரு பெற்றோரும் ஆசைப்படுவது இயல்பானதுதான். அதனால், விஷயங்களைப் பெற்றோரிடம் விட்டுவிட்டால், தங்களுடைய குழந்தைகளுக்குச் சாதகமாக

ஏற்கனவே இருக்கின்ற சலுகைகளை விட்டுக்கொடுக்க அவர்கள் ஒருக்காலும் முன்வரமாட்டார்கள்; அதனால், தாழ்த்தப்பட்ட நிலையில் உள்ளவர்களுக்கு வாய்ப்புகளை உருவாக்கிக் கொடுக்கும் பணியைச் சமுதாயம் அரசிடம் ஒப்படைக்கிறது; சில நேரங்களில், அதை நிறைவேற்றுவதற்காக, பிறருடைய சலுகைகள் ஒரு வரம்புக்குள் கொண்டுவரப்பட வேண்டியிருக்கலாம்.

இப்போது பொருளாதாரத் தகுதிப்பாட்டிற்கு வருவோம். சமுதாயத்தில் உள்ளவர்கள் அனைவரும் சமமாக நடத்தப்படாமல் இருப்பது, சமுதாய வளங்களும் திறமைகளும் செம்மையாகப் பயன்படுத்தப்படாமல் போக வழிவகுத்துவிடும். சிலர் சமுதாயத்தின் படிநிலை அமைப்புமுறையின் தளைகளிலிருந்து விடுபட முடியாத நிலையில் மாட்டிக் கொண்டுள்ளதால், நாம் எத்தனை அம்பேத்கர்களை இழந்துள்ளோம் என்று யார் கண்டார்கள்? சமுதாயத்தில் முன்னேறுவதற்கு வழியே கிடையாது என்று ஒரு சாராரிடம் மீண்டும் மீண்டும் அழுத்தந்திருத்தமாகக் கூறப்படும்போது, அதை அவர்கள் நம்பத் தொடங்கிவிடுவர்; அதனால், தங்களுடைய திறமைகளைக் கூர்தீட்டிக் கொள்ளத் தேவையான முயற்சிகளை அவர்கள் போதுமான அளவு மேற்கொள்ள மாட்டார்கள். "நமக்கு இருக்கின்ற சாத்தியக்கூறுகள் குறித்து நாம் கொண்டிருக்கின்ற யோசனைகளின் அடிப்படையிலேயே நம்மை நாம் உருவாக்கிக் கொள்கிறோம்," என்ற நோபல் விருதாளர் வி.எஸ். நய்ப்பாலின் கூற்று இங்கு நினைவுகூரத்தக்கது.

தோற்றத்தில் தங்களைப் போன்றே இருக்கின்ற உதாரண புருஷர்களைக் கொண்டிருப்பது சமுதாயத்தில் பின்தங்கிய நிலையில் இருப்பவர்களுக்குத் தங்களுடைய சொந்தச் சாத்தியக்கூறுகள் குறித்த ஒரு நம்பிக்கையைக் கொடுக்கிறது. அவர்கள், அதிகார பீடங்களில் இருக்கின்ற, தங்களுடைய சொந்தச் சமூகத்தைச் சேர்ந்த நபர்களுடன் பிணைப்பை உருவாக்கிக் கொள்வதும் பயனுள்ளதாக இருக்கும். நம்மீது அனுதாபம் கொண்ட ஒருவரின் கடைக்கண் பார்வையால் நாம் அனைவருமே நம் வாழ்வில் ஏதோ ஒரு சமயத்தில் பயனடைந்திருப்போம். அதாவது, நம் வாழ்விலும் ஒரு 'மேத்யூ சார்' இடம் பெற்றிருந்திருக்கக்கூடும். இன்னும் சொல்லப் போனால், சமுதாயத்தில் உயர் அந்தஸ்தை அனுபவித்துக் கொண்டிருப்பவர்கள் நிச்சயமாகத் தகுதி வாய்ந்தவர்களாகத்தான் இருப்பார்கள் என்று அனுமானிக்கப்படும்போது (எடுத்துக்காட்டாக, ஒரு நேர்முகத் தேர்வில்), அவர்களுக்கு எவ்வளவு தூரம் மற்றவர்களின் உதவிக்கரம் நீள்கிறது என்பதை அவர்கள் ஒருபோதும் உணர்வதே இல்லை. அதேபோல, குறைவான எதிர்பார்ப்பு எனும் விலங்கை உடைத்தெறிந்து ஒரு சிறிய வெற்றியைப் பெறுவதற்குக்கூட, சமுதாயத்தில் தாழ்த்தப்பட்ட நிலையில் இருப்பவர்கள், முந்தைய பிரிவினரைவிட எவ்வளவு கடுமையாக உழைக்க வேண்டியிருக்கிறது என்பதையும் அவர்கள் உணர்வதில்லை. அரசியல் தகுதிப்பாட்டைப் பொறுத்தவரை, சமுதாயத்தில் தொடர்ந்து ஒரு குறிப்பிட்டப் பிரிவினருக்கு வாய்ப்புகள் மறுக்கப்பட்டுக் கொண்டிருக்கின்றபோது,

ஒரு கட்டத்தில், தாங்கள் வஞ்சிக்கப்பட்டுக் கொண்டிருப்பது குறித்தப் புரிதல் அவர்களுக்கு ஏற்படுகின்றபோது, அங்குக் கண்டிப்பாக ஒரு மோதல் போக்கு உருவாகும்.

எல்லோருக்கும் ஒரே மாதிரியாக வாய்ப்பளிக்கின்ற சமதளமான ஒரு களத்தைக் கொண்டிருப்பதில் நல்ல சாதகங்கள் இருப்பது வெளிப்படை என்றாலும், அத்தகைய ஒரு களத்தை உருவாக்குவது எளிதல்ல என்பதை நவீனச் சமுதாயங்கள் கண்டறிந்துள்ளன. மோசமாக வடிவமைக்கப்படுகின்ற கொள்கைகளால், மக்களின் அடையாளங்களை வலியுறுத்தி, அவர்களிடையே பிரிவினைகளைத் தூண்டி, சமுதாயத்தைத் துண்டாட முடியும். இதை மனத்தில் வைத்துத்தான், இந்திய அரசியலமைப்புச் சட்டத்தின் 14-வது மற்றும் 15-வது விதிகள் சமத்துவம் குறித்துப் பேசியுள்ளன. சட்டத்திற்கு முன் அனைவரும் சமம் என்பதை அவை வலியுறுத்துகின்றன, அடையாளத்தின் அடிப்படையிலான அனைத்துப் பாகுபாடுகளையும் அவை நிராகரிக்கின்றன. அதோடு, அனைவருக்கும் சம வாய்ப்புக் கிடைப்பதை உறுதி செய்வதற்கு அரசுக்கு அவை அனுமதியளிக்கின்றன. இங்கு அரசு எப்படி உயரத்தில் கட்டியிருக்கின்ற ஒரு கயிற்றின்மீது நடப்பதுபோல எச்சரிக்கையாகச் செயல்பட வேண்டியிருக்கிறது என்பதைக் கவனியுங்கள். எல்லோருக்கும் சம வாய்ப்புக் கிடைத்திட வழி செய்வதற்காக, சமுதாயத்தில் பின்தங்கியுள்ளவர்களுக்கு அரசு ஆதரவுக் கரம் நீட்ட வேண்டும். ஆனால், அளவுக்கதிகமான ஆதரவோ அல்லது அது தவறான வழியில் வழங்கப்படும்போதோ, சமுதாயத்தில் அது வேறொரு விதத்தில் மீண்டும் சமமின்மையை உருவாக்கிவிடும்.

இட ஒதுக்கீடுகள்

உயர் கல்வியிலும் அரசு வேலைகளிலும் இட ஒதுக்கீட்டை அமல்படுத்தியதன் மூலம் இந்திய அரசு இவ்விஷயத்தில் தலையிட்டுள்ளது. தொடக்கத்தில் இட ஒதுக்கீடு மிகவும் பிற்படுத்தப்பட்டிருந்த மக்களுக்கு வழங்கப்பட்டது. இந்து மதம், புத்த மதம் மற்றும் சீக்கிய மதத்தில் முன்பு 'தீண்டத்தகாத' சாதியினர் என்று கருதப்பட்டவர்களுக்கும் (பட்டியல் சாதியினர் – எஸ்சி), அனைத்து மதங்களையும் சார்ந்த பழங்குடியினருக்கும் (பட்டியல் பழங்குடியினர் – எஸ்டி) இட ஒதுக்கீடு வழங்கப்பட்டது. பின்னர், பிற பிற்படுத்தப்பட்டச் சாதியினருக்கும் (சமுதாயரீதியாகவும், பொருளாதாரரீதியாகவும் பிற்படுத்தப்பட்டிருந்த பிற சாதியினரைக் குறிக்கின்ற ஒரு சொல் – ஓபிசி) அது விரிவுபடுத்தப்பட்டது. இந்தியா சுதந்திரம் பெற்று எழுபது ஆண்டுகளுக்கு மேல் ஆகியும் சில கேள்விகள் தொடர்ந்து கொண்டிருக்கின்றன. இட ஒதுக்கீடு, சமுதாயத்தில் சமத்துவமின்மையை நீக்குவதற்கான ஆற்றல்மிக்க ஒரு வழியா? சாதி அடிப்படையிலான இட ஒதுக்கீடு, பிற்படுத்தப்பட்டச் சாதிகளில் மேல்மட்டத்தில் இருப்பவர்களுக்கு

மட்டும்தான் பயனளித்துக் கொண்டிருக்கிறதா? ஒப்பீட்டளவில், பொதுத்துறை சுருங்கிக் கொண்டும், தனியார் துறை விரிவடைந்து கொண்டும் இருக்கின்ற இன்றைய சூழலில், தனியார் துறையிலும் இட ஒதுக்கீட்டுக்கு நாம் வழி செய்ய வேண்டாமா? ஆனால், நாம் இப்படியே செய்து கொண்டிருந்தால், சமுதாயத்தில் நிலவுகின்ற சாதிய அமைப்புமுறையின் கைதிகளாக நாம் என்றென்றைக்கும் கட்டுண்டு கிடக்க மாட்டோமா? நாம் அடையாள அரசியலில் அடைபட்டுக் கிடக்க மாட்டோமா?

ஒரு கணம் இக்கேள்விகளை ஒதுக்கி வைத்துவிட்டுப் பார்த்தால், முன்னேற்றத்திற்கு இட ஒதுக்கீடு மட்டுமே ஒரு போதுமான கருவி அல்ல என்பது தெளிவாகும். முதலில், ஓர் உதவிக் கரம் என்ற முறையில், இட ஒதுக்கீடு ஒரு தனிநபரின் வாழ்க்கையில் மிகவும் தாமதமாகத்தான் நுழைகிறது. வயதுவந்த ஒரு தனிநபரின் திறன்களைத் தீர்மானிப்பதில் அவருடைய ஆரம்பகால வாழ்வில் அவருக்குக் கிடைக்கும் கல்வியும் ஆரோக்கியமும் எவ்வளவு பெரும் பங்காற்றுகின்றன என்பதை முந்தைய சில அத்தியாயங்களில் நாம் பார்த்தோம். இன்னும் சொல்லப் போனால், பின்னாளில் எவ்வளவு முயற்சிகள் மேற்கொள்ளப்பட்டாலும், தொடக்க ஆண்டுகளில் ஏற்பட்டப் பற்றாக்குறைகளை அவற்றால் ஈடு செய்ய முடியாது என்று பல ஆய்வுகள் தெரிவிக்கின்றன.

இது ஒரு புறம் இருக்கட்டும். பின்தங்கியுள்ள மாணவர்களைக் கல்லூரிக்குள் அனுமதிப்பதில் கவனத்தைக் குவிப்பதோடு இட ஒதுக்கீடு என்ற கருவியின் வேலை முடிந்துவிடுகிறது. கல்லூரியில் சேர்ந்த பிறகு, அங்கு அவர்கள் படிப்பதற்கும் சிறப்பாகத் தேர்ச்சி பெறுவதற்கும் அவர்களுக்கு உதவ எந்த முயற்சியும் மேற்கொள்ளப்படுவதில்லை. எடுத்துக்காட்டாக, இந்தியாவிலுள்ள தலைசிறந்த ஏழு ஐஐடிக்களில் சேர்ந்த பிறகு, பாதியில் படிப்பை நிறுத்திவிடுகின்ற மொத்த மாணவர்களில் 60 சதவீதத்தினர் இட ஒதுக்கீட்டின் அடிப்படையில் அங்குச் சேர்ந்தவர்கள் என்றும், அவர்களில் 40 சதவீத மாணவர்கள் பட்டியல் சாதியையும் பட்டியல் பழங்குடியினத்தையும் மட்டும் சேர்ந்தவர்கள் என்றும் ஒன்றிய அரசின் கல்வி அமைச்சகத்தின் தரவுகள் தெரிவிக்கின்றன. இத்தகைய மாணவர்களுக்கு எந்தச் சிறப்புப் பயிற்சியும் வழங்காமல், மாணவர்களிடமிருந்து மிக அதிகமாக எதிர்பார்க்கின்ற ஐஐடி போன்ற உயர் கல்வி நிறுவனங்களில் அவர்களைச் சேர்த்துக் கொள்வது அவர்கள்மீது அளப்பரிய அழுத்தத்தைத்தான் ஏற்படுத்தும். ஆனால், அதே கல்வி நிறுவனங்களில், இட ஒதுக்கீட்டின் மூலம் சேர்கின்ற மாணவர்களில் பலர் சிறப்பாகக் கற்றுத் தேர்ச்சி பெறுவதும் நிகழத்தான் செய்கிறது என்றாலும், அப்படிப் படிக்க முடியாமல் தடுமாறிக் கொண்டிருக்கும் மாணவர்களுக்கு நாம் இன்னும் அதிகமானவற்றைச் செய்தாக வேண்டும்.

பொதுத்துறை நிறுவனங்களில் இட ஒதுக்கீடுகளின் கீழ் வழங்கப்படுகின்ற வேலைகளின் எண்ணிக்கை மிகவும் குறைவு. ஆனாலும், அரசாங்க வேலை கொடுக்கின்ற கௌரவத்தின்

காரணமாக, அப்படிப்பட்ட வேலைகளைப் பெறுபவர்கள் அவர்களுடைய சமூகத்தின் உதாரணப் புருஷர்களாகிவிடுகின்றனர். துரதிர்ஷ்டவசமாக, பிற இடங்களில் போதிய வேலைவாய்ப்புகள் உருவாக்கப்படாமல் இருப்பதால், அரசு வேலை என்பது பிற்படுத்தப்பட்டவர்களுக்கு மட்டுமல்லாமல், சமுதாயத்திலுள்ள வேறு பலருக்கும், சமூக மற்றும் பொருளாதார அந்தஸ்தின் அடையாளச் சின்னமாகத் திகழ்ந்து கொண்டிருக்கிறது.

இட ஒதுக்கீட்டினால் கிடைக்கின்ற அனுகூலங்களைப் பொதுவாக அச்சமூகத்தில் நல்ல நிலையில் இருப்பவர்களே அனுபவிக்கின்றனர். இதன் காரணமாக, காலப்போக்கில், ஒரு சமூகத்திற்கு உள்ளேயே ஒருவிதமான மேட்டிமைத்தனம் புகுந்துவிடுகிறது. அதனால், அச்சமூகத்தில் இருக்கின்ற பின்தங்கியவர்கள், அந்த இட ஒதுக்கீட்டிற்குள் உள் ஒதுக்கீடு கேட்கத் துவங்குகின்றனர். ஆந்திரப் பிரதேசத்தில், மாலா, மாதிகா ஆகிய இரண்டு பட்டியலினக் குழுவினருக்கு இடையே நிலவுகின்ற முரண்பாடுகள் இதற்கான ஓர் எடுத்துக்காட்டு. இதில் மாலா சமூகத்தினர், இட ஒதுக்கீட்டின் விளைவாகக் கிடைத்த வாய்ப்புகளைச் சிறப்பாகப் பயன்படுத்திக் கொண்டனர். இதனால், மாதிகா மக்களுக்கு ஏற்கனவே இருக்கின்ற இட ஒதுக்கீட்டில் உள் ஒதுக்கீடு வழங்கப்பட வேண்டும் என்று 'மாதிகா இட ஒதுக்கீட்டுப் போராட்ட சமிதி' என்ற அமைப்பு போராடிக் கொண்டிருக்கிறது. எப்போதும் குடித்துக் கும்மாளமிட்டுக் கொண்டு சோம்பேறிகளாகத் திரிந்து கொண்டிருக்கின்ற மாதிகா சமூகத்தினர், கடுமையாக உழைத்து முன்னேறியுள்ள மாலா சமூகத்தினரைப் பார்த்துப் பொறாமை கொள்ளக்கூடாது என்று மாலா சமூகத்தினர் வாதிடுவதாக, பிரபல தலித் எழுத்தாளரும் சமூகப் போராளியுமான ஆனந்த் தெல்தும்டே தெரிவிக்கிறார். தலித்துகள் மற்றும் பிற பிற்படுத்தப்பட்டச் சமூகத்தினருக்கான இட ஒதுக்கீடு குறித்துச் சில உயர் சாதியினர் இதே போன்ற குற்றச்சாட்டைத்தான் முன்வைக்கின்றனர்.

இட ஒதுக்கீட்டை நாம் கவனத்தில் எடுத்துக் கொள்கின்றபோது, பல வடிவங்களில் அதற்குக் குறுக்கே நின்று கொண்டிருக்கின்ற சில விஷயங்களை நாம் மறந்துவிடலாகாது. பெண்கள், பொருளாதாரரீதியாகப் பின்தங்கியிருப்போர், இந்து மதத்தைச் சேராத தலித்துகள் போன்றோர் அதற்கான எடுத்துக்காட்டுகளில் சிலர். அவர்களுடைய கோரிக்கைகளை எப்படி நிறைவேற்றுவது? இட ஒதுக்கீட்டுக்கு உள்ளாகாமல் இருக்கின்ற பகுதியில் கை வைக்க வேண்டுமா?

இட ஒதுக்கீடு பிளஸ்

இட ஒதுக்கீடு பிளஸ் என்ற கருத்தாக்கத்தை இந்தியா உடனடியாகத் தன் கவனத்தில் எடுத்துக் கொள்ள வேண்டும். இதற்கு முந்தைய அத்தியாயங்களில், குழந்தைகளின் தொடக்ககால ஊட்டச்சத்து, நல்ல மருத்துவ வசதி, அடிப்படைக் கல்வி, தரமான உயர் கல்வி

போன்ற அடிப்படைப் பொதுச் சேவைகள் மக்களுக்கு வழங்கப்பட வேண்டும் என்று நாங்கள் வாதிட்டோம். பின்தங்கியவர்கள் அதிகமாக இருக்கின்ற பகுதிகளில் இவை துடிப்புடன் மேற்கொள்ளப்பட வேண்டும். பின்தங்கியவர்களுக்கு இடையேயும் சம வாய்ப்பை ஊக்குவிப்பதற்கான சாத்தியக்கூறுக்கு இது வழி வகுக்கும்.

எல்லாமே முயற்சி செய்து பார்க்கப்பட்டுள்ளது என்பது உண்மைதான். பட்டியல் சாதியினர், பட்டியல் பழங்குடியினர் ஆகிய சமூகங்களில் உண்மையிலே பின்தங்கியிருந்தவர்களுக்கு இட ஒதுக்கீடுகளின் பலன்கள் போய்ச் சேரவில்லை என்ற கவலை முன்வைக்கப்பட்டபோது, இவ்விரு சமூகத்தினரும் மிக அதிக எண்ணிக்கையில் வசித்தப் பகுதிகளுக்குத் தனியாக நிதி ஒதுக்கும் முயற்சி 1970களிலிருந்தே மேற்கொள்ளப்பட்டு வந்துள்ளது. ஆனால், இந்த முயற்சி பெரிய அளவில் வெற்றி பெறவில்லை. ஆனால், இப்பகுதியிலுள்ள குழந்தைகளின் தொடக்ககால வளர்ச்சியில் கவனம் செலுத்தப்பட்டால், இப்பகுதிகளுக்கென்று ஒதுக்கப்படுகின்ற கூடுதல் நிதி கண்டிப்பாகச் பெரும் வித்தியாசத்தை ஏற்படுத்தும்.

பொதுத்துறை உயர் கல்வி நிறுவனங்களில் இட ஒதுக்கீட்டின் கீழ் சேர்க்கப்படுகின்ற மாணவர்களின் முன்னேற்றம் முறையாகக் கவனிக்கப்பட்டு, இதர மாணவர்களுக்கு இணையான நிலையில் அவர்களைக் கொண்டுவருவதற்கான முயற்சிகள் மேற்கொள்ளப்பட வேண்டும். பின்தங்கியுள்ள சமூகத்திலிருந்து வருகின்ற மாணவர்கள் தொடக்க காலத்திலேயே நன்றாகத் தயார் செய்யப்பட்டிருந்தால், இந்த உயர் கல்வி நிறுவனங்களின் பணி எளிதாக இருக்கும் என்றாலும், இந்நிறுவனங்கள் தம்முடைய பொறுப்பைத் தட்டிக்கழிக்க அனுமதிக்கப்படக்கூடாது. இட ஒதுக்கீடு பிளஸ் திட்டத்தின் கீழ், இதுபோன்ற மாணவர்களுக்குச் சிறப்பு வகுப்புகள் நடத்துதல், ஆலோசனை வழங்குதல் போன்றவை மேற்கொள்ளப்படலாம். செயற்கை நுண்ணறிவு இன்னும் மேம்படுகின்றபோது, அதையும் இவர்களுக்குக் கற்பிப்பதற்குக் பயன்படுத்திக் கொள்ளலாம்.

நாம் எதுவரை செல்ல வேண்டும்? பொருளாதாரச் சீர்திருத்தங்களின் விளைவாக, இந்தியச் சமுதாயத்தில் நிலவி வந்த கண்டனத்துக்குரிய பல சமூகப் பாகுபாடுகள் குறையத் துவங்கின. சமீபத்தில் உத்தரப் பிரதேசத்தில் ஒரு விரிவான ஆய்வு மேற்கொள்ளப்பட்டது. 1990 ஆம் ஆண்டுக்கும் 2007 ஆம் ஆண்டுக்கும் இடைப்பட்டக் காலத்தில், தலித்துகள் குறித்த மேல்சாதியினரின் மனப்போக்கு பெருமளவு மாறியுள்ளதாக அந்த அறிக்கை தெரிவிக்கிறது. திருமணங்களில் தலித்துகள் தனியாக உட்கார வைக்கப்படுவது குறைந்திருக்கிறது. ஒரு தலித் பெண் பிரசவிக்கின்றபோது, தலித் அல்லாத பேறுகால உதவியாளர் அதற்கு உதவுகின்ற போக்கு அதிகரித்திருக்கிறது. தலித்துகள் காலங்காலமாகச் செய்து வந்திருந்த வேலைகளிலிருந்து விலகி வேறு வேலைகளுக்குச் செல்கின்ற போக்கும் அதிகரித்திருக்கிறது.

இந்தியாவுக்கு, பொதுத்துறைக்கு வெளியே அதிக வளர்ச்சியும் வாய்ப்புகளும் வேலைகளும் தேவை. இது குறித்து முந்தைய

அத்தியாயங்களில் நாங்கள் குறிப்பிட்டிருந்தோம். குடிசைகளிலிருந்து கோபுரங்களுக்கு உயர்ந்த தலித் தொழிலதிபர்கள் பலரின், நெஞ்சை நெகிழ வைக்கின்ற கதைகள், புதிய, தாராளமயமாக்கப்பட்டுள்ள இந்தியாவில் நிகழ்ந்துள்ளன என்பது நிறைய விஷயங்கள் இங்குச் சாத்தியம் என்பதைப் பறைசாற்றுகிறது. போட்டி நிறைந்த சந்தை, வாய்ப்புகளைச் சமப்படுத்த உதவுகிறது. “ஆடம் சுமித், தாமஸ் மெக்காலே ஆகிய இருவரே என்னுடைய கதாநாயகர்கள்,” என்று சந்திர பான் பிரசாத் என்ற பிரபல தலித் அறிஞர் அடிக்கடிக் கூறுவதுண்டு. ஆடம் சுமித், போட்டிச் சந்தையின் பெருமையைப் பற்றிச் சிலாகிப்பவர். மெக்காலே, இந்தியாவில் ஆங்கில வழிக் கல்வியின் மதிப்பைப் போற்றிப் புகழ்பவர். இவர்கள் இருவருமே சமுதாயத்தில் தலித் மக்களின் மேல்நோக்கிய பயணத்திற்கு உதவியிருக்கின்றனர். நாங்கள் முன்பு குறிப்பிட்டிருந்ததைப்போல, பெரியவர்களாக வளர்ந்த பிறகுதான், தலித் மக்கள், போட்டிச் சந்தையை உண்மையிலேயே எதிர்கொள்கின்றனர். அதற்கு அவர்களைத் தயார் செய்வதற்கு இன்னும் ஏராளமான விஷயங்கள் செய்யப்பட்டாக வேண்டும்.

சமூகப் பாகுபாடுகள் களைந்தெறியப்படுவதற்குப் பொருளாதாரரீதியான முன்னேற்றம் மட்டும் போதாது. அமெரிக்கா மற்றும் ஐரோப்பாவைச் சேர்ந்த சிறந்த பன்னாட்டு நிறுவனங்கள் தம்முடைய இந்தியக் கிளைகளுக்கு இந்தியாவில் வேலைக்கு ஆட்களை எடுப்பது குறித்த ஓர் ஆய்வு மேற்கொள்ளப்பட்டது. பிற்படுத்தப்பட்டச் சாதிகளைச் சேர்ந்த மாணவர்கள் நேர்முகத் தேர்வுக் கட்டத்தைக் கடப்பதற்கு மிகவும் சிரமப்படுகின்றனர் என்பது அதில் வெளிப்பட்டது. அத்தகைய சாதியினருக்கு எதிராக வெளிப்படையாக நிலவுகின்ற எதிர்ப்பு அதற்குக் காரணமாக இருக்கலாம். அல்லது, அவர்களை நேர்முகத் தேர்வு செய்கின்ற உயர்சாதியினர், ஆழ்மனரீதியாக, தங்களுடைய சாதியைச் சேர்ந்தவர்களுக்குச் சாதகமாக நடந்து கொள்வது அதற்குக் காரணமாக இருக்கலாம். காரணம் எதுவாக இருந்தாலும், அதனால் பாதிக்கப்பட்டது பிற்படுத்தப்பட்டச் சமூகங்களைச் சேர்ந்த மாணவர்கள்தாம். இதில் ஒரு சுவாரசியமான விஷயமும் தெரிய வந்தது. நேர்முகத் தேர்வில் எப்படியோ தேர்ச்சி பெற்று வேலையைப் பெற்றுவிடுகின்ற, பிற்படுத்தப்பட்டச் சாதிகளைச் சேர்ந்த நபர்கள், தங்கள் வேலையில் சிறப்பாகச் செயல்பட்டதோடு, மற்றவர்களைவிட அதிக எண்ணிக்கையில் பதவி உயர்வுகளையும் பெற்றனர். ஒரு வேலையைப் பெறுவதை ஒரு தடை தாண்டும் போட்டி என்று வைத்துக் கொண்டால், அவர்கள் மற்றவர்களைவிட அதிக உயரம் தாண்டியாக வேண்டிய கட்டாயம் அவர்களுக்கு இருக்கிறது என்பதையே இது சுட்டிக்காட்டுகிறது.

இட ஒதுக்கீட்டை மறுவடிவமைத்தல்

நாம் இட ஒதுக்கீட்டை முடிவுக்குக் கொண்டு வர வேண்டுமா?

கூடாது. ஆனால், எந்தக் கொள்கையும் ஒரு குறிப்பிட்டக் கால இடைவெளியில் சீர்தூக்கிப் பார்க்கப்பட்டு அலசப்பட வேண்டும். அது இட ஒதுக்கீட்டின் வடிவமைப்புக்கும் பொருந்தும். சமீபத்தில் ஐந்து நீதிபதிகள் அடங்கிய ஓர் அமர்வு இவ்வாறு குறிப்பிட்டது: "சமூகரீதியான பின்தங்கிய நிலை தற்காலிகமானது அல்ல. அது பல நூற்றாண்டுகளாகத் தலைமுறை தலைமுறையாகத் தொடர்ந்து வந்து கொண்டிருக்கின்ற ஒன்று. ஆனால், பொருளாதாரரீதியான பின்தங்கிய நிலை தற்காலிகமானதாக இருக்கலாம்." இட ஒதுக்கீட்டுக்கான சமூகக் காரணமும் பொருளாதாரக் காரணமும் ஒன்றோடொன்று பிணைந்திருக்கக்கூடும் என்றாலும், அவை இரண்டும் ஒன்றல்ல என்ற கருத்தைத்தான் இந்திய உச்ச நீதிமன்றம் எதிரொலித்துள்ளது. சமூகரீதியான பின்தங்கிய நிலை என்பது பொருளாதாரரீதியான பின்தங்கிய நிலையைவிட அதிகமாகப் புரையோடிப் போயுள்ள, சமத்துவமின்மையின் ஒரு வடிவமாகும்.

ஒரு சாதியினர் காலங்காலமாகத் தொடர்ந்து சமூகரீதியான பாகுபாட்டை எதிர்கொள்ளும்போது, அவர்களுக்கு இட ஒதுக்கீடு போன்ற பொருளாதார ஆதரவை வழங்குவதற்கு அரசாங்கம் எளிதாக அவர்களுடைய சாதி அடையாளத்தை அதற்கு அடிப்படையாக எடுத்துக் கொள்ளலாம். அந்தச் சாதியைச் சேர்ந்தவர்கள் வெளிப்படையாகத் தெரிகின்ற அளவுக்குப் பொருளாதார முன்னேற்றங்களைக் கண்டால், அது அச்சமூகத்தின் தன்னம்பிக்கையை அதிகரிக்கிறது, அவர்களுடைய சமூக அந்தஸ்தை உயர்த்துகிறது. இப்படிப்பட்டக் குழுவினருக்கு வழங்கப்பட்டு வருகின்ற அரசுச் சலுகைகள், அவர்களுடைய பொருளாதார மேம்பாடும் சமூக விழிப்புணர்வும் அவர்களுடைய சமூகரீதியான பாதகமான நிலையைப் பெருமளவுக்கு நீக்கும்வரை தொடர்ந்து கொடுக்கப்பட்டு வர வேண்டும்.

ஒரு குறிப்பிட்டச் சாதியினர் சமூகரீதியான பின்னடைவை எதிர்கொள்ளாமல் இருந்து, பொருளாதாரரீதியான பின்னடைவை மட்டும் எதிர்கொண்டால், அரசுத் திட்டங்களின் பயன்கள் அவர்களைச் சென்றடைவது உறுதி செய்யப்பட வேண்டும். எடுத்துக்காட்டாக, பிற்படுத்தப்பட்டவர்களுக்காக ஒதுக்கப்பட்டுள்ள ஒரு பிரிவை, மேலும் இரண்டு பிரிவுகளாகப் பிரிக்கலாம் என்று ஆனந்த் தெல்தும்டே போன்ற அறிஞர்கள் பரிந்துரைக்கின்றனர்: இட ஒதுக்கீட்டைப் பயன்படுத்தியுள்ளவர்கள் மற்றும் இட ஒதுக்கீட்டைப் பயன்படுத்தியிராதவர்கள். இட ஒதுக்கீட்டின் அடிப்படையில் இடங்கள் நிரப்பப்படும்போது, இந்த இரண்டாவது பிரிவினருக்கு முன்னுரிமை கொடுக்கப்பட வேண்டும் என்று அவர்கள் கூறுகின்றனர்.

இது தொடர்பான ஒரு விஷயத்தை நாம் பார்க்கலாம். 2007 இல், ஒன்றிய அரசு, தேசிய அறிவுசார் ஆணையத்தை நிறுவியது. சமுதாயத்தில் நிலவுகின்ற பாகுபாடு என்பது பல கோணங்களில் உற்று நோக்கப்பட வேண்டிய ஒன்று என்றும், அதில் சாதிப் பாகுபாடு என்பது பல அம்சங்களில் ஒன்று மட்டுமே என்றும்

அது தெரிவித்தது. பொருளாதாரம் வளர்கின்றபோது, இட ஒதுக்கீட்டின் அடிப்படையில் ஒதுக்கப்பட வேண்டிய இடங்கள் இந்தக் கண்ணோட்டத்தின் வரையறையின்படி ஒதுக்கப்படலாம். தவறான நபர்கள் சேர்க்கப்படுவது அல்லது சரியான நபர்கள் விடுபட்டுப் போவது போன்ற சில தொடக்ககாலப் பிரச்சனைகள் இதில் இருக்கலாம். ஆனால், பூரணத்துவமான ஒரு பார்வையுடன் செயல்நடவடிக்கையில் இறங்க இது நமக்கு உதவும். பெண்களும், ஏழைகளாக இருந்தும் பிற்படுத்தப்பட்ட ஒரு சாதியைச் சேராதவர்களும் விடுபட்டுப் போவதைக் கையாளவும் இது உதவும்.

இட ஒதுக்கீட்டைப் பொறுத்தவரை, தனியார் பல்கலைக்கழகங்களும் நிறுவனங்களும் என்ன நிலைப்பாட்டை எடுக்க வேண்டும்? பன்முகத்தன்மை என்பதை ஓர் இலக்காக வரித்துக் கொண்டு அவை அதில் கவனம் செலுத்த வேண்டும். எடுத்துக்காட்டாக, ஒரு கல்லூரியில் சேர்வதற்கு ஒரு மாணவன் தாண்டி வர வேண்டியிருக்கின்ற சிரமங்களும் கணக்கில் எடுத்துக் கொள்ளப்பட வேண்டும். அது அந்த மாணவனின் மனஉறுதியையும், தோல்வியைக் கண்டு துவளாத மனப்போக்கையும் வெளிப்படுத்தும். இப்படிப்பட்ட மாணவர்களுக்கு முன்னுரிமை வழங்கப்பட வேண்டும். இதே அளவுகோல்களை, தனியார் நிறுவனங்கள் ஆட்களை வேலைக்கு எடுக்கும்போதும் பயன்படுத்தலாம்.

மக்களின் பொருளாதாரப் பின்னடைவுக்கான காரணங்களை, பொதுச் சேவைகள் மற்றும் இலக்குரீதியான அரசு ஆதரவின் உதவியுடன் நாம் களைந்தெறிய வேண்டியது அவசியம். காலப்போக்கில், பிற்படுத்தப்பட்ட மக்களின் பொருளாதார வெற்றி, அவர்கள் அனுபவிக்கின்ற சமூகரீதியான பாகுபாடுகளை நீக்க உதவக்கூடும். அதுவரை, சமூகரீதியாகப் பிற்படுத்தப்பட்டுள்ள மக்களுக்குத் தொடர்ந்து ஆதரவு அளிக்கப்பட்டாக வேண்டும். அதோடு, சமுதாயத்திலும் நாம் இது குறித்த விழிப்புணர்வை உருவாக்க வேண்டும். மதம் போன்றவற்றின் அடிப்படையில் புதிய பாகுபாடுகள் உருவாகிவிடாமல் நாம் எச்சரிக்கையாகக் கண்காணித்துக் கொண்டிருக்க வேண்டும்.

வேலைக் களத்தில் பெண்களின் பங்கேற்பு

இன்று இந்தியப் பொருளாதாரத்தின் மிகவும் வருத்தமளிக்கும் அம்சங்களில் ஒன்று, வேலையில் பெண்களின் குறைவான பங்கேற்பு விகிதமாகும். பெண்கள் தங்களுடைய வீடுகளில் செய்கின்ற வேலைகள் இந்தக் கணக்கில் வராது. பெண்களின் தொழிலாளர் பங்கேற்பு விகிதம் என்பது, வேலை பார்க்கும் வயதில் உள்ள மொத்தப் பெண்களில், வேலை பார்த்துக் கொண்டிருக்கின்ற அல்லது மும்முரமாக வேலை தேடிக் கொண்டிருக்கின்ற பெண்களின் சதவீதமாகும். *2022-23* ஆம் ஆண்டில் இது *8.8* சதவீதமாக இருந்ததாக இந்தியப் பொருளாதாரக் கண்காணிப்பு மையம் தெரிவிக்கிறது. அதாவது, வேலை வயதில் இருக்கின்ற நூறு

பெண்களில் ஒன்பது பெண்கள் மட்டுமே வீட்டுக்கு வெளியே வேலைக்குச் சென்று கொண்டிருக்கின்றனர். பட்டியல் சாதியினர், பட்டியல் பழங்குடியினர், பிற பிற்படுத்தப்பட்டச் சாதியினர், மதச் சிறுபான்மையினர் என்று, பின்தங்கியுள்ள அனைத்துப் பிரிவுகளிலுமுள்ள பெண்கள், ஆண்களைவிடக் குறைவான எண்ணிக்கையிலேயே வேலைக்குச் செல்கின்றனர். இந்தியாவில் பெண்கள் உண்மையிலேயே அனுகூலமற்ற ஒரு நிலையிலேயே இருக்கின்றனர்.

'காலமுறை வேலை வாய்ப்புக் கணக்கெடுப்பு' போன்ற வேறு சில அமைப்புகள் வெளியிடுகின்ற, பெண்களின் தொழிலாளர் பங்கேற்பு விகிதங்கள், இந்தியப் பொருளாதாரக் கண்காணிப்பு மையம் வெளியிட்டுள்ள விகிதத்திலிருந்து சற்று வேறுபடுகின்றன. 'வேலை பார்த்துக் கொண்டிருக்கின்ற பெண்கள்' என்ற அடைப்புக்குறிக்குள் எந்தப் பெண்களைச் சேர்ப்பது என்பதிலுள்ள வேறுபாடுகள்தாம் இதற்குக் காரணம். எடுத்துக்காட்டாக, குடும்பத் தொழிலில் ஈடுபட்டிருக்கின்ற பெண்களை வேலை பார்த்துக் கொண்டிருக்கின்ற பெண்கள் கணக்கில் சேர்த்துக் கொள்ள வேண்டுமா, கூடாதா என்பது குறித்தக் கருத்து வேறுபாடுகள். காலமுறை வேலை வாய்ப்புக் கணக்கெடுப்பு அமைப்பு, 2023 ஆம் ஆண்டு ஜனவரிக்கும் மார்ச்சுக்கும் இடைப்பட்டக் காலத்தில் இந்தியாவின் நகர்ப்புறப் பகுதிகளிலுள்ள பெண் தொழிலாளர்கள் பங்கேற்பு விகிதம் 22 சதவீதம் என்று குறிப்பிடுகிறது. இந்த விகிதம் ஜி20 நாடுகளிலேயே மிகவும் குறைவானது. இது சவுதி அரேபியாவின் நிலைக்கும் கீழேயுள்ளது. இங்குப் பிரச்சனை எங்கே இருக்கிறது? அது குறித்து நாம் என்ன செய்யலாம்?

'U' வடிவ வளைகோடு

நீங்கள் இப்படி ஒரு வரைபடம் வரைவதாக வைத்துக் கொள்வோம். அதன் 'எக்ஸ்' அச்சில் ஜிடிபியைக் குறிக்கிறீர்கள். அதன் 'ஒய்' அச்சில் பெண்களின் தொழிலாளர் பங்கேற்பு விகிதத்தைக் குறிக்கிறீர்கள். அது கச்சிதமாக இருக்கும்போது, அந்த இரண்டையும் இணைத்தால், அது 'U' வடிவில் இருக்கும். 2023 இல் நோபல் விருது பெற்றப் பொருளாதார அறிஞர் கிளாடியா கோல்டின் இவ்வாறு கூறியுள்ளார்: "அதன் U-வடிவம் பொருளாதார வளர்ச்சியின் செயல்முறை மூலமும் தற்போதைய முன்னேறியுள்ள பொருளாதாரங்களின் வரலாறுகள் மூலமும் வெளிப்படுகிறது."

நாடுகள் வேளாண் சமூகமாகவும் வறுமையிலும் இருக்கின்றபோது, பெண்கள் வயல்களிலும் உடலுழைப்பு தேவைப்படுகின்ற பிற வேலைகளிலும் அதிக அளவு ஈடுபடுகின்றனர். அவர்களில் சிலருக்குக் கூலி கொடுக்கப்படுகிறது என்றாலும், பலர் தங்களுடைய சொந்த வயல்களிலும், வீட்டிலிருந்தபடியே மேற்கொள்ளப்படுகின்ற சிறு உற்பத்தித் தொழில்களிலும் கூலி வாங்காமல் வேலை செய்கின்றனர். அப்போது பெண்களின்

தொழிலாளர் பங்கேற்பு விகிதம் அதிகமாக இருக்கிறது. ஆனால், நாடுகள் செழிப்படையத் தொடங்கி, குடும்பங்கள் கடுமையான வறுமையிலிருந்து வெளியேறியவுடன், பெண்களின் தொழிலாளர் பங்கேற்பு விகிதம் குறையத் தொடங்குகிறது.

குடும்பங்களின் வருவாய் அதிகரிக்கின்றபோது, தங்களுடைய செலவுகளை ஈடுகட்டுவதற்கு, குறைவான குடும்ப உறுப்பினர்கள் வேலைக்குச் சென்றால் போதும் என்ற நிலைமை உருவாகிறது. அப்படிப்பட்டச் சூழல் உருவாகின்றபோது, சமூக நியதி, பெண்கள் வீட்டுக்கு வெளியே வேலைக்குச் செல்வதைத் தடுக்கிறது. “வருமானம் அதிகரித்துக் கொண்டிருக்கின்ற குடும்பங்களில் சில, தங்களுடைய வீட்டுப் பெண்கள், பாதுகாப்பற்ற இடங்களில் வேலை செய்வதற்கான அல்லது ஆபத்தான வேலைகளுக்குப் போவதற்கான அவசியம் இல்லை என்று பெருமை கொள்கின்றன,” என்று தலித் அறிஞரான சந்திர பான் பிரசாத் சுட்டிக்காட்டுகிறார்.

குடும்பங்களின் வருவாய் அதிகரிக்கின்றபோது, அவை உள்ளூரில் தயாரிக்கப்படுகின்ற மலிவான பொருட்களைப் பயன்படுத்துவதற்குப் பதிலாக, தொழிற்சாலைகளில் உற்பத்தி செய்யப்படுகின்ற பொருட்களை அதிகமாகப் பயன்படுத்தத் தொடங்குகின்றன. பெண்கள் வீட்டுக்கு வெளியே சென்று வேலை செய்யாமல் இருப்பதற்கான வாய்ப்பு அதிகம். ஏனெனில், பொதுவாக, அவர்கள்தாம் குழந்தைகளைக் கவனித்துக் கொள்வதில் முதன்மைப் பொறுப்பு வகிக்கின்றனர். இன்னொரு முக்கியக் காரணம், வீட்டுக்கு வெளியே இருக்கின்ற பாதுகாப்பற்றச் சூழல். இந்தியாவைப் பொறுத்தவரை மற்றொரு முக்கியமான காரணம் திருமணம். திருமணமான பெண்கள், அவர்களுக்குக் குழந்தைகள் இருக்கின்றனரோ இல்லையோ, திருமணமாகாத பெண்களோடு ஒப்பிடுகையில், குறைவான எண்ணிக்கையிலேயே வேலைக்குச் செல்கின்றனர்.

குடும்பங்களின் வருவாய் மேன்மேலும் உயர்கின்றபோது, பெண்கள் அதிகமான கல்வியறிவைப் பெறுகின்றனர், குறைவான எண்ணிக்கையில் குழந்தைகளைப் பெற்றுக் கொள்கின்றனர். அதன் விளைவாக, பல விதமான வேலைகளைத் தேர்ந்தெடுப்பதற்கு அவர்களுக்கு வாய்ப்புகள் உருவாகின்றன, தங்களுடைய நேரத்தைத் தங்கள் விருப்பம்போலப் பயன்படுத்த அவர்களால் முடிகிறது. சமுதாயமும் பெண்கள் வேலைக்குச் செல்வதைத் திறந்த மனத்துடன் பார்க்கத் துவங்குகிறது. நாட்டின் வளர்ச்சியின் காரணமாக அதிக நிதியுதவி பெறுகின்ற காவல்துறையால் மக்களுக்கு அதிகப் பாதுகாப்பு வழங்க முடிகிறது. பெண்களின் தொழிலாளர் பங்கேற்பு விகிதம் மீண்டும் அதிகரிக்கத் தொடங்குகிறது.

‘U’ வடிவ வளைகோட்டில் இந்தியாவின் நிலை

இந்தியாவில், குடும்ப வருவாய் அதிகரிப்பின் காரணமாகப் பெண்களின் தொழிலாளர் பங்கேற்பு விகிதத்தில் சரிவு ஏற்பட்டது.

'U' வடிவ வளைகோட்டின் முதல் பகுதி இது. ஆனால், அதற்குப் பிறகு அந்த விகிதம் கூடாமல் இருந்துவிட்டதால், அந்த வளைகோடு மேலே ஏறாமல் கீழேயே நின்றுவிட்டது. அதே நேரத்தில், குடும்பங்களின் வருமான உயர்வால், பெண்களின் கல்வித் தேர்ச்சி அதிகரித்தது. தொடக்கக் கல்வியைப் பொறுத்தவரை, இந்தியா, உலக சராசரிக்கு நிகரான விகிதத்தைக் கொண்டுள்ளது. கல்லூரிகளுக்குச் செல்கின்ற பெண்களின் எண்ணிக்கை 1950-51 இல் நூறு ஆண்களுக்கு 14 என்ற விகிதத்தில் இருந்தது. இது 2002-03 இல் 67 ஆக அதிகரித்து, 2020-21 இல் 107 ஆக உயர்ந்துள்ளது. அதாவது, பெண்கள் அதிக எண்ணிக்கையில் கல்வி கற்றுக் கொண்டிருக்கின்றனர். அவர்கள் என்ன படிக்கின்றனர் என்பதில் வேறுபாடுகள் உள்ளன. அவர்கள் கல்வியியல் படிப்பில் அதிக எண்ணிக்கையிலும் (ஆசிரியர்களாக ஆவதற்காக இருக்கலாம்), பொறியியல் படிப்பில் குறைவான எண்ணிக்கையிலும் சேர்கின்றனர். வேலைக்குச் செல்வதில் விருப்பம் கொண்டிருப்பதில் படித்தப் பெண்கள் முன்னணியில் இருந்தாலும், அவர்கள்தாம் அதிக எண்ணிக்கையில் வேலை இல்லாமல் இருக்கக்கூடும். பெண்களின் தொழிலாளர் பங்கேற்பு விகிதம், இளநிலைப் பட்டதாரிப் பெண்களைவிட, படிப்பறிவற்றப் பெண்களிடையே அதிகமாக இருப்பதாக சமீபத்திய தரவுகள் தெரிவிக்கின்றன.

பொருளாதாரக் கண்ணோட்டத்தில் பார்த்தால், பெண்கள் தங்களுடைய செயல்திறனுக்கு ஏற்ற வேலைகளில் ஈடுபடாமல் இருந்தால் நாட்டின் உற்பத்தித்திறனும் வருவாயும் குறையும். ஒரு நாடு இருக்க வேண்டிய அளவைவிடக் குறைவான செழிப்பு கொண்டதாக இருக்கும். தங்களுடைய இலட்சியங்களை அடைய முடியாத நிலையில் இருக்கின்ற பெண்கள் விரக்தியடைவதால், அவர்களால் ஒரு மனநிறைவான வாழ்க்கையை வாழ முடியாமல் போய்விடும். பெண்கள் சம்பாதிக்கத் தொடங்குகின்றபோது, வீட்டில் அவர்களுடைய அந்தஸ்து உயர்கிறது; ஆண்-பெண் சமத்துவம் அதிகரிக்கிறது; குடும்பம் தொடர்பான தீர்மானங்களில் அவர்களால் சம அளவில் பங்கேற்க முடிகிறது; அதிகச் சொத்துகளைப் பெற முடிகிறது.

பெண்களால் வேலையிடங்களில் உற்பத்தித்திறன் அதிகரிக்கிறது. ஆண்களையும் பெண்களையும் பரஸ்பரம் அடுத்தவர்களுக்கான மாற்றுப் பணியாளர்களாகக் கருதக்கூடாது என்று சமீபத்திய ஐஎம்எஃப் ஆய்வு தெரிவிக்கிறது. ஆண்களும் பெண்களும் வெவ்வேறு திறமைகளையும் கண்ணோட்டங்களையும் வேலையிடங்களுக்குக் கொண்டுவருவதால், அவர்கள் பரஸ்பரம் அடுத்தவருடைய உற்பத்தித்திறனை அதிகரிக்கின்றனர்.

பொருளாதாரரீதியாகவும் சரி, சமூகரீதியாகவும் சரி, வேலைகளில் பெண்களின் பங்கேற்பு பெரும் பயன்களைக் கொண்டிருக்கின்றபோதிலும், இந்தியாவில் அது ஏன் குறைவாக இருக்கிறது? ஐக்கிய இராச்சியத்தில் பெண்களின் தொழிலாளர் பங்கேற்பு விகிதம், இந்தியாவைப் பூர்விகமாகக் கொண்ட பிரித்தானியப்

பெண்களிடையே 70 சதவீதமாகவும், வங்காளதேசத்தைப் பூர்விகமாகக் கொண்ட பிரித்தானியப் பெண்களிடையே 40 சதவீதமாகவும் இருப்பதாக லண்டனிலுள்ள கிங்ஸ் கல்லூரியைச் சேர்ந்த பொருளாதார அறிஞரான ஆலிஸ் இவான்ஸ் தெரிவிக்கிறார். இவ்வளவுக்கும், இந்தியாவைவிட வங்காளதேசத்தில் பெண்களின் தொழிலாளர் பங்கேற்பு விகிதம் அதிகம். ஒவ்வொரு நாட்டிலிருந்தும் யார் வேறொரு நாட்டுக்குக் குடியேறத் தீர்மானிக்கின்றனர் என்பதில் விசித்திரமான போக்குகள் நிலவக்கூடும் என்றாலும், ஒரு நாட்டைவிட்டு வெளியேறியுள்ள மக்களின் மனப்போக்கும், அந்த நாட்டில் இருக்கின்ற மக்களின் மனப்போக்கும் ஒரே மாதிரியாக இருப்பதாக வைத்துக் கொண்டால், ஐக்கிய இராச்சியத் தரவுகளை அடிப்படையாக வைத்துப் பார்க்கின்றபோது, இந்தியாவிலுள்ள வேலைச் சூழல், பெண்கள் வேலைக்குச் செல்வதற்கு உகந்ததாக இல்லை என்ற முடிவுக்குத்தான் நாம் வர வேண்டியுள்ளது.

இது குறித்து நாம் என்ன செய்யலாம்?

இதற்கு எளிய தீர்வுகள் எதுவும் இல்லை. பெண்கள் வகிக்கின்ற பாத்திரங்கள் குறித்து அவர்களுடைய குடும்பங்களும் சமுதாயமும் கொண்டிருக்கின்ற மனப்போக்கில் மாற்றம் ஏற்படுவது உதவும். அதேபோல, பெண்களும் தங்களைக் குறித்துக் கொண்டிருக்கின்ற கண்ணோட்டத்தில் மாற்றம் ஏற்படுவதும் இதற்கு உதவும். எடுத்துக்காட்டாக, திருமணம், பெண்களை வீட்டுக்குள் பூட்டி வைப்பதாக இருக்கக்கூடாது. வீட்டுக்கு வெளியே வேலை செய்கின்ற பெண்களை நாம் கொண்டாட வேண்டும்.

பெண்களுக்கு எளிதாகவும் அவர்களை ஈர்ப்பதாகவும் இருக்கின்ற வேலைகளை உருவாக்க நாம் முனைய வேண்டும். துணி உற்பத்தி, ஆடை தயாரிப்பு, காலணி தயாரிப்பு போன்ற துறைகள் அதிக எண்ணிக்கையில் பெண்களை வேலைக்கு அமர்த்திக் கொள்வதாக 2017-18 ஆம் ஆண்டுக்கான இந்தியப் பொருளாதாரக் கணக்கெடுப்பு தெரிவிக்கிறது. பெரிய அளவுக்குத் திறமை தேவைப்படாத, துணி உற்பத்தி மற்றும் ஆடை தயாரிப்புத் தொழில்களிலிருந்து சீனா விலகிக் கொண்டதால் உருவாகியுள்ள வெற்றிடத்தை ஆக்கிரமித்துக் கொள்ள முடியாமல் இந்தியா தவித்துக் கொண்டிருக்கிறது. அதனால், இந்த வேலைகள் வங்காளதேசம் போன்ற நாடுகளுக்குப் போய்க் கொண்டிருக்கின்றன. வங்காளதேசத்தில் மிக அதிகமான பெண்களை வேலைக்கு வைத்திருக்கும் ஒரு தொழில் இது. இந்தியாவில் இத்தகைய உற்பத்தித் தொழில்கள் ஏன் பலவீனமாக இருக்கின்றன என்பதற்கான காரணத்தை மீண்டும் இங்குச் சுட்டிக்காட்டத் தேவையில்லை. ஆனால், அது, பெண்கள் வேலையில் பங்கு பெறுவதற்குக் குறுக்கே நின்று கொண்டிருக்கிறது என்பதை மட்டும் இங்கு நாங்கள் சுட்டிக்காட்ட விரும்புகிறோம். இன்னும் சொல்லப் போனால், இந்தியாவில் வேலைப் பெருக்கத்திற்கு நாங்கள் பரிந்துரைத்திருந்த அனைத்து விஷயங்களும், வேலைத்

தளத்தில் பெண்களின் பங்கேற்பு அதிகரிக்கவும் உதவும்.

வேலை தேடுதல் என்பது பெண்களுக்கு ஒரு கடினமான விஷயமாகவே இருந்து வருகிறது. வேலைக்கு விண்ணப்பித்தல், நேர்முகத் தேர்வுக்குச் செல்லுதல் போன்றவை, சில நேரங்களில், அவர்கள் தங்களுடைய குழந்தைகளைப் பார்த்துக் கொள்ள வேண்டியிருப்பதாலோ அல்லது வீட்டு வேலைகளின் காரணமாகவோ அவர்களுக்குக் கடினமாக இருக்கலாம். இணையம் உட்பட, பெண்களின் கண்களில் எளிதாகப் படுகின்ற இடங்களில் பெண்களின் வேலைக்கான விளம்பரங்களைக் கொடுக்கலாம். இது ஒன்றும் பிரம்ம சூத்திரம் அல்ல. இது விண்ணப்பச் செயல்முறையையும் நேர்முகத் தேர்வுச் செயல்முறையையும் சுலபமாக்கும். ஏனெனில், இணையவழி நேர்முகத் தேர்வைக் கிட்டத்தட்ட எங்கு வேண்டுமானாலும் நடத்திக் கொள்ளவும் இதில் இடமுண்டு.

நிரந்தரமான பகுதிநேர வேலைகளையும் (அது வெளி வேலையையும் வீட்டு வேலையையும் செய்ய அவர்களை அனுமதிக்கும்), தங்களுக்கு வசதியான நேரத்தில் வீட்டிலிருந்து செய்யப்படக்கூடிய வேலைகளையும் பெண்கள் விரும்புவர். இவற்றை அமல்படுத்த முதலாளிகள் ஊக்குவிக்கப்பட வேண்டும். இவற்றை உருவாக்குவதற்குக் குறுக்கே நிற்கின்ற தொழிலாளர் நலச் சட்ட விதிகளையும், பிற சட்ட விதிகளையும் மறுபரிசீலனை செய்வதற்கு அரசு முன்வர வேண்டும். அதோடு, இப்படிப்பட்ட வேலைகளை அரசாங்கத்திலும் உருவாக்குவது குறித்து அது யோசிக்க வேண்டும்.

நம்பிக்கை வைக்கத்தக்க, கட்டுப்படியாகக்கூடிய 'குழந்தைகள் பராமரிப்பு மையங்களை' ஏற்படுத்துவதும் உதவக்கூடும். ஒரு புறம், அவை பெண்களுக்கு நேரடியாக வேலை வாய்ப்பை வழங்கும். மறுபுறம், நன்றாகப் படித்துள்ள, திறமையான தாய்மார்கள் வேலைக்குச் செல்ல அது அவர்களுக்கு நேரத்தை உருவாக்கிக் கொடுக்கும். காலங்காலமாக, கூட்டுக் குடும்பங்களில், வேலைக்குப் போகாமல் வீட்டில் இருந்த பெண்கள் இந்தச் சேவையை வழங்கி வந்துள்ளனர். இன்று நகரங்களில் வசித்துக் கொண்டிருக்கும் தனிக்குடித்தனக் குடும்பங்களுக்கு, தொழில்முறைரீதியாக நடத்தப்படுகின்ற குழந்தைகள் பராமரிப்பு மையங்கள் அடிப்படைத் தேவைகளில் ஒன்றாகவே உருவெடுத்து வருகின்றன. இன்று ஒரு சிறிய அளவில் இருக்கின்ற இச்சந்தையை விரிவாக்குவதற்கு, இணையத்தில் இயங்குகின்ற தொழிலாளர் வேலைவாய்ப்பகங்கள், குழந்தைகள் பராமரிப்பகங்களைப் பயன்படுத்துகின்ற பெற்றோர்களின் பின்னூட்டக்கருத்துகளைத் தொகுத்து இணையத்தில் தரவேற்றுகின்ற முறை, நல்ல குழந்தைகள் பராமரிப்பகங்களைப் பரிந்துரைக்கின்ற அமைப்புகள் போன்றவை மிகவும் உதவிகரமாக இருக்கும்.

இந்தியாவில் பெரும் எண்ணிக்கையில் கைவினைஞர்கள் இருக்கின்றனர். அதோடு, சுய உதவிக் குழுக்களும் அதிக அளவில் இருக்கின்றன. ஆனால், அப்பெண்களும் குழுக்களும் பொருளாதாரரீதியாகத் துடிப்பாக இயங்கிக் கொண்டிருக்கவில்லை.

சந்தையை அணுக முடியாத நிலையில் அவர்கள் இருப்பது இதற்கு ஒரு முக்கியக் காரணம். உலகக் கைவினைச் சந்தையில் இந்தியக் கைவினைப் பொருட்களின் பங்கு வெறும் 2 சதவீதம் மட்டுமே. சீனாவின் பங்கு 30 சதவீதம். பயிற்சி, வடிவமைப்பு, தரக் கட்டுப்பாடு, வணிகச்சின்னத்தைச் சந்தைப்படுத்துதல், உலகச் சந்தையோடு தொடர்பு ஏற்படுத்திக் கொள்ளுதல் போன்றவை சரியான விதத்தில் ஒருங்கிணைக்கப்பட்டால், இந்தியாவால் இப்போது இருப்பதைவிடப் பல மடங்கு அதிகமாகக் கைவினைப் பொருட்களை விற்க முடிவதற்கான சாத்தியக்கூறு இருக்கிறது. எடுத்துக்காட்டாக, டில்ஃபி நிறுவனம், அதுவரை ஆண்களின் ஆதிக்கத்தில் இருந்து வந்த சில கைவினை வேலைகளில் பெண்களுக்குப் பயிற்சியளித்து அவர்களையும் அவ்வேலைகளில் ஈடுபடுத்தியிருந்ததைப் பற்றி நாங்கள் ஏற்கனவே குறிப்பிட்டிருந்தது உங்களுக்கு நினைவிருக்கலாம்.

இந்தியாவில் இருக்கின்ற பெண்களுக்கு, பாதுகாப்பு என்பது, வேலைக்குச் செல்வதில் மட்டுமல்லாமல், வேலையிடங்களிலும் ஒரு முக்கியமான பிரச்சனையாக இருந்து வருகிறது. பெண்கள் பாதுகாப்பாக வேலைக்குச் சென்று வருவதற்கு மேம்பட்டக் காவல்துறைக் கண்காணிப்பும், சமூக நியதிகள் முறையாகப் பின்பற்றப்படுவதை உறுதி செய்வதும் வெகுவாக உதவும். உள்ளூர் இரயில்களிலும் மெட்ரோ இரயில்களிலும் பெண்களுக்கென்று தனிப் பெட்டிகளை ஒதுக்குதல், பல நகரங்களில் அமல்படுத்தப்பட்டுள்ள இலவசப் பேருந்துப் பயணத் திட்டம் போன்றவை, பெண்கள் தங்கள் வீட்டுக்கு வெளியே அடியெடுத்து வைக்க அவர்களை ஊக்குவிக்கும். பெரிய நகரங்களில் தனியாகத் தங்கியிருந்து வேலை பார்க்கின்ற பெண்களுக்கு, அவர்கள் வேலை பார்க்கின்ற இடங்களுக்கு அருகேயே பாதுகாப்பான தங்கும் விடுதிகளை உருவாக்கிக் கொடுப்பது மற்றொரு மாற்று வழி. இதன் மூலம், அவர்கள் அதிகமாகப் பயணிக்க வேண்டியிருக்காது. இதில் முன்னோடியாகத் திகழ்ந்து கொண்டிருக்கின்ற சீன அரசை இந்தியா பின்பற்றலாம். சில தொழில்களில் தவிர்க்கப்பட முடியாத ஓர் அம்சமாக இருக்கின்ற இரவுநேர வேலைகளுக்குப் பெண்களும் செல்வதற்கு இதுபோன்ற ஏற்பாடுகள் உதவும்.

வேலையிடங்களிலும் பெண்களுக்குப் பாதுகாப்பு மிகவும் முக்கியம். உலகின் பிற பகுதிகளில் பெண்களுக்கு அதிக எண்ணிக்கையில் வேலை கொடுக்கின்ற சுற்றுலா மற்றும் ஓட்டல் துறையில் இந்தியாவில் பெண்களின் பங்கேற்பு மிகவும் குறைவு. குறிப்பாக, வட இந்தியாவில் இது மிகவும் குறைவு. இந்திய விமானங்களில் ஆண் பணியாளர்களைவிடப் பெண் பணியாளர்கள் அதிகம். இந்திய வர்த்தக விமானிகளில் 15 சதவீதத்தினர் பெண்கள். இது சதவீதக் கணக்கில் குறைவாக இருந்தாலும், உலகிலேயே இதுதான் அதிகம். வேலையிடப் பாதுகாப்பு உறுதி செய்யப்படுவதன் மூலம் நிலைமையை மேம்படுத்திவிடலாம் என்பதைத்தான் இவை காட்டுகின்றன.

இந்தியாவில் கல்வித் துறைதான் பெண்களை அதிக எண்ணிக்கையில் வேலைக்கு எடுத்துக் கொள்கிறது. பள்ளிகளிலும் கல்லூரிகளிலும் பெண்கள் பாதுகாப்பாக உணர்வதுதான் இதற்குக் காரணம். நாங்கள் முன்பு சுட்டிக்காட்டியிருந்ததுபோல, இந்தியாவுக்குக் கல்வித் துறையில் ஒரு புரட்சி தேவை என்பதால், பெண்களை வேலைக்கு இழுப்பதற்கு இங்கு பிரம்மாண்டமான வாய்ப்பு இருக்கிறது. பள்ளிகளில் பகுதிநேர வேலையிலிருந்து, புதிய பல்கலைக்கழகங்களில் பேராசிரியர்கள் வேலைவரை பலவற்றை அவர்களுக்கு வழங்கலாம். அதேபோல, சுகாதாரப் பேணலில் நாங்கள் முன்மொழிகின்ற யோசனைகளால் பெண்களுக்கு ஏற்றப் பல வேலைகளை வழங்க முடியும். அவற்றில் அங்கன்வாடிப் பணியாளர்களின் உதவியாளர்களிலிருந்து, உலகத்தரம் வாய்ந்த புதிய மருத்துவமனைகளில் செவிலியர் மற்றும் மருத்துவர்கள்வரை எண்ணற்றப் பெண்களை நியமிக்க முடியும்.

சில பொதுத்துறைகளில் பெண்களுக்கான இட ஒதுக்கீடு சிறப்பாகவே வேலை செய்துள்ளது. எடுத்துக்காட்டாக, கிராம சபைத் தலைவர்கள் பதவிகளில் 33 சதவீதம் பெண்களுக்காக ஒதுக்கப்பட்டது. இன்று கிராம சபைத் தலைவர்களில் 40 சதவீதத்திற்கும் அதிகமானோர் பெண்கள். இன்று இருபது மாநிலங்களில் பெண்களுக்கான இட ஒதுக்கீடு ஐம்பது சதவீதமாக அதிகரிக்கப்பட்டுள்ளது. இதில் தலைவர்களாகத் தேர்ந்தெடுக்கப்பட்டுள்ள பெண்களை அவர்களுடைய கணவன்மார்கள் பின்னாலிருந்து இயக்குவதாகப் பல குற்றச்சாட்டுகள் வைக்கப்பட்டுள்ளன என்றாலும், இப்படித் தேர்ந்தெடுக்கப்படுகின்ற பெண்கள், படிப்படியாக அந்தப் பதவிகளில் தங்களைப் பொருத்திக் கொண்டு, அர்த்தமிக்க மாற்றங்களை ஏற்படுத்திக் கொண்டிருக்கின்றனர். இதுபோன்ற பதவிகளில் பெண்களுக்கு முழு சுதந்திரம் வழங்கப்படுகின்றபோது, குடிநீர், துப்புரவு போன்ற அடிப்படைப் பொதுச் சேவைகள் பொதுமக்களுக்குக் கிடைப்பதற்காக அவர்கள் கடினமாக உழைக்கின்றனர் என்பதைப் பல ஆய்வுகள் நிரூபித்துள்ளன. இந்தப் புத்தகம் அச்சிலேறிக் கொண்டிருந்த சமயத்தில், ஒன்றிய மக்களவையிலும் மாநிலங்களின் சட்டசபைகளிலும் பெண்களுக்கு 33 சதவீத இட ஒதுக்கீடு வழங்குகின்ற 'பெண்கள் இட ஒதுக்கீட்டு மசோதா' மக்களவையில் நிறைவேற்றப்பட்டது. அதன் அமலாக்கத் தேதி பின்னர் நிர்ணயிக்கப்படும் என்று ஒப்புக் கொள்ளப்பட்டது.

பெண்களுக்கு அவர்களுடைய வீடுகளுக்கு வெளியே வேலை கொடுப்பது தொடர்பாக இந்தியாவால் ஏகப்பட்ட விஷயங்களைச் செய்ய முடியும். அது நம்முடைய கடமையும்கூட.

வேளாண்மையில் மேம்பாடு

வேளாண் தொழிலாளர்கள் வேளாண்மையைவிட்டு வெளியேறிக் கொண்டிருந்தபோது, வருங்கால வளர்ச்சிக்கான உந்துசக்தியாக உற்பத்தி மற்றும் சேவைத் தொழில்களை நாம் தேர்ந்தெடுத்தோம்.

சமத்துவமின்மையைப் போக்குவதற்கு வேளாண் தொழிலிலும் நாம் நம் கவனத்தைக் குவிக்க வேண்டும். 2022 இல் இந்தியாவின் ஜிடிபியில் வேளாண்மையின் பங்கு 16 சதவீதம். ஆனால், மொத்தத் தொழிலாளர்களில் 44 சதவீதத்தினர் வேளாண் தொழிலில் ஈடுபட்டுள்ளனர். வேளாண் குடும்பங்கள் முழுக்க முழுக்க விவசாயத்தையோ (அவற்றில் பெரும்பகுதி, தோட்டப்பயிர் வேளாண்மையிலிருந்து வருகிறது) அல்லது கால்நடைகளையோ நம்பி இருப்பதில்லை. இன்னும் சொல்லப் போனால், வேளாண் குடும்பங்களில் பாதிக் குடும்பங்களின் வருமானம், விவசாயத்திற்கு வெளியேயுள்ள துறைகளில் ஈடுபட்டு அவர்கள் சம்பாதிக்கின்ற ஊதியத்திலிருந்து வருகிறது.

வேளாண் துறையில் வருமானம் குறைவாக இருப்பதைப் போக்குவதற்கு, இந்திய அரசு, 2016 இல் இலட்சியவாத இலக்கு ஒன்றை நிர்ணயித்தது. 2023 ஆம் ஆண்டுக்குள் வேளாண் வருவாயை இரட்டிப்பாக்க வேண்டும் என்பதே அந்த இலக்கு. அதை நாங்கள் இலட்சியவாத இலக்கு என்று கூறுவதற்குக் காரணம், அதற்கு முன்பு வேளாண் துறையில் வருவாய் இரட்டிப்பாவதற்கு (பணவீக்கத்தின் தாக்கம் நீக்கப்பட்டப் பிறகு), 22 ஆண்டுகள் பிடித்தன (1993 மற்றும் 2015 ஆண்டுகளுக்கு இடைப்பட்டக் காலம்). 2023 இல் இந்த இலக்கு இன்னும் எட்டப்படவில்லை. இத்துறையில் சீர்திருத்தம் மேற்கொள்ளப்பட வேண்டும் என்பதற்கான பல காரணங்களில் அதன் மெதுவான வளர்ச்சி ஒரே ஒரு காரணம் மட்டுமே.

வேளாண் துறையில் அரசின் தலையீடுகள் மேன்மேலும் அதிகச் செலவு வைப்பவையாக ஆகிக் கொண்டிருக்கின்றன. மானியங்கள் தொடர்பான செலவு அதிகரித்துக் கொண்டே போகிறது. அவற்றில் ஒன்று நேரடிச் செலவு. ஒன்றிய அரசின் 2022-23 நிதியாண்டுக்கான செயற்கை உர மானியம் மட்டும் 2.25 இலட்சம் கோடி ரூபாய். ஆனால், அதே நிதியாண்டுக்கான பள்ளிக் கல்வி, உயர்நிலைக் கல்வி ஆகிய இரண்டுக்கும் சேர்த்து ஒன்றிய அரசு ஒதுக்கியுள்ள தொகை வெறும் 1.05 இலட்சம் கோடி ரூபாய். ஆனால், வேளாண்மை தொடர்பான மறைமுகச் செலவுகள் அதிகப் பிரச்சனைக்குரியவை. செயற்கை உரங்களில் பயன்படுத்தப்படுகின்ற யூரியா அளவுக்கதிகமாகப் பயன்படுத்தப்பட்டுக் கொண்டிருப்பது நிலத்தை நச்சாக்கிக் கொண்டிருக்கிறது. பஞ்சாபில் இலவச மின்சார விநியோகத்தின் காரணமாக, நிலத்திலிருந்து அளவுக்கதிகமான நீர் உறிஞ்சப்பட்டதால், அங்கு நிலத்தடி நீர் இயற்கையான முறையில் மீண்டும் இட்டு நிரப்பப்படுகின்ற ஆழத்தைவிடக் கீழே சென்றுவிட்டதைப் பற்றி முந்தைய அத்தியாயம் ஒன்றில் நாங்கள் குறிப்பிட்டிருந்தோம். இது வருங்கால உணவு உற்பத்தியை பாதிக்கும். அதோடு, அதிக ஆழத்திற்குச் சென்றுவிட்டுள்ள நீரை உறிஞ்சுவதற்குத் தேவையான, அதிக ஆற்றல் கொண்ட மோட்டார்களை வாங்குவது ஏழை விவசாயிகளுக்குக் கட்டுப்படியாகாது.

கோதுமை, நெல் போன்ற முக்கியப் பயிர்கள் அறுவடையாகின்றபோது, முன்பே நிர்ணயிக்கப்பட்டுள்ள

ஒரு விலையில் அரசே அவற்றை வாங்கிக் கொள்வதும் பிரச்சனைக்குரியதுதான். ஏனெனில், அந்த விலை, சந்தை விலையைவிட அதிகமாக இருக்கும். அரசே இந்த விலையைக் கொடுத்து வாங்கிக் கொள்வதால், சந்தை விலை, அரசு வாங்கிக் கொள்கின்ற விலைக்கு உயர்ந்துவிடும். இது அதிகமான நெல் மற்றும் கோதுமையின் உற்பத்திக்கு இட்டுச் செல்லும். ஆனால், ஊட்டச்சத்துக்கு இன்றியமையாதவையாக இருக்கின்ற பருப்பு மற்றும் காய்கறிகள், தேவைக்கு ஏற்ற அளவில் உற்பத்தி செய்யப்படுவதில்லை.

வேளாண் துறையில் சீர்திருத்தங்கள் கொண்டுவரப்பட வேண்டியதற்கான மிக முக்கியமான காரணம், காலநிலை மாற்றத்தால் ஏற்பட்டுக் கொண்டிருக்கின்ற, தட்பவெப்ப நிலையில் ஏற்படுகின்ற திடீர் ஏற்ற இறக்கங்கள். இதற்கு ஏற்ப விவசாயிகள் தங்களைத் தகவமைத்துக் கொள்ள வேண்டும். சொட்டுநீர்ப் பாசனம், அதிகமாக நீரை உறிஞ்சாத பயிர்களைப் பயிரிடுதல், பலதரப்பட்டப் பயிர்களை விளைய வைத்தல் போன்றவற்றுக்கு விவசாயிகள் மாற வேண்டியிருக்கும். அரிய நில வளத்தைச் செம்மையாகப் பயன்படுத்திக் கொள்வதற்கு, செங்குத்து விவசாயம் போன்ற புதிய தொழில்நுட்பங்கள் முயற்சித்துப் பார்க்கப்பட வேண்டும்.

2020 செப்டம்பரில், பெரிய விவாதங்கள் ஏதுமின்றி, நாடாளுமன்றத்தில் அவசர அவசரமாகக் கொண்டுவரப்பட்ட வேளாண் சீர்திருத்தச் சட்டங்கள், விவசாயிகள் தங்களுடைய உற்பத்திப் பொருட்களை மண்டிகளுக்கு வெளியே விற்பதைத் தேர்ந்தெடுக்க வாய்ப்பளிப்பதையும், தனியார் நேரடியாக விவசாயிகளிடம் மொத்தக் கொள்முதல் செய்து அவற்றைச் சேமித்து வைக்க அனுமதிப்பதையும், வேளாண் தொழிலில் ஈடுபட்டிருக்கின்ற பெரும் வணிக நிறுவனங்களுடன் விவசாயிகள் சுலபமாக ஒப்பந்தம் செய்து கொள்ள வழிவகுப்பதையும் நோக்கமாகக் கொண்டிருந்தன. இச்சட்டங்களை வரவேற்பதற்குப் பதிலாக, விவசாயிகள், குறிப்பாகப் பஞ்சாப் மற்றும் ஹரியானாவைச் சேர்ந்த விவசாயிகள், போர்க்கொடி உயர்த்தினர்.

விவசாயிகளின் போராட்டத்திற்கான காரணங்கள் குறித்து வண்டி வண்டியாக எழுதிக் குவிக்கப்பட்டுள்ளன. இச்சட்டங்கள் கொண்டுவரப்பட்டால் பாதிக்கப்படக்கூடிய மண்டி இடைத்தரகர்களின் கூமுட்டைத்தனமான தூண்டுதல்களால் விவசாயிகள் தவறாக வழிநடத்தப்பட்டார்களா என்று அலசப்பட்டது. இச்சட்டங்கள் அமல்படுத்தப்பட்டால், மண்டியின் பங்கைக் கிட்டத்தட்ட இல்லாமல் செய்வதன் மூலம், தங்களுடைய விளைச்சலை யாரிடம் விற்பது என்பதைத் தேர்ந்தெடுப்பதற்குத் தங்களுக்கு அதிக வாய்ப்புகள் இல்லாமல் போய்விடும் என்று விவசாயிகள் உண்மையிலேயே கவலைப்பட்டனர். எது எப்படியோ, *2021* நவம்பரில் அரசே அச்சட்டங்களைத் திரும்பப் பெற்றுக் கொண்டது. ஒரு முக்கியமான தீர்மானம் எடுக்கப்படுவதற்கு முன்பாக விரிவாகக் கலந்தாலோசிக்க வேண்டியதன் அவசியத்தையும்,

அத்தீர்மானத்தால் தாங்கள் பாதிக்கப்படக்கூடும் என்று அஞ்சுகின்ற நபர்களின் பயங்களைப் புரிந்து கொண்டு அவற்றைக் களைந்தெறிய முயற்சிகள் மேற்கொள்ளப்பட வேண்டியதன் அவசியத்தையும் இந்த விவகாரம் வெளிச்சம் போட்டுக் காட்டுகிறது.

அதற்காக, பிற சீர்திருத்தங்கள் சாத்தியமில்லை என்று அர்த்தமில்லை. செயற்கைக்கோள்களிலிருந்து பெறப்படுகின்ற படங்களின் உதவியோடு வேளாண் நிலங்களைத் தொடர்ந்து கண்காணித்து, இழப்பு ஏற்படுகின்றபோது உடனடியாக நஷ்ட ஈடு வழங்குகின்ற பயிர்க் காப்பீட்டுத் திட்டம் இன்னும் பரவலாகப் பயன்படுத்தப்பட வேண்டும். காலநிலை மாற்றத்தால் தட்பவெப்ப நிலையில் ஏற்பட்டுக் கொண்டிருக்கின்ற திடீர் மாற்றங்களைச் சமாளிக்க இது வெகுவாக உதவும்.

காலநிலை மாறுகின்றபோது அதைத் தாக்குப்பிடிக்கின்ற புதிய ரகங்கள் மற்றும் புதிய தொழில்நுட்பங்கள் குறித்து நாம் இன்னும் அதிக அளவில் ஆராய்ச்சிகள் மேற்கொள்ள வேண்டும். அத்துடன் நின்றுவிடாமல், அந்த ஆராய்ச்சிகளின் முடிவுகள் வேளாண் களப் பணியாளர்களின் மூலம் விவசாயிகளைச் சென்றடைவது உறுதி செய்யப்பட வேண்டும். இதற்காக உருவாக்கப்பட்டுள்ள அமைப்புமுறைகள் பல மாநிலங்களில் மரணப்படுக்கையில் விழுந்து கிடக்கின்றன. அவற்றுக்குப் புத்துயிர் ஊட்டப்பட வேண்டும். இத்தகைய ஆராய்ச்சிகளுக்கு நிதியுதவி வழங்க அரசுக்கு அழுத்தம் கொடுக்கப்பட வேண்டும்.

பயிர்நிலங்கள் குத்தகைக்கு விடப்படுவது எளிதாக்கப்பட வேண்டும், குத்தகைதாரரின் உரிமைகள் பாதுகாக்கப்பட வேண்டும். அப்போது, குறுநில விவசாயிகள் தங்களுடைய நிலங்களை விற்க வேண்டிய தேவை இருக்காது. அவர்கள் அவற்றைக் குத்தகைக்கு விட்டுக் கொள்ளலாம். குத்தகைக்கு விடுவதன் மூலம் கிடைக்கின்ற வாடகைப் பணம், அரசு நேரடியாகக் குத்தகைதாரர்களுக்குக் கொடுக்கின்ற பணம் ஆகியவை அந்தச் சிறு விவசாயிகளுக்கு வெகுவாகக் கைகொடுக்கும். அதோடு, அவர்களால் வேறு இடங்களில் வேலை பார்த்தும் கூடுதல் வருவாய் ஈட்டிக் கொள்ள முடியும். இப்படி பல சிறிய நிலங்களைக் குத்தகைக்கு எடுக்கின்ற நபர் அவற்றை ஒன்றாக இணைத்து, கட்டுப்படியாகின்ற விதத்தில் அதில் விவசாயம் செய்யலாம்.

இறுதியாக, வேளாண் உற்பத்திப் பொருட்களை, சந்தையில் விற்கத்தக்கப் பொருட்களின் வடிவில் மாற்றுகின்ற தொழிற்துறையை விரிவுபடுத்த வேண்டும். இது ஒரு பெரிய அளவில் செய்யப்பட வேண்டியிருக்கும் என்பதால், விவசாய உற்பத்தியாளர்கள் சங்கங்கள் அல்லது விவசாயிகளின் கூட்டுறவுகள் இத்தொழிலில் குதிப்பதற்கு ஏற்றவையாகஇருக்கும். அரிசி, கோதுமை போன்ற பயிர்களை மட்டுமே விளைவித்துக் கொண்டிருக்கின்ற பழக்கத்திலிருந்து விடுபட்டு வேறு பயிர்களுக்கு விவசாயிகள் மாறுகின்றபோது, அவர்களுக்கு அந்தத் தொழிற்துறை ஆதரவுக் கரம் நீட்ட வேண்டும். அடுத்து நாங்கள் தொழில்முனைவை ஊக்குவிப்பதற்கு முன்வைக்கவிருக்கின்ற சில

பரிந்துரைகள் இவற்றுக்கும் பொருத்தமாக இருக்கும். இறுதியில், வேளாண் தொழிலாளர்கள் ஒரு பெரும் எண்ணிக்கையில் வேறு தொழில்களை நோக்கி நகரும்போது, வேளாண்மையிலேயே தங்கிவிடுகின்ற நபர்களுக்கு வேளாண்மை நல்ல பலனளிப்பதாக அமைந்துவிடும். அதுவரை, நாங்கள் இங்கு முன்மொழிந்துள்ள பரிந்துரைகள் விவசாயிகளின் வருவாயைப் பெருக்கும், அவர்கள் நீடித்து நிலைத்திருப்பதற்கு உதவும், அவர்களை ஆட்டங்காணச் செய்கின்ற அம்சங்களின் தாக்கத்தைக் குறைக்கும்.

சமூகப் பாதுகாப்பு வலை

சமூகப் பாதுகாப்பு வலைகள் என்பவை பரம ஏழைகளுக்கும், எந்தவிதமான சேமிப்பும் இல்லாதிருக்கின்ற நிலையில் வேலை இழப்பாலோ அல்லது ஏதோ ஒரு பெரிய நோய் தாக்குவதாலோ திடீரென்று பிரச்சனைக்கு உள்ளாகும் நபர்களுக்கும் உதவுவதற்காக உருவாக்கப்பட்டவையாகும். இது ஏழைகளுக்கு இலவச தானியங்களை வழங்குவதிலிருந்து தொடங்குகிறது. பின்னர், மானிய விலையில் சமையல் எரிவாயுக்களை வழங்குதல், ஏழைகளுக்கு மானிய விலையில் வீடுகள் வழங்கப்படுதல், ஏழைகளுக்கு இலவச மருத்துவக் காப்பீட்டுத் திட்டங்கள் என்று அது விரிவடைகிறது. சமூகப் பாதுகாப்பு வலை என்று அழைத்துக் கொள்ளத்தக்க ஒன்றை இந்தியா உருவாக்கியுள்ளது. இந்த விஷயத்தில் இதைவிடச் சிறப்பாக நம்மால் இன்னும் என்னவெல்லாம் செய்ய முடியும்?

மானியங்கள் தொடர்பான பிரச்சனை

நாம் ஏற்கனவே விவசாயிகளின் விஷயத்தில் பார்த்ததுபோல, மானியங்கள் பல நேரங்களில் தவறான தீர்மானங்களுக்கு இட்டுச் செல்கின்றன. எடுத்துக்காட்டாக, 2023 ஆம் ஆண்டின் கோடையில், சந்தையில் ஒரு கிலோ அரிசி சராசரியாக 42 ரூபாய்க்கும், ஒரு கிலோ கோதுமை சராசரியாக 30 ரூபாய்க்கும் விற்கப்பட்டுக் கொண்டிருந்தன. ஆனால், நியாயவிலைக் கடைகளில் ஒரு கிலோ அரிசி 3 ரூபாய்க்கும், ஒரு கிலோ கோதுமை 2 ரூபாய்க்கும் விநியோகிக்கப்பட்டன. ஒவ்வொருவருக்கும் ஒரு குறிப்பிட்ட அளவுக்கு மேல் கொடுக்கப்படவில்லை என்பது உண்மைதான். இதனால் உடனடியாக ஒரு விஷயம் நிகழ்ந்தது. இப்படிக் கொடுக்கப்பட்டதால், அதன் பயனாளிகள் இந்த மலிவான அரிசியையும் கோதுமையையும் மட்டுமே உண்டனர்; வேறு சத்தான உணவுகளை அவர்கள் உட்கொள்ளவில்லை. இதன் விளைவாக, கிராமப் பகுதிகளில் மக்களுக்குத் தேவையான கலோரிகள் கிடைத்துவிட்டன, நகர்ப்புறங்களில் இருந்தவர்கள் அந்த அளவுக்கு உடலுழைப்பில் ஈடுபடாமல் இருந்ததால் அவர்களுக்குத் தேவைக்கு அதிகமான கலோரிகள் கிடைத்தன. ஆனால், இருவருக்குமே போதுமான அளவு ஊட்டச்சத்துகள் கிடைக்கவில்லை. நம்முடைய

பொது விநியோக அமைப்புமுறை, நம் மக்களிடம் மோசமான உணவுப் பழக்கத்தை வளர்த்துவிடுவதால், காலப்போக்கில் அவர்களுடைய உடல் ஆரோக்கியம் சீர்கெட அது வழிவகுக்கிறது.

மானிய முறையிலுள்ள இரண்டாவது பிரச்சனை, மானிய விலையில் வழங்கப்படுகின்ற பொருட்கள் அவற்றின் உண்மையான பயனாளர்களுக்குப்போய்ச்சேராமல்இருந்துவிடக்கூடும்என்பதாகும். சந்தையில் 42 ரூபாய்க்கு விற்கப்படுகின்ற ஒரு கிலோ அரிசி, நியாயவிலைக் கடைகளில் 3 ரூபாய்க்கு விற்கப்படும்போது, அதை மடை மாற்றுவதற்கான ஆசை இடைத்தரகர்களிடம் தோன்றுவதில் வியப்பில்லை. பயனாளர்களுக்கு விநியோகிக்கப்படாமல் இருக்கின்ற அரிசியைச் சந்தையில் விற்பதன் மூலமாகவோ அல்லது இல்லாத நபர்களின் பெயர்களில் போலிக் குடும்ப அட்டைகளை உருவாக்குவதன் மூலமாகவோ இடைத்தரகர்களால் பெரும் இலாபம் ஈட்ட முடியும். இது குறித்துப் பெரிதாகத் தரவுகள் எதுவும் இல்லை என்றாலும், 2005க்கும் 2012க்கும் இடையே, நியாயவிலைக் கடைகளுக்கு அனுப்பப்பட்டிருந்த பொருட்களில் 40 சதவீதத்திலிருந்து 50 சதவீதம்வரை மடை மாற்றப்பட்டிருந்ததாகப் பல கணிப்புகள் தெரிவிக்கின்றன.

தேவையான அனைவரும் இதில் சேர்த்துக் கொள்ளப்படவில்லை என்பது மற்றொரு முக்கியமான பிரச்சனை. வறுமைக் கோட்டிற்குக் கீழேயுள்ளவர்களுக்கு வழங்கப்படுகின்ற குடும்ப அட்டைகளில் மூன்றில் இரண்டு பங்கு அட்டைகள், ஏழைகள் அல்லாதோருக்குக் கொடுக்கப்பட்டுள்ளதாக 2009 இல் வெளியிடப்பட்ட 3-வது தேசியக் குடும்பநலக் கணக்கெடுப்பு தெரிவிக்கிறது. 2015-16 இல் வெளியிடப்பட்ட 4-வது தேசியக் குடும்பநலக் கணக்கெடுப்பு, அதே போக்கு தொடர்வதாகத் தெரிவிக்கிறது. அதிகமான தரவுகள் இருக்கின்ற, தகவல் தொழில்நுட்பம் வளர்ந்துள்ள இக்காலகட்டத்தில்கூட, சமுதாயத்தில் நல்ல நிலையில் இருப்பவர்களும் மானியங்களைப் பெற்றுக் கொண்டிருக்கின்றனர். ஒன்றிய அரசு கோலாகலமாகத் துவக்கியிருந்த 'பிரதமர் மக்கள் ஆரோக்கியத் திட்டம்' என்ற காப்பீட்டுத் திட்டத்தின் நோக்கம், சமுதாயத்தில் கீழ்மட்டத்தில் இருக்கின்ற 40 சதவீத மக்களுக்கு உதவுவதாக இருந்தபோதிலும், அதில் சேர்க்கப்பட்டிருந்த பயனாளர்களில் 60 சதவீதத்தினர், வருமானம் மற்றும் சொத்துகளின் அடிப்படையில் சமுதாயத்தின் மேல்மட்டத்திலிருந்த 60 சதவீதத்தைச் சேர்ந்தவர்களாக இருந்தனர் என்று ஓர் ஆய்வு தெரிவிக்கிறது.

மக்களுடைய வங்கிக் கணக்கில் பணத்தை நேரடியாக வரவு வைத்தல்

மானியங்கள், நுகர்வோரும் உற்பத்தியாளர்களும் மேற்கொள்கின்ற தீர்மானங்களின்மீது தாக்கம் ஏற்படுத்துகின்றன. ஆனால், நுகர்வு அல்லது உற்பத்தியோடு பிணைக்கப்படாத, மக்களுடைய வங்கிக் கணக்கில் நேரடியாகப் பணத்தை வரவு வைக்கின்ற திட்டம்

அவர்கள்மீது தாக்கம் ஏற்படுத்துவதில்லை. பொதுமக்களுடைய வங்கிக் கணக்கில் நேரடியாகப் பணத்தை வரவு வைப்பது சாத்தியம் என்று ஒன்றிய அரசும் மாநில அரசுகளும் நிரூபித்துள்ளன. இந்தியாவிலுள்ள அனைத்துக் குடும்பங்களுக்கும் வங்கிக் கணக்கைத் திறப்பதற்காக உருவாக்கப்பட்டப் 'பிரதமர் மக்கள் நிதித் திட்டம்' என்ற திட்டத்தின் காரணமாக, பெரும்பாலான ஏழை மக்களுக்கு இன்று வங்கிக் கணக்கு இருக்கிறது. ஆதார் எண்ணும் வங்கிக் கணக்கோடு இணைக்கப்பட்டிருப்பதால், போலி நபர்களுக்கும் கற்பனையான நபர்களுக்கும் பணம் கொடுக்கப்படுவது தடுக்கப்பட்டிருக்கிறது. இங்கு நாங்கள் 'பெரும்பாலான மக்கள்' என்று குறிப்பிடுவதற்குக் காரணம், துரதிர்ஷ்டவசமாக, உதவி மிகவும் தேவைப்படுகின்ற மக்களில் பலருக்கு இன்னும் ஆதார் அட்டை வழங்கப்பட்டிருக்கவில்லை, வங்கிக் கணக்கும் திறக்கப்பட்டிருக்கவில்லை என்பதுதான்.

இதில் மற்றொரு சிக்கலும் இருக்கிறது. அரசிடம் போதிய அளவில் தரவுகள் இல்லை. யார் உண்மையில் பணக்காரர்கள் என்ற துல்லியமான விபரம் அரசிடம் இல்லை. வருமான வரியின் அடிப்படையில் ஒருவரைப் பணக்காரர் என்று வரையறுக்கலாம். ஆனால், அது வருமான வரி ஏய்ப்பை மறைமுகமாக ஊக்குவித்துவிடும். அதோடு, அது, ஏற்கனவே ஏய்த்துக் கொண்டிருப்பவர்களுக்கு வெகுமதி வழங்குவதுபோல ஆகிவிடும். கார், வீடு அல்லது நிலம் வைத்திருப்பவர்களை அடையாளம் கண்டு அவர்களைப் பணக்காரர்கள் என்ற அடைப்புக்குறிக்குள் அடைக்கலாம். ஆனால், இவற்றை மக்கள் தங்களுடைய பல குழந்தைகளின் பெயர்களில் பிரித்துக் கொடுக்கக்கூடும் அல்லது ஒரு நிறுவனத்தின் பெயரில் பதிவு செய்யக்கூடும். அதிகமாக மின்சாரம் பயன்படுத்துபவர்களையும் பணக்காரர்கள் பட்டியலில் சேர்த்துக் கொள்ளலாம். ஆனால், திருட்டுத்தனமாக மின்சாரத்தைப் பயன்படுத்துவது அதிகரிக்க அது காரணமாகிவிடக்கூடும்.

மொத்தத்தில், நேரடியாக மக்களின் வங்கிக் கணக்கில் பணம் போடுவது மானியம் வழங்குவதைவிட மேலானது. பணத்தின் வடிவில் உதவி கிடைப்பது ஏழைகளுக்கு அதிகாரமளிக்கிறது. தனியார் பள்ளி ஒன்றில் தங்களுடைய குழந்தைகளைச் சேர்ப்பதற்கு அந்தப் பணத்தைப் பயன்படுத்த அவர்கள் தீர்மானிக்கின்றபோது, தனியார் பள்ளி நிறுவனர் ஒருவர் எங்களிடம் கூறியதைப்போல, சமுதாயத்திலுள்ள நல்ல விஷயங்களைப் பெறுவதற்குத் தங்களுக்கு உரிமை இருப்பதாக அது அவர்களை நினைக்க வைக்கிறது. அவர்கள் பணம் கொடுத்து ஒரு பொருளை வாங்கும்போதோ அல்லது சேவையைப் பெறும்போதோ, அது மட்டமாக இருந்தால், அதை அவர்கள் ஏற்றுக் கொள்ள மாட்டார்கள், எதிர்த்துக் கேள்வி கேட்பார்கள் (எடுத்துக்காட்டு: கல்வி அல்லது மருத்துவச் சேவையின் தரம்).

இது முதலீட்டை ஊக்குவிக்கும். ரகுராம் ராஜனின் மாணவர் நிஷாந்த் வாட்ஸ் சுட்டிக்காட்டுவதுபோல, 'பிரதம மந்திரி கிசான்

சம்மான் நிதித் திட்டத்தின்' கீழ் ஆண்டுக்கு 6,000 ரூபாய் பெறுகின்ற ஒரு விவசாயி, அந்தப் பணம் வரும் என்ற துணிச்சலில், முதலீடு செய்வதற்குக் கடன் வாங்கத் தயங்க மாட்டார். அதன் விளைவாக அவருடைய மொத்த வருமானம் அதிகரிக்கும்.

மேற்கூறப்பட்டவற்றை மனத்தில் வைத்துக் கொண்டு தர்க்கரீதியாகச் சிந்தித்தால், மானியம் வழங்குவதை நிறுத்திவிட்டு அதற்குப் பதிலாக நேரடியாக வங்கிக் கணக்கில் பணம் செலுத்துகின்ற முறையை அமல்படுத்த வேண்டும் என்ற முடிவுக்குத்தான் நாம் வருவோம். ஆனால், அதை அமல்படுத்துவது அரசியல்ரீதியாக அவ்வளவு எளிதானதல்ல. ஆனால், இனி கூடுதல் மானியங்கள் வழங்குவதை நம்மால் நிறுத்த முடியும். புதிதாக அறிமுகப்படுத்தப்படுகின்ற திட்டங்கள் அனைத்தையும், பணத்தை நேரடியாக வங்கிக் கணக்கில் வரவு வைக்கின்ற முறையில் செயல்படுத்தலாம். மக்களுக்கு வழங்கப்படுகின்ற பல்வேறு நேரடி வங்கிப் பரிமாற்றங்கள் அனைத்தையும் தொகுத்து, முடிந்த இடங்களிலெல்லாம், குடும்பத்திற்கான மொத்தத் தொகையாக வழங்கிட ஏற்பாடு செய்யலாம்.

எடுத்துக்காட்டாக, ஒவ்வொரு குடும்பத்திற்கும் ஆண்டொன்றுக்கு 8,000 ரூபாய் வழங்க அரசு தீர்மானிப்பதாக வைத்துக் கொள்ளலாம். ஒரு குடும்பத்தில் இரண்டு குழந்தைகளும், வயது வந்தவர்கள் இரண்டு பேரும் இருந்தால், அவர்கள் ஒவ்வொருவரின் கணக்கிலும் தனித்தனியாக 2,000 ரூபாய் கொடுக்க ஏற்பாடு செய்யலாம். இப்படி வழங்கப்படுகின்ற மொத்தத் தொகை, நாட்டின் ஜிடிபியில் 1 சதவீதத்திற்குள் இருக்குமாறு பார்த்துக் கொள்ள வேண்டும் என்று பொருளாதார அறிஞர்கள் மைத்ரீஷ் கடக் மற்றும் கார்த்திக் முரளிதரன் பரிந்துரைக்கின்றனர். ஏழைக் குடும்பங்களுக்கு இது ஒரு வரப்பிரசாதமாக இருக்கும். அவர்கள் வெறும் தானியங்களை மட்டும் உண்ணாமல் பிற சத்தான உணவுகளையும் உட்கொள்வதற்கும், தங்களுடைய குழந்தைகளைத் தனியார் பள்ளிகளில் சேர்ப்பதற்கும், முதலீடுகள் செய்வதற்கும் இது அவர்களுக்கு உதவக்கூடும். நாட்டின் பொருளாதாரம் வளர்ச்சியடையும்போது, இத்தொகையின் அளவை அதிகரிக்கலாம்.

இதுபோன்ற திட்டங்கள் யாரை இலக்காகக் கொண்டுள்ளனவோ அவை அவர்களுக்குப் போய்ச் சேர்வதை உறுதி செய்வதற்கு, தவிர்க்கப்பட வேண்டியவர்கள் வகைப்பாடு ஒன்றை உருவாக்கிக் கொள்ளலாம். நாங்கள் முன்பு சுட்டிக்காட்டியிருந்த சில வகைப்பாடுகளில் மேற்கொள்ளப்படும் முறைகேடுகளின் அளவு (எடுத்துக்காட்டு: வருமான வரி ஏய்ப்பு) குறைவாக இருக்கும் என்று அனுமானித்துக் கொண்டு சிலவற்றை அமல்படுத்தலாம். இத்திட்டத்திலிருந்து கழற்றிவிடப்பட வேண்டியவர்கள் தொடர்பான சில பரிந்துரைகள்: ஆண்டுக்கு 2,50,000 ரூபாய்க்கு மேல் வருமானம் ஈட்டுபவர்கள்; அரசு ஊழியர்கள்; பெரும் நிறுவனங்களின் ஊழியர்கள்; சொந்தமாக நிலம் வைத்திருப்பவர்கள்; சொந்தமாக வீடு வைத்திருப்பவர்கள்; கார் வாங்கியிருப்பவர்கள்; ஒரு குறிப்பிட்ட

அளவுக்கு மேல் மின் கட்டணம் செலுத்துபவர்கள். இது போன்ற பயனாளர்களின் பெயர்களைப் பொதுவெளியில் அறிவிக்கின்ற முறையைச் சில நாடுகள் பின்பற்றி வருகின்றன. நியாயமற்ற முறையில் தங்களுடைய பெயர் இதுபோன்ற பட்டியல்களில் இடம்பெறும்போது, தாங்களாகவே முன்வந்து தங்கள் பெயரை நீக்குவதற்குப் பலர் முன்வரக்கூடும். இதுபோன்ற முறைகளில், தகுதியற்றவர்களுக்குப் பணம் வழங்கப்படுவது தடுக்கப்படும். இந்தியாவிலுள்ள சில மாநிலங்கள் ஏற்கனவே இதுபோன்ற திட்டங்களை அமல்படுத்தியிருப்பதால், ஒன்றிய அரசு மாநில அரசோடு இணைந்து செயல்பட்டு, மொத்தமாக ஒரு நபருக்கு அல்லது குடும்பத்திற்கு வழங்கப்படுகின்ற தொகை, அரசின் நோக்கத்தை நிறைவேற்றுவதை உறுதி செய்ய வேண்டும்.

மக்களிடம் நேரடியாகப் பணம் கொடுக்கப்பட்டால், அவர்கள் அதைப் பொறுப்பற்ற முறையில் செலவிட்டுவிடக்கூடும் என்ற பயம் சிலருக்கு இருக்கிறது. எடுத்துக்காட்டாக, ஆண்கள் மதுவருந்துவதற்கு அதைப் பயன்படுத்தக்கூடும் என்ற கருத்து நிலவுகிறது. உலகின் பல நாடுகளிலும், பொதுவாக இதுபோல வழங்கப்படுகின்ற பணத்தை, சபலத்தைத் தூண்டுகின்ற மது, சிகரெட் போன்ற பொருட்களில் மக்கள் செலவிட்டுவிடுவதாகக் கூறப்படுவதற்கு எந்த ஆதாரமும் இல்லை. மாறாக, இதுபோன்று வழங்கப்படுகின்ற பணம், உணவு, மருத்துவச் சேவை, கால்நடைகள், வேளாண் இடுபொருட்கள் போன்றவற்றுக்குச் செலவிடப்படுகிறது அல்லது சேமிக்கப்படுகிறது என்றுதான் ஆய்வுகள் தெரிவிக்கின்றன. இந்தியாவுக்கு எவை தேவை என்று நாங்கள் கற்பனை செய்து வைத்துள்ளோமோ, அவற்றோடு இச்செலவீனங்கள் இசைவாக இருக்கின்றன.

நிபந்தனையுடன்கூடிய ஆதரவு

இதுவரை நாங்கள் விவாதித்திருந்தவை எல்லாம் ஏழைகளுக்கும் பிற்படுத்தப்பட்டவர்களுக்கும் வழங்கப்படுகின்ற நிபந்தனையற்ற உதவிகளாகும். நிபந்தனையுடன்கூடிய ஆதரவுத் திட்டங்களும் இந்தியாவில் இருக்கின்றன. எடுத்துக்காட்டாக, தேசிய ஊரக வேலை உறுதியளிப்புத் திட்டம், பின்தங்கியுள்ள நிலையிலுள்ள விவசாயிகள் மற்றும் விவசாயத் தொழிலாளர்களுக்கு, ஆண்டுக்கு நூறு நாட்கள் ஊதியத்துடன்கூடிய வேலை வழங்குகின்ற ஒரு திட்டமாகும். இது உடலுழைப்புடன்கூடிய கடினமான வேலையாக இருப்பதால், உண்மையிலேயே தேவை இருப்பவர்கள் மட்டுமே இதைத் தேர்ந்தெடுப்பர். இது ஒரு பயனுள்ள, நிபந்தனையுடன்கூடிய உதவித் திட்டமாகும். குறிப்பாக, இது கொரோனா பெருந்தொற்றுக் காலத்தில், வெளி மாநிலங்களில் வேலை பார்த்துக் கொண்டிருந்த தொழிலாளர்கள் தங்களுடைய சொந்தக் கிராமங்களுக்குத் திரும்பிச் சென்றபோது பரவலாகப் பயன்படுத்தப்பட்டது.

கொரோனா பெருந்தொற்றுக் காலத்தில், நகர்ப்புறத் தொழிலாளர்கள், ஒன்று, வேலை இல்லாமல் நகரங்களில் மாட்டிக்

கொண்டு அவதிப்பட்டனர். அல்லது, பல நூறு மைல்கள் நடந்தே தங்களுடைய கிராமங்களுக்குத் திரும்பிச் சென்றனர். கிராமப்புறத் தொழிலாளர்களுக்கென்று தனியாக ஒரு திட்டம் இருப்பதுபோல, நகர்ப்புறத் தொழிலாளர்களுக்கும் ஒரு திட்டம் கொண்டு வரப்பட வேண்டும் என்று நாங்கள் நினைக்கிறோம். தேசிய நகர்ப்புற வேலை உறுதியளிப்புத் திட்டம் ஒன்று கொண்டுவரப்பட வேண்டும். இன்னும் சொல்லப் போனால், அது எப்போதோ கொண்டுவரப்பட்டிருக்க வேண்டும். அது கிராமப்புறங்களிலிருந்து நகர்ப்புறங்களுக்குத் தொழிலாளர்கள் இடம்பெயர்வதை ஊக்குவிக்கின்ற விதத்திலோ அல்லது பின்வாங்கச் செய்கின்ற விதத்திலோ இல்லாதபடி வடிவமைக்கப்பட வேண்டும். பொதுவெளிகளைச் சுத்தம் செய்தல், சாலைகள் அமைத்தல் போன்ற வேலைகளை அவர்களுக்குக் கொடுக்கலாம். பொருளாதாரச் சூழ்நிலை கடினமாகின்றபோது மேலும் சில வேலைகளை அவர்களுக்கு ஒதுக்கலாம்.

மானியம், நேரடி வங்கிப் பரிமாற்றம் போன்ற, குறிப்பிட்ட ஒரு சாராருக்கு வழங்கப்படுகின்ற சலுகைகளைப் பெறுகின்ற மக்கள், ஒரு கட்டத்தில் அதைத் தங்களுடைய அடிப்படை உரிமையாகக் கருதத் துவங்கிவிடுவர். அதனால், புதிதாக எந்தவொரு மாற்றத்தையும் கொண்டு வருவதற்கு முன்பாக, அதைக் கவனமாகச் சீர்தூக்கிப் பார்க்க வேண்டும். முடிந்தால், அதைப் பரீட்சார்த்த முறையில் சோதித்துப் பார்த்துவிட்டு, பின்னர் அமல்படுத்த வேண்டும். எது எப்படியோ, அரசால், பலனளிக்கும் பல்வேறு வழிகளில் ஏழை மக்களுக்கு ஆதரவை நல்க முடியும்.

நாம் மீண்டும் ஹிர்ஷ்மேனின் 'சுரங்கப்பாதை விளைவுக்கு' வரலாம்: அதில் சில வரிசைகள் வேகமாகவும், சில வரிசைகள் மெதுவாகவும் நகர்ந்து கொண்டுதான் இருக்கும். பின்தங்கிவிட்ட வரிசைகளில் இருப்பவர்களின் வேகத்தை அதிகரிப்பதற்கு நாம் தொடர்ந்து பாடுபட வேண்டும். அதுவே ஒரு நியாயமான சமுதாயத்தின் அடையாளமாகும்.

11

உலக நாடுகளுடனான இந்தியாவின் உறவாடல்

இன்று இந்தியா ஒரு நடுத்தர வருவாய் நாடாக ஆவதை நெருங்கிக் கொண்டிருக்கிறது. அதன் ஜிடிபி பல வளர்ந்த நாடுகளைவிட அதிகம். அதன் ஜிடிபியின் தொடர் அதிகரிப்பின் காரணமாக, அது பல வளர்ந்த நாடுகளை ஒவ்வொன்றாக முந்திச் சென்று கொண்டிருக்கிறது. சமீபத்தில் அது முந்திய நாடு ஐக்கிய இராச்சியம். எல்லாம் சரியாகச் சென்று கொண்டிருந்தால், விரைவில் அது ஜெர்மனியையும், அதற்கடுத்து ஜப்பானையும் முந்திவிடும். அதனால், முரட்டு தேச வெறியர்கள், இந்தியா எப்படியும் விரைவில் ஒரு வல்லரசாகிவிடும் என்பதால் ஏன் இப்போதே அது ஒரு வல்லரசுபோல நடந்துக் கொள்ளக்கூடாது என்று அரசுக்கு அழுத்தம் கொடுக்கின்றனர்; ஏழை நாடுகள், பணக்கார நாடுகள் என்று வித்தியாசம் பார்க்காமல் எல்லோர் முன்பும் மீசையை முறுக்கிக் கொண்டு, தனக்கு என்ன வேண்டும் என்பதை அது துணிந்து சொல்ல வேண்டும் என்று அவர்கள் கூச்சலிடுகின்றனர். பிற நாடுகளை நிர்ப்பந்திக்கின்ற, அவமானப்படுத்துகின்ற, மற்றும் மண்டியிட வைக்க முயல்கின்ற இந்தப் போக்கு, சீன அரசாங்கத்தின் ஒரு பகுதியினர் முன்பு கடைபிடித்து வந்த, ‘ஓநாய்க் குண ராஜதந்திரம்’ என்று அழைக்கப்பட்ட உத்தியை நினைவுபடுத்துவதாக இருக்கிறது. இன்னும் சொல்லப் போனால், சிலர் இதைப் ‘புலிக் குண ராஜதந்திரம்’ என்றுகூட அழைக்கத் துவங்கிவிட்டனர். இது உள்ளூர்ப் பார்வையாளர்களின் கரகோஷத்தைப் பெற்றாலும், இது கிட்டப் பார்வை உடைய ஒரு செயலாகும். ஏனெனில், இது அந்நிய நாடுகளிடமிருந்து தேவையற்ற எதிர்வினைகளை உண்டாக்கும்.

இதற்கு ஒரு மாற்று இருக்கிறது. நம்முடைய பொருளாதாரத்தைச் சத்தமில்லாமல் வளர்த்தெடுத்து, நம்முடைய முக்கியத்துவத்தை உணர்த்தி, நாம் பிற நாடுகளின் வளர்ச்சியில் சம பங்கு வகிக்கின்ற நபராக இருக்கிறோம் என்ற தகவலைப் பரப்புவதுதான் அது. வர்த்தகத்திலும் முதலீட்டிலும் ஒளிவுமறைவின்றி இருப்பதை நாம் தூக்கிப் பிடிக்க வேண்டும். ஏனெனில், அது இந்தியாவுக்கும்

பிற வளரும் நாடுகளுக்கும் நன்றாகப் பலனளித்துள்ளது. இது தொடர்பாக நம்முடைய சொந்தச் சாதனைகளை நாம் திரும்பிப் பார்க்க வேண்டும். சேவைகளின் ஏற்றுமதி தொடர்பாக உலகம் திறந்த மனத்துடன் திகழ்வதற்கு நாம் முன்னணியில் இருந்து பாடுபட வேண்டும். இந்தியா வளர்ந்து கொண்டிருக்கும் அதே நேரத்தில், தன்னுடைய இராணுவ வலிமையையும் வலுப்படுத்திக் கொள்ள வேண்டும்; 'நாங்கள் வம்புச் சண்டைக்குப் போக மாட்டோம் என்றாலும் எங்களைச் சீண்டுபவர்களுக்குத் தக்கப் பதிலடி கொடுக்கத் தயங்க மாட்டோம்' என்ற செய்தியைத் தெள்ளத் தெளிவாக எல்லா பக்கங்களிலும் நாம் அனுப்பி வைக்க வேண்டும்.

இன்று உலகம் எதிர்கொண்டிருக்கின்ற உலகச்சுருக்கமாக்கம், காலநிலை மாற்றம், புலம் பெயர்தல், மூப்படைதல் போன்ற மாபெரும் சவால்களை எதிர்கொள்வதில் இந்தியா தன் பங்கை ஆற்ற வேண்டும். இந்த அணுகுமுறை, ஒரு புறம் நம்முடைய பொருளாதார வளர்ச்சியை விரைவுபடுத்தும். மறுபுறம், இந்தியா ஒரு வல்லரசாக ஆகும் நேரத்தில் எப்படிப்பட்டதொரு வல்லரசாக அது காட்சியளிக்க வேண்டும்? கூட்டுறவு, அமைதி, நல்லெண்ணம் ஆகியவற்றைத் தன்னம்பிக்கையோடு வலியுறுத்துகின்ற ஒரு வல்லரசாக இருக்க வேண்டுமா? அல்லது, நிர்ப்பந்தித்தல், ஆதிக்க மனப்போக்கு ஆகியவற்றை முன்னிறுத்துகின்ற ஒரு வல்லரசாக ஆக வேண்டுமா? இதில் எதைத் தேர்ந்தெடுக்க வேண்டும் என்பதில் குழப்பம் இருக்க வாய்ப்பில்லை.

2023 இல் ஜி20 குழுவிற்கு இந்தியா தலைமையேற்று, அதன் மாநாட்டை தில்லியில் நடத்தி, அது தொடர்பான வேறு பல கூட்டங்களை நாட்டின் பல்வேறு பகுதிகளிலும் வெற்றிகரமாக நடத்தி முடித்ததைத் தொடர்ந்து, வெளிநாடுகளுடன் நம்முடைய உறவாடல் குறிப்பிடத்தக்க அளவில் மேம்பட்டுள்ளது. இது தக்கவைத்துக் கொள்ளப்பட வேண்டியது முக்கியம். இது தொடர்பாக நாம் மேற்கொள்ள வேண்டிய சில தேர்ந்தெடுப்புகள் குறித்து இந்த அத்தியாயத்தில் நாங்கள் பேசவிருக்கிறோம். வெளியுறவில் மென்மையான அதிகாரம், முரட்டு அதிகாரம் ஆகிய இரண்டில் எதைத் தேர்ந்தெடுப்பது, பொதுவான எல்லை தாண்டிய வர்த்தகத்தையும் முதலீடுகளையும் எவ்வாறு மேற்கொள்வது, சேவை ஏற்றுமதி தொடர்பான வரையறைகளை எவ்வாறு நிர்ணயிப்பது, காலநிலை மாற்றம், புலம் பெயர்தல், மூப்படைதல் போன்றவற்றை எவ்வாறு கையாள்வது போன்றவை அவற்றில் சில. புவியியல்ரீதியாகவும் நாம் சில தேர்ந்தெடுப்புகளை மேற்கொள்ள வேண்டியிருக்கும். நம்முடைய சிறிய அண்டை நாடுகளுடனும், நம்முடைய வடக்கத்திய பெரிய அண்டை நாடான சீனாவுடனும், தொழில் வளர்ச்சியடைந்துள்ள நாடுகளுடனும், 'தென்னுலக நாடுகள் குழுமத்தில்' இடம்பெற்றுள்ள வளரும் நாடுகளுடனும் நாம் எவ்வாறு உறவாடுகிறோம், நாம் வர்த்தக உறவு கொள்வதற்கு அண்டை நாடுகள் அடங்கிய ஒரு பிராந்தியத்தை எப்படி உருவாக்குகிறோம் போன்றவை அவற்றில் அடங்கும்.

மென்மையான அதிகாரமும் முரட்டு அதிகாரமும்

“நீங்கள் விரும்புவதை நிர்ப்பந்தம் அல்லது கப்பம் கட்டுதலின் மூலமாகச் சாதிக்காமல், கவர்ந்திழுத்தல் மூலமாகச் சாதிப்பதுதான் மென்மையான அதிகாரம்,” என்று ஹார்வர்டு பல்கலைக்கழகத்தின் முன்னாள் தலைவரான ஜோசப் எஸ். நய் ஜூனியர் தெரிவிக்கிறார். கலை மற்றும் கலாச்சாரத்தின் மூலமாக, யோசனைகள் மற்றும் அரசியல் இலட்சியவாதங்கள் மூலமாக, விவாதங்கள் மற்றும் கருத்துப் பரிமாற்றங்கள் மூலமாக மென்மையான அதிகாரம் பரவுகிறது. ஒரு நாட்டின் நகர்வைப் பிற நாடுகள் நியாயமானதாகவும் தார்மிக சக்தி உடையதாகவும் பார்க்கின்றபோது அங்கு மென்மையான அதிகாரம் அதன் நோக்கத்தை அடைவதில் வெற்றி பெறுகிறது.

இரண்டாம் உலகப் போருக்குப் பின்னரும், சோவியத் ஒன்றியம் சிதறுண்டதற்குப் பிறகும், பிற நாடுகள் பொருளாதார தாராளமயமாக்கலை சுவீகரித்துக் கொள்ள அவற்றை ஒப்புக் கொள்ள வைப்பதில் அமெரிக்கா வெற்றி பெற்றதற்குக் காரணம், பொருளாதார வளர்ச்சியில் அது மாபெரும் வெற்றி பெற்றிருந்ததுதான். இது அமெரிக்கப் பன்னாட்டு நிறுவனங்களுக்கும் சாதகமாக அமைந்துவிட்டது. ஏனெனில், அது அந்நிறுவனங்களுக்குப் புதிய சந்தைகளைத் திறந்து விட்டது. அதேபோல, நியூயார்க் நகரின் புறநகர்ப் பகுதியில் தோன்றிய ‘ராப் இசை,’ இப்போது பஞ்சாபி பாப் இசையிலும் பாலிவுட் இசையிலும் ஊடுருவி வியாபித்துள்ளது. மறுபுறம், முரட்டு அதிகாரம் என்பது வெகுமதி அல்லது தண்டனையின் மூலமாக ஒருவரை மிரட்டிப் பணிய வைப்பதாகும். அது ஒரு நாட்டின் இராணுவ மற்றும் பொருளாதார வலிமைகளிலிருந்து தோன்றுகிறது.

ஆனால், அதிகாரத்தைப் பெறுவதே ஒரு நோக்கமாக இருந்துவிட முடியாது. அந்த அதிகாரத்தைப் பயன்படுத்தி என்ன சாதிக்கப்பட இருக்கிறது என்பதுதான் முக்கியம். அது ஒரு நாட்டை வளர்த்தெடுக்கவும், அதன் விழுமியங்களையும் யோசனைகளையும் பரப்பவும், அதன் பாதுகாப்பை மேம்படுத்தவும் உதவுகிறதா? இதை நமக்கு நாமே அடிக்கடி நினைவுபடுத்திக் கொள்ள வேண்டும். ஏனெனில், வளர்ச்சி, செல்வாக்கு, பாதுகாப்பு ஆகிய நம்முடைய இலக்குகளிலிருந்து நம்மை வெகுதூரம் அழைத்துச் சென்றுவிடக்கூடிய எதிர்வினைகளை அதிகாரப் பிரயோகம் தோற்றுவிக்கக்கூடும்.

கடந்த சில ஆண்டுகளில் சீனாவுக்கு நேர்ந்துள்ள அனுபவங்கள், முரட்டு அதிகாரத்திற்கும் வரம்பெல்லைகள் இருப்பதைச் சுட்டிக்காட்டுகின்றன. சீனாவின் முன்னாள் தலைவர் டெங் சியோபிங் தன்னுடைய நாட்டின் தொடக்ககால வளர்ச்சியின்போது, “சீனா தன்னுடைய செயல் வல்லமையை மறைத்து வைத்திருக்க வேண்டும், சரியான நேரம் வரும்வரை காத்திருக்க வேண்டும்,” என்று முழங்கினார். சீனாவின் வலிமை பிற நாடுகளிடம் எதிர்வினையைத் தூண்டும் என்று அவர் கவலை கொண்டிருந்தார்

என்பது இதிலிருந்து தெளிவாகிறது. ஆனால், ஜி ஜின்பிங்கின் தலைமையிலுள்ள சீனா, அந்தப் பழைய முழக்கம் முடிவுக்கு வந்துவிட்டதாக நினைக்கிறது. ஏனெனில், 2017 அக்டோபரில், ஜி ஜின்பிங், "ஒரு காலத்தில் எழுந்து நிற்கக்கூடத் தடுமாறிக் கொண்டிருந்த சீனா, இப்போது ஒரு செழிப்பான நாடாகவும், ஒரு வலுவான நாடாகவும் உருவெடுத்துள்ளது," என்று முழங்கினார்.

இதுபோன்ற முழக்கங்கள் அமெரிக்காவிடம் பீதியைத் தோற்றுவித்துவிட்டன. முதலில், சீனா, தன்னை விஞ்சி உலகின் உச்சக்கட்ட வல்லரசாகிவிடுமோ என்று அமெரிக்கா அஞ்சியது. எதேச்சதிகாரப் போக்கு அதிகரித்துக் கொண்டே செல்கின்ற ஒரு தலைவரால் ஆளப்பட்டுக் கொண்டிருக்கின்ற சீனா, ஜனநாயகக் கட்டுப்பாடுகளுக்கும் வரையறைகளுக்கும் கட்டுப்பட்டு நடக்காமல் முரண்டு பிடிக்கக்கூடும் என்று அமெரிக்கா சந்தேகப்பட்டது. உடனே அது பொருளாதாரரீதியாக எதிர்வினையாற்றியது. இதற்கு அமெரிக்காவிலிருந்த இரண்டு கட்சிகளும் ஆதரவளித்தன. சீனாவிலிருந்து அமெரிக்காவுக்குள் இறக்குமதி செய்யப்பட்டப் பொருட்களுக்கு அதிகமான சுங்கக் கட்டணம் விதிக்கப்பட்டது. அதையடுத்து, சீனாவுக்கு ஏற்றுமதி செய்யப்பட்டுக் கொண்டிருந்த அமெரிக்க உயர்தொழில்நுட்ப இயந்திரங்களுக்கு ஒரு வரம்பு விதிக்கப்பட்டது. அமெரிக்க நிறுவனங்கள் சீனாவில் செய்து கொண்டிருந்த முதலீடுகளுக்கும், சீனாவிலிருந்து அமெரிக்காவுக்குள் வந்து கொண்டிருந்த முதலீடுகளுக்கும் வரையறைகள் நிர்ணயிக்கப்பட்டன. சீனாவைக் கட்டுப்படுத்துவதை இலக்காகக் கொண்ட பல நடவடிக்கைகள் கட்டவிழ்த்துவிடப்பட்டன. அமெரிக்காவைப் பின்பற்றி ஐரோப்பாவும் ஜப்பானும் அதே போன்ற நடவடிக்கைகளை மேற்கொண்டன.

அமெரிக்கா மட்டுமல்லாமல், சீனாவின் அண்டை நாடுகளும், அதே பிராந்தியத்தைச் சேர்ந்த வேறு சில நாடுகளும், மிரட்டிப் பணிய வைக்கின்ற எதேச்சதிகாரச் சீனாவைக் கண்டு அஞ்சுகின்றன. அவற்றில் பல நாடுகளுக்குச் சீனாவுடன் எல்லைத் தகராறு இருக்கிறது. இந்தியா உட்படப் பல நாடுகள், சீனாவைச் சேர்ந்த தொலைத்தொடர்பு இயந்திர உற்பத்தி நிறுவனமான ஹுவாயிடமிருந்து கருவிகள் வாங்குவதற்குத் தடை விதித்துள்ளன. ஹுவாய் நிறுவனம் விற்கின்ற இயந்திரங்களில் உளவுக் கருவிகள் எவற்றையேனும் உட்பதிக்க சீன அரசு அந்நிறுவனத்தை நிர்ப்பந்தித்துவிடுமோ என்ற பயம்தான் அதற்குக் காரணம்.

இறுதியில் ஒருவேளை அமெரிக்காவும் சீனாவும் மோதிக் கொள்ளக்கூடும் என்ற கவலையின் காரணமாக, சீனாவில் நன்றாக வேரூன்றியுள்ள பல அமெரிக்க நிறுவனங்கள், ஆபத்தின் அளவைக் குறைப்பதற்காக, அமெரிக்காவின் நட்பு நாடுகளில் மாற்று உற்பத்தியாளர்களையும் விநியோகிப்பாளர்களையும் உருவாக்க முயன்று வருகின்றன. அமெரிக்காவிலுள்ள சீன நிறுவனங்களும் இதையே செய்து வருகின்றன. அமெரிக்காவும் சீனாவும் பரஸ்பரம் மேற்கொண்டு வரும் இந்த ஏட்டிக்குப் போட்டி நடவடிக்கைகள்

பெரிய அளவில் இல்லாவிட்டாலும், இன்று எந்தவொரு அமெரிக்க நிறுவனமும் புதிதாக ஒரு பெரிய உற்பத்தித் தொழிற்சாலையைச் சீனாவில் நிறுவாது. இவை அனைத்தும் சீனாவின் வளர்ச்சியை பாதிக்கின்றன. இப்போது திரும்பிப் பார்க்கின்றபோது, சீனா, டெங் சியோபிங்கின் அறிவுரையை அவசரப்பட்டுக் காற்றில் பறக்க விட்டுவிட்டு முந்திரிக்கொட்டைத்தனமாகத் தன் முஷ்டியை மடக்கிக் கொண்டுவிட்டதுபோலத்தான் தெரிகிறது.

“வரலாற்றில் உதயமாகிக் கொண்டிருந்த அனைத்து வல்லரசுகளும் தம்முடைய சொந்த வலிமையை வளர்த்தெடுத்துக் கொண்டிருந்த காலத்தில், தம்முடைய சக்தியை வெளிப்படையாகப் பறைசாற்றி அதன் மூலம் எதிர்ப்பைச் சம்பாதிப்பதற்குப் பதிலாக, தம்முடைய தலைகளைத் தாழ்த்திக் கொண்டு இருப்பதையே தேர்ந்தெடுத்தன,” என்று இந்தியாவின் முன்னாள் தேசியப் பாதுகாப்பு ஆலோசகரான சிவசங்கர் மேனன் கூறுகிறார். அவர் தொடர்ந்து, “1930களில் ஜெர்மனியும் ஜப்பானும் தம்முடைய வளர்ச்சியின் போதாமை குறித்து விரக்தியடைந்து, காலம் கனிவதற்கு முன்பே முஷ்டியை மடக்கியதால் பெரும் விலையைக் கொடுத்தன. அதே தவறைச் சீனாவும் செய்து கொண்டிருக்கிறதா என்பதை நாம் பொறுத்திருந்துதான் பார்க்க வேண்டும்,” என்று எச்சரிக்கிறார்.

இப்போது இந்தியாவுக்கு வருவோம். இந்த மண்ணிலிருந்து முகிழ்த்தெழுந்த சில தலைசிறந்த புராதன மதங்கள் உட்பட, இந்தியாவின் கலாச்சாரப் பாரம்பரியம், உலகின்மீது செல்வாக்குச் செலுத்துவதற்கான ஆதாரமாக எப்போதுமே விளங்கி வந்துள்ளது. சுதந்திரத்திற்கான இந்தியாவின் அகிம்சைப் போராட்டமும், அதை முன்னெடுத்துச் சென்ற மாமனிதரான மகாத்மா காந்தியின் கருத்துகளும், அந்தப் பாரம்பரியத்தின் சாராம்சத்தை, உலகெங்கும் பின்பற்றத்தக்க உறுதியான ஒரு விஷயமாக ஆக்க உதவின. மகாத்மாவின் சிலைகள் லண்டனிலுள்ள நாடாளுமன்றச் சதுக்கத்திலும், ஜெனிவாவில் ஐக்கிய நாடுகள் சபையின் ஐரோப்பியத் தலைமையகத்தின் முன்பாகவும், நியூ யார்க் நகரிலுள்ள யூனியன் சதுக்கத்திலும் கம்பீரமாக நின்று கொண்டிருப்பது, அகிம்சை குறித்த அவருடைய கருத்துகள் உலக அளவில் ஏற்றுக் கொள்ளப்பட்டிருப்பதன் சாட்சியாகவும், இந்தியாவின் மென்மையான அதிகாரத்தின் அத்தாட்சியாகவும் இருக்கிறது. இந்த இடங்களில், காந்தியின் சம காலத்தவரான முகம்மது அலி ஜின்னாவின் சிலைகளை உங்களால் பார்க்க முடியாது. ஏனெனில், சமயச் சார்பாட்சி நடக்கின்ற ஒரு நாட்டுக்காக ஒலித்த அவருடைய குரல் உலக மக்களின் உள்ளங்களைத் தூண்டவில்லை.

வரலாற்று அறிஞர் ராமச்சந்திர குகா, அவருடைய பிரபலமான ‘காந்திக்குப் பிந்தைய இந்தியா’ நூலில் குறிப்பிடுவதுபோல, சுதந்திரத்தின்போது இந்தியா ஜனநாயகத்தைத் தேர்ந்தெடுத்திருந்ததும், அதைத் தொடர்ந்து தக்கவைத்துக் கொள்வதற்கான அதன் திறனும், உலகத்தின்மீதான அதன் பொருளாதாரத் தாக்கம் அற்பமானதாக இருந்தபோதிலும், அதன் தார்மிக நிலைப்பாட்டின்மீது மேலும் ஒளி

பாய்ச்சியதோடு, அதன்மீது உலகம் வைத்திருந்த மரியாதையையும் அதிகரித்தன. பரந்துபட்டப் பல கலாச்சாரங்களை வரவேற்ற அதன் பாங்கு, அதன் திறந்த மனப்போக்கு, அதன் ஆன்மிகம் போன்றவை, ஜான் கென்னத் கல்பிரைத், ஆக்டேவியோ பாஸ் போன்ற முதுபெரும் அறிஞர்களை இந்தியாவை நோக்கிக் கவர்ந்திழுத்தன. எண்ணற்றோர், குறிப்பாக, வளரும் நாடுகளில் இருந்தவர்கள், பிரமிப்புடன் நம்மை ஏறிட்டுப் பார்த்தனர்.

மென்மையான அதிகாரத்தைத் தூக்கிப் பிடிப்பது இந்தியாவுக்குச் சாத்தியமானதற்குக் காரணம், அமெரிக்காவைப்போலவே இந்தியாவும் பல மொழிகளைப் பேசுகின்ற, பல இனங்களையும் மரபுக் குழுக்களையும் மதங்களையும் சேர்ந்த மக்களின் ஒரு மாபெரும் கதம்பமாக அமைந்திருப்பதுதான். இந்தியா ஓர் ஏழை நாடாக இருந்தபோதிலும், ஓர் ஐக்கியப்பட்ட நாடாக உலகின் முன் பெருமிதத்துடன் நின்றது. அதோடு, பல்வேறு வழிகளில் வேறுபட்டிருந்த தன் மக்களால் அமைதியாகவும் ஒருவருக்கொருவர் நன்மை பயக்கின்ற விதத்திலும் இணைந்து வாழ முடியும் என்பதை அது இந்த உலகிற்குச் சத்தமாகச் சொல்லியது, வேற்றுமையில் ஒற்றுமை காண்பது சாத்தியம்தான் என்பதற்கான எடுத்துக்காட்டாக அது திகழ்ந்தது. அதன் பாரம்பரியச் செழுமை, பரஸ்பர மரியாதை, சகிப்புத்தன்மை, சுதந்திரப் போராட்டத்தின்போது புடம்போட்டு உருவாக்கப்பட்டிருந்த பொது அடையாளம் போன்றவை நம் மக்களின் வருமானப் பற்றாக்குறையை ஈடுசெய்தன.

நவீன இந்தியாவின் புகழ்பெற்ற அறிஞர்கள் வெளியிட்டிருந்த ஓர் அறிக்கையில், இந்த மென்மையான அதிகாரத்தின் மூலாதாரத்தைப் பற்றிப் பொருத்தமாக அவர்கள் இவ்வாறு கூறியிருக்கின்றனர்: "இந்தியாவின் அதிகாரத்தின் மூலாதாரம், அது ஓர் எடுத்துக்காட்டாகத் திகழ்வதன் சக்தியாகும்." இது, பொருளாதார வளர்ச்சி, அனைவரையும் உள்ளடக்கிய சமுதாயம், ஜனநாயக அரசியல், தாராளவாத அரசியலமைப்பு ஆகிய நான்கு தூண்களின்மீது நிர்மாணிக்கப்பட்டிருந்தது என்றும் அவர்கள் அனுமானித்தனர். "இந்தியாவை நிறுவிய தலைவர்கள் ஒரு போலியான ஒருமைப்பாட்டை உருவாக்க முயலவில்லை; மாறாக, கணக்கிலடங்கா உள்ளூர் அடையாளங்களின் புத்தாக்கப் பிணைப்பின் ஊடாக, நீடித்து நிலைத்திருக்கக்கூடிய ஒரு தேசிய வலிமையைக் கண்டுபிடிக்க அவர்கள் முனைந்தனர்," என்று அந்த அறிஞர்கள் அடிக்கோடிட்டுக் காட்டினர்.

இவற்றில் உண்மை இருக்கிறது என்றாலும், பிறர் முரட்டு அதிகாரத்தைப் பயன்படுத்த விரும்பினால், மென்மையான அதிகாரத்தால் ஒரு நாட்டைக் காப்பாற்ற முடியாது. இல்லையெனில், அமைதிவாதத்தையும் ஆன்மிகத்தையும் கடைபிடித்து வந்த திபெத் இன்றும் சுதந்திரமாக இருந்திருக்கும். *1971* இல் நடைபெற்ற, வங்காளதேசத்தின் விடுதலைப் போரின்போது, அமெரிக்கா தன்னுடைய குறுகியகாலச் சுயநலனுக்காக, சக ஜனநாயக நாடான இந்தியாவுடன் பகிர்ந்து கொண்டிருந்த விழுமியங்களைக் காவு

கொடுத்துவிட்டு, பாகிஸ்தானில் யாஹ்யா கானின் இராணுவ ஆட்சிக்கு ஆதரவு அளித்ததை இந்தியா இன்றுவரை ஒரு நம்பிக்கைத் துரோகமாகவே பார்த்து வருகிறது. 2008 நவம்பரில் பாகிஸ்தான் திட்டமிட்டு மும்பையில் தாக்குதல் நடத்தியிருந்தது தெளிவாகத் தெரிந்தபோதிலும், அந்த நாடு சர்வதேசச் சமுதாயத்தால் தனிமைப்படுத்தப்படவும் இல்லை, தண்டிக்கப்படவும் இல்லை. இந்தியா வெறுமனே பிற நாடுகளைக் கவர்ந்திழுக்கின்ற ஒரு நாடாக இருப்பதன் மூலமாக மட்டுமே தான் விரும்புவதைப் பெற்றுவிட முடியாது.

ஆகவே, இந்தியா தன்னைப் பாதுகாத்துக் கொள்ளவும், தன்னை ஒரு தோழமை நாடாகக் கொண்டிருப்பது மதிப்புமிக்கது என்ற நம்பிக்கையைப் பிற நாடுகளிடம் (விரும்பத்தகாத எதிரியிடமும்) விதைக்கவும் அதற்கு முரட்டு அதிகாரம் அவசியம் தேவை. இந்தியா தன்னுடைய சொந்த முரட்டு அதிகாரத்தை மட்டுமே இதற்காக நம்பியிருக்க முடியுமா என்ற கேள்விக்கான பதில், இல்லை என்பதுதான்.

அமெரிக்கா, ஐரோப்பிய ஒன்றியம் மற்றும் சீனாவோடு ஒப்பிடுகையில் இந்தியாவின் பொருளாதாரம் சிறியதுதான். இன்னும் பல பத்தாண்டுகளுக்கு அது அப்படித்தான் இருக்கும். இந்தியா ஏதாவது ஒரு வல்லரசுக்கு எதிராக எப்போதாவது போர்க்கொடி தூக்க முனைந்தால், அதற்கு இந்தியாவுக்குத் தோழமை நாடுகள் தேவைப்படும். இன்றைய வல்லரசுகளுக்கு ஓர் அச்சுறுத்தலாக இருக்கின்ற அளவுக்கு இந்தியா இப்போது பெரிதாக இல்லை என்றாலும், தன்னுடைய அண்டை நாடுகளிடம் கவலை ஏற்படுத்துகின்ற அளவுக்கு அது பெரிதாகத்தான் இருக்கிறது.

நம்முடைய சிறிய அண்டை நாடுகள்

இந்தியா தன் அண்டை நாடுகளுடன் கொண்டிருந்த உறவு ஒருபோதும் வலிமையானதாக இருக்கவில்லை. அது பல ஏற்ற இறக்கங்களைச் சந்தித்துள்ளது. எப்போதுமே கொந்தளிப்பான உறவுகளைக் கொண்டிருந்த சீனாவையும் பாகிஸ்தானையும் இதிலிருந்து எடுத்துவிட்டாலும், இந்திய இராணுவ உதவியுடன் விடுதலை பெற்றிருந்த வங்காளதேசத்துடனான நம்முடைய உறவு, பெரும்பான்மைவாதத்தில் தீவிர நம்பிக்கை கொண்டுள்ள நம்முடைய அரசியல்வாதிகளில் சிலர் அந்த நாட்டிலிருந்து இடம் பெயர்ந்தவர்களைப் படுமோசமாகச் சித்தரித்ததால் கசந்து போனது. நேபாளம், இலங்கை, பூட்டான் போன்ற நாடுகள்மீது சீனாவின் செல்வாக்கு நாளுக்கு நாள் அதிகரித்த வண்ணம் இருக்கிறது. தேசியவாத இந்தியா தன்னைப் புஜபல பராக்கிரமசாலியாகக் காட்டிக் கொள்ள முனைவதன் மூலம் இந்த நாடுகளைத் தன்பக்கம் கவர்ந்திழுக்க முயன்றாலும், அவற்றின் மனநிலையை அறிய முடியாமல் தவித்து வருகிறது. ஜனநாயக சக்திகளை நசுக்கிக் கொண்டிருக்கின்ற மியான்மர் இராணுவத் தளபதிகளின்

அடாவடிகளைச் சீனா கண்டுகொள்ளாமல் இருப்பதால், மியான்மருக்கு எப்போதுமே சீனாவின்மீது ஒரு தனிப் பாசம் உண்டு.

நம்முடைய 'புலிப் போர்க்குண இராஜதந்திரமும்' பெரிதாக எடுபடவில்லை. சமீபத்தில் கட்டப்பட்டுள்ள புதிய இந்திய நாடாளுமன்றத்தில் இடம்பெற்றுள்ள 'அசோகரின் இந்தியா' என்ற சுவரோவியம், பாகிஸ்தான், வங்காளதேசம், நேபாளம் ஆகிய பகுதிகளை உள்ளடக்கியிருந்தது நம்முடைய இந்த அண்டை நாடுகளுக்கு எரிச்சல் ஏற்படுத்தியுள்ளது. தங்களுடைய பகுதிகளை விழுங்க இந்தியா நினைத்துக் கொண்டிருக்கிறதோ என்ற எண்ணத்தை அது அந்த நாடுகளிடம் தோற்றுவித்திருந்ததுதான் அதற்குக் காரணம். இப்போது ஆட்சியில் இருக்கின்ற அரசின் அமைச்சர்களும், அந்தக் கட்சியின் தலைவர்களும், அகண்ட பாரதம் என்ற கருத்தாக்கத்தைப் பற்றித் தொடர்ந்து பேசிக் கொண்டிருப்பது அந்நாடுகளை மேலும் கவலைக்குள்ளாக்கிக் கொண்டிருக்கிறது. ஏனெனில், அகண்ட பாரதம் கடந்தகாலம் அல்ல, மாறாக, அது ஓர் எதிர்கால இலக்கு என்பதுபோல அவர்கள் பேசுகின்றனர். சீனா தன்னுடைய வரைபடத்தில் அருணாசலப் பிரதேசத்தைத் தன்னுடைய நாட்டின் ஒரு பகுதியாகக் காட்டிக் கொள்கின்றபோது நியாயமாகக் குமுறுகின்ற இந்தியாவால், தன்னுடைய சிறிய அண்டை நாடுகளின் கவலைகளை அவ்வளவு அலட்சியமாக ஒதுக்கித் தள்ளிவிட முடியாது.

அண்டை நாடுகளுடனான உறவுகள் சீர்கெடும்போது, இந்தியாவின் எல்லையோர மாநிலங்களில் மோதல்கள் அதிகரிக்கும். நல்லிணக்கத்தோடு இருக்கின்ற ஓர் அண்டை நாடு, ஆயுதம் தாங்கிப் போராடுகின்ற இந்தியப் பிரிவினைவாதிகளுக்கு அடைக்கலம் கொடுக்காது. அப்போது அத்தீவிரவாதிகளுக்கு இந்திய அரசுடன் பேச்சுவார்த்தை நடத்துவதைத் தவிர வேறு வழி இல்லாமல் போய்விடும். இந்தியாவுடன் தோழமை உறவு கொண்டிருக்காத ஓர் அண்டை நாடு இத்தகைய நடவடிக்கைகளைக் கண்டும் காணாததுபோல இருந்துவிடும்; ஆயுத உதவிகளை அளித்து அவர்களுக்கு ஆதரவாகக்கூடச் செயல்படும். மோதல் நீடித்துக் கொண்டே போக அது வழி வகுக்கும். காஷ்மீர் விஷயத்தில் இதுதான் நடந்து கொண்டிருக்கிறது. துரதிர்ஷ்டவசமாக, பெரும்பான்மைவாத எதேச்சதிகாரப் போக்கு அண்டை நாடுகளைக் கோபப்படுத்தக்கூடிய அதே வேளையில், தேசியப் பாதுகாப்பை பலவீனப்படுத்தும்.

அமைதியான, அனைவரையும் உள்ளடக்கிய வளர்ச்சிக்கு இந்தியா தன்னை அர்ப்பணித்துக் கொண்டால், தன்னுடைய அண்டை நாடுகள் குறித்து அலட்டிக் கொள்ள வேண்டிய தேவை அதற்கு இருக்காது. மாறாக, அண்டை நாடுகளுடன் வர்த்தகம் மற்றும் முதலீடுகளில் அது தன்னை ஈடுபடுத்திக் கொள்ளும். தன்னுடைய சொந்தத் தலைவர்கள்மீதான ஜனநாயகரீதியான கட்டுப்பாடுகளை வலுப்படுத்துவதன் மூலம் இந்தியா அதை வெளிப்படுத்தலாம். ஜனநாயக நாடுகளாலும் வம்புச் சண்டைக்குப் போக முடியும் என்பதில் சந்தேகமில்லை. *2003* இல் ஈராக்கின்மீது அமெரிக்கா

படையெடுத்தது இதற்கான ஒரு சமீபத்திய எடுத்துக்காட்டு. மக்களை மிக அதிக எண்ணிக்கையில் கொன்று குவிக்கக்கூடிய ஆற்றல் படைத்த ஆயுதங்களை சதாம் உசேன் வைத்திருந்தார் என்ற பொய்யான பிரச்சாரத்தின் மூலமும், உள்நாட்டில் மக்களிடம் போர்வெறியைத் தூண்டிவிட்டதன் மூலமும் அமெரிக்கா அதை மேற்கொண்டது. ஆனால், பொதுவாக, தாராளவாத ஜனநாயக நாடுகள், தன்னுடைய தலைவர் பிறரிடமிருந்து எந்த வார்த்தைகளைக் கேட்க விரும்புகிறார் என்பதை ஊகிக்க எப்போதும் மண்டையைச் சொறிந்து கொண்டு உட்கார்ந்திருக்கின்ற தலையாட்டி பொம்மைகளால் சூழப்பட்டிருக்கின்ற, தனக்குத் தானே உருவாக்கிக் கொண்டுள்ள ஒரு கற்பனா உலகில் சஞ்சரித்துக் கொண்டிருக்கின்ற ஓர் ஒற்றைத் தலைவரின் தான்தோன்றித்தனமான தாளத்திற்கு ஏற்ப ஆடிக் கொண்டிருப்பதில்லை. ஆனால், துரதிர்ஷ்டவசமாக, எதேச்சதிகார அரசுகளுக்கு அது பொருந்தாது. விளாடிமிர் புட்டினின் இரஷ்யா அதை நிரூபித்துள்ளது!

பொருளாதாரத் தளத்திலும் நாம் வாய்ப்புகளை இழந்து கொண்டிருக்கிறோம். தெற்காசியாவிலுள்ள நாடுகள் புவியியல்ரீதியாக அருகருகே இருந்தும், அவை தமக்கிடையே பெரிய அளவுக்கு வர்த்தகத்தையோ அல்லது முதலீட்டையோ செய்து கொள்வதில்லை. இந்த நாடுகளின் உள்கட்டமைப்பு வசதிகள் மேம்படுத்தப்பட்டு, அவற்றின் எல்லைகளுக்கு இடையே சாலை, இரயில், வான்வெளி மற்றும் நீர்வழிப் போக்குவரத்துக்கான வாய்ப்புகள் அதிகரிக்கப்பட்டால், தெற்காசியாவுக்குள் பிரம்மாண்டமான அளவில் பிராந்திய வர்த்தகமும் முதலீடுகளும் மேற்கொள்ளப்படுவதற்கு வழி பிறக்கும். அரசியல்தான் அதற்குக் குறுக்கே நின்று கொண்டிருக்கிறது. பஞ்சாபிலிருந்து பாகிஸ்தானுக்கும் ஆப்கானிஸ்தானுக்கும் நிலத்தின் வழியாக மேற்கொள்ளப்படக்கூடிய வர்த்தகம் பஞ்சாபின் பொருளாதாரத்தில் மிகப் பெரிய தாக்கம் ஏற்படுத்தும் என்பதை நாங்கள் ஏற்கனவே விவாதித்திருந்தோம்.

இப்பிராந்தியத்தில் செயல்பட்டுக் கொண்டிருக்கும் முக்கியமான அமைப்பு, சுருக்கமாக ‘சார்க்’ என்று அழைக்கப்படுகின்ற தெற்காசிய நாடுகளின் பிராந்தியக் கூட்டமைப்பாகும். சார்க் கூட்டங்களுக்குச் சென்றிருக்கின்ற எவரொருவராலும் (ரகுராம் ராஜன் சென்றிருக்கிறார்) அங்கு ஓடிக் கொண்டிருக்கும் அடிநீரோட்டங்களை உணர்ந்து கொள்ள முடியும். முதலாவது, இந்தியாவுக்கும் பாகிஸ்தானுக்கும் இடையே நடந்து கொண்டிருக்கும் அரசியல் சடுகுடு. ஒரு கூட்டம் ஆக்கபூர்வமானதாக இருக்குமா இல்லையா என்பதை அதுதான் தீர்மானிக்கும். இரண்டாவது, இந்தியா தங்களை வாயில் தூக்கிப் போட்டு விழுங்கிவிடுமோ என்று சிறு அண்டை நாடுகள் கொண்டிருக்கின்ற இயல்பான பயம். ஆனால், அது குறித்து இந்திய அதிகாரிகள் துளிகூட அலட்டிக் கொள்வதில்லை. அதன் விளைவாக, பொதுவாக சார்க் கூட்டங்கள் ஏதோ நடந்து கொண்டிருப்பது போன்ற ஒரு மாயையை உருவாக்கினாலும், அவை உருப்படியான எந்த விளைவுகளுக்கும் இட்டுச் செல்வதில்லை.

இந்தப் பிராந்தியத்தின் ஒரு முன்னோடி ஆளுமை என்ற முறையில், இந்தியா, மேம்பட்டக் கூட்டுறவுக்கான அரசியல் தளத்தைத் தயார் செய்ய வேண்டும். அடுத்து, அண்டை நாடுகளுக்கு உற்சாகமூட்டுகின்ற, அனைவரையும் உள்ளடக்கிய வளர்ச்சிக்கு இட்டுச் செல்கின்ற, துணிச்சலான திட்டங்களை அது முன்மொழிய வேண்டும். அது நேர்மறையான செயல்நடவடிக்கைகளில் இறங்க வேண்டும். தேவையெனில், மற்ற நாடுகளுக்காகக் காத்துக் கொண்டிருக்காமல், அது தானாகவே முன்வந்து சிலவற்றில் இறங்க வேண்டும். பிராந்திய நாடுகளுக்கு இடையே விசா வழங்கப்படுவதை எளிமையாக்கலாம்; விரிவான வாகனப் பரிசோதனை, அளவுக்கதிகமான ஆவண வேலைகள், அந்நியச் செலாவணிப் பண மாற்றம் போன்றவற்றை ஒழுங்குபடுத்துவதன் மூலம், எல்லைப்புறச் சுங்கச் சாவடிகளில் நிகழ்கின்ற உரசல்களைக் குறைக்கலாம்; பிராந்திய மாணவர்களைப் பல்கலைக்கழகங்களில் அனுமதிக்கலாம்; பிராந்திய நோயாளிகளை மருத்துவமனைகளில் அனுமதிக்கலாம்; கடன் நிர்வாகம், டிஜிட்டல் பொது உள்கட்டமைப்பு போன்றவற்றில் செய்நுட்ப அறிவைப் பகிர்ந்து கொள்ளலாம்; இந்தியப் பங்குச் சந்தைகளில் பிராந்திய நிறுவனங்களை இடம்பெறச் செய்யலாம்; பிராந்திய அரசு அதிகாரிகளை இந்திய அரசு அதிகாரிகளின் பயிற்சிக் கூட்டங்களில் அனுமதிக்கலாம்; நாடுகளுக்குக் கொடுக்கின்ற கடன்களை அதிகரிக்கலாம்; நம்முடைய தேசியப் பாதுகாப்புக்குப் பங்கம் வராத விதத்தில், தரவுகளைப் பகிர்ந்து கொள்ளுதல் உட்பட, தீவிரவாதத்திற்கு எதிரான பாதுகாப்பு நடவடிக்கைகளில் இணைந்து செயல்படலாம். இவை அனைத்திற்கும் பரஸ்பர நம்பிக்கை தேவைப்படும். அது நாட்டுக்கு நாடு வேறுபடும். இந்த நம்பிக்கை தொடர்ந்து பேணப்பட்டு வர வேண்டும். இதில் ஆபத்து இருக்கலாம். ஆனால், எப்போதுமே தேவைக்கு அதிகமான எச்சரிக்கையுடன் செயல்பட்டுக் கொண்டிருந்தால், எவருடனான உறவையும் மேம்படுத்த முடியாது.

ஐஎம்எஃப், உலக வங்கி (அங்கு இந்திய நிர்வாக இயக்குநர்கள் தெற்காசியாவின் பிரதிநிதிகளாகச் செயல்படுகின்றனர்), ஜி7 (பெரும்பாலும் ஓர் அவதானிப்பாளராக), ஜி20, காலநிலை மாற்ற மாநாடுகள் போன்ற பல சர்வதேச அமைப்புகளில் இந்தியா முக்கியமான பிரதிநுதத்துவம் பெற்றுள்ளது. முக்கியமான சர்வதேசக் கூட்டங்களில் கலந்து கொள்வதற்கு முன்பாக, இந்தியா, சார்க் நாடுகளின் கூட்டத்தைக் கூட்டி, அந்த சர்வதேசக் கூட்டங்களில் எழுப்பப்பட வேண்டிய பிராந்தியப் பிரச்சனைகள் எவையேனும் இருக்கின்றனவா என்று விவாதிக்க வேண்டும். நம் அனைவருக்கும் பொதுப் பிரச்சனையாக இருக்கின்ற காலநிலை மாற்றத்தைப் பற்றி (இதைப் பற்றி பின்னர் விரிவாகப் பார்க்கலாம்) அண்டை நாடுகளுடன் விவாதிப்பது பிராந்திய அளவில் ஒரு கருத்தொற்றுமை உருவாக உதவும். பிராந்திய அளவில் நடைபெறுகின்ற கூட்டங்கள், வெறும் பேச்சுவார்த்தைகள் நடைபெறுகின்ற கூட்டங்களாக மட்டும் இருந்தால்கூடப் பரவாயில்லை. ஏனெனில், அனைத்து நிலைகளிலும்

அதிகாரிகளுக்கு இடையே வலிமையான பிணைப்புகள் உருவாக அவை வழி வகுக்கும். பின்னர் முக்கியமான முடிவுகளை எட்டுகின்ற கூட்டங்களுக்கான முன்தயாரிப்புக் கூட்டங்களாக அவை அமையும்.

காலப்போக்கில் ஒளிவுமறைவின்மையை அதிகரிப்பதற்கான ஒரு திட்டவட்டமான திட்டத்துடன், பிராந்திய அளவிலான வர்த்தக மற்றும் முதலீட்டு ஒப்பந்தம் ஒன்றை உருவாக்குவது குறித்தப் பேச்சுவார்த்தையைத் தொடங்குவது அடுத்தக் கட்ட நடவடிக்கையாக இருக்க வேண்டும். இவற்றில் இந்திய நிறுவனங்கள் முன்னணியில் இருக்கும் என்பதால், இந்தியப் பொருட்கள் தங்களுடைய சந்தையை மூழ்கடித்துவிடக்கூடும் என்றும், இந்திய நிறுவனங்கள் தங்களுடைய பொருளாதாரத்தின்மீது ஆதிக்கம் செலுத்தத் தொடங்கக்கூடும் என்றும் பிராந்திய நாடுகளுக்கு ஏற்படக்கூடிய கவலையைப் போக்குவதாக நம்முடைய அணுகுமுறை இருக்க வேண்டும். நம்முடைய அண்டை நாடுகளின் பயங்கள் நிஜமாகக்கூடிய வாய்ப்புகள் இருப்பதாகத் தரவுகள் தெரிவித்தால், நமக்கு நாமே சில கடிவாளங்களைப் போட்டுக் கொள்ளக்கூட நாம் முன்வர வேண்டும். எடுத்துக்காட்டாக, ஒவ்வொரு நாட்டுக்குமான இந்தியாவின் ஏற்றுமதியின் வளர்ச்சி விகிதத்திற்கு ஒரு வரம்பெல்லையை நிர்ணயித்துக் கொள்ள இந்தியா உடன்படலாம். மொத்தத் தெற்காசியாவும் பொருளாதாரரீதியாக வலுவாகவும் துடிப்பாகவும் வளர்வதற்காக, இந்தியா சில விஷயங்களில் விட்டுக்கொடுக்கத் தயாராக இருக்க வேண்டும். இது பலவீனத்தின் அடையாளமாக இருக்காது, மாறாக, தன்னம்பிக்கையின் வெளிப்பாடாக இருக்கும்.

பாகிஸ்தான் விஷயம் எப்படி? இந்தியா எப்போதுமே பாகிஸ்தானுடன் ஒரு பரஸ்பர நல்லிணக்கத்தை வளர்த்துக் கொள்வதைவிட, அதன் இராணுவம் மற்றும் உளவுத்துறையின் நடவடிக்கைகள்மீதே அதிக ஈடுபாடு காட்டி வந்துள்ளது. பாகிஸ்தான், தன் பங்குக்கு, தன்னை அழிக்கத் துடித்துக் கொண்டிருக்கின்ற ஒரு பூச்சாண்டியாக இந்தியாவை உருவகப்படுத்தி, தன்னுடைய வரவு-செலவுத் திட்டத்தை அதன் அடிப்படையிலேயே அமைத்துக் கொண்டிருக்கிறது. ஆனால், இன்று, அது தான் வாங்கியுள்ள கடன்களுக்கான தவணைத் தொகையைக்கூடக் கட்ட முடியாத ஒரு பொருளாதார இக்கட்டில் மாட்டிக் கொண்டுள்ளது. அதற்கு எப்போதும் ஆதரவுக் கரம் நீட்டி வந்துள்ள அமெரிக்காவுக்குக்கூட, இப்போது அது பெரிதாகப் பயன்படுகின்ற ஒரு நாடாக இல்லை. அமெரிக்காவின் இடத்தை இப்போது சீனா எடுத்துக் கொள்ள முன்வந்துள்ளது. ஆனால், அதற்கான பதிலீடாக, அது பாகிஸ்தானின் ஈரற்குலையை உருவப் பார்க்கிறது. சீனாவுக்குக் கப்பம் கட்டுகின்ற ஒரு நாடாகப் பாகிஸ்தான் மாறிக் கொண்டிருப்பதாகப் பல பாகிஸ்தானியர்கள் பெரும் கவலை கொண்டுள்ளனர். பாகிஸ்தான் இந்தியாவுடன் ஒரு நேர்மையான இருதரப்பு உறவை உருவாக்க முன்வருவதற்கு இன்னும் நீண்ட காலம் ஆகும் என்றாலும், பிராந்திய அளவில் இந்தியாவின் செயல்பாடுகள் தன்னுடைய பொருளாதார

வளர்ச்சிக்கு உதவும் என்று பாகிஸ்தான் நம்பினால், அதற்குக் குறுக்கே நிற்பதை அது குறைத்துக் கொள்ளக்கூடும். இறுதியில் ஒரு கட்டத்தில் பரஸ்பரப் பேச்சுவார்த்தைக்கான சூழல் கனிந்து வருகின்றபோது, அதை அடுத்தக் கட்டத்திற்கு எடுத்துச் செல்வதற்கு, தமக்கிடையே மொழியும் கலாச்சாரமும் ஒரு பாலமாக இருப்பதை இவ்விரு நாடுகளும் உணர்ந்து கொள்ளும்.

சீனா

2020 இல், இந்தியா கொரோனா பெருந்தொற்றை எதிர்த்துக் கடுமையாகப் போராடிக் கொண்டிருந்த சமயத்தில், சீனா, 'உண்மையான கட்டுப்பாட்டுக் கோடு' என்று அழைக்கப்படுகின்ற எல்லைக் கோட்டைத் தாண்டி இந்தியப் பகுதிக்குள் புகுந்து அதை ஆக்கிரமிக்க முனைந்தது. அப்பகுதியில் பல ஆண்டுகளாக ரோந்து வந்து கொண்டிருந்த இந்தியப் படைகளைத் தடுத்து நிறுத்தச் சீனப் படைகள் முயன்றபோது, இருவருக்கும் இடையே மோதல் ஏற்பட்டு, இருதரப்பிலும் பலர் கொல்லப்பட்டனர். அதற்கு முன்பு இந்தியப் பிரதமர் நரேந்திர மோடியும் சீன அதிபர் ஜி ஜின்பிங்கும் பல முறை சந்தித்துப் பேச்சுவார்த்தைகள் நடத்தியிருந்ததால், சீனாவின் இந்த அத்துமீறிய செயல் கடும் வியப்பையும் அதிர்ச்சியையும் ஏற்படுத்தியது. ஆனால், சீனா இந்தியாவை ஆச்சரியப்படுத்தியிருந்தது இது முதன்முறை அல்ல. 1962 இல் சீனா இதேபோன்று அத்துமீறி நடந்து கொண்டது. அப்போதைய பிரதமர் ஜவகர்லால் நேரு அதைச் சிறிதும் எதிர்பார்க்கவில்லை. ஏனெனில், 1954 இல் சீனப் பிரதமர் சோ என்லாயுடன் தான் கையெழுத்திட்டிருந்த பஞ்சசீல உடன்படிக்கையைச் சீனா மதிக்கும் என்று அவர் நினைத்திருந்தார். அந்த உடன்படிக்கையின் அடிப்படையில்தான் இந்திய-சீன உறவு உருவாக்கப்பட்டிருந்தது.

சீனா இந்தியாவை ஒரு பலவீனமான நாடாகப் பார்த்துக் கொண்டிருக்கும்வரை, அது நம்மிடம் அவ்வப்போது வாலாட்டிக் கொண்டுதான் இருக்கும் என்பதை இந்தியா புரிந்து கொள்ள வேண்டும். குறுகியகால நோக்கில், இந்தியா தன் எல்லைப் பிரச்சனைகள் விஷயத்தில் உறுதியாகச் செயல்பட வேண்டும். அதே நேரத்தில், சீனாவுடன் எல்லைத் தகராறுகள் கொண்டிருக்கின்ற நாடுகளுடன் அது நட்புறவை வளர்த்துக் கொள்ள வேண்டும். சீனா தொடர்ந்து நம்மிடம் மல்லுக்கு நின்று கொண்டிருந்தால், அணி சேரா இயக்கத்தில் தான் தொடர்ந்து ஓர் உறுப்பினராக நீடிக்க வேண்டுமா என்பது குறித்து இந்தியா மறுபரிசீலனை செய்ய வேண்டும். அதற்குப் பதிலாக, பரஸ்பரம் உதவிக் கொள்கின்ற, அபயக்குரல் கேட்டவுடன் கிளர்ந்தெழுந்து வருகின்ற உறவுகளை உருவாக்கிக் கொள்வது குறித்து நாம் சிந்திக்க வேண்டும். அவற்றில் ஒன்று, 'குவாட்' என்று சுருக்கமாக அழைக்கப்பட்ட, நாற்கரப் பாதுகாப்புப் பேச்சுவார்த்தை. அமெரிக்கா, இந்தியா, ஆஸ்திரேலியா, ஜப்பான் ஆகிய நான்கு நாடுகளுடன் தொடங்கப்பட்ட முறைசாரா

தந்திரோபாயக் கூட்டமைப்பு அது. பின்னர் அதில் நியூசிலாந்து, தென் கொரியா, வியட்நாம் ஆகிய நாடுகளும் சேர்த்துக் கொள்ளப்பட்டதால், இப்போது அது 'குவாட் பிளஸ்' என்று அழைக்கப்படுகிறது. இதில் இடம்பெற்றுள்ள நாடுகள் சேர்ந்து போர் ஒத்திகைகளில் ஈடுபடும். இடைக்கால நோக்கில், நம்முடைய பொருளாதாரத்தை வளர்த்தெடுத்து, அதில் ஒரு குறிப்பிட்டப் பங்கை இராணுவ மேம்பாட்டிற்குச் செலவு செய்வதன் மூலம் நம்முடைய பாதுகாப்பை நாம் உறுதி செய்து கொள்ளலாம்.

பாரம்பரியமான போரில் ஈடுபடுவதற்கு மாற்றாக இப்போது நடைபெற்றுக் கொண்டிருக்கின்ற இணையவழித் தாக்குதல்கள், தேர்தல்களில் தலையீடு, இந்தியாவின் இறையாண்மையைக் குலைக்கின்ற நடவடிக்கைகளில் ஈடுபடுகின்ற குழுக்களுக்கு நிதியுதவி செய்தல் போன்ற விஷயங்களைக் கண்டு பீதியடையாமல், இந்தியா அவற்றை எச்சரிக்கையாகக் கையாள வேண்டும். வெளிநாடுகளிலிருந்து வருகின்ற நிதியுதவிகள் அனைத்தையும் கண்மூடித்தனமாகக் கட்டுப்படுத்தாமல், அவற்றைக் கவனமாக ஆராய வேண்டும். நாட்டின் பாதுகாப்பிற்கு உண்மையிலேயே அச்சுறுத்தலாக இருப்பவற்றை மட்டும் களையெடுக்க வேண்டும். நாட்டின் பாதுகாப்புக்கு அச்சுறுத்தலாக இருப்பவற்றுக்கும், தற்சமயம் ஆட்சியில் இருக்கின்ற அரசின் கொள்கைகளைக் கேள்விக்கு உட்படுத்துபவற்றுக்கும் இடையே வேறுபாடு இருக்கிறது. அரசின் கொள்கைகளை, எடுத்துக்காட்டாக, சுற்றுச்சூழலுக்குக் கேடு விளைவிக்கக்கூடிய கொள்கைகளை எதிர்த்துப் போராடுகின்ற இலட்சியவாத மாணவர்கள், சிறையில் அடைக்கப்பட வேண்டிய தேசத் துரோகிகள் அல்லர். அவர்கள் நம்முடைய குழந்தைகள், நாட்டிற்கு வளமானதொரு எதிர்காலத்தை உருவாக்கப் பாடுபடுபவர்கள்.

சீனாவின் ஆக்கிரமிப்பை முறியடிக்கப் பாடுபடுகின்ற அதே வேளையில், நாம் சீனாவை அளவுக்கதிகமாகச் சார்ந்திருக்கின்ற நிலை உருவாகாமல் இருக்கின்றவரை, சீனாவுடன் இணைந்து செயல்படுவதற்குக் கிடைக்கின்ற வாய்ப்புகளை நாம் ஒருபோதும் தவறவிடக்கூடாது. எடுத்துக்காட்டாக, இராணுவ ஒப்பந்தங்கள், தொலைத் தொடர்புக் கருவிகள் போன்றவற்றைத் தவிர்த்து, பிற துறைகளில் சீன நிறுவனங்கள் இந்தியாவில் முதலீடு செய்ய அனுமதித்தால், இந்தியா வேகமாக வளரும். முதலீட்டுக்குப் பிறகு சீனாவுக்கும் இந்தியாவுக்கும் இடையேயான உறவு கசந்தால், அதனால் சீனாவுக்கும் இழப்பு ஏற்படும்.

சர்வதேச விவாதங்கள் சிலவற்றில் சீனா எழுப்புகின்ற பிரச்சனைகளுக்கு ஆதரவாக நாம் குரல் கொடுக்கலாம். ஏனெனில், சர்வதேச அளவில் சில விஷயங்களை ஒழுங்குமுறைப்படுத்துவதில் பலத்தக் குரல் எழுப்புகின்ற சக்தி சீனாவுக்கு இல்லை. ஆனால், எண்ணற்ற விஷயங்களில், சீனாவின் அளவையும், வளர்ச்சிப் பாதையில் அது இப்போது இருக்கின்ற இடத்தையும் கணக்கில் எடுத்துக் கொள்கின்றபோது, நம்பத்தகுந்த ஒரு நண்பனாக அதை நம்மால்

வரித்துக் கொள்ள முடியாது. எடுத்துக்காட்டாக, பல நேரங்களில், பெரிய அளவில் உமிழ்வுகளை வெளிப்படுத்துகின்ற நாடுகளின் பட்டியலில் இந்தியா சீனாவோடு கோர்த்துவிடப்படுகிறது. ஆனால், இந்தியாவின் மாசுபாடு, உலகின் சராசரியைவிடக் குறைவுதான். அதோடு, சீனா அளவுக்கு இந்தியா ஒரு வளர்ந்த நாடு அல்ல என்பதால், நம்மையும் சீனாவையும் ஒரே கூடைக்குள் போடுவதை நம்மால் ஏற்றுக் கொள்ள முடியாது. மேலும், சீனாவைப்போல, சூரிய மின்கலங்கள், மின் வாகனங்கள் போன்றவற்றின் உற்பத்தியில் இந்தியா இன்னும் அடியெடுத்து வைக்கவில்லை. அதனால், உமிழ்வுகளைக் குறைப்பதற்கான தொழில்நுட்பங்களில் உலகளாவிய விதத்தில் மேற்கொள்ளப்பட்டு வருகின்ற முதலீடுகளைத் தன்னை நோக்கிக் கவர்ந்திழுப்பதற்கு இந்தியாவுக்கு இன்னும் நீண்டகாலம் பிடிக்கும்.

தொழில் வளர்ச்சி அடைந்த ஜனநாயக நாடுகள்

இந்தியாவின் நலன்கள், சில சமயங்களில், தொழில்வளர்ச்சி அடைந்த ஜனநாயக நாடுகளின் நலன்களிலிருந்து வேறுபட்டிருக்கக்கூடும் என்றாலும், நம்முடைய விழுமியங்கள், எதேச்சதிகார நாடுகளின் விழுமியங்களோடு ஒத்திசைவாக இல்லாமல், தொழில்வளர்ச்சி அடைந்த ஜனநாயக நாடுகளின் விழுமியங்களோடுதான் ஒத்திசைவாக இருக்கின்றன. நம்முடைய நீண்டகால வளர்ச்சி, தொழில்வளர்ச்சி அடைந்த ஜனநாயக நாடுகளுடன் நல்லுறவைப் பேணுவதை நம்பியிருக்கிறது. எடுத்துக்காட்டாக, நாங்கள் ஏற்கனவே சுட்டிக்காட்டியிருந்ததுபோல, நம்முடைய உயர் கல்வி நிறுவனங்களின் தரத்தை மேம்படுத்துவதற்கு, வளர்ச்சியடைந்த நாடுகளிலுள்ள பல்கலைக்கழகங்களோடு நாம் இணைந்து செயலாற்ற வேண்டியிருக்கும். சீனாவும் வளர்ச்சியடைந்த நாடுகளும் இப்போது முட்டிக் கொண்டிருப்பதால், இந்தத் தளத்தில் ஏற்பட்டிருக்கின்ற பள்ளத்தை இந்தியாவால் இட்டு நிரப்ப முடியும். நம்முடைய ஆராய்ச்சிகளுக்காகவும், நம்முடைய கல்லூரிகளில் கற்றுக் கொடுப்பதற்குப் பேராசிரியர்களை உருவாக்குவதற்காகவும், முனைவர் பட்டப்படிப்பு மாணவர்களை நாம் அதிக எண்ணிக்கையில் உருவாக்க வேண்டியிருக்கிறது. அதற்கு, வளர்ச்சியடைந்த நாடுகளிலுள்ள பல்கலைக்கழகங்களின் உதவி நமக்குத் தேவைப்படுகிறது. அதே நாடுகளுக்குத்தான் நாம் நம்முடைய உற்பத்திப் பொருட்களையும் சேவைகளையும் ஏற்றுமதி செய்யவிருப்பதால், அங்குள்ள மக்களின் நன்மதிப்பையும் ஆதரவையும் நாம் பெறுவது இன்றியமையாதது.

சர்வதேச அரங்கில் இந்தியாவின் குரலுக்கு இப்போது மதிப்பு அதிகரித்துள்ளதால், அது இப்போது வெளி அழுத்தங்களைச் சமாளித்துக் கொள்கின்ற அளவு சக்திமிக்கதாக வளர்ந்துள்ளது என்ற முழக்கத்தைத் தொடர்ந்து முன்வைக்கின்ற போக்கு இப்போது இந்தியாவின் வெளியுறவுக் கொள்கையில் தலைதூக்கியிருக்கிறது.

அதாவது, வளர்ச்சியடைந்த நாடுகள், உள்ளொன்று வைத்துப் புறமொன்று பேசிக் கொண்டிருப்பதாக இந்தியா அவற்றின்மீது குற்றம் சாட்டுகிறது. அதில் உண்மை இருக்கிறது என்பதால், உள்ளூரில் அந்த முழக்கம் எடுபடும். ஆனால், இப்படிப்பட்டக் கொக்கரிப்புகள், அந்நாட்டு மக்கள் நம்மீது கொண்டுள்ள நன்மதிப்பைச் சிதைக்க மட்டுமே பயன்படும். ஆனால், எதேச்சதிகார நாடுகள் குறித்து நாம் இந்த அளவுக்குப் புலம்புவதில்லை என்பது சுவாரசியமான விஷயம். வெளியுறவு என்பது முழுக்க முழுக்க நம் நாட்டின் நலன் சார்ந்த விஷயம். அது அப்படித்தான் இருக்க வேண்டும். ஆனால், அந்த உறவு, அந்நாடுகளும் நாமும் பகிர்ந்து கொண்டிருக்கின்ற விழுமியங்களை அடித்தளமாகக் கொண்டிருக்கின்றபோது, அது நீண்டகால நோக்கில் நல்ல பலன்களைக் கொடுக்கும். அப்போது, எதேச்சதிகார நாடுகள் தட்டினால் திறக்காமல் இருக்கின்ற கதவுகள் நாம் தட்டினால் திறக்கும். சில சமயங்களில், அடக்கி வாசிப்பதே வீரத்தின் சிறந்த வெளிப்பாடாக இருக்கும்.

நாங்கள் இப்புத்தகத்தை எழுதிக் கொண்டிருந்தபோது, இந்தியாவுக்கும் கனடாவுக்கும் இடையேயான உறவு, இதுவரை இல்லாத அளவு அதலபாதாளத்திற்குப் போய்விட்டது. காலிஸ்தான் தனிநாடு கோரிக்கையை ஆதரித்த, இந்தியாவுக்கு எதிரான தீவிரவாத நடவடிக்கைகள் கனடாவில் நிகழ்வதற்கு அந்நாடு அனுமதித்ததாக இந்தியா கனடாமீது குற்றம் சாட்டியது. இந்திரா காந்தியின் படுகொலையைக் கொண்டாடுகின்ற ஊர்வலங்களை, இந்தியாவுடன் நல்லுறவு வைத்திருக்கின்ற ஒரு நாடு எப்படி அனுமதிக்கலாம் என்ற எரிச்சல் இந்திய மக்களிடம் எழுந்ததில் வியப்பில்லை. ஆனால், கனடாவைப் பொறுத்தவரை, இது பேச்சு சுதந்திரத்தின் வெளிப்பாடு, அவ்வளவுதான். இந்தியாவில் பிறந்து பின்னர் கனடாவில் குடியேறிய ஹர்தீப் சிங் நிஜ்ஜார் என்ற காலிஸ்தான் ஆதரவாளரை இந்திய உளவுப் படையினர் கனேடிய மண்ணில் வைத்துக் கொலை செய்துவிட்டதாகக் கனடா குற்றம் சாட்டியது.

இந்த விவகாரம் தொடர்பான பதற்றத்தைத் தணிப்பதற்குப் பதிலாக, கவலைக்குரிய ஓர் அறிக்கையை இந்தியா வெளியிட்டது. கனடாவில் இருக்கின்ற இந்தியக் குடிமக்கள் மிகவும் எச்சரிக்கையாக இருக்க வேண்டும் என்று தெரிவித்த அந்த அறிக்கை, கனடாவில் இந்தியர்களின் பாதுகாப்பு சீர்கெட்டுக் கொண்டிருந்ததாகவும், அங்கு இந்திய மாணவர்கள் ஆபத்தில் இருந்ததாகவும் குறிப்பிட்டது. அச்சமயத்தில், ரோகித் லாம்பா, கனடாவிலுள்ள டொரான்டோ பல்கலைக்கழகத்தில் ஒரு கருத்தரங்கை நடத்திக் கொண்டிருந்தார். அவர் அப்பல்கலைக்கழகத்தின் வளாகத்தில் நடந்து சென்று கொண்டிருந்தபோது, அங்குப் படித்துக் கொண்டிருந்த நூற்றுக்கணக்கான இந்திய மாணவர்கள் அமைதியாக அங்குச் சுற்றித் திரிந்து கொண்டிருந்ததை அவர் பார்த்தார். கனடாவில் நிரந்தரமாகத் தங்குவதற்கு இந்தியாவிலிருந்து விண்ணப்பித்த நபர்களின் எண்ணிக்கை நாளுக்கு நாள் அதிகரித்துக்

கொண்டிருந்ததாக அப்பல்கலைக்கழகப் பேராசிரியர்கள் ரோகித் லாம்பாவிடம் குறிப்பிட்டிருந்தனர். இந்திய அரசின் கூற்றுக்கும் எதார்த்தத்திற்கும் இடையே நிலவிய முரண்பாட்டை ரோகித் லாம்பாவால் கண்கூடாகப் பார்க்க முடிந்தது. இந்தியா உலகத்துடன் திறம்பட உறவாட வேண்டுமென்றால், அது தன்னுடைய புலிக்குணப் போராளிகளின் கழுத்தில் ஒரு சங்கிலியைப் போட்டு அவர்களை இழுத்துப் பிடித்து வைத்திருக்க வேண்டும்.

பொதுவான எல்லை தாண்டிய வர்த்தகமும் முதலீடுகளும்

உலகின் தொழிற்பேட்டையாகச் சீனா உருவாகியுள்ளபோதிலும், உலகம் எப்போதும் தன்னுடைய வர்த்தகத்தின் பெரும்பகுதியை நெடுந்தொலைவிலுள்ள நாடுகளுடன் மேற்கொள்ளாமல், பிராந்திய அளவிலேயே மேற்கொண்டு வந்துள்ளது. அதனால், வட அமெரிக்கப் பிராந்தியம் (மெக்சிகோ உட்பட), ஐரோப்பியப் பிராந்தியம், கிழக்காசியப் பிராந்தியம் (சீனா மற்றும் ஜப்பான் உட்பட) போன்றவற்றில் அந்தந்தப் பிராந்தியங்களுக்குள் வர்த்தகமும் முதலீடுகளும் குறிப்பிடத்தக்க அளவில் நிகழ்கின்றன. இவற்றில், இந்தியாதான் தெற்காசியப் பிராந்தியத்திற்கு வெகு அருகே இருந்தது. ஆனால், இதற்குள் இந்தியா இல்லை. இந்தியாவும் சீனாவும் பரஸ்பர மோதல் போக்கைக் கடைபிடித்துக் கொண்டிருப்பது அதற்கான ஒரு காரணம். 'பிராந்திய ஒட்டுமொத்தப் பொருளாதாரக் கூட்டுறவு', 'பசிபிக் அளாவிய கூட்டாண்மைக்கான விரிவான மற்றும் முற்போக்கான கூட்டு ஒப்பந்தம்' போன்ற பிராந்திய ஒப்பந்தங்கள் எதிலும் இந்தியா கையெழுத்திடாமல் இருப்பது மற்றொரு காரணம்.

உலகிலேயே மிகப் பெரிய வர்த்தகத் தொகுதியான பிராந்திய ஒட்டுமொத்தப் பொருளாதாரக் கூட்டுறவு அமைப்பில், ஏழாண்டுகாலப் பேச்சுவார்த்தைகளுக்குப் பிறகும் இந்தியா சேர்ந்து கொள்ள மறுத்திருப்பது கவலையளிக்கின்ற ஒரு விஷயம்தான். இதில், சீனா, ஜப்பான், கொரியா, ஆஸ்திரேலியா, நியூசிலாந்து மற்றும் தென்கிழக்காசிய நாடுகளின் கூட்டமைப்பிலுள்ள பிற நாடுகள் உறுப்பு நாடுகளாகும். இதில் இந்தியா சேர்ந்தால், இந்தியாவுக்குள் சீனப் பொருட்களின் இறக்குமதி அதிகரிக்கும் என்றாலும், இந்திய உற்பத்தி நிறுவனங்கள் பிராந்திய விநியோகச் சங்கிலிகளின் ஒரு பகுதியாக ஆவதற்கும், இப்பிராந்தியம் நெடுகிலும் ஏற்றுமதி செய்வதற்குமான வாய்ப்புகள் அதிகரிக்கும். இந்த ஒப்பந்தத்தில் இந்தியா சேராததால், திறமையற்ற இந்திய உற்பத்தியாளர்கள் பிற நாட்டவரை இந்தியாவுக்குள் அனுமதிக்காமல், இந்தியச் சந்தையைத் தமக்கிடையே பங்கு போட்டுக் கொள்கின்றனர். இதனால், உலகளாவிய விநியோகச் சங்கிலிகளிலிருந்து அவர்கள் மேன்மேலும் பின்தங்கிக் கொண்டிருக்கின்றனர்.

வர்த்தகம் இந்தியாவுக்குப் பெரும் நன்மைகளைப் பெற்றுக் கொடுத்துள்ளது. அதனால், அதற்குப் புறமுதுகு காட்டுவது நமக்குக் கட்டுப்படியாகாது. பிராந்திய விநியோகச் சங்கிலிகளின் ஒரு

பகுதியாக இருக்க இந்தியா விரும்பினால், பிராந்திய வர்த்தகக் கூட்டமைப்புகளுக்குள் தன்னைச் சேர்த்துக் கொள்ளும்படி அது கேட்டுக் கொள்ள வேண்டும். இந்த ஒப்பந்தங்கள் தொடங்கப்பட்டபோது இந்தியா இவற்றில் சேர மறுத்துவிட்டதால், இப்போது அதில் தன்னைச் சேர்த்துக் கொள்ள இந்தியா அவற்றிடம் கெஞ்சிக் கூத்தாட வேண்டும். ஆனால், இந்த அமைப்புகளுக்குள் இருக்கும் நாடுகள் சீனாவுக்கு ஒரு லகானைப் போட விரும்பும் என்பதால், இந்தியா அதைத் தனக்குச் சாதகமாகப் பயன்படுத்திக் கொள்ள வேண்டும்.

சர்வதேச வர்த்தக ஒப்பந்தங்களில் நீங்கள் உங்களை இணைத்துக் கொள்கின்றபோது, உள்நாட்டிலுள்ள சில நிறுவனங்கள் கடுமையான பாதிப்புக்கு உள்ளாகும், சில நிறுவனங்கள் பெரும் பயன் பெறும். அதனால், சிலவற்றை விட்டுக்கொடுத்து, சிலவற்றைப் பிடிக்க வேண்டியிருக்கும். ஓர் ஒப்பந்தத்தில் கையெழுத்திடும்போது, எந்தவொரு நாடும் இதை மனத்தில் இருத்திக் கொள்ள வேண்டும். அதே நேரத்தில், அதனால் தனக்கு ஏற்படுகின்ற ஒட்டுமொத்தப் பொருளாதார வளர்ச்சியையும் அது கவனத்தில் எடுத்துக் கொள்ள வேண்டும். இந்தியா இதுபோன்ற ஒப்பந்தங்களில் கையெழுத்திடும்போது, இடைக்கால நோக்கில் இந்தியப் பொருளாதார வளர்ச்சி எப்படி இருக்கும் என்பதையும், தான் அதற்காக எவற்றையெல்லாம் தியாகம் செய்ய வேண்டியிருக்கும் என்பதையும் அது கணக்கில் எடுத்துக் கொள்ள வேண்டும். இதற்கு முன்பு நாம் ஒப்பந்தங்களில் கையெழுத்திடச் சென்றபோது, அவற்றில் சம்பந்தப்பட்டிருந்த அதிகாரிகள் சரியான முன்தயாரிப்புகள் இன்றிச் சென்றதால் சில தவறுகள் ஏற்பட்டன. ஓர் ஒப்பந்தத்தின் விளைவாக வேளாண்மை போன்ற துறைகள் கடுமையாக பாதிக்கப்படக்கூடிய சாத்தியக்கூறுகள் இருந்தால், அந்த ஒப்பந்தத்தின் பிற உறுப்பு நாடுகள் தம்முடைய சந்தைகளை இந்தியாவுக்குத் திறந்துவிடும்படி நாம் அவற்றைக் கேட்கலாம். எடுத்துக்காட்டாக, பால் பண்ணைத் தொழில், கால்நடை வளர்ப்பு, தோட்டப் பயிர் வேளாண்மை போன்றவை மொத்த வேளாண்மையில் ஒரு பெரும் பங்கு வகிக்கின்றன. நாம் ஒப்பந்தங்கள் குறித்துப் பேச்சுவார்த்தைகள் நடத்துகின்றபோது, வேளாண்மையில், குறிப்பாகத் தானிய வேளாண்மையில், இந்தியா சில சலுகைகளை வழங்க வேண்டும் என்று எப்போதெல்லாம் நம்மிடம் கேட்கப்படுகிறதோ, அப்போதெல்லாம் பேச்சுவார்த்தையை முறித்துக் கொண்டு திரும்பி வருவதற்குப் பதிலாக, அந்த ஒப்பந்தத்திலுள்ள வேறு உறுப்பு நாடுகள் நம்முடைய வேளாண் துறைசார் ஏற்றுமதிகளுக்குச் சில சலுகைகளை வழங்க வேண்டும் என்று நாம் ஏன் அவற்றிடம் கேட்கக்கூடாது?

மத்தியக் கிழக்கும் ஆப்பிரிக்காவும், வேகமாக வளர்ந்து கொண்டிருக்கின்ற, பொருளாதார நடவடிக்கைகளின் மையங்களாக உருவெடுத்துக் கொண்டிருக்கின்றன. பிற பிராந்தியத் தொகுதிகளோடு ஒப்பிடுகையில், இந்த இரண்டுக்கும் அருகில் இருக்கின்ற அனுகூலம்

நமக்கு வாய்த்திருக்கிறது. அதோடு, இந்த இரண்டு இடங்களிலும் இந்தியக் குடியேறிகள் பெரும் எண்ணிக்கையில் வசித்து வருகின்றனர். இப்பகுதிகளிலுள்ள நாடுகளுடன், குறிப்பாக ஆப்பிரிக்க நாடுகளுடன், நாம் அதிக அளவில் ஒப்பந்தங்கள் ஏற்படுத்திக் கொள்ள வேண்டும். அது மட்டுமல்லாமல், சார்க் நாடுகளை ஆப்பிரிக்க நாடுகள் எப்படி நடத்த வேண்டும் என்று நாம் பரிந்துரைத்தோமோ, அதுபோலவே நாம் இந்நாடுகளை நடத்த வேண்டும். ஜி20 அமைப்பில், ஆப்பிரிக்க ஒன்றியத்திற்கு ஓர் இடம் வாங்கிக் கொடுக்க நாம் முனைப்பாக நின்றது, முன்மொழியப்பட்டுள்ள 'இந்தியா-மத்திய கிழக்கு-ஐரோப்பா பொருளாதார வழித்தடம்' திட்டம் போன்றவை சரியான திசையில் எடுத்து வைக்கப்பட்டுள்ள அடிகளாகும்.

இறக்குமதி வரிகள் விதிப்பதன் மூலமாக மட்டுமல்லாமல், வேறு சில கட்டுப்பாடுகளை விதிப்பதன் மூலமாகவும் தங்களுடைய தொழில்களைப் பாதுகாப்பதற்காக, வளர்ச்சியடைந்த நாடுகள் உட்புகுத்திக் கொண்டிருக்கின்ற பாதுகாப்புவாத நடவடிக்கைகளை, ஜி20 மற்றும் உலக வர்த்தக அமைப்பு போன்றவற்றில் இந்தியா எதிர்த்துப் போராட வேண்டும். எடுத்துக்காட்டாக, வருங்காலத்தில், ஒரு நாடு, வளர்ச்சியடைந்த நாடுகளுக்கு ஒரு பொருளை ஏற்றுமதி செய்ய வேண்டுமென்றால், அந்நாடுகளில் நடைமுறையில் உள்ள தொழிலாளர் ஊதியம், தொழிலாளர் பாதுகாப்பு, தொழிற்சாலை உமிழ்வுகள் ஆகியவற்றின் தரங்களைக் கடைபிடிக்கின்ற நிறுவனங்களால் அப்பொருள் உற்பத்தி செய்யப்பட வேண்டும் என்ற கட்டுப்பாடுகள் விதிக்கப்படக்கூடும். இது நடைமுறைப்படுத்தப்பட்டால், தென்னுலக நாடுகளிலுள்ள தொழில்களால் உலக அளவில் போட்டி போட முடியாத நிலை உருவாகிவிடும், அவற்றின் தொழிலாளர்கள் தங்கள் வேலைகளை இழப்பர். நாடுகள் தம்மால் முடிந்த வேகத்தில் தரங்களை உயர்த்திக் கொள்ள அனுமதிக்கப்பட வேண்டும் என்ற வாதத்தை இந்தியா முன்வைக்க வேண்டும். ஒரு நாடு பொருளாதார வளர்ச்சி அடைந்தால்தானே அதன் தொழிலாளர்களின் ஊதியம் உயர்வதும் வேலைத் தரங்கள் உயர்வதும் சாத்தியப்படும்? அதைத் தொடர்ந்து, தரம் உயர்த்தப்பட வேண்டும் என்ற கோரிக்கை உள்ளூரிலும் எழும். இந்தியா தன்னுடைய சொந்த இறக்குமதி வரிகளைக் குறைத்தால் மட்டுமே இதுபோன்ற விஷயங்களில் அதனால் ஆதிக்கம் செலுத்த முடியும்.

மோக்லிக்ஸ் நிறுவனமும் தனியார் துறை உந்தித் தள்ளுகின்ற வர்த்தகமும்

ராகுல் கார்க், உற்பத்தித் துறையில் ஈடுபட்டிருந்தவர்கள் நிறைந்த ஒரு குடும்பத்தில் பிறந்தவர். அவர் கான்பூர் ஐஐடியில் படித்து முடித்தவுடன், குறைகடத்திகளை வடிவமைப்பதில் ஒன்பது ஆண்டுகள் ஈடுபட்டிருந்தார். இறுதியில், அவர்,

உலகின் தலைசிறந்த வடிவமைப்புக் குழுக்களில் ஒன்றை உருவாக்கியதுடன், 16 அமெரிக்கக் காப்புரிமைகளுக்கும் விண்ணப்பித்தார். தன்னுடைய முப்பதாவது வயதில் அவர் புதிய சவால்களைத் தேடினார். அதனால், இந்தியன் பிசினஸ் ஸ்கூல் என்ற வணிகக் கல்லூரியில் சேர்ந்து எம்பிஏ பட்டம் பெற்று கூகுள் ஆசியாவில் அவர் பணியாற்றினார். ஐந்து ஆண்டுகளுக்குப் பிறகு, உலகின் தலைசிறந்த நிறுவனங்களை அருகிலிருந்து கூர்ந்து கவனித்து வந்த அவர், அத்தகைய ஒரு நிறுவனத்தைத் தானே ஏன் உருவாக்கக்கூடாது என்று யோசித்தார். 2015 இல் அவர் மோக்லிக்ஸ் நிறுவனத்தைத் துவக்கினார். பி2பி என்று அழைக்கப்படுகின்ற, வர்த்தக நிறுவனங்களுக்கு இடையேயான வர்த்தகத்தை ஏற்பாடு செய்கின்ற ஒரு நிறுவனம் அது.

அடிப்படையில் மோக்லிக்ஸ் ஓர் இடையக நிறுவனம். அதன் வலைத்தளத்தின் ஊடாக மேற்கொள்ளப்படுகின்ற வர்த்தகங்கள் முறையாக முடிவடைவதை அது உறுதி செய்கிறது. தங்களுடைய தொழில்களுக்குத் தேவையான பொருட்களை வாங்க விரும்புகின்ற நிறுவனங்களுக்கு, அது பல இலட்சம் சாத்தியக்கூறுகளை வழங்கியது. மின்பொருட்கள், கருவிகள், பேக்கேஜிங் பொருட்கள் போன்றவை அவற்றில் அடக்கம். பொருட்களை விற்கின்ற தொழில் நிறுவனங்கள் தம்முடைய விற்பனைப் பொருட்களை மோக்லிக்ஸின் டிஜிட்டல் விற்பனைப் பட்டியலில் சேர்த்துக் கொள்ள அது அனுமதித்தது. மோக்லிக்ஸின் வலைத்தளத்தின் மூலமாக ஒரு தொழில் நிறுவனம் ஒரு பொருளை ஆர்டர் செய்தால், அது தொடர்பான ஆவணங்களை ஏற்பாடு செய்வது, ஜிஎஸ்டி வரி தொடர்பான விஷயங்களைப் பார்த்துக் கொள்வது, விநியோகத்தைக் கையாள்வது ஆகியவற்றை மோக்லிக்ஸே பார்த்துக் கொள்ளும். வாங்குபவர் ஆர்டர் கொடுக்கின்ற பொருள் அவர்களிடம் தயாராக இருந்தால், மோக்லிக்ஸ் இந்தியாவில் நிர்வகித்துக் கொண்டிருக்கின்ற 40 கிட்டங்கிகளிலிருந்து (மத்தியக் கிழக்கில் அதற்கு இரண்டு கிட்டங்கிகள் இருக்கின்றன) அப்பொருள் அவருக்கு அனுப்பி வைக்கப்படும். அப்பொருள் இருப்பில் இல்லையெனில், அதைத் தயாரிக்கின்ற நிறுவனத்திடமிருந்து அதை வாங்கி அது அனுப்பி வைக்கும். பொருட்களை ஓரிடத்திலிருந்து மற்றோர் இடத்திற்குக் கொண்டு செல்ல மோக்லிக்ஸ் எண்ணற்ற வாகனங்களை வைத்திருக்கிறது.

இப்புத்தகத்தில் நாங்கள் குறிப்பிட்டுள்ள பிற தொழிலதிபர்களைப்போலவே ராகுலும் பெரிய பிரச்சனைகளைத் தீர்க்க விரும்புகிறார். மோக்லிக்ஸ் நிறுவனம் 25 ஊழியர்களுடன் தொடங்கி, இன்று 1,600 ஊழியர்களைக் கொண்ட ஒரு நிறுவனமாக வளர்ந்துள்ளது. அது இத்துறையில் இன்று இந்தியாவிலேயே மிகப் பெரிய

நிறுவனமாக இருந்து வருகின்றபோதிலும், மொத்தமுள்ள பி2பி சந்தையில் கடுகளவையே தான் தொட்டுள்ளதாக ராகுல் நம்புகிறார். இப்போது அவர் சில நூறு பெரிய நிறுவனங்களுடன் இணைந்து பணியாற்றுகிறார். 10,000 பெரிய நிறுவனங்களுடனும், 10,00,000 சிறிய நிறுவனங்களுடனும் இணைந்து பணியாற்ற வேண்டும் என்பது அவருடைய இலக்கு.

இந்தியாவில் ஜிஎஸ்டி அமல்படுத்தப்பட்டுள்ளது தன்னுடைய தொழிலின் விரிவாக்கத்திற்குப் பெரிதும் உதவியுள்ளதாக ராகுல் தெரிவிக்கிறார். ஜிஎஸ்டி வரி, அதற்கு முன்பு ஒவ்வொரு மாநிலத்திலும் விதிக்கப்பட்டுக் கொண்டிருந்த பலதரப்பட்ட வரிகளுக்குப் பதிலாகக் கொண்டுவரப்பட்டிருப்பதால், தேசியச் சந்தையைக் கையாள்வது இப்போது சிக்கலற்றதாக ஆகியுள்ளது. இது இந்தியாவின் பல பகுதிகளிலிருந்து உற்பத்தியாளர்களை ஒருங்கிணைப்பதைச் சாத்தியமாக்கியுள்ளது. நாளுக்கு நாள் மேம்பட்டுக் கொண்டிருக்கின்ற போக்குவரத்துக் கட்டமைப்புகளும் இவருடையதைப் போன்ற தொழில் நிறுவனங்களின் வளர்ச்சிக்கு உறுதுணையாக இருக்கின்றன.

ராகுல் தன் தொழிலை உலக அளவில் எடுத்துச் செல்ல விரும்புகிறார். இந்தியா தன்னுடைய சொந்த விநியோகச் சங்கிலியை உருவாக்க விரும்பினால், மோக்லிக்ஸ் அதில் ஒரு முக்கியப் பங்காற்றும் நிலையில் இருக்கும். உலகளாவிய விநியோகச் சங்கிலியிலும் அதனால் ஒரு முக்கியப் பங்காற்ற முடியும். மோக்லிக்ஸ் ஏற்கனவே ஐக்கிய அரபு அமீரகத்தில் இயங்கிக் கொண்டிருக்கின்ற ஒரு பெரிய நிறுவனமாகும். அதை அது பிற மத்தியக் கிழக்கு நாடுகளுக்கு விரிவுபடுத்த விரும்புகிறது. சீனாவிற்கு வெளியே தங்கள் தொழில்களை விரிவுபடுத்த விரும்புகின்ற அமெரிக்க நிறுவனங்களை இந்தியாவின் பக்கம் இழுக்கின்ற வேலைகளில் இப்போது ராகுல் இறங்கியுள்ளார். அவர் எங்களிடம் அமெரிக்காவிலிருந்து பேசினார். முன்பு இவ்வேலையை இந்தியத் தூதரகங்களில் இதற்கென்றே நியமிக்கப்பட்டிருந்த அதிகாரிகள் செய்து கொண்டிருந்தனர். அதில் அவர்கள் அவ்வளவாக வெற்றி பெறவில்லை. அந்த வேலையை மோக்லிக்ஸ் போன்ற நிறுவனங்கள் திறமையாகவும் வெற்றிகரமாகவும் செய்து கொண்டிருக்கின்றன. சர்வதேச அளவில் தன்னுடைய வர்த்தகத்தை விரிவுபடுத்துகின்றபோது, ஏற்றுமதி மற்றும் இறக்குமதி வரிகள் அதன்மீது எத்தகைய தாக்கம் ஏற்படுத்தும் என்பது குறித்து இப்போது ராகுலிடம் தெளிவு இல்லை. அவர் இப்போதுதான் இதில் இறங்கியிருப்பதால், விரைவில் அந்தச் சிக்கலையும் தீர்த்து இதில் தன்னால் வெற்றிகரமாகச் செயல்பட முடியும் என்று அவர் நம்புகிறார்.

சேவைத் துறை வர்த்தகமும் தர நிர்ணயமும்

இந்தியா தன்னுடைய சேவைகளின் ஏற்றுமதியை விரிவுபடுத்த விரும்பினால், உற்பத்திப் பொருட்களின் ஏற்றுமதி தொடர்பான ஒப்பந்தங்களைச் செய்து கொள்வதோடு சேர்த்து, சேவைகளின் தங்குதடையற்ற ஏற்றுமதிகள் தொடர்பான ஒப்பந்தங்களைச் செய்து கொள்வதற்கும் முனைய வேண்டும். உலக வர்த்தக அமைப்பானது, சேவைகள் வர்த்தகம் குறித்தப் பொது உடன்பாட்டின் கீழ் விரிவான ஷரத்துகளை உருவாக்குவதில் பெரும் சுணக்கம் காட்டிக் கொண்டிருக்கிறது. வளர்ச்சியடைந்த நாடுகள் அது குறித்து அவ்வளவாக ஆர்வம் காட்டாததுதான் அதற்கான முதன்மைக் காரணமாகும். மக்களை ஒரு நாட்டிலிருந்து இன்னொரு நாட்டிற்கு எப்படி இடம்பெயரச் செய்வது, எல்லைகளைத் தாண்டித் தரவுகளை எப்படிப் பகிர்ந்து கொள்வது, வெவ்வேறு நாடுகளிலுள்ள சேவைத் துறைகளில் ஈடுபட்டுள்ள தொழில்முறையாளர்களின் தகுதிகளைப் பரஸ்பரம் எப்படி அங்கீகரிப்பது போன்றவை குறித்த விதிமுறைகளை உருவாக்குவதில் அவற்றுக்குப் போதிய அனுபவம் இல்லாமல் இருந்தது மற்றொரு முக்கியக் காரணம். இதில் இந்தியா ஒரு முன்னோடிப் பாத்திரம் வகிக்க வேண்டும். இது தொடர்பான விதிமுறைகளின் வரைவை அது உருவாக்க வேண்டும். பின்னர் அவை விவாதிக்கப்படுவதற்கு எடுத்துக் கொள்ளப்படலாம்.

எடுத்துக்காட்டாக, ஓர் இந்திய வழக்கறிஞர் ஓர் அமெரிக்க வாடிக்கையாளருக்கு அறிவுரை வழங்குவதையோ அல்லது இந்தியாவில் இருந்து கொண்டே நியூயார்க் மாநில நீதிமன்றம் ஒன்றில் வழக்காடுவதையோ எவ்வாறு சாத்தியமாக்குவது? ஒரு வழக்கறிஞர் எங்குப் படித்திருந்தாலும் சரி, தன்னுடைய மாநிலத்தின் 'பார் கவுன்சில்' தேர்வில் அவர் தேர்ச்சியடைந்தால் மட்டுமே அங்கு அவரால் ஒரு வழக்கறிஞராகப் பணியாற்ற முடியும் என்று நியூயார்க் மாநிலம் நிபந்தனை விதிக்கும் என்பது உண்மைதான். ஆனால், அந்த 'பார் கவுன்சில்' தேர்வை உலகின் எந்தப் பகுதியிலிருந்தும் இணையத்தின் மூலமாக எழுதுவதற்கு ஏற்பாடு செய்யலாம்தானே? சேவைகளைப் பொறுத்து அவற்றுக்குத் தேவைப்படுகின்ற தகுதிகள் நிர்ணயிக்கப்பட வேண்டும். எடுத்துக்காட்டாக, அடிப்படை உளவியல் ஆலோசனைகள் வழங்குவதற்கு அத்துறையில் முனைவர் பட்டம் பெற்ற ஒருவர் தேவையில்லை. ஒரு நாடு, ஒரு குறிப்பிட்டச் சேவையை வழங்குவதற்குத் தேவையான தகுதியை நிர்ணயித்துவிட்டால், அதற்குப் பிறகு அதே தகுதியை ஒருவர் வேறொரு நாட்டில் பெற்றிருந்தால் அது அங்கீகரிக்கப்படுமா? அப்படி அங்கீகரிக்க ஒரு நாடு மறுத்தால், அத்தகுதித் தேர்வுகளை இணையத்தின் மூலமாக எழுதுவதற்கு ஏற்பாடுகளைச் செய்யலாம். அதாவது, ஒரு சேவையை இறக்குமதி செய்கின்ற ஒரு நாடு, அச்சேவையை வழங்கும் நபர் அதற்கான தகுதியை அதனிடமிருந்து பெற்றிருந்தால் மட்டுமே அதை அனுமதிக்கும் என்ற கட்டுப்பாடு

இருக்கக்கூடாது. இதுபோன்ற கட்டுப்பாடுகள் இல்லாத ஒப்பந்தங்கள் உருவாக்கப்படுவது குறித்து, வளர்ந்த நாடுகளை இந்தியா நிர்ப்பந்திக்க வேண்டும்.

அதேபோல, ஐக்கிய இராச்சியத்திலுள்ள தேசிய சுகாதாரச் சேவை அமைப்பு, மருத்துவர்களின் பற்றாக்குறையால் அவதிப்பட்டுக் கொண்டிருக்கிறது. முதியவர்கள் அதிகம் வாழ்கின்ற அந்நாட்டினால் போதிய எண்ணிக்கையில் மருத்துவர்களை உருவாக்க முடியவில்லை. ரோகித் லாம்பா சமீபத்தில் துபாய்க்குச் சென்றிருந்தபோது, திறமை வாய்ந்த ஆங்கிலேய மருத்துவர்கள், அதிகச் சம்பளத்தாலும் குறைவான வேலை நேரத்தாலும் ஈர்க்கப்பட்டு ஐக்கிய அரபு அமீரகம் போன்ற நாடுகளுக்கு இடம்பெயர்ந்து கொண்டிருப்பதை அறிந்தார். அதனால், இந்தியாவில் இருக்கின்ற மருத்துவர்கள், இணையத்தைப் பயன்படுத்தி, ஐக்கிய இராச்சியத்தில் இருக்கின்ற நோயாளிகளுக்குத் தொலைமருத்துவச் சிகிச்சை வழங்க அனுமதிப்பது குறித்து அந்நாடு யோசிக்க வேண்டும் என்று தோன்றுகிறது. இதற்கு ஐக்கிய இராச்சியம் இந்திய மருத்துவப் படிப்பை அங்கீகரிக்க வேண்டும். அதோடு, தேசிய சுகாதாரச் சேவை அமைப்பு இத்தகைய தொலைமருத்துவச் சேவையை அங்கீகரிக்க வேண்டும்.

உலகளாவிய விதத்தில் சேவைகளை வழங்குவது தொடர்பான விவாதங்களை முன்னெடுப்பதற்கான ஒரு வரைவை, இந்த விஷயத்தில் ஒத்த மனப்போக்குடைய நாடுகளோடு சேர்ந்து இந்தியா உருவாக்க வேண்டும். சமீபத்தில் தில்லியில் நடந்த ஜி20 மாநாட்டில், இந்தியா, முதன்முறையாக, இரஷ்ய-உக்ரைன் போரில் அமைதி திரும்புவதற்கு அழைப்பு விடுக்கும் தீர்மானம் ஒன்றில் அனைத்து நாடுகளும் கையெழுத்திட அவர்களை ஒப்புக் கொள்ள வைத்தது. ஆனால், சர்வதேச அமைப்புகளில் அரசியல்ரீதியாகவும் தொழில்நுட்பரீதியாகவும் சிக்கலான தீர்மானங்களைக் கொண்டுவருவதற்கு, சரியான முன்தயாரிப்புகளும் நிபுணத்துவமும் தேவை.

பல வருங்காலத் தொழிற்துறைகள் தொடர்பான புதிய உலகளாவிய தரங்களும் விதிமுறைகளும் உருவாக்கப்பட்டுக் கொண்டிருக்கின்ற இத்தருணத்தில், இந்தியா இதில் முழுமையாகக் குதிக்க வேண்டும். எடுத்துக்காட்டாக, நாட்டின் மத்திய வங்கிகள் டிஜிட்டல் நாணயத்தை வெளியிடுவது தொடர்பான வழிகாட்டி விதிகள் பற்றி சுவிட்சர்லாந்திலுள்ள பேசல் நகரில் சமீபத்தில் விவாதிக்கப்பட்டது. செயற்கை நுண்ணறிவு குறித்த உலகளாவிய விவாதம் வெகு விரைவில் துவக்கப்படலாம். பொதுவாகவே, எந்த நாடுகள் விதிமுறைகளை வகுப்பதில் தீவிரமாக ஈடுபடுகின்றனவோ, விதிமுறைகள் அந்த நாடுகளுக்குச் சாதகமாக இருக்கின்ற விதத்திலேயே அமைக்கப்படுவது வழக்கம். அது தொடர்பான முக்கியமான விவாதங்கள், அக்கூட்டங்களில் பங்கேற்பவர்களுக்குச் சலிப்பூட்டுகின்ற விதத்தில் நீண்ட நேரம் நடைபெறும். அதில் பொதுவாக இடைமட்ட அதிகாரிகளே கலந்து கொள்வர். அந்த விதிகள் பற்றிய விபரங்கள், படிப்படியாக மேல்நோக்கி நகர்ந்து

ஆளுநரையோ அல்லது அமைச்சரையோ அடைகின்றபோது, அந்த விதிகள் கிட்டத்தட்டக் கற்களில் செதுக்கப்பட்ட நிலைக்கு வந்துவிட்டிருக்கும்.

இந்தியா பெரும்பாலும் இந்தக் கூட்டங்களில் கலந்து கொள்வதில்லை. அப்படியே கலந்து கொண்டாலும், சரியான முன்தயாரிப்புகளை மேற்கொண்டிராத, இதுவரை என்ன நிகழ்ந்துள்ளது என்பது பற்றி எந்த யோசனையும் இல்லாத அதிகாரிகளையே அது அனுப்பி வைக்கிறது. அவ்விஷயங்கள் இந்தியாவின் நலன்களின்மீது எப்படித் தாக்கம் ஏற்படுத்தும் என்பதையும் அவர்கள் அறிந்திருக்க மாட்டார்கள். அவர்கள் அத்தகைய கூட்டங்களுக்குச் செல்வதற்கு முன்பு, வல்லுநர்கள், தனியார் துறையைச் சேர்ந்த தொழிலதிபர்கள், கல்வியாளர்கள் போன்ற எவரோடும் விவாதம் நடத்தியிருக்கவும் மாட்டார்கள்.

துரதிர்ஷ்டவசமாக, இதில் எப்போதாவது கலந்து கொள்கின்ற, குறைவான துறைசார் அறிவைக் கொண்டுள்ள வாயாடி அதிகாரிகள், அந்த இடத்திலேயே முடிவெடுக்கும் நிலைக்குத் தள்ளப்படுகின்றனர். 'திரு. யென்' (ஜப்பானிய நாணயம்) என்ற பட்டப்பெயரால் அறியப்பட்ட, ஐசுகே சகாகிபரா என்ற, செல்வாக்குமிக்க ஒரு ஜப்பானிய அதிகாரி, ஒரு முறை ரகுராம் ராஜனிடம் நகைச்சுவையாக இவ்வாறு கூறினார்: "சர்வதேசக் கூட்டங்களிலுள்ள ஒரு பிரச்சனை, ஜப்பானிய அதிகாரிகளை வாயைத் திறக்க வைப்பதும், இந்திய அதிகாரிகளை வாயை மூட வைப்பதும்தான்!" நாம் சரியான முன்தயாரிப்புகளுடன் சென்றால், நாம் கூறுவதைப் பிறர் கேட்க விரும்புகின்ற விதத்தில் நம்மால் பேச முடியும்!

காலநிலை மாற்றம், புலம் பெயர்தல் மற்றும் மூப்படைதல்

இவை அனைத்தும் காலநிலை நடவடிக்கை குறித்தப் பேச்சுவார்த்தைகளில் போய் முடியும். காலநிலை குறித்தத் தீவிரமான பேச்சுகள் 1990களில் தொடங்கியபோது, இந்தியா அதை ஒரு இராஜதந்திரப் பிரச்சனையாகவே பார்த்தது. விரைவில், உலக மக்கட்தொகையில் மூன்றில் ஒரு பகுதியினர் இந்தியாவிலும் சீனாவிலும் வசிப்பார்கள் என்று எதிர்பார்க்கப்பட்டதால், உலகம் உமிழ்வுக் கட்டுப்பாடு குறித்து நிர்ணயிக்கப்பட்டிருந்த இலக்கை அடைய வேண்டுமென்றால், இவ்விரு நாடுகளும் தம்முடைய வளர்ச்சிப் பாதையில் பசுமைத் திட்டங்களை சுவீகரித்துக் கொள்ள வேண்டும் என்பதை வளர்ச்சியடைந்த நாடுகள் உணர்ந்தன. பசுமை வளர்ச்சி அதிகச் செலவுமிக்கது என்பது வெளிப்படை. ஏனெனில், அது முதலீடுகள்மீது கூடுதல் கட்டுப்பாடுகளை விதிக்கிறது. எனவே, இந்தியா அதை எதிர்த்தது. தன்னுடைய நிலைக்கு ஆதரவாக அது முன்வைத்தத் தர்க்கம் தகர்க்கப்பட முடியாததாக இருந்தது: இந்தக் குளறுபடிகளை நாங்கள் உருவாக்கவில்லை. அப்படியிருக்கும்போது, அதைச் சுத்தம் செய்கின்ற வேலை எங்கள் தலையில் ஏன் கட்டப்பட வேண்டும்?

கரிம உமிழ்வில் உலகில் முன்னணியில் இருப்பது சீனாதான். அதற்கு அடுத்த நிலையில் இருப்பது அமெரிக்கா. இந்தியா மூன்றாவது இடத்தில்தான் இருக்கிறது. உலக வங்கியின் ஓர் அறிக்கையின்படி, உமிழ்வை மக்கட்தொகையால் வகுத்தால், *2019* இல் கத்தார் நாடுதான் அதில் முதலிடத்தில் இருக்கும். அதன் கரியமில வாயு உமிழ்வு, தலைக்கு *32.7* டன்கள். அமெரிக்கா *14.6* டன்கள், சீனா *7.6* டன்கள், இந்தியா *1.8* டன்கள். அனுமதிக்கப்பட்ட உமிழ்வைவிடக் குறைவான அளவையே இந்தியா வெளியிட்டுக் கொண்டிருக்கிறது; அமெரிக்காதான் மிக அதிகமாக வெளியிட்டுக் கொண்டிருக்கிறது. வளிமண்டலத்தில் இப்போது இருக்கின்ற கரியமில வாயுவின் பெரும்பகுதி, தொழிற்புரட்சி ஏற்பட்டக் காலத்திலிருந்து வளர்ச்சியடைந்த நாடுகள் வெளியிட்டவையே. அதனால், அதைச் சுத்தம் செய்யும் வேலையை அவர்கள் தூக்கிச் சுமப்பதுதான் தர்க்கரீதியாகவும் சரியாக இருக்கும்.

உலக நாடுகளிடம் இது குறித்து ஒற்றுமை ஏற்படாமல் இருக்கிறது என்பதற்காக, புவி வெப்பமடைவது நிற்கப் போவதில்லை. காலநிலை மாற்றத்தின் விளைவுகளை இந்தியா கண்கூடாகப் பார்த்துக் கொண்டிருக்கிறது. வழமைக்கு மாறான வெப்பநிலை விவசாய அறுவடையைக் கடுமையாக பாதித்துக் கொண்டிருக்கிறது. கான்கிரீட் காடுகளாக மாறிப் போயுள்ள நம்முடைய நகரங்களில் வெப்பநிலை கடுமையாக அதிகரித்துக் கொண்டிருப்பதால், குளிர்சாதன வசதியைக் கொண்டிருப்பவர்கள் தவிர வேறு எவருமே வசிக்க முடியாத நிலை உருவாகியுள்ளது. அந்தக் குளிர்சாதனப் பெட்டிகள் வெளியிலுள்ள வெப்பநிலையை மேலும் அதிகரிப்பதால், வெளியில் வசிப்பவர்களின் நிலைமை மேலும் மோசமடைகிறது. நாம் நீர்நிலைகளின்மீது நம்முடைய நகரங்களைக் கட்டியெழுப்பிக் கொண்டிருப்பதால், மழைக் காலங்களில் நகரங்கள் வெள்ளத்தில் மிதக்கின்றன. இதில் நகைமுரணாக, நாம் மழைநீரைச் சேமித்து வைக்காமல் இருப்பதால், நம்முடைய நிலத்தடி நீர் நாளுக்கு நாள் அதலபாதாளத்திற்குப் போய்க் கொண்டிருக்கிறது.

தட்பவெப்ப நிலையில் இப்படி நிலையற்றத்தன்மை நிலவுவது தொடர்ந்து கொண்டுதான் இருக்கும் என்று அறிவியல் ஆய்வுகள் எச்சரிக்கின்றன. இன்று நாம் அனுபவித்துக் கொண்டிருக்கும் அதீதத் தட்பவெப்ப நிலை மாறுபாடுகள், கடும் மழை போன்றவற்றை இருபது ஆண்டுகளுக்கு முன்பே பல ஆய்வுகள் துல்லியமாகக் கணித்திருந்தன. இமயமலையின் பனியாறுகள் உருகுதல், கடல் மட்டத்தின் அதிகரிப்பால் கடற்கரைப் பகுதிகள் நீரில் மூழ்குதல், பசுமை நிலங்கள் மெதுவாக உவர்நிலங்களாக மாறுதல் போன்ற அனைத்தும் நிகழ்ந்து கொண்டிருக்கின்றன. நகர்மயமாதல், புலம் பெயர்தல், சுற்றுச்சூழல்மீது அக்கறையற்ற வளர்ச்சியின் பின்னால் ஓடுதல் போன்றவற்றால் சுற்றுச்சூழல் மேலும் அழுத்தத்திற்கு உள்ளாகிக் கொண்டிருக்கிறது. இவை அனைத்தையும் வைத்துப் பார்க்கின்றபோது, மூன்று எதார்த்தங்களை நாம் உணர்ந்து கொள்ள வேண்டும். அவற்றின் அடிப்படையில்தான் நம்முடைய

கொள்கைகள் அமைக்கப்பட வேண்டும்.

முதலாவதாக, சர்வதேச அளவில் என்ன நடந்தாலும் சரி, காலநிலை மாற்றம் உலகின் மற்றப் பகுதிகளைவிடத் தெற்காசியப் பகுதிகளைத்தான் மிக அதிகமாக பாதிக்கப் போகிறது. 2022 இல் பாகிஸ்தானில் ஏற்பட்டப் படுபயங்கரமான வெள்ளத்தை இனி வரவிருப்பதற்கான ஒரு சிறிய முன்னோட்டமாகத்தான் நாம் எடுத்துக் கொள்ள வேண்டும். அதனால், வளிமண்டலத்தில் வெளியேற்றப்படுகின்ற உமிழ்வைக் குறைப்பதற்கு சர்வதேச அளவில் மேற்கொள்ளப்பட வேண்டிய நடவடிக்கைகளை நாம் உந்தித் தள்ளியாக வேண்டும். இது இனியும் அவர்களுடைய பிரச்சனை அல்ல; இது நம்முடைய பிரச்சனையும்கூட. காலநிலை தொடர்பான நடவடிக்கைகளோடு தொடர்புபடுத்தப்பட்டு நாட்டின் கடன் தகுதி குறைக்கப்படுகின்ற நிலைக்கு இந்தியாவும் சீனாவும் ஆளாகக்கூடும் என்று சமீபத்திய ஆய்வு ஒன்று தெரிவிக்கிறது.

இரண்டாவது, தொழிற்புரட்சிக்கு முந்தைய காலகட்டத்தில் நிலவிய பூமியின் வெப்பநிலையைவிட 1.5 டிகிரி செல்சியஸ்வரை வெப்பநிலை உயர்ந்தால், எதிர்பாராத பெரும் சேதங்கள் ஏதுமின்றி பூமியால் தாக்குப்பிடித்துக் கொள்ள முடியும் என்று அறிவியல் சமூகம் நம்புகிறது. ஆனால், இப்போதைய நிலையை வைத்துப் பார்த்தால், நாம் எடுத்துக் கொண்டிருக்கின்ற உமிழ்வுக் கட்டுப்பாட்டு நடவடிக்கைகளின் காரணமாக பூமியின் வெப்பநிலை குறைவதற்கு முன்பாக, உலகம் கண்டிப்பாக அந்த அளவைத் தாண்டிவிடும் என்பது கிட்டத்தட்ட உறுதியாகியுள்ளது. அதனால், இந்த நூற்றாண்டில் தாறுமாறான தட்பவெப்ப நிலையை எதிர்கொள்ள இந்தியா தயாராக இருக்க வேண்டும். இந்தியா உமிழ்வைக் குறைப்பதற்கு எடுக்கின்ற நடவடிக்கைகள் ஒரு புறம் இருக்கட்டும். இப்போது, காலநிலை மாற்றத்திற்கு நம்மைத் தகவமைத்துக் கொள்ளத் தேவையான நடவடிக்கைகளை நாம் எடுக்கத் தொடங்க வேண்டும். பயிரிடும் முறைகளை மாற்றிக் கொள்ளுதல், அதிக நீர் தேவைப்படாத பயிர் வகைகளை விதைத்தல், நகர்ப்புறத் திட்டமிடுதலில் காலநிலை மாற்ற விளைவுகளைக் கருத்தில் கொள்ளுதல் போன்றவை அவற்றில் சில நடவடிக்கைகளாக இருக்கலாம். நம்முடைய நகரங்களின் வளர்ச்சியில் ஓர் ஒழுங்குமுறையைக் கொண்டுவருவது அதற்கான முதற்கட்ட நடவடிக்கையாக இருக்க வேண்டும்.

மூன்றாவதாக, இந்தியா, உலக நாடுகள் தன்மீது கொண்டிருக்கும் நம்பகத்தன்மையை அதிகரித்துக் கொள்வதற்கான சில உமிழ்வுக் குறைப்பு நடவடிக்கைகளில் தானாகவே ஈடுபட வேண்டும். அதற்கு இழப்பீடு கேட்பதில்கூடத் தவறில்லை. உலக சராசரியைவிட அதிகமான உமிழ்வை வெளிப்படுத்துகின்ற நாடுகள் ஒரு நிதியில் பணத்தைப் போட வேண்டும் என்றும், குறைவான உமிழ்வை வெளிப்படுத்துகின்ற நாடுகளுக்கு அந்நிதி பகிர்ந்தளிக்கப்பட வேண்டும் என்றும் ஒரு திட்டத்தை ரகுராம் ராஜன் முன்வைத்தார். அனைத்து நாடுகளும் தம்முடைய உமிழ்வைக் குறைத்துக் கொள்ள இது ஊக்கமளிக்கும். இந்தியா போன்ற குறைவான

உமிழ்வை வெளிப்படுத்திக் கொண்டிருக்கின்ற நாடுகள் அந்தப் பணத்தை வைத்துக் கொண்டு, உமிழ்வை மேலும் குறைப்பதற்கான நடவடிக்கைகளில் இறங்கலாம். இந்த விஷயத்தில், இந்தியா, ஆப்பிரிக்க, தெற்காசிய மற்றும் லத்தீன் அமெரிக்க நாடுகளுடன் சேர்ந்து கொண்டு, அனைவரின் ஒருமித்தக் குரலாக சர்வதேசக் கூட்டங்களில் ஒலிக்கலாம்.

உள்ளூரில் நாம் சில நடவடிக்கைகள் மேற்கொள்ளலாம். முதலில், பசுமைக் குடில் விளைவுக்குக் காரணமான உமிழ்வுகளில் 69 சதவீதம் மின் உற்பத்தியிலிருந்துதான் வருகிறது. மின்சக்தி நேரடியாக நம்முடைய வளர்ச்சியோடு தொடர்பு கொண்டுள்ளது. நம்முடைய வளர்ச்சி அதிகரித்துக் கொண்டு செல்லும் என்பதால், நம்முடைய மின் நுகர்வும் அதிகரிக்கத்தான் செய்யும். நம்முடைய மின் உற்பத்தியில் 70 சதவீதம் நிலக்கரியிலிருந்து வருகிறது என்பதுதான் நமக்கு இருக்கின்ற மிகப் பெரிய சிக்கல். ஏனெனில், இது சுற்றுச்சூழலுக்குப் பெரும் கேடு விளைவிக்கிறது.

இன்று ஐரோப்பிய ஒன்றியம் மொத்தமாக எவ்வளவு மின்சக்தியைப் பயன்படுத்திக் கொண்டிருக்கிறதோ, அதே அளவு கூடுதல் மின்சக்தி 2040 ஆம் ஆண்டுவாக்கில் இந்தியாவுக்குத் தேவைப்படும் என்று சர்வதேச ஆற்றல் முகமை கணித்துள்ளது. இந்த அளவு மின்சக்தியை வெறும் நிலக்கரியிலிருந்து உற்பத்தி செய்ய முடியாது. அதே நேரம், இந்தியா, முழுமையாகப் புதுப்பிக்கப்படக்கூடிய மின்சக்திக்கு மாறிவிடும் என்பது பகற்கனவு. அதனால், ஒரு புறம், புதுப்பிக்கப்படக்கூடிய மின்சக்தித் தயாரிப்பில் நாம் ஈடுபட வேண்டும். மறுபுறம், நிலக்கரியிலிருந்து மின்சக்தி தயாரிப்பதை நாம் குறைத்துக் கொள்ள வேண்டும். நிலக்கரியிலிருந்து மின்சக்தியை உற்பத்தி செய்கின்ற நிலையங்களில், கரியமில வாயுவைச் சேகரிக்கின்ற ‘கரிமச் சிறைபிடிப்புத்’ தொழில்நுட்பங்களைப் பயன்படுத்த முயற்சி செய்யலாம். நிலக்கரியைப் பயன்படுத்துகின்ற தொழிற்சாலைகளுக்குத் தனியாகக் கரிம வரி விதிப்பது, அவை நிலக்கரிப் பயன்பாட்டைக் குறைத்துக் கொண்டு, புதுப்பிக்கப்படக்கூடிய ஆற்றல் வளங்களைப் பயன்படுத்த அவற்றை ஊக்குவிக்கும். பெரிய அளவில் மானியங்கள் கொடுக்காமலேயே சூரிய மின்கலங்கள், காற்றாலைகள், மின் வாகனங்கள் போன்றவற்றைத் தயாரிக்க உள்ளூர்த் தொழில்கள் ஊக்குவிக்கப்படலாம்.

ஆனால், இந்த மாற்றம் அவ்வளவு எளிதாக நடைபெற்றுவிடாது. மின் உற்பத்தித் தொழில் நேரடியாக ஐந்து இலட்சம் பேருக்கும், மறைமுகமாக இன்னோர் ஐந்து இலட்சம் பேருக்கும் வேலை வழங்கிக் கொண்டிருக்கிறது. நிலக்கரிச் சுரங்கத் தொழிலைச் சார்ந்து இன்னும் பத்திலிருந்து பதினைந்து இலட்சம் பேர் இருக்கிறார்கள். ஜார்க்கண்ட், சட்டிஸ்கர் போன்ற மாநிலங்களின் மொத்தப் பொருளாதாரத்தில் பத்து சதவீதம் நிலக்கரியிலிருந்து வருகிறது. இப்போது, இந்திய இரயில்வே, நிலக்கரியைச் சரக்கு இரயில் மூலம் எடுத்துச் செல்வதிலிருந்து கிடைக்கும் இலாபத்தின் ஒரு பகுதியை,

பயணியர் இரயில் போக்குவரத்திற்கான மானியமாகப் பயன்படுத்திக் கொண்டிருக்கிறது. அது கிட்டத்தட்ட 13 சதவீதம். அனைத்து விதமான பசுமைச் சீர்திருத்தங்களுக்கும் தெளிவான சிந்தனையும் திட்டமிடுதலும் தேவை. அதற்கு, இப்புத்தகம் நெடுகிலும் நாங்கள் பரிந்துரைத்து வந்துள்ள புதிய வேலைகளை உருவாக்குவதன்மீது முக்கியக் கவனம் செலுத்தப்பட வேண்டும்.

தொழிற்சாலைகளிலும் போக்குவரத்திலும் கரிமநீக்கத்தைச் செயல்படுத்துவதற்கும், நகர்மயமாக்கலையும் காடுவளர்ப்பையும் திறமையாக நிர்வகிப்பதற்கும் தேவையான நடவடிக்கைகளை மேற்கொள்வதற்கு, ஒன்றியத்தில் கொள்கை ஒருங்கிணைப்பு இன்றியமையாதது என்றும், காலநிலை மாற்றத்தினால் ஏற்பட்டுக் கொண்டிருக்கின்ற விளைவுகளைக் கையாள்வதற்கு மாநிலங்கள் தம்முடைய சொந்த முயற்சிகளை மேற்கொள்ள உதவக்கூடிய ஒரு கட்டமைப்பை உருவாக்க வேண்டும் என்றும் காலநிலை மாற்றம் தொடர்பாக பலமாகக் குரல் கொடுத்து வருகின்ற நவ்ரோஸ் கே. துபாஷ் மீண்டும் மீண்டும் வலியுறுத்தி வந்துள்ளார். துரதிர்ஷ்டவசமாக, காலநிலை மாற்றம் குறித்தப் பிரதமரின் ஆலோசனைக் குழு அடிக்கடிக் கூடுவதில்லை. பெரும்பாலான தொழில்நுட்ப விவாதங்களும் கொள்கைசார் உள்ளீடுகளும் நிதி ஆயோக் அமைப்பால் நியமிக்கப்படுகின்ற ஆலோசகர்களின் பொறுப்பில் விடப்பட்டுவிடுகின்றன. அது மட்டுமல்லாமல், காலநிலை மாற்றத்தின் தாக்கத்தைக் கையாள்வதற்கான முயற்சிகளும், மின் உற்பத்தி முறை தொடர்பான தேர்ந்தெடுப்புகளும் மாநில அளவில் திட்டமிடப்படுகின்றபோதிலும், அதற்கான நிதியும் மனித வளங்களும் ஒன்றிய அரசின் வசம் இருக்கின்றன. இன்று நம்முடைய பசுமை முன்னெடுப்புகள் இன்னும் சிறப்பான, மேம்பட்ட முறையில் நிர்வகிக்கப்பட்டாக வேண்டும். அதற்கு அரசியல் தளத்திலிருந்து தொடர்ச்சியான கவனம் தேவை.

'நிகர பூஜ்ஜிய உமிழ்வை' (கரியமில வாயுவின் வெளியேற்றத்தின் அளவும் வளிமண்டலத்திலிருந்து அது நீக்கப்படுவதன் அளவும் சமமாக இருக்கின்ற நிலை) அடைவதற்கான தன்னுடைய திட்டங்களை இந்தியா விபரமாக வெளியிட வேண்டும். அதற்கு, அது தன்னுடைய ஆராய்ச்சியாளர்களையும் கொள்கைப் பகுப்பாய்வாளர்களையும் ஒருங்கிணைத்து, அவர்களைக் கொண்டு ஒரு செயல்திட்ட வரைபடத்தை உருவாக்க வேண்டும். பின் அதற்கான ஐந்தாண்டு இலக்குகளை நிர்ணயித்து, அவை நிறைவேற்றப்படுவதை உறுதி செய்ய வேண்டும். அதற்கான நிதி எவ்வாறு பெறப்படும் என்பதையும் அது திட்டமிட்டுக் கொள்ள வேண்டும். பின் அத்திட்ட முயற்சிகளை உலகின் முன் சமர்ப்பித்து, பிற முக்கிய நாடுகளும் அது போன்ற முயற்சிகளில் ஈடுபட வேண்டும் என்ற கோரிக்கையை இந்தியா முன்வைக்க வேண்டும். பிற வளர்ந்து வரும் நாடுகள் இதுபோன்ற ஒரு திட்டத்தை வடிவமைக்க நாம் உதவ வேண்டும். ஒரு நெருப்புக்கோழியைப்போல, தன்னைச் சுற்றிலும் நடந்து கொண்டிருப்பவற்றைப் பற்றி எதுவும் தெரியாமல்

மண்ணுக்குள் தலையைப் புதைத்துக் கொள்வதோ, இதைப் பிறர் பார்த்துக் கொள்வார்கள் என்று அலட்சியமாக ஒதுங்கியிருப்பதோ இனியும் ஓர் உத்தியாக இருக்க முடியாது.

காலநிலை மாற்றத்தால் நிகழவிருக்கும் படுபயங்கரமான பாதிப்புகள் அடிக்கடி நிகழாமல் தடுப்பதற்கான கரிம உமிழ்வுக் கட்டுப்பாட்டு முயற்சிகள் போதிய வேகத்தில் நடைபெறப் போவதில்லை என்பதால், நம்முடைய அண்டைப் பகுதிகளில் நிகழவிருக்கின்ற காலநிலை மாற்ற விளைவுகளை எதிர்கொள்ள நம்மை நாம் தயார்படுத்திக் கொள்ள வேண்டும். மாலத்தீவு போன்ற தாழ்வான பகுதிகளிலுள்ள மக்களில் பெரும்பாலானோர் நிரந்தரமாக அங்கிருந்து வெளியேற வேண்டியிருக்கும். அதே நேரத்தில், உலகின் பல நாடுகளில் முதியோரின் எண்ணிக்கை அதிகரிக்கும் என்பதால், தகுதி வாய்ந்த இளம் புலம்பெயர்வோர் அந்நாடுகளுக்குத் தேவைப்படுவர். காலநிலை மாற்றத்தால் பாதிப்படைந்துள்ள நாடுகளிலிருந்து, தகுதி வாய்ந்த இளைஞர்களும் யுவதிகளும், அவர்களுடைய தேவை இருக்கின்ற நாடுகளுக்குச் சட்டபூர்வமாகப் புலம்பெயர்வதற்கான உலகளாவிய அணுகுமுறை ஒன்றை இந்தியாவால் உருவாக்க முடியுமா?

முரட்டு அதிகாரம்

இந்தியா பொருளாதாரரீதியாக வளர்ந்து கொண்டிருக்கின்ற அதே நேரத்தில், தன்னுடைய இராணுவ பலத்தையும் பெருக்கிக் கொள்ள வேண்டும். வருங்காலப் போர்கள், இனி, போர்க்களங்கள் குறித்தத் துல்லியமான தகவல்களை விரைவாகப் பெறுதல், அவற்றின் அடிப்படையில் தொலைதூரத்திலிருந்து இயக்கப்படுகின்ற துல்லியமான ஆயுதங்களின் பிரயோகம் ஆகியவற்றின் அடிப்படையில் அமைந்திருக்கும். அதே நேரத்தில், இதே விஷயங்களைத் தன்னுடைய எதிரி செய்யாமல் இருக்கும்படி அது பார்த்துக் கொள்ள வேண்டும். அணிவகுத்துச் செல்கின்ற டாங்கிகள், விமானிகள் ஓட்டிச் செல்கின்ற விமானங்கள், போர் விமானங்களைச் சுமந்து செல்லும் போர்க் கப்பல்கள் போன்றவற்றுக்கு அதிகமான முக்கியத்துவம் அளிக்காத, அதே நேரத்தில், அதிநவீன பீரங்கிகள், ஆளில்லா விமானங்கள், ஒலியின் வேகத்தைப்போல ஐந்து மடங்கு வேகத்தில் சென்று தாக்குகின்ற ஏவுகணைகள் போன்றவற்றுக்கு அதிக முக்கியத்துவம் அளிக்கின்ற ஒரு புதிய இராணுவ முன்னோக்கு தேவைப்படும். இவற்றில் பலவற்றுக்கு, பொதுமக்கள் பயன்பாடு, இராணுவப் பயன்பாடு ஆகிய இரண்டுக்கும் பயன்படுத்தப்படுகின்ற, செயற்கை நுண்ணறிவு போன்ற இரட்டைப் பயன்பாட்டுத் தொழில்நுட்பம், இணையத் திறன் போன்றவை தேவைப்படும். அதோடு, ஆயுதங்களை அதிதிறன் வாய்ந்தவையாகவும், துல்லியமானவையாகவும், எதிரிகளின் குறுக்கீடுகளைச் சமாளிக்கத்தக்கவையாகவும் ஆக்குவதற்குத் தேவையான ஆராய்ச்சி வல்லமையும் நமக்குத் தேவைப்படும்.

இந்தியாவுக்காக நாங்கள் பரிந்துரைத்துள்ள பாதை, ஒரு வலுவான இராணுவக் கட்டமைப்பை உருவாக்க உதவும். ஆனால், இராணுவம் தன் முன்னோக்கில் இன்னும் விரைந்து இயங்குகின்ற தன்மையுடன் இருந்து, தனியார் துறையுடன் மேம்பட்ட ஒத்துழைப்புடன் செயல்பட்டால் மட்டுமே இது சாத்தியப்படும். இராணுவத்திடம் தற்போது இருக்கின்ற திறன்களுக்கு அனுசரணையாக இருக்கின்ற பல புதிய திறன்களும் அதற்குத் தேவைப்படும். செயல் வல்லமையும் செயல்திறனும் படைத்த ஒன்றாகத் தன்னை ஆக்கிக் கொள்ளத் தேவையான தீர்மானங்களை எடுக்க இராணுவம் தயங்கக்கூடாது. அதன் காரணமாக, ஒருவேளை தன்னுடைய அளவு சுருங்க நேர்ந்தாலும், அது அதைப் பொருட்படுத்தக்கூடாது.

புதிய உலக ஒழுங்கும் அதில் இந்தியாவின் இடமும்

தற்போது இருக்கின்ற உலக ஒழுங்கு, இரண்டாம் உலகப் போர் முடிந்தவுடன் அமெரிக்காவால் வடிவமைக்கப்பட்டது. ஆனால், களத்திற்குத் தாமதமாக வந்து சேர்ந்துள்ள இந்தியாவுக்கும் சீனாவுக்கும் அது பாதகமாக உள்ளது. அது ஒற்றைத் துருவ உலகிற்காக வடிவமைக்கப்பட்டது. அதில் அமெரிக்கா, பாகுபாடின்றி (குறைந்தபட்சம் கொள்கையளவில்) நடந்து கொள்கின்ற ஒரு காவல்காரனின் பணியைச் செய்து வந்தது. அதில் அமெரிக்காவுக்கு, ஐரோப்பா, விசுவாசமிக்க ஒரு தோழனாக விளங்கியது. இந்தக் கட்டமைப்பு உடைந்து நொறுங்கிக் கொண்டிருக்கிறது. அமெரிக்காவே பல சர்ச்சைகளில் சிக்கியுள்ளது. உலக விவகாரங்களில் அமெரிக்க நிர்வாகம் முன்கணிக்கப்பட முடியாத விதங்களில் பச்சோந்தித்தனத்துடன் நடந்து கொள்கிறது. பல நேரங்களில், அது ஒரு காவல்காரனாக நடந்து கொள்ளத் தயங்குகிறது; சில நேரங்களில், அது அதீத ஆர்வத்துடன் செயல்படுகிறது. அமெரிக்கா இப்போதும் உலகிலேயே மிகவும் வலிமையான பொருளாதார சக்தியாக விளங்கி வருகின்ற அதே நேரத்தில், பிறருடைய குரலுக்கும் மதிப்பளித்துக் கொண்டிருக்கிறது என்ற உண்மைக்கு நாம் மதிப்புக் கொடுக்க வேண்டும். அதே நேரத்தில், தற்போது நிலவிக் கொண்டிருக்கின்ற உலக ஒழுங்கு குறித்து நாம் மறுசிந்தனை செய்தாக வேண்டும்.

ஐக்கிய நாடுகள் சபையின் பாதுகாப்பு மன்றத்தில் ஒரு நிரந்தர உறுப்பினராகத் தன்னைச் சேர்த்துக் கொள்ள வேண்டும் என்று இந்தியா தொடர்ந்து நச்சரித்துக் கொண்டிருப்பது, நம்முடைய வெளியுறவுத் துறையின் கற்பனைவளப் பற்றாக்குறையைத்தான் பிரதிபலிக்கிறது. ஏனெனில், ஐக்கிய நாடுகள் சபையின் எந்தவொரு தீர்மானத்தையும் மறுதலிப்பதற்குப் பாதுகாப்பு மன்றத்தின் உறுப்பினர்களுக்கு இருக்கின்ற ஏகபோக மறுப்புரிமையின் காரணத்தாலேயே ஐக்கிய நாடுகள் சபை ஒரு பலவீனமான அமைப்பாக இருக்கிறது. ஒரு நியாயமான உலகளாவிய ஏற்பாட்டுக்கான ஒரு புதிய தென்னுலகக் கண்ணோட்டத்தை

இந்தியா முன்வைக்க வேண்டும். அதை உலகமயமாதல் *2.0* என்று அழைக்கலாம். அதற்கு நாம், வளர்ச்சியடைந்த நாடுகள் நம்மை நோக்கி வீசுகின்ற எலும்புத் துண்டுகளுக்காகக் காத்துக் கொண்டிருப்பதற்குப் பதிலாக, தெற்காசிய, ஆப்பிரிக்க, மற்றும் லத்தீன் அமெரிக்க நாடுகளுடன் கூடுதலாக நேரம் செலவிட்டு ஓர் ஒருமித்தக் கருத்தை உருவாக்க நாம் முயற்சிக்க வேண்டும். அதற்கு நாம் ஏற்கனவே இருக்கின்ற சர்வதேச அமைப்புகளை மறுசீரமைக்க வேண்டியிருக்கும். அதோடு, புதிய அமைப்புகளையும் உருவாக்க வேண்டியிருக்கும். எடுத்துக்காட்டு: உலகக் காலநிலை ஆணையம் மற்றும் உலகளாவிய புலப்பெயர்ச்சி அமைப்பு. எப்போதும் தனக்காகவும், எப்போதாவது பிறருக்காகவும் குரல் கொடுக்கின்ற இந்தியாவைவிட, வளரும் நாடுகளின் பக்கபலத்தோடு குரல் கொடுக்கின்ற இந்தியாவுக்கு உலக நாடுகள் அதிகமாகச் செவி சாய்க்கும்.

இந்த அத்தியாயத்தின் தொடக்கத்தில் நாங்கள் குறிப்பிட்டிருந்த விஷயத்திற்கு மீண்டும் வருகிறோம். நாம் உலகின்மீது செலுத்துகின்ற செல்வாக்கு, நாம் செய்கின்ற பிற அனைத்தின் பின்விளைவுகளிலிருந்து வருகின்ற ஒன்றாக இருக்க வேண்டும். இராணுவரீதியாகத் தன்னைத் திறமையாகப் பாதுகாத்துக் கொள்ளக்கூடிய முரட்டு அதிகாரத்தைக் கொண்டிருக்கின்ற அதே வேளையில், புத்தாக்கம், புதுமைப்புனைவு போன்றவற்றில் ஒரு பெரும் சக்தியாக உருவெடுக்கின்ற இந்தியா உண்மையிலேயே உலகின் ஆசானாக மாறும். தன்னம்பிக்கை நம்மைப் பாதுகாப்பாக உணர வைக்கும், நம்முடைய வெளியுறவுக் கொள்கையை இன்னும் துணிச்சலோடு அணுகுவதற்கு நமக்கு உதவும். உள்ளூர் அரசியல் மேடைகளுக்காக நாடகமாடுவதற்கு ஏற்படுகின்ற சபலத்தை அடக்கிக் கொள்வதும் அதில் அடங்கும். நாம் கடந்தகாலத்தில் செய்திருந்த விஷயங்களுக்காக நாம் அங்கீகரிக்கப்பட வேண்டும் என்று கோருவதற்குப் பதிலாக, இன்று நாம் செய்து கொண்டிருக்கின்ற காரியங்களுக்காகவும், எதிர்காலத்தில் நாம் செய்யத் திட்டமிட்டுள்ள காரியங்களுக்காகவும் நாம் அங்கீகரிக்கப்படுவோமாக! நம்முடைய வளர்ச்சித் திட்டங்களில் கவனத்தைக் குவிப்பதைக் கடந்து, இன்று உலகம் எதிர்கொண்டிருக்கின்ற சவால்களை அமைதியாக எதிர்கொள்வதற்குத் தேவையான முன்னெடுப்புகளிலிருந்து இது தொடங்குகிறது.

12

படைப்பாற்றல் கொண்ட ஒரு நாடு

நம்முடைய நாட்டு மக்களில் ஒரு சிறு பகுதியினருக்கு மேல் அரசால் வேலை கொடுக்க முடியாது. ஏற்கனவே இருந்து கொண்டிருக்கும் நிறுவனங்களால்கூடப் பெரிய அளவில் கூடுதலான நபர்களுக்கு வேலை கொடுக்க முடியாது. வருங்கால வேலைகளில் பெரும்பகுதி, இன்னும் பிறந்திராத நிறுவனங்களால் உருவாக்கப்படும். அவை நம் நாட்டு மக்களால் உருவாக்கப்படும். இந்தியா வெற்றி பெறத் தேவையான புத்தாக்கத் திறன், கேள்வி கேட்கின்ற ஆர்வம், சாகச முயற்சி போன்றவற்றை எப்படி வளர்த்தெடுப்பது? ஒரு பிரச்சனையை எதிர்கொள்கின்றபோது, அதை வெறுமனே விரைவாகக் கடந்து செல்வதற்குப் பதிலாக, 'ஏன்' என்ற கேள்வியை அதிகமான மக்கள் கேட்கும்படி செய்வது எப்படி? அப்பிரச்சனைக்கு வேறு எவரும் நினைத்திராத தீர்வுகளை அதிக எண்ணிக்கையிலான மக்கள் யோசித்து வழங்குமாறு செய்வது எப்படி? அவர்கள் வெறுமனே கோட்பாட்டுரீதியாக அலசிக் கொண்டிருப்பதைத் தாண்டி, புதிய யோசனைகளை முயன்று பார்ப்பதற்கும், அவை தோல்வியுறும் பட்சத்தில் தங்கள் முயற்சியைக் கைவிடாமல் இருப்பதற்கும் எது அவர்களைத் தூண்டும்? ஒரு நாட்டின் வரலாற்றில், அதன் ஆற்றலும் ஆரவாரமும், நம்புதற்கரிய கற்பனை மற்றும் மேதைமையின் உச்சத்திற்கு எடுத்துச் செல்கின்ற காலகட்டங்களும் இடம்பெற்றிருக்கும். மறுமலர்ச்சிக் காலகட்டத்தின் ஃபுளாரென்ஸ் நகரம், தொழிற்புரட்சிக் காலகட்டத்தின் இங்கிலாந்து போன்றவை இதற்கான ஓரிரு எடுத்துக்காட்டுகளாகும். அடுத்த நூறு ஆண்டுகளை, டியட்ரெ மெக்லாஸ்கி கூறியதுபோல ஒரு 'செழிப்பான நூற்றாண்டாக' ஆக்குவது எப்படி? காலகட்டத்திய

இந்தியாவின் தேசிய நோக்கமாகப் புத்தாக்கமும் புதுமைப்புனைவும்

இந்தியா ஒரு தொழில்முனைவு நாடாக மாறியாக வேண்டும். தன் தேவைக்கும் அதிகமாகத் தோசை மாவை அரைத்து அதை

அண்டைவீட்டாரிடம் விற்று வருகின்ற மாலதி என்ற ஒரு கிராமத்துப் பெண் ஒரு தொழில்முனைவர்; நாம் முன்னுரையில் சந்தித்தப் பி.சி.முஸ்தபாவும் ஒரு தொழில்முனைவர்தான். இருவருக்கும் ஓரே கேள்விதான் தோன்றியிருந்தது: "எல்லோரும் எதற்காகத் தோசை மாவை அரைத்துக் கொண்டிருக்க வேண்டும்? அந்த நிலையை எவ்வாறு மாற்றுவது?" அவர்கள் இருவரும் அதற்காக வெவ்வேறு விடைகளைக் கண்டறிந்தனர். இரண்டு விடைகளுமே தொழில்முனைவு நடவடிக்கையில் போய் முடிந்தன. எல்லாமே ஒரு கேள்வியிலிருந்துதான் தொடங்குகிறது. ஆனால், விமர்சனரீதியான கேள்வி கேட்டல்தான் ஜனநாயகத்தை மேம்படுத்துகிறது.

ஒரு வலுவான இராணுவத்தைக் கட்டியெழுப்புதல், கண்டம்விட்டுக் கண்டம் தாண்டும் ஏவுகணைகளை உருவாக்குதல், விண்வெளிக்குச் செயற்கைக்கோள்களை அனுப்புதல் போன்ற, அதிகார உச்சியிலிருந்து எடுக்கப்படுகின்ற தீர்மானங்களில் புத்தாக்கத்தைப் புகுத்த முடிகின்ற எதேச்சதிகார நாடுகளால், வாடிக்கையாளர்களை மனத்தில் வைத்து உருவாக்கப்படுகின்ற புத்தாக்கங்கள், வணிகமயமாக்கல் போன்ற, கீழ்மட்ட நிலையிலிருந்து எடுக்கப்படுகின்ற தீர்மானங்களை மேற்கொள்ள முடியாமல் போவதற்கு ஒருவேளை இதுதான் காரணமாக இருக்கலாம். சோவியத் ஒன்றியம், வட கொரியா போன்ற நாடுகள் இதற்கான எடுத்துக்காட்டுகள். 1970களின் பிற்பகுதியிலிருந்து, சீனாவில், அங்கு நிகழ்ந்து கொண்டிருந்த அதிகாரப் பரவலாக்க அணுகுமுறையின் காரணமாக, பல பத்தாண்டுகளாக, பிற சோசலிச நாடுகளோடு ஒப்பிடுகையில், கீழ்மட்ட நிலையிலிருந்து எடுக்கப்படுகின்ற தீர்மானங்கள் பரவலாக எடுக்கப்பட்டன. ஆனால், கடந்த பத்தாண்டுகளில், அதிகாரம் மேல்மட்டத்தில் குவிக்கப்பட்டு, உச்சியிலிருந்து தீர்மானங்கள் எடுக்கின்ற நிலைக்கு அது மாறியுள்ளது. சீனா இந்தப் பாதையிலிருந்து விலகிக் கொள்ளாவிட்டால், அது இராணுவரீதியாக பலம் பெறலாமே ஒழிய, பொருளாதாரரீதியாக அதன் வளர்ச்சி குன்றும்.

மக்களின் செயல் வல்லமையை அதிகரிப்பதற்கு என்ன செய்யப்பட வேண்டும் என்பது குறித்து நாங்கள் ஏற்கனவே விவாதித்துவிட்டோம். இட்லி மாவு தயாரிக்கத் தேவையான அரிசி, உளுந்து, பெருங்காயம் ஆகியவற்றை மொத்த விலையில் வாங்குவதற்கு, மாலதி தன் பள்ளியில் படித்திருந்த அடிப்படைக் கணிதம் அவருக்கு உதவியதோடு, அவருக்குத் தன்னம்பிக்கையும் ஊட்டியது. ஒரு சுமூகமான வணிகச் சூழலும் அவருக்குத் தேவைப்பட்டது. பேராசை பிடித்த சுகாதாரப் பரிசோதகர் வந்துவிடுவோரோ என்று பயந்து கொண்டிருப்பதற்குப் பதிலாக, தன்னுடைய தயாரிப்பு சுத்தமாகவும் சுகாதாரமாகவும் இருக்கிறது என்பதை உள்ளூர்க் கிராம நிர்வாகக் குழுவிடம் அவர் நிரூபித்துவிட்டால் போதும். அடுத்து, புத்தாக்கம் மற்றும் தொழில்முனைவை ஊக்குவிக்கின்ற முக்கிய அம்சங்களை நோக்கி நாம் நம்முடைய பார்வையைத் திருப்பலாம்.

தொழில்முனைவும் அந்தஸ்தும்

இந்தியாவின் சாதி அமைப்புமுறை அறிவுஜீவிகளை உச்சத்தில் வைத்துள்ளதற்குக் காரணம், இந்த அமைப்புமுறையை அவர்களே உருவாக்கியிருந்ததுதான். அதனால், கல்வி ஆராய்ச்சியாளர்கள் சமுதாயத்தில் மதிக்கப்படுகின்றனர். நவீன இந்தியா, வெற்றிகரமான தொழிலதிபர்களையும் உயர்ந்த பீடத்தில் வைத்துக் கொண்டாடுகிறது. ஓலா வாடகைக் கார் நிறுவனத்தை நிறுவியவர்களில் ஒருவரான பாவிஷ் அக்ரவால் இதற்கான ஓர் எடுத்துக்காட்டு. இது நல்லதுதான். ஏனெனில், நமக்கு இன்னும் பல ஓலா நிறுவனங்கள் தேவை. ஆனால், நாம் இன்னும் பல இளைஞர்களை வேளாண்மையிலிருந்து வெளியேற்ற வேண்டும், அரசுப் போட்டித் தேர்வுகள் எழுதுவதற்கு முண்டியடித்துக்கொண்டிருப்பதிலிருந்து அவர்களை மீட்க வேண்டும். தங்களைச் சுற்றிலும் பார்த்து அங்கிருக்கும் பிரச்சனைகளை அடையாளம் காணவும், அவற்றுக்குத் தீர்வு காண்பதற்கான சிறு தொழில்களைத் துவக்கவும் அவர்களைப் பயிற்றுவிக்க வேண்டும். சுயதொழிலில் ஈடுபடுவதற்கு, பெரும்பாலான சமயங்களில், பரீட்சார்த்தமான முயற்சிகளில் ஈடுபடுகின்ற மனப்போக்கும், நிஜ உலகப் பிரச்சனைகளுக்குப் புத்தாக்கமான தீர்வுகளைக் கண்டுபிடிப்பதற்குப் பல விஷயங்களை முயன்று பார்ப்பதற்கான துணிச்சலும், தீர்வுகள் பெரிய அளவில் விற்கப்படுகின்றபோது பலருடன் இணைந்து பணியாற்றுவதற்குத் தன்னைத் தயார்படுத்திக் கொள்வதும் தேவைப்படும்.

தாமஸ் எடிசன் போன்ற பிரபல தொழிலதிபர்கள் இப்படித்தான் வெற்றி பெற்றனர். இதற்கு நம்முடைய மனநிலையில் இரண்டு முக்கியமான மாற்றங்கள் தேவை. நிஜ உலகப் பிரச்சனைகளுக்குப் புத்தாக்கமான தீர்வுகளைக் கண்டுபிடிப்பதற்கு, பல விஷயங்களை முயன்று பார்க்கின்ற மனப்போக்கின் அந்தஸ்தை உயர்த்த வேண்டும். இதில் நடைமுறைப் பிரச்சனைகளைத் தீர்ப்பதற்கு ஒருவர் தன் கைகளைப் பயன்படுத்தலாம் அல்லது மூளையைப் பயன்படுத்தலாம், அது ஒரு பொருட்டே அல்ல. நாங்கள் முன்பு பரிந்துரைத்திருந்த தொழிற்கல்வி மட்டுமே இதற்குப் போதாது. பள்ளிப் படிப்பின் தொடக்க காலத்திலேயே மாணவர்களின் மனப்போக்கில் மாற்றம் ஏற்படுத்தப்பட வேண்டும். நடைமுறைப் பிரச்சனைகளைப் பற்றி மாணவர்களைச் சிந்திக்க வைத்து, அவற்றைக் கையாள்வதற்கு ஏற்றப் பொருட்களை அல்லது சேவைகளை அவர்கள் கண்டுபிடிப்பதைப் பற்றியது இது. முடிந்தால், ஒரு குழுவாக இணைந்து அதைச் செய்வதற்கு அவர்களை ஊக்குவிக்கலாம். இது அவர்களுடைய புத்தாக்க முயற்சிகளுக்கு வெகுமதி வழங்குவதைப் பற்றியதும்கூட. பரிசோதனைக்கூடங்கள், வகுப்புச் செய்முறைத் திட்டங்கள், அறிவியல் கண்காட்சிகள் போன்றவற்றின் மூலமாக, நம் நாட்டில் இருக்கின்ற தலைசிறந்த பள்ளிகள் இவற்றில் ஈடுபட்டுள்ளன என்பது வெளிப்படை. இவை அனைத்துப் பாடத்திட்டங்களிலும் புகுத்தப்பட வேண்டும்,

அனைத்துப் பள்ளிகளுக்கும் விரிவுபடுத்தப்பட வேண்டும். இந்திய ஒன்றிய அரசு 10,000 பள்ளிகளில் துவக்கியுள்ள 'அடல் பழுதுநீக்கல் ஆய்வகம்' என்ற திட்டம், இத்திசையில் மேற்கொள்ளப்பட்டுள்ள ஒரு நல்ல நகர்வாகும். தில்லி அரசும் தன் பங்குக்கு, தன் பள்ளிகளில் படிக்கின்ற இறுதி மூன்றாண்டு மாணவர்களுக்கு, அது ஏற்கனவே அமல்படுத்தியிருந்த 'மகிழ்ச்சிப் பாடத்திட்டத்திற்குப்' பதிலாக, 'தொழில்முனைவுப் பாடத்திட்டத்தைப்' புகுத்தியுள்ளது.

இரண்டாவது, தொழிலதிபர்கள் எல்லோருமே இந்த அமைப்புமுறையைத் தவறாகப் பயன்படுத்துவதில் குறியாக இருக்கின்ற, நியாயமற்ற அனுகூலங்களை அனுபவித்துக் கொண்டிருக்கின்ற, வாடிக்கையாளர்களை மொட்டையடித்துக் கொண்டிருக்கின்ற அயோக்கியர்கள் என்று ஒவ்வொருவரின் மனத்திற்குள்ளும் ஆழமாக வேரூன்றியுள்ள உள்ளுணர்வுரீதியான சந்தேகம் களைந்தெறியப்பட வேண்டும். மறுபுறம், தோல்விமீது படிந்திருக்கின்ற களங்கம் துடைத்தெறியப்பட வேண்டும். இவற்றில் சிலவற்றை நாம் நம்முடைய பாடத்திட்டத்திலேயே புகுத்திவிட வேண்டும். சுதந்திரப் போராட்ட வீரர்களை நாம் எவ்வாறு கொண்டாடுகிறோமோ, அதேபோல ஜாம்செட்ஜி டாடா போன்ற தொழிலதிபர்கள் கொண்டாடப்பட வேண்டும். வணிக நடைமுறைகளை நாம் எவ்வாறு மாற்றுகிறோம் என்பதிலிருந்தும் மரியாதை வரும். நாங்கள் முன்பு விவாதித்திருந்த ஒளிவுமறைவின்மை, அனைவருக்குமான சம ஆடுகளம் போன்றவை உதவக்கூடும். சிறந்த தொழிலதிபர்கள், ஆட்சியில் இருக்கின்ற அரசாங்கத்திற்கு நெருக்கமாக இருப்பதால் அல்லாமல், வாடிக்கையாளர்கள் விரும்புகின்ற பொருட்களையும் சேவைகளையும் அவர்களுக்கு வழங்குவதால்தான் வெற்றியாளர்களாகத் திகழ்கின்றனர் என்று சமுதாயம் கருதினால், தொழிலதிபர்கள்மீதான மதிப்பும் மரியாதையும் அதிகரிக்கும்.

சிறு தொழில்கள், நல்ல, நம்பகமான சேவையை வழங்குபவை என்ற நற்பெயரை உருவாக்கிக் கொள்வதற்குத் தொழில்நுட்பங்கள் வெகுவாக உதவும் (எடுத்துக்காட்டு: நிறுவனங்களின் சேவை குறித்து வாடிக்கையாளர்கள் அளிக்கின்ற நேரடி மதிப்புரைகள்). அதேபோல, நேர்மையாக அமல்படுத்தப்படுகின்ற விதிமுறைகளும் உதவக்கூடும் (எடுத்துக்காட்டு: குறிப்பிட்டக் கால இடைவெளிகளில் தணிக்கைகள் மேற்கொள்ளப்பட வேண்டும் என்ற கண்டிப்பான விதிமுறை). மோசடிகள் நடக்கின்றபோது, அது குறித்து விரைவாக விசாரிக்கப்பட்டு, சட்டபூர்வமான நடவடிக்கைகள் எடுக்கப்பட்டால், நல்ல நோக்கத்துடன் துணிகரமாகத் தொடங்கப்படுகின்ற தொழில்களை அவற்றிலிருந்து வேறுபடுத்திக் காட்ட அது உதவும். அதே சமயம், நம்முடைய புலனாய்வு அமைப்புகளுக்கு வணிகம் தொடர்பான நல்ல புரிதல் இருக்க வேண்டியது அவசியம். ஒரு தொழில் நிறுவனம் தோல்வியைத் தழுவும்போது, உடனே அந்தப் புலனாய்வு அமைப்புகள், அந்நிறுவனம் மோசடி செய்ததால்தான் தோல்வியடைந்தது என்ற அனுமானத்துடன் அதை அணுகாமல்

இருக்க அப்புரிதல் உதவும். அதே நேரம், புலனாய்வு அமைப்புகளின் நடவடிக்கைகளைக் கண்காணிப்பதற்கு அந்த அமைப்புகளுக்கு உள்ளாகவே செயல்முறைகள் உருவாக்கப்பட வேண்டும். அதோடு, தொழில் நிறுவனங்கள் அரசியல்ரீதியாகத் தூண்டப்படுகின்ற விசாரணைகளுக்கும், ஊழல்மிக்க அதிகாரிகளின் தொந்தரவுக்கும் ஆளாகாமல் இருப்பதற்கு, நாடாளுமன்றக் கண்காணிப்புக் குழு, சமூகத்தில் மரியாதை பெற்றிருக்கின்ற குடிமக்கள் அடங்கிய குழு போன்றவை அந்த விசாரணை அமைப்புகளின் நடவடிக்கைகளை ஆராய்வதற்கு வழி ஏற்படுத்தப்பட வேண்டும்.

தாராளமயமாக்கம் நடைமுறைப்படுத்தப்பட்ட நாளிலிருந்தே தொழிலதிபர்கள்மீதான மரியாதை அதிகரித்து வந்துள்ளது. சச்சின் பன்சால், உதய் கோடக், நந்தன் நீலகேனி போன்றவர்களின் கொண்டாடப்பட்டச் சாதனைகள் இதற்கு ஒரு காரணம். தலித் தொழிலதிபர்களைப் பற்றிய பல ஆய்வுகளின் தொகுப்பு ஒன்று, தொழில்முனைவைச் சமுதாயத்தில் பிற சாதியினரை ஒத்த அந்தஸ்தை அடைவதற்கான ஒரு மாற்று வழியாக தலித் மக்கள் பார்ப்பதை வெளிப்படுத்துகிறது. ஓர் அரசாங்க வேலையைவிட அவர்கள் அதை அதிகமாக விரும்புவதாக அது மேலும் தெரிவிக்கிறது. தொழில்முனைவுக்கான வாய்ப்புகளை அதிகரிப்பதால் உண்டாகின்ற முக்கியமான நல்ல பக்கவிளைவுகளில் இதுவும் ஒன்று. மேலும், இது நமது சமுதாய நோக்கங்களையும் பொருளாதார நோக்கங்களையும் அடையவும் உதவும்.

இறுதியாக, தொழிலதிபர்கள்மீது பொதுமக்கள் வைத்துள்ள மரியாதை உயர்ந்துள்ளபோதிலும், அரசு அவர்கள் குறித்து இன்னும் தெளிவற்ற ஒரு மனப்போக்குடன்தான் இருக்கிறது. இந்தியாவில் தொழிலதிபர்களின் அதிகாரபூர்வமான அந்தஸ்து இன்னும் தாழ்வாகத்தான் இருக்கிறது என்பதை 2015 இல் நடைபெற்ற ஒரு நிகழ்ச்சி ரகுராம் ராஜனுக்குத் தெளிவாக உணர்த்தியது. அப்போது அமெரிக்க அதிபர் ஒபாமா தில்லிக்கு வருகை தந்திருந்தார். இந்தியக் குடியரசுத் தலைவரின் மாளிகையில் அவருக்கு அளிக்கப்பட்ட விருந்தில் கலந்து கொள்வதற்கு இந்தியாவிலுள்ள அனைத்து மேட்டுக்குடியினரும் முண்டியடித்துக் கொண்டு சென்றனர். அந்நிகழ்ச்சிக்கு ஏற்பாடு செய்திருந்த அரசு அதிகாரிகள், தங்களுக்கே உரிய பாணியில், அங்கு வந்திருந்தவர்கள் சமுதாய அந்தஸ்தில் எந்த நிலையில் இருந்தனரோ, அந்த வரிசைப்படி அவர்கள் ஒபாமாவுடன் கைகுலுக்குவதற்காக அவர்களை நிறுத்தி வைத்தனர். அது ஒரு நீண்ட வரிசை. அதில் முதல் இடத்தில் இருந்தது இந்தியப் பிரதமர். அடுத்து, முன்னாள் பிரதமர், அமைச்சர்கள், எதிர்க்கட்சித் தலைவர், இராணுவத் தளபதிகள் . . . ஆளும் கட்சியைச் சேர்ந்த ஓய்வு பெற்றப் பிரமுகர்கள், பல்வேறு மாநில அமைச்சர்கள் . . . இந்தியக் குடியரசுத் தலைவரின் பேரன், பதவியில் இருந்த உயர் அரசு அதிகாரிகள் . . . எண்பத்து மூன்றாவது நபராக நின்று கொண்டிருந்தவர், சுமார் 10,000 கோடி டாலர்கள் சந்தை மதிப்புள்ள, இந்தியாவின் மிகப் பெரிய தனியார் தொழிற்குழுமத்தின் வயது முதிர்ந்த மூத்தத்

இல்லாமல் நேரடியாகவே தயாரிக்கப்படுவதால், ஒரே பாகத்தின் பல வடிவங்களை உருவாக்கி, அவற்றில் எது சிறப்பாகச் செயல்படுகிறது என்பதை வடிவமைப்பாளர்களால் கண்டுபிடிக்க முடியும்.

இந்த நிறுவனத்தின் முதல் ராக்கெட்டான அக்னிபான், விரைவில், சிறிஹரிகோட்டாவிலுள்ள சதீஷ் தவான் விண்வெளி மையத்தின் ஏவுதளத்திலிருந்து ஏவப்படவிருக்கிறது.

சிறிநாத், இந்தியாவின் பல்வேறு பொறியியல் கல்லூரிகளில் படித்த சுமார் 200 பொறியாளர்களை வேலைக்கு வைத்திருக்கிறார். அவர்கள், அவருடைய சென்னைத் தொழிற்சாலையில் ராக்கெட் பாகங்களை வடிவமைத்தல், அவற்றுக்கான மென்பொருள் நிரல்களை எழுதுதல் போன்ற வேலைகளில் ஈடுபட்டுள்ளனர். இந்தியாவின் தலைசிறந்த பொதுத்துறை நிறுவனமான, சுருக்கமாக ஐஎஸ்ஆர்ஓ என்று அழைக்கப்படுகின்ற இந்திய விண்வெளி ஆய்வு நிறுவனத்தில் வேலை பார்த்துப் பணி ஓய்வு பெற்ற சுமார் 35 பொறியாளர்களின் அறிவுரைகள் அவருக்குக் கிடைத்துக் கொண்டிருக்கின்றன. ஆனாலும், அக்னிகுல் நிறுவனம், இரண்டு விஷயங்களைத் தவிர வேறு எதற்கும் ஐஎஸ்ஆர்ஓவை எந்தவிதத்திலும் நம்பி இருக்கவில்லை. முதலாவது, அது ஐஎஸ்ஆர்ஓவின் ஏவுதளத்தைப் பயன்படுத்துகிறது. இரண்டாவது, ஒருவேளை அக்னிகுல்லின் ராக்கெட் ஏவப்பட்டப் பிறகு, அது வழி தவறிப் போய்விட்டால், அதை வானிலேயே வெடித்துச் சிதற வைப்பதற்கு ஐஎஸ்ஆர்ஓவின் தொழில்நுட்பம் பயன்படுத்தப்படும். தங்களுடைய சொந்த விண்கலப் பாதுகாப்பு அமைப்புமுறையை உருவாக்கி அதற்கு அங்கீகாரம் பெறுவதற்கு நீண்டகாலம் பிடிக்கும் என்பதால் இந்த ஏற்பாடு என்று சிறிநாத் கூறுகிறார்.

சிறிநாத் சென்னை ஐஐடி பேராசிரியர்களுடன் நெருக்கமாக இணைந்து பணியாற்றி வருகிறார். அவர் இப்போது அமைத்திருக்கும் ராக்கெட் உற்பத்திச்சாலையையும் ஐஐடி நிறுவனத்திடமிருந்து இருபது ஆண்டுகளுக்குக் குத்தகைக்கு எடுத்துள்ளார். அது அவருடைய தொடக்கச் செலவைக் கணிசமாகக் குறைத்துள்ளது. ஒரு சிறந்த உயர் கல்வி நிறுவனத்திற்கு மிக அருகே, அதுவும் ஒரு பெரிய நகரத்தில் இப்படிப்பட்ட ஓர் இடம் கிடைப்பது கடினம். அதோடு, அரசுச் சோதனையாளர்களும் இந்த வளாகத்திற்குள் அடிக்கடி வருவதில்லை. இந்த வளாகத்திற்குள் ஏகப்பட்டத் துளிர் நிறுவனங்கள் இயங்கிக் கொண்டிருப்பதால், அவற்றின் ஊழியர்கள் ஒருவரையொருவர் சந்தித்துப் பேசுவதும் பரஸ்பரம் யோசனைகளைப் பரிமாறிக் கொள்வதும் அடிக்கடி நிகழ்வதால், அந்த வளாகம் எப்போதுமே ஆள்நடமாட்டத்துடன் சுறுசுறுப்பாக இருக்கும். அவர்கள் பரிமாறிக் கொள்கின்ற யோசனைகளிலிருந்து இன்னும் பல

துளிர் நிறுவனங்கள் முளைவிடக்கூடும்.

அக்னிகுல் நிறுவனத்தின் சிறிய ராக்கெட்டுகளுக்கு வணிக மதிப்பு இருக்கிறது. அதோடு, இந்தியப் பாதுகாப்புத் துறை இவற்றைப் பயன்படுத்தி, அழிக்கப்பட்டுவிட்டச் செயற்கைக்கோள்களுக்குப் பதிலாக வேறு புதிய செயற்கைக்கோள்களை அனுப்ப முடியும், சிறிய கண்காணிப்புச் செயற்கைக்கோள்களையும் தகவல் பரிமாற்றச் செயற்கைக்கோள்களையும் விரைவாக ஏவ முடியும். இன்று பெரும்பாலான தொழில்நுட்பங்களுக்கு இரட்டைப் பயன்பாடுகள் இருக்கின்றன.

அக்னிகுல், ஒரு கவட்டைக் கல்லைக் கொண்டு நிலவிலுள்ள ஓர் இலக்கிற்குக் குறி வைப்பதற்கு ஒப்பான ஒரு திட்டமாகும். அதன் எதிர்காலம் ஆபத்துகள் இல்லாத ஒன்றல்ல: கடந்தகாலங்களில் பல முறை அது இலக்கு நாட்களைத் தவறவிட்டுள்ளது; அதற்கு சர்வதேச அளவில் பல போட்டியாளர்கள் இருக்கின்றனர். ஒரு நிதித் துறை நிர்வாகி தன்னால் ராக்கெட்டுகளை உருவாக்க முடியும் என்று சிந்தித்தது அசட்டுத் துணிச்சலின் உச்சம்தான். ஆனால், ஆபத்துகளைக் கண்டு அஞ்சாமல் தொழிலில் குதிக்கத் தயாராக இருக்கின்ற, தொழில்நுட்ப வளர்ச்சியின் தொடுவானத்தில் தென்படுகின்ற அதிநவீனப் பொருட்களை உருவாக்குகின்ற, அறிவுசார் சொத்துரிமைகளைப் பெறத் துடிக்கின்ற இவரைப் போன்ற தொழில்முனைவோர்தாம் இந்தியாவுக்குத் தேவை.

தொழிலைச் சாத்தியமாக்குகின்ற ஒன்றாக அரசாங்கம்

தொழிற்துறைக் கொள்கையில், அரசு சில துறைகளை அல்லது நிறுவனங்களைத் தேர்ந்தெடுத்து அவற்றுக்கு ஆதரவளிக்கத் தீர்மானிப்பது அடங்கியிருக்கும். பெருநிறுவனங்களுக்கு வழங்கப்படுகின்ற ஒருவிதமான இலவசங்கள் என்று இவற்றைக் கருதலாம். இப்புத்தகத்தின் முந்தைய அத்தியாயம் ஒன்றில், நாங்கள் இதற்கு எதிராக வாதங்களை முன்வைத்தோம். ஆனால், இது உலகமெங்கும் மீண்டும் தலைதூக்கியிருக்கிறது. கடந்தகாலங்களில் இந்தியாவுக்கு இது குறித்துக் கசப்பான அனுபவங்கள் இருந்துள்ளபோதிலும், அது, இதை ஒருபோதும் முழுமையாகக் கைவிட்டிருக்கவில்லை. அதற்காக, அரசு, தொழிற்துறையில் என்ன வேண்டுமானாலும் நடக்கட்டும் என்று கைகட்டி வேடிக்கை பார்த்துக் கொண்டிருக்க வேண்டும் என்று நாங்கள் சொல்ல வரவில்லை. அது அளவுக்கதிகமாக மூக்கை நுழைக்காமல் தொழிற்துறைக்கு ஆதரவளிக்க வேண்டும், அவ்வளவுதான்.

இடத்தை வாடகைக்கு எடுப்பது, மின்சக்தி, தண்ணீர், அகண்ட

அலைவரிசை இணையத் தொடர்பு, மேகக் கணினிச் சேமிப்பு போன்றவற்றுக்கு ஏற்பாடுகள் செய்து ஒப்பந்தங்கள் போடுவது, கணக்கர்களை நியமனம் செய்வது போன்ற, தொழில்களின் தொடக்க நிலைச் செலவுகள் பிரச்சனைகரமாக இருக்கலாம். அனைத்து வசதிகளும் அடங்கிய ஓரிடத்தை வழங்குவதற்குச் சென்னை ஐஐடி முன்வந்தது அக்னிகுல் நிறுவனத்தின் தொடக்கச் செலவுகளைக் குறைத்தது. தனியாரும் இதுபோன்ற வசதிகளுடன்கூடிய இடங்களை வாடகைக்கு விடக்கூடும். ஒரே வளாகத்திற்குள் கவர்ந்திழுக்கப்படுகின்ற துளிர் நிறுவனங்கள், ஒத்த வாடிக்கையாளர்களைக் கொண்டிருந்தாலோ, ஒரே விநியோகச் சங்கிலியின் அங்கங்களாக இருந்தாலோ, அல்லது ஒத்த உள்ளீடுகளைப் பயன்படுத்திக் கொண்டிருந்தாலோ, அவை ஒன்றாக இணைந்து செயல்படுவதன் மூலம் அவற்றால் செலவுகளைக் குறைக்க முடியும், யோசனைகளைப் பரிமாறிக் கொள்ள முடியும், கூட்டு முயற்சிகளில் ஈடுபட முடியும். அந்த வளாகத்தை அவர்களுக்கு அளிப்பவர், அவர்கள் அனைவரும் பயன்படுத்திக் கொள்ளத்தக்க விதத்தில் செலவுமிக்க இயந்திரங்கள் அல்லது கருவிகள் அடங்கிய பட்டறை ஒன்றை அங்கு நிர்மாணிக்கலாம். அல்லது, சென்னை ஐஐடி செய்வதுபோல, தங்களுடைய வளாகத்தில் செயல்படுவதற்குச் சில துளிர் நிறுவனங்களைத் தேர்ந்தெடுத்து, அவற்றில் முதலீடு செய்து அவற்றுக்குக் கூடுதல் ஆதரவு வழங்க முடியும். அப்போது, அவை துளிர் நிறுவனத் தொடக்கநிலைக் காப்பகங்களாக ஆகிவிடும்.

நாங்கள் முன்பு குறிப்பிட்டிருந்த தரவுப் புரட்சி, சிறு நிறுவனங்களுக்குக் கடன் கிடைப்பதற்கான வாய்ப்புகளை அதிகரிக்கும். சிறு நிறுவனங்களுக்குள்ள மிகப் பெரிய சவால், துணிகர முதலீடுகளைப் பெறுவதுதான். உடனடி இலாபத்தை எதிர்பார்க்காத, தொடக்ககால இழப்புகளை சுவீகரித்துக் கொள்ளத் தயாராக இருக்கின்ற முதலீடுகள் அவை. ஆனால், தொழிலுலகில் அப்படிப்பட்ட முதலீடுகளுக்குக் கடும் பற்றாக்குறை நிலவுகிறது. இந்தப் பற்றாக்குறையின் காரணமாக, பின்னர் பெருவளர்ச்சி அடையக்கூடிய சாத்தியமுள்ள, ஆனால் ஆபத்துமிக்க இளம் நிறுவனங்கள் பலவற்றுக்கு முதலீட்டு உதவிகள் கிடைப்பதில்லை. சில நிறுவனங்கள் வெளிநாட்டுத் துணிகர முதலீட்டாளர்களிடமிருந்து நிதியுதவி பெறுகின்றன. ஆனால், அந்நிறுவனங்கள் வெற்றி பெறும்போது, அவற்றின் இலாபங்களை அந்நிய முதலீட்டாளர்கள் அறுவடை செய்து கொள்கின்றனர். இந்திய முதலீட்டாளர்கள் இந்த ஆபத்தை எதிர்கொள்ளத் தயாராக இல்லை என்பதால் அவர்களால் இதில் இலாபம் சம்பாதிக்க முடியவில்லை என்பது உண்மைதான். இந்திய ஓய்வூதியத் திட்ட நிதியங்களிலும் காப்பீட்டு நிறுவனங்களிலும் சேர்ந்துள்ள பிரம்மாண்டமான நிதி, நீண்டகாலத்திற்கு அங்கு உறங்கிக் கொண்டிருக்கும். அதன் ஒரு பகுதியை, ஆபத்தான புதிய தொழில் முயற்சிகளில் முதலீடு செய்வதற்குப் பயன்படுத்திக் கொள்ளலாம்.

அமெரிக்காவில், *1979* இல் விதிமுறைகளில் கொண்டுவரப்பட்ட

மாற்றங்களின் காரணமாக, ஓய்வூதியத் திட்ட நிதியங்களில் சேர்ந்திருக்கின்ற பணத்தைத் துளிர் நிறுவனங்களில் முதலீடு செய்வது சாத்தியப்பட்டுள்ளது. அதற்கு முன்புவரை ஓய்வூதியத் திட்ட நிதியங்களை நிர்வகித்துக் கொண்டிருந்த நிதி மேலாளர்கள், 'முன்ஜாக்கிரதை முத்தண்ணாக்களாகச்' செயல்பட்டு வந்தனர். முன்ஜாக்கிரதையுடன் செயல்படுகின்ற ஒரு விவேகமான நபர் எப்படிப்பட்ட முதலீடுகளைச் செய்வாரோ, அதை மட்டுமே அவர்கள் செய்து வந்தனர். அவர்களுடைய கணக்குப்படி, இலாபகரமாக இயங்கிக் கொண்டிருந்த பெரிய நிறுவனங்களில் முதலீடு செய்வது விவேகமானதாக இருந்தது. ஆனால், 1979 இல் அமெரிக்கத் தொழிலாளர் துறை, சிறிய மற்றும் புதிய நிறுவனங்களில் முதலீடு செய்வது இலாபகரமாக இயங்கிக் கொண்டிருக்கின்ற பெரிய நிறுவனங்களில் முதலீடு செய்கின்ற அளவு பாதுகாப்பானது அல்ல என்றாலும், அவற்றில் முதலீடு செய்வது முறையானதுதான் என்று தெளிவுபடுத்தியது. இதைத் தொடர்ந்து, ஓய்வூதியத் திட்ட நிதியங்களில் இருந்த நிதி, பிரம்மாண்டமான அளவில் துணிகர முதலீட்டாளர்களின் நிதியங்களில் முதலீடு செய்யப்படலாயிற்று. அந்தத் துணிகர முதலீட்டாளர்கள் ஆபத்தான துளிர் நிறுவனங்களில் முதலீடு செய்தனர். 2015 இல், இந்தியாவின் ஓய்வூதியத் திட்ட நிதிய ஒழுங்குமுறை மற்றும் மேம்பாட்டு ஆணையம், ஓய்வூதியத் திட்டங்களில் சேர்ந்துள்ள நிதியை முதலீடு செய்வதற்கு வகுக்கப்பட்டுள்ள விதிமுறைகள் தளர்த்தப்பட வேண்டும் என்ற விருப்பத்தை வெளிப்படுத்தியது. ஆனால், இதில் பெரிய அளவு முன்னேற்றம் எதுவும் ஏற்பட்டிருக்கவில்லை. இது இன்னும் வேகமெடுக்க வேண்டும். அப்போதுதான் இந்தியத் துணிகர முதலீட்டாளர்களுக்கும், புத்தாக்க முயற்சிகளில் ஈடுபடுகின்ற தொழில்முனைவோருக்கும், அவர்களுக்குத் தேவைப்படுகின்ற நிதியுதவி கிடைக்கும்.

உலகிலுள்ள சில நாடுகள், சிறிய புத்தாக்க நிறுவனங்களில் நேரடியாகவே முதலீடு செய்ய விரும்பின. அதைத் தொடர்ந்து, அவை, அரசாங்கத் துணிகர முதலீட்டு நிதியங்களை உருவாக்கின. அரசின் நிதியுதவி முயற்சிகள் எப்போதுமே வெற்றி, தோல்வி ஆகிய இரண்டும் கலந்த ஒரு கலவையாக இருந்து வந்துள்ளதற்கான காரணங்களில், அரசு அதிகாரிகளுக்கு இவற்றில் நிபுணத்துவம் இல்லாததும் ஒன்று. அதோடு, அவற்றைச் சிறப்பாக நிர்வகிப்பதால் தனிப்பட்ட முறையில் பெரிய இலாபம் எதையும் அவர்களால் அனுபவிக்க முடியாது என்பதால் அவர்கள் இதில் முனைப்புக் காட்டுவதில்லை. எடுத்துக்காட்டாக, ஒரு வெற்றிகரமான துணிகர முதலீட்டாளர், தான் முதலீடு செய்கின்ற தொழில்களில் 90 சதவீதத் தொழில்களை இழுத்து மூடிவிடுகிறார். மீதியுள்ள 10 சதவீதத் தொழில்கள் பிரம்மாண்டமான வெற்றி அடைவதால், அவருடைய நிகர இலாபம் எப்போதும் மிகப் பெரிய அளவிலேயே இருக்கும். ஒரு துணிகர முதலீட்டாளர், வெற்றிகரமாகச் செயல்படாத நிறுவனங்களில் செய்யப்படுகின்ற முதலீடுகளை நிறுத்தாமல்

தொடர்ந்து அதற்கு நிதியுதவி அளித்து வந்தால், வெற்றிகரமாகச் செயல்பட்டுக் கொண்டிருக்கின்ற நிறுவனங்களிலிருந்து அவருக்குக் கிடைத்துக் கொண்டிருக்கின்ற இலாபத்தாலும் ஈடு செய்ய முடியாத இழப்பை அவர் சந்திக்க நேரிடும். இதைத்தான் நிதியுதவி வழங்கும் அரசு நிறுவனங்கள் செய்து கொண்டிருக்கின்றன. அதனால், இந்திய அரசு நேரடியாகச் சிறு நிறுவனங்களில் முதலீடு செய்வதற்குப் பதிலாக, அரசு நிர்வகித்து வருகின்ற ஓய்வூதியத் திட்ட நிதியங்கள் மற்றும் காப்பீட்டு நிறுவனங்களின் நிதியங்களின் ஒரு பகுதியை, துணிகரத் துளிர் நிறுவனங்களில் முதலீடு செய்ய வேண்டும்.

தேஜாஸ் நெட்வொர்க்ஸ்

இப்போது நாம் இந்தியத் தொழில்நுட்ப வெற்றிக் கதை ஒன்றைப் பார்க்கலாம். அந்நிறுவனத்தின் பெயர் தேஜாஸ் நெட்வொர்க்ஸ். 2022 இல், அந்நிறுவனம், 'டேட்டாகுவெஸ்ட்' அமைப்பு வழங்கிய 'பாத்பிரேக்கர் ஆஃப் த இயர்' விருதைப் பெற்றது. தேஜாஸ், இந்தியாவின் மிகப் பெரிய தொலைத்தொடர்புப் பொருட்கள் விற்பனை நிறுவனமாகும். அது தன் பொருட்களை உலகிலுள்ள 75 நாடுகளில் விற்பனை செய்து கொண்டிருக்கிறது. உலகிலேயே மிகப் பெரிய கிராமப்புற அதிவிரைவு அகண்ட அலைவரிசை இணையத் தொடர்புத் திட்டமாக விளங்குகின்ற இந்திய அரசின் 'பாரத்நெட்' திட்டத்திற்குத் தேவையான கருவிகளில் 70 சதவீதத்தைத் தேஜாஸ் நிறுவனம்தான் வழங்கியுள்ளது.

தேஜாஸ் நிறுவனம் ஆய்வுகளுக்காகப் பெரும் பணம் செலவழித்து வருகிறது. அதனால் அப்படிச் செய்ய முடிவதற்குக் காரணம், இந்தியாவில் மிகத் திறமையான பொறியாளர்கள், மலிவான சம்பளத்திற்கு அதற்குக் கிடைத்துக் கொண்டிருப்பதுதான். "இந்தியாவில் இருந்து கொண்டே இந்தியப் பொறியாளர்களால் கூகுள் நிறுவனத்திற்குப் பொருட்களை உற்பத்தி செய்து கொடுக்க முடியும் என்றால், அவர்களால் ஏன் இந்திய நிறுவனங்களுக்கு அதேபோன்ற பொருட்களைச் செய்து கொடுக்க முடியாது? அந்தப் பொருட்களை நாம் வெளிநாடுகளுக்கு விற்கலாமே!" என்று சமீபத்தில் அந்நிறுவனத்திலிருந்து ஓய்வு பெற்ற முதன்மை நிர்வாக அதிகாரி சஞ்சய் நாயக் கேட்கிறார். அந்நிறுவனம் இதுவரை 349 காப்புரிமைகளைப் பதிவு செய்ய விண்ணப்பித்துள்ளது. அவற்றில் 127 காப்புரிமைகள் ஏற்கனவே வழங்கப்பட்டுவிட்டன. இது ஒரு குறிப்பிடத்தக்கச் சாதனைதான் என்றாலும், 5ஜி தொழில்நுட்பம் தொடர்பாக மட்டும் 3,325 காப்புரிமைகளைப் பெற்றுள்ள ஹுவாய் நிறுவனத்தின் சாதனைகளை எட்டுவதற்கு, தேஜாஸ் நீண்ட தூரம் பயணிக்க வேண்டியிருக்கும். தேஜாஸ் நுண்சில்லுகள்

தவிர வேறு சில உபகரணங்களையும் தயாரித்துக் கொண்டிருந்தாலும், அது மென்பொருள் தயாரிப்புக்குத்தான் அதிக முக்கியத்துவம் கொடுத்துக் கொண்டிருக்கிறது. ஏனெனில், மேம்பட்ட மென்பொருள் நிரல்களை எழுதுவதன் மூலம் ஏற்கனவே இருக்கின்ற வன்பொருள் வடிவமைப்புகளை அதனால் பயன்படுத்திக் கொள்ள முடியும்.

ஆனால், நாயக்கிற்கு விஷயங்கள் அவ்வளவு எளிதாக இருக்கவில்லை. 2000 ஆம் ஆண்டில் தொடங்கப்பட்ட அந்நிறுவனம், இரண்டு முறை மரணப்படுக்கைவரை சென்று திரும்பி வந்துள்ளது. 2009 இல், அதனுடைய முதன்மையான வாடிக்கையாளரான நார்டெல் நிறுவனம் திவாலானபோது, முதன்முறையாக தேஜாஸ் இழுத்து மூடப்படுகின்ற நிலைக்கு வந்தது. இந்தியாவில் 2ஜி அலைக்கற்றை விநியோகத்தில் பெரும் ஊழல் நிகழ்ந்திருந்ததாகப் புகார் எழுந்ததைத் தொடர்ந்து, பல தொலைத்தொடர்பு நிறுவனங்கள் தேஜாஸிடமிருந்து கருவிகள் வாங்குவதை வெகுவாகக் குறைத்துக் கொண்டபோது, இரண்டாவது முறையாக அது ஒரு பெரிய அடி வாங்கியது. அதைத் தொடர்ந்து, நாயக் அந்நிறுவனத்தை மெதுவாகக் கட்டியெழுப்பி மீண்டும் அதை இலாபகரமானதாக மாற்றினார். அதைப் பற்றி அவர் பேசியபோது, “எங்கள் நிறுவனத்தை வளர்த்தெடுக்க, நாங்கள் நினைத்திருந்ததைவிட அதிக காலம் பிடித்தது. ஆனால், ஒரு நல்ல நிறுவனத்தை உருவாக்குவது என்பது ஒரு நெடுந்தூர ஓட்டத்தைப் போன்றது, அது ஒரு நூறு மீட்டர் விரைவு ஓட்டம் அல்ல,” என்று விளக்கினார். அந்த மீட்டெடுப்புக்குத் தன்னுடைய பொறியாளர்கள்தாம் காரணம் என்று அவர் அவர்களைப் பாராட்டினார். ஏனெனில், அந்நிறுவனம் மிகச் சிக்கலான ஒரு காலகட்டத்தை எதிர்கொண்டிருந்த நேரத்தில், அவர்கள் அதன்மீது நம்பிக்கை வைத்து அதனுடனேயே சேர்ந்து பயணித்தனர். அதே சமயம், நாயக்கிற்கு ஆய்வின்மீது இருந்த நம்பிக்கையின் காரணமாக, அவர் அதில் தொடர்ந்து பணத்தை முதலீடு செய்து வந்தார். நிறுவனம் மோசமாகச் செயல்பட்டுக் கொண்டிருந்த காலத்தில்கூட, அதன் வருவாயில் நான்கில் ஒரு பங்கை அவர் ஆய்வுக்காகச் செலவிட்டார். மற்ற அனைத்து அம்சங்களிலும் அவர் கடும் சிக்கனத்தைக் கடைபிடித்தார். இறுதியில், 2017 இல் அவர் தன் நிறுவனத்தின் பங்குகளை முதன்முதலாகச் சந்தையில் வெற்றிகரமாக வெளியிட்டார்.

5ஜி தொழில்நுட்பத்தின் தரங்களை நிர்ணயம் செய்கின்ற சர்வதேச அமைப்பான 3ஜிபிபியில், இந்தியாவை ஏழாவது உறுப்பினராகச் சேர்ந்து கொள்ளும்படி நாயக் இந்திய அரசுக்கு அறிவுறுத்தினார். சமீபத்தில், பிஎஸ்என்எல் நிறுவனம் தன் நெட்வொர்க்கை மேம்படுத்தும் முயற்சியில் இறங்கியபோது, அது தேஜாஸிடமிருந்து உபகரணங்களை வாங்கிக் கொள்ள

முடிவு செய்தது. இந்தியா 5ஜி தொழில்நுட்பத்திற்கு மாறுவதற்குத் தேவையான கருவிகளைத் தேஜாஸ்தான் வழங்கிக் கொண்டிருக்கிறது. வேறு பல நாடுகளுக்கும் அது தன்னுடைய தொழில்நுட்பத்தை விற்பனை செய்யக்கூடிய நிலையில் இருக்கிறது. வல்லரசு நாடுகளில் இருக்கின்ற தேஜாஸைப் போன்ற நிறுவனங்கள், அந்த அரசுகளின் நிர்ப்பந்தத்தின் காரணமாக, தம்முடைய அரசுக்காக வேவு பார்க்கும் கருவிகளை அதில் புகுத்திவிடுகின்றன. அது போன்ற எதுவும் தங்களுடைய பொருட்களில் இல்லை என்று கூற முடிந்தால், தேஜாஸால் வானளாவ விற்பனை செய்ய முடியும். இந்திய அரசால்கூட வற்புறுத்தி வாங்கப்பட முடியாத அளவுக்கு இந்தியாவில் தரவுகளின் பாதுகாப்பிற்கு ஒரு வலுவான சட்டம் இயற்றப்பட்டால், தேஜாஸின் இந்தக் கனவு எளிதாகக் கைகூடும். துரதிர்ஷ்டவசமாக, அது நடைபெறவில்லை.

தேஜாஸ் நிறுவனத்தை இந்த நிலைக்கு உயர்த்திக் கொண்டுவந்திருந்த நாயக், சமீபத்தில் அந்த நிறுவனத்திலிருந்த தன்னுடைய பங்குகளின் பெரும்பகுதியை டாடா நிறுவனத்திற்கு விற்றதோடு, முதன்மை நிர்வாக அதிகாரி பதவியிலிருந்தும் விலகிவிட்டார். அவருடைய இடத்திற்கு வந்துள்ள ஆனந்த் ஆத்ரேயா, ஜூனிப்பர் நெட்வொர்க்ஸ் நிறுவனத்தில் 18 ஆண்டுகள் வேலை பார்த்தவர். இந்தியா தொழில்நுட்பத் தளத்தில் பெரும் பாய்ச்சல் நிகழ்த்த, வெளிநாட்டில் வாழ்கின்ற இந்தியர்களின் திறமைகளைச் சிறப்பாகப் பயன்படுத்திக் கொள்ள முடியும் என்பதற்கான ஓர் எடுத்துக்காட்டு இது.

அரசாங்கத்தின் கொள்முதல்

அரசு நிறுவனமான பிஎஸ்என்எல் எப்படி தேஜாஸ் நிறுவனத்திடமிருந்து தனக்கு வேண்டிய பொருட்களை வாங்கிக் கொண்டதோ, அதைப் போன்ற அரசாங்கக் கொள்முதல்கள், இந்தியத் தொழில் நிறுவனங்களுக்கு ஒரு வரப்பிரசாதமாக அமையும். இராணுவம், விண்வெளி மற்றும் சுகாதாரத் துறைகளின் கொள்முதல்களால் புத்தாக்க முயற்சிகளைத் தூண்டிவிடுவதில் பெரும் பங்காற்ற முடியும். யாரிடமிருந்து வாங்குகிறோம் என்பதைத் தேர்ந்தெடுப்பதன் மூலம், அரசால், ஒரு தொழிற்துறைக்கான தெரிவுகளைத் தீர்மானிக்க முடியும். அரசின் கொள்முதல்கள் வெளிப்படைத்தன்மையுடன் இருக்கும்போதும், அது தனிப்பட்ட வல்லுநர்களின் பரிந்துரைகளைக் கேட்டுப் பெறும்போதும், அது மேற்கொள்கின்ற தேர்ந்தெடுப்புகள் மேம்பட்டவையாக இருக்கும். முடிந்தவரை அரசு தன்னுடைய கொள்முதல்களைச்

சிறு நிறுவனங்களுடன் மேற்கொள்வது நல்லது. ஏனெனில், அவற்றுக்குத்தான் அரசின் ஆதரவு அதிகமாகத் தேவை.

அரசின் ஒப்பந்தங்களால் அன்றாடத் தொழில்முனைவு நடவடிக்கைகளிலும் ஒரு குறிப்பிடத்தக்கப் பங்காற்ற முடியும். எடுத்துக்காட்டாக, சட்டிஸ்கர் மாநிலத்தில் பள்ளி மாணவர்களுக்கு வழங்கப்படுகின்ற மதியச் சத்துணவைத் தயாரித்துக் கொடுப்பதற்கான ஒப்பந்தம் உள்ளூர்ப் பெண்கள் கூட்டுறவு அமைப்புகளுக்குக் கொடுக்கப்படுகிறது. அவர்கள் சமையல் பொருட்களை உள்ளூரிலிருந்தே வாங்குகின்றனர். இப்படிப்பட்ட ஒப்பந்தங்கள், அந்தப் பெண்களின் அமைப்புகளுக்கு மட்டுமல்லாமல், உள்ளூர்க் காய்கறித் தோட்டங்களுக்கும் ஒரு பெரிய ஊக்குவிப்பாக அமைகிறது. தெருக்களைச் சுத்தப்படுத்துதல் போன்ற வேலைகளையும் உள்ளூரிலுள்ள சிறு தொழில் நிறுவனங்களுக்குக் கொடுக்கலாம்.

அரசு கொள்முதல் செய்வதில் பல ஆபத்துகள் இருக்கின்றன என்பது வெளிப்படை. அதில் முதலிடத்தைப் பிடித்துக் கொண்டிருப்பது ஊழல். அடுத்து, செய்து முடிக்கப்பட்ட வேலைகளுக்குப் பணம் கொடுப்பதில் அது கடைபிடிக்கும் மெத்தனப் போக்கும் தாமதமும். இவை பிரச்சனைகரமானவை. அரசு ஓர் ஒப்பந்தம் செய்து கொள்ளும்போது, அது புதுப்பிக்கப்படும் என்பதற்கான உத்தரவாதம் இருக்காது. சரியான நேரத்தில் பணம் கொடுத்தால், தாங்கள் ஊழலுக்குத் துணை போவதாகப் பின்னர் குற்றம் சாட்டப்படுவதற்கான சாத்தியக்கூறுகள் இருப்பதால், அதிகாரிகள், பணம் கொடுக்கப்பட வேண்டியவர்களுக்குப் பணத்தைத் தாமதமாகக் கொடுக்கக்கூடும். இது போன்ற ஊழல் சச்சரவுகளில் மாட்டிக் கொள்கின்ற தனியார் நிறுவனங்கள், தேவையில்லாமல் நீதிமன்றங்களில் ஏறி இறங்கிக் கொண்டிருக்க நேரிடும். அதனால்தான், ஒப்பந்தங்கள் வழங்கப்படுவதில் மட்டுமல்லாமல், பொருட்கள் ஒழுங்காக வந்து சேர்வது, சேவைகள் ஒழுங்காக நிறைவேற்றப்படுவது ஆகியவற்றின் கண்காணிப்பிலும் வெளிப்படைத்தன்மை இருக்க வேண்டியது இன்றியமையாததாகிறது.

ஒரு குறிப்பிட்டத் துறை வளர்ச்சியடைவதற்காக, அரசு, அத்துறையில் மேற்கொள்ளப்படுகின்ற முதலீடுகளை ஒருங்கிணைக்கலாம், தேவையெனில் அவற்றுக்கு மானியங்களும் வழங்கலாம். எடுத்துக்காட்டாக, பொதுமக்கள் மின்வாகனங்களை வாங்குவதை ஊக்குவிக்க வேண்டுமென்றால், அதற்கு அவர்கள் தங்களுடைய வாகனங்களின் மின்கலங்களை மின்னேற்றம் செய்து கொள்வதற்கான கட்டமைப்புகள் பரவலாக இருக்க வேண்டியது அவசியம். மறுபுறம், மக்கள் எந்த அளவுக்கு மின்வாகனங்களை வாங்குவர் என்பது சரியாகத் தெரியாமல் இருப்பதால், தனியார் துறையினர் இதில் முதலீடு செய்யத் தயங்குவர். இந்த இடைவெளியை அரசால் இட்டு நிரப்ப முடியும். சில தொலைதூர இடங்களில் தனியார் நிறுவனங்கள் இத்தகைய கட்டமைப்புகளை உருவாக்கியிருந்து, அங்கு அதற்கான தேவை எதிர்பார்த்திருந்த அளவை எட்டாவிட்டால், அவற்றுக்கு இழப்பீடு வழங்குவதற்கு

அரசு முதலிலேயே ஒத்துக் கொள்ளலாம்.

புதிதாக உதயமாகிக் கொண்டிருக்கின்ற தொழிற்துறைகளை வணிகப்படுத்துதல்

செயற்கை நுண்ணறிவு, அனைத்துத் தட்பவெப்ப நிலைகளையும் தாக்குப்பிடித்து நிற்கின்ற பயிர்கள், மூலக்கூறு உயிரியல் போன்ற எந்தத் துறையாக இருந்தாலும், அது தொடர்பான அடிப்படை ஆய்வுகள் எப்போதுமே பல்கலைக்கழகங்களில்தாம் தொடங்குகின்றன. உயர்தர நவீனப் பல்கலைக்கழகங்களுக்கான தேவை குறித்தும் அவற்றைத் துவக்குவதற்கு நிதி ஒதுக்கீடு செய்வது குறித்தும் நாங்கள் ஏற்கனவே விவாதித்துள்ளோம்.

அடிப்படை ஆய்வுகள் தவிர்த்து, அனைத்து ஆய்வுகளும் வணிகப்படுத்தப்பட்டாக வேண்டும். ஆனால், இங்கு ஒரு முக்கியமான பிரச்சனை இருக்கிறது. இந்தியாவின் கடுமையான விதிமுறைகளின் காரணமாக, இந்தியாவில் செயல்பட்டுக் கொண்டிருக்கின்ற மிகச் சிறந்த புத்தாக்க நிறுவனங்களில் பல, சிங்கப்பூர் போன்ற நாடுகளில் தம்முடைய நிறுவனங்களைப் பதிவு செய்து வைத்துள்ளன. துளிர் நிறுவனங்களுக்குத் தோழமையுடன் இருக்கின்ற விதத்தில் இந்தியா தன்னுடைய விதிமுறைகளை மாற்றியமைத்துக் கொள்ள வேண்டும். அதோடு, இவ்விஷயத்தில் இந்தியாவின் அமைப்புமுறை, வெளிநாடுகளிலுள்ள விதிமுறை அமைப்புமுறைகளோடு போட்டி போடத்தக்கதாகவும் இருக்க வேண்டும்.

ஒரு தொழிலில் தீவிரமாக ஈடுபட்டுள்ள நிறுவனங்களிடமிருந்து அறிவுரைகளைப் பெறுவதற்குக் காத்திருக்காமல், தன்னார்வ வல்லுநர்களை அதற்குப் பயன்படுத்திக் கொள்ளலாம் என்று துணிகர முதலீட்டாளர் ஷரத் சர்மா பரிந்துரைக்கிறார். அரசு ஊக்குவிக்க விரும்புகின்ற துறைகளில் வளர்ச்சி ஏற்படுவதற்கு வழி வகுக்கின்ற கொள்கைகள், விதிமுறைகள், தரக் கட்டுப்பாடுகள், சர்வதேச உடன்படிக்கைகள் போன்றவற்றில் நிபுணத்துவமிக்க ஆலோசனைகளை அவர்களால் அரசுக்கு வழங்க முடியும். 'ஐஸ்பிரிட்' என்று சுருக்கமாக அழைக்கப்படுகின்ற, 'இந்திய மென்பொருள் தயாரிப்புத் தொழில் வட்டமேசை' என்ற அமைப்பு எப்படி இந்தியா ஸ்டேக்கைப் பரிந்துரைத்திருந்ததோ, அதைப் போன்ற துறைசார் தன்னார்வலர்கள் அடங்கிய குழுக்களை உருவாக்கிக் கொள்ளலாம். தொழிற்துறைகளில் தற்போது தீவிரமாக ஈடுபட்டிருப்பவர்கள், அவற்றிலிருந்து ஓய்வு பெற்றவர்கள், கல்வியாளர்கள், முதலீட்டாளர்கள் போன்றவர்கள் ஐஸ்பிரிட் அமைப்பில் இருக்கின்றனர். அவர்கள் நாட்டு நலனுக்காகப் பாரபட்சமற்ற ஆலோசனைகளை வழங்குவதற்குத் தங்களை அர்ப்பணித்து கொண்டவர்கள். அதோடு, தங்களுடைய பரிந்துரைகளால் தாங்கள் பொருளாதாரரீதியாக எந்தவிதத்திலும் பயன் பெற மாட்டோம் என்று உறுதி பூண்டவர்கள் அவர்கள். எந்தவிதமான சுயநலமும் இல்லாமல், நிபுணத்துவமிக்க ஆலோசனைகளை இதுபோன்ற

நிறுவனங்களால் அரசுக்கு வழங்க முடியும் என்பதால் அவை மதிப்புமிக்கவையாகத் திகழ்கின்றன. இந்தியாவில் செயல்பட்டுக் கொண்டிருக்கின்ற நிறுவனங்களை இந்தியாவில் தொடர்ந்து தக்கவைத்துக் கொள்வதற்கு என்னென்ன மாற்றங்கள் செய்யப்பட வேண்டும் என்ற ஒரு பட்டியலை ஐஸ்பிரிட் அமைப்பு உருவாக்கிக் கொடுத்துள்ளது.

திறமைசாலிகளுக்கான வேட்டை

இந்தியா புத்தாக்கத் தொழில்நுட்பங்களை உருவாக்க உதவுவதற்கு உலகெங்கும் ஏகப்பட்டத் திறமைசாலிகள் தயாராக இருக்கின்றனர். நாம் இந்த அத்தியாயத்தில் பார்த்தத் தேஜாஸ் நிறுவனத்தின் புதிய முதன்மை நிர்வாக அதிகாரி, அமெரிக்கத் தொழில்நுட்ப நிறுவனமான ஜூனிப்பர் நெட்வொர்க்ஸ் நிறுவனத்தில் வேலை பார்த்தவர். வெளிநாடுகளில் வேலை பார்த்துக் கொண்டிருப்பவர்களில் பலர், சரியான சந்தர்ப்பங்கள் கைகூடி வருகின்றபோது தங்களுடைய தாய்நாட்டிற்குத் திரும்பத் தயாராக இருப்பர். எடுத்துக்காட்டாக, மோரிஸ் சாங் என்ற தாய்வான் நாட்டுக்காரர், ஹார்வர்டு, எம்ஐடி, ஸ்டேன்ஃபோர்டு போன்ற தலைசிறந்த பல்கலைக்கழகங்களில் படித்தவர். அமெரிக்காவிலுள்ள டெக்சாஸ் இன்ஸ்ட்ருமென்ட்ஸ் நிறுவனத்தில் அவர் வேலை பார்த்தார். ஒரு முறை அவருக்கு வழங்கப்பட வேண்டிய பதவி உயர்வு அவருக்கு வழங்கப்படவில்லை. அதனால் அவர் தன் தாய்நாட்டுக்குத் திரும்பிச் சென்று டிஎஸ்எம்சி என்ற நிறுவனத்தைத் துவக்கினார். இன்று அது உலகின் முன்னணி நுண்சில்லுகள் தயாரிப்பு நிறுவனமாக உருவெடுத்துள்ளது.

இந்தியாவால் கவர்ந்திழுக்கப்படக்கூடிய ஏராளமான வருங்கால மோரிஸ் சாங்குகள் இருக்கின்றனர். ஆனால், பிற இடங்களில் உள்ளதைப்போலவே, இந்தியாவிலுள்ள நிறுவனங்களிலும், வெளியே இருந்து கொண்டுவரப்படக்கூடியவர்களை, குறிப்பாக நிறுவனத்தின் உயர்மட்டத்திற்கு நேரடியாகக் கொண்டுவரப்படுகின்றவர்களை எதிர்க்கின்ற போக்கு நிலவுகிறது. “இந்த நிறுவனத்தில் பல ஆண்டுகளாக வேலை செய்து கொண்டிருப்பவர்கள் திறமைசாலிகள் இல்லையா?” என்ற கேள்வி எழுப்பப்படுகிறது. ஒரு நிறுவனத்தில் சிறப்பாகச் செயல்பட்டுக் கொண்டிருக்கின்ற நபர்களேகூட, வெளியிலிருந்து கொண்டுவரப்படுகின்ற நபர்களைப் பார்த்து பயப்படுகின்றனர். ஆனால், வெளியிலிருந்து வருகின்ற திறமைசாலிகள், புதிய அறிவு, புதிய கண்ணோட்டம் ஆகியவற்றைக் கொண்டுவருகின்றனர். நிறுவனத்திற்குள் உத்வேகத்தையும் உற்சாகத்தையும் தோற்றுவிக்கக்கூடிய புதிய நடத்தைகளைக்கூட அவர்கள் கொண்டுவருகின்றனர். ஆனால், புதிதாக வருபவர்கள், ஏற்கனவே அந்த நிறுவனத்தில் இருக்கின்ற கலாச்சாரத்தைப் பின்பற்ற மறுக்கின்றபோது, அவர்கள் அந்த நிறுவனத்திற்கான அச்சுறுத்தலாகப் பார்க்கப்படுகின்றனர். புதியவர்களை வரவேற்று ஏற்றுக் கொள்கின்ற அளவுக்கு நம்பிக்கையுடன் இருந்த நிறுவனங்கள்

செழித்து வளர்ந்தன. பல புதிய பல்கலைக்கழகங்களையும் ஆய்வு நிறுவனங்களையும் உருவாக்க வேண்டிய தேவை இந்தியாவுக்கு இருப்பதால், திறமைசாலிகள் இந்தியாவுக்குத் திரும்பி வந்தால், அவர்களுடைய திறமைகளைப் பயன்படுத்திக் கொள்வதில் இந்தியாவுக்குப் பிரச்சனை இருக்காது.

திறமைசாலிகள் இந்தியாவுக்குத் திரும்பி வருவதை இந்திய அரசு இன்னும் வசீகரமானதாக ஆக்கலாம். அது விதிமுறைகளைத் தளர்த்தலாம். இடம்பெயர்வதைக் கடினமாக்குகின்ற வரிகளைக் குறைக்கலாம். வெளிநாடுவாழ் இந்தியர்களின் குழந்தைகள் இந்தியாவிலுள்ள நல்ல பள்ளிகளில் சேர்த்துக் கொள்ளப்படுவதற்கு உதவலாம். வெளிநாடுவாழ் சீனர்களைக் கவர்ந்திழுப்பதற்கு, சீனா வெற்றிகரமாக அமல்படுத்தியிருந்த 'ஆயிரம் திறமைசாலிகள்' திட்டத்தை ஆராய்வது ஒரு நல்ல யோசனையாக இருக்கும். இது வல்லுநர்களைக் கவர்ந்திழுப்பதற்கான திட்டம் என்பதை இந்தியா வலியுறுத்த வேண்டும். இது தங்களுடைய அறிவுசார் சொத்துகளை அபகரிப்பதற்கான ஒரு வழி என்று பிற நாடுகளுக்கு ஏற்படக்கூடிய பயத்தை இந்தியா போக்க வேண்டும். ஏனெனில், இவ்விஷயத்தில் சீனா சறுக்கிவிட்டிருந்தது. அதேபோல, வெளிநாடுகளிலிருந்து வருகின்ற திறமைசாலிகள் கொண்டுவருகின்ற திறன்கள் மற்றும் போட்டித்தன்மையால் உள்நாட்டுத் திறமைசாலிகளும் பயன் பெறுவர் என்பதை அரசு அவர்களுக்கு உறுதிப்படுத்த வேண்டும்.

நாம் புதிய தவறுகள் செய்வோம் என்றாலும், பழைய தவறுகளை மீண்டும் செய்யக்கூடாது

இதை மீண்டும் வலியுறுத்துவதில் தவறில்லை. இந்தியாவை ஒரு துளிர் நிறுவன நாடாக ஆக்க வேண்டுமென்றால், அரசு செய்ய வேண்டிய முக்கியமான காரியம், ஜனநாயகத்தை வலுப்படுத்துவதும், பேச்சு சுதந்திரத்தை அதிகரிப்பதும், விவாதக் கலாச்சாரத்தை ஊக்குவிப்பதும் ஆகும். எதேச்சதிகாரம் மக்களின் சுதந்திரச் சிந்தனையைக் காலின் கீழே போட்டு நசுக்கிவிடும். தொழில்முனைவை நேரடியாக ஊக்குவிப்பதற்கு அரசுக்கு ஏகப்பட்ட வழிகள் இருக்கின்றன. இந்நூலில் நாங்கள் சிலவற்றை எடுத்துரைத்திருக்கிறோம். நாம் தொடர்ந்து விளைவுகளை அலசிக் கொண்டே இருக்க வேண்டும். நாம் அமல்படுத்தியுள்ள கொள்கைகள் சரியாக வேலை செய்யாவிட்டால், நாம் அவற்றைச் சீர்படுத்த வேண்டும். வெற்றி பெறக்கூடிய ஒரு சில கொள்கைகளைத் தேர்ந்தெடுப்பதற்குப் பதிலாக, பல கொள்கைகள் வெற்றி பெறுவதற்குப் பாடுபட வேண்டும். நல்ல நோக்கத்துடன் செயல்படுகின்ற அரசுகள்கூட, நல்ல கொள்கைகளைத் தேர்ந்தெடுப்பதற்குத் திணறிக் கொண்டுதான் இருக்கின்றன. அதனால்தான், தொழிற்துறைக் கொள்கைகள் அளவுக்கதிகமாகத் திணிக்கப்படும்போது அவை தோல்வியைத் தழுவுகின்றன. இந்தியா தன்னுடைய கடந்தகாலத் தவறுகளை மீண்டும் செய்யக்கூடாது.

பகுதி மூன்று

நிறைவு செய்தல்

நுழையுமுன்

"ஜனரஞ்சகவாதிகள் அடிப்படையில் பிரமாதமான கதைசொல்லிகள்; ஒரு பொய்க் கதையை நிஜம்போலச் சொல்லக்கூடியவர்கள் அவர்கள். அவர்களை எதிர்ப்பதற்கான வழி, ஓர் உண்மையான கதையைச் சிறப்பாகச் சொல்வதுதான்."

– சுகேது மேத்தா, 'திஸ் லேண்ட் இஸ் அவர் லேண்ட்'

இந்நூலின் முதல் பகுதியில், நாங்கள் எங்களுடைய தேர்ந்தெடுப்புகளை வரிசைப்படுத்தினோம். குறைவான திறன் தேவைப்படுகின்ற உற்பத்திசார் ஏற்றுமதிகள் மட்டுமே இந்தியாவின் வளர்ச்சிக்கான ஒரே பாதை அல்ல என்று நாங்கள் கூறியிருந்தோம். இன்னும் சொல்லப் போனால், அத்தகைய ஒரு பாதை, பின்பற்றுவதற்கு மேன்மேலும் கடினமாகிக் கொண்டிருக்கிறது. குறைவான திறன் தேவைப்படுகின்ற உற்பத்தியும், பொதுவாக உற்பத்தியும், முன்பைவிடக் கடுமையான போட்டி நிறைந்ததாக ஆகிவிட்டது. மேலும், பல பொருட்களில், விநியோகச் சங்கிலியில் அவற்றின் உற்பத்தியின் பங்கு பெரிதாக மதிப்புக் கூட்டுவதில்லை. அது மட்டுமல்லாமல், விநியோகச் சங்கிலியின் பிற கண்ணிகளைப் பெறுவதற்கு அது ஏற்ற வழியும் அல்ல. நமது துடிப்பான ஜனநாயகத்தைத் தலைமுழுக நாம் தயாராக இருந்தாலொழிய, சீனாவைப்போல் இருப்பது மிகவும் கடினம். அதிக மதிப்புக் கூட்டுகின்ற வேலைகளை உருவாக்குவதற்கு, அது, அறிவுசார் சொத்துகளை உருவாக்குவதன் மூலமாக இருந்தாலும் சரி, உற்பத்தி அல்லது சேவையின் மூலமாக வருவாய் ஈட்டிக் கொடுக்கின்ற வேலைகளின் மூலமாக இருந்தாலும் சரி, இந்தியா தன் மக்களின் செயல் வல்லமையை மேம்படுத்துவதில் கவனத்தைக் குவித்தாக வேண்டும்.

இரண்டாம் பகுதியில், உத்திகளின் கூறுகளை நாங்கள் அடிக்கோடிட்டுக் காட்டினோம். அதை நாங்கள் அரசின் கட்டமைப்பைச் செயல்பட வைப்பதிலிருந்து துவக்கினோம். அடுத்து, ஊட்டச்சத்து, கல்வி, சுகாதாரம் போன்றவற்றை மேம்படுத்துவதற்கான வழிமுறைகளைப் பற்றி நாங்கள் விவாதித்தோம். இறுதியாக, வணிகச் சூழலைச் சிறப்புறச் செய்வதைப் பற்றியும், உலக அரங்கில் இந்தியாவின் ஈடுபாடு பற்றியும் நாங்கள் எடுத்துரைத்தோம்.

மூன்றாம் பகுதியில், நாங்கள் எங்களுடைய விவாதத்தை நிறைவு

செய்கிறோம். இந்தியா ஒரு நாற்சந்தியில் நின்று கொண்டிருப்பதைப் பற்றிக் குறிப்பிட்டு, இச்சூழலில் அது எத்தகைய தேர்ந்தெடுப்புகளை மேற்கொள்ள வேண்டும் என்று நாங்கள் விரும்புகிறோம் என்பதைப் பற்றி நாங்கள் விவரித்துள்ளதால், இந்தியா எந்தப் பாதையில் செல்லக்கூடாது என்று நாங்கள் விரும்புகிறோம் என்பதையும் விவாதிப்பதுதான் முறையாக இருக்கும் என்று நாங்கள் நம்புகிறோம். துரதிர்ஷ்டவசமாக, தற்போது இந்தியா அந்தப் பாதையில்தான் சென்று கொண்டிருக்கிறது. முதல் பகுதியில் நாங்கள் விவாதித்திருந்த, குறைவான தரம் தேவைப்படுகின்ற உற்பத்திமீது இந்தியா கொண்டுள்ள தேவையற்ற அதீத மோகம் குறித்து மட்டும் நாங்கள் வெகுவாகக் கவலை கொண்டிருக்கவில்லை; தற்போது அது பயணித்துக் கொண்டிருக்கின்ற பாதையில் போவதன் மூலம் அது எத்தகையதோர் எதேச்சதிகாரச் சமுதாயமாக உருவெடுக்கப் போகிறது என்பது குறித்தும் நாங்கள் கவலை கொண்டுள்ளோம். இந்தியா ஒரு சிந்தனைபூர்வமான, புத்தாக்கமான, ஆக்கபூர்வமான தேசமாக மாறுவதற்கு இது தடையாக இருக்கும். அதனால், இந்தியா இப்போது சென்று கொண்டிருக்கின்ற பாதையில் நம்பிக்கை வைத்துள்ள, நாங்கள் முன்மொழிகின்ற பாதையை சந்தேகக் கண்களுடன் பார்க்கின்ற ஒருவருக்கும் எங்களுக்கும் இடையே நடக்கின்ற ஒரு கற்பனையான உரையாடலுடன் இந்த மூன்றாம் பகுதியை நிறைவு செய்வது பொருத்தமாக இருக்குமல்லவா?

13

தவறான வழி

நாங்கள் இந்தப் புத்தகத்தை எழுதியது விமர்சகர்களின் வாயை மூடுவதற்காக அல்ல, மாறாக, எங்களுடைய வாதங்களை ஏற்கச் செய்வதற்காகத்தான். நம் நாடு தற்போது சென்று கொண்டிருக்கின்ற பாதைமீது நம்பிக்கை வைத்துள்ள, அக்கறையுள்ள ஒரு குடிமகன், இந்தப் புத்தகத்தின் முதல் இரண்டு பாகங்களையும் படித்துவிட்டு, ஒரு விரிவான விவாதத்திற்காக எங்களை அணுகுவதுபோல நாங்கள் கற்பனை செய்துள்ளோம். மகாத்மா காந்தி எழுதியுள்ள 'ஹிந்த் ஸ்வராஜ்' என்ற நூலுக்கு மரியாதை செலுத்தும் விதமாக, அதில் வருவதுபோலவே, இங்கு நாங்களும் இந்த அக்கறையுள்ள குடிமகனை 'வாசகர்' என்று அழைக்கிறோம். அந்த வாசகருக்கு பதிலளிக்கின்ற பாத்திரத்தை எடுத்துக் கொண்டிருந்த மகாத்மா, அந்நூலில் தன்னை 'ஆசிரியர்' என்று அழைத்துக் கொண்டார். அதேபோல இங்கு நாங்களும் எங்களை ஆசிரியர் என்று அழைத்துக் கொள்கிறோம். எங்களுடைய அகந்தையை மன்னிப்பீர்கள் என்று நாங்கள் நம்புகிறோம். அந்த உரையாடல் இப்படிப் போகிறது . . .

வாசகர்: உங்களுடைய புத்தகத்தில் நீங்கள் தேவைக்கு அதிகமாகக் குற்றச்சாட்டில் இறங்கியுள்ளதாக எனக்குத் தோன்றுகிறது. இந்தியாவில் நடந்துகொண்டிருக்கின்ற ஏகப்பட்ட நல்ல விஷயங்களை நீங்களே சுட்டிக்காட்டுகிறீர்கள். சமீபத்தில்தான் இந்தியா ஜி20 அமைப்பின் தலைமைப் பொறுப்புக்குத் தேர்ந்தெடுக்கப்பட்டது; நம்முடைய தலைவர்கள் உலகமெங்கும் கோலாகலத்துடனும் கொண்டாட்டத்துடனும் வரவேற்கப்படுகிறார்கள். அப்படி இருக்கும்போது, இந்தியா எப்படித் தவறான பாதையில் சென்று கொண்டிருப்பதாகக் கூற முடியும்?

ஆசிரியர்: நீங்கள் ஒரு முக்கியமான கேள்வியைக் கேட்டுள்ளீர்கள். இந்தியாவில் எந்த நேரத்திலும், எந்த அரசின் கீழும் ஏகப்பட்ட நல்ல விஷயங்கள் நடந்து கொண்டுதான் இருக்கின்றன; சில நல்ல விஷயங்கள் அந்த அரசின் செயல்பாடுகளின் காரணமாக நடக்கின்றன; சில நல்ல விஷயங்கள் அரசின் செயல்பாடுகளை

மீறியும் நடக்கின்றன. சில ஆளும் கட்சிகள், நல்ல செய்திகளை விளம்பரப்படுத்துவதில் திறமையாகச் செயல்படுகின்றன; சில தலைவர்கள் நாவன்மை படைத்தவர்களாகவும், அரசியல்ரீதியாக எதைஎப்போதுசொல்லவேண்டும்என்பதில்கைதேர்ந்தவர்களாகவும் இருக்கின்றனர்; சில ஆட்சியாளர்கள் விமர்சனங்களை அடக்கி ஒடுக்குவதிலும், அவர்களுடைய நடவடிக்கைகளால் விளைந்த மோசமான விளைவுகளைச் சாதுரியமாக மறைப்பதிலும் தீர்க்கமாக இருக்கின்றனர். ஆனால், எந்தவொரு ஆட்சியிலும், நல்லவை அரங்கேறுகின்ற அதே வேளையில், ஏகப்பட்ட விஷயங்கள் செய்யப்படாமல் விட்டுவிடப்படுகின்றன; செய்யப்படுகின்ற விஷயங்களில் பல மோசமானவையாக இருக்கின்றன. இவை அனைத்தும் விரிவாக அலசப்பட்டு, பொதுமக்களைச் சென்றடையும் விதத்தில் இணையத்தில் தரவேற்றம் செய்யப்பட வேண்டும்.

இப்போது நாம் புள்ளிவிபரங்களுக்கு வரலாம். ஜி20 அமைப்பின் தலைமைத்துவம் அதன் உறுப்பு நாடுகளுக்கு ஒரு சுழற்சி முறையில் வருகிறது; அதனால், ஏதோ ஒரு கட்டத்தில் அதிலுள்ள ஒவ்வொரு நாட்டுக்கும் தலைமைப் பொறுப்பு கிடைக்கிறது. இந்தியா 2021 ஆம் ஆண்டிலேயே தலைமைப் பொறுப்புக்கு வந்திருக்க வேண்டும். இந்தியா அந்த அமைப்பின் தலைமைப் பொறுப்பை ஏற்றுக் கொள்வது, இந்தியாவின் 75-வது சுதந்திர ஆண்டுக் கொண்டாட்டத்தோடு ஒத்துப் போகின்ற விதத்தில் இருந்தால் நன்றாக இருக்கும் என்று இந்திய அரசு கருதியதால், அந்த ஆண்டு, தனக்குப் பதிலாகத் தலைமைப் பொறுப்பை ஏற்றுக் கொள்ளும்படி அது இத்தாலியைக் கேட்டுக் கொண்டது. அந்த நிகழ்ச்சியை இந்தியா அரங்கேற்றியது உண்மையிலேயே ஓர் அருமையான விஷயம்தான். ஏனெனில், அதில் உலகத் தலைவர்கள் பலர் கலந்து கொண்டு அதைச் சிறப்பித்தனர்; அவர்கள் திரும்பிச் சென்றபோது, இந்தியாவிடமிருந்து பிரம்மாண்டமாக எதிர்பார்க்கலாம் என்ற நம்பிக்கைக் கீற்றோடு திரும்பிச் சென்றனர். அடுத்த ஆண்டு நாடாளுமன்றத் தேர்தல் வரவிருக்கின்ற இந்த நேரத்தில், ஜி20 தலைமைத்துவம் சுழற்சி அடிப்படையில் மாறிக் கொண்டிருக்கின்ற ஒன்று என்பதை அரசு வெளிப்படையாகச் சொல்லாமல் விட்டதற்கான காரணத்தை எவரொருவராலும் புரிந்து கொள்ள முடியும். அதனால், ஜி20 அமைப்பிற்குத் தலைமை தாங்குவதற்கு இந்தியா தேர்ந்தெடுக்கப்பட்டிருந்ததாக நீங்கள் ஏன் தவறாக அனுமானித்தீர்கள் என்பதை எங்களால் புரிந்து கொள்ள முடிகிறது.

நாங்கள் ஏற்கனவே கூறியிருந்ததைப்போல, 2023 செப்டம்பரில் புது தில்லியில் நடைபெற்ற ஜி20 மாநாட்டின் இறுதி நாள் நிகழ்வு கண்கவர்வதாக அமைந்தது. அது நிகழ்த்தப்பட்டிருந்த விதம் கண்டிப்பாகப் பாராட்டுக்குரியது. அதேபோல, நம்முடைய தலைவர்கள் உலகெங்கும் கோலாகலமாக வரவேற்கப்படுவதும் அற்புதமானதுதான். ஜனநாயகத் தளத்திலும் பொருளாதாரத் தளத்திலும், இந்தியா, கடந்த பல பத்தாண்டுகளாகச் சாதித்திருந்தவற்றுக்கான மரியாதை கலந்த அங்கீகாரத்தையே அந்த

வரவேற்புகள் பிரதிபலித்தன. வெளிநாடுகளைப் பொறுத்தவரை அதில் சுயநலமும் கலந்திருக்கிறது. தம்மிடமிருந்து இராணுவத் தளவாடங்களையோ அல்லது விமானங்களையோ வாங்க வருகின்ற இந்தியத் தலைவர்களுக்கு அவை பிரம்மாண்டமான வரவேற்பு அளிப்பதில் வியப்பில்லை. ஏனெனில், அந்த ஒப்பந்தங்களின் மூலம் அவற்றுக்குக் கிடைக்கின்ற வணிக லாபம் அளவிடப்பட முடியாதது. நமக்கு அளிக்கப்படுகின்ற வரவேற்புக்குப் பின்னால் அரசியல்ரீதியான தந்திரோபாயமும் இருக்கிறது. மேற்கத்திய நாடுகள், வலிமையான சீனாவின் சக்தியை மட்டுப்படுத்துவதற்கான ஒரு தடுப்பு அரணாக இந்தியாவைப் பார்க்கின்றன. நமக்குக் கிடைத்திருக்கும் இந்த வரவேற்பை, இப்போது நாம் பயன்படுத்திக் கொண்டிருப்பதைவிட இன்னும் சிறப்பாகப் பயன்படுத்திக் கொள்ள வேண்டும்; நம்முடைய தொழில்களுக்கும் விவசாயிகளுக்கும் அதிக வாய்ப்புகளைப் பெற்றுக் கொடுப்பதற்கு அதை நாம் பயன்படுத்திக் கொள்ள வேண்டும்.

வாசகர்: சரி, நீங்கள் கூறியபடி புள்ளிவிபரங்களைப் பற்றியே பேசலாம். ஜி20 நாடுகளிலேயே மிக வேகமாக வளர்ந்து கொண்டிருக்கின்ற பொருளாதாரம் நாம்தான். 2014 ஆம் ஆண்டிலிருந்து நாம் வெகுதூரம் முன்னேறி வந்திருக்கிறோம். விமர்சிக்க வேண்டும் என்பதற்காகவே நீங்கள் விமர்சிப்பதுபோல எனக்குத் தோன்றுகிறது.

ஆசிரியர்: நாங்கள் இப்புத்தகத்தில் சுட்டிக்காட்டியுள்ளபடி, விட்டதைப் பிடிக்க ஆசைப்பட்டுத் தீவிரமாகத் துரத்திக் கொண்டிருக்கின்ற பொருளாதாரங்களின் வளர்ச்சி எப்போதுமே அதிகமாக இருக்கும் என்பதால் ஏழை நாடுகள் படுவேகமாக வளரும். ஜி20 நாடுகளிலேயே நம் நாடுதான் மிகவும் ஏழ்மையான நாடு. அதனால், நம்முடைய வளர்ச்சி வேகம் அதிகமாக இருப்பதில் வியப்பில்லை. நம்மை நாம் பிற நாடுகளுடன் ஒப்பிடுவது சரியல்ல. மாறாக, நம்மை நாம் எப்போதும் நம்முடைய சமீபத்திய கடந்தகாலச் செயல்பாடுகளுடன்தான் ஒப்பிட வேண்டும். அந்தக் கண்ணோட்டத்திலிருந்து பார்த்தால், 1990களின் தொடக்கத்தில் பிரதமர் நரசிம்ம ராவும் நிதியமைச்சர் மன்மோகன் சிங்கும் பொருளாதாரச் சீர்திருத்தத்தை அறிமுகப்படுத்தியதற்குப் பிறகு, கடந்த பத்து ஆண்டுகள்தாம், இந்தியாவின் பொருளாதார வளர்ச்சியில் மிக மோசமான காலகட்டமாகும்.

கடந்த பத்தாண்டுகளைப் பற்றிப் புள்ளிவிபரங்கள் என்ன சொல்கின்றன? தற்போது வேலைவாய்ப்பு மிகவும் பரிதாபகரமான நிலையில் இருக்கிறது; கீழ் நடுத்தர வர்க்கம் வறுமைக் கோட்டுக்குக் கீழே போய்விடாமல் இருப்பதற்குப் படாத பாடு பட்டுக் கொண்டிருக்கிறது; வளர்ச்சி ஒரு சமமற்ற நிலையில் இருக்கிறது; பெண்களின் தொழிலாளர் பங்கேற்பு விகிதம் தொடர்ந்து கீழ்நிலையிலேயே இருந்து வருகிறது. ஆனாலும், காலாந்திர வளர்ச்சி 5 சதவீதத்திற்கும் 6 சதவீதத்திற்கும் இடையே ஊசலாடிக் கொண்டிருக்கிறது.

இந்த நிலைக்கு இவ்வாறு விளக்கமளிக்க முடியும்: புதிதாக வேலைகளை உருவாக்காத வளர்ச்சி நிகழ்ந்து கொண்டிருக்கிறது. வேலைகளை உருவாக்க வேண்டுமென்றால், நம்முடைய வளர்ச்சி இன்னும் அதிகரிக்க வேண்டும் என்பது அதன் பொருள். இப்போது, நம்முடைய சமுதாயத்தில் இளம் வயதினர் அதிகமாக இருக்கின்றனர். இந்தச் சாதக நிலையை (மூப்படைந்தவர்களை அதிகமாகக் கொண்டிருக்கின்ற ஒரு சமுதாயத்தைவிட, இளம் வயதினரை அதிகமாகக் கொண்டிருக்கும் ஒரு சமுதாயத்தின் உற்பத்தித்திறன் அதிகமாக இருக்கும்) வெகுவிரைவில் நாம் இழந்துவிடுமோம்.

இதற்கு இன்னொரு சாத்தியக்கூறும் இருக்கக்கூடும்: 2013 ஆம் ஆண்டிலிருந்தே நம்முடைய வளர்ச்சியையும் ஜிடிபியையும் நாம் மிகையாகக் கணித்து வந்திருக்கக்கூடும். ஏனெனில், அப்போதுதான் நாம் ஜிடிபியை மதிப்பிடுகின்ற முறையை மாற்றியிருந்தோம். இந்திய அரசின் முன்னாள் முதன்மைப் பொருளாதார ஆலோசகராக இருந்த அரவிந்த் சுப்பிரமணியன் இவ்வாறு சுட்டிக்காட்டுகிறார்: ஏற்றுமதி, இறக்குமதி, கடன், வரிகள் மூலமான வருவாய், இலாபம் போன்ற முக்கிய அம்சங்களில், வளர்ச்சி, முந்தைய காலத்தோடு ஒப்பிடுகையில் சமீப காலத்தில் வேகம் குறைந்துள்ளது. ஆனால், ஜிடிபி வளர்ச்சி மட்டும் வலுவாக இருந்து வந்துள்ளது. குடும்ப நுகர்வு வளர்ச்சி பயங்கரமாகச் சரிந்துவிட்டதாக ஓர் அரசாங்கக் கணக்கெடுப்பு தெரிவிக்கிறது. ஆனால், அந்தக் கணக்கெடுப்பு பகிரங்கமாக வெளியிடப்படவில்லை. அப்படியெனில், அதிகாரபூர்வமாக அறிவிக்கப்படுகின்ற விகிதத்தில் நாம் வளர்ந்து கொண்டிருக்கவில்லை என்ற சாத்தியக்கூறு இருப்பதை நாம் ஒப்புக் கொண்டாக வேண்டும். செம்மையான தரவுகள் இல்லாததால்தான், நாம் நடைபோட்டுக் கொண்டிருக்கின்ற தற்போதைய கொள்கைப் பாதையில் ஆபத்துகள் அதிகரித்துக் கொண்டிருப்பது குறித்து நாம் மெத்தனமாக இருந்து வருகிறோம்.

வாசகர்: நம்முடைய பங்குச் சந்தை கொழித்துக் கொண்டிருக்கிறது. பங்குச் சந்தையில் நான் போட்டிருந்த முதலீடுகள் பிரமாதமான பலன்களைக் கொடுத்துக் கொண்டிருக்கின்றன. நீங்கள் கூறுவது சரியாக இருக்கும் பட்சத்தில், பங்குச் சந்தை எதைத் தவறவிட்டுள்ளது?

ஆசிரியர்: பங்குச் சந்தையின் தற்போதைய உற்சாகத் துள்ளலுக்கு ஏதுவாக இருக்கின்ற காரணங்களும், அந்த அளவுக்கு ஏதுவாக இல்லாத சில காரணங்களும் இருக்கின்றன. இப்புத்தகம் வெளிவருகின்றபோது, விஷயங்கள் மாறியிருக்கக்கூடும். அதனால், இது ஒரு நிலையான அளவுமானி அல்ல.

முதலில், ஏதுவாக இருக்கின்ற காரணங்களைப் பார்க்கலாம். பொருளாதாரப் பின்னடைவு நிகழ்ந்து கொண்டிருந்தாலும் உலகளாவிய வளர்ச்சி தொடர்ந்து ஏறுமுகமாகவே இருக்கும் என்ற நம்பிக்கை எல்லா இடங்களிலும் அதிகரித்துக் கொண்டிருக்கிறது. உலகெங்கிலும் பங்குச் சந்தைகள் கொழித்துக் கொண்டிருக்கின்றன. நாங்கள் இருவருமே உலகெங்கும் பயணம் செய்கிறோம். ஏன்

தங்களுடைய நாடு சிறப்பாகச் செயல்பட்டுக் கொண்டிருக்கிறது என்பதை விளக்குகின்ற விரிவான கட்டுரைகள் அனைத்து நாடுகளின் நாளிதழ்களையும் அலங்கரித்துக் கொண்டிருப்பதை நாங்கள் பார்க்கிறோம். அமெரிக்காவுக்கும் சீனாவுக்கும் இடையேயான மோதல் தொடர்ந்து கொண்டிருப்பதால், வளர்ந்து வரும் நாடுகளில் முதலீடு செய்ய விரும்புகின்ற முதலீட்டாளர்கள், முதலீடு செய்வதற்குச் சீனாவுக்கு மாற்றாக வேறு இடங்களைத் தேடிக் கொண்டிருக்கின்றனர். இந்த முதலீடுகளால் மற்ற நாடுகளைப்போலவே இந்தியாவும் பயனடைந்து வருகிறது. இப்புத்தகத்தை நாங்கள் எழுதிக் கொண்டிருக்கின்றபோது, இந்தியா, முதலீடுகளை ஈர்த்துக் கொண்டிருக்கின்ற நாடுகளின் கூட்டத்தில் இடைநிலையில் இருக்கிறது. தென் கொரியா மற்றும் பிரேசிலில் பங்குச் சந்தைகளிலிருந்து ஈட்டப்படுகின்ற இலாபம் இந்த ஆண்டு ஜனவரியிலிருந்தே குறிப்பிடத்தக்க அளவு அதிகமாக இருந்து வருகிறது.

இப்போது அந்த அளவுக்கு ஏதுவாக இல்லாத காரணங்களைப் பார்க்கலாம். பண மதிப்பு நீக்க நடவடிக்கை, கொரோனா பெருந்தொற்று, ஜிஎஸ்டி அமலாக்கம் போன்றவை உட்படப் பல காரணங்களினால், இந்த நாட்டிலுள்ள பெருநிறுவனங்களின் இலாபம் அதிகரித்துக் கொண்டிருப்பதை நாங்கள் பார்க்கிறோம். ஆனால், அதே நேரத்தில், சிறிய மற்றும் முறைசாரா தொழில் நிறுவனங்கள் மோசமாகத்தான் செயல்பட்டுக் கொண்டிருக்கின்றன. பெருநிறுவனங்களின் பங்குகள் மட்டுமே பங்குச் சந்தையில் இடம்பெறுவதால், நாட்டின் நிஜப் பொருளாதார நிலையை அது பிரதிபலிப்பதில்லை. பெரும் எண்ணிக்கையில் மக்களுக்கு வேலை வழங்கிக் கொண்டிருக்கின்ற ஆடை தயாரிப்பு, தோல் பொருட்கள் உற்பத்தி போன்ற துறைகளில் சிறு தொழில் நிறுவனங்கள்தாம் அதிக அளவில் ஈடுபட்டுள்ளன; இன்னும் சொல்லப் போனால், பண மதிப்பு நீக்க நடவடிக்கைக்குப் பின்பு, 2016 ஜூனிலிருந்து இவை சுருங்கத் தொடங்கியுள்ளன.

வாசகர்: சரி, சரி. நான் இதைப் பற்றிச் சற்றுச் சிந்திக்க வேண்டும். இந்தியாவை உற்பத்திசார் வளர்ச்சிப் பாதையில் நடத்திச் செல்ல அரசாங்கம் விரும்புகிறது. நீங்கள் ஏன் உற்பத்தியை எதிர்க்கிறீர்கள்?

ஆசிரியர்: நாங்கள் உற்பத்திக்கு எதிரானவர்கள் அல்லர். எதற்காக ஒருவர் உற்பத்திக்கு எதிராக இருக்க வேண்டும்? உலகளாவிய விநியோகச் சங்கிலியில் அதலபாதாளத்தில் இருக்கின்ற உற்பத்தியை, அது அந்த விநியோகச் சங்கிலியிலுள்ள பிற தொழில்களையும் இங்குக் கொண்டுவரும் என்ற அனுமானத்தின் அடிப்படையில் இந்தியாவுக்குள் கவர்ந்திழுப்பதற்காக பிரம்மாண்டமான அளவில் மானியங்கள் வழங்கப்படுவதைத்தான் நாங்கள் எதிர்க்கிறோம். இந்த உலகம் படுவேகமாக மாறிக் கொண்டிருக்கிறது என்பதை நாங்கள் இப்புத்தகத்தில் எடுத்துரைக்க முயன்றிருக்கிறோம். குறைவான திறன் தேவைப்படுகின்ற, பொருட்களின் பாகங்களை ஒன்றாகச் சேர்ந்து ஒரு

முழுமையான பொருளாக உருமாற்றுகின்ற வேலைகளில் மதிப்புக் கூட்டல் குறைவாகவே இருக்கும். இப்போது விநியோகச் சங்கிலியில் இருக்கின்ற, குறைவான தரம் தேவைப்படுகின்ற வேலைகளுக்கும், அதிகமான தரம் தேவைப்படுகின்ற வேலைகளுக்கும் இடையே பெரிய தொடர்பு இல்லை என்பதால், குறைவான தரம் தேவைப்படுகின்ற வேலைகளைச் செய்வதன் மூலம், அதிகமான தரம் தேவைப்படுகின்ற வேலைகளை அவ்வளவு எளிதாகப் பெற்றுவிட முடியாது. நாங்கள் சந்தித்திருந்த ஒரு தொழிலதிபர் எங்களிடம் கூறியதுபோல, இன்று மட்டுமல்லாமல் நாளையும் கொத்தடிமைகளாக இருப்பதற்கான உரிமைக்காக நாம் போராடிக் கொண்டிருக்கிறோம். நாம் பெரிதாகச் சிந்திக்க வேண்டும், பெரிய இலக்குகளைக் குறி வைக்க வேண்டும், நாளைய உலகிற்கு இன்றே நம்மை நாம் தயார்படுத்திக் கொள்ள வேண்டும்.

வாசகர்: *அரசின் வளங்களை எப்படிச் சிறப்பாகப் பயன்படுத்த வேண்டும் என்பதை நீங்கள் வலியுறுத்துகிறீர்கள் என்று நான் அனுமானிக்கிறேன். உங்களுடைய பொருளாதாரச் செயல்திட்டம் குறித்து எனக்கு இன்னும் கூடுதலான கேள்விகள் இருக்கின்றன. மக்களின் வங்கிக் கணக்குகளில் நேரடியாகப் பணம் செலுத்துவது போன்ற இலவசத் திட்டங்களுக்கு நீங்கள் ஏன் ஆதரவளிக்கிறீர்கள்?*

ஆசிரியர்: 'இலவசங்கள்' என்ற சொல் இன்று ஓர் அரசியல் இழித்துரையாகப் பயன்படுத்தப்படுகிறது. ஆனால், அரசியல்வாதிகளின் அகராதியில் இதற்கு வேறொரு பொருள் இருக்கிறது. மானியங்கள், நேரடி வங்கிக் கணக்கில் பணம் வரவு வைத்தல் போன்றவற்றை எதிர்க்கட்சியினர் முன்மொழிந்தால், அதற்குப் பெயர் 'இலவசம்'; அதை நானே முன்மொழிந்தால் அதற்குப் பெயர் 'வளர்ச்சிக்கு இன்றியமையாத திட்டங்கள்'. மானியங்கள், வங்கிக் கணக்கில் பணம் வரவு வைத்தல் போன்றவற்றைத் தனித்தனியாக அலசி ஆராய்ந்து, அவை தம்முடைய நோக்கங்களை நிறைவேற்றுகின்றனவா என்று பார்க்க வேண்டும். அடிப்படையில், சமுதாயத்தின் அடிமட்டத்தில் இருக்கின்ற மக்கள் அதற்குக் கீழேயும் சறுக்கி விழுந்துவிடாமல் இருப்பதற்கு அவர்களுக்கு ஒரு பாதுகாப்பு வலை இருக்க வேண்டும் என்று நாங்கள் விரும்புகிறோம். அதோடு, அவர்கள் தங்களுடைய வருங்காலத்தில் முதலீடு செய்வதற்கு அவர்களுக்கு அதிகாரம் அளிக்கப்பட வேண்டும் என்றும் நாங்கள் ஆசைப்படுகிறோம். என்ன இருந்தாலும், சமுதாயப் பிரமிடின் ஒவ்வொரு தளத்திலும் இருக்கின்ற மக்கள் தங்களுடைய மனித மூலதனத்தைப் பெருக்கிக் கொள்ள வேண்டுமல்லவா? மக்களின் வங்கிக் கணக்கில் நேரடியாக வரவு வைக்கப்படுகின்ற பணம் இதைத்தான் செய்கிறது.

வாசகர்: *தேசிய சாம்பியன்களைப் பற்றி நீங்கள் என்ன சொல்கிறீர்கள்? உலகிலுள்ள பகாசூர நிறுவனங்களுக்கு அளவில் இணையாக உள்ள ஒரு சில தேசிய நிறுவனங்கள் இருந்தால் நன்றாகத்தானே இருக்கும்?*

ஆசிரியர்: அது உண்மைதான். உலக அளவில் போட்டி போடுகின்ற தேசிய நிறுவனங்கள் இருந்தால் அருமையாகத்தான் இருக்கும். ஆனால், நாம் சில தேசிய நிறுவனங்களை ஒதுக்கித் தள்ளிவிட்டு, ஒரு சில நிறுவனங்களுக்கு மட்டும் பாரபட்சமான சலுகை காட்டுதல் மூலமாகவோ, அல்லது அந்நிய நிறுவனங்களை இந்தியாவுக்குள் வரவிடாமல் தடுப்பதன் மூலமாகவோ, அல்லது ஆட்சியாளர்களின் செல்லப் பிள்ளைகளாக இருக்கின்ற சில தொழிலதிபர்களோடு கூட்டுத் தொழில் செய்யும்படி பன்னாட்டு நிறுவனங்களை நிர்ப்பந்திப்பதன் மூலமாகவோ தேசிய நிறுவனங்களை வளர்த்தெடுப்பதில் ஈடுபட்டால், அந்தத் பெரும் தொழிலதிபர்கள் தங்களுடைய இலாபத்தைப் பன்மடங்கு பெருக்குவதற்கு நம்முடைய நுகர்வோர் அதிக விலை கொடுக்க வேண்டியிருக்கும். நீண்டகால நோக்கில் பார்க்கும்போது, அவர்கள் ஆட்சியாளர்களின் அரவணைப்பு அல்லது மானியங்களின் உதவியுடன் வளர்ந்திருந்தால், அவர்களால் தாக்குப்பிடித்து நிற்க முடியுமா என்பது சந்தேகம்தான். அதனால், ஒரு சில நிறுவனங்களுக்குச் சிறப்புச் சலுகை காட்டுவதற்குப் பதிலாக, அனைத்து நிறுவனங்களும் வளர்வதற்கு உகந்த ஆரோக்கியமான ஒரு சூழலை நம் நாட்டுக்குள் நாம் உருவாக்க வேண்டும். அப்போது சாம்பியன்கள் உருவாவர். அப்படிப்பட்டப் பல சாம்பியன்களை நாங்கள் இந்தப் புத்தகத்தில் சுட்டிக்காட்டியுள்ளோம். அதேபோல, போட்டியைத் தாக்குப்பிடிக்க முடியாமல் போனால், சாம்பியன்கள் தங்களுடைய இடங்களைக் காலி செய்தாகவும் வேண்டும்.

வாசகர்: அது எனக்குப் புரிகிறது. வளர்வதற்கு நமக்குப் புதிய யோசனைகள் தேவை என்பது உண்மைதான். ஆனால், இப்போதெல்லாம் அடிக்கடி ‘உலக ஆசான்’ என்ற வார்த்தை காதில் விழுகிறதே! அதனால் எந்தப் பிரயோஜனமும் இல்லை என்று சொல்கிறீர்களா?

ஆசிரியர்: உலக ஆசான் என்றால் என்ன அர்த்தம்? உலகிற்குக் கற்றுக் கொடுப்பவர். ஆனால், நாம் என்ன செய்து கொண்டிருக்கிறோம்? தற்போது, யோசனைகளையும் அறிவுசார் சொத்துகளையும் உலகின் பிற நாடுகளிலிருந்து நாம் இறக்குமதி செய்து கொண்டிருக்கிறோம். வருங்காலத்தில் நாம் அவற்றை ஏற்றுமதி செய்யக்கூடிய நிலையில் இருப்போம் என்று நாங்களும் நம்புகிறோம். ஆனால், இன்று நாம் அந்த இடத்தில் இல்லை.

எங்களைத் தவறாக நினைக்காதீர்கள். இந்தியா, கடந்தகாலத்தில் பல நூற்றாண்டுகளாக ஆன்மிக உலகின் மையமாகவும், அறிவுசார் அதிகார மையமாகவும் விளங்கி வந்திருந்தது. ஆனால், நவீன அறிவியல் நம்மைக் கடந்து சென்றுவிட நாம் அனுமதித்துவிட்டோம். காலனியாதிக்கம் நம்முடைய வளங்களைச் சூறையாடிவிட்டது. தொழிற்புரட்சியை நாம் கண்காணாத தூரத்திலிருந்துதான் அவதானித்துக் கொண்டிருந்தோம். அதனால், நம்முடைய தன்னம்பிக்கை சரிந்தது. நம்முடைய மனஉறுதியை வலுப்படுத்திக்

கொள்வதற்காக, நம்முடைய கடந்தகாலப் பெருமைகளை நமக்கு நாமே நினைவுபடுத்திக் கொள்ள வேண்டியிருக்கிறது. இப்போது நாம் நம்முடைய பொருளாதாரத்தையும் நம்முடைய சமுதாயத்தையும் மீண்டும் கட்டியெழுப்பிக் கொண்டிருக்கிறோம். அதில் நம்முடைய அறிவுசார் செயல் வல்லமையும் தொழில்நுட்பச் செயல் வல்லமையும் அடங்கும். இந்த முயற்சியில் நாம் கடந்தகாலத்திலிருந்து உத்வேகம் பெறுவது நல்லதுதான் என்றாலும், கடந்தகாலத்தில் வாழ்ந்து கொண்டிருப்பது நல்லதல்ல.

“அமைதியாகக் கடினமாக உழையுங்கள். வெற்றியின் சத்தம் உங்களை அறிவிக்கட்டும்,” என்ற கூற்றை நீங்கள் கேள்விப்பட்டிருக்கலாம். நமக்கென்று ஒரு நேரம் பிறக்கும். அப்போது நாம் ஓர் உலக ஆசானாக ஆகலாம். அது விரைவில் நிகழும் என்று நாம் நம்புவோமாக. முதலில், அதற்குத் தேவையான கடின உழைப்பில் நாம் ஈடுபடலாம். மற்றொன்று: பிறர் நம்மை உலக ஆசான் என்று பிரகடனப்படுத்தட்டும்.

வாசகர்: சரி. இந்தியாவை இப்போது ஆண்டு கொண்டிருக்கின்ற தலைவரை எனக்குப் பிடிக்கும். முடிவே இல்லாமல் நீடித்துக் கொண்டே போகின்ற ஆலோசனைக் கூட்டங்களால் முடங்கிப் போகாமல் துணிச்சலான முடிவுகளை அவர் எடுக்கிறார். பண மதிப்பு நீக்க நடவடிக்கை, கொரோனா பெருந்தொற்றின்போது போடப்பட்டக் கறாரான பொதுமுடக்கம் போன்ற கடினமான தீர்மானங்கள் உடனடியாக எடுக்கப்பட்டன. இது போன்ற ஒரு தலைவரிடம் நாம் ஏன் தீர்மானங்கள் எடுக்கின்ற அனைத்து அதிகாரங்களையும் மையப்படுத்தக்கூடாது?

ஆசிரியர்: சரியான வழியில் பயன்படுத்தப்பட்டால் மட்டுமே அரசியல் வசீகரமும் கவர்ச்சியும் ஒரு நாட்டை இணைக்கின்ற ஆற்றல்மிக்கதொரு சக்தியாக இருக்கும். ஆனால், விவாதங்களும் ஒருமித்தக் கருத்து உருவாக்கமும் எப்போதுமே தீர்மானங்களை மேம்படுத்துகின்றன. 1969 இல் இரவோடு இரவாக அறிவிக்கப்பட்ட வங்கிகளின் தேசியமயமாக்கமும், 1975 இல் கொண்டுவரப்பட்ட நெருக்கடி நிலையும், திடீரென்று, பெரிய விவாதங்கள் ஏதுமின்றிக் கொண்டுவரப்பட்டவையே. அவை நாட்டுக்கு நன்மை செய்திருந்ததாக ஒரு சிலரே சொல்வர்.

இப்போது ஆட்சியில் இருக்கின்ற அரசாங்கத்தால் 2016 நவம்பரில் திடீரென்று கொண்டுவரப்பட்டப் பண மதிப்பு நீக்க அறிவிப்பு, இந்தியாவின் முறைசாரா பொருளாதாரத்தின் முதுகெலும்பையே முறித்துவிட்டது; சிறு தொழில் நிறுவனங்கள் கடுமையாக பாதிக்கப்பட்டன; கோடிக்கணக்கான மக்கள் கடும் துயரங்களை அனுபவித்தனர். ஆனால், அது கருப்புப் பணத்தின்மீது சொல்லிக் கொள்ளும்படியான தாக்கம் எதையும் ஏற்படுத்தவில்லை. அதைத் தொடர்ந்து. அதுவரை அதிகரித்து வந்திருந்த பொருளாதார வளர்ச்சி, படிப்படியாகக் குறையலாயிற்று. 2019 இல், கொரோனா பெருந்தொற்றுக்குச் சற்று முன்பாக அது அதலபாதாளத்தைத் தொட்டிருந்தது.

எந்தவிதமான திட்டமிடுதல்களும் முன்தயாரிப்புகளும் இல்லாமல், 2020 மார்ச் மாதம் அறிவிக்கப்பட்டக் கொரோனா பெருந்தொற்றுப் பொதுமுடக்கம், உலகிலுள்ள மாபெரும் பொருளாதாரங்களிடையே மிக மோசமான காலாண்டுப் பொருளாதாரப் பின்னடைவை ஏற்படுத்தியது. தாராளமயமாக்கத்திற்குப் பிறகு இந்தியா சந்தித்திருந்த மிகப் பெரிய பின்னடைவு அது என்பதில் சந்தேகமில்லை. நாடே முடங்கிப் போனதால், இலட்சக்கணக்கான கூலித் தொழிலாளர்கள் தங்களுடைய குழந்தைகளைத் தங்களுடைய தோள்களில் சுமந்து கொண்டு, பல்லாயிரக்கணக்கான மைல்கள் நடந்தே தங்களுடைய சொந்தக் கிராமங்களுக்குப் போய்ச் சேர வேண்டியதாயிற்று. 2021 ஏப்ரல்-மே மாதங்களில் மேலும் வீரியத்துடன் தாக்கிய கொரோனா வைரஸின் இரண்டாவது கோர தாண்டவத்தைப் பற்றி நாங்கள் ஏற்கனவே குறிப்பிட்டிருந்தோம். எந்த அளவுகோலின்படி பார்த்தாலும், மன்னிக்கப்பட முடியாத, திறமையற்ற நிர்வாகக் குளறுபடி அது. அதன் படுபயங்கரமான பாதிப்புகள் நடந்து முடிந்த பிறகு, ஆறுதலளிக்கும் விதமாக, தடுப்பூசித் திட்டம் செம்மையாகச் செயல்படுத்தப்பட்டது.

2020 செப்டம்பரில் வேளாண் சட்டங்களைத் திணிக்க மேற்கொள்ளப்பட்ட அரசியல் தீர்மானம், அதனால் பாதிக்கப்படவிருந்த மக்களுடன் எந்தவிதத்திலும் கலந்தாலோசிக்கப்படாமல் எடுக்கப்பட்டது. அது மாபெரும் எதிர்ப்பு அலையைத் தோற்றுவித்ததால், வேளாண் துறையில் உடனடி எதிர்காலத்தில் சீர்திருத்தங்கள் கொண்டுவரப்படுவதற்கான வழிகளை அது அடைத்துவிட்டது. துரதிர்ஷ்டவசமாக, நம்முடைய விவசாயிகளுக்கு விவேகமான வேளாண் சீர்திருத்தங்கள் தேவை. ஆனால், அது விரைவில் நடப்பதற்கு வாய்ப்பேதும் இல்லை.

இந்த மோசமான தீர்மானங்களை இணைக்கின்ற அம்சமாக இருந்தவை எவையெவை? துணிச்சலும் தீர்க்கமான தீர்மானம் எடுக்கக்கூடிய திறனும் தன்னிடம் இருந்ததாகக் காட்டிக் கொள்வதற்குத் தலைமைத்துவம் கொண்டிருந்த ஆசை; வல்லுநர்களின் அபிப்பிராயங்களைக் கேட்கத் தயாராக இல்லாமை; ஏற்கத்தக்க ஆலோசனைகளைத் தன்னகத்தே வைத்திருந்த எதிர்க்கட்சிகளின் குரலுக்குச் செவி சாய்க்க விருப்பமின்மை. அத்தீர்மானங்கள் திடீரென்று எடுக்கப்பட்டதால், அதற்குப் பெரிய அளவில் முன்தயாரிப்புகள் எதுவும் மேற்கொள்ளப்பட்டிருக்கவில்லை. இதுபோன்ற தீர்மானங்கள், ஒரு பலவீனமான தலைவர் பலருடைய ஒத்திசைவுடனும் படிப்படியாகவும் எடுக்கின்ற தீர்மானங்களோடு ஒப்பிடுகையில், நம்முடைய மக்கள்மீது மிக அதிக பாதிப்பையும், நீண்டகால நோக்கில் மிக மோசமான விளைவுகளையும் ஏற்படுத்துவதாக இருக்கும். என்ன இருந்தாலும், 1990களில், பொருளாதாரச் சீர்திருத்தங்களின் அடிப்படையில் தாக்கல் செய்யப்பட்ட வரவு-செலவுத் திட்டங்கள் அனைத்துமே கூட்டணி அரசுகளால்தாம் கொண்டு வரப்பட்டிருந்தன.

வாசகர்: தற்போதைய தலைவர், ஜனநாயக முறைப்படி மக்களின் ஏகோபித்த ஆதரவைப் பெற்றுத்தானே பதவிக்கு வந்திருக்கிறார்? அப்படியிருக்கும்போது, அவர் மேற்கொள்கின்ற தீர்மானங்களை நீங்கள் எப்படிக் கேள்வி கேட்கலாம்?

ஆசிரியர்: இது ஒரு நல்ல கேள்விதான். தேர்தல்களின் மூலம் ஓர் அரசு மக்களின் ஆணையைப் பெறுகிறது. அப்படி மக்களால் தேர்ந்தெடுக்கப்படுகின்ற எந்தவோர் அரசாங்கமும், நாட்டுக்கு நல்லது என்று அது நினைக்கின்ற விஷயங்களை நேர்மையாகப் பின்தொடர்கின்றபோது தவறிழைக்கக்கூடும். அது இயல்பானதுதான். அதனால், தேர்ந்தெடுக்கப்பட்ட எந்தவோர் அரசும் அலசலுக்கும் விமர்சனத்திற்கும் ஆளாக்கப்பட வேண்டும். அப்படிச் செய்யப்படும்போது, அரசு தன் பாதையில் தடம்புரண்டால், அதனால் பொருத்தமான திருத்தங்களைச் செய்து கொள்ள முடியும். ஜனநாயகம் அப்படித்தான் இயங்க வேண்டும்.

விமர்சனங்களுக்கு வழியேதும் இல்லையென்றால், சோவியத் ஒன்றியத்திற்கு நிகழ்ந்த கதிதான் நமக்கும் ஏற்படும். இறுதியில் அது உடைந்து நொறுங்கிய காலம்வரை, கம்யூனிசக் கட்சி அதிகாரபூர்வமாக என்ன சொல்லியதோ அது மட்டும்தான் மக்களின் காதுகளுக்குப் போய்ச் சேர்ந்து கொண்டிருந்தது. அதற்காக அங்கிருந்த பொதுமக்கள் அனைவருமே முட்டாளாக்கப்பட்டுக் கொண்டிருக்கவில்லை. அரசின் அமைப்புமுறையில் இருந்த குறைகளை மக்கள் அறிந்துதான் இருந்தனர். ஆனால், ஆட்சி அதிகாரத்தின் காரணமாக மக்களிடமிருந்து அந்நியப்பட்டுப் போயிருந்த தலைவர்களுக்கு, சரியான தீர்மானங்களை மேற்கொள்ளத் தேவையான சரியான தகவல்கள் ஒருபோதும் கிடைக்கவில்லை.

நெருப்பில் நீங்கள் உங்களுடைய விரலைக் காட்டுகின்றபோது அது உங்களுக்கு வலி ஏற்படுத்துவதால், நீங்கள் உடனே உங்கள் விரலை நெருப்பிலிருந்து எடுத்துவிடுகிறீர்கள். ஆனால், உங்களுடைய விரலை மரத்துப் போகச் செய்கின்ற மருந்து உங்கள் உடலில் செலுத்தப்பட்டிருந்தால் உங்களால் வலியை உணர முடியாது என்பதால், நீங்கள் உங்கள் விரலை விலக்கிக் கொள்ள மாட்டீர்கள். அதனால் உங்களுடைய உடல் மிக மோசமாக பாதிப்படையும். இதைப் போன்றதுதான் அரசின் முன் வைக்கப்படுகின்ற விமர்சனங்களும். ஓர் அரசாங்கம் விமர்சனங்களை ஒடுக்கும்போது, அது இருட்டில் தவிக்கிறது.

பண மதிப்பு நீக்க நடவடிக்கையையும் கொரோனா பெருந்தொற்று நிர்வாகத்தையும் அரசு தன்னுடைய வெற்றிகளாக நிலைநிறுத்திக் கொள்வதில் வெற்றியடைந்திருந்தது ஒரு சுவாரசியமான விஷயம்தான். அப்படி நீங்கள் நம்பிக் கொண்டிருந்தால், பின்வரும் கேள்வியை உங்களை நீங்களே கேட்டுக் கொள்ளுங்கள்: கொரோனா பெருந்தொற்று முடிந்த பிறகு, எண்ணற்ற நாடுகள், தாம் அந்த விவகாரத்தை எவ்வாறு கையாண்டோம் என்பது

குறித்துத் தனிப்பட்ட விசாரணைகள் மேற்கொண்டன. இந்தியா மட்டும் ஏன் அதைச் செய்யவில்லை? நீங்கள் உங்களுடைய ஓர் உறவினரையோ அல்லது நண்பரையோ கொரோனாவுக்குப் பறி கொடுத்திருந்தால், விஷயங்கள் எங்கே தவறாகப் போயின, அதை வேறு எப்படி மேம்பட்ட முறையில் செய்திருக்கலாம் என்பதை அறிந்து கொள்ள உங்களுக்கு உரிமை இருக்கிறது, இல்லையா? இப்போதைய அரசாங்கம் தான் மார்தட்டிக் கொண்டபடி அதைச் சிறப்பாகச் செய்திருந்தால், ஒரு விசாரணையை நடத்த அது ஏன் தயங்க வேண்டும்? அது அதை வரவேற்கத்தானே வேண்டும்?

வாசகர்: பொருளாதாரம் குறித்துக் கடைசியாக ஒரு கேள்வி. வேலை வாய்ப்பைப் பொறுத்தவரை நாம் மிகவும் மோசமாகச் செயல்பட்டுக் கொண்டிருக்கிறோம் என்று நீங்கள் கூறுகிறீர்கள். நிலைமை அப்படி இருந்தால், நம்முடைய இளைஞர்கள் ஒன்றுசேர்ந்து இது குறித்து ஏன் போராட்டங்களில் குதிக்கவில்லை? அப்படியானால், நீங்கள் கூறுவது தவறாகத்தான் இருக்க வேண்டும்.

ஆசிரியர்: 2022 ஆம் ஆண்டின் கோடைக்காலத்தில், நம்முடைய இராணுவம் அக்னிபத் திட்டத்தை அறிவித்தபோது இளைஞர்கள் போராட்டத்தில் குதித்தது உங்களுக்கு நினைவிருக்கலாம். அதேபோல, 2022 ஜனவரியில் இந்திய இரயில்வேக்கு ஆட்கள் எடுப்பதில் குளறுபடிகள் நடந்திருந்ததாகச் செய்திகள் வந்தபோதும் இளைஞர்கள் கொதித்தெழுந்தனர். 2020-21 இல் நடைபெற்ற விவசாயிகளின் எதிர்ப்புக்கூட, அவர்கள் தங்களுடைய வாழ்வாதாரம் பறிபோய்விடாமல் இருப்பதற்காக மேற்கொண்ட போராட்டம்தான். ஆனால், எந்தவோர் அரசியல் கட்சியாலும் அந்த விவசாயிகளின் விரக்தியை, தொடர்ச்சியான, நோக்கத்துடன்கூடிய ஓர் எழுச்சிக் குரலாக மாற்ற முடியவில்லை. மக்கள் பெரிய அளவில் போராடவில்லை என்பதால் சமுதாயத்தில் விரக்தியே நிலவிக் கொண்டிருக்கவில்லை என்று அர்த்தமில்லை. அது வெவ்வேறு விதங்களில் வெளிப்பட்டுக் கொண்டிருக்கிறது. மணிப்பூரில் குகி இனத்தவர்களுக்கு இருக்கின்ற அதே இட ஒதுக்கீட்டுச் சலுகைகள் தங்களுக்கும் வேண்டும் என்று கேட்டு மெய்தெய் இனத்தவர் போராடியது இதற்கான ஓர் எடுத்துக்காட்டு.

வேறு சில காரணிகளும் இதில் தலையிடுகின்றன. 'மக்களின் தற்போதைய பொருளாதார நிலைமை கடினமாக இருந்தால்கூட, வருங்காலம் பிரகாசமாக இருக்கும் என்ற நம்பிக்கையை அவர்களுடைய மனங்களில் விதைப்பதில் தற்போதைய அரசியல் தலைமை வெற்றி பெற்றிருப்பதாக' ரிசர்வ் வங்கியின் அறிக்கை ஒன்று தெரிவிப்பதாக டி.என்.நய்னன் சுட்டிக்காட்டுகிறார். இது ஒருவிதமான அரசியல் சாதனையாக இருக்கலாம். ஆனால், இது கண்டிப்பாக ஒரு பொருளாதாரச் சாதனை அல்ல. ஏனெனில், மக்களின் பொருளாதாரம் அடிப்படையில் எந்தவிதத்திலும் மேம்பட்டிருக்கவில்லை.

அரசாங்க வேலை குறித்து மக்களிடம் ஒரு நம்பிக்கை நிலவுகிறது.

அரசு வேலைக்கான தேர்வுகளில் வெற்றி பெறுவதற்கு மிக மிகக் குறைவான வாய்ப்புகள் இருந்தும், இலட்சக்கணக்கானோர் அவற்றை எழுதிக் கொண்டிருக்கிறார்கள். இந்தியாவில் தலைவிரித்தாடிக் கொண்டிருக்கின்ற வேலையில்லா திண்டாட்டம் குறித்துப் போதிய அளவு தரவுகள் இல்லாமையாலும், புதிய இந்தியா என்ற பிம்பம் பிரமாதமாகக் கட்டமைக்கப்பட்டு வருவதாலும், அரசுத் தேர்வுகளில் அமர்வதற்கான தங்களுடைய உச்சபட்ச வாய்ப்புகள் அனைத்தும் காலியாகியும் தங்களுக்கு வேலை கிடைக்காமல் இருந்தால், அமைப்புமுறையில் குறையொன்றும் இல்லை, தங்களுக்குத்தான் திறமை போதவில்லை என்ற முடிவுக்கு மக்கள் வருவது இயற்கைதான்.

பெரும்பான்மை மக்கள், தங்களுக்குக் கிடைக்கின்ற இலவச தானியங்களையும் நேரடியாக அவர்களுடைய வங்கிக் கணக்குகளில் போடப்படுகின்ற சொற்பத் தொகையையும் வைத்து எப்படியோ தங்கள் வயிற்றைக் கழுவிக் கொண்டிருக்கின்றனர். ஆனால், அவர்கள் தங்களுடைய அவல நிலையின்மீது கவனம் செலுத்தாமல் பார்த்துக் கொள்வதற்கு அவர்களுடைய கவனம் திசை திருப்பப்பட்டாக வேண்டும். மக்களைத் துண்டாடுகின்ற மதம், கலாச்சாரம் போன்ற விஷயங்கள்தாம் அவர்களுடைய கவனத்தைத் திசை திருப்புவதில் முக்கியப் பங்கு வகிக்கின்றன. அலைபேசி மூலமாக வழங்கப்படுகின்ற மலிவு விலைத் தரவுகளும் சமூக ஊடகங்களும் இதற்குத் துணை போகின்றன.

இப்போது நீங்கள் ஏதோ ஒரு மாநகருக்கு அல்லது நகருக்குச் சென்றாலோ, அல்லது ஒரு கிராமத்திற்குச் சென்றாலோகூட, அங்கிருக்கின்ற இளம் தலைமுறையினர், தங்களுக்குக் கட்டுப்படியாகின்ற விலையில் வாங்கி வைத்துள்ள அலைபேசிகளில் மணிக்கணக்காக இணையத்தில் மேய்ந்து கொண்டிருப்பதை உங்களால் காண முடியும்.

அலைபேசிகளில் இணையச் சேவையை வழங்கியது இந்தியாவில் ஒரு மாபெரும் புரட்சியைத் தோற்றுவித்தது. வணிகம், கல்வி, அரசு நிர்வாகம் போன்றவற்றை அணுகுவதை அது எளிதாக்கியது. ஆனால், கூடவே, எதிர்பாராத ஒரு மோசமான பின்விளைவும் ஏற்பட்டது. வேலை கிடைப்பது குதிரைக் கொம்பாக ஆன காரணத்தால், அந்த இளைஞர்களின் உள்ளார்ந்த ஆற்றலை அது வீணாக்கியது. மத்தியக் காலகட்டத்தில் இந்தியாவை ஆண்ட முகலாயப் பேரரசர்கள் என்ன தவறுகள் செய்தார்கள் அல்லது செய்யவில்லை என்பது குறித்தும், தற்போதைய காலகட்டத்தில் அவற்றின் பொருத்தம் குறித்தும் விவாதிப்பதற்கு எண்ணற்ற மணிநேரத்தை அவர்கள் செலவழிக்கின்றனர். மொத்த வரலாற்றுப் பாடப்புத்தகமும் 'வாட்ஸ்அப்பிலேயே' எழுதப்பட்டுக் கொண்டிருக்கிறது.

படுமோசமான வறுமையைப் பெருமளவுக்கு ஒழித்துக் கட்டியதற்குப் பிறகு, அதன் அடுத்தக் கட்டமான, ஓரளவு திருப்திகரமான ஒரு வாழ்க்கையை, நம்முடைய இலட்சக்கணக்கான இளைய தலைமுறையினருக்கு அரசால் ஒருபோதும்

கொடுக்க முடியவில்லை. 'அச்சே தின்' (நல்ல நாட்கள் வந்து கொண்டிருக்கின்றன) என்ற வாக்குறுதியை நம்பி வாக்களித்த இளைஞர்கள், அப்படிப்பட்ட விடிவுகாலம் எதுவும் பிறக்காமல் போன காரணத்தால் கடும் விரக்தியடைந்தபோதிலும், பெரிய அளவில் அதற்காகப் போராடாமல் போனதற்குக் காரணம், சமூக ஊடகங்கள் அவர்களைத் திசை திருப்பியிருந்ததுதான். இருப்பினும், இது நீடிக்க முடியாது. "நாங்கள் இப்படி ஒரு மாயையில் சிக்குண்டு கிடந்தபோது நீங்கள் என்ன செய்து கொண்டிருந்தீர்கள்?" என்று அந்த இளைஞர்கள் நம்மிடம் கேட்டால், ஒரு தேசமாக நாம் என்ன பதில் சொல்லப் போகிறோம்?

வாசகர்: உம் . . . உங்களுடைய விளக்கம் குறித்து நான் சிந்திக்க வேண்டும். சரி. இப்போது நாம் அமைப்புகள் பக்கம் செல்லலாம். இந்திய அமைப்புகள் அச்சுறுத்தலுக்கு ஆளாகியுள்ளனவா? அது உண்மையெனில், அதற்கு என்ன காரணம்?

ஆசிரியர்: இந்நூலின் தொடக்கத்தில் நாங்கள் வாதிட்டிருந்ததுபோல, நம் நாட்டை நிர்மாணித்தவர்கள், அரசியல் தலைவர்களின் நல்ல நோக்கங்களின்மீது நம்பிக்கை வைத்திருந்தனர். அரசியல் தலைவர்களின் தன்னிச்சையான நடத்தைகளுக்குக் கடிவாளம் போடுகின்ற ஏற்பாடுகளைச் செய்திருந்தனர். ஆனால், நெருக்கடி நிலைக் காலகட்டத்தின்போது, அவற்றின் போதாமை தெள்ளத் தெளிவாக வெளிப்பட்டது. அதற்குப் பிறகு, நாம் நம்முடைய அரசு அமைப்புகளை வலுப்படுத்த முயன்று வந்தோம். ஆனால், இது ஒரு தொடர்ச்சியான பணி. எடுத்துக்காட்டாக, அருண் ஜெட்லி நிதியமைச்சராக இருந்தபோது, நெருக்கடி நிலைக் காலகட்டத்தின்போது நம்முடைய ஊடகங்கள் எந்த அளவுக்கு முதுகெலும்பற்று இருந்தன என்பதை அடிக்கடி நினைவுகூர்ந்தார். நம்முடைய ஊடகங்கள், அடிப்படையில் அரசை நம்பி இருக்கின்றன. அதைச் சந்தர்ப்பவாத ஆட்சியாளர்கள் தங்களுக்குச் சாதகமாகப் பயன்படுத்திக் கொள்கின்றனர். இது மாறியே ஆக வேண்டும். ஏனெனில், ஊடகங்களால் சுதந்திரமாகச் செயல்பட முடியாமல் போனால், அரசின் நடத்தையைக் கட்டுப்படுத்துவதில் தலையாய பங்கு வகிக்கின்ற ஒரு முக்கியமான ஜனநாயகத் தூணை நாம் இழந்துவிடுவோம்.

அதோடு, பொதுவாக, நாம் உச்ச நீதிமன்றம், தேர்தல் ஆணையம் போன்ற ஜனநாயக அமைப்புகளை வலுப்படுத்த வேண்டும். அதன் நோக்கம் பொருளாதார வளர்ச்சியை அதிகப்படுத்துவதாக இருந்தால்கூடப் பரவாயில்லை. ஜனநாயக அமைப்புகளில் நியமனங்கள் எப்படி மேற்கொள்ளப்பட வேண்டும் என்பதற்கான பரிந்துரைகள் உட்பட, இவை முழுமையான சுதந்திரத்துடன் செயல்படுவதற்கான சில வழிகளை நாங்கள் ஏற்கனவே குறிப்பிட்டிருந்தோம். நாம் இந்த நடவடிக்கைகளைத் துவக்கினால் இந்த அமைப்புகள் ஒன்றையொன்று வலுப்படுத்தும். எங்களுடைய நோக்கம் தாராளவாதச் சிந்தனையுடைய மேட்டுக்குடியினரால்

கட்டுப்படுத்தப்படுகின்ற திட்டம் அல்ல; மாறாக, வளர்ச்சியின் பயன்கள் ஒவ்வோர் இந்தியனையும் சென்றடைவதை உறுதி செய்வதற்கு உதவுகின்ற, வலுவான, ஆரோக்கியமான, துடிப்பான, அசைக்கப்பட முடியாத அமைப்புகளை அடித்தளமாகக் கொண்ட வெகுஜன ஜனநாயகத் திட்டமே எங்கள் நோக்கம்.

வாசகர்: சரி. இப்போது நாம் நம்முடைய சமுதாயம், கலாச்சாரம் மற்றும் வரலாற்றின் பக்கம் செல்லலாம். அவற்றைப் பற்றிய உங்களுடைய கண்ணோட்டம் தவறானது என்று நான் நினைக்கிறேன்.

ஆசிரியர்: நண்பரே, இங்கு நாம் யார் பக்கம் தவறு உள்ளது என்பதை நிரூபிக்கும் முயற்சியில் இறங்கியிருக்கவில்லை. இங்கு நாம் ஒரு விவாதம் நடத்திக் கொண்டிருக்கிறோம். அதன் ஊடாக, நாம் சரியான பாதையைக் கண்டறிய முயன்று கொண்டிருக்கிறோம். இந்தியா வெற்றியடைய வேண்டும் என்பதும், அதன் அனைத்து மக்களும் வளமுடன் இருக்க வேண்டும் என்பதும்தான் நம் அனைவரின் விருப்பமாக இருக்கிறது. சரி, நாம் சமுதாயத்தைப் பற்றியும் கலாச்சாரத்தைப் பற்றியும் பேசலாம். அதைப் பற்றி உங்களுக்கு என்ன சந்தேகம் இருக்கிறது?

வாசகர்: நான் நேரடியாகவே விஷயத்திற்கு வந்துவிடுகிறேன். இந்து மதத்தினரின் நலன்களைப் பாதுகாக்கின்ற ஓர் அரசுதான் எனக்கு வேண்டும். 1,200 ஆண்டுகளாக அடிமைப்பட்டுக் கிடந்த பிறகு இப்படிக் கேட்பது தவறா? பெரும்பாலான சிறுபான்மையினர் வெளிநாட்டவர். அல்லது, குறைந்தபட்சம் அவர்கள் முழு இந்தியர்கள் அல்லர். இந்த நாட்டில் தங்களுடைய இடம் எதுவென்று அவர்கள் அறிந்து கொள்ள வேண்டும். நம்முடைய இந்து மத வேருக்குத் திரும்புவது நம்மை ஒரு வலுவான தேசமாக ஆக்கும், அவ்வளவுதான்.

ஆசிரியர்: உங்களுடைய கேள்வி உணர்ச்சிபூர்வமானது. அதனால், நாங்கள் கூறுவது முழுமையையும் பொறுமையாகக் கேளுங்கள். இந்திய மக்கள் அனைவரின் நலன்களையும் பாதுகாப்பதுதான் ஓர் இந்திய அரசின் கடமை. இந்திய மக்கட்தொகையில் 80 சதவீதத்தினர் இந்துக்கள் என்பதால், அவர்களுடைய வாழ்க்கைமுறை மற்றும் அவர்களுடைய நலன்களைப் பாதுகாப்பது தொடர்பான அரசாங்கக் கொள்கைகள் இருக்கத்தான் செய்யும். அதில் தவறொன்றும் இல்லை. ஆனால், பிற மதத்தினரிடம் அரசு பாரபட்சமாக நடந்து கொள்ள முடியாது. குறைந்தபட்சம், நம்முடைய அரசியலமைப்புச் சட்டத்தின் கட்டமைப்பிற்குள்ளாவது அது அப்படி நடந்து கொள்ள முடியாது. அது குறித்து நாம் பெருமைதான் கொள்ள வேண்டும்.

சுதந்திரத்தின்போது, இரண்டு நாடுகள் இருவேறு கொள்கைகளின் அடிப்படையில் உருவாக்கப்பட்டன. பாகிஸ்தான் தன்னை ஓர் இஸ்லாமிய நாடாகப் பிரகடனப்படுத்திக் கொண்டது. இந்தியாவில், சட்டத்திற்கு முன் அனைவரும் சமம் என்ற கண்ணோட்டத்தைக்

கொண்ட ஒரு குடியரசாக இருக்க நாம் விரும்பினோம். ஆனால், இந்தியாவில் இருந்த சிறுபான்மையினர், குறிப்பாக, இந்தியா சுதந்திரம் அடைந்தபோது, இந்தியாவில் தங்கிவிடுவதைத் தேர்ந்தெடுத்திருந்த காரணத்தால், பாதுகாப்பற்றவர்களாக உணர்ந்த இஸ்லாமியர் பாதுகாப்பாக உணர வேண்டும் என்பதில் நாம் கவனமாக இருந்தோம். நவீன இந்தியாவின் முக்கிய அடிப்படைக் கொள்கை இதுதான்.

இந்து மதத்தைப் பற்றிய எங்களுடைய கண்ணோட்டத்தையும் நாங்கள் விளக்குகிறோம். நம்முடைய இந்து மத வேருக்குத் திரும்பிச் செல்வது என்பது எதை உள்ளடக்கியிருக்கிறது? ராமனும் கிருஷ்ணனும், சிவனும் துர்க்கையும் அவதரித்த பூமி இது. இந்து மதம் காலம் கடந்து நிற்கின்ற ஒன்று. ஆனால், இந்து மதம், அதன் அடிப்படைச் சாராம்சத்தை அப்படியே வைத்துக் கொண்டு, நம்முடைய சூழல்களுக்கு ஏற்பத் தொடர்ந்து அதைத் தகவமைத்துக் கொள்ள நம்மை அனுமதிக்கிறது. அதைத்தான் இராமாயணமும் மகாபாரதமும் நமக்குக் கற்றுக் கொடுக்கின்றன. அருமையான கதைசொல்லுதல் மூலம் ஆன்மிக வழிகாட்டுதல்களை நடைமுறை எதார்த்தத்திற்கு அவை எடுத்துச் செல்கின்றன.

இந்தத் திறந்த மனப்பான்மைச் சிந்தனைதான், நம்முடைய பூமியில் சமணம், பௌத்தம், சீக்கியம் போன்ற வேறுபட்டப் பாரம்பரியங்கள் உருவாக வழி வகுத்தது என்று எங்களுக்கு முன்பு பலரும் வாதிட்டிருந்ததைப்போலவே நாங்களும் வாதிடுகிறோம். இதே திறந்த மனப்பான்மைச் சிந்தனைதான், கிறித்தவர், இஸ்லாமியர், யவணர், பார்சி உட்படப் பல்வேறு மத நம்பிக்கைகளைச் சார்ந்தவர்களை வரவேற்றது. நாத்திகமும் இந்து மதத்திற்கு உள்ளே இருந்த ஒரு சித்தாந்தம்தான். கடவுளின் இருத்தலைக் கேள்வி கேட்ட, பகுத்தறிவு மற்றும் அனுபவக் கல்விதான், அறநெறியுடன்கூடிய வாழ்க்கைமுறையின் அடித்தளமாக அமைய வேண்டும் என்று போதித்த சார்வாகம் என்ற சித்தாந்தத்தைப் பற்றி நீங்கள் கேள்விப்பட்டிருக்கக்கூடும்.

இந்தியாவுக்கு வெளியேயிருந்து, அதனுடன் போட்டி போட்டப் பல யோசனைகள் வந்து கொண்டிருந்தபோதிலும், இந்தத் திறந்த மனப்பான்மைதான், காலத்தைக் கடந்து நிற்கின்ற இந்த மதத்தை, கலாச்சாரத்தை அல்லது யோசனைகளின் தொகுப்பை (அதை நீங்கள் என்ன பெயரில் வேண்டுமானாலும் அழைத்துக் கொள்ளுங்கள்), செழிப்பாக இருக்க வைத்தது. இந்து மதத்திற்கு இந்தத் திறந்த மனப்பான்மை இல்லாமல் போயிருந்தால், அது இறுக்கமானதாகவும் பாதுகாப்புணர்வு இல்லாத ஒன்றாகவும் இருந்திருந்தால், அந்நிய மதங்களின் தொடர் தாக்குதலால் அது என்றோ சிதைந்து உருக்குலைந்து போயிருந்திருக்கும். திறந்த மனத்துடன் இருந்த அது வியாபித்தும் இருந்ததால், தன் மண்ணிற்கு வந்து சேர்ந்த அனைத்து யோசனைகளையும் சீர்தூக்கிப் பார்த்து, அவற்றுடன் முரண்பட்டு இருந்தாலும் அதே தளத்தில் இயங்குவதற்கான ஒரு வழிமுறையை அது வகுத்துக் கொண்டது. (தனிமனித சுதந்திரம், தாராண்மைவாதம்,

திறந்த சந்தை முதலாளித்துவம் ஆகியவற்றை முன்னிறுத்திய ஹயக்கியன் பொருளாதாரக் கொள்கையோடு ஒப்பிடத்தக்கது இது.) சில நேரங்களில், அது அவற்றின் கருத்துகளை சுவீகரித்துக் கொள்ளக்கூடச் செய்தது. சுஃபியிசம் இங்குத் தழைத்தோங்கியிருந்த பக்தி இயக்கத்துடனேயே சேர்ந்து வளர்ந்ததோடு, உலகின் பிற பகுதிகளைவிட இந்தியாவில் பெரும் உயரத்தையும் தொட்டது.

பல்வேறு கலாச்சாரங்கள் செழித்து வளர்ந்த இச்சூழலில் (இந்து மத நெறிமுறைகளின் செல்வாக்கு இதற்குக் காரணமாக அமைந்தது), நாம் அனைவரும் இந்த நிலத்தின் ஒரு பகுதியாகவும், இங்குத் தொடர்ந்து பரிணாம வளர்ச்சி அடைந்து கொண்டிருந்த அதன் கலாச்சாரத்தின் ஓர் அங்கமாகவும் ஆகிப் போனோம். தங்களுடைய தனிப்பட்ட வாழ்க்கையில் இந்து மதத்தைப் பின்பற்றுபவர்கள் மட்டும்தாம் 'நிஜ' இந்தியர்கள் என்ற கருத்தை நாங்கள் முற்றிலும் நிராகரிக்கிறோம். ஏ.பி.ஜே. அப்துல் கலாம், ஏ.ஆர். ரஹ்மான், திலீப் குமார், தாதாபாய் நௌரோஜி, ஹோமி பாபா, ஜாம்செட்ஜி டாடா, ஜூலியோ ரிபெய்ரோ, மன்மோகன் சிங், மன்சூர் அலி கான் பட்டோடி, மேரி கோம், மௌலானா ஆசாத், அம்ரித் கவுர், சாம் மானெக்ஷா, ஷபானா ஆஸ்மி, ஷாருக்கான் ஆகியோர் நவீன இந்தியாவின் முக்கியப் பங்களிப்பாளர்கள் இல்லையா? நம்முடைய தலைசிறந்த பள்ளிகள், கல்லூரிகள், மற்றும் மருத்துவமனைகளில் பல, அர்ப்பணிப்பான கிறித்தவ மதபோதகர்களால் தொடங்கப்பட்டவைதானே? அவற்றில் பல இன்றளவும் அவர்களாலேயே நடத்தப்பட்டும் வருகின்றன. உங்கள் பார்வையில் அவர்களெல்லாம் இந்தியர்கள் இல்லையா?

1980களின் பிற்பகுதியில் தூர்தர்ஷனில் ஒளிபரப்பாகிய மிகப் பிரபலமான மகாபாரதம் தொலைக்காட்சித் தொடர் உங்களுக்கு நினைவிருக்கிறதா? அதற்குத் திரைக்கதை மற்றும் வசனம் எழுதியவர் ராஹி மாசூம் ராசா என்ற இஸ்லாமியர் என்பது உங்களுக்குத் தெரியுமா? அந்தத் தொடரில் இடம்பெற்ற, காலம் என்ற உருவகத்தின் குரலைக் கற்பனை செய்தது ராசாதான். அத்தொலைக்காட்சித் தொடரின் இயக்குநரான பி.ஆர். சோப்ரா, ஒரு முறை, "மகாபாரதத்தின் கதையைக் 'காலம்' எப்படிச் சொல்லும் என்பதை ராசா என்னிடம் விவரித்ததைக் கண்ட உடனேயே, அவர்தான் என்னுடைய தொடரின் திரைக்கதாசிரியர் மற்றும் வசனகர்த்தா என்று நான் முடிவு செய்துவிட்டேன்," என்று கூறினார்.

ஒவ்வொரு ஞாயிறு காலையிலும் இலட்சக்கணக்கானவர்களை அவர்களுடைய தொலைக்காட்சியோடு கட்டிப் போட்ட அத்தொடரில் இடம்பெற்றக் குருச்சேத்திரப் போரில், அர்ச்சுனனிடம் கிருஷ்ணன் பேசிய அனைத்து வசனங்களும் ராசாவின் பேனாவிலிருந்து வெளிவந்தவையே. இன்னும் சொல்லப் போனால், அத்தொடரில் அர்ச்சுனன் கதாபாத்திரத்தை ஏற்று நடித்தவர்கூட ஓர் இஸ்லாமியர்தான்.

அமீர் குஸ்ரோ என்ற மாபெரும் கவிஞர் மற்றும் இசைக்கலைஞரால்

உருவாக்கப்பட்டதென்று கருதப்படுகின்ற 'கவ்வாலி' என்ற இசை வடிவம், பதின்மூன்றாம் நூற்றாண்டில், தில்லியிலுள்ள நிஜாமுதீன் பகுதியுள்ள தெருக்களில்தான் மெருகேற்றப்பட்டது. அதற்கு 700 ஆண்டுகளுக்குப் பிறகு, 'ராக்ஸ்டார்' என்ற இந்தித் திரைப்படத்தில் ரன்பீர் கபூர் பாடுவதுபோல வருகின்ற 'குன் ஃபயா குன்' என்ற பாடல் நிஜாமுதீன் தர்காவில்தான் படமாக்கப்பட்டது. அதில் வருகின்ற அந்தக் 'குன் ஃபயா குன்' என்ற வரியின் பொருள் குரானில் இடம்பெற்றுள்ள ஒரு முக்கியக் கருத்தோடு நெருங்கிய தொடர்புடையது.

நாங்கள் சொல்ல வருவது இதுதான்: பல கலாச்சாரங்கள் ஒன்றாகப் பின்னிப் பிணைந்துதான் அழகான இந்திய மொழி ஒன்றை உருவாக்கியுள்ளன. நம்மில் பலருடைய வாழ்க்கை அனுபவமாக மாறிப் போயுள்ள இந்த அழகை எப்படி மறுக்க முடியும்? அவை ஒருபோதும் சந்தித்திருக்காத ஒரு நதியின் இரு பக்கங்கள் என்பதுபோலவும், அவற்றுக்கு இடையே எந்தவிதமான பாலங்களும் ஒருபோதும் கட்டப்பட்டிருக்கவில்லை என்பதுபோலவும் எப்படி நம்மால் இப்போது அவற்றைக் கருத முடியும்? ஒன்றோடொன்று பின்னிப் பிணைந்துவிட்டுள்ள இந்தக் கலாச்சாரங்களை உங்களுக்குப் பிடிக்காமல் இருக்கலாம். ஆனால், இந்து மதம் அதனால் ஒருபோதும் அச்சுறுத்தலுக்கு உள்ளானதில்லை. பிற மதங்களுக்கு இரண்டாம் நிலை அந்தஸ்தைக் கொடுப்பதன் மூலம் இந்து மதத்தை நாம் பாதுகாக்கத் தேவையில்லை. இந்தியாவை நாம் பாகிஸ்தானின் ஒரு வடிவமாக ஆக்கிவிடக்கூடாது.

இன்னும் சொல்லப் போனால், அப்படிப்பட்ட ஒரு முயற்சி நம் நாட்டுக்குப் பெரும் தீங்கு விளைவிக்கும். நம்முடைய பெரும்பான்மைவாத அரசியல்வாதிகள், இந்திய இஸ்லாமியர்களை 'பாபரின் வாரிசுகள்' என்று முத்திரை குத்துவதன் மூலமும், 1,200 ஆண்டுகால 'அடிமைத்தனத்தைப்' பற்றிப் பேசுவதன் மூலமும், இஸ்லாமியர்களின் சொந்த அடையாளத்தையே கேள்விக்கு உட்படுத்துகின்றனர். பெரும்பாலான இஸ்லாமியர்கள் இதை அமைதியான முறையில்தான் எதிர்ப்பர். பத்திரிகையாளரும் நூலாசிரியருமான ஜியா உஸ் சலாம், கரண் தாப்பருக்கு அளித்த ஒரு பேட்டியில் இவ்வாறு கூறினார்: " 'இஸ்லாமியரற்ற இந்தியா' என்ற அவர்களுடைய கனவு நிறைவேற நான் ஒருபோதும் ஒத்துழைக்க மாட்டேன் . . . இது என் நாடு அல்ல; அதேபோல, இது உங்கள் நாடும் அல்ல; இது நம் நாடு."

வாசகர்: இதுவெல்லாம் சரிதான். நாம் மிக நீண்டகாலமாகவே, சிறுபான்மையினரை, குறிப்பாக, இஸ்லாமியரைத் திருப்திப்படுத்திக் கொண்டு வந்திருக்கிறோம், இல்லையா?

ஆசிரியர்: நீங்கள் என்ன சொல்ல வருகிறீர்கள் என்பது எங்களுக்குப் புரிகிறது. 'திருப்திப்படுத்துதல்' என்ற சொல்லுக்குப் பல அர்த்தங்கள் இருக்கின்றன. அரசியல்வாதிகள் எப்போதாவது பல்வேறு மதங்களின் அடிப்படைவாதிகளுக்குப் பணிந்து

போயுள்ளனர் என்பது உண்மைதான். ஆனால், அரசின் கொள்கைத் தீர்மானங்களால், மற்றவர்களோடு ஒப்பிடுகையில், இஸ்லாமியர்கள் பொருளாதாரரீதியாக மேம்பட்டுள்ளனர் என்ற வாதத்திற்கு ஆதரவாக எந்தவிதமான புள்ளிவிபரங்களும் இல்லை. நிலைமை இதற்கு நேர்மாறானதாக இருக்கிறது. எடுத்துக்காட்டாக, 2014 இல் உத்தரப் பிரதேச மாநிலத்தில் தகவலறியும் சட்டத்தைப் பயன்படுத்திப் பெறப்பட்ட ஒரு தகவல் இவ்வாறு தெரிவிக்கிறது: அந்த மாநிலத்தின் காவல்துறையிலுள்ள மொத்த இஸ்லாமியர்களின் சதவீதம் இதுதான்: உதவி ஆய்வாளர்களில் 2 சதவீதத்தினர்; காவலர்களில் 3 சதவீதத்தினர்; தலைமைக் காவலர்களில் 4 சதவீதத்தினர். இது நம்ப முடியாத விதத்தில் இருக்கிறது. நாம் ஏற்கனவே பார்த்துள்ளதுபோல, இந்தியாவில் அதிகமாக விரும்பப்படுகின்ற வேலை அரசு வேலைதான். இஸ்லாமியர்கள் குறைவான எண்ணிக்கையில் காவல்துறை வேலைக்கு விண்ணப்பித்திருந்தார்கள் என்று கதையளக்க முடியாது. ஏனெனில், 2011 இல் மேற்கொள்ளப்பட்ட மக்கட்தொகைக் கணக்கெடுப்பின்படி, உத்தரப் பிரதேசத்திலுள்ள மக்களில் 20 சதவீதத்தினர் இஸ்லாமியர்கள். காவல்துறையின் அடுக்கதிகார அமைப்பு ஏணியில் மேலே செல்லச் செல்ல , அதில் இடம்பெற்றிருக்கும் இஸ்லாமியர்களின் சதவீதம் குறைந்து கொண்டே போகிறது. பிற துறைகளிலும் இதே நிலைதான். ஒட்டுமொத்தத்தில், இந்திய இஸ்லாமியர்கள் பொருளாதாரரீதியாக அப்படியொன்றும் சொல்லிக் கொள்ளும் அளவுக்கு நல்ல நிலையில் இல்லை. அப்படியெனில், நாம் அடிக்கடிக் கேள்விப்பட்டுக் கொண்டிருக்கின்ற 'திருப்திப்படுத்தப்பட்டுக் கொண்டிருத்தல்' என்பதற்கு நடைமுறையில் என்ன அர்த்தம்?

இன்னுமொரு விஷயம். இந்தியாவின் முன்னேற்றத்திற்குப் பங்களித்திருந்த இஸ்லாமியர்களைப் பற்றிய பல எடுத்துக்காட்டுகளை நாங்கள் கூறியிருந்தோம். எப்படி ஒரு சமூக விரோத இந்துவோ, ஒரு சீக்கியரோ அல்லது ஒரு கிறித்தவரோ தன்னுடைய செயல்நடவடிக்கையின் மூலம் தனது இந்தியக் குடியுரிமையை 'நிரூபிக்க' வேண்டிய தேவையில்லையோ, அதுபோலவே, இஸ்லாமியர்களும் அதை நிரூபிக்கத் தேவையில்லை. இஸ்லாமியர்களும் இந்தியக் குடிமக்கள்தாம். இஸ்லாமியர்கள் அல்லாத மற்ற இந்தியக் குடிமக்களுக்கு இருக்கின்ற அதே உரிமைகள் - அவர்கள் அரசியலமைப்புச் சட்டத்தை மீறினால்கூட - இஸ்லாமியர்களுக்கும் இருக்கின்றன. இஸ்லாமியர்கள், அவர்கள் புனிதர்களாக இருந்தாலும் சரி அல்லது பாவிகளாக இருந்தாலும் சரி, அனைத்து அரசியலமைப்புச் சட்டப் பாதுகாப்புகளுக்கும் முழுமையாகத் தகுதியானவர்கள் என்று நாம் கருத வேண்டும். பாவிகள் எந்த மதத்தைச் சேர்ந்தவர்களாக இருந்தாலும் அவர்களை நமக்குப் பிடிக்காது என்றாலும், அவர்கள் அனைவருக்கும் சமமான பாதுகாப்பு வழங்கப்பட வேண்டும். அரசியல்வாதிகள் இஸ்லாமியர்களை இரண்டாந்தரக் குடிமக்களாக நடத்த முயல்வது, எடுத்துக்காட்டாக, முறையான சட்ட விதிமுறைகளைப்

பின்பற்றாமல் இஸ்லாமியப் போராட்டக்காரர்களின் வீடுகளைப் புல்டோசர்களைக் கொண்டு இடித்துத் தரைமட்டமாக்குவது, நம்முடைய சமுதாயத்தில் பிளவுகளை ஏற்படுத்தி நம்முடைய நாட்டை பலவீனப்படுத்திவிடும்.

வாசகர்: *சுதந்திரத்திற்கு முன்பு 1,200 ஆண்டுகள் நாம் அடிமைகளாகத்தானே இருந்தோம்? அதை எப்படி உங்களால் மறுக்க முடியும்?*

ஆசிரியர்: பரவலாகப் பரப்பப்பட்டுள்ள இந்தக் கதை, வரலாற்றைத் திரிக்கிறது. இது அக்பர், ஷாஜகான் போன்ற தலைசிறந்த பேரரசர்களைக் கணக்கில் எடுத்துக் கொள்வதில்லை. ஏனெனில், இது அனைத்து இஸ்லாமியர்களையும் அந்நியர்களாகச் சித்தரிக்கப் பார்க்கிறது. அதோடு, கெமர் பேரரசு மற்றும் சீன சொங் பேரரசுடன் மட்டுமல்லாமல், அரேபியாவில் இருந்தவர்களுடனும் வர்த்தக உறவுகளை ஏற்படுத்திக் கொண்டிருந்த இராஜ இராஜ சோழன், இராஜேந்திரச் சோழன் போன்ற தென்னிந்திய இந்து மன்னர்களையும் இது கணக்கில் சேர்த்துக் கொள்வதில்லை. இது விஜயநகரப் பேரரசையும் மராத்திய மன்னர்களையும்கூடக் கணக்கில் எடுத்துக் கொள்வதில்லை. தில்லியை இந்துக்கள் ஆண்ட காலகட்டங்களோடு மட்டும்தான் சுதந்திர இந்தியா தொடர்புபடுத்தப்பட வேண்டுமா?

வரலாற்றை விளக்குகின்ற வேலையை நாம் அரசியல்வாதிகளிடம் விட்டுவிடக்கூடாது. அதை நாம் தொழில்முறைரீதியான, அரசியல் சார்பற்ற வரலாற்று அறிஞர்களிடம் ஒப்படைக்க வேண்டும். இங்கு நாங்கள் 'அரசியல் சார்பற்றவர்கள்' என்று கூறுவது, தங்களுடைய கண்ணோட்டங்களைத் தூக்கி நிறுத்துவதற்காக வரலாற்றைத் திரிக்காமல் இருப்பவர்கள் என்ற பொருளில்தான். பாரம்பரியமாக, இந்திய வரலாற்றியலாளர்கள் இடதுசாரிச் சிந்தனைச் சார்புடையவர்களாக இருந்து வந்தனர். ஆனால், இப்போது நிலைமை மாறிக் கொண்டிருக்கிறது. பலதரப்பட்டக் கண்ணோட்டங்கள் தோன்றிக் கொண்டிருக்கின்றன. பல்வேறுபட்ட லென்ஸுகளின் வழியாக நம்முடைய வரலாற்றைப் பார்ப்பது நல்லதுதான்.

வரலாற்று உண்மைகள் என்னவாக இருந்தாலும், அவற்றை வைத்து இன்று சிறுபான்மையினர் குறிவைக்கப்படுவதை நியாயப்படுத்த முடியாது. வேலைவெட்டி இல்லாதவர்கள் திடீரென்று வரலாற்று வல்லுநர்களாக ஆகி, தொடர்ந்து சிறுபான்மையினர்மீது விஷத்தை உமிழ்கின்ற ஓர் அபாயகரமான போக்கு தற்போது தோன்றியுள்ளது. 1675 இல் குரு தேக் பகதூருக்கு ஔரங்கசீப் செய்திருந்த கொடுஞ்செயல்களுக்கு இன்றைய இஸ்லாமிய இளைஞன் ஒருவன் பொறுப்பேற்றுக் கொள்ள முடியாது. நாம் நம்முடைய வரலாற்றை அறிந்து கொள்ள வேண்டும் என்பது உண்மைதான். ஆனால், அதற்காக, நாம் வரலாற்றின் கைதிகளாக இருக்க வேண்டியதில்லை.

பழைய வெறுப்புணர்வுகளை விசிறிவிடுவதற்குப் பதிலாக,

மத நல்லிணக்கத்தைப் போதிக்கின்ற ஒரு தலைவர்தான் நமக்குத் தேவை. எங்களை நம்புங்கள்: பிளவுபடுத்துகின்ற நெருப்புகளை நீங்கள் ஒரு முறை விசிறி விட்டுவிட்டால், இந்தியா போன்ற பன்முகத்தன்மை கொண்ட ஒரு நாட்டில், சுயநலத்திற்காகப் பயன்படுத்திக் கொள்ளப்படக்கூடிய விஷயங்களுக்கு முடிவே இருக்காது. வெறுப்பைப் போதிப்பவர்களாலும், ஒரு சமூகத்தை மற்றொரு சமூகத்தின்மீது தூண்டிவிடுபவர்களாலும், எல்லோரும் எல்லோருடனும் மேற்கொள்கின்ற ஒரு போரில், நம்பிக்கைக்குரிய சமாதானத் தூதுவர்களாக இருக்க முடியாது. காய்ந்த சருகுகளும் உலர்ந்த குச்சிகளும் நிறைந்த ஒரு காட்டிலுள்ள மிகப் பெரிய அச்சுறுத்தல், அதைக் கட்டுப்படுத்த முடியும் என்று நினைத்துக் கொண்டு அதற்கு நெருப்பு மூட்டுவதுதான்.

வாசகர்: அனைவரும் சமமாக நடத்தப்பட வேண்டும் என்று நீங்கள் விரும்புவதாக நீங்கள் கூறினீர்கள். அப்படியிருக்கும்போது, எண்ணற்ற அறிவுஜீவிகள் ஏன் பொது உரிமையியல் சட்டம் கொண்டுவரப்படுவதை விரும்பவில்லை? இஸ்லாமியர்களுக்கு மட்டும் ஏன் பலதார மணம் அனுமதிக்கப்பட வேண்டும்? இது இரட்டை வேடம், இல்லையா? அவர்கள் அதிகமான குழந்தைகளைப் பெற்று மக்கட்தொகையில் இந்துக்களை முந்திவிடக்கூடும், இல்லையா?

ஆசிரியர்: பொது உரிமையியல் சட்டம் தொடர்பான பல வாதங்கள் கபடமானவை என்பதை நாங்கள் ஒப்புக் கொள்கிறோம். ஒரு நவீனச் சமுதாயத்தில், அனைவரும் சட்டத்தின் முன் ஒரே மாதிரியாகத்தான் நடத்தப்பட வேண்டும். ஆனால், 2018 இல் இந்தியச் சட்ட ஆணையம் முன்வைத்த வாதத்தைப்போல, பொது உரிமையியல் சட்டம் கொண்டுவரப்படுவதற்கான நியாயப்படுத்தல், எல்லோரையும் கட்டுப்படுத்துகின்ற ஒரு சமச்சீர்மையை உருவாக்குவதாக இருக்கக்கூடாது; அப்படி நடந்தால், இந்தியாவில் அனைத்துத் திருமணங்களும் ஓர் அரசு அதிகாரியின் முன்பு நடைபெற்றாக வேண்டிய ஒரு சமூகத் திருமணமாக மாறிவிடும்; மாறாக, ஒவ்வோர் இந்தியக் குடிமகனின் அடிப்படை உரிமையும் பாதுகாக்கப்படுவதை உறுதி செய்வதாக அது இருக்க வேண்டும்.

பல மதங்களில், பெண்களைவிட ஆண்கள் வலிமையான உரிமைகளை அனுபவித்து வருகின்றனர். பலதார மணங்களை எதிர்ப்பதற்கான காரணம், ஆண்களுக்கு இருக்கும் அந்த உரிமை பெண்களுக்கு இல்லை என்பதாக இருக்க வேண்டும் (திரௌபதியின் திருமணம் சட்ட விரோதமானது!).

பலதார மணம் தொடர்பான புள்ளிவிபரங்களை நாம் இன்னும் ஆழமாக அலசலாம். இந்தியாவில் பலதார மணம் எந்த மதத்தில் அதிகமாக இருக்கிறது என்று நீங்கள் நினைக்கிறீர்கள்? இது தொடர்பான நம்பத் தகுந்த புள்ளிவிபரங்கள், தேசியக் குடும்ப நலக் கணக்கெடுப்பு அறிக்கையில்தான் இடம்பெற்றுள்ளன. 1992-93 மற்றும் 2019-20 ஆம் ஆண்டுகளுக்கு இடைப்பட்டக் காலத்தில்

ஐந்து முறை அந்தக் கணக்கெடுப்பு நடத்தப்பட்டது. கடைசி மூன்று கணக்கெடுப்புகளில்தான் பலதார மணம் குறித்தக் கேள்வி முன்வைக்கப்பட்டது. அவற்றின் தொகுப்பின்படி, இந்தியாவில் கிறித்தவர்களுக்கிடையே நிகழ்கின்ற பலதார மணங்களின் சதவீதம் (ஒரு மதத்திலுள்ள மொத்த மக்களில் பலதார மணம் செய்து கொண்டவர்களின் சதவீதம்) 2.1; வட கிழக்கில் வசிக்கின்ற கிறித்தவர்களிடையே இது அதிகமாக இருக்கிறது; இஸ்லாமியர்களிடையே அது 2 சதவீதம்; இந்துக்களிடையே 1.4 சதவீதம். இந்தியாவில் இந்துக்களின் மக்கட்தொகை இஸ்லாமியர்களின் மக்கட்தொகையைவிடக் கிட்டத்தட்ட ஐந்து மடங்காக இருப்பதால், எண்ணிக்கையின் அடிப்படையில் பார்த்தால், இந்துக்களிடையேதான் பலதார மணம் அதிகமாக நடைபெறுகிறது. ஒவ்வொரு கூடுதலான மனைவியும், முதல் மனைவியின் அளவுக்குக் குழந்தை பெற்றுக் கொள்கிறார் என்று வைத்துக் கொண்டால், பலதார மணத்தின் காரணமாக, இந்தியாவில் இந்துக்களின் மக்கட்தொகையை இஸ்லாமியர்களால் ஒருக்காலும் முறியடிக்க முடியாது.

அடுத்து, பெண்களின் உரிமைப் பிரச்சனைக்கு வரலாம். இந்து மதத்தில் முதல் மனைவிக்கு வலிமையான சட்ட உரிமைகள் இருக்கின்றன. ஓர் இந்து ஆணின் இரண்டாவது மனைவிக்கு, அது சட்ட விரோதமானது என்பதால், எந்தவிதமான சட்ட உரிமைகளும் கிடையாது. அந்த இரண்டாவது மனைவியின் குழந்தைகளுக்கும் எந்தச் சட்ட உரிமைகளும் கிடையாது. அதாவது, ஓர் இஸ்லாமிய முதல் மனைவிக்கு இருக்கின்ற சட்ட உரிமைகளைவிட, இந்து முதல் மனைவிக்கு அதிக வலுவான சட்ட உரிமைகள் இருக்கின்றன. ஆனால், இரண்டாவது மனைவி என்று வருகின்றபோது, அது தலைகீழாகிவிடுகிறது. பலதார மணத்தில் மாட்டிக் கொண்டுள்ள பெண்களுக்கு உண்மையிலேயே நாம் ஏதேனும் செய்ய விரும்பினால், வெறுமனே, இஸ்லாமியரின் பலதார மணத்தைத் தடை செய்தால் மட்டும் போதாது. சட்டவிரோதமாகப் பலதார மணங்களில் மாட்டிக் கொண்டுள்ள, அனைத்து மதங்களையும் சார்ந்த மனைவியரின் உரிமை குறித்தும் ஏதேனும் செய்யப்பட்டாக வேண்டும்.

இந்தியாவில், இஸ்லாமியர் உட்பட, அனைத்து மதத்தினரின் மத்தியிலும் பலதார மணங்களின் சதவீதம் தொடர்ந்து குறைந்து கொண்டு வருவதாகத் தரவுகள் தெளிவாகத் தெரிவிக்கின்றன. குடும்பங்களின் செல்வச் செழிப்பு உயர்தல், ஆண்-பெண் இருவரிடமும் கல்வியறிவு கூடிக் கொண்டிருத்தல் போன்றவைதாம் இந்தச் சரிவுக்குக் காரணம். இது அனைத்து மதங்களுக்கும் பொருந்தும். பாகிஸ்தானிலுள்ள இஸ்லாமியர்களோடு ஒப்பிட்டால், அனைத்து வருவாய் மட்டங்களிலும், இந்திய இஸ்லாமியர்களிடம் பலதார மணம் குறைவுதான்.

பலதார மணம் ஒரு மிகச் சிறிய பிரச்சனை என்பதையும், அது இன்னும் சிறிதாகிக் கொண்டிருக்கிறது என்பதையுமே இவை நமக்கு எடுத்துரைக்கின்றன. பலதார மணத்தில் பெண்களின் நிலை குறித்து

நாம் உண்மையான அக்கறை கொண்டிருந்து, அதைச் சீர் செய்ய விரும்பினால், அதற்கு வெறுமனே இஸ்லாமியப் பலதார மணம் சட்ட விரோதமானது என்று அறிவிப்பதைத் தாண்டி ஆழமான அலசல்கள் தேவைப்படும் என்பதை நாம் புரிந்து கொள்ள வேண்டும்.

பொது உரிமையியல் சட்டம் என்பது அனைவரையும் இந்து உரிமையியல் சட்டத்தின் கீழே கொண்டுவருவது என்ற ஒரு பொதுவான கருத்து நிலவுகிறது. ஆனால், பிற மதத்தினர் அனுபவிக்காத பல சலுகைகளை இந்து மதத்தினர் அனுபவித்து வருகின்றனர். எடுத்துக்காட்டாக, இந்துக் கூட்டுக் குடும்பம் என்ற சட்டபூர்வமான அமைப்பின் கீழ், குடும்பச் சொத்துகள் பிரிக்கப்படாமல் தலைமுறை தலைமுறையாகக் கடத்தப்பட்டு வரும். அதற்கு வரிச் சலுகைகளும் உண்டு. இந்தச் சலுகையை அனைத்து மதத்தினருக்கும் நீட்டித்தால், அது அரசுக்குப் பண இழப்பை ஏற்படுத்தும். அதே நேரத்தில், இந்துக் கூட்டுக் குடும்பம் என்ற ஒன்றை நீக்க முயன்றால், இந்தச் சட்ட அமைப்புமுறையின் மூலமாக வரிச் சலுகைகளைப் பெற்று வரும் இந்துக் குடும்பங்களின் சீற்றத்திற்கு அரசு ஆளாக நேரிடும்.

அதேபோல, ஆண்களுக்கு இருக்கின்ற அனைத்துச் சுதந்திரங்களும் பெண்களுக்கும் இருக்க வேண்டும் என்று நாம் விரும்பினால், விவாகரத்து செய்வதற்கு இஸ்லாமியப் பெண்களுக்கு இருக்கின்ற சுதந்திரம், இந்து மற்றும் கிறித்தவ மதப் பெண்களுக்கும் கொடுக்கப்பட்டாக வேண்டும். 2006 இல் சட்டம் இயற்றப்பட்டுவிட்டபோதிலும், இந்து ஆண்களும், பிற மதப் பெண்களும் அனுபவித்துக் கொண்டிருக்கின்ற, பரம்பரைச் சொத்தில் பாத்தியதை கொண்டாடுகின்ற உரிமை, இப்போதுகூட இந்துப் பெண்களுக்கு இல்லை. வேறு வார்த்தைகளில் கூற வேண்டுமென்றால், பொது உரிமையியல் சட்டத்தைக் கொண்டுவருவதற்கு ஏகப்பட்ட விஷயங்களில் ஒத்தக் கருத்தை உருவாக்க வேண்டியிருக்கும். அதனால்தானோ என்னவோ, பொது உரிமையியல் சட்டத்தைப் பற்றி ஆராயும்படி கேட்டுக் கொண்டபோது, 2018 இல், இந்தியச் சட்ட ஆணையம், மதங்களுக்கு இடையே சமநிலையை உருவாக்குவதற்கு முன்பாக முதலில் ஒரு மதத்திற்குள் ஆணுக்கும் பெண்ணுக்கும் சம உரிமைகள் கிடைப்பதற்குச் சட்டங்கள் கொண்டுவரப்பட வேண்டும் என்று பரிந்துரைத்ததுபோலும். அதாவது, பொது உரிமையியல் சட்டத்தைக் கொண்டுவர முயற்சிக்கின்றபோது, இஸ்லாமிய மதத்தில் மட்டுமல்லாமல், அனைத்து மதங்களிலும் நிலவுகின்ற வைதிக நியதிகளுக்கு எதிராகவும் நாம் செல்ல வேண்டியிருக்கும் என்பது இதற்கான பொருள். ஒரு சமூகத்திற்குள் இருக்கின்ற முற்போக்குவாதிகள், குறிப்பாகப் பெண்கள், கொண்டுவரப்பட வேண்டிய சீர்திருத்தங்கள் தொடர்பாகத் தங்களுடைய சொந்த மதங்களுக்கு உள்ளேயே ஓர் ஒருமித்தக் கருத்தை உருவாக்க அரசு அவர்களைத் தூண்ட வேண்டும் என்பது எங்களுடைய பரிந்துரையாகும். அதற்குப் பின்னர் அவற்றைச் சட்டமாக்கிக் கொள்ளலாம்.

வாசகர்: சரி. நீங்கள் உங்கள் தரப்பு வாதத்தை உணர்ச்சிகரமாக எடுத்துரைத்துவிட்டீர்கள். நீங்கள் வடக்கு-தெற்கு ஒப்பீட்டை இந்த விவாதத்திற்குள் கொண்டு வந்ததால், நான் உங்களிடம் கடைசியாக ஒரு கேள்வி கேட்க விரும்புகிறேன். 2026 இல் கொண்டுவரப்பட இருக்கின்ற நாடாளுமன்றத் தொகுதிச் சீரமைப்பு பற்றி நான் நிறையக் கேள்விப்பட்டுக் கொண்டிருக்கிறேன். அது ஜனநாயகரீதியானது என்பதால் நான் அதற்கு ஆதரவளிக்கிறேன். அது குறித்த உங்களுடைய கண்ணோட்டம் என்ன?

ஆசிரியர்: இது ஓர் அருமையான கேள்வி. ஆனால், இந்த விஷயம் எச்சரிக்கையுடன் கையாளப்பட வேண்டும். முதலில் புள்ளிவிபரங்களைப் பார்க்கலாம். மக்கட்தொகையின் அடிப்படையில் நிர்ணயிக்கப்பட்டு வந்த நாடாளுமன்றத் தொகுதிகளும் மாநிலச் சட்டமன்றத் தொகுதிகளும், பத்து ஆண்டுகளுக்கு ஒரு முறை மேற்கொள்ளப்பட்டு வந்த மக்கட்தொகைக் கணக்கெடுப்பின் அடிப்படையில் மாற்றியமைக்கப்பட்டுக் கொண்டிருந்தன. 1970களில் அரசாங்கம் மக்கட்தொகைப் பெருக்கம் குறித்து மிகவும் கவலை கொண்டிருந்தது. மக்கட்தொகையைக் கட்டுப்படுத்துவதற்கு மாநில அரசுகள் ஊக்குவிக்கப்பட்டன. தொடர்ந்து மக்கட்தொகைக் கணக்கெடுப்புகளின் அடிப்படையில் தொகுதிகள் மாற்றியமைக்கப்பட்டுக் கொண்டிருந்தால், மக்கட்தொகையைக் கட்டுப்படுத்தாத மாநிலங்களுக்குக் கூடுதல் தொகுதிகள் கிடைக்கும். அது மறைமுகமாக அவர்களை ஊக்குவிப்பதாக ஆகிவிடும்; அதோடு, மக்கட்தொகையைக் கட்டுப்படுத்துகின்ற மாநிலங்களை அது தண்டிப்பதுபோல ஆகிவிடும். இந்தப் பிரச்சனைக்குத் தீர்வு காண்பதற்காக, 1971 இல் மேற்கொள்ளப்பட்ட மக்கட்தொகைக் கணக்கெடுப்பின் அடிப்படையில் தொகுதிகள் நிர்ணயம் செய்யப்பட்டப் பிறகு, அடுத்த 25 ஆண்டுகளுக்கு அது மாற்றப்படாது என்ற முடிவு எடுக்கப்பட்டு, அது அரசியலமைப்புச் சட்டச் சீர்திருத்தத்தின் மூலமாகச் சட்டமாக்கப்பட்டது. 2001 இல், பிரதமர் வாஜ்பாயின் அரசு அதை மேலும் 25 ஆண்டுகளுக்கு நீட்டித்தது. அது 2026 இல் முடிவுக்கு வரும். 2001 இல் இருந்து, பீகார், உத்தரப் பிரதேசம் போன்ற ஏழை மாநிலங்களின் மக்கட்தொகை தொடர்ந்து அதிகரித்து வந்துள்ளது; பணக்கார மாநிலங்களின் மக்கட்தொகை அதிகரிப்பு வேகம் மிகவும் குறைந்துள்ளது. 2001 மற்றும் 2011 ஆம் ஆண்டுகளுக்கு இடையே பீகாரின் மக்கட்தொகை 25.4 சதவீதம் அதிகரித்தது. ஆனால், அதே காலகட்டத்தில் கேரளாவின் மக்கட்தொகை வெறும் 4.9 சதவீதம் மட்டுமே அதிகரித்திருந்தது. இந்த மக்கட்தொகை மாற்றத்தின் காரணமாக, தென்னிந்தியாவிலுள்ள சில நாடாளுமன்றத் தொகுதிகள் 20 இலட்சத்திற்கும் குறைவான மக்களைப் பிரதிநுதப்படுத்துகின்றன. ஆனால், இந்தி பேசுகின்ற பகுதிகளிலுள்ள சில நாடாளுமன்றத் தொகுதிகள் அதைவிட 50 சதவீதம் கூடுதலான மக்களைப் பிரதிநுதப்படுத்துகின்றன. நாடு

முழுவதிலுமுள்ள அனைத்துத் தொகுதிகளும் சம அளவிலான மக்கட்தொகையைப் பிரதிநுதப்படுத்துகின்ற விதத்தில் மாற்றியமைக்கப்பட்டால், இந்தி பேசுகின்ற பகுதிகள் அதிகமான தொகுதிகளைப் பெறும். இந்த அதிகரிப்பை மனத்தில் வைத்தே, புதிதாகக் கட்டப்பட்டுள்ள நாடாளுமன்றத்தில் 800க்கும் மேற்பட்ட இருக்கைகள் அமைக்கப்பட்டுள்ளன.

ஆனால், விஷயங்கள் அவ்வளவு எளிதானவை அல்ல. இந்தியாவின் தெற்கு மற்றும் மேற்குப் பகுதிகளிலுள்ள மாநிலங்களும், வடக்கிலுள்ள சில பணக்கார மாநிலங்களும் ஒன்றிய அரசுக்கு வரிகளின் மூலம் அதிகமான பணத்தைக் கொடுக்கின்றன. அந்தப் பணம், மக்கட்தொகையைக் கட்டுப்படுத்தத் தவறியிருந்ததன் மூலம் இப்போது அதிகமான மக்கட்தொகையைக் கொண்டிருக்கின்ற ஏழை மாநிலங்களுக்கு அளிக்கப்பட்டு வருகிறது. இதன் அளவு பிரம்மாண்டமானது. இந்தி பேசுகின்ற பகுதிகளுக்குக் கூடுதல் தொகுதிகளை ஒதுக்குவது அப்பகுதிகளில் வலுவாக இருக்கின்ற கட்சிகளுக்குச் சாதகமாக அமைந்துவிடும். தெற்கிலும் மேற்கிலும் இருக்கின்ற மாநிலங்கள் தம்முடைய பொருளாதார வளர்ச்சிக்காகத் தாம் தண்டிக்கப்பட்டுக் கொண்டிருப்பதுபோல உணரும். இந்தத் தொகுதி மாற்றம் இப்போது அமல்படுத்தப்பட்டால், இந்த மாநிலங்களில் ஒப்பீட்டளவில் குறைவான குழந்தைகள் இருப்பர்; அவை ஒன்றிய அரசுக்கு அதிகமாக வரி செலுத்திக் கொண்டிருக்கும்; ஆனால், அவற்றின் அரசியல் அதிகாரம் மட்டுப்படுத்தப்பட்டிருக்கும்.

இந்த விஷயம் மாநிலங்களின் உணர்வு சம்பந்தப்பட்டதாக இருப்பதால், அது எச்சரிக்கையாகக் கையாளப்பட வேண்டும். இப்படி ஒரு தீர்வை யோசிக்கலாம்: ஏராளமான மக்கள் வேலைக்காக நாட்டிற்குள்ளேயே புலம் பெயர்ந்து கொண்டிருப்பதால், புலம் பெயர்ந்துள்ள மக்கள் அவர்கள் வசிக்கின்ற இடங்களின் மக்கட்தொகைக் கணக்கில் சேர்த்துக் கொள்ளப்பட வேண்டும்; அதே மக்கள், அவர்களுடைய சொந்த மாநிலங்களின் மக்கட்தொகைக் கணக்கிலிருந்து நீக்கப்பட வேண்டும். இரண்டாவதாக, இந்தத் தொகுதி மாற்றத்தை ஒரேயடியாக அமல்படுத்தாமல், பல பத்தாண்டுகளின் ஊடாகப் பரவலாக்கலாம். இதைக் கவனமாகவும், போதுமான அளவு கலந்துரையாடலுடனும் மேற்கொள்ளாவிட்டால், இது கடுமையான மனக்கசப்பில் முடியும். அது ஒரு மோதலாகக்கூட உருவெடுக்கக்கூடும். 2026 இல் எந்த அரசாங்கம் ஆட்சியில் இருக்கிறதோ, அந்த அரசாங்கம் இதைப் புரிந்து கொள்ளும் என்று நாம் நம்புவோமாக.

வாசகர்: சிந்திப்பதற்கு இப்போது எனக்கு நிறைய விஷயங்கள் இருக்கின்றன. நாம் இந்த உரையாடலைப் பின்னர் தொடர்வோம் என்று நான் நம்புகிறேன்.

ஆசிரியர்: உரையாடல்களின் மூலம் பரஸ்பரப் புரிதல் உண்டாகும். நாம் கண்டிப்பாக நம் உரையாடலைப் பின்னர் தொடரலாம்.

முடிவுரை

இந்தியா ஒரு நாற்சந்தியில் நின்று கொண்டிருக்கிறது. நம்முடைய பலவீனங்களை விடுத்து நம்முடைய வலிமைகளின்மீது கட்டியெழுப்பப்படுகின்ற இந்திய வழியில் நாம் நம்முடைய பயணத்தைத் தொடங்க வேண்டும். நம்முடைய வலிமைகளில் இவையெல்லாம் அடங்கும்: நம்முடைய பலவீனமான சிந்தனையைக் கேள்விக்கு உட்படுத்த நம்மை அனுமதிக்கின்ற விசாரணையிலும் விவாதத்திலும் ஈடுபடுவதற்கான துடிப்பு; புத்தாக்கச் சிந்தனையுடன் இருப்பதற்கும் அனைவரையும் அரவணைத்துச் செல்வதற்குமான நம்முடைய ஆழ்விருப்பம்; அநாகரிகத்தையும் அநியாயத்தையும் எதிர்ப்பதற்குத் தயாராக இருத்தல். நம்முடைய நெறிமுறைகளின் முக்கியக் கூறுகளாக விளங்குகின்ற இவற்றை வலுப்படுத்த நாம் முயற்சிக்க வேண்டும். இந்தியர்கள் ஒவ்வொருவரும் மனநிறைவானதொரு வாழ்க்கையை வாழ்வதற்கு வழி வகுப்பதோடு, வருங்காலப் பொருளாதாரத்தைக் கட்டமைக்கவும் அது நமக்கு உதவும்.

அந்தப் பொருளாதாரம், புத்தாக்கம், புதுமைப்புனைவு, உயர் திறன்கள் தேவைப்படுகின்ற வேலை ஆகியவற்றின்மீது கட்டமைக்கப்படும். இது ஒரு சில செல்வந்தர்களின் வளத்தை மேலும் பெருக்குவதற்குப் பதிலாக, ஒவ்வோர் இந்தியக் குடிமகனின் மனித மூலதனத்தைக் கட்டியெழுப்புவதை அடிப்படையாகக் கொண்டிருக்கும். நாங்கள் முன்வைக்கின்ற இந்திய வழி, பிற நாடுகள் செல்வச்செழிப்பை அடைந்துள்ள விதத்திலிருந்து முற்றிலும் வேறுபட்டிருக்கும். அதே சமயம், அது ஒரு தனித்துவமான விதத்தில் நமக்குப் பொருத்தமானதாகவும், இன்றைய காலகட்டத்திற்கு ஏற்றதாகவும் அமைந்திருக்கும். நாம் வளர்கின்ற விதம், தென்னுலகிலுள்ள பிற வளரும் நாடுகளுக்கு ஒரு கலங்கரை விளக்காக இருக்கும். காலநிலை மாற்றம் போன்ற உலகளாவிய பிரச்சனைகளுக்குத் தீர்வு காண்கின்ற ஒரு தலைவனாக நாம் உருவாக அது நமக்கு உதவும்.

அரசியல் தலைமை

இப்புத்தகத்தின் பெரும்பகுதி, மக்களின் ஆற்றலை அறுவடை

செய்வதைப் பற்றியதாகும். மிகச் சிறந்த தலைமை இருந்தால், நாங்கள் முன்மொழிகின்ற பிரம்மாண்டமான சீர்திருத்தங்களை மிக எளிதாக நிறைவேற்றிவிடலாம். செயல்நடவடிக்கைகளில் ஈடுபடுவதற்குப் பொதுமக்களைத் தூண்டுகின்ற அறிவார்ந்த தலைமை நமக்குத் தேவை. அந்தச் செயல்நடவடிக்கைகள், கடந்தகாலத் தவறுகளுக்காகப் பழிவாங்குகின்ற நடவடிக்கைகளாகவோ அல்லது பிற சமூகங்களின்மீது ஏறி மிதிக்கின்ற நடவடிக்கைகளாகவோ இருக்கக்கூடாது. மாறாக, நாட்டைப் பொருளாதாரரீதியாகவும் சமுதாயரீதியாகவும் கலாச்சாரரீதியாகவும் மேம்படுத்த உதவுகின்ற செயல்நடவடிக்கைகளாக அவை இருக்க வேண்டும். அந்தத் தலைமை, ஐக்கியத்தையும் சகிப்புத்தன்மையையும் போதிக்க வேண்டும். அது பிரிவினைவாதத்தையும் வெறுப்பையும் தூண்டக்கூடாது. அதன் நோக்கம் தேசியவாதமாக இருக்க வேண்டும். அதே நேரத்தில், உலக விஷயங்களில் பொறுப்புடன் நடந்து கொள்கின்ற ஒன்றாகவும் அது திகழ வேண்டும். அதன் நோக்கம், அதிகாரத்தை வசப்படுத்துவதாக இருக்கக்கூடாது, மாறாக, நீடித்து நிலைத்திருக்கின்ற வளர்ச்சியாக இருக்க வேண்டும்.

பெரும்பாலும், தாங்களே எல்லாவற்றையும் செய்து முடித்துவிடுவோம் என்று நம் தலைவர்கள் வாக்குறுதி அளிக்கின்றனர். தங்களுடைய தலைமையும் தங்கள் அரசும் அவற்றைச் செய்து முடிக்கும்வரை மக்கள் பொறுமையாகக் காத்திருக்க வேண்டும் என்று அவர்கள் சொல்லாமல் சொல்கின்றனர். பெரும்பாலான நேரங்களில், அது மிக நீண்டதொரு காத்திருப்பாக இருக்கும். அதற்குப் பதிலாக, தற்போது நிலவுகின்ற நிலைமை குறித்து நம்முடைய மக்கள் அதிருப்தியடைந்துள்ளனர் என்பதை அத்தலைவர்கள் ஒப்புக் கொள்ள வேண்டும். அதோடு, அதை மாற்றுகின்ற சக்தி ஒவ்வொரு தனிநபருக்கும் இருக்கிறது என்ற நம்பிக்கையை அவர்கள் மக்களுக்குக் கொடுக்க வேண்டும். அப்படிச் செய்வதன் மூலம், செயல்நடவடிக்கையில் குதிப்பதற்கு மக்களை அவர்களால் தூண்ட முடியும். நாங்கள் முன்பு கூறியபடி, இந்தியா என்பது மேலேயிருந்து நிர்வகிக்கப்பட முடியாத அளவுக்குப் பரந்துபட்ட, பெரிய, சிக்கலானதொரு நாடு. ஆனால், மேலேயிருந்து மக்களை உத்வேகப்படுத்த முடியும்.

நம்மால் என்ன செய்ய முடியும்

பழைய வார்ப்புகளை உடைத்தெறியக்கூடிய உத்வேகம் கொண்ட தலைமைக்காக நாம் காத்துக் கொண்டிருக்கலாம். நாம் காபி அருந்திக் கொண்டே மேற்கொள்கின்ற பல விவாதங்கள் நாட்டின் நடப்பு குறித்தப் புலம்பல்களுடன் முடிகின்றன. ஆனால், முக்கியமான தருணங்களில் மேற்கொள்ளப்படுகின்ற செயல்நடவடிக்கைகள்தாம் தலைவர்களை வெளிப்படுத்துகின்றன. எடுத்துக்காட்டாக, அரசியலில் எப்போதுமே ஒரு தோல்வியாளராக இருந்து வந்த வின்ஸ்டன் சர்ச்சில், இரண்டாம் உலகப் போரின்போது ஐக்கிய

இராச்சியத்தின் தலைசிறந்த பிரதமராக வெளிப்பட்டார்.

காத்துக் கொண்டிருப்பதற்குப் பதிலாக, இந்தியாவின் எதிர்காலத்தை நம் கையில் எடுத்துக் கொண்டு நாம் முன்னே செல்லலாம். எல்லா கேள்விகளுக்குமான விடைகள் எங்களிடம் இல்லைதான். ஆனால், அவை உங்கள் அனைவரின் கூட்டுச் சிந்தனையில் இருக்கின்றன. இந்தியா என்று நாம் அழைக்கின்ற, பல வாசனைகளைக் கொண்ட கதம்பத்திற்குப் பங்களிக்கின்ற நீங்கள், ஓர் அரசியல்வாதியாகவோ, அல்லது ஒரு சமூக சேவகராக, ஓர் அரசு அதிகாரியாக, ஓர் ஆணையராக, ஒரு படைவீரராக, ஒரு வர்த்தகராக, ஒரு விவசாயியாக, ஒரு கல்வியாளராக, ஒரு கலைஞராக, ஓர் இல்லத்தரசியாக, ஒரு மாணவராக, அல்லது வேறு யாராக வேண்டுமானாலும் இருக்கலாம். ஆனால், உங்களால் ஏதாவது ஒன்றை வித்தியாசமாகச் செய்ய முடியக்கூடும், நம் அனைவரின் மேம்பாட்டிற்கும் இட்டுச் செல்லக்கூடிய ஒரு புதிய யோசனை உங்களிடம் இருக்கக்கூடும். இறுதியில், எப்படியும் ஒரு புதிய தலைவர் உதித்தெழுவார். அவர், நீங்கள் செய்து கொண்டிருப்பவற்றை அவதானித்து, அவற்றை ஒன்றாக நெய்து, அதை ஒரு புதிய முன்னோக்காக உருவாக்குவார். இதற்கிடையே, நாம் பார்க்க விரும்புகின்ற மாற்றமாக நாம் ஒவ்வொருவருமே இருக்க வேண்டும். செயல்நடவடிக்கைக்கான தேர்ந்தெடுப்பு முழுக்க முழுக்க நம்மை மட்டுமே சார்ந்தது. இனியும் நம்மால் சாக்குப்போக்குகளைச் சொல்லிக் கொண்டிருக்க முடியாது.

நன்றியுரை

நாங்கள் இப்புத்தகத்தைக் கொரோனா பெருந்தொற்றுக் காலத்தில் எழுதத் தொடங்கினோம். அப்போது, இந்தியா எந்தத் திசையில் சென்று கொண்டிருந்தது என்பது குறித்து நாங்கள் சிந்திக்கத் துவங்கியிருந்தோம். இப்போது இருப்பதைப்போலவே அப்போதும், இரண்டு எதிரெதிர் கருத்துகள் நிலவின. ஒன்று, இந்தியா சென்று கொண்டிருந்த பாதை குறித்தக் கலப்படமற்ற நன்னம்பிக்கைக் கண்ணோட்டம். மற்றொன்று, இந்தியா சென்று கொண்டிருந்த பாதை குறித்த வடிகட்டப்படாத அவநம்பிக்கை. இரண்டு பக்கங்களும், மற்றொரு பக்கத்திலிருந்த உண்மைகளைக் கவனத்தில் எடுத்துக் கொள்ளவில்லை என்றே நாங்கள் நம்பினோம். அதேபோல, இந்தியாவின் வளர்ச்சிப் பாதையின்மீது தாக்கம் ஏற்படுத்தக்கூடிய போட்டி, தொழில்நுட்பம், புவியரசியல் போன்றவற்றில் ஏற்பட்டிருந்த மாற்றங்களை இரண்டு தரப்பினருமே கருத்தில் எடுத்துக் கொண்டிருக்கவில்லை. மோசமான அல்லது பற்றாக்குறையான தரவுகள் மற்றும் தவறான சித்தரிப்புகள் என்ற பனிமூட்டத்தின் ஊடாக உற்றுப் பார்த்து, தற்போது இந்தியா எந்த இடத்தில் இருக்கிறது என்பதைப் புரிந்து கொள்ள நாங்கள் மேற்கொண்ட ஒரு முயற்சிதான் இப்புத்தகம். இந்தியா எத்தகைய வருங்காலத்தை உருவாக்க விழையலாம் என்பதை நாங்கள் வெளிப்படுத்த அதுதான் வழி வகுத்தது. எவ்வளவு பெரிதாகச் சாதிக்கக்கூடிய சாத்தியக்கூறு இந்தியாவுக்கு இருக்கிறதோ, அவ்வளவு பெரிதாக அதனால் வளர முடியும், உலகின் சவால்களைக் கையாள்வதில் இந்தியாவால் ஒரு முக்கியப் பாத்திரம் வகிக்க முடியும் ஆகிய நம்பிக்கைகளை இப்புத்தகம் வழங்குகிறது. அதே நேரத்தில், இந்தியா சிலவற்றைச் செய்தால்தான் அது சாத்தியம் என்ற எச்சரிக்கையையும் நாங்கள் இதில் விடுக்கிறோம். அவை: இந்தியா அதற்காகக் கடினமாக உழைக்கத் தயாராக இருக்க வேண்டும்; புதிய புத்தாக்கப் பாதைகளை சுவீகரித்துக் கொள்ள முன்வர வேண்டும்; காலம் கனிவதற்கு முன்பே வெற்றி பெற்றுவிட்டதாக மார்தட்டுவதையும் மக்களைத் துண்டாடுகின்ற அரசியலையும் நிறுத்திக் கொள்ள வேண்டும்.

இப்புத்தகத்திற்கு இரண்டு நூலாசிரியர்கள் இருந்தபோதிலும், பிற புத்தகங்களைப்போலவே இதுவும் ஒரு கூட்டு முயற்சியே. இப்புத்தகம் எழுதப்பட்டுக் கொண்டிருந்தபோது, ரோகித்

லாம்பா திருமணம் செய்து கொண்டார். அவருடைய மனைவி சுவஸ்தி, இப்புத்தகத்திற்கு மகத்தான அறிவுசார் ஆழத்தைக் கொண்டுவந்துள்ளார். அதோடு, சுவஸ்தியின் யோசனைகளும், விமர்சனங்களும், இணக்க நயமும் இந்நூலுக்குப் பெரும் பங்களிப்பை நல்கியுள்ளன. ரோகித் லாம்பாவின் மாமியார் ஷாமா சர்மாவும், மாமனார் சுதீஷ் பச்சவுரியும் அற்புதமான எழுத்தாளர்கள். அவர்கள் இருவரும் தங்களுடைய எழுத்துப் பாணியை ரோகித் லாம்பாவுடன் பெருந்தன்மையுடன் பகிர்ந்து கொண்டதுடன், அவருடைய முயற்சிக்கு ஆதரவுத் தூண்களாகவும் இருந்தனர். ரோகித் லாம்பாவின் பெற்றோர் சீமா லாம்பாவும் கபில் லாம்பாவும், அவருடைய சகோதரி நிஷ்தாவும் தொடக்கத்திலிருந்தே அவரை ஊக்குவித்து வந்தனர். புத்தகம் வளர வளர, அவர்கள் தொடர்ந்து உற்சாகப்படுத்திய வண்ணம் இருந்தனர். ரோகித் லாம்பா தன் யோசனைகளை அவ்வப்போது அவர்களிடம் பகிர்ந்து கொண்டு அவர்களுடைய பின்னூட்டக்கருத்துகளைக் கேட்டறிந்தார்.

ரகுராம் ராஜனின் மனைவி ராதிகா, ரகுராம் ராஜனின் அறிவார்ந்த நடவடிக்கைகள் ஒவ்வொன்றிலும் எப்போதுமே சம பங்கு வகித்து வந்துள்ளார். யோசனைகளை அனைத்துக் கோணங்களிலிருந்தும் ஆய்வு செய்ய அவர் ரகுராம் ராஜனுக்கு உதவுகிறார். அவர் தன் கணவரின் கையெழுத்துப் பிரதிகளைப் படித்துத் திருத்தி அவற்றை விமர்சிக்கிறார், அவரை எப்போதும் ஊக்கப்படுத்தி வருகிறார். அவரது உள்நோக்குகள் இப்புத்தகத்தின் ஆரம்பகால முன்மொழிவு முதல் இறுதி வரைவுவரை அதை வடிவமைக்க உதவின. ரகுராம் ராஜனின் குழந்தைகள் எப்போதும்போல இப்புத்தகத்திற்கும் உறுதுணையாக இருந்தனர்; இப்புத்தகத்தின் முக்கியக் கருப்பொருட்கள் குறித்துப் பயனுள்ள ஆலோசனைகளை வழங்கினர்; மாற்றுத் தலைப்புகள் மற்றும் அட்டைகளைப் பற்றிச் (பெரும்பாலான சமயங்களில் அவைதாம் ஒரு புத்தகத்தின் கடினமான விஷயங்களாக இருக்கின்றன) சிந்திக்க எங்களுக்கு உதவினர். ரகுராம் ராஜனின் சகோதரர் முகுந்த், இப்புத்தகத்தை எழுத எங்களை ஊக்குவித்ததோடு, எங்களுக்குப் பல முக்கியமான நபர்களையும் அறிமுகம் செய்து வைத்தார். ரகுராம் ராஜனின் தந்தையின் நேர்மையும் கடமையுணர்வும், அவரது தாயாரின் கருணையும், பிற்படுத்தப்பட்டோர்மீதான பரிவும் எப்போதுமே அவருடைய வாழ்க்கையில் அவருக்கு வழிகாட்டி வந்துள்ளன. அவர்களின் தாக்கம் அவருடைய அனைத்துப் படைப்புகளிலும் புகுந்துவிடுகிறது.

எங்களுடைய பதிப்பாசிரியர் ராதிகா மார்வா, தொழில்நேர்த்தியின் மொத்த உருவமாக இருந்தார். அவர் எங்களுக்கு மிகவும் ஆதரவாக இருந்ததோடு, நாங்கள் இதை எழுதிக் கொண்டிருந்தபோது, மதிப்புமிக்க, ஆழமான புரிதலுடன்கூடிய பரிந்துரைகளையும் வழங்கினார். இதை மிகக் குறுகிய காலத்திற்குள் வெளிக் கொண்டுவருவதற்காக அவர் எங்களுடன் இணைந்து பணியாற்றியதற்கு நாங்கள் அவருக்கு நன்றிக்கடன் பட்டுள்ளோம்.

நாங்கள் வெவ்வேறு நாடுகளில் இருந்ததால், எங்களுக்கு இடையே நேரப் பிரச்சனை இருந்தது. அதையும் அவர் பொருட்படுத்தாமல் எங்களுக்கு ஒத்துழைப்பு நல்கினார். காப்பி எடிட்டரான வினீத் கில் மற்றும் அஹ்லாவத் குஞ்சன், மனாலி தாஸ், பீட்டர் மொடோலி, ரிஞ்சினி மித்ரா, ஆஸ்தா வர்மா மற்றும் அவர்களது குழுக்கள் உட்பட, பென்குயின் பதிப்பகத்தின் அருமையான ஊழியர்களும் இப்புத்தகத்தின் தயாரிப்பிற்குப் பெரும் பங்காற்றியுள்ளனர்.

நாங்கள் பலருடன் மேற்கொண்ட உரையாடல்கள் எங்களுக்கு மிகவும் உதவியுள்ளன. கொரோனா பெருந்தொற்றுக் காலத்தின்போது, மேகலா கிருஷ்ணமூர்த்தி, வரத் பாண்டே, சிறிநாத் ராகவன் ஆகியோருடன் நடந்த பல விவாதங்களின்போதுதான் இப்புத்தகத்திற்கான விதை ஊன்றப்பட்டது. கௌதம் பாட்டியா, சந்திர பூஷன், சாஜித் சினாய், ரோஹித் தே, நவ்ரோஸ் துபாஷ், தேவேஷ் கபூர், நச்சிகேத் மோர், கார்த்திக் முரளிதரன், தீபா சின்ஹா, ஆராத்யா சூட், டி. சுந்தரராமன் மற்றும் ரயீசா வகீல் உட்பட, பலர் அந்த விவாதங்களில் எங்களுடன் இணைந்து கொண்டனர்.

டைம்ஸ் ஆஃப் இந்தியா பத்திரிகையில் நாங்கள் ராகுல் சவுகானுடன் இணைந்து சில கட்டுரைகளை எழுதியிருந்தோம். அவை இப்புத்தகத்தில் இடம்பெற்றுள்ள சில அத்தியாயங்களுக்கு அடிப்படையாக அமைந்தன. குறிப்பாக, வேலைகள் மற்றும் உற்பத்திசார் ஊக்கத்தொகை இடம்பெற்றிருந்த சில அத்தியாயங்களுக்காக நாங்கள் அவருக்கு நன்றி தெரிவித்துக் கொள்கிறோம். பல தொழில்முனைவோரிடம் எங்களை அறிமுகம் செய்து வைத்ததற்காக வின்டி பங்கா மற்றும் சையதா ஹமீதுக்கும், எங்களுடைய யோசனைகளை எழுத்தில் வடிக்க எங்களை ஊக்குவித்ததற்காக சிக்கி சர்க்கார் அவர்களுக்கும் ரகுராம் ராஜன் நன்றி தெரிவித்துக் கொள்கிறார்.

நாங்கள் இப்புத்தகத்தை எழுதிக் கொண்டிருந்தபோது, நாங்கள் பலருடன் நடத்திய விவாதங்களால் பெரும் பயனடைந்தோம். இவர்களில் ருக்மணி பானர்ஜி, வின்டி பங்கா, பெயூஷ் பன்சால், அதிதி சந்த், ஜெய் டெகோஸ்டா, ராகுல் கர்க், ஜேக்கப் கோல்டின், டாக்டர் யூசுப் ஹமீத், அஜய் ஜாகர், உதித் கன்னா, சுனில் முன்ஜால், பி.சி.முஸ்தபா, சஞ்சய் நாயக், சாம் பிட்ரோடா (அவர் ராதிகாவைப் பெங்குயினில் எங்களுக்கு அறிமுகம் செய்து வைத்தார்), பிரதீக் ராஜ், ரோட்னி ராம்சரண், சிறிநாத் ரவிச்சந்திரன், ஷரத் சர்மா, ஐஸ்பிரிட் அமைப்பினர், அனிருத் திவாரி ஆகியோர் அடங்குவர்.

ஃப்ரெடி பின்சன், சான் சிங், ஆரியன் குன்டேட்டி ஆகியோர் சிறப்பாக ஆய்வுகளை மேற்கொண்டு எங்களுக்கு உதவினர்.

ரகுராம் ராஜன்
ரோகித் லாம்பா

கலைச்சொல் பட்டியல்
(தமிழ் அகரவரிசைப்படி கொடுக்கப்பட்டுள்ளது)

அகண்ட அலைவரிசை	broadband
அடல் பழுதுநீக்கல் ஆய்வகம்	Atal Tinkering Lab
அப்பரட்சிக்	Apparatchik
அரசு அதிகாரிகள் அமைப்புமுறை	bureaucracy
அறிவுசார் சொத்துரிமை	intellectual property right
அறிவுசார் சொத்துரிமைகளின் வர்த்தகம் தொடர்பான அம்சங்கள் குறித்த ஒப்பந்தம்	Trade Related Intellectual Property Rights Agreement
ஆராய்ச்சி மற்றும் உருவாக்கம்	research and development
இந்திய மென்பொருள் தயாரிப்புத் தொழில் வட்டமேசை	Indian Software Product Industry Roundtable (iSPIRT)
இந்தியத் தலைமைக் கணக்குத் தணிக்கையாளர்	Comptroller and Auditor General of India
இந்தியப் பொருளாதாரத்தைக் கண்காணிக்கும் மையம் என்ற தனியார் அமைப்பின் நுகர்வோர் பிரமிடுகள் குடும்பக் கணக்கெடுப்பு	Centre for Monitoring Indian Economy's Consumer Pyramids Household Survey
இந்தியப் போட்டி ஆணையம்	Competition Commission of India
உடல் எடைக் குறியீட்டு எண்	Body Mass Index (BMI)
உண்மையான கட்டுப்பாட்டுக் கோடு	Line of Actual Control (LAC)
உயிரியத் தரவு	biometric data
உரையாடல் இயலி	ChatBot

உலக வர்த்தக அமைப்பு	World Trade Organization
உலகச்சுருக்கமாக்கம்	deglobalization
உலகளாவிய செயல் வல்லமை மையம்	global capability centre
உற்பத்திசார் ஊக்கத்தொகை	production-linked incentive (PLI)
உன்னதக் கல்வி நிறுவனங்கள்	Institutes of Eminence
ஊழியர்களின் அரசுக் காப்பீட்டு நிறுவனம்	Employees' State Insurance Corporation (ESIC)
ஏகபோகங்கள் மற்றும் கட்டுப்படுத்தப்பட்ட வர்த்தக நடைமுறைகள் சட்டம்	The Monopolies and Restrictive Trade Practices Act (MRTP)
ஓய்வூதியத் திட்ட நிதிய ஒழுங்குமுறை மற்றும் மேம்பாட்டு ஆணையம்	Pension Fund Regulatory and Development Authority
கரிம வரி	carbon tax
காலநிலை மாற்றம் குறித்தப் பிரதமரின் ஆலோசனைக் குழு	Prime Minister's Council on Climate Change
குடிமுறை அரசுப் பணிகள்	civil services
குறைகடத்தி	semiconductor
சரக்கு மற்றும் சேவை வரி	goods and services tax (GST)
சரக்குப் பெட்டகம்	shipping container
சர்வதேச ஆற்றல் முகமை	International Energy Agency
சர்வதேச நாணய நிதியம்	International Monetary Fund (IMF)
சூரிய மின்கலங்கள்	solar cells
சேவைகள் வர்த்தம் குறித்தப் பொது உடன்பாடு	General Agreement on Trade in Services (GATS)
துளிர் நிறுவனம்	startup company
தெற்காசிய நாடுகளின் பிராந்தியக் கூட்டமைப்பு	South Asian Association for Regional Cooperation (SAARC)
தென்னுலக நாடுகள் குழுமம்	global south
தேசிய மதிப்பீடு மற்றும் அங்கீகார ஆணையம்	National Assessment and Accreditation Council (NAAC)
தேசிய மதிப்பீடு மற்றும் தரச்சான்று மன்றம்	National Assessment and Accreditation Council (NAAC)
தொழிலாளர் வளக் காலமுறைக் கணக்கெடுப்பு	Periodic Labour Force Survey (PLFS)

தொழில்மயமழிதல்	deindustrialization
நாற்கரப் பாதுகாப்புப் பேச்சுவார்த்தை	Quadrilateral Security Dialogue – (Quad Plus)
நிதித் தரவுச் சேகரிப்பாளர்	account aggregator
நிரந்தர வங்கிக் கணக்கு எண்	Permanent Account Number (PAN)
நிறுவனத்தின் சந்தை மதிப்பு	organization's market capitalization
நுண்சில்லு	chip
நெறி பிறழ்ந்த முதலாளிகள்	crony capitalist
நெறி பிறழ்ந்த முதலாளித்துவம்	crony capitalism
பசிபிக் அளாவிய கூட்டாண்மைக்கான விரிவான மற்றும் முற்போக்கான கூட்டு ஒப்பந்தம்	Comprehensive and Progressive Agreement for Trans-Pacific Partnership (CPTPP)
பணம் கொடுப்பதற்கான ஒருங்கிணைக்கப்பட்ட இடைமுகம்	Unified Payment Interface (UPI)
பல்துறை சிகிச்சையகம்	polyclinic
பன்முகத் தெரிவு வினாக்கள்	multiple choice questions
பிராந்திய ஒட்டுமொத்தப் பொருளாதாரக் கூட்டுறவு	Regional Comprehensive Economic Partnership (RCEP)
பொது உரிமையியல் சட்டம்	Uniform Civil Code
பொதுப் பெயர் மருந்துகள்	generic medicines
பொருட்கள் இடப்பெயர்வு நிர்வாகம்	logistics
பொருளாதார ஒத்துழைப்பு மற்றும் வளர்ச்சிக்கான அமைப்பு	Organisation for Economic Co-operation and Development (OECD)
மதிப்புக் கூட்டுதல்சார் புன்னகை வளைகோடு	smile curve of value added
மெய்நிகர் எதார்த்தம்	virtual reality
மையமயமாக்கம்	centralization
மொத்த உள்நாட்டு உற்பத்தி (ஜிடிபி)	gross domestic product (GDP)
ஸ்மார்ட் நகரம்	smart city

PSV குமாரசாமி

மொழிபெயர்ப்பாளர்

இவர் ஒரு கவிஞர். மொழிபெயர்ப்பாளர். சுற்றுச்சூழல் ஆர்வலர். மலையேற்றப் பயிற்றுவிப்பாளர். புகைப்படம் எடுப்பதில் அலாதி ஆர்வம் உடையவர். ஊர் சுற்றுவதில் ஏக விருப்பமுடையவர். இவரது பல்லாண்டுகால மொழிபெயர்ப்பு அனுபவத்தில் எண்பதுக்கும் மேற்பட்ட நூல்கள், எண்ணற்றக் கட்டுரைகள் மற்றும் கவிதைகள் வெளிவந்துள்ளன. இலக்கியம், சுயமுன்னேற்றம், சுற்றுச்சூழல், பொருளாதாரம், அறிவியல் போன்ற பல்வேறு துறைகள் தொடர்பான நூல்கள் அவற்றில் அடங்கும்.

ரோன்டா பைர்னின் உலகப் புகழ்பெற்ற நூலான 'இரகசியம்', டோனி ஜோசஃபின் 'ஆதி இந்தியர்கள்', ஸ்டீபன் ஹாக்கிங்கின் 'ஆழமான கேள்விகள் அறிவார்ந்த பதில்கள்' போன்றவை இவருடைய மொழியாக்கத்தில் வெளிவந்துள்ள நூல்களில் குறிப்பிடத்தக்கவை.

இவர் தன் மனைவி திருமதி நாகலட்சுமி சண்முகம் அவர்களுடனும் தன் மகன்கள் இருவருடனும் தற்போது மும்பையில் வசித்து வருகிறார்.